കൊട്ടാരത്തെരുവ്

kottaratheruvu
novel
•
naguib mahfouz
•
translated
b m suhara
•
first chintha edition
june 2009
•
second edition
july 2011
•
typesetting
vega graphics
•
published by
chintha publishers, thiruvananthapuram
•

•
cover
ambeesh kumar
•

വിതരണം
ദേശാഭിമാനി ബുക്ക് ഹൗസ്
H O തിരുവനന്തപുരം-695 001

ബ്രാഞ്ചുകൾ
ഓവർബ്രിഡ്ജ് തിരുവനന്തപുരം • കെ എസ് ആർ ടി സി ബസ് സ്റ്റേഷൻ ആലപ്പുഴ • കെ എസ് ആർ ടി സി ബസ് സ്റ്റേഷൻ എറണാകുളം • ഐ ജി റോഡ് കോഴിക്കോട് • മാവൂർ റോഡ് കോഴിക്കോട് • എൻ ജി ഒ യൂണിയൻ ബിൽഡിങ് കണ്ണൂർ • സെൻട്രൽ ബസ് ടെർമിനൽ കോംപ്ലക്സ് താവക്കര കണ്ണൂർ • മച്ചിങ്ങൽ ലെയ്ൻ തൃശൂർ

CR - 1093 / 2733

കൊട്ടാരത്തെരുവ്

നോവൽ

നജീബ് മഹ്ഫൂസ്

പരിഭാഷ

ബി എം സുഹറ

ചിന്ത പബ്ലിഷേഴ്സ്
തിരുവനന്തപുരം-695 001

ബി എം സുഹറ

തിക്കോടിയിൽ വൈദ്യേരകത്ത് മമ്മദുകുട്ടി ഹാജിയാരുടെയും ബടയക്കണ്ടി മാളിയേക്കൽ മറിയുമ്മയുടെയും മകളായി ജനിച്ചു. തിക്കോടി പ്രൈമറിസ്കൂൾ, കോഴിക്കോട് പ്രൊവിഡൻഡ് ഹൈസ്കൂൾ, പ്രൊവിഡൻസ് കോളേജ് എന്നിവിടങ്ങളിൽ പഠിച്ചു. *കിനാവ്* എന്ന ആദ്യനോവലിനു 1992 ൽ യുവസാഹിത്യകാരിക്കുള്ള ലളിതാംബിക അന്തർജനസ്മാരക പുരസ്കാരം ലഭിച്ചു.

കിനാവ്, മൊഴി, ഇരുട്ട്, നിലാവ്, നിഴൽ, ആകാശഭൂമികളുടെ താക്കോൽ (നോവലുകൾ). *അമൃതപുത്രി, സൈനിന്റെ കല്യാണം, കൊട്ടാരത്തെരുവ്* (പരിഭാഷാ നോവലുകൾ). *കുട്ടികളുടെ അറബിക്കഥകൾ, മലമുകളിലെ അപ്പൂപ്പൻ, തങ്കമോതിരം, ഏഴാങ്ങളമാരും കുഞ്ഞിപ്പെങ്ങളും, പവിഴപ്പുറ്റ്* (ബാലസാഹിത്യം). *ചോയിച്ചി, ആഹൂ...ആഹൂ... രചനയിലെ ചില പ്രശ്നങ്ങൾ.* (ചെറുകഥാ സമാഹാരം) എന്നിവ കൃതികൾ.

സാഹിത്യനിരൂപകനായ ഡോ. എം എം ബഷീറാണ് ഭർത്താവ്. കാർട്ടൂണിസ്റ്റ് ബി എം ഗഫൂർ സഹോദരനും, ഓറിയന്റ് ലോംഗ്മാൻ ഡയറക്ടറായിരുന്ന പ്രശസ്ത പരിഭാഷകൻ വി അബ്ദുള്ളയുടെ പത്നിയും എഴുത്തുകാരിയുമായ ഉമ്മി അബ്ദുള്ള സഹോദരിയുമാണ്. രണ്ട് ആൺമക്കൾ: അജ്മൽ ബഷീർ, അനീസ് ബഷീർ.

വിലാസം : മാളിയേക്കൽ,
മലാപ്പറമ്പ് പി ഒ
കോഴിക്കോട് 673 635

ആമുഖം

എന്റെ സഹോദരി ഉമ്മിഅബ്ദുള്ളയുടെ ഭർത്താവും പ്രശസ്ത പരിഭാഷകനുമായ വി അബ്ദുള്ള ഈജിപ്ഷ്യൻ പര്യടനം കഴിഞ്ഞെത്തിയപ്പോൾ എനിക്ക് സമ്മാനമായി കൊണ്ടുവന്നത് നോബൽ സമ്മാനം ലഭിച്ച നജീബ് മഹ്ഫൂസിന്റെ നോവൽത്രയത്തിലെ *ബയനുൽ ഖസറൈൻ (കൊട്ടാരത്തെരുവ്)* എന്ന നോവലായിരുന്നു. തന്നിട്ടു പറഞ്ഞു: "നീ വായിക്കേണ്ട പുസ്തകമാണ്. മുസ്ലിംജീവിതം നന്നായി ചിത്രീകരിച്ചിരിക്കുന്നു. പ്രത്യേകിച്ചും അകത്തളങ്ങളിൽ കഴിയാൻ വിധിക്കപ്പെട്ട സ്ത്രീകളുടെ വേദനകൾ. ലോകത്തെവിടെയും മുസ്ലിംസ്ത്രീകൾക്കു കണ്ണീരുതന്നെ. നിന്റെ നോവലുകളിലെ പ്രമേയവുമായി സാമ്യമുള്ളതുപോലെ തോന്നി വായിച്ചപ്പോൾ."

മുസ്ലിംജീവിത പശ്ചാത്തലത്തിലുള്ള പുസ്തകങ്ങൾ എനിക്കുകൂടി വായിക്കാൻ തരിക എന്നത് ഞാൻ എഴുതിത്തുടങ്ങിയതു മുതലുള്ള അദ്ദേഹത്തിന്റെ പതിവാണ്. അദ്ദേഹം എന്റെ സഹോദരീ ഭർത്താവു മാത്രമല്ല; എന്റെ വലിയ കാരണവരുടെ മകനും കൂടിയാണ്. പിതൃതുല്യനാണ്; ഞാൻ എഴുത്തുകാരിയായതിൽ എന്റെ കുടുംബത്തിൽ ഏറ്റവും കൂടുതൽ സന്തോഷിക്കുകയും എന്നെ ഏറ്റവും പ്രോത്സാഹിപ്പിക്കുകയും ചെയ്യുന്ന ആളാണ്.

അദ്ദേഹം പറഞ്ഞത് അനുസരിച്ചാണ് ഞാൻ മഹ്ഫൂസിന്റെ മറ്റു നോവലുകളെക്കുറിച്ച് ചോദിച്ചറിഞ്ഞത്. *കൊട്ടാരത്തെരുവി*ന്റെ കൂടെയുള്ള മറ്റു രണ്ടുനോവലുകളുടെ പേരുകൾകൂടി അറിഞ്ഞപ്പോൾ കൗതുകമായി. ഖസറൽ *ശൈഖ് (പ്രേമത്തിന്റെ തെരുവ്)*, *അൽശുഖറിയ്യ (മിഠായിത്തെരുവ്)* മൂന്ന് തെരുവുകളുടെ കഥകൾ. ഒറ്റയ്ക്കൊറ്റയ്ക്ക് പൂർണം. അതേസമയം പരസ്പര ബന്ധവുമുണ്ട്. വായിച്ചപ്പോൾ തോന്നി

ആവുട്ടിക്ക പറഞ്ഞതു ശരിതന്നെ. എവിടെയും സ്ത്രീകളുടെ ജീവിതം സമാനം. കോഴിക്കോട്ടായാലും ഈജിപ്തിലായാലും ലോകത്തിന്റെ ഏതു കോണിലായാലും മുസ്ലിംസ്ത്രീകൾ നിന്ദിതരും പീഡിതരും തന്നെ. പുരുഷമേധാവിത്വത്തിന്റെ ഇരകൾ. അവർക്കൊരു മോചനം എന്നാണ്? മഹാനായ നജീബ് മഹ്ഫൂസ് ഈജിപ്തിലെ മുസ്ലിംസ്ത്രീകളെക്കുറിച്ചാണ് എഴുതുന്നത്. പക്ഷേ, ആ കഥ നമ്മുടെ പാവപ്പെട്ട സഹോദരിമാരുടെ കഥകൂടിയാണ്.

ഒരുദിവസം അയ്യപ്പപ്പണിക്കർ സാറിനെ കണ്ടപ്പോൾ അദ്ദേഹം പറഞ്ഞു: "നജീബ് മഹ്ഫൂസിന്റെ ഒരു നോവൽ പരിഭാഷപ്പെടുത്തിക്കൂടേ?" മഹ്ഫൂസിന്റെ നോവൽ ഞാൻ പരിഭാഷപ്പെടുത്തുകയോ? ഞാൻ പണിക്കർ സാറിനെ മിഴിച്ചു നോക്കി. "അടുത്ത ലക്കം *കേരളകവിത*യിലേക്ക് ആദ്യത്തെ മൂന്ന് ചാപ്റ്റർ ഉടനെ വേണം."

സാറ് പറഞ്ഞാൽ എനിക്ക് എതിർവാക്കില്ല. അങ്ങനെയാണ് *കൊട്ടാരത്തെരുവി*ന്റെ ആദ്യത്തെ മൂന്നധ്യായം പരിഭാഷപ്പെടുത്തി പണിക്കർ സാറിന് അയച്ചുകൊടുത്തത്. *കേരളകവിത*യിൽ അത് അച്ചടിച്ചു വരികയും ചെയ്തു. മുഴുവനും പരിഭാഷപ്പെടുത്തണമെന്ന മോഹം, തിരക്കുകൾ കാരണം തടസപ്പെട്ടു.

ഈയിടെ കുടുംബസുഹൃത്തായ ജമാൽ കൊച്ചങ്ങാടി വീട്ടിൽ വന്നപ്പോൾ പലതും സംസാരിച്ച കൂട്ടത്തിൽ *കൊട്ടാരത്തെരുവ്* സംഭാഷണ വിഷയമായി. അദ്ദേഹത്തിന്റെ സ്നേഹപൂർവമായ പ്രേരണയാലാണ് വീണ്ടും പരിഭാഷ തുടരാനിടയായത്. മൂന്നുമാസംകൊണ്ട് ജോലി പൂർത്തിയാക്കിയപ്പോൾ ഒരു വലിയ കർത്തവ്യം നിറവേറ്റിയ ചാരിതാർഥ്യം എനിക്കുണ്ടായി.

പരിഭാഷയിൽ ഞാൻ എന്റേതായ ഒരു രീതിയാണ് പിൻപറ്റിയിട്ടുള്ളത്. മൂലത്തിലെ ഒരു വാക്യം വായിക്കുക. ആ ആശയം എന്റെ ഭാഷയിൽ, ശൈലിയിൽ എങ്ങനെ പറയുമോ അങ്ങനെ എഴുതിപ്പോവുക എന്ന സമ്പ്രദായമാണ് ഞാൻ സ്വീകരിച്ചിട്ടുള്ളത്. പരിഭാഷയെന്ന തോന്നൽ ഉണ്ടാകാതെ ഈ നോവൽ മലയാളം മാത്രം അറിയുന്ന സാധാരണക്കാർക്കു വായിക്കാൻ കഴിയണം. എന്നാൽ മൂലകൃതിയുടെ സത്തയോ രീതികളോ ചോർന്നുപോകാനും പാടില്ല. പരിഭാഷ ഒരിക്കലും മൂലത്തിനു തുല്യമാവുകയില്ല. എന്റെ പരിഭാഷയിലും കുറ്റങ്ങളും കുറവുകളും ഉണ്ടാവും. ക്ഷമിക്കുക പൊറുക്കുക.

മഹ്ഫൂസിനെ പരിചയപ്പെടുത്തിക്കൊണ്ട് എം ടി എഴുതിയ ആമുഖക്കുറിപ്പ് ഈ ഗ്രന്ഥത്തിന് തിലകച്ചാർത്താണ്. അദ്ദേഹത്തോടുള്ള സ്നേഹാദരം മനസിൽ സൂക്ഷിക്കുന്നു.

എല്ലാവർക്കും നന്ദി

കോഴിക്കോട്

ബി എം സുഹറ

നജീബ് മഹ്ഫൂസ് ഒരു ആമുഖക്കുറിപ്പ്

എം ടി വാസുദേവൻ നായർ

'ആയിരത്തിത്തൊള്ളായിരത്തി തൊണ്ണൂറ്റെട്ട് ഫെബ്രുവരിയിൽ ഈജിപ്റ്റിലേക്ക് പുറപ്പെടുമ്പോൾ വളരെ വർഷങ്ങളായി കാണാനാഗ്രഹിക്കുന്ന ഒരു സ്ഥലത്ത് എത്തുന്നു എന്ന ആഹ്ലാദവും ഉദ്വേഗവുമുണ്ടായിരുന്നു. അയ്യായിരം വർഷം പഴക്കമുള്ള ഒരു സംസ്കാരത്തിന്റെ അവശിഷ്ടങ്ങൾ ഇപ്പോഴും സഞ്ചാരികളെ കാത്തുകിടക്കുന്നു. പിരമിഡുകൾ, ഫറോവാമാരുടെ കാലത്തെ മഹാക്ഷേത്രങ്ങൾ, പിന്നെ നൈൽ എന്ന മഹാനദി. എനിക്ക് സഞ്ചാരികളുടെ പതിവുസന്ദർശനങ്ങൾക്കു പുറമെ മറ്റൊരാഗ്രഹം കൂടിയുണ്ടെന്ന് കൂടെയുള്ള രണ്ടു സുഹൃത്തുക്കളോടു പറഞ്ഞു. കഴിയുമെങ്കിൽ നജീബ് മഹ്ഫൂസിനെ കാണണം. മനസിൽ കണക്കുകൂട്ടി വച്ചിരുന്നു. അദ്ദേഹത്തിന് 86 വയസുണ്ടായിരിക്കും അപ്പോൾ. എങ്കിലും–

കയ്റോവിൽ വലിയൊരു പുസ്തകമേള നടക്കുന്നുണ്ടായിരുന്നു. ഉത്സവകാലത്തെന്നപോലെ ആൾത്തിരക്ക്. വാങ്ങിയ പുസ്തകങ്ങളുടെ ബില്ലടയ്ക്കാൻ ഓരോ സ്റ്റാളിലും നീണ്ട ക്യൂ ഉണ്ടായിരുന്നു. കയ്റോവിലെ അമേരിക്കൻ യൂണിവേഴ്സിറ്റിയുടെ സ്റ്റാൾ കണ്ടെത്താൻ വളരെയേറെ സമയമെടുത്തു. അവിടെ അറബിസാഹിത്യത്തിൽനിന്നുള്ള ഇംഗ്ലീഷ് വിവർത്തനങ്ങൾ ധാരാളം വിൽപ്പനയ്ക്കുണ്ടായിരുന്നു. അറബിഭാഷയിൽ ഏറ്റവും വിൽപ്പനയുള്ള നോവലിസ്റ്റ് മഹ്ഫൂസാണെന്ന് സ്റ്റാളിന്റെ ഉത്തരവാദിത്വം വഹിക്കുന്ന അമേരിക്കക്കാരി പറഞ്ഞു. മഹ്ഫൂസിന്റെ ഇംഗ്ലീഷ് വിവർത്തനങ്ങൾ പലതും അവിടത്തെ അമേരിക്കൻ യൂണിവേഴ്സിറ്റിയാണ് പ്രസിദ്ധീകരിച്ചിട്ടുള്ളത്. മഹ്ഫൂസിനെ കാണാൻ പ്രയാസമായിരിക്കുമെന്ന് ദ്വിഭാഷിയായി വന്ന യുവതി നേരത്തെ പറഞ്ഞിരുന്നു. മ്യൂസിയത്തിലും പിരമിഡിലും അവൾക്ക് ഞങ്ങളെ പഠിപ്പി

ക്കാൻ ധാരാളം അവസരമുണ്ട്. ഈജിപ്തോളജിയാണ് അവളുടെ പഠന വിഷയം. ഒരെഴുത്തുകാരനെ കാണുന്നത് അത്ര രസമുള്ള കാര്യമായി അവൾ കണക്കാക്കിയിട്ടുണ്ടാവില്ല എന്നൊരു സംശയം മനസിൽ ബാക്കി കിടന്നു.

പക്ഷേ, സർവകലാശാലയുടെ സ്റ്റാളിലെ ഉദ്യോഗസ്ഥയും അതു തന്നെ പറഞ്ഞു. കയ്റോവിൽനിന്ന് കുറച്ചകലെ അഗുസ എന്ന സ്ഥലത്താണ് അദ്ദേഹം താമസിക്കുന്നത്. കൂടെ ഒരു മകളുമുണ്ട്. അദ്ദേഹം രോഗിയും അവശനുമാണ്. സ്വന്തം ആവശ്യങ്ങൾക്കുകൂടി അനങ്ങാൻ വയ്യാത്ത അവസ്ഥയിലാണ്. അതുകൊണ്ട് സന്ദർശകരെ അനുവദിക്കാറില്ല.

തീവ്രവാദികൾ കുറച്ചു വർഷങ്ങൾക്കു മുമ്പ് അദ്ദേഹത്തെ ആക്രമിക്കുകയുണ്ടായി. അതിൽനിന്നദ്ദേഹം പരുക്കുകളോടെയാണെങ്കിലും രക്ഷപ്പെട്ടു.

ടൂറിസ്റ്റുകളുടെ ഏറ്റവും ആകർഷണകേന്ദ്രമായിരുന്നു ലക്സർ. ഒരു ബസുനിറയെ വന്നെത്തിയ വിദേശസഞ്ചാരികളെ തീവ്രവാദികൾ വെടിവെച്ചുകൊന്ന സംഭവം ഇപ്പോഴും ആളുകളെ നടുക്കുന്നുണ്ട്. ഈജിപ്തിന്റെ വരുമാനത്തിൽ ഒരു നല്ലപങ്ക് ടൂറിസത്തെ ആശ്രയിച്ചിരിക്കുന്നു. രണ്ടായിരത്താണ്ടുവരെ ഹോട്ടൽ മുറികൾ വിദേശത്ത് ട്രാവൽ ഏജൻസികൾ ബുക്ക് ചെയ്തിരുന്നു. ലക്സറിലെ കൂട്ടക്കൊലയ്ക്കു ശേഷം എല്ലാ റിസർവേഷനും റദ്ദാക്കി. ടൂറിസ്റ്റുകളെ സംരക്ഷിക്കാനുള്ള നടപടികളെല്ലാം സർക്കാർ ചെയ്യുന്നുണ്ട് എന്ന് കയ്റോവിൽ എത്തിയ ഉടൻതന്നെ ട്രാവൽഏജൻസിയുടെ പ്രതിനിധി അറിയിച്ചിരുന്നു. കയ്റോവിൽ നിന്ന് അലക്സാൻഡ്രിയയിലേക്കും തിരിച്ചും യാത്ര ചെയ്തപ്പോൾ ഒരു ജീപ്പുനിറയെ ആയുധധാരികളായ പൊലീസുകാർ ഞങ്ങൾക്ക് അകമ്പടിയായി കൂടെയുണ്ടായിരുന്നു.

“എന്തിനാണ് ടൂറിസ്റ്റുകളെ വെടിവെച്ചത്?”

ഗൈഡ് പറഞ്ഞു:

“ടൂറിസം ചിരപുരാതനമായ മതമൂല്യങ്ങളെ അപചയപ്പെടുത്തുന്നു എന്നാണവർ പറയുന്നത്.”

മഹ്ഫൂസ് മതവിശ്വാസിയാണ്. *ഇസ്ലാമിക തത്വസംഹിതയിലെ സൗന്ദര്യസങ്കൽപ്പം* എന്ന വിഷയത്തിലായിരുന്നു അദ്ദേഹം ബിരുദാനന്തരം ഗവേഷണം നടത്തിയിരുന്നത്. മഹ്ഫൂസ് എന്തുകൊണ്ട് തീവ്രവാദികൾക്ക് അനഭിമതനായി? ‘ജീവിതത്തിന്റെ ആഘോഷ’ത്തെപ്പറ്റിയാണ് അദ്ദേഹം കൂടുതലെഴുതിയത്. അത് മതാനുശാസനങ്ങളെ ലംഘിക്കാൻ പരോക്ഷമായെങ്കിലും പ്രേരിപ്പിക്കുന്നു. സെക്കുലർ യൂണിവേഴ്സിറ്റിയിൽനിന്ന് ബിരുദമെടുത്ത അദ്ദേഹം മതമൗലികവാദത്തെ എതിർക്കുന്നു. അതുകൊണ്ടൊക്കെയാവാം–അലക്സാൻഡ്രിയയിലെ ടൂറിസം വകുപ്പിൽ ജോലിചെയ്യുന്ന, അഭ്യസ്തവിദ്യയായ, ദ്വിഭാഷി യുവതി പറയുന്നു.

മതമൗലികവാദികൾ എങ്ങനെ വ്യാഖ്യാനിച്ചാലും ശരി, ഈജിപ്തുകാരുടെ അഭിമാനമാണ് മഹ്ഫൂസ് എന്ന എഴുത്തുകാരൻ. 88–ൽ നോബൽസമ്മാനം കിട്ടിയതുകൊണ്ടു മാത്രമല്ല, കഴിഞ്ഞ അരനൂറ്റാണ്ടു കാലം അദ്ദേഹത്തിന്റെ സജീവസാന്നിധ്യം ഈജിപ്ഷ്യൻ സാഹിത്യത്തിലുണ്ട്. തലമുറകൾ മാറുമ്പോഴും അദ്ദേഹം സമാരാധ്യനായി തുടരുന്നു.

കയ്റോവിലെ തിരക്കേറിയ പഴയ മാർക്കറ്റിൽ ഇപ്പോൾ നജീബ് മഹ്ഫൂസ് കോഫിഷോപ്പുണ്ട്. പഴയ കെട്ടിടത്തിൽ മുമ്പു കോഫിഷോപ്പുണ്ടായിരുന്നു. മഹ്ഫൂസ് അവിടെ മുൻവശത്തെ ഒരു മുറിയിൽ ധാരാളം സമയം ചെലവഴിച്ചിരുന്നുവത്രെ. അവിടെ ഇരുന്ന് എഴുതുകയും പതിവായിരുന്നു. അന്ന് കോഫിഹൗസിൽ വലിയ തിരക്കില്ല. നോബൽ സമ്മാനം കിട്ടിയശേഷം അതിന് നജീബ്മഹ്ഫൂസ് കോഫിഷോപ്പെന്ന് പേരിട്ടു. ഇപ്പോൾ അതൊരു തിരക്കേറിയ സ്ഥലമായി മാറിയിരിക്കുന്നു. ലഘുഭക്ഷണത്തിന് മൂന്ന് ഇരിപ്പിടങ്ങൾ ഒഴിഞ്ഞുകിട്ടാൻ ഞങ്ങൾക്ക് കുറച്ചുനേരം കാത്തുനിൽക്കേണ്ടിവന്നു.

മഹ്ഫൂസിന് നോബൽസമ്മാനം കിട്ടിയപ്പോൾ അറബിരാജ്യങ്ങളെ പ്രീതിപ്പെടുത്താൻ വേണ്ടി ചെയ്തതാണോ ഇത് എന്ന് ചിലർ സംശയം പ്രകടിപ്പിക്കുകയുണ്ടായി.

ഇംഗ്ലീഷ്വിവർത്തനങ്ങൾ ചിലതൊക്കെ ഉണ്ടായിരുന്നെങ്കിലും പ്രസിദ്ധീകരിച്ചത് ലോകവ്യാപകവിതരണശൃംഖലയിലുള്ള പ്രസാധകരായിരുന്നില്ല. പലർക്കും മഹ്ഫൂസ് അജ്ഞാതനായിരുന്നു.

1978–ൽ മഹ്ഫൂസിന്റെ *മിറാമർ* എന്ന നോവലിന്റെ ഇംഗ്ലീഷ് വിവർത്തനത്തിന്റെ അവതാരികയിൽ വിഖ്യാതനായ ബ്രിട്ടീഷ്നോവലിസ്റ്റ് ജോൺ ഫൗൾസ് എഴുതി:

> മഹ്ഫൂസിനെ പാശ്ചാത്യർ അറിയാത്തത് അദ്ദേഹം വായന അർഹിക്കാത്തതുകൊണ്ടല്ല. ലണ്ടനിൽനിന്നോ പാരീസിൽനിന്നോ ഏതാനും മണിക്കൂറുകളുടെ വിമാനയാത്രയേ കയ്റോവിലേക്ക് വേണ്ടൂ. പക്ഷേ, സാംസ്കാരികയാത്ര വളരെ സങ്കീർണവും ദുഷ്കരവുമാണ്. ശ്രദ്ധേയമായ ആധുനിക ലോകസാഹിത്യങ്ങളിൽ ഏറ്റവുംകുറച്ച് അറിയപ്പെടുന്നത് അറബിക്കാണ്. അറബ് മനസ്സ് പാശ്ചാത്യർക്ക് അജ്ഞേയമായിത്തോന്നുന്നതും അതുകൊണ്ടുതന്നെ.

മഹ്ഫൂസ് പതിനേഴാം വയസിൽ എഴുതിത്തുടങ്ങി. ഫിലോസഫി വിദ്യാർഥിയായിരുന്നതുകൊണ്ട് ദാർശനിക ലേഖനങ്ങളാണ് ആദ്യമാദ്യം പ്രസിദ്ധീകരിച്ചത്. പിന്നീടാണ് പാശ്ചാത്യസാഹിത്യത്തിലെ നോവലുകളിലേക്ക് വായന വ്യാപിപ്പിക്കുന്നത്. ടോൾസ്റ്റോയി, ദസ്തയേവ്സ്കി, ഫ്ളോബേർ, പ്രൂസ്റ്റ്, തോമസ്മൻ, ഡി എച്ച് ലോറൻസ് തുടങ്ങിയവരൊക്കെതന്നെയും തനിക്ക് പ്രചോദനം നൽകിയവരാണെന്ന് അദ്ദേഹം പ്രസ്താവിച്ചിട്ടുണ്ട്. അടുക്കുംചിട്ടയുമില്ലാത്ത വായനയായിരുന്നു. പാശ്ചാ

ത്യകൃതികളെ ആദരവോടെ ആസ്വദിച്ചുവെങ്കിലും ബുദ്ധിപരമായ കലാപം നടത്താനുള്ള പ്രേരണ തൊട്ടുമുമ്പുള്ള തലമുറയിലെ അറബി എഴുത്തുകാരിൽനിന്നാണ് നേടിയത് എന്നദ്ദേഹം പറയുന്നു. താഹാ ഹുസൈൻ, അബ്ബാസ് അൽ അക്കാദ്, സലാമാ മൗസാ എന്നിവരെ അദ്ദേഹം പ്രത്യേകം ഓർമിക്കുന്നു. ഭരണഘടനയെ കാറ്റിൽപ്പറത്തി തനി സ്വേച്ഛാധിപതിയെന്നപോലെ ഭരിച്ച പ്രധാനമന്ത്രി ഇസ്മയിൽ സിദ്ധിഖി യുടെ ഭരണകാലമായിരുന്നു. താഹാ ഹുസൈൻ ഭരണകൂടത്തെ എതിർത്തപ്പോൾ അദ്ദേഹത്തെ പിശാചിന്റെ സന്തതിയായി മുദ്രകുത്തി അക്കാദ് ജയിലിലടയ്ക്കപ്പെട്ടു. മഹ്ഫൂസിനും എഴുതാതിരിക്കാൻ കഴി ഞ്ഞില്ല. തന്ത്രപരമായി ഫറോവാമാരുടെ ഭരണകാലത്തിന്റെ പശ്ചാത്ത ലത്തിൽ ഒരു ചരിത്രനോവലാണ്, (*Mockery of fate*) ഇരുപത്തേഴാം വയസ്സിൽ (1939) എഴുതിയത്. തുടർന്ന് എഴുതിയ രണ്ടു നോവലിലെയും പശ്ചാത്തലം ഫറോവാമാരുടെ വാഴ്ചക്കാലം തന്നെ. പക്ഷേ, സമകാ ലീന രാഷ്ട്രീയവ്യവസ്ഥയെപ്പറ്റിയുള്ള വിമർശനങ്ങൾ വ്യംഗ്യാത്മകമാ യിരുന്നെങ്കിലും വായനക്കാരിലെത്തിച്ചേർന്നു. ഭരണകൂടത്തിന് ബുദ്ധിയു പദേശിക്കുന്നവരുടെ നോട്ടത്തിൽ അവ വെറും ചരിത്രാഖ്യായികകളാ യിരുന്നു.

മുപ്പതിലേറെ നോവലുകൾ, നൂറിലേറെ ചെറുകഥകൾ, നാടകങ്ങൾ, ലേഖനങ്ങൾ–മഹ്ഫൂസിന്റെ സാഹിത്യലോകം വളരെ വിപുലമാണ്. 1956 –57 കാലത്താണ് അദ്ദേഹം കയ്റോ നോവൽത്രയം എഴുതിയത്. ഈജി പ്ഷ്യൻ സാഹിത്യത്തിൽ അദ്ദേഹം ചിരപ്രതിഷ്ഠനേടുന്നത് ഇതിലെ ആദ്യനോവലായ *പാലസ് വാക്ക്* പുറത്തുവന്നതോടെയായിരുന്നു. ബുദ്ധി പരമായ കലാപമെന്ന സങ്കൽപ്പം സാഹിത്യജീവിതത്തിന്റെ ആരംഭം തൊട്ടേ ഉണ്ടായിരുന്നതുകൊണ്ട് മഹ്ഫൂസ് പ്രമേയത്തിലും രൂപത്തിലും നിരന്തരമായ പരീക്ഷണങ്ങൾ നടത്തിയിരുന്നു. *ഇബ്ൻ ഫത്തൗമയുടെ യാത്ര* (*The Journey of IBN Fattouma*) ഒരു താന്ത്രിക ചിത്രംപോലെ അഗാധവും അസാധാരണവുമാണ്. ഒരു നാടോടിക്കഥയുടെതാണ് ബാഹ്യരൂപം. കച്ചവടം ചെയ്ത് മുതലുണ്ടാക്കാൻ ഇറങ്ങിത്തിരിച്ച യുവാ വിന്റെ യാത്ര കുറച്ചുകഴിയുമ്പോൾ ജീവിതത്തിന്റെ അർഥം തേടിയുള്ള യാത്രയായി മാറുന്നു. പല തലങ്ങളിലൂടെ, പല സംസ്കൃതികളിലൂടെ യാണ് ഫത്തൗമ സഞ്ചരിക്കുന്നത്. *ബിഗിനിങ് ആന്റ് എൻഡ്, മിറാമർ* എന്നീ കൃതികൾ പാശ്ചാത്യവിമർശകരുടെ പഠനങ്ങളിൽ പലപ്പോഴും പരാമർശിക്കപ്പെടുന്നുണ്ട്.

ആയിരത്തൊന്നു രാവുകളും പകലുകളും വളരെ ശ്രദ്ധേയമായ ഒരു കൃതിയായി എനിക്കു തോന്നുന്നു. *ആയിരത്തൊന്നു രാവുകൾ* കഥകൾ പറഞ്ഞശേഷം, സുൽത്താൻ ശഹരിയാർ ഷെഹർസാദയെ വിവാഹം കഴിച്ചു. പിന്നീടുള്ള ജീവിതമാണ് മഹ്ഫൂസ് വിഷയമാക്കുന്നത്. ചെയ്ത കൊടുംക്രൂരതകളുടെ പാപബോധം സുൽത്താനെ വേട്ടയാടുന്നു. ഷെഹർസാദയ്ക്കും പട്ടമഹിഷിപദവുമായി പൊരുത്തപ്പെടാനാവുന്നില്ല.

അനുജത്തി ബിനിയാസാദിന്റെ പ്രേമം ദുര്യോഗത്തിലേക്ക് നീങ്ങുന്നതിന് അവൾ സാക്ഷിയാണ്. പകൽവെളിച്ചത്തിൽ സുൽത്താന്റെ പരിവേഷവും അകമ്പടിയുമില്ലാതെ ഏകാകിയായി ചുറ്റിത്തിരിയുന്ന സുൽത്താൻ, ഷെഹർസാദ പറഞ്ഞ കഥകളിലെ കഥാപാത്രങ്ങളെ ജീവനോടെ കണ്ടുമുട്ടുന്നു. അവർക്ക് സ്വന്തംകഥകളുടെ അടിസ്ഥാനമായി ചില ജീവിതാനുഭവങ്ങളുണ്ട്. സാഹസികതകൾക്കും തെറ്റുകൾക്കും ന്യായീകരണങ്ങളുണ്ട്.

ജീവിതത്തിന്റെ അനിവാര്യമായ ദുരന്തങ്ങളെപ്പറ്റിയുള്ള അവസാനിക്കാത്ത അന്വേഷണങ്ങളാണ് ഇതിലെ കഥാപാത്രങ്ങൾ നടത്തുന്നത്. ഈജിപ്ഷ്യൻ സാമൂഹികജീവിതത്തിന്റെ സത്യസന്ധമായ ചിത്രീകരണം നടത്തിയ ഒരു നോവലിസ്റ്റായി മാത്രം മഹ്ഫൂസിനെ കാണുന്നത് ആ പ്രതിഭാശാലിയോട് ചെയ്യുന്ന അനീതിയായിരിക്കും. മൂന്നു തലമുറകളുടെ ജീവിതപ്രവാഹമാണ് കയ്റോ നോവൽത്രയത്തിൽ. പാശ്ചാത്യവൽക്കരണത്തിന്റെ ആരംഭഘട്ടം. മാറിക്കൊണ്ടിരിക്കുന്ന ഒരു സമൂഹത്തിന്റെ ഭൗതികവും ധാർമ്മികവുമായ ഉൽക്കണ്ഠകൾ. ഒരു മഹായുദ്ധത്തിന്റെ കരിനിഴൽപ്പാടിൽ പരുഷവും അപരിചിതവുമായ യാഥാർഥ്യങ്ങളുമായി പൊരുത്തപ്പെടാൻ പ്രയാസപ്പെടുന്ന മുകൾത്തട്ടിലെ മനുഷ്യരുടെ ധർമസങ്കടങ്ങൾ. മാറുന്ന മൂല്യസങ്കൽപ്പങ്ങൾ.

കയ്റോ നോവലുകളിലെ ഏറ്റവും പ്രധാന കൃതിയായ *പാലസ് വാക്കി*ന്റെ ഒരു സ്വതന്ത്രാനുവാദത്തിലൂടെ മഹ്ഫൂസിനെ മലയാള വായനക്കാർക്ക് പരിചയപ്പെടുത്താൻ ബി എം സുഹറ ശ്രമിച്ചതിൽ സന്തോഷമുണ്ട്. ദൂരസ്ഥമെങ്കിലും സമാന്തരമെന്നോ സമാനമെന്നോ വിശേഷിപ്പിക്കാവുന്ന ചില സാമൂഹികപ്രമേയങ്ങൾ സ്വന്തം ഭാഷയിൽ അവതരിപ്പിച്ച ഒരു കഥാകാരിയെ *പാലസ് വാക്ക്* പ്രത്യേകമായി ആകർഷിച്ചത് സ്വാഭാവികം തന്നെ.

ഒന്ന്

അർധരാത്രി അവൾ പതിവുപോലെ ഞെട്ടിയുണർന്നു. അലാറം കേട്ടുണരുന്നതു പോലെ എന്നും ആ നേരത്ത് അവൾ ഉണരും. ഉറക്കമാണോ ഉണർന്നിരിക്കയാണോ എന്നു കുറച്ചുനേരത്തേക്ക് അവൾക്കു തന്നെ ഉറപ്പുണ്ടായിരിക്കില്ല. സ്വപ്നവും യാഥാർഥ്യവും തിരിച്ചറിയാത്ത അവസ്ഥ. ഉറക്കം തന്നെ ചതിച്ചോ എന്നോർത്ത് അവൾ ഉൽക്കണ്ഠപ്പെടും. തലകുടഞ്ഞ് മുറിയിലെ അന്ധകാരത്തിലേക്കു തുറിച്ചുനോക്കി. സമയമറിയാൻ യാതൊരു മാർഗവുമില്ല. തെരുവോരശബ്ദങ്ങൾ വെളുക്കുവോളം തുടരും. ചായക്കടകളിൽനിന്നും മദ്യഷാപ്പുകളിൽനിന്നും കുശുകുശുപ്പുകൾ സന്ധ്യക്കായാലും അർധരാത്രിക്കായാലും തുടർന്നുകൊണ്ടിരിക്കും. ഭർത്താവിന്റെ കാലടി ശബ്ദമോ പതുക്കെയുള്ള വാതിലിൽ മുട്ടോ, അതിലേ അവൾക്ക് വിശ്വാസമുള്ളൂ. തളരാത്ത ക്ലോക്കുപോലെ അതിനും മാറ്റമില്ല.

പാതിരാത്രി ഉണരുന്ന പതിവ് ചെറുപ്പംമുതലേ ഉണ്ടായിരുന്നു. വളർന്നിട്ടും അതു മാറിയില്ല. വിവാഹം കഴിഞ്ഞാൽ ഉറക്കവും ഉണർച്ചയുമൊക്കെ ഭർത്താവിനെ ആശ്രയിച്ചായിരിക്കുമെന്ന് ചെറുപ്പം മുതലേ അവളെ പഠിപ്പിച്ചിരുന്നു. വൈകുന്നേരം സർക്കീട്ടിനിറങ്ങുന്ന ഭർത്താവിനെ കാത്ത് ഉറക്കമിളച്ച് കാത്തിരിക്കേണ്ടത് ഭാര്യയുടെ കടമ. അദ്ദേഹം ഉറങ്ങുന്നതുവരെ വേണ്ട ശുശ്രൂഷകൾ ചെയ്തുകൊടുക്കണം. ഉറക്കം തൂങ്ങി വീഴുമെന്നായപ്പോൾ അവൾ എഴുന്നേറ്റിരുന്നു. അള്ളാഹുവിന്റെ തിരുനാമങ്ങൾ ഉരുവിട്ടുകൊണ്ട് പുതപ്പു മാറ്റി എഴുന്നേറ്റു. തപ്പിത്തടഞ്ഞ് വാതിലിനുനേരെ നടന്നു. ഇരിപ്പുമുറിയിലെവിടെയോ വെച്ചിരുന്ന വിളക്കിലെ നേരിയ വെളിച്ചം വാതിൽ തുറന്ന വിടവിലൂടെ അകത്തെത്തി.

അതെവിടെയാണെന്നറിയാൻ അവൾ പുറത്തിറങ്ങി ഇരുട്ടിൽ മച്ചിൽ പ്രതിഫലിച്ച വെളിച്ചമാണ് ആദ്യം കണ്ടത്. വിളക്കിലെ തിരി നീട്ടിയപ്പോൾ വിശാലമായ ചതുരനിലവും ഉയരംകൂടിയ ചുമരുകളും മച്ചിലെ ഉത്തരവും തെളിഞ്ഞു. വിലകൂടിയ മരസ്സാമാനങ്ങൾ, പേർഷ്യൻ പരവതാനി, ലോഹക്കട്ടിൽ, വിവിധനിറത്തിലുള്ള തുണികൊണ്ടലങ്കരിച്ച സോഫ....ഓരോന്നായി തെളിഞ്ഞു.

മുന്നിലെ നിലക്കണ്ണാടിയിൽ നോക്കി തലയിലെ സ്ഥാനം തെറ്റിയ തട്ടം നേരെയാക്കി. നെറ്റിയിൽ വീണുകിടക്കുന്ന കുറുനിരകൾ കണ്ട് തട്ടമഴിച്ച് മുടി അഴിച്ചുകെട്ടി വീണ്ടും തട്ടമിട്ടു. ഉറക്കം അകറ്റാനെന്ന വണ്ണം മുഖം അമർത്തി തുടച്ചു. ഒത്ത തടി, മിനുത്ത തൊലി, വെളുത്ത നിറം. നാല്പതു കഴിഞ്ഞിട്ടും യൗവനം തന്നെ. ദീർഘാകൃതിയിലുള്ള മുഖത്തിനു ചേർന്ന നെറ്റി. സ്വപ്നം വിടരുന്ന കുഞ്ഞിക്കണ്ണുകൾ. ഭംഗിയുള്ള തത്തച്ചുണ്ടൻ മൂക്ക്. ചുവന്നു തുടുത്ത ചുണ്ടിനുകീഴെ അൽപ്പം കൂർമ്പിച്ച താടി. വെളുത്തു തുടുത്ത കവിളത്ത് ഒരു കറുത്ത മറുക്. തട്ടം ഒന്നുകൂടി നേരെയാക്കി അവൾ ധൃതിയിൽ വാതിൽ തുറന്ന് കമ്പിയഴികളിട്ട ബാൽക്കണിയിലെത്തി.

ബാൽക്കണിയിൽ നിന്നാൽ തെരുവു മുഴുവൻ കാണാം. നേരെ മുന്നിൽ ഒരു പഴയ വീടും സ്കൂൾ കെട്ടിടവും. കൊട്ടാരത്തെരുവ് എന്നറിയപ്പെടുന്ന ആ തെരുവ് കുറെ ചെല്ലുമ്പോൾ പല വഴികളായി പിരിയുന്നു. വടക്കോട്ടും തെക്കോട്ടും പാതകളുണ്ട്. ഇടത്തുഭാഗത്ത് തെരുവ് ഇടുങ്ങിയതാണ്. ഇരുവശത്തുമുള്ള വീടുകളുടെ ജനൽ എപ്പോഴും അടഞ്ഞുകിടക്കുന്നതിനാൽ തെരുവിൽ എപ്പോഴും ഇരുട്ട്. മദ്യശാലകളിലും ചായക്കടകളിലും വെളുക്കുവോളം വെളിച്ചമുണ്ടാകും. വലതുഭാഗത്ത് മദ്യശാലകളില്ല. അതിനാൽ സന്ധ്യമയങ്ങുന്നതോടെ തെരുവിൽ ഇരുട്ടു പരക്കും. പള്ളിപ്പറമ്പുകളിലെ മിനാരങ്ങളാണ് മറ്റൊരു കാഴ്ച. മിനാരങ്ങളിൽ നേരിയ വെളിച്ചം രാവു മുഴുവനും ഉണ്ടാകും. അതാകട്ടെ, കണ്ണുചിമ്മുന്ന നക്ഷത്രങ്ങൾക്കിടയിൽ ഭീമാകാരംപൂണ്ട ഭൂതത്തെപ്പോലെ തോന്നിച്ചു. കാൽനൂറ്റാണ്ടായി ഇതേ കാഴ്ച അവൾ കാണുന്നു. എങ്കിലും ഒരിക്കലും മടുപ്പുതോന്നിയിട്ടില്ല. വിരസമായ അവളുടെ ജീവിതത്തിൽ മടുപ്പ് എന്ന വാക്കിന് തന്നെ വലിയ അർഥമൊന്നുമില്ല. കുട്ടികൾ ജനിക്കുന്നതിനുമുമ്പ് ഈ കാഴ്ചകളായിരുന്നു അവളുടെ ഏകാന്തതയ്ക്ക് കൂട്ട്. വിവാഹം കഴിഞ്ഞ് ഉറ്റവരെയും ഉടയവരെയും പിരിഞ്ഞ ആദ്യകാലത്ത് വിശാലമായ മുറികളും ഉയരമുള്ള മച്ചും പൊടിപിടിച്ച മുറ്റവും മുറ്റത്തൊരു കിണറുമുള്ള ഈ രണ്ടുനില മാളികയിൽ പകൽ മുഴുവൻ അവൾ തനിച്ചായിരുന്നു.

പതിനാലു തികയുംമുമ്പേ വിവാഹം നടന്നു. ഭർത്താവിന്റെ മാതാപിതാക്കളുടെ മരണത്തോടെ അവളാണ് ഈ വീട്ടിലെ നെടുംതൂണ്. സഹായത്തിന് ഒരു സ്ത്രീയുമുണ്ട്. അവൾ പക്ഷേ, വീട്ടുകാരിയെ ഭൂതപ്രേതാദികളുമായി സംവാദത്തിനുവിട്ടിട്ട് അടുക്കളയിൽ ചടഞ്ഞുകൂടു

കയാണ് പതിവ്. വൈകിട്ടിറങ്ങുന്ന ഭർത്താവ് തിരിച്ചെത്തുമ്പോൾ അർധരാത്രി കഴിയും. അതുവരെ ഉറക്കവും ഉണർച്ചയുമായി കാത്തിരിക്കും.

മനസ്സ് വല്ലാതെ പിടയുന്ന രാവുകളിൽ ജോലിക്കാരിയേയും കൂട്ടി കൈയിലൊരു വിളക്കുമായി വീട്ടിലെ മുറികളിലാകെ അലഞ്ഞു തിരിയുക അവളുടെ പതിവാണ്. പ്രേതത്തെ ഓടിക്കാനുള്ള ഖുറ്ആൻ സൂറകൾ ഉറക്കെ ഉരുവിട്ടുകൊണ്ട് താഴത്തെ നിലയിൽ നിന്നാരംഭിച്ച് രണ്ടാം നിലയിലെത്തും. അവസാനം വേറെങ്ങും പോകാനില്ലെന്നതു പോലെ സ്വന്തം മുറിയിലെ കട്ടിലിൽ വന്നു ചുരുണ്ടുകൂടും. കണ്ണിൽ ഉറക്കമെത്തുന്നതുവരെ നാവിൽ ഖുറ്ആൻ സൂക്തങ്ങൾ.

ആദ്യകാലങ്ങളിൽ പേടിച്ചു നിലവിളിച്ചിട്ടുണ്ട്. മനുഷ്യരെക്കാൾ ഭൂതങ്ങളെക്കുറിച്ചായിരുന്നു അവൾ കേട്ടുപഠിച്ചത്. ഈ വീട്ടിൽ ഒറ്റയ്ക്കല്ല. ഓരോ മുറിയിലും കാലാകാലങ്ങളായി കുടിയേറിയിരിക്കുന്ന ഭൂതത്താന്മാർ അവൾക്കു ചുറ്റുമുണ്ട്. അവൾ ഇവിടെ എത്തുന്നതിന് എത്രയോ കാലം മുമ്പേ കുടിയേറിയ അവരെ അവളെങ്ങനെ ഇറക്കി വിടും? അവരുടെ സ്വകാര്യം പറച്ചിൽ കേൾക്കുന്നതായി അവൾക്കു തോന്നാറുണ്ട്. അവരുടെ ശ്വാസോച്ഛ്വാസം കേട്ട് പലപ്പോഴും ഉറക്കം ഞെട്ടിയിട്ടുണ്ട്. ഒറ്റയ്ക്കാവുമ്പോൾ ഖുറ്ആൻ സൂക്തങ്ങൾ മാത്രമാണ് അവളുടെ ആയുധം. മനഃസ്ഥൈര്യം വീണ്ടെടുക്കുന്നതുവരെ രാജാധിരാജനായ അള്ളാഹുവിന്റെ തിരുനാമങ്ങൾ നിർത്താതെ ഉരുവിട്ടുകൊണ്ടിരിക്കും. അല്ലെങ്കിൽ ചാരായക്കടകളിൽനിന്നോ ചായക്കടകളിൽനിന്നോ വരുന്ന ചിരിയൊച്ചയ്ക്കായി കാതോർത്തിരിക്കും.

കുട്ടികൾ ഓരോരുത്തരായി പിറന്നു. അവർ നന്നേ കുട്ടികളായിരുന്നപ്പോഴും അവരും അവളും തനിച്ചാകുമ്പോൾ അവൾ അസ്വസ്ഥയാകും. മച്ചിൻമുകളിൽ കുടിയിരിക്കുന്ന ജിന്നുകൾ അവരെ ഉപദ്രവിച്ചാലോ എന്നായിരുന്നു പേടി. ഭർത്താവ് പാതിരാവിൽ തിരിച്ചെത്തുന്നതുവരെ അവൾ പേടിച്ചരണ്ടാണ് വീട്ടിലിരിക്കുന്നത്.

കുഞ്ഞിനെ താരാട്ടുപാടി ഉറക്കുമ്പോഴും ഓമനിക്കുമ്പോഴുമൊക്കെ പെട്ടെന്നവൾ ഞെട്ടിവിറയ്ക്കും. പിറകിൽ കാലൊച്ച കേട്ടിട്ടെന്നപോലെ കുഞ്ഞിനെ മാറോടടുക്കി ശ്രദ്ധിച്ചിരിക്കും. 'ഞങ്ങൾ ഏകദൈവവിശ്വാസികളായ മുസ്ലിങ്ങളാണ്. ഞങ്ങളെ ഉപദ്രവിക്കാൻ നിങ്ങൾക്കാവില്ല. ഒന്നു പോയേ.'

മുറിയിൽ മറ്റാരോകൂടി ഉണ്ടെന്നുള്ള മട്ടിൽ അവൾ വിളിച്ചു പറയും. എന്നിട്ടവൾ അവരെ ഓടിക്കാനെന്നപോലെ ഖുറ്ആനിലെ നൂറ്റിപ്പന്ത്രണ്ടാം അധ്യായം ഉറക്കെ ചൊല്ലും. പിശാചുക്കളുമായുള്ള നിരന്തര സഹവാസം കാരണം ഇപ്പോൾ പേടി കുറേ മാറി. അവരുടെ സഹവാസം ഉണ്ടെന്നു തോന്നുമ്പോൾ അവൾ പറയും:

കരുണാമയനായ അള്ളാഹുവിൽ അടിയുറച്ചു
വിശ്വസിക്കുന്നവരെ നിങ്ങൾ ബഹുമാനിക്കുന്നില്ലേ?

അള്ളാഹു ഞങ്ങളെ രക്ഷിക്കും
നിങ്ങൾക്ക് ശിക്ഷ കിട്ടുകയും ചെയ്യും.
അതുകൊണ്ട് ഉപദ്രവിക്കാതെ പോയാട്ടെ.

ഇങ്ങനെയൊക്കെ പറയുമ്പോഴും പേടികൊണ്ട് വിറയ്ക്കുന്നുണ്ടാകും അവൾ. ഭർത്താവ് വീട്ടിൽ തിരിച്ചെത്തിയാലേ അവൾക്ക് സ്വസ്ഥതയുള്ളൂ. ഭർത്താവിന്റെ നിഴലാട്ടം വീട്ടിലുണ്ടായാൽ മതി അവൾക്ക് സുരക്ഷിതത്വം തോന്നും. അദ്ദേഹമുണ്ടെങ്കിൽ വാതിൽ തുറന്നാലും അടച്ചാലും വിളക്ക് കത്തിയാലും അണഞ്ഞാലും അവൾക്ക് പ്രശ്നമേയില്ല.

രാത്രി എന്നും വൈകി എത്തുന്നതിനെക്കുറിച്ച് അവൾ വിവാഹം കഴിഞ്ഞ ആദ്യനാളുകളിൽ പരാതിപ്പെടാറുണ്ടായിരുന്നു.

"ഞാൻ പുരുഷൻ, ഈ വീട്ടിന്റെ നാഥൻ. എനിക്കിഷ്ടമുള്ളതു ഞാൻ ചെയ്യും. തോന്നുമ്പോൾ വരും. തോന്നുമ്പോൾ പോകും. നീ സ്ത്രീ. എന്റെ ഭാര്യ. ഭാര്യ എന്നെ വിമർശിക്കുന്നത് എനിക്കിഷ്ടമല്ല. എന്നെ അനുസരിക്കുക. കണ്ണുമടച്ചുതന്നെ അനുസരിക്കുക. അതിലൊരു വിട്ടുവീഴ്ചയുമില്ല. അനുസരണക്കേട് കാണിച്ച് നിന്നെ അച്ചടക്കം പഠിപ്പിക്കാൻ എന്നെ നിർബന്ധിക്കരുത്."

അറുത്തുമുറിച്ചുള്ള ഭർത്താവിന്റെ മറുപടി കേട്ടതോടെ ആമിന ആ പരാതി നിർത്തി. പ്രേതത്തിന്റെ മുമ്പിൽ അകപ്പെട്ടാലും വേണ്ടില്ല ഭർത്താവിന്റെ മുന്നിൽ കുറ്റവാളി ആകാതിരിക്കുക എന്ന പാഠവും അവൾ പഠിച്ചു. എതിർപ്പോ വ്യവസ്ഥകളോ കൂടാതെ കണ്ണുമടച്ച് അദ്ദേഹത്തെ അനുസരിക്കുക. അതാണ് ഭാര്യയുടെ കടമ. എന്നും വൈകുന്നേരത്തുള്ള അദ്ദേഹത്തിന്റെ സർക്കീട്ടും വൈകി എത്തുന്ന പതിവും അവളെ ഏറെ വേദനിപ്പിക്കാറുണ്ട്. രാത്രിയിലുള്ള വിനോദപരിപാടികളും വീട്ടിൽ വൈകി എത്തലും സേച്ഛാധിപത്യവുമൊക്കെ പുരുഷന്റെ അവകാശമാണ് എന്നവൾ ഉറച്ചു വിശ്വസിക്കാൻ തുടങ്ങിയതോടെ മനസിന്റെ ഭാരം കുറഞ്ഞു. അതോടെ ഭർത്താവ് ചെയ്യുന്നതെന്തും അഭിമാനത്തോടെ നോക്കിക്കാണാനുള്ള കഴിവും അവൾക്കുണ്ടായി. അവൾക്കും മക്കൾക്കും ഒരു കുറവും അയാൾ വരുത്താറില്ല. പിന്നെന്തു പരിഭവം പറയാൻ? അവൾ സ്നേഹവും അനുസരണയും ഇണക്കവുമുള്ള ഭാര്യയായി. തോൽവിയിൽ നിന്നുള്ള ഒരുതരം സുരക്ഷിതത്വബോധം....അതുമായി അവൾ ഇണങ്ങി. അതിൽ അവൾക്ക് മനഃസ്താപം ഏതും തോന്നിയതുമില്ല.

പിറകിലേക്ക് തിരിഞ്ഞുനോക്കുമ്പോൾ സമാധാനവും സന്തോഷവും മാത്രമേ ഉള്ളൂ. ഭയം, സങ്കടം തുടങ്ങിയ അർഥശൂന്യമായ ചിന്തകൾക്കൊന്നും ഇന്ന് അവളുടെ ജീവിതത്തിൽ സ്ഥാനമില്ല. കാൽനൂറ്റാണ്ടുകാലമായി അദ്ദേഹത്തിന്റെ എല്ലാ പോരായ്മകളും ഉൾക്കൊണ്ടുകൊണ്ടുതന്നെ അവൾ ഭർത്താവിനെ സ്നേഹിക്കുന്നില്ലേ? കണ്ണിലെ കൃഷ്ണമണികൾപോലെയല്ലേ അവൾക്ക് മക്കൾ? ദൈവം അനുഗ്രഹിച്ച

അവളുടെ വീട്ടിൽ സന്തോഷത്തിനും സമാധാനത്തിനും കുറവെന്തെങ്കിലുമുണ്ടോ? ജിന്നുകൾ സ്ഥിരതാമസമാക്കിയ ഈ വലിയ വീട് ഇന്ന് അവൾക്ക് പ്രിയങ്കരമാണ്. അവരാരും നാളിതുവരെ അവളെയോ കുഞ്ഞുങ്ങളെയോ ഉപദ്രവിക്കാൻ തുനിഞ്ഞിട്ടില്ല. അപൂർവം ചിലപ്പോൾ അവർ അവളെ പേടിപ്പിക്കുകയും പരിഹസിക്കുകയും ചെയ്തിട്ടില്ലെന്നല്ല. ഭർത്താവ് ഇന്ന് അവൾക്ക് എല്ലാമാണ്. അദ്ദേഹമാണ് അവളുടെ സന്തോഷവും സമാധാനവും. അദ്ദേഹത്തിന്റെ കരുണ അവളുടെ ജീവിതത്തിന് താളവും ലയവും നൽകി. എല്ലാം മുകളിലുള്ളവന്റെ കാരുണ്യം. അവനു സ്തുതി.

പാതിരാത്രിയിലെ ഈ ഉറക്കമൊഴിച്ചുള്ള കാത്തിരിപ്പുപോലും അവൾക്കിന്ന് പ്രിയമാണ്. അതിപ്പോൾ അവളുടെ ജീവിതത്തിന്റെ ഭാഗമായി. മാത്രമല്ല, ഇത് തന്റെ ഭർത്താവിനോടുള്ള സ്നേഹാധിക്യമായും ഹൃദയപൂർവമായ ആത്മസമർപ്പണമായും അവൾ കരുതുന്നു. ഇന്നവൾ സംതൃപ്തയാണ്. പാതിരാവിൽ ഉറക്കമൊഴിഞ്ഞ് പുറംകാഴ്ചകൾ കണ്ട് നിൽക്കുമ്പോഴും അവളുടെ മനസ്സ് സ്വസ്ഥമാണ്.

റോഡിനിരുവശത്തും നിരതെറ്റിയ പട്ടാളത്തെപ്പോലെ അണിനിരന്നിരിക്കുന്ന വീടുകൾ കാണുമ്പോൾ അവളുടെ മനസിൽ എന്തെന്നില്ലാത്ത ശാന്തത തോന്നാറുണ്ട്. മറ്റു തെരുവുകളെല്ലാം ഗാഢനിദ്രയിലായിരിക്കുമ്പോഴും ഉറങ്ങാതെ കണ്ണുമിഴിച്ചിരിക്കുന്ന ഈ തെരുവിനെക്കുറിച്ചോർത്ത് ചിരിക്കാറുണ്ട്. ഉറങ്ങാത്ത ഈ തെരുവാണ് പാതിരാവിലെ അവളുടെ ഈ ഏകാന്തതയ്ക്ക് കൂട്ട്. രാത്രി ചുറ്റിലും ഒന്നും അവശേഷിപ്പിക്കാതെ പതിവുപോലെ കടന്നുപോവുകയാണ്. ചിത്രത്തിന്റെ അരികിൽ പതിയിരിക്കുന്ന നിഴൽകണ്ട് ചിത്രകാരന്റെ രചനയ്ക്ക് ആഴവും തിളക്കവും കൂടിയതുപോലെ ഒരു നേരിയ ചിരി കാതിലെത്തി. അകലെ എവിടെയോനിന്ന് ആരോ എന്തോ പറയുന്നതും കേൾക്കാമായിരുന്നു. ആരോ ചുമയ്ക്കുന്നു. ചുമ ഒടുക്കം ഒരു വിലാപമായി മാറി. ഇതിൽ കുറച്ചുകൂടി പുകയില നിറയ്ക്കൂ. ആരോ പറഞ്ഞതു കേട്ട് അവൾക്ക് ആധിയായി. പടച്ചവനേ ഇനിയും പുകയില നിറയ്ക്കാനാണോ ഭാവം?

എവിടെയാണാവോ ഇപ്പോൾ അവളുടെ ഭർത്താവ്? ഇതുപോലെ ഏതോ ചാരായക്കടിയിലിരുന്ന് വീണ്ടും പുകവലിക്കുന്നുണ്ടാവും. എന്തു ചെയ്താലും വേണ്ടില്ല. ദൈവം അദ്ദേഹത്തെ കാത്തുരക്ഷിക്കട്ടെ. അഹമ്മദ് അബ്ദുൽ ജവാദിനെപ്പോലെ ധനികനും പ്രമാണിയും സുന്ദരനും ആരേയും കൂസാത്തവനുമായ ഒരാൾ അർധരാത്രികഴിയും വരെ വീട്ടിൽ വരാതിരിക്കുക എന്നാൽ അയാൾക്ക് മറ്റേതോ പെണ്ണിനോട് കമ്പമുണ്ടെന്നല്ലേ സാരം? പെട്ടെന്നവൾക്ക് ആരോടെന്നില്ലാതെ വല്ലാത്ത അസൂയ തോന്നി. അടക്കാനാവാത്ത സങ്കടവും. ഇക്കാര്യം അയാളോട് സംസാരിക്കണമെന്നുണ്ടായിരുന്നു അവൾക്ക്. പക്ഷേ, ധൈര്യമില്ല. ഉമ്മയോടല്ലാതെ ഇക്കാര്യം മറ്റാരോടും അവൾ തുറന്നു പറഞ്ഞിട്ടില്ല.

"ആദ്യഭാര്യയെ മൊഴിചൊല്ലിയാണ് അയാൾ നിന്നെ കെട്ടിയത്. അവളേയും പുലർത്താനുള്ള ശേഷി അയാൾക്കുണ്ടായിരുന്നു. വേണമെങ്കിൽ മൂന്നോ നാലോ കെട്ടാനുള്ള സാമ്പത്തികശേഷിയും അയാൾക്കുണ്ട്. അയാളുടെ ബാപ്പയും ഒന്നിലേറെ വിവാഹം കഴിച്ചിട്ടുണ്ട്. പക്ഷേ, വീണ്ടുമൊരു വിവാഹത്തിന് നിന്റെ ഭർത്താവ് ഇതുവരെ മുതിർന്നിട്ടില്ല. അതിന് അള്ളാഹുവിനെ സ്തുതിക്ക്" എന്നു പറഞ്ഞാണ് ഉമ്മ അവളെ ആശ്വസിപ്പിച്ചത്.

ഉമ്മയുടെ വാക്കുകൾ അവളെ ഏറെയൊന്നും ആശ്വസിപ്പിച്ചില്ലെങ്കിലും സത്യം അംഗീകരിക്കാൻ അതോടെ തയാറായി. മറ്റൊരു പെണ്ണിനെക്കൂടി അയാൾ വച്ചുപുലർത്തുന്നുണ്ടെങ്കിൽ അത് അയാളുടെ കഴിവ്. അതിനെക്കുറിച്ച് വഴക്കിട്ട് കുടുംബജീവിതത്തിൽ സ്വൈരക്കേട് വിലയ്ക്കുവാങ്ങാൻ അവൾ ഒരുക്കമായിരുന്നില്ല. മറ്റു പ്രയാസങ്ങൾ പോലെതന്നെ അസൂയയും ജീവിതത്തെ താറുമാറാക്കുമെന്ന് ജീവിതം അവളെ പഠിപ്പിച്ചു. ഒന്നിനെക്കുറിച്ചും പരാതിപ്പെടാതെ വിധിയിൽ വിശ്വസിച്ച് ജീവിക്കാൻ അവൾ തയാറായി. ജിന്നുകളോടൊത്തു ജീവിക്കുന്നതുപോലെ ഭർത്താവിനെ ചോദ്യം ചെയ്യാനാവാത്തതുപോലെ അതും അവൾ അംഗീകരിച്ചു.

ചിന്തകൾക്ക് വിരാമമിട്ടുകൊണ്ട് ഇരുട്ടിൽ പ്രകാശം ചൊരിഞ്ഞുകൊണ്ട് ദൂരെനിന്ന് ഒരു വണ്ടി അവളുടെ വീട്ടിനുനേരെ വരുന്നതു കണ്ടു. ഇങ്ങെത്തിയല്ലോ. അവൾ ആശ്വാസത്തോടെ പറഞ്ഞു. അദ്ദേഹത്തിന്റെ ഒരു സുഹൃത്തിന്റേതാണ് വണ്ടി. അതിന്റെ ഉടമസ്ഥനും ഈ തെരുവിൽത്തന്നെയാണ് താമസിക്കുന്നത്. മറ്റുചിലരും ആ വണ്ടിയിലുണ്ടാകാറുണ്ട്.

"അള്ളാഹു നിങ്ങളെ കാക്കട്ടെ."

അദ്ദേഹം ആഹ്ലാദത്തോടെ സുഹൃത്തുക്കളോട് വിടപറയുന്ന ശബ്ദം അവളുടെ കാതിലെത്തി. ഇത്രയും മധുരമായി അദ്ദേഹത്തിന് സംസാരിക്കാൻ കഴിയുമെന്ന് ആ വിടപറച്ചിൽ കേട്ടില്ലെങ്കിൽ അവൾക്ക് വിശ്വസിക്കാനാവുമായിരുന്നില്ല. അദ്ദേഹത്തിന്റെ കർക്കശവും ഗാംഭീര്യവുമുള്ള ശബ്ദം മാത്രമേ കേട്ടു പരിചയമുള്ളു. ഇങ്ങനേയും ഒരു മുഖം അദ്ദേഹത്തിനുണ്ടോ എന്ന് അവൾ എല്ലാ രാവുകളിലും അത്ഭുതപ്പെടാറുണ്ട്. തന്നോടും കുട്ടികളോടും ഇതുപോലെ സ്നേഹത്തോടെ സംസാരിച്ചിരുന്നെങ്കിൽ, നേരമ്പോക്കു പറഞ്ഞിരുന്നെങ്കിൽ എന്നൊക്കെ അപ്പോൾ തോന്നാറുമുണ്ട്.

"നിങ്ങളെപ്പോലുള്ള ഒരാളെ എന്നും അർധരാത്രിയിൽ ഇവിടെ എത്തിക്കേണ്ടിവരുന്നുവല്ലോ എന്നോർത്ത് പാവം കുതിര വേവലാതിപ്പെടുന്നത് നിങ്ങൾ കേൾക്കുന്നില്ലേ അബ്ദുൽ ജവാദ്?"

കൂട്ടുകാരന്റെ പരിഹാസം. വണ്ടിയിൽ കൂട്ടച്ചിരി.

"ഇനിയുമുണ്ടല്ലോ വണ്ടിക്ക് ഭാരമായി ഒട്ടേറെ കഴുതകൾ. അവരേയും ഞാൻതന്നെ ചുമക്കണ്ടേ എന്നുകൂടി പറഞ്ഞത് നിങ്ങൾ കേട്ടി

ല്ലായിരിക്കും." ഭർത്താവ് പറയുന്നതു കേട്ടാകണം വീണ്ടും ചിരി മുഴങ്ങി. "മുഴുവൻ തീർക്കല്ലേ. ബാക്കി നാളെ." വണ്ടിയുടമ.

വണ്ടി കൊട്ടാരത്തെരുവ് പിന്നിട്ടപ്പോൾ അവളുടെ ഭർത്താവ് വീട്ടിനുനേരെ നടന്നു, അവൾ പെട്ടെന്ന് വിളക്കുമായി ഏണിപ്പടിയിൽ കാത്തുനിന്നു. മുൻവശത്തെ വാതിൽ തുറന്ന് ഉറക്കെ വലിച്ചടച്ച് കുറ്റിയിട്ടത് അവൾ അറിഞ്ഞു. താൻ താഴെ കണ്ട ഭർത്താവല്ല മുറിയിലെത്തുക എന്നറിയാമായിരുന്നിട്ടും ആ രൂപം അവൾ ഭാവനയിൽ കണ്ടു കുറുവടി ശബ്ദം അടുത്തടുത്തു വരുന്നതു കേട്ട് അയാൾക്ക് ഏണികയറാൻ പാകത്തിൽ അവൾ വിളക്കു കാണിച്ചുകൊടുത്തു.

രണ്ട്

ഉറങ്ങിയില്ല അല്ലേ? പതിവു ചോദ്യം ചോദിച്ചുകൊണ്ട് അയാൾ മുറിയിലെത്തി. ആമിന വിളക്കു മേശപ്പുറത്തുവെച്ചു. കുറുവടി കട്ടിലിനരികിൽവെച്ച് ഭർത്താവ് തൊപ്പി ഊരുന്നു. അവൾ അടുത്തെത്തി വസ്ത്രം മാറാൻ സഹായിച്ചു. ഉറച്ച ശരീരം. അദ്ദേഹത്തിനിണങ്ങുന്ന തടിച്ച, എന്നാൽ ഒതുക്കമുള്ള വയറ്. അയഞ്ഞ പുറങ്കോട്ടും പട്ടുകുപ്പായവും അയാളുടെ അഭിരുചിയും ധനസ്ഥിതിയും ഒരുപോലെ വ്യക്തമാക്കി. നന്നായി ചീകിമിനുക്കിയ തലമുടി. വൈരക്കല്ലുപതിച്ച മോതിരം. സ്വർണച്ചങ്ങലയുള്ള വാച്ച്. ഓരോന്നും അയാളുടെ ധനസ്ഥിതി വിളിച്ചറിയിച്ചു. ദീർഘാകൃതിയിലുള്ള മുഖത്തിനു ചേരുന്ന തടിച്ച ശരീരം. വലിയ മൂക്ക്. നീലക്കണ്ണുകൾ മുഖത്തെ ഗാംഭീര്യം വർധിപ്പിച്ചു. ശ്രദ്ധിച്ചു വെട്ടിമിനുക്കിയ മീശയ്ക്കു താഴെ തടിച്ച ചുണ്ടുകൾ.

ഭാര്യയെ കണ്ട് അയാൾ കയ്യുയർത്തിനിന്നു. അവൾ പുറങ്കോട്ടും കുപ്പായവും ഊരി ഭംഗിയായി മടക്കി സോഫയിൽവെച്ചു. അവൾ നീട്ടിയ വീട്ടിലണിയുന്ന നീലക്കുപ്പായമണിഞ്ഞ് കോട്ടുവായിട്ടുകൊണ്ട് അയാൾ സോഫയിൽ ഇരുന്നു. ആമിന താഴെയിരുന്ന് അയാളുടെ ഷൂസും സോക്സുമഴിച്ചു. വലതു കാലിലെ പുഴുക്കുത്തുകൊണ്ടുണ്ടായ മുറിവ് അയാളുടെ ശരീരത്തിന് ഒട്ടും ഇണങ്ങുന്നില്ലെന്ന് അവൾക്ക് തോന്നി. അവൾ കുളിമുറിയിൽ ചെന്ന് ഒരു പരന്ന പാത്രവും ഒരു ചെറുകുടം വെള്ളവുമായി വീണ്ടുമെത്തി. പരന്ന പാത്രം അയാളുടെ കാൽക്കീഴിൽ വെച്ച് അവൾ ആജ്ഞക്കായി കാത്തുനിന്നു. അയാൾ കൈനീട്ടിയപ്പോൾ വെള്ളമൊഴിച്ചു. അയാൾ കൈയും മുഖവും കഴുകി. കാലും കഴുകിയതോടെ അവൾ പാത്രവുമായി കുളിമുറിയിലേക്ക് നടന്നു. അയാൾ അവൾ നീട്ടിയ തൂവാലകൊണ്ട് ദേഹം തുടച്ചു. അതോടെ അവളുടെ ജോലി തീർന്നു. അയാൾ കിടക്കുമ്പോൾ അവൾക്കും കിടക്കാം. കാൽനൂ

റ്റാണ്ടായുള്ള പതിവാണല്ലോ. അതിലൊക്കെ അവൾക്ക് ആനന്ദവും അഭിമാനവുമേയുള്ളൂ. ഏതു പാതിരാവിൽ കിടന്നാലും അതിരാവിലെ ഉണർന്ന് അവൾ വീട്ടുജോലി തുടങ്ങും. അതുകൊണ്ടാവാം, അയൽക്കാരികൾ തേനീച്ചയെന്ന് വിളിച്ച് അവളെ പരിഹസിക്കാറുണ്ട്.

മുറിയിൽ തിരിച്ചെത്തി വാതിലടച്ച് കിടക്ക താഴെവിരിച്ച് അതിൽ ചമ്രം പടിഞ്ഞിരുന്നു. അയാൾക്കൊപ്പം സോഫയിൽ ഇരിക്കാനുള്ള അർഹത തനിക്കില്ലെന്നായിരുന്നു അവളുടെ വിശ്വാസം. അയാളുടെ ഒരു വാക്കിനായി കാതോർത്തിരുന്നു അവൾ. ആകെ തളർന്ന അയാൾ ഒന്നും മിണ്ടിയില്ല. കുടിച്ചതുകൊണ്ടാവണം അയാളുടെ കൺപോളകൾ വീർത്തിരുന്നു. രാത്രികളിൽ അമിതമായി മദ്യപിക്കാറുണ്ടെങ്കിലും ലഹരിയുടെ കെട്ടടങ്ങിയാലെ അയാൾ വീട്ടിലെത്താറുള്ളു. വീട്ടിൽ തന്റെ അന്തസ്സിനു കോട്ടം തട്ടുന്ന ഒരു പ്രവൃത്തിയും അയാൾ ചെയ്യാറില്ല. ഈ അവസ്ഥയിൽ അവൾ മാത്രമേ അയാളെ കാണാറുള്ളു. അതും മദ്യത്തിന്റെ മണം മാത്രമാണ് അതിനുള്ള തെളിവ്. പാതിരാത്രിയിൽ ഇങ്ങനെ തൊട്ടടുത്തിരിക്കുമ്പോൾ മാത്രമാണ് എന്തെങ്കിലും നർമ്മ സംഭാഷണത്തിനുള്ള അവസരം അവൾക്കു കിട്ടുന്നത്. ആദ്യകാലങ്ങളിൽ മദ്യപിച്ചു വരുന്ന ഭർത്താവിനെ കാണുമ്പോൾ അവളുടെ ചങ്ക് തകരുമായിരുന്നു. മദ്യം വിഷമാണ്, മനുഷ്യനെ ഭ്രാന്തനാക്കും എന്നൊക്കെയായിരുന്നു അവളുടെ ധാരണ. മാത്രമല്ല, മതം വിലക്കിയിട്ടുള്ളതുമാണ്. ഓർക്കുമ്പോൾ മനസ്സു വേവും. മദ്യം കഴിച്ചെത്തുമ്പോൾ മാത്രമാണ് അവൾ അയാളുടെ കണ്ണിൽ ദയകാണാറുള്ളത്. അപ്പോൾ പെരുമാറ്റവും മാന്യമായിരിക്കും. സ്നേഹം പ്രകടിപ്പിക്കുന്നതും നല്ലവാക്കു പറയുന്നതും അപ്പോൾ തന്നെ. ഒരു വലിയ തെറ്റ് അയാളെ എന്തുമാത്രം നല്ലവനാക്കുന്നു എന്നോർത്ത് അവൾ അത്ഭുതപ്പെടാറുണ്ട്. ആ തെറ്റിന് മരിച്ചു ചെല്ലുമ്പോൾ അയാൾ ശിക്ഷ അനുഭവിക്കേണ്ടിവരുമല്ലോ എന്നോർത്ത് വേദനിച്ചിട്ടുമുണ്ട്. പിന്നീട് മതം തന്നെ അതൊക്കെ മറക്കാനും പൊറുക്കാനും ദുഃഖം ഉള്ളിലൊതുക്കി ജീവിക്കാനും അവളെ പഠിപ്പിച്ചു.

വൈകുന്നേരങ്ങളിലെ തമാശയോർത്ത് ചുണ്ടിലൊരു ചിരിയുമായി ഇരിക്കുമ്പോൾ ഭർത്താവ് ആജ്ഞകൾ പുറപ്പെടുവിക്കാറില്ല. പെട്ടെന്നയാൾ ഭാര്യയെ ഒളികണ്ണിട്ട് നോക്കിയിട്ട് ചിരിയൊളിപ്പിക്കും. സ്വയം നിയന്ത്രിക്കും. അവൾ എല്ലാം കണ്ടുകൊണ്ട് ഒന്നും കാണാത്ത മട്ടിൽ തല കുനിച്ച് ആ കാൽക്കലിരിക്കും. മദ്യവും കൂട്ടുകാരും സംഗീതവും എപ്പോഴും അയാളെ സന്തോഷിപ്പിക്കുന്നു എന്ന് ഭാര്യയോട് പറയണമെന്ന് അയാൾക്ക് തോന്നാറുണ്ട്. തന്റെ തമാശകൾ കേട്ട് കൂട്ടുകാർ എന്തുമാത്രം ചിരിച്ചു. വൈകുന്നേരത്തെ സദിരുകൾ പൂർണമാവണമെങ്കിൽ അബ്ദുൽ ജവാദിന്റെ നേരമ്പോക്കുകൾകൂടി വേണമെന്ന് കൂട്ടുകാർക്ക് നിർബന്ധമാണ്. മദ്യലഹരിയിൽ സംഗീതമാസ്വദിക്കുമ്പോഴും കൂട്ടുകാരുടെ പ്രശ്നങ്ങൾക്ക് പരിഹാരം കാണാൻ അയാൾക്കു വിഷമമില്ല.

സുഹൃത്തുക്കളെ രസിപ്പിക്കുകയും ആവശ്യം വരുമ്പോൾ സഹായിക്കുകയും ചെയ്യുക തന്റെ കടമയാണെന്ന് അയാൾ കരുതുന്നു.

പേരുകേട്ട പാട്ടുകാരുടെ സംഗീതം കേൾക്കാൻ അനേകം കാതം താണ്ടിപ്പോകാനും അയാൾക്കു മടിയില്ല. രാപ്പാടിക്ക് തണൽവൃക്ഷമെന്നപോലെ അവരുടെ രാഗങ്ങൾ അയാളുടെ മനസിനും അമൃതാണ്. സംഗീതത്തിൽ ആത്മീയമായ ആനന്ദം കണ്ടെത്താൻ അയാൾ എന്നും ശ്രമിച്ചിരുന്നു. ശുദ്ധസംഗീതമാസ്വദിക്കുമ്പോൾ ആത്മാവും ശരീരവും ഒരുപോലെ സന്തോഷിക്കുന്നു. സംഗീതമെന്നാൽ അനേകം പൂച്ചെണ്ടുകൾക്കിടയിൽ വിരിഞ്ഞു നിൽക്കുന്ന ഒരു പൂവാണയാൾക്ക്. ഇഷ്ടപ്പെട്ട ചങ്ങാതിമാരോടൊപ്പമിരുന്ന് മദ്യലഹരിയിൽ സംഗീതമാസ്വദിക്കാനാണ് അയാൾക്ക് എന്നും പ്രിയം. അപ്പോൾ അയാൾ ലോകം മറന്ന് അതിൽ ലയിക്കുന്നു. സംഗീതത്തിനൊത്ത് താളം പിടിക്കുകയും തലയാട്ടുകയും ചെയ്യുന്നു. തന്റെ വീട്ടിലെ ഏകാന്തതയിലിരുന്ന് റെക്കോർഡ് പ്ലെയറിൽ സംഗീതമാസ്വദിക്കാനും അയാൾക്ക് ഇഷ്ടംതന്നെ. പക്ഷേ, ശരിയായ ചുറ്റുപാടിൽ ഇഷ്ടമുള്ളവരോടൊത്തിരുന്ന് സംഗീതം കേൾക്കുമ്പോൾ മനസ്സ് സ്വസ്ഥമാകുന്നു. നിർവൃതി കൈവരുന്നു. സംഗീതമാസ്വദിച്ച് വീട്ടിലെത്തുമ്പോൾ അയാൾക്ക് അനുസരണശീലയായ ഭാര്യയോട് സ്നേഹവും കാരുണ്യവും തോന്നാറുണ്ട്. അവളോടൊന്നിച്ചിരുന്ന് തമാശകൾ പറയാനും തോന്നാറുണ്ട്. അപ്പോൾ അയാൾ മനസ്സ് തുറക്കുന്നു. ഭാര്യ അടിമയല്ല പങ്കാളിയാണെന്നു അയാൾക്കും അവൾക്കും ഒരുപോലെ തോന്നുന്നതും അപ്പോൾ മാത്രമാണ്. വീട്ടുകാര്യങ്ങൾ ചർച്ച ചെയ്യുന്നതും വീട്ടിലേക്ക് ആവശ്യമായ സാധനങ്ങൾ കൊണ്ടുവരാൻ ഏർപ്പാടാക്കിയ കാര്യം ഭാര്യയെ അറിയിക്കുന്നതും അപ്പോഴാണ്. യുദ്ധം കാരണം അത്യാവശ്യസാധനങ്ങൾ കിട്ടാനില്ല. ഉള്ളതിനാകട്ടെ തീപിടിച്ച വിലയാണ് എന്ന് അവളെ ഓർമിപ്പിക്കുന്നു. യുദ്ധത്തെക്കുറിച്ച് പറയുമ്പോൾ ആസ്ത്രേലിയക്കാരെ ശപിക്കാനും അവർ നാട്ടിൽ വരുത്തിവെച്ച നാശങ്ങൾ പെരുപ്പിച്ചു പറയാനും അയാൾ മടിക്കാറില്ല. ആസ്ത്രേലിയക്കാരെ കുറ്റം പറയാൻ അയാൾക്ക് കാരണമുണ്ട്. അയാളുടെ വിനോദസഞ്ചാരകേന്ദ്രമായ പൂന്തോട്ടവും എസ്റ്റേറ്റും അവർ കാരണമാണ് അയാൾക്ക് നഷ്ടപ്പെട്ടത്. പട്ടാളക്കാർ ജനങ്ങളുടെ സ്വത്തുക്കൾ കാരണമേതുമില്ലാതെ പിടിച്ചെടുത്തു. അയാളുടെ മൂത്തമകൻ അവിടെ അടുത്തുള്ള സ്കൂളിൽ ക്ലാർക്കാണ്. ഏറ്റവും ഇളയവനാകട്ടെ സ്കൂളിൽ പഠിക്കുന്നു. എന്നാലും എല്ലാവരും അയാൾക്കിന്നും കുട്ടികളാണ്. കുട്ടികളുടെ കാര്യങ്ങൾ ഭാര്യയോട് അന്വേഷിക്കുന്നതും ഈ സമയത്ത് തന്നെ. ഇളയ മകന്റെ കുസൃതികൾ ഭാര്യ ഒളിക്കുന്നുണ്ടോ എന്നയാൾക്ക് സംശയമുണ്ട്.

അവൻ ബാപ്പയുടെ വാക്ക് തെറ്റി നടക്കാറില്ല എന്നേ ഉമ്മയ്ക്ക് പറയാനുള്ളു.

ചെറുതല്ലേ, വലുതാകുമ്പോൾ കുസൃതികളൊക്കെ മാറുമെന്നു പറയാനും ഉമ്മ മറക്കാറില്ല.

“രാജകുമാരൻ കമാലുദ്ദീൻ ഹുസൈനെക്കുറിച്ച് നീ കേട്ടിട്ടുണ്ടോ?” കുറച്ചുനേരം മിണ്ടാതിരുന്നിട്ട് അയാൾ ചോദിച്ചു.

അവൾ മിഴിച്ചു നോക്കിയതേയുള്ളു.

"അദ്ദേഹം എത്ര നല്ലവനാണെന്നോ? ബ്രിട്ടീഷുകാർ രാജ്യം വിട്ടാലെ താൻ കിരീടാവകാശിയാകൂ എന്നാണ് അദ്ദേഹം പറയുന്നത്."

സുൽത്താൻ ഹുസൈൻ കമാൽ മരിച്ച കാര്യം ഇന്നലെ അയൽക്കാരി പറഞ്ഞ് അവൾ അറിഞ്ഞിരുന്നു. സുൽത്താന്റെ മകന്റെ പേര് അവൾ ആദ്യമായി കേൾക്കുകയാണ്. എങ്കിലും അഭിപ്രായമൊന്നും ഇടയിൽക്കയറി പറയാൻ അവൾ ശ്രമിക്കാറില്ല.

അള്ളാഹു സുൽത്താന്റ ആഖിറം നന്നാക്കിക്കൊടുക്കട്ടെ. അദ്ദേഹത്തിന്റെ മകനെ അനുഗ്രഹിക്കുകയും ചെയ്യട്ടെ.

രാജകുമാരൻ അഹമ്മദ് ഫൗദ് ഇന്ന് കിരീടാവകാശിയായി. അദ്ദേഹമാണ് പുതിയ സുൽത്താൻ. ആഘോഷമായിട്ടാണ് ചടങ്ങുകൾ നടത്തിയത്.

ആമിന താൽപ്പര്യത്തോടെ കാതോർത്തിരുന്നു. പുറത്തു നടക്കുന്നതറിയാൻ അവൾക്കുമുണ്ട് താൽപ്പര്യം. ഭർത്താവു പറയുന്ന അറിവേ അവൾക്ക് പുറംലോകത്തെക്കുറിച്ചുള്ളു. അതവൾ തന്റെ വിവരമില്ലാത്ത പെൺമക്കൾക്കും പകർന്നു കൊടുക്കുന്നു. "നമ്മുടെ സുൽത്താന് എന്നാണ് ഭരിക്കാനാവുക എന്ന് പടച്ചവനേ അറിയൂ. ബ്രിട്ടീഷുകാരുടെ വിജയഭേരികളേ എങ്ങും കേൾക്കാനുള്ളു. ബ്രിട്ടീഷുകാരെ തോൽപ്പിച്ച് ജർമൻകാരും തുർക്കികളും ഭരണം കൈയടക്കുമോ എന്നും പറയാനാവില്ല. നീ തന്നെ ഞങ്ങൾക്കൊരുത്തരം തരൂ റബ്ബേ."

നിരാശനായ മട്ടിൽ പറഞ്ഞിട്ട് അയാൾ കണ്ണടച്ച് കോട്ടുവായിടുന്നു. പിന്നീട് മിണ്ടാട്ടമില്ല. വിളക്കണയ്ക്കാൻ ആമിനയോട് പറഞ്ഞിട്ട് അയാൾ ഉറങ്ങാൻ കിടക്കുന്നു.

വിളക്കണയ്ക്കുംമുമ്പേ അയാളുടെ കൂർക്കംവലി കേൾക്കാം.

"അള്ളാഹു ആരോഗ്യവും ആയുസും നീട്ടിത്തരട്ടേ."

അവൾ ഉറക്കെ പറഞ്ഞത് അയാൾ കേട്ടില്ല.

മൂന്ന്

പതിവുപോലെ കിഴക്കു വെള്ളകീറും മുമ്പേ ആമിന ഉണർന്നു. സുബഹി നമസ്കാരം കഴിഞ്ഞ് ഖുർആൻ ഓതി ദുആ എരന്നതിനു ശേഷം താഴെയെത്തി വേലക്കാരി ഉമ്മുവിനെ വിളിച്ചുണർത്തി. കൊച്ചു പെണ്ണായിരുന്നപ്പോൾ ഈ വീട്ടിലെത്തിയതാണ് ഉമ്മു. ഇപ്പോൾ വയസ്സ് നാൽപ്പതായി. കല്യാണം കഴിച്ച് പറഞ്ഞയച്ചെങ്കിലും ഭർത്താവ് ഉപേക്ഷിച്ചുപോയതോടെ അവൾ വീണ്ടും ഇവിടെത്തന്നെ അഭയം തേടി. രാവിലത്തെ റൊട്ടിക്കുള്ള മാവ് കുഴയ്ക്കുകയാണ് ഉമ്മുവിന്റെ ആദ്യത്തെ

പണി. അവളെ മാവുകുഴയ്ക്കാൻ അയച്ചിട്ട് ആമിന അടുക്കളയിൽ കയറി.

വീടിനു ചുറ്റും വിശാലമായ മുറ്റം. വലതുഭാഗത്താണ് കിണർ. പണ്ടെപ്പോഴോ കുട്ടികൾ കുളിക്കുന്നതിനിടയിൽ കാൽ വഴുതി കിണറ്റിൽ വീഴാൻ പോയി. അതോടെയാണ് ഇരുമ്പുവലയിട്ട് കിണറ് മൂടിയത്. അതിനുശേഷമാണ് പമ്പ് ഘടിപ്പിച്ചതും പൈപ്പുവെള്ളമായതും. ഇടതുവശത്ത് സ്ത്രീകളുടെ നാലുകെട്ടിൽ പ്രവേശിക്കുന്ന വാതിലിനരികിലായി രണ്ടു മുറികൾ. രണ്ടും സാമാന്യം വലുതു തന്നെ. ഒന്ന് അടുക്കള മറ്റേത് കലവറ.

അടുക്കള വീട്ടിൽനിന്നും ഒറ്റപ്പെട്ടാണ് കിടക്കുന്നത്. എങ്കിലും ആ വീട്ടിൽ ആമിനയ്ക്ക് ഏറ്റവും പ്രിയപ്പെട്ടത് അടുക്കള തന്നെ. ജീവിതത്തിന്റെ നല്ലൊരു ഭാഗം അവൾ ചെലവഴിച്ചത് അടുക്കളയിലാണ്. ഏത് സന്തോഷാവസരങ്ങളുടെ തുടക്കവും അവിടെനിന്നുതന്നെ. നോമ്പുകാലത്ത് എരിവും മധുരവുമുള്ള പലതരം പലഹാരങ്ങൾ. ചെറിയ പെരുന്നാളിന് കേക്കും മധുരക്കറിയും. ബലിപ്പെരുന്നാളിനാകട്ടെ ദാനം നൽകാനായി അറക്കുന്ന ആടിന്റെ ഇറച്ചികൊണ്ടുള്ള വിഭവങ്ങൾ. അടുക്കളയെപ്പോഴും സജീവം. അടുപ്പിൽ തീയ് ആളുന്നതുപോലെ അവിടെ എത്തുമ്പോൾ ആമിനയുടെ ഉള്ളിലും സന്തോഷം ആളിപ്പടരുന്നു. അടുക്കള ആമിനയുടെ സാമ്രാജ്യമാണ്. അവിടെ അവൾക്ക് എതിരാളികളില്ല.

അവളാണ് അവിടത്തെ മഹാറാണി. അവളുടെ ആജ്ഞയ്ക്കനുസരിച്ച് അടുപ്പിൽ തീയ് എരിയുന്നു, അണയുന്നു. ചെമ്പുപാത്രങ്ങളും അളുക്കുകളും ഭരണികളും നിറഞ്ഞ ചുമരലമാരകൾ. ആമിന കൈ ചലിപ്പിക്കുമ്പോൾ സ്വാദേറിയ വിഭവങ്ങൾ അടുപ്പിൽ തിളയ്ക്കുന്നു. അവൾ ഉണരുമ്പോൾ അടുക്കള ഉണരുന്നു. അവൾ ഉറങ്ങുമ്പോൾ അടുക്കള ഉറങ്ങുന്നു. ആമിനയുടെ കൈപുണ്യത്തെക്കുറിച്ച് ഭർത്താവിനുള്ള മതിപ്പ് അവൾക്കറിയാം. അയാൾ അവളെ പുകഴ്ത്തുന്നതും ഭക്ഷണവേളകളിൽ മാത്രം.

ആമിന മഹാറാണിയുടെ ഒന്നാം വസീറാണ് ഉമ്മു. പെൺമക്കൾക്കു തന്റെ കൈപുണ്യവും പാചകനിപുണതയും പകർന്നുകൊടുക്കാനുള്ള ശ്രമത്തിലാണ് ആമിന. തടിച്ചുരുണ്ട് ഉണ്ടഭരണിപോലെയാണ് ഉമ്മു. ആ വീടിന്റെ ജീവനാഡി അടുക്കളയാണെന്ന് ഉമ്മുവിനറിയാം. വീട്ടിലുള്ളവരെ, പ്രത്യേകിച്ചും സ്ത്രീകളെ തീറ്റിച്ച് തടിപ്പിക്കുക തന്റെ കടമയാണെന്നു വിശ്വസിക്കുന്നവളാണ് ഉമ്മു. തിന്നാനായി ജീവിക്കുക അതാണ് അവളുടെ ജീവിതമന്ത്രം. ശരീരം തടിച്ചുരുണ്ട് ആകൃതിയില്ലാതാകുന്നതൊന്നും അവൾക്കൊരു പ്രശ്നമല്ല. വണ്ണക്കൂടുതൽ ജോലിക്കൊരു തടസമല്ല. രാവിലെ യജമാനത്തി വിളിച്ചുണർത്തുന്നതും അവൾ ജോലി തുടങ്ങുന്നു. അവൾ ചപ്പാത്തിക്ക് മാവ് കുഴയ്ക്കുന്ന ശബ്ദം കേട്ടാണ് എന്നും വീടുണരുന്നത്. ഒന്നാം നിലയിൽ കിടക്കുന്ന കുട്ടികളും മാളികമുകളിൽ കിടക്കുന്ന അവരുടെ ബാപ്പയും ആ ശബ്ദം കേൾക്കുമ്പോൾ ഉണരാൻ സമയമായെന്ന് അറിയുന്നു.

തന്റെ ഉറക്കം കെടുത്തിയ ശബ്ദത്തെ ശപിച്ചുകൊണ്ട് അഹമ്മദ് അബ്ദുൽ ജവാദ് അരിശത്തോടെ കണ്ണുതുറന്നു. ഉണരാതെ വയ്യല്ലോ എന്നോർത്തപ്പോൾ അരിശമടങ്ങി. തലേന്നത്തെ മദ്യലഹരിയുടെ കെട്ട ടങ്ങാതെയാണ് എന്നും രാവിലെ അയാൾ ഉണരുക. വീണ്ടും ഉറങ്ങാനുള്ള അമിതാവേശം അടക്കി പണിപ്പെട്ട് എഴുന്നേറ്റിരിക്കും. വീണ്ടും കിടന്നു മയങ്ങാൻ കൊതിക്കും. രാത്രിയിലെ കളിതമാശകൾ പകലത്തെ കർത്തവ്യങ്ങൾക്ക് തടസമാകരുതെന്ന് നിർബന്ധമുള്ളതുകൊണ്ട് എഴുന്നേറ്റ് കുളിമുറിയിലേക്ക് നടക്കും.

എത്ര താമസിച്ചു കിടന്നാലും രാവിലെ കൃത്യസമയത്ത് ഉണരുന്ന പതിവ് അയാൾ മുടക്കാറില്ല. എട്ടിനു മുമ്പ് കടയിലെത്തുകയും ചെയ്യും. ഉച്ചയ്ക്ക് കടയിലിരുന്ന് അൽപ്പനേരം മയങ്ങുന്നതോടെ നിശാകേളികൾക്ക് അയാളുടെ ശരീരം വീണ്ടും തയാറാവും. രാവിലെ ഉണരുമ്പോഴുള്ള കലിയേയുള്ളു. കുളി കഴിയുന്നതോടെ പുതിയ വിനോദങ്ങളെക്കുറിച്ചോർത്ത് വീണ്ടും ഉന്മേഷവാനാകുന്നു.

മാവ് കുഴയ്ക്കുന്ന ശബ്ദം വീടുമുഴുവൻ അലയടിച്ചു. ഒന്നാം നിലയിൽ ആദ്യമുണർന്നത് ഫഹ്മിയായിരുന്നു. നിയമപുസ്തകങ്ങളുമായി മല്ലിട്ട് വൈകിയാണ് കിടക്കുന്നതെങ്കിലും വൈകി ഉണരുന്ന പതിവ് ഫഹ്മിക്കില്ല. വെളുത്ത വട്ടമുഖത്തെ കറുത്ത കണ്ണുകളാണ് പെട്ടെന്നോർത്തത്. മറിയം പതുക്കെ പറഞ്ഞു. അവളുമായി സല്ലപിച്ച് കിടക്കയിൽ ചടഞ്ഞുകൂടാൻ തോന്നിയെങ്കിലും അത് വെള്ളിയാഴ്ചത്തേക്കു മാറ്റിവെച്ച് ഫഹ്മി എഴുന്നേറ്റു.

"യാസീൻ... ഏയ് യാസീൻ...എണീക്കുന്നില്ലേ?"

അടുത്ത കട്ടിലിൽ കിടക്കുന്ന സഹോദരനെ കുലുക്കി വിളിച്ചപ്പോൾ യാസീന്റെ കൂർക്കംവലി നിന്നു.

"ഞാൻ നിന്നേക്കാൾ മുമ്പേ ഉണർന്നു കിടക്കുകാ."

ആലസ്യത്തോടെ പറഞ്ഞിട്ട് യാസീൻ തിരിഞ്ഞുകിടന്ന് മയങ്ങാൻ ഭാവിക്കുന്നത് കണ്ട് ഫഹ്മി ഒന്നുകൂടി തട്ടിവിളിച്ചു.

"എണീക്കിഷ്ടാ."

പിറുപിറുത്തുകൊണ്ട് തിരിഞ്ഞു കിടന്നപ്പോൾ പുതപ്പ് സ്ഥാനം തെറ്റി യാസീന്റെ ശരീരം മുഴുവൻ പുറത്തായി. ബാപ്പയെപ്പോലെ തടിച്ചുകൊഴുത്ത ആരോഗ്യവാൻ.

"ഇത്രവേഗം നേരം വെളുത്തോ....നാശം പട്ടാളച്ചിട്ടയാ എല്ലാറ്റിനും. മതിവരുന്നതുവരെ ഉറങ്ങാനുമില്ല സ്വാതന്ത്ര്യം. അച്ചടക്കം പഠിപ്പിക്കൽ എന്നാണാവോ അവസാനിക്കുക."

യാസീൻ ചുവന്ന കണ്ണുതുറന്ന് ആരോടെന്നില്ലാതെ പായാരം പറഞ്ഞു.

മയക്കം മാറാൻ തല ശക്തിയായി കുടഞ്ഞുകൊണ്ടാണ് അയാൾ എഴുന്നേറ്റു നിന്നത്. അടുത്ത കട്ടിലിൽ കുഞ്ഞുകമാൽ ഇപ്പോഴും നല്ല ഉറക്കം. അടുത്ത അരമണിക്കൂറിൽ അവനെ ആരും വിളിച്ചുണർത്തി ശല്യം ചെയ്യില്ല.

"ഭാഗ്യവാൻ."

യാസീൻ അസൂയപ്പെട്ടു. കുറേനേരം കൂടി സ്വപ്നത്തിൽ മുഴുകാൻ ആഗ്രഹിച്ചെങ്കിലും ബാപ്പയുടെ രൂപം കണ്ണുരുട്ടുന്നതായി തോന്നിയപ്പോൾ അയാളും എഴുന്നേറ്റു.

മാവു കുഴയ്ക്കുന്ന ശബ്ദം തന്നെയാണ് അടുത്ത മുറിയിൽ കിടക്കുന്ന കദീജയെയും ഉണർത്തിയത്. ഉമ്മയെപ്പോലെ പ്രസരിപ്പുള്ളവളാണ് കദീജ. ഉമ്മയെപ്പോലെ അതിരാവിലെ ഉണരുക അവളുടെ പതിവാണ്. സഹോദരി ഉണർന്ന് കട്ടിലിൽനിന്നിറങ്ങിയ ശബ്ദമാണ് ആയിഷയെ ഉണർത്തിയത്. വേണമെന്ന് വെച്ച് ശബ്ദമുണ്ടാക്കി ആയിഷയെ ശുണ്ഠിപിടിപ്പിക്കുകയും ഉണർന്നയുടൻ അവളുമായി വഴക്കിടുകയും കദീജയുടെ പതിവാണ്.

ആയിഷ ഉണർന്നെങ്കിലും പുലർവേളയിൽ കണ്ട കിനാവ് മുഴുവനാക്കാതെ എഴുന്നേറ്റില്ല.

ഒന്നാം നില സജീവമായി. ജനൽ തുറന്നു. വെളിച്ചം പരന്നു. വണ്ടിച്ചക്രങ്ങളുടെ മർമരവും തൊഴിലാളികളുടെ സംസാരവും ഒപ്പം കാറ്റും മുറിയിലെത്തി. മുറികളിലും കുളിമുറിയിലും തിരക്കു തുടങ്ങി. അയഞ്ഞ കുപ്പായം യാസീനെ ഒന്നുകൂടി തടിയനാക്കി. ഫഹ്മിയാകട്ടെ നീണ്ടു മെലിഞ്ഞിട്ടായിരുന്നു. പെൺകുട്ടികൾ പ്രഭാതകൃത്യങ്ങൾ കഴിച്ച് തിരക്കിട്ട് ഉമ്മയെ സഹായിക്കാൻ അടുക്കളയിലെത്തി. പെൺകുട്ടികൾക്ക് രണ്ടുപേർക്കും സാദൃശ്യം ഒട്ടുമില്ലായിരുന്നു. കറുത്തിരുണ്ട കദീജയെ കാണാൻ ചന്തമേയില്ല. ആയിഷയാകട്ടെ വെളുത്തു തുടുത്ത സുന്ദരിക്കുട്ടി.

യജമാനൻ മാളികമുറിയിൽ ഒറ്റയ്ക്കാണെങ്കിലും അയാൾക്ക് വേണ്ടതെല്ലാം ആമിന നേരത്തെ ഒരുക്കിവെച്ചിരുന്നു. മേശപ്പുറത്ത് കൈയെത്തും വിധത്തിൽ കടുപ്പത്തിൽ ഒരു ചായ. കുളിക്കാൻ സുഗന്ധദ്രവ്യമൊഴിച്ച വെള്ളം. മാറാനുള്ള വസ്ത്രങ്ങൾ കട്ടിലിൽ വൃത്തിയായി മടക്കി വെച്ചിരിക്കുന്നു. ചൂടു കാലമായാലും തണുപ്പുകാലമായാലും തണുത്ത വെള്ളത്തിലുള്ള കുളി അയാൾ ഒഴിവാക്കാറില്ല. കുളി കഴിഞ്ഞപ്പോൾ മനസും ശരീരവും തണുത്തു. ഉന്മേഷം നിറഞ്ഞു. സോഫയിൽ മടക്കിവെച്ച നിസ്കാരപായ നിവർത്തി നമസ്കാരമാരംഭിച്ചു. അപ്പോൾ അയാളുടെ മുഖം ഭക്തിനിർഭരമായിരുന്നു. അള്ളാഹുവിനെ സ്മരിക്കുമ്പോൾ അയാൾ തികച്ചും വ്യത്യസ്തനായിരിക്കും. സുഹൃത്തുക്കളുടെ ഇടയിലുള്ള രസികനല്ല. വീട്ടുകാരുടെ മുന്നിലെ അരസികനായ ഗൗരവക്കാരനുമല്ല. ഓരോ കാര്യം ചെയ്യുമ്പോൾ അതിലങ്ങു മുഴുകുക. അതാണ് അയാളുടെ രീതി. പ്രാർഥിക്കുമ്പോൾ അതിൽമാത്രമാണ് ശ്രദ്ധ. ഒരു കടമ തീർക്കാനെന്ന മട്ടിൽ നിസ്കരിച്ച് തട്ടിപ്പിടഞ്ഞെഴുന്നേൽക്കുന്നത് അയാൾക്കിഷ്ടമല്ല. നിസ്കാരം കഴിഞ്ഞാൽ ഭക്തിയോടെ കൈ രണ്ടും മേൽപ്പോട്ടുയർത്തി കരുണയ്ക്കായി കേഴുന്നു.

ചെയ്ത തെറ്റുകൾക്ക് മാപ്പിരക്കുന്നു. ജീവിതത്തിൽ ഉന്നതിയുണ്ടാകണേ, സമൃദ്ധി ഉണ്ടാകണേ എന്നൊക്കെ മുട്ടിപ്പായി തേടുകയും ചെയ്യുന്നു.

വെപ്പുപണി കഴിഞ്ഞ് ഭക്ഷണം ഊണുമുറിയിലെത്തിക്കാൻ പെൺമക്കളെ ഏൽപ്പിച്ച് ആമിന മുകളിലെത്തി. കമാൽ അപ്പോഴും ഉറക്കംതന്നെ. ചിരിച്ചുകൊണ്ട് അവൾ ഫാത്തിഹ ഓതി അവന്റെ തലയിൽ ഊതി. കുലുക്കി വിളിച്ചിട്ടും അവൻ ഉറക്കം തന്നെ. ഒരു വിധം അവനെ ഉണർത്തി കുളിമുറിയിലേക്കയച്ചു. കുളികഴിഞ്ഞെത്തിയ ഫഹ്മി ഉമ്മയ്ക്ക് സുപ്രഭാതം ആശംസിച്ചു.

"അല്ലാഹുവിന്റെ അനുഗ്രഹത്താൽ നിനക്ക് എല്ലാ നന്മകളും ഉണ്ടാകട്ടെ."

ഉമ്മ അവന്റെ തലയിൽ കൈവെച്ച് അനുഗ്രഹിച്ചു. യാസീൻ ഭർത്താവിന്റെ മകനാണെങ്കിലും അവനേയും മനസറിഞ്ഞ് അനുഗ്രഹിച്ചു. കദീജ ഭക്ഷണത്തളികയുമായി വരുന്നതു കണ്ട് യാസീനും ഫഹ്മിയും പതിവുപോലെ അവളെ അരിശം പിടിപ്പിക്കാൻ ശ്രമിച്ചു. അവളുടെ നീണ്ട് കാണാൻ ചേലില്ലാത്ത മൂക്കിനെക്കുറിച്ചും നീളമുള്ള നാവിനെക്കുറിച്ചും പറഞ്ഞാണ് അവർ അവളെ ഈറ പിടിപ്പിക്കുന്നത്. ആയിഷ സുന്ദരിയാണെങ്കിലും ആങ്ങളമാരുടെ കാര്യങ്ങളൊന്നും ചെയ്തുകൊടുക്കാറില്ല. അതിനെല്ലാം കദീജ വേണം.

"നിന്റെ കാര്യംതന്നെയാ ഞങ്ങൾ പറഞ്ഞുകൊണ്ടിരുന്നത്. എല്ലാ പെണ്ണുങ്ങളും ഇവളെപ്പോലെ ആയെങ്കിൽ പുരുഷന്മാർ രക്ഷപ്പെട്ടേനെ."
"അതെ എല്ലാ പുരുഷന്മാരും നിങ്ങളെപ്പോലെ ആയെങ്കിൽ സ്ത്രീകളും രക്ഷപ്പെടുമായിരുന്നു."

വിട്ടുകൊടുക്കുന്നവളല്ല ആയിഷ.

ഉമ്മയുടെ വിളികേട്ട് സംസാരം തൽക്കാലം നിന്നു.

നാല്

ഊണുമുറി ഒന്നാം നിലയിൽ ബാപ്പയുടെ മുറിയുടെ തൊട്ടടുത്താണ്. അതിനടുത്ത് സ്വീകരണമുറി. തൊട്ടടുത്ത മുറി അധികമാരും ഉപയോഗിക്കാറില്ല. കമാൽ സമയം കിട്ടുമ്പോൾ അവിടെ ഇരുന്നാണ് കളിക്കുന്നത്.

ഉയരംകുറഞ്ഞ മേശയ്ക്ക് പൂപ്പണിയുള്ള വിരി. ഇരിക്കാൻ ചുറ്റും പൊക്കം കുറഞ്ഞ കുഷനുള്ള ഇരിപ്പിടങ്ങൾ. ഗൃഹനാഥൻ പതിവുപോലെ പ്രഥമസ്ഥാനത്ത് ചമ്രം പടിഞ്ഞിരുന്നു. ആൺമക്കൾ ചുറ്റുമിരുന്നു. യാസീൻ ബാപ്പയുടെ വലതുവശത്ത്. ഫഹ്മി ഇടത്. കമാലാകട്ടെ എതിർവശത്തും. വെള്ളിയാഴ്ചകളിലെ ജുമ്ആ വേളയിലെന്നപോലെ ഭയഭക്തി ബഹുമാനത്തോടെയാണ് കുട്ടികൾ ഇരുന്നത്. ബാപ്പയുടെ മുന്നിലാകു

മ്പോൾ അവർ അന്യോന്യം നോക്കുകയോ മിണ്ടുകയോ ഒന്നു ചിരിക്കുകയോ പോലുമില്ല. ബാപ്പയുടെ മുന്നിലെത്തുമ്പോൾ അവർ ചെന്നായയുടെ മുന്നിൽപ്പെട്ട ആട്ടിൻപറ്റത്തെപ്പോലെയാണ്. ബാപ്പയ്ക്ക് ഇഷ്ടമില്ലാത്ത വാക്കോ പ്രവൃത്തിയോ ബാപ്പ പൊറുപ്പിക്കില്ല.

രാവിലത്തെ ഭക്ഷണസമയത്താണ് വീട്ടിലെ ആണുങ്ങൾ ഒന്നിച്ചു കാണുന്നത്. അവർ സ്കൂളിൽ നിന്നെത്തുമ്പോൾ ബാപ്പ ഊണും ഉച്ചമയക്കവും കഴിഞ്ഞ് ചമഞ്ഞൊരുങ്ങി സായാഹ്നപരിപാടിക്ക് ഇറങ്ങിയിരിക്കും. പിന്നെ തിരിച്ചെത്തുക അർധരാത്രിയിലാണ്. രാവിലെ അൽപ്പസമയത്തേക്ക് ശ്വാസംപിടിച്ചുള്ള ഈ ഇരിപ്പുതന്നെ അവർക്ക് അസഹ്യമാണ്. ബാപ്പക്ക് എല്ലാ കാര്യങ്ങൾക്കും പട്ടാളച്ചിട്ടയാണ്. കുറ്റം മാത്രമേ ബാപ്പ കാണാറുള്ളൂ. അതുകൊണ്ടുതന്നെ ആയിരിക്കണം ബാപ്പയുടെ മുന്നിൽ അവർ അബദ്ധങ്ങൾ ആവർത്തിച്ചുകൊണ്ടിരിക്കും. പേടികൊണ്ട് ഭക്ഷണത്തിനുപോലും അരുചി. ബാപ്പയുടെ വിമർശനക്കണ്ണ് എത്താത്ത സ്ഥലമില്ല. പൊട്ടിയ ബട്ടൺ, ഉടുപ്പിലെ കറ, ആർത്തിയോടെ വിഴുങ്ങുന്നു....ഇങ്ങനെ ബാപ്പ കുറ്റങ്ങൾ ചൂണ്ടിക്കാണിച്ചുകൊണ്ടിരിക്കും.

"നീ കൈ കഴുകിയോ?"

കമാലിനോടാണ്.

"ഊം."

അവൻ പേടിച്ചരണ്ട് മൂളും.

"കാണട്ടേ."

കുട്ടി പേടിയോടെ കൈ നിവർത്തുന്നു. വൃത്തിയുള്ള കൈ നോക്കി അഭിനന്ദിക്കാതെ ബാപ്പ കയർക്കും:

"കൈ കഴുകാതെ തിന്നാനിരുന്നാൽ തോലു ഞാൻ ഉരിക്കും."

"ഈ കഴുവേറിമോൻ പാഠങ്ങൾ പഠിക്കുന്നുണ്ടോ?"

ഫഹ്മിയോടാണ് അന്വേഷണം.

ബാപ്പ കമാലിനിട്ട പേര് അറിയാവുന്ന ഫഹ്മി ഉടനെ തലയാട്ടും. കമാലിന് നല്ല ബുദ്ധിയാണ്. പറഞ്ഞുകൊടുത്താൽ ഉടനെ പഠിച്ചോളും. എന്നൊക്കെ തട്ടിവിടുകയും ചെയ്യും. അത് സത്യമാണുതാനും. കളിയിലാണ് താൽപ്പര്യമെങ്കിലും പഠിക്കാൻ മിടുക്കനാണ്. ബാപ്പയുടെ പട്ടാളച്ചിട്ടയാണ് അവന് പിടിക്കാത്തത്.

"നിനക്ക് കളി ഏറുന്നുണ്ടെന്ന് ഞാൻ അറിയുന്നുണ്ട്. മര്യാദ പഠിക്കണം ആദ്യം. അനുസരണ അടുത്തുകൂടി പോയിട്ടില്ല. നീ കേൾക്കുന്നുണ്ടോ കൊച്ചുകഴുവേറീ."

ഉമ്മ ഭക്ഷണത്തട്ട് മേശയിൽ വെച്ചിട്ട് ആജ്ഞക്കായി വിനയത്തോടെ കാത്തു നിൽക്കുന്നു. അണ്ഡാകൃതിയുള്ള പിച്ചളത്തട്ടത്തിൽ മുട്ട പൊരിച്ചതും ബീൻസ് ഉലർത്തിയതും മറ്റൊരു തട്ടത്തിൽ ആവിപറക്കുന്ന റൊട്ടിക്കഷണങ്ങൾ. ഒപ്പം പാൽക്കട്ടി, നാരങ്ങാ അച്ചാർ, കുരുമുളക്പൊടി, ഉപ്പ്. കുട്ടികളുടെ വയറ്റിൽ വിശപ്പിന്റെ ആളൽ. ഒന്നും കാണാത്തമട്ടിൽ ക്ഷമയോടെ ബാപ്പയുടെ ആജ്ഞയ്ക്കായി അവർ കാത്തിരിക്കുന്നു. തുടങ്ങാം ബാപ്പ പറയുമ്പോഴും അവർ തിരക്കു കാണിക്കില്ല. ബാപ്പ തുടങ്ങിയതിനുശേഷം വളരെ പതുക്കെ അവരും തുടങ്ങുന്നു.

വളരെവേഗത്തിലാണ് ബാപ്പയുടെ തീറ്റ. ഒരുപാട് കഴിക്കുകയും ചെയ്യും. കൈയും വായും ഒരേ വേഗതയിലാണ് ചലിക്കുക. മക്കളാകട്ടേ ശ്രദ്ധിച്ച് പതുക്കെയും. ബാപ്പയെ ആരെങ്കിലും അനുകരിക്കാൻ ശ്രമിച്ചാൽ അവന്റെ പുറം പൊളിഞ്ഞതുതന്നെ.

കമാലിനാണ് ഏറെ പേടി. ബാപ്പയുടെ മുന്നിലാകുമ്പോൾ അവന് ആകെ വിറയലാണ്. അതുകൊണ്ടുതന്നെ തെറ്റുകളേ പ്രവർത്തിക്കൂ. ബാപ്പയുടെ ചീത്തയും കിഴുക്കും കിട്ടാത്ത ദിവസങ്ങളും ചുരുക്കം. ബാപ്പ ഭക്ഷണം കഴിഞ്ഞ് എഴുന്നേറ്റുപോയാലാണ് കമാൽ തീറ്റ തുടുങ്ങുന്നത്. അതുവരെ തൊട്ടും തൊടാതെയും തലയും കുനിച്ചിരിക്കുകയാണ് അവന്റെ പതിവ്. ബാപ്പ എഴുന്നേറ്റതും അവൻ യുദ്ധം തുടങ്ങും. കൈയും വായും തലയും ഒക്കെ ഒന്നിച്ചാണ് പ്രവർത്തനം. അതിനിടയിൽ ആരെന്തു പറഞ്ഞാലും അവന് കേട്ട മട്ടില്ല. എല്ലാവരും തീറ്റ നിർത്തിയാലും അവൻ തുടരും.

ബാപ്പ കൈകഴുകി മുറിയിലേക്കു നടക്കുമ്പോൾ ആമിനയും ഒപ്പം ചെല്ലുന്നു. കൈയിൽ മൂന്ന് കോഴിമുട്ട അടിച്ചുചേർത്ത ഒരു ഗ്ലാസ് പാൽ. അത് ഒറ്റ വലിക്ക് അകത്താക്കിയിട്ട് അയാൾ കാപ്പിക്കപ്പുമായി സോഫയിൽ ഇരിക്കുന്നു. ആരോഗ്യകാര്യത്തിൽ ഒരു വീഴ്ചയും വരുത്തില്ല അയാൾ. എന്നും രാവിലെ മീനെണ്ണ. ഇടയ്ക്കിടെ കഴിക്കാൻ വാൾനട്ട് പഞ്ചസാരപ്പാവിൽ വിളയിച്ചതും അണ്ടിപ്പരിപ്പും ബദാമും. പോഷകപ്രാധാന്യമുള്ള ഭക്ഷണം നിർബന്ധം. ജീവിതം ആസ്വദിക്കാനുള്ളതാണ്. അതിന് ആരോഗ്യം നിലനിർത്തിയേ തീരൂ.

ഹഷീഷ് വിശപ്പ് വർധിപ്പിക്കുമെന്ന് ആരോ ഉപദേശിച്ചപ്പോൾ കഴിച്ചു നോക്കിയതാണ്. പക്ഷേ, അത് കഴിച്ചപ്പോൾ ആകെ ഒരു മയക്കം. ചങ്ങാതിമാരുടെ നടുവിലിരിക്കുമ്പോഴും ഒറ്റപ്പെട്ടതുപോലൊരു തോന്നൽ. ഉന്മേഷമില്ലെങ്കിൽ വിശപ്പുണ്ടായിട്ടെന്താ കാര്യം? അതോടെ ആ പരിപാടി ഉപേക്ഷിച്ചു. യൗവനവും ആരോഗ്യവും നിലനിർത്താനായി നഗരത്തിലെ പേരുകേട്ട വൈദ്യരുടെ മരുന്നു കഴിക്കുന്നുണ്ട് അയാൾ. സയ്യിദ് അഹമ്മദിനായതുകൊണ്ട് വൈദ്യർ പ്രത്യേകം ചേരുവകൾചേർത്താണ് മരുന്ന് തയാറാക്കുന്നത്. മരുന്ന് സ്ഥിരമായി കഴിക്കുന്ന പതിവില്ല. പുതിയ പ്രണയകഥ തുടങ്ങുമ്പോൾ ചികിത്സയും ആരംഭിക്കും.

കാപ്പികുടി കഴിഞ്ഞ് ആമിന നൽകിയ വേഷം ധരിച്ച് അയാൾ കണ്ണാടിയിൽ ചാഞ്ഞും ചരിഞ്ഞും നോക്കി. മുടി മാടി ഒതുക്കി. മീശ പിരിച്ചു സ്വയം തൃപ്തി വന്നപ്പോൾ സെന്റ്കുപ്പിക്കായി കൈ നീട്ടി. കക്ഷത്തും മാറത്തും ഉടുപ്പിൽ അങ്ങോളമിങ്ങോളവും അയാൾ സെന്റുപൂശി. തുർക്കിത്തൊപ്പി ധരിച്ച് വെള്ളി കെട്ടിച്ച വടി കൈയിലെടുത്ത് നാലുപാടും അത്തറിന്റെ മണം പരത്തി അയാൾ മുറിവിട്ടു. അത്തറിന്റെ മണം വീടു നിറഞ്ഞപ്പോൾ ബാപ്പ പോയ വിവരം കുട്ടികളറിഞ്ഞു. എല്ലാവർക്കും ജയിലിൽനിന്ന് പുറത്തുചാടിയ ആശ്വാസം. ഇനി അവർക്ക് ഇഷ്ടമുള്ള

ഭക്ഷണം കഴിക്കാം. ആടാം പാടാം. മനസറിഞ്ഞ് ചിരിക്കാം എന്തും ചെയ്യാം.

യാസീനും ഫഹ്മിയും ധൃതിയിൽ ഭക്ഷണം കഴിച്ച് വേഷം മാറാൻ പോയി. കമാലാകട്ടേ ബാപ്പയുടെ മുറിയിൽച്ചെന്ന് കണ്ണാടിയുടെ മുന്നിൽ നിന്നുകൊണ്ട് ബാപ്പയെ അനുകരിക്കാൻ തുടങ്ങി.

"ആമിനാ സെന്റ്."

ഉമ്മയ്ക്ക് ഈ കളി ഇഷ്ടമില്ലെന്ന് അവനറിയാം. എന്നാലും എന്നും അവനത് ആവർത്തിക്കും. ബാപ്പ പൂശുന്നതുപോലെ അവനും മാറത്തും ഉടുപ്പിലും അത്തർ പൂശുന്നതായി ഭാവിച്ചു. ആമിന ചിരി അടക്കി ഗൗരവം നടിച്ചു. ബാപ്പ നടക്കുന്നതുപോലെ വടിവീശി നടക്കുന്നതായി അഭിനയിച്ച് അവൻ മുറിവിട്ടു.

ഉമ്മയും പെൺമക്കളും മാളികവരാന്തയിൽച്ചെന്നു നിന്നു. അവിടെ നിന്നാൽ തെരുവിൽക്കൂടി നടന്നുപോകുന്നവരെ കാണാം. അക്കൂട്ടത്തിൽ അവരുടെ ബാപ്പയെ വേറിട്ടു കാണാം. തല ഉയർത്തി വടിവീശി നടക്കുന്ന ബാപ്പയെ പരിചിതരും അപരിചിതരും ഒരുപോലെ വന്ദിച്ച് ബഹുമാനം കാണിക്കുന്നു, ബാർബർ ഹസനൈൻ ബീൻസ്കച്ചവടക്കാരൻ ഹാജി ദർവിഷ്, പാൽക്കാരൻ ഫൂലി. അങ്ങനെ പലരും ബാപ്പയെക്കണ്ട് കൈവീശുന്നുണ്ടായിരുന്നു. സ്ത്രീകൾ അഭിമാനത്തോടെയാണ് ആ കാഴ്ച കണ്ടത്. ബാപ്പ ദൂരെ മറഞ്ഞത് കണ്ടപ്പോൾ ഫഹ്മി തിരക്കിട്ട് പുറത്തിറങ്ങി. പിന്നാലെ യാസീൻ. ഒടുക്കം കമാലും പടിപ്പുര കടന്നപ്പോൾ മേലോട്ടുനോക്കി കൈവീശിച്ചിരിക്കാൻ കമാൽ മറന്നില്ല. ഉമ്മയും ഇത്താത്തമാരും വരാന്തയിലുണ്ടാവുമെന്ന് അവനറിയാം.

ഉമ്മയുടെ ഉള്ളിൽ അപ്പോൾ സന്തോഷവും അഭിമാനവും നിറഞ്ഞു.
ഭർത്താവിനെ പിശാചിന്റെ പിടിയിൽ നിന്നു രക്ഷിക്കണേ.
അപകടത്തിൽ നിന്നും ശത്രുക്കളിൽനിന്നും സംരക്ഷിക്കണേ.
അവൾ പതിവുപോലെ പ്രാർഥിച്ചു.

അഞ്ച്

ഉമ്മ അകത്തേക്കു പോയപ്പോൾ കദീജയും കൂടെച്ചെന്നു. ആയിഷ തെരുവോരക്കാഴ്ചകൾ കണ്ടുകൊണ്ട് വരാന്തയിൽത്തന്നെ നിന്നു. ജനലഴികൾക്കിടയിലൂടെ കാഴ്ച ദുഷ്കരമാണ്. എന്നിട്ടും അവൾ കണ്ണിമവെട്ടാതെ നോക്കിക്കൊണ്ടു നിന്നു. ഏറെ താമസിച്ചില്ല. യുവാവായ പൊലീസുകാരന്റെ രൂപം ദൂരെ പ്രത്യക്ഷപ്പെട്ടു, അവൾ ഓടിച്ചെന്ന് സ്വീകരണമുറിയുടെ ജനൽ വലിച്ചു തുറന്നു, ശബ്ദത്തോടെ. പ്രതീക്ഷിച്ചതുപോലെ അയാൾ കണ്ണുകളുയർത്തി. ഉടനെ താഴ്ത്തുകയും ചെയ്തു. വഴി നടക്കുമ്പോൾ ഓരത്തെ വീടുകളിലേക്ക് ഒളിഞ്ഞു നോക്കുന്നത്

മാന്യതയല്ലല്ലോ. എങ്കിലും ആ പെൺകുട്ടിയുടെ മുഖം മനസിലുടക്കി. ഉള്ളിൽ നിലാവ്.

കഠിനമായ എന്തോ തെറ്റുചെയ്തതുപോലെ പെട്ടെന്നുതന്നെ ആയിഷ ജനലടച്ച് വേവലാതിയോടെ കസേരയിൽച്ചെന്നു വീണു. തെറ്റേത് ശരിയേത് എന്നറിയാതെ ആ പെൺകുട്ടി പകച്ചു. അതേസമയം ഉള്ളിൽ പറഞ്ഞറിയിക്കാൻവയ്യാത്ത ഒരു സുഖവും തോന്നാതിരുന്നില്ല. ഒരിക്കൽ ജനലിലെ പൊടിതട്ടുന്നതിനിടയിലാണ് അവൾ അയാളെ കണ്ടത്. അവളെ കണ്ടതും അയാൾ പുഞ്ചിരിയോടെ മേലോട്ടു നോക്കി. അവൾ പെട്ടെന്നു പിറകോട്ട് മാറിയെങ്കിലും ആ നോട്ടം കരളിലുടക്കി. വീണ്ടും വീണ്ടും നോക്കാനുള്ള ആശ അടക്കാനുമായില്ല. എന്നും രാവിലെ ആ സമയത്ത് എന്തെങ്കിലും സന്ദർഭമുണ്ടാക്കി അവൾ ഇരിപ്പുമുറിയിലെത്തും. ഒറ്റയ്ക്കിരിക്കുമ്പോൾ മനസിൽ നൂറായിരം സ്വപ്നങ്ങൾ.

മാസത്തിലൊരിക്കൽ ജനാല പൊടിതുടച്ചു വൃത്തിയാക്കുമ്പോഴാണ് ജനാലപ്പാളികൾ മുഴുക്കെ തുറന്നിടുന്നത്. അപ്പോഴൊക്കെയും തന്നെ മുഴുക്കെ കാണുംവിധം അവൾ ജനലരികിൽ നിൽക്കും. അയാൾ ആർത്തിയോടെ, അതേസമയം മാന്യതവിടാതെ നോക്കുകയും ചെയ്യും.

മാസങ്ങൾ കടന്നുപോയപ്പോൾ അവരുടെ ഉള്ളിലും പുതുനാമ്പുകൾ വിടർന്നുതുടങ്ങി. തീയിലാണ് ചവിട്ടുന്നത് എന്നറിയാം അവൾക്ക്. എങ്കിലും അങ്ങനെ നോക്കാൻ ഒരു സുഖം.

ഇതിപ്പോ ആരാ അറിയാൻ പോകുന്നത്?

അറിഞ്ഞാൽത്തന്നെ ഭൂമി പിളരുന്ന കുറ്റമൊന്നും ഞാൻ ചെയ്യുന്നില്ല.

ഓരോ തവണയും അവൾ സ്വയം സമാധാനിപ്പിക്കും. കദീജയുടെ കാലൊച്ച കാതിലെത്തുംവരെ മൂളിപ്പാട്ടും പാടി കിനാവിൽ മുഴുകി അവൾ അവിടെത്തന്നെ നിൽക്കും.

“മഹാറാണീ, ഖോജാത്തീ ചായകുടിക്കാൻ വാ. വയ്ക്കാനും വിളമ്പാനും മാടിനെപ്പോലെ നയിക്കാനും ഇവിടെ ഒരുത്തിയുണ്ടല്ലോ” കദീജയുടെ സ്വരത്തിൽ പരിഹാസം.

അവിടെ എന്നും സ്വപ്നം മുറിയുന്നു. അപ്പോൾ മുന്നിൽ യാഥാർഥ്യത്തിന്റെ ഭീകരമുഖം. അതോടെ ഉള്ള് കിടുങ്ങുന്നു. ആരും ഒന്നും കണ്ടില്ല എന്നറിയുമ്പോൾ അള്ളാഹുവിനെ സ്തുതിച്ചുകൊണ്ട് ഊണുമുറിയിലെത്തുന്നു. ഉമ്മയും കദീജയും കാത്തിരിക്കുന്നുണ്ടാവും.

“പാട്ടുംപാടി നടന്നാ മതിയല്ലോ. മടയ്ക്കാൻ ഇങ്ങനൊരുത്തിയെ ഇട്ടിരിക്കയല്ലേ.”

കദീജയുടെ നാവിന്റെ നീളമറിയാവുന്ന ആയിഷ കഴിയുന്നതും ഒന്നും മിണ്ടാതെ ഒഴിഞ്ഞുമാറുകയാണ് പതിവ്. വല്ലപ്പോഴുമാണ് പ്രതികരിക്കുക. വീട്ടുപണി പപ്പാതിയെന്നല്ലേ കണക്ക്.

“ഞാൻ പ്രധാന പാട്ടുകാരി. നീ ഏറ്റുപാടിയാ മതി.”

''ആളാവല്ലേ.''

കദീജയുടെ മുഖം ഒന്നുകൂടി ഇരുളും.

"എന്റെ സ്വരം കുയിലിന്റേതുപോലെ മനോഹരം.

അതിൽ അസൂയപ്പെടല്ലേ എന്റെ പൊന്നിത്താ."

ചിലപ്പോൾ ആയിഷ എരികേറ്റുകയും ചെയ്യും.

കദീജയ്ക്ക് കൊള്ളേണ്ടിടത്തുതന്നെ കൊള്ളും. ആയിഷ അതിസുന്ദരി. നന്നായി പാടാനും അറിയാം. അവൾക്ക് സൗന്ദര്യമില്ല. പാട്ടുപാടിയാൽ കഴുത കരയുംപോലെ. അതോടെ കത്തിക്കാളും അവൾ.

"വലിയ വാചകമടിയൊന്നും വേണ്ട.

ഇതൊരു കേൾവികേട്ട തറവാടാണ്. പാട്ടു പാടിയതുകൊണ്ടുമാത്രം ആരും വന്ന് കെട്ടിക്കൊണ്ടുപോകില്ല. വീട്ടുപണി അറിയുമോന്നാ പെണ്ണു കാണാൻ വരുന്നവർക്കറിയേണ്ടത്. അല്ലാതെ സുന്ദരിചമഞ്ഞു നടന്നതു കൊണ്ടുമാത്രം കാര്യമില്ല."

"നിങ്ങടെ സ്വരം മോശമായതിന് ഞാനെന്തു പിഴച്ചു?"

"അധികം പറയിക്കണ്ട എന്നെക്കൊണ്ട്. ഏതുനേരവും തെരുവു നോക്കി വെള്ളമിറക്കുന്ന സുന്ദരിക്കോത. ഉമ്മയുണ്ടല്ലോ പണിയെടുക്കാൻ."

"നിങ്ങള് നാവൊന്നടക്കി തിന്നാൻ നോക്കുന്നുണ്ടോ?"

ഉമ്മയുടെ സ്വരം കടുക്കുമ്പോൾ രണ്ടുപേരുടെ വായും അടയുന്നു.

കദീജയ്ക്ക് വയസ്സ് ഇരുപത്. ഏറ്റവും മൂത്തത് യാസീൻ. അവന് ഇരുപത്തിരണ്ടായി. ബാപ്പയുടെ ആദ്യഭാര്യയുടെ മകനാണ് യാസീൻ. തടിച്ചുരുണ്ടിട്ടാണ് കദീജ. എങ്കിലും ഉമ്മുവിനെപ്പോലെ പൊണ്ണത്തടിച്ചിയല്ല. ഉമ്മയുടെ ചെറിയ ചന്തമുള്ള കണ്ണുകൾ അവൾക്കുമുണ്ട്. ബാപ്പയുടെ നീണ്ടുവീർത്ത മൂക്കും. ബാപ്പയുടെ വലിയ മുഖത്തിന് ആ മൂക്ക് ചേരും. പക്ഷേ, കദീജയുടെ മുഖം കൂടുതൽ വികൃതമാക്കുന്നത് ആ മൂക്കാണ്.

സുന്ദരിയായ ആയിഷയുടെ പ്രായം മധുരപ്പതിനേഴ്. വെളുത്ത് കൊലുന്നനെയുള്ള ശരീരം. ആയിഷയ്ക്ക് വണ്ണം പോരെന്നാണ് ഉമ്മു പറയുന്നത്. തറവാട്ടുകാരായാൽ തടിച്ചു കൊഴുത്തിരിക്കണം എന്ന അഭിപ്രായക്കാരിയാണ് ഉമ്മു. ആയിഷയുടെ മുഖം അമ്പിളിപോലെ. ബാപ്പയുടെ തുടുപ്പും നീലക്കണ്ണുകളും സ്വർണത്തലമുടിയും അവൾക്കാണ് കിട്ടിയിട്ടുള്ളത്. ഉമ്മയുടെ ശരീരവടിവും കിട്ടിയിട്ടുണ്ട്. ഒറ്റനോട്ടത്തിൽ ആരും പകച്ചുനോക്കിപ്പോകുന്ന സുന്ദരിക്കുട്ടി.

കദീജയാണ് വീട്ടുജോലികളിൽ മിടുക്കി. തുന്നൽപ്പണിയും അറിയാം. ആങ്ങളമാരുടെ കാര്യങ്ങൾ നോക്കുന്നതും അവൾതന്നെ. എന്നിട്ടും ആരും അവളെ പ്രശംസിക്കാറില്ല.

ആയിഷയുടെ സൗന്ദര്യം വാഴ്ത്തുമ്പോൾ ഏവർക്കും ആയിരം നാവ്. പിന്നെങ്ങനെ കദീജ അസൂയപ്പെടാതിരിക്കും? മനസിൽ തോന്നു

ന്നത് വിളിച്ചുപറയാൻ അവൾക്ക് മടിയൊട്ടുമില്ലതാനും. അന്യരെ പരിഹസിച്ചും നോവിച്ചുമാണ് കദീജ ഇതിനു പകരം വീട്ടുന്നത്. അയൽക്കാർക്കും സുഹൃത്തുക്കൾക്കും പരിഹാസപ്പേരുകളിടുക അവളുടെ പതിവാണ്. ഓരോരുത്തരുടെ രൂപത്തിനനുസരിച്ചുള്ള പേരുകൾ ഉടനുടൻ അവളുടെ നാവിലുദിക്കും.

വീട്ടിൽവരുന്നവരെ മുഖമടച്ച് പരിഹസിക്കാനും കദീജയ്ക്ക് മടിയില്ല. മറ്റുള്ളവരെ വേദനിപ്പിക്കുന്നതിൽ അവൾ സന്തോഷിച്ചു. ഉമ്മുവിനെ ആവശ്യമില്ലാതെ ചീത്ത പറയുക അവളുടെ പതിവാണ്. ആയിഷ ഓമനിക്കുന്ന പൂച്ചയെ കാണുമ്പോൾ അവൾ ചവിട്ടി ഓടിക്കും. ഉമ്മുവിനെ വഴക്കു പറയുന്നത് ഉമ്മയ്ക്കിഷ്ടമല്ല. അതുകൊണ്ടാണ് അവൾ ഉമ്മയുടെ തലയിൽ കയറി ഇരിക്കുന്നത് എന്നാണ് കദീജ പറയുന്നത്. ആരേയും കണ്ണുമടച്ച് വിശ്വസിക്കുന്ന പതിവ് കദീജയ്ക്കില്ല.

"കട്ടുതിന്നിട്ടാ അവളിങ്ങനെ ചീർത്തുവരുന്നത്. കൈയിൽകിട്ടുന്നത് മോട്ടിച്ചു തിന്നുന്ന ജാതിയാ."

കേൾക്കുമ്പോൾ ഉമ്മയ്ക്ക് കലി.

"ആരേയും അനാവശ്യമായി സംശയിക്കരുത്.

വെറുതേ കുറ്റപ്പെടുത്തുകയും ചെയ്യരുത്." ഉമ്മ പറയാറുണ്ട്.

കദീജ ചെവിക്കൊള്ളാറില്ലെന്നുമാത്രം.

കദീജ പറയുന്നതൊന്നും പക്ഷേ, ഉമ്മു കാര്യമാക്കാറില്ല. യജമാനത്തിയോടുള്ള കൂറ് അവൾക്ക് എല്ലാവരോടുമുണ്ട്. കുട്ടികളാണെങ്കിൽ അവളുടെ കൈയിൽ കിടന്നുവളർന്നവർ.

കർക്കശക്കാരിയാണെങ്കിലും വീട്ടിലുള്ളവരോട് കദീജയ്ക്ക് സ്നേഹക്കുറവ് ഒട്ടുമില്ല.

കമാലിന് മണ്ണൻപനി വന്നപ്പോൾ അവളാണ് കൂടെക്കിടത്തിയത്. ആയിഷയെ നിരന്തരം കുറ്റപ്പെടുത്തുമെങ്കിലും അവൾക്കും സുഖമില്ലാതായാൽ ശുശ്രൂഷിക്കുന്നത് കദീജതന്നെ.

കിട്ടുന്നതെന്തും വാരിവലിച്ചുതിന്നുന്ന പ്രകൃതക്കാരിയാണ് കദീജ. അതുപോലെ ചീർക്കുകയും ചെയ്യുന്നുണ്ട്. ചീർക്കുന്ന പ്രകൃതമല്ല ആയിഷയുടേത്. അവൾക്ക് എപ്പോഴും എന്തെങ്കിലും കൊറിച്ചുകൊണ്ടിരിക്കണം.

"നോമ്പുംനോറ്റ് അണ്ടിപ്പരിപ്പും ബദാമും തിന്നുന്നവളാണ് നീ. എന്നിട്ട് നോമ്പാണെന്നും പറഞ്ഞ് നോമ്പുതുറക്കുന്നനേരത്ത് തട്ടിവിഴുങ്ങുകയും ചെയ്യും."

കദീജ പരിഹസിക്കാറുണ്ട്.

രാവിലത്തെ ഭക്ഷണസമയത്താണ് സ്ത്രീകൾക്ക് ഒത്തുകൂടാനും മനസ്സ്തുറക്കാനും അവസരം കിട്ടുന്നത്. തിരക്കിട്ടു തിന്നുന്നതിനിടയിലും ഏറെ സംസാരിക്കുന്നതും കദീജയാണ്.

''ഉമ്മാ ഞാനിന്നലെ വിചിത്രമായ ഒരു കിനാവു കണ്ടു."

"പേക്കിനാവല്ലല്ലോ."

ഉമ്മയ്ക്ക് പേടി.

"ഞാൻ പുരപ്പുറത്തുകൂടി നടക്കുന്നു. നമ്മുടെ വീടിന്റെ മുകൾഭാഗമായിരുന്നോ അതോ വേറെ വീടായിരുന്നോ എന്ന് ഓർമ്മ കിട്ടുന്നില്ല. നിനച്ചിരിക്കാതെ ആരോ വന്ന് ഊക്കിൽ തള്ളിയപ്പോൾ ഞാൻ നിലവിളിയോടെ താഴെ വീണു."

"എന്റെ റബ്ബേ..."

ഉമ്മയുടെ വാക്കുകളിൽ ഭയം.

"നിന്നെ പുറകിൽനിന്ന് തള്ളിയത് ഞാനായിരുന്നോ?"

ആയിഷയുടെ തമാശ.

"മുഴുവൻ കേട്ടിട്ട് മതി തമാശ. തള്ളിയെങ്കിലും ഞാൻ താഴെ വീണില്ല. ഒരു കുതിരപ്പുറത്താണ് വീണത്. ഉടനെ അത് എന്നേയും കൊണ്ട് പറന്നു."

ആയിഷയുടെ തമാശ ഇഷ്ടപ്പെടാത്ത കദീജ പറഞ്ഞു.

"നിന്നെ കെട്ടാൻ മണവാളൻ വരുന്നതിന്റെ സൂചനയാണെന്നാ തോന്നുന്നത്."

ആമിനയ്ക്ക് ആശ്വാസമായി.

ഇത്തരം അപൂർവാവസരങ്ങളിലേ കല്യാണക്കാര്യത്തെക്കുറിച്ച് ഉമ്മ പെൺമക്കളോട് സംസാരിക്കാറുള്ളൂ. ഉള്ളിൽ ആഹ്ലാദം തുടികൊട്ടിയെങ്കിലും അതു പുറത്തുകാണിക്കാതെ കദീജ പറഞ്ഞു.

"എന്നെക്കെട്ടാൻ കുതിരപ്പുറത്തൊന്നും ആരും വരാൻ പോകുന്നില്ല. കഴുതപ്പുറത്താരെങ്കിലും വന്നാലായി."

"തന്നത്താൻ ഇങ്ങനെ താഴ്ത്തിക്കെട്ടാതെ. അത്ര ചന്തംകെട്ടവളൊന്നുമല്ല നീ."

ആയിഷയുടെ പരിഹാസം.

"എന്റെ കുട്ടി അത്രമോശമൊന്നുമല്ല കാണാൻ. നല്ല ഉറച്ച ശരീരമാ നിന്റേത്. മെയ്യനങ്ങി പണിയാനും അറിയാം. മുഖവും നന്ന്. മനുഷ്യരോട് നന്നായി പെരുമാറാനും അറിയാം. ഇതൊക്കെ പോരേ?"

ആയിഷയുടെ പരിഹാസം കേട്ട് മുഖം മങ്ങിയ കദീജയെ ഉമ്മ സമാധാനിപ്പിച്ചു.

"ഈ മൂക്കുകണ്ടാൽ വന്നവർ മടങ്ങിപ്പോകും."

കദീജ വ്യസനത്തോടെ മൂക്കിൽ തൊട്ടു.

"വേണ്ടാത്തതൊന്നും ചിന്തിക്കണ്ട. നിനക്കിപ്പോൾ പ്രായം അധികമൊന്നും ആയില്ലല്ലോ. സമയമാകുമ്പോൾ എല്ലാം നേരെയാകും."

ഉമ്മ സമാധാനിപ്പിച്ചു.

"പതിനാല് തികയുംമുമ്പേ നിങ്ങളെ കല്യാണം കഴിഞ്ഞില്ലേ?"

കദീജയുടെ സ്വരത്തിൽ നിരാശ.

"എല്ലാ പ്രയാസമുള്ള കാര്യവും അവന് എളുപ്പമാണ്. എന്റെ പ്രയാസമുള്ള എല്ലാ കാര്യവും നീ എളുപ്പത്തിലാക്കിത്തരണേ."

മകളുടെ കാര്യത്തിൽ ഉമ്മയ്ക്കുള്ള ആധി ആ വാക്കുകളിൽ ഒതുങ്ങി.

"നോക്കിക്കോ നിന്റെ കല്യാണം ആഘോഷത്തിൽ കൊണ്ടാടാൻ അവൻ എത്തിക്കും."

ആയിഷ മനസറിഞ്ഞാണ് ആശംസിച്ചതെങ്കിലും കദീജയ്ക്ക് സംശയം. അയൽക്കാരി അവരുടെ മകന് ആയിഷയെ കല്യാണം കഴിച്ചുകൊടുക്കുമോ എന്നു ചോദിച്ചു വന്നിരുന്നു. മൂത്തവളിരിക്കെ അനിയത്തിയെ കെട്ടിക്കില്ലെന്നു ബാപ്പ.

"എന്റെ കല്യാണം കഴിഞ്ഞാലല്ലേ നിനക്ക് വഴി തെളിയൂ അല്ലേ?"

ഉള്ളിൽത്തോന്നിയത് കദീജ തുറന്നു ചോദിച്ചു.

"അങ്ങനെ വിചാരിച്ചാലും തെറ്റില്ല."

ആയിഷയും വിട്ടുകൊടുത്തില്ല.

ആറ്

"**ആ**യിഷാ നിനക്കാണിന്ന് അലക്കുപണി. വീട് അടിച്ചുതുടയ്ക്കൽ കദീജ ചെയ്യണം. പണി വേഗം കഴിച്ച് രണ്ടാളും അടുക്കളയിലെത്തണം."

ഉമ്മ സംഭാഷണം അവസാനിപ്പിച്ച് എഴുന്നേറ്റു.

എന്നും പതിവുള്ളതാണ്. ആയിഷ എതിർത്തൊന്നും പറയില്ല. എങ്കിലും കദീജ ഉടക്കിനുചെല്ലും.

"അലക്കുപണി നിനക്ക് പിടിച്ച മട്ട് കാണുന്നില്ലല്ലോ. എന്നാ നീ വീട് വൃത്തിയാക്കിക്കോ. പക്ഷേ, അതിനും നിനക്ക് ആവില്ലല്ലോ. അലക്കാനെന്നും പറഞ്ഞ് കുളിമുറിയിൽ കയറിയാൽ ഉച്ചവരെ സ്വപ്നം കണ്ട് അതിനകത്ത് ഇരിക്കാമല്ലോ."

ആയിഷ അത് കേൾക്കാത്തമട്ടിൽ കുളിമുറിയിലേക്കു നടക്കും.

"കുളിമുറിയിൽ കയറിയിരുന്ന് ഉറക്കെ പാട്ടുപാടി അയൽക്കാരെ കേൾപ്പിക്കണ്ട."

കദീജ പിറകിൽനിന്നു വിളിച്ചു പറയുന്നത് കേൾക്കാത്ത മട്ടിലാണ് ആയിഷയുടെ പോക്ക്.

പെൺമക്കളുടെ കശപിശയ്ക്ക് ആമിന ചെവി കൊടുക്കാറില്ല. അവൾക്ക് ഒരുനൂറുകൂട്ടം ജോലിയുണ്ട്. ബാപ്പയില്ലാത്തപ്പോഴാണ് കുട്ടി

കൾ മനസ്സുതുറന്ന് എന്തെങ്കിലുമൊക്കെ പറയുന്നത്. തെറ്റെന്തെങ്കിലും പറയുമ്പോഴേ ഉമ്മ തിരുത്താൻ ചെല്ലാറുള്ളൂ. അതും മയത്തിൽ. കുട്ടികളെ ശാസിക്കാനും ശിക്ഷിക്കാനും ആമിനയ്ക്ക് കഴിയില്ല. തനിക്കും മക്കൾക്കും ഇടയിൽ ഒരിക്കലും ഒരു വിടവുണ്ടാകരുതെന്നാണ് ആമിനയുടെ ആശ. അവരെ നേർവഴിക്കു നടത്താൻ ബാപ്പയുണ്ടല്ലോ. ആയിഷ ഒരിളക്കക്കാരിയാണ്. അണിയാനും ഒരുങ്ങാനും പാടിനടക്കാനും ഒക്കെ അവൾക്കിഷ്ടമാണ്. പ്രായവും അതാണല്ലോ. അതുകൊണ്ടുതന്നെ കദീജയുടെ പരാതി ഉമ്മ വകവയ്ക്കാറില്ല.

വീട്ടുകാര്യങ്ങളിൽ ഒരു വിട്ടുവീഴ്ചയ്ക്കും ആമിന തയാറല്ല. പെൺമക്കൾ വീടുവൃത്തിയാക്കിക്കഴിഞ്ഞാൽ മേൽനോട്ടത്തിനായി ആമിന എത്തും. കൈയിൽ ചൂലും പൊടിതട്ടിയും ഉണ്ടായിരിക്കും. മുക്കും മൂലയും തട്ടിയും തുടച്ചും ഓരോ മുറിയിലും കയറി ഇറങ്ങുക ആമിനയുടെ പതിവാണ്. എല്ലാറ്റിനും വെടിപ്പും വൃത്തിയും വേണം. മക്കളുടെ വസ്ത്രം അധികം മുഷിഞ്ഞുകാണുന്നതുപോലും ആമിനയ്ക്ക് ഇഷ്ടമല്ല.

മാളികമുകളിലെ ടെറസിൽ വളർത്തുന്ന കോഴികളെയും പ്രാവുകളെയും ചെടികളെയും ഒക്കെ ആമിന ശുശ്രൂഷിക്കുന്നതും ഇതേ ശ്രദ്ധയോടെയാണ്. രാവിലെ ഏറെസമയം തട്ടിൻമുകളിൽ അവർ ചെലവഴിക്കാറുണ്ട്. എത്ര തിരക്കുണ്ടെങ്കിലും അതുകഴിഞ്ഞേ അടുക്കളയിൽ ചെല്ലാറുള്ളൂ. കോഴികളും പ്രാവുകളും മക്കളെപ്പോലെതന്നെ. അവയ്ക്ക് തീറ്റകൊടുത്തും കിന്നാരംപറഞ്ഞും നിൽക്കുമ്പോൾ സമയം പോകുന്നത് ആമിന അറിയാറില്ല. അപ്പോൾ അവർ ലോകം മറക്കും. മായികമായ മറ്റൊരുലോകത്തിൽ ഉലാത്തുന്നതുപോലെ തോന്നും. അവിടെ മറ്റാരുമുണ്ടാകില്ല. അവളെ കാണുമ്പോൾ കോഴികളും പ്രാവുകളും കൊക്കുരുമ്മിയും ചിറകടിച്ചും സ്നേഹം കാണിക്കും.

അള്ളാഹുവിന്റെ സൃഷ്ടികളെല്ലാം ആമിനയ്ക്ക് പ്രിയപ്പെട്ടതുതന്നെ. അവൻ പടച്ചതെല്ലാം അവന്റെ പ്രിയപ്പെട്ട അടിമകൾ. കരുണാമയനായ അവൻ ഏവരുടേയും പ്രാർഥന കേൾക്കാൻ എപ്പോഴും ഒരുക്കം. മരവും ചെടിയും മലയും കുന്നും ആകാശവും ഭൂമിയും അവന്റെ സൃഷ്ടികൾ. അവയെ വളർത്തുന്നതും തളർത്തുന്നതും അവൻ. മനുഷ്യരേക്കാൾ നന്ദി അവർക്ക് അവനോടുണ്ട്. അവൾ വളർത്തുന്ന പൂവൻകോഴി അവന്റെ ആജ്ഞപ്രകാരം എന്നും രാവിലെ അവളെ കൂകി ഉണർത്തുന്നു. വളർത്തുകോഴികളെ അറക്കാൻ ആമിന സമ്മതിക്കില്ല. എന്തെങ്കിലും അസുഖം ബാധിച്ച് കഷ്ടപ്പെടുന്നതിനെ മാത്രം നിവൃത്തിയില്ലെങ്കിൽ അറക്കാറുണ്ടെന്നുമാത്രം. അതിന് വെള്ളവും അരിയും കൊടുത്ത് മാപ്പിരന്നിട്ടാണ് അറക്കാൻ പിടിച്ചു കൊടുക്കുന്നത്.

ടെറസിന്റെ വടക്കുഭാഗത്തായിട്ടാണ് അവളുടെ തോട്ടം. കോഴിക്കാട്ടം വളമായി ചേർക്കുന്നതുകൊണ്ട് ചെടികൾ തഴച്ചുവളരുന്നു. അത്തരമൊരു

തോട്ടം ആ തെരുവിലോ അടുത്തതെരുവുകളിലോ ആർക്കുമില്ല. നാലഞ്ച് റോസാച്ചെടികളുമായി തുടങ്ങിയതാണ്. ഇപ്പോൾ നിറയെ ചെടികൾ. ആശാരിയെ വിളിച്ച് കമാനാകൃതിയിൽ പന്തലിട്ട് മുല്ലയും ജമന്തിയും മുന്തിരിയും പടർത്തിയിട്ടുണ്ട്. ഇടയ്ക്കിടെ വള്ളികൾ പടർത്തിയ തൂണുകൾ. അവിടെ എപ്പോഴും നറുമണം. തോട്ടത്തിലെത്തുമ്പോൾ ആമിന സ്വയം മറക്കും. ചെടി നനച്ചും വളമിട്ടും പക്ഷികളെ ശുശ്രൂഷിച്ചും നേരം പോകുന്നത് അറിയില്ല. പകൽക്കിനാവിൽ മുഴുകിയാണ് ഓരോന്നും ചെയ്യുന്നത്. അപ്പോൾ മനസിൽ ഒരു വേവലാതിയുമില്ല. ചുണ്ടിൽ നറും പുഞ്ചിരി.

മുല്ലപ്പന്തലിനിടയിലൂടെ നീലാകാശം കാണുമ്പോൾ അവളുടെ ഉള്ളിലും കുളിര്. ജോലി കഴിഞ്ഞ് ചുറ്റുമൊന്ന് കണ്ണോടിക്കുമ്പോൾ ആമിനയ്ക്ക് സ്വയം മതിപ്പുതോന്നാറുണ്ട്. ആത്മവിശ്വാസവും വർധിക്കുന്നു.

അവിടെനിന്നു നോക്കിയാൽ അകലെയുള്ള പള്ളിമിനാരങ്ങൾ കാണാം. ഭയഭക്തിയോടെയാണ് ആമിന എന്നും അങ്ങോട്ടു നോക്കുന്നത്. എത്ര കണ്ടാലും മതിവരാത്ത കാഴ്ച. ഏറെ ദൂരമില്ലെങ്കിലും അവിടെയൊന്നു ചെന്നുകാണാൻ അവൾക്കിതുവരെ ഭാഗ്യമുണ്ടായിട്ടില്ലല്ലോ എന്നോർക്കുമ്പോൾ എവിടെയോ നീറ്റൽ.

അതു മറക്കാനെന്നപോലെ അവൾ തെരുവിലേക്കു കണ്ണോടിച്ചു. ലോകം പരന്നങ്ങനെ കിടക്കുന്നു. അവൾ എവിടെ ലോകം കണ്ടിരിക്കുന്നു! ഈ പള്ളിമിനാരങ്ങളും കൊട്ടാരത്തെരുവും നീലാകാശവുമല്ലാതെ മറ്റെന്തെങ്കിലും അവൾ കണ്ടിട്ടുണ്ടോ? ഇനി എന്നെങ്കിലും കാണുമോ?

ഈ വീട്ടിൽ വന്നിട്ട് വർഷങ്ങൾ ഇരുപത്തഞ്ചു കഴിഞ്ഞു. വല്ലപ്പോഴുമൊരിക്കൽ ഉമ്മയെക്കാണാൻ സ്വന്തം വീട്ടിൽ പോകുന്നതൊഴിച്ചാൽ മറ്റൊരിടത്തും പോയിട്ടില്ല. അപ്പോഴൊക്കെയും ഭർത്താവും കൂടെയുണ്ടാകും. ഭാര്യയെ ഒറ്റയ്ക്ക് എങ്ങും പോകാൻ അയാൾ അനുവദിക്കാറില്ല. അവളെ അന്യനൊരാൾ നോക്കുന്നതും അവൾ അങ്ങോട്ടു നോക്കുന്നതും അയാൾ സഹിക്കില്ല. അതിനാണല്ലോ കൂടെച്ചെല്ലുന്നത്.

അതിലൊന്നും ആമിനയ്ക്ക് അതൃപ്തിയില്ല. നിരാശയുമില്ല. പക്ഷേ, എന്നും രാവിലെ ടെറസിൽവന്നു നിന്ന് ആകാശവും പള്ളിമിനാരങ്ങളും കാണുമ്പോൾ അറിയാതെ മനസ്സ് നോവാറുണ്ടെന്നുമാത്രം. ഫഹ്മി പഠിക്കുന്ന നിയമപാഠശാല എവിടെയാണാവോ? കമാലിന്റെ സ്കൂൾ പള്ളിയുടെ തൊട്ടടുത്താണെന്ന് അവൻ പറഞ്ഞിട്ടുണ്ട്. എന്നെങ്കിലും ഒരിക്കൽ എല്ലാം കാണാനാവുമായിരിക്കാം. ആമിന നെടുവീർപ്പിടും.

അള്ളാഹുവേ എന്റെ ഭർത്താവിനേയും മക്കളേയും പ്രായംചെന്ന എന്റെ ഉമ്മയേയും കാത്തുരക്ഷിക്കണേ. ലോകത്തുള്ള എല്ലാ ജനങ്ങൾക്കും മുസ്ലിങ്ങൾക്കും ക്രിസ്ത്യാനികൾക്കും ഏവർക്കും നന്മ ചെയ്യേണമേ. ഇംഗ്ലീഷുകാർ ഞങ്ങളുടെ ശത്രുക്കളാണെങ്കിലും അവരേയും നീ

കാത്തുരക്ഷിക്കണേ റബ്ബേ. എങ്കിലും ഫഹ്മിക്ക് ഇഷ്ടമില്ലാത്തവരെ നീ ഈ നാട്ടിൽ നിന്നു തുരത്തണേ അള്ളാ.

ടെറസിൽനിന്ന് ഇറങ്ങുന്നതിനുമുമ്പ് ആമിന എന്നും ഇരുകൈകളും ഉയർത്തി അള്ളാഹുവിനോട് അപേക്ഷിക്കാറുണ്ട്.

ഏഴ്

അൽനഹാസിൽ തെരുവിലാണ് സയ്യിദ് അഹമ്മദ് അൽ ജവാദ് സാഹിബിന്റെ കട. അദ്ദേഹം ചെല്ലുമ്പോൾ കാര്യസ്ഥൻ ഹംസായി പതിവുപോലെ കട തുറന്നിരിക്കുന്നു. ഹംസായിക്ക് വയസ്സ് അമ്പത് കഴിഞ്ഞു. മുപ്പതുകൊല്ലമായി ഇതേ കടയിൽ പണിയെടുക്കുന്നു. സയ്യിദ് അഹമ്മദിന്റെ ബാപ്പ ഹാജി അബ്ദുൽജവാദിന്റെ കാലംതൊട്ടേ ഹംസായി ഇവിടെയുണ്ട്. ബാപ്പ മരിച്ച് മകൻ കട ഏറ്റെടുത്തപ്പോഴും ഹംസായിതന്നെ കാര്യസ്ഥൻ. ബാപ്പയോടുള്ള അതേ കൂറ് ഹംസായിക്ക് മകനോടുമുണ്ട്.

നാട്ടുപ്രമാണിയാണ് സയ്യിദ് അഹമ്മദ്. അത്ര വലുതല്ലെങ്കിലും സയ്യിദ് അഹമ്മദിന്റെ കടയിൽ കിട്ടാത്ത സാധനങ്ങളില്ല. അരിയും പരിപ്പും കാപ്പിയും അണ്ടിപ്പരിപ്പുമൊക്കെ ഒന്നാം നമ്പർതന്നെ. തെരുവു കാണുംവിധമാണ് മുതലാളിയുടെ മേശ ഇട്ടിരിക്കുന്നത്. മേശപ്പുറത്ത് കണക്കുപുസ്തകങ്ങളും കടലാസുകെട്ടുകളും ടെലിഫോണും. കസേരയ്ക്കു തൊട്ടടുത്തായി പച്ച ഇരുമ്പ്സേഫ്. 'അള്ളാഹുവിന്റെ നാമത്തിൽ' എന്ന് സ്വർണലിപികളിൽ എഴുതിയ ബോർഡ് സേഫിനുമുകളിൽ ചുമരിൽ തൂക്കിയിരിക്കുന്നു.

രാവിലെ ആയതുകാരണം തിരക്കു കുറവായിരുന്നു. മുതലാളി പതിവുപോലെ കണക്കുപുസ്തകമെടുത്ത് തലേദിവസത്തെ കണക്കു പരിശോധിച്ചുതുടങ്ങി. ആ സമയം ഹംസായി കാണാപ്പാഠമറിയാവുന്ന ഖുറ്ആൻ സൂറകൾ ശബ്ദം പുറത്തുകേൾക്കാത്ത വിധം ഓതിക്കൊണ്ടിരുന്നു. മുതലാളി ഇടയ്ക്ക് തല ഉയർത്തി ഓത്ത് ശ്രദ്ധിക്കും. ഇടയ്ക്ക് തെരുവിലേക്കു നോക്കും. തെരുവിൽ തിരക്കു തുടങ്ങിയിരിക്കുന്നു. കൈവണ്ടികളും കുതിരവണ്ടികളും നിരന്തരം ഓടിക്കൊണ്ടിരിക്കുന്നു. ജനങ്ങൾക്കുമില്ല കുറവ്. അതിനിടയിൽ തെരുവുകച്ചവടക്കാരുടെ ഈണത്തിലുള്ള വിളിയും കേൾക്കാം. മുപ്പതുകൊല്ലമായി കേൾക്കുന്ന ശബ്ദങ്ങൾ അയാൾക്ക് ഒട്ടും അരോചകമായി തോന്നിയില്ല.

ഒരു പതിവുകാരൻ സാധനം വാങ്ങാനെത്തി. വഴിയേ പോയ സുഹൃത്തുക്കളും അയൽക്കാരുമൊക്കെ സയ്യിദ് അഹമ്മദിനെ കണ്ടപ്പോൾ കുശലംചോദിക്കാനും ആദരവ് പ്രകടിപ്പിക്കാനും മറന്നില്ല. അദ്ദേഹം

അങ്ങോട്ടും കുശലം ചോദിച്ചു. ചിലരോട് നേരമ്പോക്കും പറഞ്ഞു. പറയത്തക്ക വിദ്യാഭ്യാസമൊന്നുമില്ലെങ്കിലും ആൾക്കാരോട് മാന്യമായി പെരുമാറാൻ അറിയാം സയ്യിദ് അഹമ്മദിന്. അതുകൊണ്ടുതന്നെ ഉന്നതോദ്യോഗസ്ഥന്മാരും പൊലീസുകാരും വക്കീലന്മാരുമൊക്കെയാണ് അയാളുടെ സുഹൃത്തുക്കൾ. അറിയാത്ത കാര്യങ്ങൾ അവരോട് ചോദിച്ചറിഞ്ഞു അറിവുനേടുക അയാളുടെ പതിവാണ്.

"നിയമം പഠിച്ചിരുന്നെങ്കിൽ നിങ്ങളൊരു വക്കീലായേനെ."

നിയമകാര്യങ്ങളെക്കുറിച്ച് അയാൾ സംസാരിക്കുന്നത് കാണുമ്പോൾ വക്കീൽ സുഹൃത്തുക്കൾ പറയാറുണ്ട്. കേൾക്കുമ്പോൾ ഉള്ളിൽ അഭിമാനം. പക്ഷേ, അതൊന്നും അയാൾ പുറത്തുകാണിക്കാറില്ല. മറ്റുള്ളവരുടെ മുന്നിൽ അയാൾ എപ്പോഴും വിനീതനായിരിക്കും.

"ഇവിടില്ലേ?"

പെട്ടെന്ന് കടയുടെ ഉള്ളിലെത്തിയ ഒരു തടിയൻ ഉറക്കെ വിളിച്ചു ചോദിച്ചു.

"അള്ളാ....ഇതാര് വന്നാട്ടെ."

മുതലാളി വിനയത്തോടെ എതിരേറ്റു.

മുതലാളി തലകുനിച്ചു വണങ്ങുന്നതുകണ്ട് ഹംസായിയും ഓത്തു നിർത്തി അനുഗ്രഹം തേടാനായി തലകുനിച്ചു. അദ്ദേഹം പക്ഷേ, അതു കണ്ടില്ല. സയ്യിദ് അഹമ്മദിനെ അനുഗ്രഹിക്കാനായി ഉയർത്തിയ കൈയ് കൊണ്ടത് ഹംസായിയുടെ മൂക്കിലാണ്. ഹംസായി ഒന്നും മിണ്ടാതെ ചിരി അമർത്തി പിൻവാങ്ങി.

"സർവലോകനായകനായ സ്രഷ്ടാവിനെ സ്തുതിക്കുവിൻ."

വന്നയാൾ കുപ്പായക്കൈകൊണ്ട് മുഖം തുടച്ചുകൊണ്ട് പറഞ്ഞിട്ട് മുതലാളിയുടെ എതിർവശത്തെ കസേരയിലിരുന്നു.

പണ്ഡിതനായ ഷെയിക്കിന് വയസ്സ് എഴുപത്തഞ്ചായെങ്കിലും ആരോഗ്യത്തിന് ഒട്ടും കുറവില്ലായിരുന്നു. പുരികം നരച്ചിരിക്കുന്നു. കണ്ണിനും കാഴ്ച പോര. ഒരുപാട് അനുയായികളുണ്ട് അദ്ദേഹത്തിന്. ഷെയിക്കിന്റെ കാര്യങ്ങൾ നോക്കുന്നതും ഇക്കൂട്ടർതന്നെ. കാശ് ആവശ്യത്തിനുണ്ടെങ്കിലും നരച്ച മേൽക്കോട്ട് മാറ്റി പുതിയത് തുന്നിക്കാൻ ഷെയിക്ക് മിനക്കെടാറില്ല. ആ നരച്ച കോട്ട് സ്വപ്നദർശനത്തിൽ ഹുസൈനാർതങ്ങൾ അനുഗ്രഹിച്ചു നല്കിയതാണെന്നാണ് അദ്ദേഹം പറയുന്നത്. പ്രാർഥന കൊണ്ടും ഏലസ്സ് എഴുതിക്കെട്ടിയും മറ്റും അയാൾ പലരുടേയും രോഗം മാറ്റാറുണ്ട്. ജനങ്ങൾക്ക് അദ്ദേഹത്തിനോട് ആദരവും സ്നേഹവുമുണ്ട്. എന്നാലും ആരെയും ചെന്നു ബുദ്ധിമുട്ടിക്കുന്നത് അദ്ദേഹത്തിന് ഇഷ്ടമല്ല. മാസങ്ങളോളം അദ്ദേഹത്തെ ചിലപ്പോൾ നാട്ടിൽ കണ്ടെന്നു വരില്ല. പെട്ടെന്നൊരു ദിവസം അദ്ദേഹം തിരിച്ചെത്തുമ്പോൾ വിശ്വാസികൾ അദ്ദേഹത്തെ ആദരപൂർവം സ്വീകരിക്കുന്നു. വേണ്ടതെല്ലാം കൊടുക്കുന്നു. അദ്ദേഹത്തിന് വേണ്ട സാധനങ്ങൾ പൊതിഞ്ഞുകെട്ടാൻ ഹംസായിയെ ഏൽപ്പിച്ചിട്ട് മുതലാളി കുശലം ചോദിച്ചു:

‘‘അഅ്ശൂറാ കഴിഞ്ഞപ്പം പോയതല്ലേ. ഞങ്ങള് കാത്തിരിക്കുകയായിരുന്നു.’’

“ഞാൻ എന്തിനുപോയി എവിടെപ്പോയി എന്നൊന്നും ചോദിക്കരുതെന്ന് വിലക്കീതല്ലേ. എനിക്കിഷ്ടമുള്ളപ്പോൾ വരും, പോകും, അതൊന്നും ആരും ചോദിക്കരുത്.”

പരുഷമായിരുന്നു ഷേക്കിന്റെ സ്വരം.

“അങ്ങ് ഇല്ലെങ്കിലും അങ്ങയുടെ അനുഗ്രഹം എപ്പോഴും ഞങ്ങൾക്കുണ്ടാകുമെന്ന് അറിയാം.”

ഷെയിക്കിനെ നന്നായി അറിയാവുന്ന മുതലാളി വിനയത്തോടെ പറഞ്ഞു.

“വായിൽകയറി വർത്തമാനം പറയരുതെന്ന് പലവട്ടമായി ഞാൻ നിന്നോട് പറയുന്നു.”

ആ മുഖസ്തുതി കാര്യമാക്കാതെ ഷെയിക്ക് പറഞ്ഞു.

വീണ്ടും എന്തോ ചോദിക്കാൻ തോന്നിയത് വിഴുങ്ങിയിട്ട് സയ്യിദ് അഹമ്മദ് പറഞ്ഞു:

“ഏറേനാളുകൂടി കണ്ട സന്തോഷത്തിൽ ഞാനതങ്ങ് മറന്നു. ക്ഷമിക്കണം.’’

“മനസറിയാതെയുള്ള പശ്ചാത്താപമാണ് പാപത്തേക്കാൾ ഭീകരം. ഈയിടെയായി നിന്റെ പോക്ക് ശരിയല്ല. ഇത് തുടർന്നാൽ നിന്റെ ഒരു സാധനവും എനിക്കു വേണ്ട.”

വിരൽചൂണ്ടി ക്ഷോഭത്തോടെയാണ് അയാൾ പറഞ്ഞത്.

മുതലാളി നാവടക്കി ആദരവു കാണിച്ചു. ഷെയിക്കിന് സന്തോഷമായി.

“ഉലകം മറന്നുള്ള പ്രാർഥനയിലായിരുന്നു ഞാൻ. അള്ളാഹുവും നബിയുമല്ലാതെ മറ്റാരും മനസിലുണ്ടായിരുന്നില്ല. അതിനിടയിൽ മരിച്ചുപോയവരെ സ്മരിക്കാനും മറന്നില്ല. നിന്റെ ബാപ്പയ്ക്കുവേണ്ടിയും ദുആഎരന്നു. അദ്ദേഹം തീർച്ചയായും സ്വർഗത്തിൽത്തന്നെ. നീ ഇരിക്കുന്ന സ്ഥാനത്ത് എനിക്കിപ്പോൾ നിന്റെ ബാപ്പയെ കാണാം. ഒരു വ്യത്യാസമേയുള്ളൂ. അയാൾക്ക് തലയിൽ കെട്ടായിരുന്നു. നിനക്കാകട്ടേ തുർക്കിത്തൊപ്പിയും.

നിന്റെ പെൺമക്കൾ കദീജയ്ക്കും ആയിഷയ്ക്കും സുഖമല്ലേ എന്ന് ഷെയിക്ക് ചോദിച്ചത് സയ്യിദ് അഹമ്മദിന് ഒട്ടും ഇഷ്ടപ്പെട്ടില്ല.

വീട്ടുകാരുടെ കുശലം ചോദിക്കുക അദ്ദേഹത്തിന്റെ പതിവാണ്. അപ്പോഴൊക്കെ ഈ അനിഷ്ടം തോന്നാറുമുണ്ട്. ഷെയിക്കായാലും മുത്തവല്ലിയായാലും തന്റെ വീട്ടിലുള്ള പെണ്ണുങ്ങളെക്കുറിച്ച് ചോദിക്കുന്നത് അയാൾക്ക് സഹിക്കാനാവില്ല. എതിർക്കാൻ നിവൃത്തിയില്ലാത്തതുകൊണ്ട് മനമില്ലാമനമോടെ അയാൾ പറഞ്ഞു.

“അള്ളാഹുവിന്റെ അനുഗ്രഹത്താൽ എല്ലാവരും സുഖമായിരിക്കുന്നു.”

"വെള്ളപ്പട്ടാളം തടവിലിട്ട നമ്മുടെ നേതാവ് അബ്ബാസിനെ മോചിപ്പിക്കണേന്ന് ഞാൻ മനമുരുകി തേടി."

"അല്ലാഹുവിന് അസാധ്യമായ കാര്യം വല്ലതുമുണ്ടോ?"

"എങ്കിൽ അവൻ ദുഷ്ടരായ വെള്ളപ്പട്ടാളത്തെ ഇവിടന്ന് തുരത്തി ഓടിക്കട്ടെ."

ഷെയിക്കിന്റെ മുഖം കോപംകൊണ്ട് ജ്വലിച്ചു.

"അങ്ങനെതന്നെ സംഭവിക്കട്ടെ."

സയ്യിദ് അഹമ്മദും ഏറ്റു പറഞ്ഞു.

"കേക്കണോ നിനക്ക്? ഇന്നലെ രണ്ട് ആസ്ത്രേല്യൻ പട്ടാളക്കാർ എന്നെ റോഡിൽ തടഞ്ഞിട്ട് അടിമുടി പരിശോധിച്ചു. കൈയിലുള്ളതെല്ലാം പിടിച്ചുപറിച്ചു. എന്റെ തസ്ബീഹ് മാത്രം ഞാൻ കൊടുത്തില്ല. അവരത് പിടിച്ചുപറിച്ച് പന്തുപോലെ തട്ടിക്കളിച്ചു. എന്റെ തലപ്പാവ് വലിച്ചഴിച്ച് മുഖത്തെറിഞ്ഞു."

സംഗതി അതിശയോക്തിയാണെന്നറിയാമായിരുന്നിട്ടും സയ്യിദ് അഹമ്മദ് ഷെയിക്കിന്റെ പക്ഷം പിടിച്ച് ഒച്ചവെച്ചു.

"അവരെ റബ്ബ് വെറുതേ വിടില്ല. മുച്ചൂടും നശിപ്പിക്കും."

"എന്റെ തലപ്പാവ് പിച്ചിക്കീറിയതുപോലെ അവരുടെ രാജ്യവും നീ വെട്ടി തുണ്ടംതുണ്ടമാക്കണേ എന്ന് അപ്പോൾതന്നെ ഞാൻ റോഡിൽ നിന്നു കൊണ്ട് ഇരുകൈയുമുയർത്തി അവനോട് തേടി."

"അങ്ങയുടെ ദുആ പടച്ചവൻ കേൾക്കാതിരിക്കില്ല."

അതുകഴിഞ്ഞ് ഷെയിക്ക് കണ്ണുകളടച്ച് മിണ്ടാതിരുന്നു. കടയുടമ ചെറുചിരിയോടെ ഷെയിക്കിന്റെ മുഖത്തേക്കുതന്നെ നോക്കിക്കൊണ്ടിരിക്കുന്നതിനിടയിലാണ് ഷെയിക്ക് കണ്ണുതുറന്ന് ശാന്തനായി പറഞ്ഞത്:

"നിനക്ക് സാമർഥ്യം കുറച്ചു കൂടുതലാണ് കേട്ടോ. നീ ആളൊരു തിരിമറിയനാ."

"പാപങ്ങൾ പൊറുത്തുകൊടുക്കുന്നവനാണല്ലോ അല്ലാഹു."

അഹമ്മദ് പതുക്കെ തടിയൂരാൻ നോക്കി.

"തെറ്റുകണ്ടാൽ ഞാൻ പറയും. ക്ഷമിക്കത്തക്കതല്ല നീ കാട്ടിക്കൂട്ടുന്നത്."

"അല്ലാഹു പൊറുക്കുന്നവനാണെന്നല്ലേ പറയുന്നത്."

സയ്യിദ് അഹമ്മദ് കരുതലോടെ നിന്നു.

"വിശ്വാസിയായ ഒരു മുസ്ലീമിനു പറഞ്ഞതാണോ ഈ അഴിഞ്ഞാട്ടവും പെൺകമ്പവും?"

ഭീഷണി നിറഞ്ഞിരുന്നു ആ സ്വരത്തിൽ.

"എന്നെമാത്രം ഇക്കാര്യത്തിൽ കുറ്റപ്പെടുത്തരുത്. ആദരണീയനായ നബിസല്ലല്ലാഹു അലൈവസല്ലം സ്ത്രീകളെക്കുറിച്ചും പ്രേമത്തെക്കുറിച്ചും സുഗന്ധദ്രവ്യത്തെക്കുറിച്ചും സംസാരിക്കാറുണ്ടായിരുന്നില്ലേ."

ആ ഭീഷണി വകവയ്ക്കാതെ ശാന്തനായിട്ടാണ് സയ്യിദ് അഹമ്മദ് ചോദിച്ചത്.

"അനുവദനീയമായ കാര്യങ്ങളും നിരോധിച്ച കാര്യങ്ങളും ഒന്നുപോലല്ല. ഒന്നിലധികം വിവാഹം മതം അനുവദിച്ചതാണ്. അതുപോലാണോ കണ്ടവരുടെ പിന്നാലെയുള്ള നിന്റെ ഈ പരക്കം പാച്ചിൽ."

"അന്തസ്സിനും അഭിമാനത്തിനും കോട്ടമുണ്ടാക്കുന്ന ഒരു പ്രവൃത്തിയും ഞാൻ ചെയ്യാറില്ല. ഇനി ചെയ്യുകയുമില്ല."

ഗൗരവത്തിലായിരുന്നു സയ്യിദ് അഹമ്മദ് പറഞ്ഞത്.

"ഇത്തരം ബാലിശമായ ഒഴിവുകഴിവുകൾ പറയുന്നത് നിന്നെപ്പോലെ ഒരാൾക്ക് ചേർന്നതല്ല. അസാന്മാർഗിക പ്രവർത്തനങ്ങൾ ആരു ചെയ്താലും നിന്ദിക്കതന്നെ ചെയ്യും. പെൺവിഷയത്തിൽ നിന്റെ ബാപ്പയും മോശക്കാരനായിരുന്നില്ല. അയാൾ പക്ഷേ, അള്ളാഹുവിന്റെ മാർഗം വിട്ടു നടന്നില്ല. അതാണല്ലോ ഇരുപത് വിവാഹം കഴിച്ചത്. ഈ പാപമാർഗത്തിൽനിന്ന് മാറി ആ വഴി നിനക്കും സ്വീകരിച്ചാലെന്താ?"

"വിവാഹദല്ലാളിന്റെ പണി തുടങ്ങിയത് ഞാനറിഞ്ഞില്ലാട്ടോ. അള്ളാഹുവിന്റെ അനുഗ്രഹത്താൽ എന്റെ ബാപ്പയ്ക്ക് സന്താനശേഷി കുറവായിരുന്നു. അതുകൊണ്ടാണ് വീണ്ടും വീണ്ടും വിവാഹം കഴിക്കാൻ തോന്നിയത്. ആണും പെണ്ണുമായി ഞാനൊരുത്തനേ ഉണ്ടായിരുന്നുള്ളെങ്കിലും ബാപ്പയുടെ സ്വത്തെല്ലാം കണ്ടവരാണ് കൊണ്ടുപോയത്. അതിന്റെ ദുരിതമൊക്കെ അനുഭവിച്ചത് ഞാനായിരുന്നു. എനിക്ക് മക്കൾ അഞ്ചാണ്. മൂന്നാണും രണ്ടു പെണ്ണും. അവരെ പുലർത്താൻ കുറച്ചൊന്നും പോര. ആവശ്യത്തിന് അവൻ കനിഞ്ഞരുളിയിട്ടുണ്ടെന്നും കൂട്ടിക്കോ. എന്റെ മക്കളെ അനാഥരാക്കിയിട്ട് എന്റെ സ്വത്തെല്ലാം കണ്ടവർക്കു കൊടുക്കാനാണോ അങ്ങ് പറയുന്നത്? ശരീരം വിറ്റ് കാശാക്കുന്നവരുടെ അടുത്താണ് ഞാൻ പോകുന്നത്. കച്ചവടം ഇസ്ലാമിൽ അനുവദിച്ചതല്ലേ? അള്ളാഹു കാരുണ്യവാനും പൊറുക്കുന്നവനുമാണ്."

"നിങ്ങൾ ആദമിന്റെ മക്കൾ വല്ലാത്ത കൗശലക്കാർതന്നെ. തെറ്റു ശരിയാക്കുന്നവർ. വ്യഭിചാരിയായ നീ എന്നോടിനി മിണ്ടണ്ട. നിന്റെ ഔദാര്യം ഞാൻ സ്വീകരിക്കുകയുമില്ല."

ഷെയിക്ക് ഇടഞ്ഞുതന്നെ നിന്നു. സയ്യിദ് അഹമ്മദ് പലതും പറഞ്ഞ് സമാധാനിപ്പിക്കാൻ ശ്രമിച്ചു.

"ഈ വൃത്തികേടുകൂടി ഇല്ലായിരുന്നെങ്കിൽ നീ എത്ര നല്ലവനായിരുന്നു?"

അൽപ്പം വിഷമത്തോടെയാണ് ഷെയിക്ക് പറഞ്ഞത്.

"എല്ലാം തികഞ്ഞവൻ അള്ളാഹുമാത്രം."

അതിനുമുണ്ട് സയ്യിദ് അഹമ്മദിനു ന്യായം.

"മതി. നിർത്ത്. അല്ലെങ്കിൽ രണ്ടു വീക്ക് ഞാൻ തരും."

ഷെയിക്ക് കൈയുയർത്തി.

"അക്കാര്യം വിട്. മദ്യം ഇസ്ലാമിന് ഹറാമല്ലേ? അതിനെ നീ എങ്ങനെയാണ് ന്യായീകരിക്കുക?"

സയ്യിദ് അഹമ്മദിന്റെ മുഖം വിവർണമായി. ഉത്തരമില്ലാതെ അയാൾ തലതാഴ്ത്തി.

"എന്താ മദ്യം നിരോധിച്ചതല്ലെന്നുണ്ടോ?"

"അല്ലാഹുവിനെ അനുസരിച്ച് ജീവിക്കാൻ ഞാൻ കഠിനമായി യത്നിക്കുന്നുണ്ട്."

കുറ്റബോധത്തോടെയുള്ള ഏറ്റുപറച്ചിലായിരുന്നു അത്.

"വാക്കുകൊണ്ടോ പ്രവൃത്തികൊണ്ടോ?"

ഉത്തരം നാക്കിൻതുമ്പത്ത് ഉണ്ടായിരുന്നെങ്കിലും മിണ്ടിയില്ല. അത് അയാളുടെ രീതിയല്ല. അപ്പോൾ പക്ഷേ, ഒന്നും മിണ്ടാതെ തന്നത്താൻ ഒരു വിലയിരുത്തൽ നടത്താനാണ് തോന്നിയത്. വയസ്സ് നാൽപ്പതു കഴിഞ്ഞെങ്കിലും ഒരു ചെറുപ്പക്കാരന്റെ ആരോഗ്യവും ചുറുചുറുക്കുമാണ്. ജീവിതം വൈവിധ്യമാർന്നതായിരിക്കണം, എല്ലാ കാര്യത്തിലും. എന്നു കരുതി പടച്ചവനെ മറന്ന് പ്രവർത്തിക്കാറില്ല. മനസിൽ ഉറച്ച ഭയഭക്തിയുണ്ട്. അഞ്ചുനേരത്തെ നമസ്കാരവും വെള്ളിയാഴ്ചത്തെ ജുമ്ആയും മുടക്കാറില്ല. നോമ്പും സക്കാത്തും സദക്കയും പടച്ചവൻ നിശ്ചയിച്ച പ്രകാരംതന്നെ അണുവിട തെറ്റാതെ ചെയ്യാറുണ്ട്. അതുകൊണ്ടാണല്ലോ ഏവരും ആദരിക്കുകയും സ്നേഹിക്കുകയും ചെയ്യുന്നത്.

ഇത്തിരി മദ്യം നല്ല ഭക്ഷണം. അത് ഒഴിവാക്കാൻ സാധിക്കുന്നില്ല. സുന്ദരികളായ സ്ത്രീകളെ കാണുമ്പോൾ ആകെയൊരു പരവേശം. അവരെ പ്രാപിക്കുന്നതുവരെ പിന്നെ സ്വൈരമില്ല. അപ്പോഴെല്ലാം അല്ലാഹു അല്ലാതെ ആരുമില്ല മനസിൽ. ഒരാളേയും അറിഞ്ഞുകൊണ്ട് ഉപദ്രവിക്കാറില്ല. സ്വന്തം മനസിനെ തൃപ്തിപ്പെടുത്തുന്നത് ഒരു തെറ്റാകുന്നതെങ്ങനെ? അതുകൊണ്ട് മറ്റാർക്കും ഒരു ദോഷവും ഉണ്ടാകാത്ത സ്ഥിതിക്ക് ഈ ചില്ലറത്തെറ്റ് അല്ലാഹു പൊറുക്കാതിരിക്കുമോ? അല്ലാഹു കനിഞ്ഞരുളിയ ജീവിതം ഇത്തിരി ആഘോഷമായി ജീവിച്ചു തീർക്കുന്നു. അതൊരു തെറ്റാണെന്ന് ഇതുവരെ തോന്നിയിരുന്നില്ല. ഇപ്പോൾ മുത്തവല്ലി അതൊരു വൻദോഷമായി ചിത്രീകരിച്ചു കാണിച്ചപ്പോൾ മനസ്സ് കലങ്ങുന്നു. ഇത്തരം ചെറിയ തമാശകളൊക്കെ പടച്ചവൻ പൊറുക്കുമെന്നുതന്നെയാണ് ഇപ്പോഴും ഉള്ള് പറയുന്നത്. അതോടെ ഷെയിക്കിന്റെ ചോദ്യത്തിനുത്തരം കിട്ടി.

"വാക്കുകൊണ്ടും പ്രവൃത്തികൊണ്ടും അല്ലാഹുവിനെ സ്മരിച്ചു തന്നെയാണ് ജീവിക്കുന്നത് അഞ്ചുനേരവും മുടങ്ങാതെ നിസ്കരിക്കുന്നുണ്ട്. ജുമ്ആയും മുടക്കാറില്ല. നോമ്പനുഷ്ഠിക്കുന്നുണ്ട്. ഭാര്യയെയും മക്കളെയും അല്ലലറിയിക്കാതെ പുലർത്തുന്നുണ്ട്. നിൽപ്പിലും നടപ്പിലും അല്ലാഹു ഖൽബിലുണ്ട്. എല്ലാ കടമകളും നിറവേറ്റിയ ശേഷം എനിക്ക് മനസിന് സന്തോഷം തരുന്ന അതേസമയം മറ്റാർക്കും ഒരു ദോഷവു ചെയ്യാത്ത ചില വിനോദങ്ങളിൽ ഏർപ്പെടുന്നു. അല്ലാഹു പൊറുത്തു കൊടുക്കുന്നവനാണല്ലോ എന്ന സമാധാനത്തോടെ."

"എന്തൊരു തലതിരിഞ്ഞ ന്യായവാദം?"

ഷെയിക്ക് എന്നിട്ടും അയാളെ അനുകൂലിക്കാൻ തയാറായില്ല.

സയ്യിദ് അഹമ്മദ് ഉൽക്കണ്ഠ വെടിഞ്ഞ് ഉല്ലാസവാനായി.

"അള്ളാഹു ദയാപരനും കാരുണ്യവാനുമാണ് ഷെയിക്ക് മുത്തവല്ലീ. അവന്റെ പടപ്പുകളെ അവൻ ഒരിക്കലും ദ്രോഹിക്കില്ല. അവരുടെ ചെറിയ തെറ്റുകൾക്ക് പ്രതികാരം ചെയ്യുകയുമില്ല. ഞാൻ അനുസരണയോടെ സ്നേഹാദരവോടെ അവനെ സ്തുതിച്ചിട്ടേ ദിവസം ആരംഭിക്കാറുള്ളു...."

"മതി നീ നിന്റെ നേട്ടങ്ങൾക്കുവേണ്ടിമാത്രമാണ് അവനെ സ്തുതിക്കുന്നത്. ഈ ലോകം ശ്വാശ്വതമല്ല. അതു മറക്കണ്ട."

മുത്തവല്ലി ഇടയിൽ കയറി പറഞ്ഞു.

മുത്തവല്ലിയെ പിരിച്ചയച്ചാൽ മതിയെന്നായി സയ്യിദ് അഹമ്മദിന്. മുതലാളിയുടെ ആംഗ്യഭാഷ മനസിലാക്കിയ ഹംസായി ഉടനെ പൊതിക്കെട്ടുകളുമായി എത്തി.

"എന്നെ അനുഗ്രഹിക്കണം."

സയ്യിദ് അഹമ്മദ് വിനയത്തോടെ തലകുനിച്ചു.

"അള്ളാഹു നിനക്ക് നേർവഴി കാണിച്ചുതരികയും മാപ്പുതരികയും ചെയ്യട്ടെ."

എട്ട്

ഉച്ചയ്ക്ക് സ്കൂൾ വിട്ടതും കമാൽ കുട്ടികൾക്കിടയിലൂടെ തിക്കിത്തിരക്കി റോഡിലെത്തി. കുട്ടികൾ കൂട്ടംപിരിഞ്ഞ് പലവഴിക്കായി തിരിഞ്ഞു. ഗേറ്റിൽ 'മിഠായി പഴം' കടലക്കച്ചവടക്കാർ ഉറക്കെ വിളിച്ച് കുട്ടികളെ ആകർഷിക്കാൻ ശ്രമിക്കുന്നുണ്ടായിരുന്നു. മാഷന്മാരെ പേടിച്ച് അതുവരെ മിണ്ടാതിരുന്ന കുട്ടികൾ പുറത്തിറങ്ങിയതും ആർപ്പും വിളിയും തുടങ്ങിയിരുന്നു. അടിപിടികളും ഈ സമയത്ത് പതിവാണ്.

വഴക്കിനുപോകുന്ന പതിവ് കമാലിനില്ല. അടിപിടി ഇഷ്ടമില്ലാഞ്ഞിട്ടൊന്നുമല്ല. മിക്ക കുട്ടികളും അവനേക്കാൾ മുതിർന്നവരാണ്. അവരോട് ഏറ്റുമുട്ടിയാൽ ജയിക്കില്ലെന്ന് അറിയാവുന്നതുകൊണ്ട് ഒഴിഞ്ഞുമാറുന്നതാണ്. മിക്കവരും പതിനഞ്ചു കഴിഞ്ഞവർ. ഇരുപതുകഴിഞ്ഞവരും കൂട്ടത്തിലുണ്ട്. ഒരിക്കൽ സ്കൂൾമുറ്റത്തു വെച്ച് ഒരു തടിയൻ ഒരു കാരണവും കൂടാതെ അവന്റെ പുസ്തകം തട്ടിപ്പറിച്ച് പന്തുപോലെ തട്ടിക്കളിച്ചു. വേറൊരുത്തൻ അനുവാദം ചോദിക്കാതെ പോക്കറ്റിൽ കൈയിട്ട് മിഠായി തട്ടിപ്പറിച്ചു. പേടികാരണം അനങ്ങിയില്ല. അതുകൊണ്ട് അവനേക്കാൾ പ്രായം കുറഞ്ഞ ഒരുത്തൻ വഴക്കിനു വന്നപ്പോൾ വിട്ടുകൊടുത്തതുമില്ല.

നല്ലതുപോലെ പൂശിയാണ് വിട്ടത്. കലിമൂത്താൽ പലരും തെറി വിളിക്കും. പലതിന്റെയും അർഥം അവന് പിടികിട്ടാറില്ല. അവിടെ കേട്ട ഏതോ ഒരു വാക്ക് വീട്ടിൽച്ചെന്നു പറഞ്ഞത് വിനയായി. കുട്ടി സ്കൂളിൽനിന്ന് തെറി പറയാൻ പഠിച്ചിരിക്കുന്നു എന്ന് ഉമ്മ ബാപ്പയെ അറിയിച്ചു. ബാപ്പയുടെ സുഹൃത്ത് സ്കൂൾ കമ്മിറ്റിയിലുണ്ട്. കേട്ടതും ബാപ്പ അയാളോട് പരാതിപ്പെട്ടു.

മറ്റൊരിക്കൽ ഒരുത്തനുമായി അടിയുണ്ടാക്കിയത് അതിനെക്കാൾ വലിയ വിനയായി. പിറ്റേദിവസം സ്കൂളിൽ ഗേറ്റിൽ അവനെക്കാത്ത് വടിയും വാളുമായി ഒരുകൂട്ടം ചെറുപ്പക്കാർ നിൽക്കുന്നു. എങ്ങനെയോ ഓടി രക്ഷപ്പെട്ട് സ്കൂൾ ഓഫീസിലെത്തി പരാതിപ്പെട്ടു. അതോടെ അവരുടെ അരിശം ഏറി. ഒടുക്കം പൊലീസ് അകമ്പടിയോടെയാണ് അന്ന് വീട്ടിലെത്തിയത്. അക്കൂട്ടത്തിൽ ഒരുവൻ ബാപ്പയുടെ സുഹൃത്തിന്റെ മകനായിരുന്നു. ഉടനെ വിവരം ബാപ്പയുടെ ചെവിയിലുമെത്തി. പക്ഷേ, ആ വീട്ടുകാർ നല്ലവരായിരുന്നു. രണ്ടുകൂട്ടരുടെ കൈയിലും തെറ്റുണ്ട് ക്ഷമിച്ചുകളയാം എന്നായി അവർ. ബാപ്പ അവർക്ക് സമ്മാനങ്ങളും മറ്റും കൊടുത്തയച്ചു. അങ്ങനെ അന്ന് കഷ്ടിച്ചു രക്ഷപ്പെട്ടു. ബാപ്പയുടെ ചൂരലിന്റെ ചൂട് ഓർക്കുമ്പോൾ കണ്ണുനിറയും.

വൈകുന്നേരം സ്കൂൾ വിടാനുള്ള മണി മുഴങ്ങുമ്പോൾ അവന്റെ ഹൃദയത്തിലും മണി മുഴങ്ങുന്നു. പകൽമുഴുവൻ ക്ലാസുമുറിയിൽ ചടഞ്ഞിരുന്നിട്ട് വൈകുന്നേരം പുറത്തിറങ്ങുമ്പോഴുള്ള ആ സുഖമുണ്ടല്ലോ അനുഭവിച്ചാലേ അറിയൂ. അവസാനം ഖുറ്ആൻ ക്ലാസായിരുന്നു. അവനിഷ്ടപ്പെട്ട ക്ലാസ്. ജിന്നുകളെക്കുറിച്ചായിരുന്നു ക്ലാസ്. മൗലവി പറഞ്ഞതെല്ലാം ഇപ്പോഴും മനസിലുണ്ട്. കഥകേട്ട് നേരംപോയത് അറിഞ്ഞില്ല. മൗലവി ക്ലാസ് എടുത്തുകൊണ്ടിരുന്നപ്പോൾ പലതവണ സംശയങ്ങളുമായി എഴുന്നേറ്റു. അദ്ദേഹം ഓരോന്നും വിശദീകരിച്ചുതരികയും ചെയ്തു. നല്ലവരായ മുസ്ലിംജിന്നുകൾക്ക് ഒടുക്കംനാളിൽ സ്വർഗത്തിൽ പ്രവേശനമുണ്ടത്രേ. റോഡ് മുറിച്ചു കടക്കുമ്പോഴും അന്നു പഠിച്ച സൂറാ ഉരുവിട്ടുകൊണ്ടിരുന്നു അവൻ.

ഖുറ്ആൻ ക്ലാസിൽ അന്നന്നു പഠിക്കുന്നത് വീട്ടിൽച്ചെന്നാൽ ഉമ്മയെ ഓതി കേൾപ്പിക്കണം. അതുകൊണ്ടാണ് അന്നന്ന് പഠിക്കുന്ന സൂറകൾ അപ്പോൾത്തന്നെ മനഃപാഠമാക്കുന്നത്. അവൻ പഠിച്ചതിൽ ചിലത് ഉമ്മ പഠിച്ചിട്ടുണ്ടാകില്ല. അവന്റെ ബാപ്പ മതപാഠശാലയിൽ പഠിച്ച് അറിവ് നേടിയിട്ടുണ്ട്. സമയം കിട്ടുമ്പോൾ ഉമ്മയെ പഠിപ്പിക്കാറുമുണ്ട്. ഉമ്മയ്ക്ക് പഠിക്കാൻ വലിയ കൊതിയാണ്. അവൻ പറയുന്നത് ശ്രദ്ധിച്ചു കേട്ടുകൊണ്ടിരിക്കും. അവർക്കറിയാവുന്നത് മകന് പഠിപ്പിച്ചുകൊടുക്കുകയും ചെയ്യും.

ബേക്കറിയിൽ നിന്ന് പലഹാരം വാങ്ങാനായി കാലത്തേ കാശ് കരുതിവെച്ചിട്ടുണ്ട്. അതിനാണ് റോഡ് മുറിച്ചുകടന്നത്. കണ്ണാടിപ്പെട്ടിയിൽ നിരത്തിയ പലഹാരം കണ്ടപ്പോൾ ഏതാണ് വാങ്ങേണ്ടതെന്നായി സംശയം. അവസാനം മീതെ പഞ്ചസാരതൂവിയ ഒരു കഷണം കേക്കു

വാങ്ങി നുണഞ്ഞുകൊണ്ട് വീട്ടിലേക്കു നടക്കുമ്പോൾ മനസിൽ നിറയെ നിറമുള്ള സ്വപ്നങ്ങൾ. വലുതായാൽ അവനും തുടങ്ങും ഒരു ബേക്കറി. പക്ഷേ, അവിടെ ഉണ്ടാക്കുന്നതൊന്നും ആർക്കും വിൽക്കില്ല. എല്ലാം അവനു മാത്രം തിന്നാനുള്ളതാണ്. മധുരം നുണയുന്നതിനിടയിൽ ദൂരം കുറെ പിന്നിട്ടിരുന്നു. എന്നാണോവോ ഈ പഠിത്തമൊന്ന് അവസാനിക്കുക. സ്കൂൾ ഇഷ്ടം തന്നെ. എന്നുവെച്ച് ഏതുനേരവും പഠിക്കണമെന്നു പറഞ്ഞാൽ ആവില്ല.

പുകയിലക്കടയുടെ മുന്നിലെത്തിയപ്പോൾ പതിവുപോലെ പരസ്യം കണ്ട് അൽപ്പനേരം നിന്നു. സുന്ദരിയായ ഒരു സ്ത്രീ ചാരുകട്ടിലിൽ ഇരിക്കുന്നതാണ് ചിത്രം. അവളുടെ ഭംഗിയുള്ള ചുണ്ടുകൾക്കിടയിൽ എരിയുന്ന ചുരുട്ട്. മേലോട്ടുയരുന്ന പുകച്ചുരുളുകൾ. അവളുടെ വെളുത്തകൈ ജനൽപ്പടിയിൽ അമർന്നിരിക്കുന്നു. വകഞ്ഞുമാറ്റിയ ജനൽവിരികൾക്കിടയിലൂടെ ഈന്തപ്പഴത്തോട്ടവും ഒഴുകുന്ന നീലനൈലും കാണാം. ആ സ്ത്രീക്ക് അവന്റെ ഇത്താത്ത ആയിഷയുടേതുപോലെ സ്വർണത്തലമുടിയും നീലക്കണ്ണുകളും. അതുകൊണ്ടുതന്നെ അവൻ ആ സുന്ദരിക്ക് ആയിഷ എന്നാണ് പേരിട്ടിരിക്കുന്നത്. പത്തുവയസ്സ് തികഞ്ഞിട്ടില്ലെങ്കിലും സ്ത്രീകളുടെ സൗന്ദര്യത്തെക്കുറിച്ച് അവനും വ്യക്തമായ ചില ധാരണകളൊക്കെ ഉണ്ട്. ആ പടത്തിലുള്ള സ്ത്രീയെ അവൻ മനസിൽ കാണും. അവളുടെ സുഖകരമായ ജീവിതത്തെക്കുറിച്ച് ഓരോന്നു സങ്കൽപ്പിക്കും. അവളോടൊപ്പം ആ ഭംഗിയുള്ള മുറിയിൽ കളിച്ചും ചിരിച്ചും കഴിയുന്നതായി അവൻ കിനാവു കാണും. ആ നദിയിൽ അവനതാ അക്കരെ ഇക്കരെ നീന്തിത്തുടിക്കുന്നു. ഈന്തപ്പനച്ചില്ല കുലുക്കുമ്പോൾ പഴുത്തു തുടുത്ത ഈന്തപ്പഴം കുനുകുനാ താഴെ വീഴുന്നു. ആ സുന്ദരിയുടെ കണ്ണിൽ കണ്ണുനട്ട് അവൻ മരച്ചുവട്ടിൽ ഇരിക്കുന്നു.

ഫഹ്മിയുടെയും യാസീന്റെയും മെയ്ക്കരുത്തും സൗന്ദര്യവും അവനു കിട്ടിയിട്ടില്ല. അവൻ കദീജയെപ്പോലെയാണ്. കദീജയെപ്പോലെ ഉമ്മയുടെ ചെറിയ കണ്ണുകളും ബാപ്പയുടെ വലിയ മൂക്കും അവനും കിട്ടിയിട്ടുണ്ട്. വലിയ തലയും വീതിയുള്ള നെറ്റിയും കുഴിയിലാണ്ട കണ്ണുകളുമാണ് അവന്റേത്. അവനെ കാണാൻ ഭംഗിയില്ലെന്ന് ആദ്യമൊന്നും അവനറിയില്ലായിരുന്നു. സ്കൂളിലെ ഒരു ചങ്ങാതി പൊണ്ണത്തലയൻ എന്നു വിളിച്ച് പരിഹസിച്ചപ്പോഴാണ് അക്കാര്യം അറിഞ്ഞത്. ആ കുട്ടിയെ നന്നായി പൂശി തൽക്കാലത്തെ അരിശം തീർത്തെങ്കിലും വല്ലാത്ത വിഷമം തോന്നി. വീട്ടിൽ ചെന്നതും ഉമ്മയുടെ മുന്നിൽ സങ്കടം നിരത്തി. അവൻ കാണാൻ ഭംഗിയില്ലാത്ത കുട്ടിയാണെന്ന് ഉമ്മയ്ക്കും അറിയായ്കയല്ല. അതു പക്ഷേ, മകനെ പറഞ്ഞുമനസിലാക്കാൻ പാവം ഉമ്മ വിഷമിച്ചു. വലിയ തലയുള്ളവർ ബുദ്ധിമാന്മാരാണെന്നും മുഹമ്മദ്നബി അലൈസ്സലാം തങ്ങളുടെ തല അവന്റേതുപോലെ വലുതായിരുന്നെന്നുമൊക്കെ പറഞ്ഞാണ് ഉമ്മ അവനെ ആശ്വസിപ്പിച്ചത്.

പെണ്ണിന്റെ പടത്തിൽനിന്ന് നോട്ടം വഴുതിയപ്പോൾ മുന്നിൽ അൽഹുസൈൻ പള്ളി. ഇസ്ലാമിനുവേണ്ടി ശഹീദായ ഹുസൈനാർതങ്ങളെക്കു

റിച്ച് ആദരവോടെമാത്രമേ ചിന്തിക്കാവൂ എന്ന് ഉമ്മ പറഞ്ഞിട്ടുണ്ട്. ചെറുപ്പം മുതൽ പള്ളിയെക്കുറിച്ചും തങ്ങളെക്കുറിച്ചും അവൻ ധാരാളം കഥകൾ കേട്ടിട്ടുണ്ട്. എല്ലാം വീരസാഹസിക കഥകൾ. കേൾക്കുമ്പോൾ മനസിൽ ഭക്തിയും ആദരവും നിറഞ്ഞുകവിയുന്നു. ചില കഥകൾകേട്ട് അവൻ കരഞ്ഞിട്ടുണ്ട്. ഉടലിൽ നിന്ന് ശിരസ്സ് വേർപെട്ട് ചോര ഒലിപ്പിച്ചു കൊണ്ടാണത്രേ ഇവിടെ എത്തിയത്. അവിടെയാണ് പള്ളി പണിതിരിക്കുന്നത്.

പള്ളിമിനാരത്തിൽ നോക്കിനിന്നുകൊണ്ട് മനക്കോട്ടകൾ കെട്ടുക കമാലിനു ഹരമാണ്. ഒരിക്കലെങ്കിലും സ്വപ്നദർശംവഴി ആ പരിശുദ്ധ മുഖമൊന്ന് കാണാനുള്ള ഭാഗ്യമുണ്ടായിരുന്നെങ്കിൽ! എന്നുമെന്നും അവൻ പ്രാർഥിക്കാറുണ്ട്. ഭയഭക്തിയുണ്ടെങ്കിൽ അത്തരം അദ്ഭുതങ്ങൾ സംഭവിക്കതന്നെ ചെയ്യുമെന്നാണ് ഉമ്മ പറയുന്നത്. അതുകാരണം അവിടെ എത്തുമ്പോൾ അവൻ ഭക്തിയോടെ ഖുറ്ആൻ ആയത്തുകൾ ഓതി ദ്വാഎരക്കും. അവന്റെ ആവലാതികൾ അക്കമിട്ട് ഹുസൈനാർ തങ്ങളുടെ മുന്നിൽ നിരത്തും. ബാപ്പയുടെ ഏതു നേരവുമുള്ള വഴക്കു പറച്ചിലിൽനിന്നും ദുഷ്ടരായ ജിന്നുകളിൽനിന്നും രക്ഷിക്കണേ. പരീക്ഷയിൽ ജയിപ്പിക്കണേ. ഒരിക്കലെങ്കിലും സ്വപ്നത്തിൽ ദർശനം തരണേ. രാവിലേയും വൈകുന്നേരവും പള്ളിയുടെ മുന്നിലെത്തുമ്പോൾ ഫാത്തിഹ ഓതാൻ അവൻ മറക്കാറില്ല. ഒരു ദിവസം പലതവണ അതിലേ കടന്നുപോവുകയാണെങ്കിൽ അപ്പോഴൊക്കെയും അവൻ ഫാത്തിഹ ഓതും. പള്ളിമിനാരവും കുബ്ബയും ദൂരെനിന്നു കാണുന്നതോടെതന്നെ അവന്റെ ഉള്ളിൽ ഭക്തി നിറയും.

ഖുറ്ആൻ ആയത്തുകൾ ഓതിക്കൊണ്ടുതന്നെ അവൻ തെരുവുകൾ പിന്നിട്ടു. അടുത്ത തെരുവിലാണ് ബാപ്പയുടെ കട. ബാപ്പയെക്കുറിച്ചോർക്കുമ്പോഴേ അവന്റെ കാലിടറും. ജിന്നുകളെക്കാൾ പേടിയാണ് അവനു ബാപ്പയെ. ബാപ്പയുടെ കടയുടെ മുന്നിൽക്കൂടി പോകാതെ ചുറ്റി വളഞ്ഞാണ് അവൻ വീട്ടിലെത്തുന്നത്. നടന്ന് കാലുകഴച്ചാലും വേണ്ടില്ല ബാപ്പയുടെ തെറി കേൾക്കണ്ടല്ലോ എന്നു കരുതും. ബാപ്പ വഴക്കു പറയുന്തോറും കളിയിലുള്ള താൽപ്പര്യം ഏറുകയാണ്. കളി ഏറുന്നതുകൊണ്ടാണ് പരീക്ഷയിൽ മാർക്കു കുറയുന്നതെന്നു പറഞ്ഞാണ് ബാപ്പ ചീത്ത പറയുന്നത്. ഫഹ്മി നന്നായി പഠിക്കുന്നതുകൊണ്ട് ബാപ്പയുടെ വഴക്ക് കേൾക്കാറില്ല. പരീക്ഷയിൽ നല്ല മാർക്ക് വാങ്ങണമെന്ന് അവനും ആഗ്രഹമുണ്ട്. കഴിയണ്ടേ? തരം കിട്ടുമ്പോൾ പിന്നിൽനിന്നു ബാപ്പയുടെ രീതികൾ അനുകരിച്ചാണ് അവൻ ബാപ്പയോടുള്ള അരിശം തീർക്കുന്നത്.

അവന്റെ ചെറിയ കുസൃതികളൊന്നും ഉമ്മ ബാപ്പയോട് പറയാറില്ല. പക്ഷേ, ഒരിക്കലവൻ ഏണിവെച്ച് ടെറസിനുമുകളിലെ മുല്ലപ്പന്തലിനു മുകളിൽ കയറി ഇരുന്നതു കണ്ട് ഉമ്മ പേടിച്ചു നിലവിളിച്ചു. സംഗതി മറക്കാതെ ബാപ്പയെ അറിയിക്കുകയും ചെയ്തു. അവന്റെ കാലിലെ

തൊലി പൊളിയുംവരെ ബാപ്പയുടെ വീക്കുകിട്ടുകയും ചെയ്തു. അവന്റെ കരച്ചിലിൽ വീടു കുലുങ്ങി. എന്നിട്ടും, ബാപ്പ അടി നിർത്തിയില്ല. എല്ലാവരും പേടിച്ച് നോക്കി നിന്നു. ബാപ്പ പോയപ്പോൾ കദീജ വന്ന് കൈപിടിച്ചിട്ടു പറഞ്ഞു:

"കിട്ടേണ്ടതുതന്നെ. അതിനുമുകളിൽ വലിഞ്ഞുകയറേണ്ട വല്ല ആവശ്യവുമുണ്ടായിരുന്നോ? അഹങ്കാരം കൂടുന്നുണ്ട്."

അതുകേട്ടു കരച്ചിലിനു ശക്തികൂട്ടി. തീരെ നിവൃത്തിയില്ലെങ്കിലേ ഉമ്മ ഇത്തരം കടുംകൈക്കു മുതിരാറുള്ളൂ.

അവൻ ചെറുതായിരുന്നപ്പോൾ ബാപ്പ മടിയിലിരുത്തി കൊഞ്ചിക്കുകയും ലാളിക്കുകയും ചെയ്തത് ഇപ്പോഴും ഓർമയിലുണ്ട്. അവനോടൊപ്പം കളിക്കുകയും കൈനിറയെ മധുരപലഹാരങ്ങൾ വാങ്ങിക്കൊടുക്കുകയും ചെയ്യുമായിരുന്നു. അവന്റെ മാർക്കക്കല്യാണം ആഘോഷമായിട്ടാണ് ബാപ്പ നടത്തിയത്. വേദനിച്ചുകരഞ്ഞപ്പോൾ മടിയിലിരുത്തി ആശ്വസിപ്പിക്കുകയും ആവശ്യപ്പെട്ടതെല്ലാം വാങ്ങിച്ചുതരികയും ചെയ്തു. പെട്ടെന്നാണ് ബാപ്പ മാറിയത്. വാത്സല്യം കാഠിന്യമായും സ്നേഹവാക്കുകൾ ചീത്തപറച്ചിലായും ലാളന ശിക്ഷിക്കലായും മാറിയത് അവൻ അറിയുന്നുണ്ടായിരുന്നു. അതിന്റെ പൊരുൾ പക്ഷേ, ഇപ്പോഴും അവന് പിടികിട്ടിയിട്ടില്ല. തന്നെ പേടിപ്പിക്കാൻ വേണ്ടി ആയിരിക്കുമോ ബാപ്പ സുന്നത്ത് നടത്തിയത് എന്നുപോലും ഇപ്പോൾ തോന്നാറുണ്ട്.

അവന് ബാപ്പയോട് ഇപ്പോഴും ഒട്ടും ഇഷ്ടക്കുറവില്ല. പേടിയാണെങ്കിലും ആദരവിനും കുറവില്ല. ബാപ്പ കാണാൻ ചന്തമുള്ളവൻ, കരുത്തൻ. എല്ലാവരും ആദരിക്കുന്നയാൾ. ആരേയും കൂസാതെയുള്ള ബാപ്പയുടെ നടത്തം ആദരവോടെയാണ് അവൻ നോക്കാറുള്ളത്. ബാപ്പയെപ്പോലെ എല്ലാം തികഞ്ഞ മറ്റൊരാൾ ആ ദേശത്തില്ലാ എന്നുതന്നെയാണ് വിശ്വാസം. ഉള്ളിൽ ആരാധനയാണെങ്കിലും പുറമേ വൈരാഗ്യവും ഭയവുമാണ്.

അടുത്ത തെരുവ് വിജനമാണ്. അവിടെ ഒരു പഴയ കെട്ടിടമുണ്ട്. ജിന്നുമാളിക എന്നാണ് നാട്ടുകാർ പറയുന്നത്. രാത്രികളിൽ ഭൂതപ്രേതാദികളുടെ വിഹാരകേന്ദ്രമാണത്രേ അവിടം. ബാപ്പയുടെ കട ഒഴിവാക്കാൻ വേണ്ടി മാത്രമാണ് പേടിയുണ്ടെങ്കിലും അവൻ ആ വഴി പോകുന്നത്. "അള്ളാഹു അല്ലാതെ ഒരു ഇലാഹുമില്ല. മുഹമ്മദ് നബി അവന്റെ ദൂതനാകുന്നു." ജിന്നുമാളിക കഴിയുന്നതുവരെ അവൻ ഉറക്കെ ഉരുവിട്ടുകൊണ്ടിരിക്കും. വിജനമായതിനാൽ അവന്റെ സ്വരം അവിടമെല്ലാം മുഴങ്ങുന്നതായി തോന്നും. ഓതിക്കൊണ്ടുതന്നെ അവൻ നടത്തത്തിനു വേഗം കൂട്ടി. അള്ളാഹുവിന്റെ തിരുനാമങ്ങൾ ഉറക്കെ ഉച്ചരിക്കുന്നിടത്ത് ജിന്നിനു പ്രവേശനമില്ലെന്ന് അവനറിയാം. ദൂരെ കൊട്ടാരത്തെരുവ് കണ്ടതോടെ അവന് ആശ്വാസമായി. വീട്ടിന്റെ പച്ചക്കമ്പിയഴികളുള്ള ഗേറ്റു ദൂരെ കാണാൻ തുടങ്ങിയതോടെ ഉത്സാഹം ഏറി. അവനെ കാണുന്നതും അയൽപക്കത്തെ കുട്ടികൾ ഓടിയെത്തും. പിന്നെ ഇരുട്ടുംവരെ കളിച്ചുതിമർക്കാം.

അപ്പോഴാണ് ആ വഴിയുള്ള പതിവ് ബസ് ഞരങ്ങി വരുന്നത് കണ്ട ത്. പതുക്കെ നീങ്ങുന്ന ബസു കണ്ടപ്പോൾ രണ്ടാമതൊന്നാലോചിക്കാതെ അവൻ പുസ്തകസഞ്ചി തോളിലിട്ട് ബസിന്റെ ചവിട്ടുപടിയിൽ ചാടിക്കെ യറി. അവനെ അങ്ങനെ സന്തോഷിക്കാൻ അനുവദിക്കാതെ കണ്ടക്ടർ ടിക്കറ്റിന്റെ കാശിനായി കൈനീട്ടി. അവന്റെ കൈയിൽ കാശെവിടെ? ബസ് നിന്നാൽ ഉടനെ ഇറങ്ങിക്കോളാമെന്നായി കമാൽ. കണ്ടക്ടർ ശകാരം തുടരുന്നതുകണ്ട് അവൻ ഓടുന്ന ബസിൽനിന്ന് പുറത്തേ ക്കൊരു ചാട്ടം. ചാട്ടത്തിന്റെ ശക്തിയിൽ ആകെ ഒന്നു വിറച്ചെങ്കിലും താഴെ വീണില്ല.

"ഓരോ മാരണങ്ങൾ വന്നു കയറിക്കോളും. വീണ് ചത്താൽ അതിനും ബാക്കിയുള്ളവൻ ഉത്തരം പറയേണ്ടിവരുമല്ലോ."

കണ്ടക്ടറുടെ ശകാരം അപ്പോഴും മുഴങ്ങിക്കേൾക്കാം. വേണമെന്ന് വെച്ചല്ല അവനതൊന്നും ചെയ്തത്.രാവിലെ ഒരു കുട്ടി അങ്ങനെ ചെയ്യു ന്നത് കണ്ടിരുന്നു. അങ്ങനെ ചെയ്യണമെന്ന് ബസ് അടുത്തുവരുന്നതു വരെ കരുതിയതല്ല. തരംകിട്ടിയപ്പോൾ അതൊന്നു പരീക്ഷിച്ചുനോക്കി എന്നുമാത്രം. പക്ഷേ, ആരു വിശ്വസിക്കും അവന്റെ വാക്കുകൾ?

ഒൻപത്

ബാപ്പ ഒഴികെയുള്ളവർ വൈകുന്നേരത്തെ ചായസമയത്ത് ഒന്നാം നിലയിലുള്ള ഇരിപ്പുമുറിയിൽ ഒത്തുകൂടുക പതിവാണ്. ഒന്നാംനിലയിലെ വിശാലമായ ഇരിപ്പുമുറിക്കു ചുറ്റും മുറികളാണ്. സ്വീകരണമുറി, കുട്ടി കളുടെ പഠനമുറികൾ, അവരുടെ കിടപ്പുമുറികൾ എന്നിവ ഒന്നാം നില യിലാണ്. തറയിൽ പതുപതുത്ത പരവതാനി. ചുമരരികിൽ ഇരുവശത്തും ഉരുണ്ട തലയണകൾ വെച്ച കോച്ചുകൾ. ഉത്തരത്തിൽ തൂങ്ങുന്ന അല ങ്കാരവിളക്ക്. അടുത്തുതന്നെ റാന്തലും തൂക്കിയിട്ടുണ്ട്. നടുവിലുള്ള സോഫയിലാണ് ഉമ്മ ഇരുന്നത്. കുട്ടികൾ ചുറ്റും. അവർക്കു മുന്നിലായി ഒരു നെരിപ്പോടിനുമുകളിൽ കാപ്പിക്കെറ്റിൽ. വലതുവശത്തുള്ള മേശപ്പു റത്ത് കപ്പുകൾ നിരത്തിയ തട്ടം. അവരെല്ലാം കാത്തിരിക്കുന്ന സമയമാ ണത്. അവർക്ക് അവിടെ എന്തിനും സ്വാതന്ത്ര്യമുണ്ട്. ഇഷ്ടമുള്ള വിധ ത്തിൽ ഇരിക്കാം. തോന്നുന്നത് പറയാം. ചിരിക്കാം ഒച്ചവയ്ക്കാം ഉമ്മ യുടെ സ്നേഹത്തിൽ എല്ലാം മറന്ന് ആഘോഷിക്കാം.

ചായകുടി പെട്ടെന്നു തീർക്കാൻ കദീജയ്ക്കും ആയിഷയ്ക്കും തിടു ക്കമായി. ചായകുടി കഴിഞ്ഞാണ് സംസാരം തുടങ്ങുന്നത്. പുസ്തകം വായിച്ചുകൊണ്ട് യാസീനാണ് സംസാരത്തിനു തുടക്കമിടുന്നത്.

യാസീൻ വായനപ്രിയനാണ്. വൈകുന്നേരങ്ങളിൽ കുടുംബാംഗങ്ങൾക്ക് കഥകൾ വായിച്ചുകൊടുത്ത് സന്തോഷിപ്പിക്കാൻ യാസീൻ ശ്രമിക്കാറുണ്ട്. പഠിത്തത്തിൽ വലിയ താൽപ്പര്യമില്ലെങ്കിലും കവിതയിലും സാഹിത്യത്തിലും കമ്പുമുണ്ട്. വയസ്സ് ഇരുപത്തിരണ്ടായതേ ഉള്ളെങ്കിലും അതിലും വളർച്ചയുണ്ട് യാസീന്. അയഞ്ഞകുപ്പായം കൂടുതൽ തടി കാണിച്ചു. തവിട്ടുനിറമുള്ള മുഖവും ആരേയും മയക്കുന്ന കണ്ണുകളും വികാരം തുളുമ്പുന്ന ചുണ്ടുകളുമുണ്ട് അവന്.

കഥ എത്ര കേട്ടാലും കമാലിന് മതിവരില്ല. കേട്ട കഥ അവൻ വീണ്ടും പറയിക്കും. ഒടുക്കം കടങ്കഥകൾ ചോദിച്ച് ശ്രദ്ധമാറ്റുകയാണ് യാസീന്റെ പതിവ്. ഉത്തരംമുട്ടുമ്പോൾ അവൻ കുറച്ചുനേരം മിണ്ടാതിരിക്കും. ഇതുപോലെ വായിക്കാൻ കഴിഞ്ഞിരുന്നെങ്കിൽ എന്നായിരിക്കും അപ്പോൾ അവന്റെ ചിന്ത. ഇക്കാക്ക വായിക്കുമ്പോൾ, എന്നിട്ടെന്തുണ്ടായി എന്നു ചോദിക്കുക കമാലിന്റെ പതിവാണ്.

മിണ്ടാതിരുന്നില്ലെങ്കിൽ ഞാനിപ്പോ നിർത്തും എന്ന യാസീന്റെ ഭീഷണിയൊന്നും അവനോടു വിലപ്പോവില്ല. ഇക്കാക്ക പറഞ്ഞുകൊടുത്തില്ലെങ്കിൽ അവൻ ഉമ്മയെ ശല്യപ്പെടുത്തും. അപ്പോഴേക്കും യാസീൻ സ്ഥലം വിട്ടിരിക്കും. പിന്നീട് ഉമ്മ മറ്റെന്തെങ്കിലും കഥകൾ പറഞ്ഞു അവനെ സന്തോഷിപ്പിക്കും. അവന് കഥ കേട്ടാൽ മതി.

വൈകുന്നേരങ്ങളിൽ മുതിർന്നവർ അവന് വലിയ പ്രാധാന്യം കൊടുക്കാറില്ല. അവർ വർത്തമാനത്തിൽ മുഴുകുമ്പോൾ അവൻ ഒറ്റപ്പെടുന്നു. അതവന് സഹിക്കില്ല. അവരുടെ ശ്രദ്ധ ആകർഷിക്കാൻ അവൻ പല അടവുകളും എടുത്തുനോക്കും. ഇല്ലാത്ത നുണക്കഥകൾ അവരെ പറഞ്ഞുകേൾപ്പിക്കാൻ ശ്രമിക്കും.

"കേട്ടോ കൂട്ടരേ, ഞാനിന്ന് സ്കൂളിൽനിന്നു വരുമ്പോൾ കണ്ട കാഴ്ച ഒരു ചെക്കൻ ഓടുന്ന ബസിൽ ചാടിക്കയറി. കണ്ടക്ടറെ തള്ളിമാറ്റിക്കൊണ്ട് അതുപോലെ ചാടി ഇറങ്ങുകയും ചെയ്തു. കണ്ടക്ടർ വിടുമോ? അയാളും ചാടിയിറങ്ങി അവനെ പൊതിരെ തല്ലി. വയറ്റത്താണ് കൊണ്ടത്."

ആർക്കും കേട്ടഭാവമില്ല. അവർ എന്തോ ഹരംപറഞ്ഞു ചിരിക്കുന്നു. ഉമ്മയുടെ മുഖം പിടിച്ചു തിരിച്ച് അവൻ ശ്രദ്ധയാകർഷിക്കാൻ ശ്രമിച്ചുകൊണ്ടിരുന്നു. യാസീനെ തോണ്ടി നോക്കി. അയാൾ വായനയിൽ മുഴുകിയിരിക്കുകയാണ്. കമാൽ വിടുമോ?

"എന്നിട്ടെന്തുണ്ടായെന്നു കേൾക്കണ്ടേ? കുട്ടി മറിഞ്ഞുവീഴുന്നത് കണ്ട് ആൾക്കാർ തടിച്ചുകൂടി. അവന് അനക്കമില്ല. കാറ്റുപോയി."

"ആ കുട്ടി മരിച്ചൂന്നാണോ മോനേ നീ പറേന്നത്?"

ഉമ്മയ്ക്ക് വേവലാതിയായി. ഉമ്മയുടെ ശ്രദ്ധ ആകർഷിക്കാൻ കഴിഞ്ഞതിൽ സന്തോഷിച്ച് അവൻ വ്യസനം ഭാവിച്ച് നുണക്കഥ തുടർന്നു.

"ആ...എന്റെ കണ്ണിന്റെ മുന്നിലാ വീണത്. അവിടം മുഴുവൻ ചോരയായിരുന്നു."

"എടാ പുളുവടിക്കല്ലേ. ആദ്യം നീ പറഞ്ഞത് അങ്ങനെയല്ലല്ലോ. കണ്ടക്ടർ അവന്റെ വയറ്റത്തല്ലേ അടിച്ചത്? പിന്നെ ഈ ചോര ഒഴുകിയതെങ്ങനെ?"

ഫഹ്മിക്ക് നീരസം അടക്കാനായില്ല.

അവൻ ആകെ അങ്കലാപ്പിലായി. മുഖം വിളറി. പെട്ടെന്നു തന്നെ അവന്റെ ഭാവനയ്ക്ക് ചിറകു മുളച്ചു.

"അതെ. അയാള് തള്ളിയിട്ടപ്പോഴല്ലേ അവൻ വീണത്. വീണപ്പോഴല്ലേ തല പൊട്ടിയത്. അപ്പഴല്ലേ ചോര വന്നത്."

എല്ലാവരും ശ്രദ്ധിക്കുന്നുണ്ടായിരുന്നു.

"മുഖമടിച്ചാണ് വീണതെങ്കിൽ വായിൽനിന്നല്ലേ ചോര വരേണ്ടത്. ഇല്ലാത്തത് ഉണ്ടാക്കി പെരുപ്പിക്കുക നിന്റെ സ്വഭാവമാണ്. നിന്നെ നമ്പിക്കൂടാ." യാസീൻ.

കമാൽ വീറോടെ എതിർത്തു. ന്യായവാദങ്ങൾ നിരത്തി. പക്ഷേ, ഇക്കാക്കമാരുടെ പരിഹാസച്ചിരിക്കിടയിൽ അവന്റെ എതിർപ്പ് അലിഞ്ഞില്ലാതായി. ഇത്താത്തമാരും ചിരിയിൽ പങ്കുചേർന്നു.

"കഷ്ടം തന്നട്ടോ. എന്തെല്ലാം കാര്യങ്ങൾക്കാ എന്റെ കുട്ടി ഓരോ ദിവസവും സാക്ഷിയാകുന്നത്. നീ പറയുന്നതൊക്കെ സത്യമാണെങ്കിൽ നിന്റെ കൺമുന്നിൽ വെച്ചല്ലാതെ നീ പോകുന്ന വഴിയിലൊന്നും ഒരപകടവും നടക്കാറില്ല. ഒടുക്കം നാളിലെ വിസ്താരസമയത്ത് ഈ ചെക്കൻ എന്തു പറഞ്ഞാണാവോ രക്ഷപ്പെടുക." കദീജ.

"എന്റെ ഇത്താത്തയുടെ തേറ്റപോലുള്ള മൂക്കുകാരണമാണ് ഈ വിനയെല്ലാം ഉണ്ടായതെന്ന് ഞാനും പറയും." കമാൽ വിട്ടില്ല.

"നിന്റെ മൂക്കുപോലെതന്നെ അല്ലേടാ എന്റേതും. ഈ ദുഃഖം നമുക്കൊരുമിച്ചു പങ്കിടാം കുട്ടാ." കദീജ ചിരിച്ചു.

"സത്യമാണ് അവൾ പറഞ്ഞത്."

കദീജയെ സമാധാനിപ്പിക്കാനാണ് യാസീൻ പറഞ്ഞതെങ്കിലും കദീജയ്ക്ക് അതൊട്ടും ഇഷ്ടപ്പെട്ടില്ല. അവൾ പതിവുപോലെ കലിതുള്ളി.

"നിന്നെ അരിശം പിടിപ്പിക്കാനല്ല ഞാനങ്ങനെ പറഞ്ഞത്."

യാസീന്റെ ക്ഷമാപണം.

"ആരാന്റെ അരമുറം ചികയുന്നതിനുമുമ്പ് അവനോന്റെ ഒരുമുറം ചികഞ്ഞാൽ നന്ന്."

കദീജയ്ക്ക് അരിശം തീരുന്നില്ല.

"അള്ളാഹുവേ ഈ മൂക്ക്...."

യാസീൻ തുടർന്നപ്പോൾ ഫഹ്മി ഇടപെട്ടു.

"മതിയാക്ക്. വേറെന്തെല്ലാം പറയാൻ കിടക്കുന്നു."

ഇത്തരം വഴക്കുകളിൽനിന്ന് ഒഴിഞ്ഞുമാറാറുള്ള ഫഹ്മി ഇടപെട്ടതുകണ്ട് യാസീന് ഉത്സാഹം ഏറി.

"ഇവളെ കെട്ടാൻ വരുന്നവന്റെ ഒരു ഗതികേടേയ്..."

കമാൽ നിർത്താതെ ചിരിച്ചു. ഉമ്മയ്ക്ക് പക്ഷേ, ആ സംഭാഷണം ഒട്ടും ഇഷ്ടപ്പെട്ടില്ല.

“എല്ലാരുംകൂടെ അവളെയിട്ട് ചൂടാക്കുന്നതെന്തിനാ? കമാൽ പറഞ്ഞത് നേരോ നുണയോ എന്നായിരുന്നല്ലോ തർക്കം. എന്നിട്ടിപ്പോ എവിടെയാ എത്തിയത്? ചിലപ്പോൾ അവൻ നേരായിരിക്കും പറഞ്ഞത്. അനാവശ്യമായി കളവുപറയുന്ന കൂട്ടത്തിലല്ല അവൻ.”

ഉമ്മ പുകഴ്ത്തിയപ്പോൾ കമാൽ വാനോളം ഉയർന്നു. ഇക്കാക്കമാർ വീണ്ടും പരിഹസിച്ചത് കേട്ടില്ലെന്ന മട്ടിൽ അവൻ പകൽക്കിനാവിൽ മുഴുകി.

അള്ളാഹുവിനെയും അവന്റെ ദൂതനെയും മുൻനിർത്തി കള്ള ആണയിട്ടാൽ കഠിനമായ ശിക്ഷയുണ്ട്. ഹുസൈനാർ തങ്ങളുമായുള്ള നിത്യസമ്പർക്കം കാരണമാകാം അവൻ ഹുസൈനാർതങ്ങളെ മുൻനിർത്തിയാണ് എപ്പോഴും സത്യം ചെയ്യുന്നത് അദ്ദേഹത്തോട് ആദരവില്ലാഞ്ഞിട്ടൊന്നുമല്ല. പെട്ടെന്നോരോന്നങ്ങനെ തോന്നും. ഇന്നത്തെ കാര്യംതന്നെ എടുക്കാം. അങ്ങനെ ഒരുകള്ളം പറഞ്ഞില്ലെങ്കിൽ അവൻ വീട്ടുകാരുടെ മുന്നിൽ വഷളാവില്ലേ? തെറ്റാണ് ചെയ്യുന്നതെന്നറിഞ്ഞതുമുതൽ പൊറുക്കലിനെ തേടുകയാണ്. ഇന്ന് കളവൊന്നും പറയില്ല. തെറ്റും ചെയ്യില്ല. എന്നും രാവിലെ മനസിലുറപ്പിക്കാറുണ്ട്. എങ്കിലും, ഇങ്ങനെ ഓരോന്നു വന്നു ഭവിക്കുന്നു. മാനംമുട്ടെ ഉയർന്നുനിൽക്കുന്ന ആ പള്ളമിനാരത്തിനു മുന്നിൽ നിന്നുകൊണ്ട് മനമുരുകി തേടിയാൽ നബിതങ്ങളുടെ പേരക്കുട്ടി അവന്റെ തേട്ടം കേൾക്കാതിരിക്കില്ല. അദ്ദേഹത്തിന്റെ പേരിൽ കള്ളയാണ ഇട്ടതിൽ അവന്റെ ഹൃദയം തേങ്ങുകയാണ്. കുറച്ചുനേരം ഒന്നിലും ശ്രദ്ധിക്കാൻ കഴിഞ്ഞില്ല അവന്. കുറച്ചുകഴിഞ്ഞപ്പോൾ പാപഭാരം കുറഞ്ഞു.

മുറിയിലുള്ളവരുടെ സംസാരത്തിലായി വീണ്ടും ശ്രദ്ധ. പതിവുപോലെ കുടുംബപുരാണവും രാഷ്ട്രീയവുമൊക്കെത്തന്നെ വിഷയം. ആരെന്തു പറഞ്ഞാലും കദീജ എതിരുപറയുകയും പരിഹസിക്കുകയും ചെയ്യും. ഉമ്മയാകട്ടെ എല്ലാവരേയും തൃപ്തിപ്പെടുത്തിക്കൊണ്ടും സമാധാനിപ്പിച്ചുമാണ് സംസാരിക്കുന്നത്. ഈ രീതികൾ തുടരാനാണ് അവൻ ശ്രമിക്കാറുള്ളത്.

“യുദ്ധം തീരാൻ സാധ്യതയുണ്ടെന്നാണ് കേൾക്കുന്നത്.”

ഫഹ്മി യാസീനോടായി പറഞ്ഞത് ശ്രദ്ധിക്കുകയായിരുന്നു കമാൽ.

“എല്ലാ യുദ്ധങ്ങൾക്കും അവസാനമുണ്ട്. ഈ യുദ്ധവും തീർച്ചയായും അവസാനിക്കും. നമ്മുടെ രാജാക്കന്മാർ തിരിച്ചുവരും. വെള്ളപ്പട്ടാളം രാജ്യം വിടും.”

ഫഹ്മിയുടെ പ്രതീക്ഷയ്ക്ക് അവസാനമില്ല. യാസീൻ വായന മതിയാക്കി എഴുന്നേറ്റു. മറ്റുള്ളവർ സംസാരം തുടർന്നു, അൽപ്പം കഴിഞ്ഞപ്പോൾ പുതുമാരനെപ്പോലെ അണിഞ്ഞൊരുങ്ങി എത്തിയ യാസീൻ അവരോട് യാത്ര പറഞ്ഞ് സായാഹ്നസവാരിക്കിറങ്ങുന്നതു കണ്ട് കമാലിന് അസൂയ സഹിക്കാനായില്ല. ഇതുപോലെ എന്നാണാവോ പോകാനുള്ള സ്വാതന്ത്ര്യം കിട്ടുക? സ്കൂളിൽ സെക്രട്ടറിയായി ജോലി കിട്ടിയതുമുതൽ യാസീന് ഇഷ്ടമുള്ളിടത്ത് പോകാനുള്ള സ്വാതന്ത്ര്യവും കിട്ടിയി

രിക്കയാണ്. ജോലി കിട്ടിയാൽ അവനും തോന്നുമ്പോൾ ഇറങ്ങിപ്പോകാം. ഇഷ്ടമുള്ളപ്പോൾ കയറിവരാം. ആരും ചോദ്യം ചെയ്യില്ല. ഇഷ്ടമുള്ള പുസ്തകം വായിച്ചാലുമില്ല പരാതി. എന്നാണാ നാൾ?

"ജോലികിട്ടിയാൽ എന്നും വൈകുന്നേരം ഞാനും പോകും ഇതു പോലെ."

അവന് പറയാതിരിക്കാൻ കഴിഞ്ഞില്ല.

"വൈകുന്നേരങ്ങളിൽ സവാരിക്കിറങ്ങുക മാത്രമാണോ ജീവിത ത്തിൽ ആശിക്കാനുള്ളത്?"

പുഞ്ചിരിച്ചുകൊണ്ടാണ് ഉമ്മ ചോദിച്ചത്.

"ബാപ്പ പോണ്. ഇക്കാക്കയും പോണ്. അപ്പം ഇനിക്കും പോണം."

"ക്ഷമിക്ക് കുട്ടീ. ആദ്യം കൈയും കാലും വളരട്ടെ. പഠിത്തം പൂർത്തി യാകട്ടെ. എന്റെ കുട്ടന് എന്തെല്ലാം ചെയ്യാനുണ്ട്."

"മൂന്നുകൊല്ലം കഴിയുമ്പോൾ ഞാൻ പ്രൈമറി ജയിക്കുമല്ലോ. അപ്പോ പണി കിട്ടില്ലേ?"

പ്രതീക്ഷയോടെയായിരുന്നു അവന്റെ ചോദ്യം.

"പതിനാലാം വയസിൽ ജോലി കിട്ടണമെന്നോ? ഇപ്പഴും തരംകിട്ടി യാൽ കളസത്തിൽ മൂത്രമൊഴിക്കുന്നവനാ ഉമ്മാന്റെ പൊന്നുമോൻ."

കദീജയുടെ പരിഹാസം.

"ഒരു മണ്ടക്കഴുതയാ നീ. പ്രൈമറി പാസായാലൊന്നും ഉദ്യോഗം കിട്ടില്ല. അതിന് എന്നെപ്പോലെ നിയമം പഠിക്കണം. അല്ലെങ്കിൽ വേറെ വല്ലതും പഠിക്കണം. പാവം യാസീന് പഠിക്കാൻ കഴിയാത്തതുകൊണ്ടാ സ്കൂളിൽ സെക്രട്ടറിപ്പണിക്കു പോകുന്നത്."

അവൻ കൈയും കലാശവും കാണിച്ച് കദീജയോട് പടയ്ക്കൊരു ങ്ങുന്നത് കണ്ട് ഫഹ്മി സമാധാനിപ്പിച്ചു.

പത്ത്

ഫഹ്മി കമാലിനേയും കൂട്ടി ടെറസിലെത്തിയപ്പോൾ സൂര്യൻ അസ്തമിക്കാറായിരുന്നു. ചൂട് ഒട്ടുമില്ല. പ്രകാശം മങ്ങി സൂര്യൻ ഒരു വെള്ളത്തകിടുപോലെ തോന്നിച്ചു. മുല്ലപ്പന്തലിൽ ഇരുട്ട് പരക്കാൻ തുട ങ്ങിയിരുന്നു. എന്നും സന്ധ്യനേരത്ത് ടെറസിലെത്തുക അവരുടെ പതി വാണ്.

അയൽപക്കത്തെ ടെറസിലേക്കു കണ്ണുംനട്ടാണ് ഫഹ്മിയുടെ നിൽപ്പ്. കമാലിനെ പഠിപ്പിക്കാനെന്നു പറഞ്ഞാണ് എന്നും ഈ സമ യത്ത് ടെറസിലെത്തുന്നത്. നവംബർ മാസത്തെ സന്ധ്യ ആയതിനാൽ തണുപ്പ്. തനിക്ക് എതിരായി അയൽപക്കത്തെ ടെറസ് കാണാത്തവിധം

കമാലിനെ നിർത്തിയിട്ട് പാഠങ്ങൾ ഉരുവിടാൻ പറഞ്ഞ് ഫഹ്മി അയൽപക്കത്തേക്കുറ്റുനോക്കിക്കൊണ്ടു നിന്നു. പ്രതീക്ഷിച്ചതുപോലെ അയൽപക്കത്തെ ടെറസിൽ അവൾ പ്രത്യക്ഷപ്പെട്ടു. അഴയിൽ ഉണങ്ങാനിട്ട തുണികൾ ഓരോന്നായി എടുത്ത് മടക്കിയിട്ട് കൂടയിൽ വെച്ചു അവൾ. കമാൽ ഉറക്കെയാണ് പാഠങ്ങൾ ഉരുവിട്ടതെങ്കിലും അവൾ അങ്ങോട്ടു നോക്കിയതേയില്ല.

അവൾ നോക്കാതിരിക്കില്ല എന്ന പ്രതീക്ഷയോടെയാണ് ഫഹ്മി എന്നും ടെറസിലെത്തുന്നത്. ആ പ്രതീക്ഷ അവന്റെ കവിളുകൾ ചുവപ്പിക്കും. അനിയൻ ഇതെങ്ങാനും കാണുന്നുണ്ടോ എന്ന് ഒളിഞ്ഞു നോക്കുകയും ചെയ്യും. പെരുന്നാൾപ്പിറപോലെ ഒന്നു മിന്നിമറഞ്ഞ് തുണിയുമായി അവൾ അപ്രത്യക്ഷയാവും. ഒത്ത തടിയുള്ള കാണാൻചേലുള്ള അവൾക്ക് ഇരുപത് വയസായിട്ടുണ്ടാവും. കറുത്ത കണ്ണുകളിൽ തിളക്കം. അവളിൽത്തന്നെ ലയിച്ചുനിൽക്കുമ്പോഴാണ് ഒന്നു നോക്കുകപോലും ചെയ്യാതെ അവൾ മറയുന്നത്. അപ്പോൾ വല്ലാത്ത നിരാശ. അവനെ അവൾക്ക് ഇഷ്ടമില്ലെന്നാണോ? അല്ലെങ്കിൽ അവൾ ഒളിഞ്ഞും മറഞ്ഞും ആണുങ്ങളെ നോക്കുന്നവളല്ലായിരിക്കാം. കദീജയും ആയിഷയുമൊക്കെ ഇത്തരം സന്ദർഭങ്ങളിൽ ഒരു കടക്കണ്ണെങ്കിലും എറിയാതിരിക്കില്ല. എല്ലാം പെൺകുട്ടികളും അങ്ങനെയാണെന്നുതന്നെയാണ് അവൻ കരുതുന്നത്. ഇവളെന്തേ ഇങ്ങനെ? ഇവൾ അടക്കവും ഒതുക്കവുമുള്ളവളാണ്. ടെറസിൽ നിന്നുകൊണ്ട് അന്യപുരുഷനെ കടക്കണ്ണെറിയുന്നതും മറ്റും അന്യർ കണ്ടാൽ തെറ്റിദ്ധരിക്കില്ലേ? അതെ, അതുതന്നെ കാരണം. പക്ഷേ, പ്രേമിക്കുന്നവർക്ക് ധൈര്യം വേണം. അവൾ കണ്ണിൽനിന്നു മറയുന്നതുവരെ അവൻ ഇങ്ങനെ ഓരോന്ന് ഓർത്തുകൊണ്ട് അതേ നിൽപ്പ് തുടരും. ഇഷ്ടക്കുറവൊന്നും കാണില്ല. അങ്ങനെയാണെങ്കിൽ അവൾ തിരക്കിട്ട് തുണിയുമായി അകത്തുപോവില്ലേ? അവൾ പക്ഷേ തിരക്കൊന്നും ഭാവിക്കാറില്ല. ഇടക്ക് ഇങ്ങോട്ടു നോക്കാറുണ്ടെന്നാണ് തോന്നുന്നത്. അവൾ ഇങ്ങോട്ടു നോക്കാറില്ലെങ്കിലും അവളുടെ ഓരോ ചലനവും ശ്രദ്ധിച്ചുകൊണ്ടാണ് അവന്റെ നിൽപ്പ്.

പെങ്ങന്മാരെ കാണാൻ വീട്ടിലെത്തുമ്പോൾ അവൾ ഉത്സാഹത്തിലായിരിക്കും. അപ്പോൾ മുഖത്ത് ഗൗരവമില്ല. ഉറക്കെ ചിരിക്കുന്നതും കേൾക്കാം. അടച്ചിട്ട വാതിലിനു പിന്നിൽ മറഞ്ഞുനിന്ന് അവളെത്തന്നെ നോക്കുക അവന്റെ പതിവാണ്. കൈയിലൊരു പുസ്തകവുമുണ്ടായിരിക്കും. ആരെങ്കിലും പെട്ടെന്ന് വാതിൽ തള്ളിത്തുറന്നാൽ പാഠങ്ങൾ ഉരുവിടുന്നതായി ഭാവിക്കും. ഏത് ആൾക്കൂട്ടത്തിനിടയിലും കാണാതെ തന്നെ അവളുടെ ഇമ്പമുള്ള ചിരിയും സംസാരവും അവനു തിരിച്ചറിയാം. അവളുടെ മിഴികളുമായി ഒന്നിടഞ്ഞാൽ അന്നവന് പെരുന്നാളായി.

ഒരു ചെറുതരിവെളിച്ചം ദീപാലങ്കാരമാവുന്നതുപോലെ അവന്റെ കണ്ണുകൾ പ്രകാശിക്കും. ഹൃദയം ഉന്മത്തമാകും. അതോടൊപ്പം പറഞ്ഞറിയിക്കാനാവാത്ത ഒരു നൊമ്പരവും. പഠിത്തം തീരാൻ വർഷം ഇനിയും നാലു കഴിയണം. അതിനുള്ളിൽ ആ മധുരക്കനി ആരും കവരില്ലെന്ന് എന്താണുറപ്പ്? വീട്ടിലെ സ്ഥിതിയും ബാപ്പയുടെ കർക്കശസ്വ

ഭാവവും വെച്ചു നോക്കിയാൽ മോഹങ്ങൾ കരിഞ്ഞുപോകാൻതന്നെയാണ് സാധ്യത. ബാപ്പയുടെ ചെവിയിലെത്തിയാൽ എന്താണുണ്ടാവുകയെന്ന് പറയാനാവില്ല.

അവളും ഇങ്ങനെ മനക്കോട്ടകൾ കെട്ടുന്നുണ്ടാകുമോ? എന്നും ഉണങ്ങാനിട്ട തുണി എടുക്കാൻ മാത്രമാണോ അവൾ ടെറസിലെത്തുന്നത്? അവനെ കാണാൻ കൂടിയാകാനും മതി. അവളുടെ ഉള്ളൊന്ന് അറിഞ്ഞിരുന്നെങ്കിൽ! അവൾക്ക് ഇഷ്ടമാണെന്നറിഞ്ഞാൽ! ഒരാശ്ലേഷം. അതോ കവിളത്തൊരു മുത്തമോ? ഒന്നും നടക്കാൻ പോകുന്നില്ല. ഫഹ്മി നിരാശയോടെ തലയാട്ടും.

"ഞാൻ പഠിച്ചു കഴിഞ്ഞു. കേൾപ്പിക്കട്ടേ?"

അപ്പോഴാണ് കമാലിന്റെ പറച്ചിൽ.

അരിശത്തോടെ ഫഹ്മി പുസ്തകം വാങ്ങുന്നു. കമാലിനറിയാത്ത വാക്കുകളുടെ അർഥമാണ് അപ്പോളവൻ ചോദിക്കുക.

"ഹൃദയം അർഥം പറയൂ."

കമാൽ പകച്ചുപോകുന്നു.

"എങ്കിൽ പറ പ്രേമം?"

"ഇതൊന്നും പുസ്തകത്തിലില്ല."

കമാലിന്റെ പ്രതിഷേധം.

"വിവാഹം?"

കമാൽ പറഞ്ഞത് കേൾക്കാത്ത മട്ടിലാണ് അവന്റെ ചോദ്യം.

"ബുക്കിലില്ലാത്തത് ചോദിച്ചാൽ ഞാനെങ്ങനാ പറയുക?"

കമാൽ ഉറക്കെ ചോദിക്കുമ്പോഴാണ് ഫഹ്മിക്ക് സ്ഥലകാല ബോധമുണ്ടാകുന്നത്. അതോടെ സന്തോഷം എങ്ങോ പോയ്മറയുന്നു. അവൾ തുണിക്കൂടയുമായി അരമതിലിനരികിൽ എങ്ങോട്ടെന്നില്ലാതെ കണ്ണയയ്ക്കുന്നു. പക്ഷേ, ആ നോട്ടം തറയ്ക്കുന്നത് അവന്റെ നെഞ്ചിലാണ്. എല്ലാം അറിഞ്ഞുകൊണ്ട് എന്നാൽ ഒന്നും അറിയില്ലെന്ന മട്ടിലുള്ള അവളുടെ ആ നിൽപ്പ് അവന്റെ ഉള്ളിൽ പൂവിരിയിക്കുന്നു. ചുണ്ടിൽ ചിരി പടർത്തുന്നു. അപ്പോഴേക്കും അവൾ വന്നതുപോലെ മറയുന്നു.

"നേരമിരുട്ടി. വാ പോകാം."

കമാലിന്റെ വിളികേട്ട് നിരാശയോടെ അവൻ താഴേക്കിറങ്ങുന്നു.

പതിനൊന്ന്

പാഠമുരുവിടുമ്പോഴും കമാലിന്റെ ശ്രദ്ധ ഉമ്മയുടെയും ഇത്താത്തമാരുടെയും വർത്തമാനത്തിലായിരുന്നു. ലോകം മറന്നപോലെയാണ് അവരുടെ ഇരിപ്പ്. ഫഹ്മി പഠനമുറിയിൽ ഒറ്റയ്ക്കിരിക്കുന്നു. എല്ലാവരെയും കാണാവുന്നവിധം സോഫയിൽ ചമ്രംപടിഞ്ഞാണ് കമാലിന്റെ ഇരിപ്പ്. മടിയിൽ തുറന്നുവെച്ച പുസ്തകം. ചിലവരികൾ വായിച്ചിട്ട് അവൻ ഇത്താ

ത്തമാരുടെ സംസാരം ശ്രദ്ധിക്കും. അതിനിടയിൽ പാഠം മനപ്പാഠമാക്കാൻ ശ്രമിക്കുകയും ചെയ്യുന്നുണ്ട്. ഫഹ്മി നല്ലമാർക്കു വാങ്ങി ജയിക്കാറു ള്ളതുകൊണ്ട് അവന്റെ പഠിത്തക്കാര്യത്തിൽ ആരും തലയിടാറില്ല. ബാപ്പ പോലും ഫഹ്മിയോട് പഠിത്തക്കാര്യത്തെക്കുറിച്ച് ഒന്നും ചോദിക്കാറില്ല. എല്ലാവർക്കും ചെണ്ടകൊട്ടാൻ ഒരു കമാലുണ്ടല്ലോ.

ഫഹ്മി പക്ഷേ, ഈ രീതിയിലല്ല ചിന്തിക്കുന്നത്. എല്ലാവരും അവ നോടു പ്രത്യേകം പരിഗണന കാണിക്കാറുണ്ടെങ്കിലും അതെല്ലാം അവ നിൽ പലപ്പോഴും മടുപ്പാണ് ഉളവാക്കാറുള്ളത്. രാവിലെ എഴുന്നേറ്റാൽ തുടങ്ങും പട്ടാളച്ചിട്ട. എതിർപ്പുകൂടാതെ അനുസരിക്കാറുണ്ടെങ്കിലും പ്രതി ഷേധം ഉള്ളിൽ അടക്കുകയാണ്. അവനേക്കാൾ സ്വാതന്ത്ര്യമുണ്ട് ഉമ്മയ്ക്കും സഹോദരിമാർക്കും എന്ന തോന്നൽ ചിലപ്പോൾ അവരോട് അസൂയ തോന്നാനും കാരണമാകുന്നു. അത് അൽപ്പനേരത്തേക്കേ ഉണ്ടാവുകയുള്ളൂ. അവരുടെ കഷ്ടപ്പാടോർത്ത് ഉടനെ സങ്കടംതോന്നു കയും ചെയ്യും. അവരേക്കൾ എത്ര ഭേദമാണ് അവന്റെ സ്ഥിതി എന്നോ ർത്ത് ഉടനെ അഭിമാനം തോന്നുകയും പതിവാണ്. അവർക്കറിയാത്ത പല വിവരങ്ങളും അവൻ അവർക്കു പറഞ്ഞുകൊടുക്കും.

"എന്റെ മോന് എന്തെല്ലാം അറിയാം ഇതൊക്കെ നിനക്ക് ഞങ്ങളെ ക്കൂടി പഠിപ്പിച്ചുതന്നൂടേ?"

ഉമ്മ അഭിമാനത്തോടെയാണ് ചോദിക്കാറള്ളത്. വീട്ടമ്മയാണെ ങ്കിലും പൊതുകാര്യങ്ങളിൽ തനിക്കുള്ള അറിവിനെക്കുറിച്ച് ഉമ്മയ്ക്ക് അഭിമാനമുണ്ട്. അവരുടെ ബാപ്പ മതപണ്ഡിതനും വൈദ്യശാസ്ത്ര ത്തിലും ചരിത്രത്തിലുമൊക്കെ അറിവുനേടിയ ആളുമായിരുന്നു. ഖുറ് ആൻ മനപ്പാഠമായിരുന്നു അദ്ദേഹത്തിന്. അതൊക്കെ ബാപ്പ മകളേയും പഠിപ്പിച്ചിട്ടുണ്ട്. എന്നാലും, ഇനിയുമിനിയും അറിവുനേടണമെന്നാണ് ഉമ്മ യുടെ മോഹം. ഇതൊന്നും പക്ഷേ, ആരോടും പറയാറില്ല.

കുട്ടികളെ സ്കൂളിൽ പഠിപ്പിക്കുന്ന പല കാര്യങ്ങളോടും ഉമ്മയ്ക്ക് യോജിക്കാനാവുന്നില്ല. അവൾ പഠിച്ചതും കുട്ടികൾ ഇപ്പോൾ പഠിക്കു ന്നതും തമ്മിൽ വ്യത്യാസം കുറച്ചൊന്നുമല്ല. ഖുറ്ആൻ വ്യാഖ്യാനത്തി ലാണ് അവൾക്ക് പലപ്പോഴും യോജിക്കാനാവാത്തത്. ഇതിഹാസങ്ങ ളിലും പുരാണങ്ങളിലുമാണ് മതസത്ത ഏറേയും അടങ്ങിയിട്ടുള്ളത്. അതൊക്കെ വളച്ചൊടിച്ചാൽ യുവമനസുകൾ വഴിതെറ്റിപ്പോവുകയില്ലേ എന്ന് അവൾ ഭയപ്പെടുന്നു. പഴയ ആചാരങ്ങളിൽ പലതും അനാചാര ങ്ങളാണ് എന്നുപോലും കുട്ടികളെ പഠിപ്പിക്കുന്നു. കമാലിന്റെ അറബി അധ്യാപകൻ ഭാഗ്യവശാൽ പഴയ ചിന്താഗതിക്കാരനാണ്. അവനാണെ ങ്കിൽ ഇതിഹാസങ്ങളിലും പുരാണങ്ങളിലും ഒടുങ്ങാത്ത താൽപ്പര്യമാണ്. ഉമ്മ പറയുന്ന കഥകൾ എത്ര കേട്ടാലും അവന് മതിവരാറില്ല.

ഭൂമി അനുസ്യൂതം അച്ചുതണ്ടിൽ കറങ്ങിക്കൊണ്ടിരിക്കയാണ് എന്നാണ് കമാലിനെ പഠിപ്പിച്ചിരിക്കുന്നത്. എന്നാൽ ഒരു കാളക്കൊമ്പി

ലാണ് ഭൂമിയുടെ നിൽപ്പ് എന്നാണ് ഉമ്മ പഠിച്ചിട്ടുള്ളത്. ഇക്കാര്യത്തെക്കുറിച്ച് എന്നും അവർ തർക്കിക്കാറുണ്ട്. ഒടുക്കം കമാലിന്റെ ശാഠ്യത്തിനുമുന്നിൽ അവർക്ക് ഉത്തരംമുട്ടുന്നു. സംശയനിവാരണത്തിനായി ഉമ്മ ഫഹ്മിയെ സമീപിക്കുന്നു. ഉമ്മയെ മുഷിപ്പിക്കാൻ ഇഷ്ടമില്ലാത്ത ഫഹ്മി ഉമ്മയുടെ ഭാഗമേ പറയൂ. അല്ലാഹുവിന്റെ അപാരമായ ശക്തിയും കഴിവുമാണ് ഭൂമിയെ അച്ചുതണ്ടിൽ താങ്ങിനിർത്തുന്നത്. കേൾക്കുമ്പോൾ ഉമ്മയ്ക്ക് സമാധാനം. എങ്കിലും, ചെറുപ്പത്തിൽ പഠിച്ചത് തെറ്റാണെന്ന് സമ്മതിക്കാനും കഴിയില്ല.

പഠിക്കുമ്പോഴും ഉമ്മയും സഹോദരിമാരും അടുത്തുണ്ടാവണം കമാലിന്. ഉമ്മ അവന് ജീവനാണ്. ഉമ്മയില്ലാതെ ഈ ലോകത്ത് ഒരുനിമിഷംപോലും ജീവിക്കുക എന്നത് അവന് ഓർക്കാനേ ആവില്ല. വീട്ടിലെല്ലാവർക്കും കമാലിനെ ഇഷ്ടമാണ്. എപ്പോഴും വഴക്കുപറയുകയും പരിഹസിക്കുകയും ചെയ്യുമെങ്കിലും കദീജയ്ക്കും അവനെ വലിയ ഇഷ്ടമാണ്. ആയിഷ അങ്ങനെ ആരോടും പ്രത്യേകം താൽപ്പര്യമൊന്നും കാണിക്കാറില്ലെങ്കിലും കമാലിന്റെ കാര്യത്തിൽ പ്രത്യേകം ശ്രദ്ധയാണ്.

എട്ടുമണികഴിഞ്ഞപ്പോൾ പെൺകുട്ടികൾ ഉമ്മയോട് സമ്മതം ചോദിച്ച് കിടക്കാൻ പോയി. അത് കാത്തിരുന്ന കമാൽ ഉടനെ പുസ്തകങ്ങൾ അടുക്കിവെച്ച് മതപുസ്തകവുമായി ഉമ്മയുടെ അടുത്തെത്തി.

"ഇന്ന് ഒരു പ്രധാനപ്പെട്ട സൂറയുടെ വ്യാഖ്യാനം പഠിപ്പിച്ചു." കമാൽ.

"അല്ലാഹുവിന്റെ തിരുവചനങ്ങളെല്ലാം മഹത്തരംതന്നെ." ഉമ്മ ഭക്തിയോടെ പറഞ്ഞു.

വളരെ രസകരമായി പഠിപ്പിക്കാറുള്ളതുകൊണ്ട് ഖുറ്ആൻ ക്ലാസ്സ് അവന് പ്രിയപ്പെട്ടതാണ്. പാഠങ്ങൾ നന്നായി പഠിക്കുന്നതുകൊണ്ടും ഇടയ്ക്കിടെ സംശയങ്ങൾ ചോദിക്കുന്നതുകൊണ്ടും മാഷ് അവനോട് പ്രത്യേകം താൽപ്പര്യം കാണിക്കാറുണ്ട്.

കരുണാനിധിയും ദയാപരനുമായ അല്ലാഹുവിന്റെ തിരുനാമത്തിൽ. ഒരുകൂട്ടം ജിന്നുകൾക്കുവേണ്ടി ഇറക്കിയത്. അവർ പറഞ്ഞു ഖുർആന്റെ മഹത്വങ്ങൾ ഞങ്ങളും കേട്ടിരുന്നു. ഞങ്ങൾ ഖുറ്ആനിലും അല്ലാഹുവിലും അവന്റെ നബിയിലും വിശ്വസിച്ചതായി ഉറപ്പുതരികയും ചെയ്യുന്നു.

മകൻ വായിച്ചപ്പോൾ ഉമ്മയുടെ കണ്ണുകളിൽ ശങ്കയും ഉൽക്കണ്ഠയും... വികൃതി കാണിക്കുമ്പോൾ അവനെ പേടിപ്പിക്കാൻ വീട്ടിന്റെ തട്ടിൻപുറത്ത് താമസമാക്കിയിരിക്കുന്ന ജിന്നുകളെപ്പറ്റി പറയാറുണ്ട്. അവൻ ആ സൂറ ആവർത്തിച്ച് ഓതുന്നത് കേട്ട് ഉമ്മയുടെ നെഞ്ചിടിച്ചു. ജിന്നെന്നു കേൾക്കുമ്പോഴേ ഉമ്മയ്ക്ക് പേടിയാണ്. ഓതരുത് എന്നു പറയാൻ അവർക്കായില്ല.

"ഉമ്മ കേട്ടില്ലേ? ഖുർആൻ പാരായണംകേട്ട ചില ജിന്നുകൾ ഇസ്ലാംമതം സ്വീകരിച്ച കാര്യമാണ് ഇവിടെ പറയുന്നത്. അത്തരം ജിന്നുകളായിരിക്കണം ചിലപ്പോൾ നമ്മുടെ വീട്ടിലെ തട്ടിൻപുറത്തെ താമസക്കാർ."

"ആയിരിക്കാം. ദുഷ്ടക്കൂട്ടങ്ങളും ചിലപ്പോൾ കൂട്ടത്തിൽ ഉണ്ടായേക്കാം. അതുകൊണ്ട് തത്ക്കാലം അവരെക്കുറിച്ച് മിണ്ടാതിരിക്കാം."

ഉമ്മ അസ്വസ്ഥയായി.

"അവരെക്കുറിച്ച് ഓതിയതുകൊണ്ട് ആപത്തൊന്നും വരില്ലെന്നാണല്ലോ മാഷ് പറഞ്ഞത്."

"മാഷിന് എല്ലാം അറിയണമെന്നില്ല."

"അവരെക്കുറിച്ച് എന്തെങ്കിലും മിണ്ടിയാൽ അവർ നമ്മെ ഉപദ്രവിക്കുമെന്നാണോ?"

" അള്ളാഹുവിന്റെ നാമം നിർത്താതെ ഉരുവിട്ടാൽ അവന്റെ അനുഗ്രഹമുണ്ടാകും."

മകന്റെ ചോദ്യങ്ങളിൽനിന്ന് രക്ഷപ്പെടാനെന്നോണം ഉമ്മ പറഞ്ഞു.

"ജിന്നിനെ തീയാലെ പടച്ചതാണെന്നാണ് ഉസ്താദ് പറഞ്ഞത്."

പേടിച്ചുവിറച്ച ഉമ്മ അള്ളാഹുവിന്റെ തിരുനാമങ്ങൾ നിർത്താതെ ഉരുവിട്ടു.

"ഇസ്ലാം ജിന്നുകൾ സ്വർഗത്തിലെത്തുമോ എന്ന് ഞാൻ ഉസ്താദിനോട് ചോദിച്ചു. അതേത്രേ. പക്ഷേ, തീയാലെ പടച്ചവർക്ക് എങ്ങനെ സ്വർഗത്തിൽ പ്രവേശിക്കാൻ കഴിയും എന്നു ചോദിച്ചപ്പോൾ ഉസ്താദ് അരിശപ്പെട്ടു. അള്ളാഹുവിന് ഒന്നും അസാധ്യമല്ലത്രേ."

"അവന്റെ കഴിവുകൾക്ക് പരിമിതിയില്ല."

അക്കാര്യത്തിൽ ഉമ്മയ്ക്കും എതിരില്ല.

"സ്വർഗത്തിൽവെച്ച് അവരെ കണ്ടുമുട്ടുമ്പോൾ അവരുടെ തീച്ചൂടേറ്റ് നാം വെന്തുപോകില്ലേ?"

കമാലിന്റെ സംശയങ്ങൾക്ക് അറുതിയില്ല

"അവിടെ ഒന്നിനേയും ഭയപ്പെടാനില്ല."

ഉമ്മ ആശ്വാസത്തോടെ പറഞ്ഞു.

"പരലോകത്തു ചെന്നാൽ നമുക്ക് അള്ളാഹുവിനെ കണ്ണുകൊണ്ട് കാണാനാവുമോ?"

"എന്താ സംശയം?"

ഉമ്മയുടെ സ്വരത്തിൽ ഭക്തി.

അവന്റെ കണ്ണുകളിൽ പ്രകാശം. ഏതുരൂപത്തിലായിരിക്കും അള്ളാഹു അവന്റെ മുന്നിൽ പ്രത്യക്ഷപ്പെടുക!

"ബാപ്പക്ക് അള്ളാഹുവിനെ പേടിയുണ്ടോ?"

"പെട്ടെന്നായിരുന്നു അവന്റെ ചോദ്യം.

"എന്തൊക്കെ തലതിരിഞ്ഞ ചോദ്യങ്ങളാ നീ ചോദിക്കുന്നത്. ബാപ്പ അള്ളാഹുവിനെ പേടിച്ചും അനുസരിച്ചും ജീവിക്കുന്ന ആളാണ്."

ഉമ്മ നീരസത്തോടെ പറഞ്ഞു.

''ബാപ്പ ആരേയെങ്കിലും പേടിക്കുക! എനിക്ക് വിശ്വസിക്കാൻ വയ്യാട്ടോ.''

"അള്ളാഹു നിനക്ക് മാപ്പു തരട്ടെ റബ്ബേ മാപ്പ്...."

ഉമ്മ ശാസിച്ചു.

അറിയാതെ പറഞ്ഞുപോയ തെറ്റിന് അവനും മാപ്പു ചോദിച്ചു. പാഠം മനപ്പാഠമായപ്പോൾ അവൻ കിടക്കാനായി എഴുന്നേറ്റു. ഉമ്മയും കൂടെ ച്ചെന്നു. അവനെ കട്ടിലിൽ കിടത്തി പുതപ്പിച്ചിട്ട് ഉമ്മ അടുത്തു തന്നെ ഇരുന്നു. എന്റെ മോനെ കാത്തുരക്ഷിക്കണേ എന്ന് അവന്റെ നെറ്റിയിൽ കൈവെച്ച് ഉമ്മ തേടിയപ്പോൾ അവൻ ഉമ്മയെ കെട്ടിപ്പിടിച്ച് മുത്തം കൊടുത്തു.

രാത്രി അവനെ ഉറങ്ങാൻ പറഞ്ഞയക്കാൻ വലിയ പാടാണ്. ഉമ്മയെ വിട്ട് പോകുന്നത് ഇഷ്ടമില്ലാത്ത കുട്ടി ഓരോ കാരണമുണ്ടാക്കി അവരുടെ അടുത്തിരിക്കും. കട്ടിലിൽ കിടന്നാൽ ഉറങ്ങും വരെ ഉമ്മ അടുത്തുണ്ടാകണം. പേടിയാവുന്നു എന്നുപറഞ്ഞ് ഉമ്മയെക്കൊണ്ട് ആയത്തുകൾ ഓതിച്ച് നെറ്റിയിൽ ഊതിക്കുക അവന്റെ പതിവാണ്. എന്നാൽ അത്രയും നേരം ഉമ്മ അടുത്തുണ്ടാകുമല്ലോ. അസുഖം അഭിനയിക്കലാണ് മറ്റൊരടവ്.

ഉമ്മയുടെ കൂടെയായിരുന്നു മുമ്പ് അവന്റെ കിടപ്പ്. ബാപ്പ രാത്രിസവാരി കഴിഞ്ഞെത്തുംമുമ്പേ അവൻ ഉറങ്ങിയിരിക്കും. അവൻ ഉണരും മുമ്പേ ബാപ്പ പോയിരിക്കും. ഉമ്മ അവന്റേതുമാത്രമാണ് എന്ന് സന്തോഷിച്ചിരിക്കുമ്പോഴാണ് അവന്റെ കിടപ്പ് ഇക്കാക്കമാരുടെ മുറിയിലേക്കു മാറ്റിയത്. ഓർക്കുമ്പോൾ ഇപ്പോഴും അവന് സങ്കടം വരും.

"എന്റെ കുട്ടി വലുതായില്ലേ? വലുതായാൽ ഒറ്റക്കല്ലേ കിടക്കേണ്ടത്?"

എന്നാണ് ഉമ്മ ചോദിക്കുന്നത്.

ഉമ്മയോട് പിണങ്ങി കരഞ്ഞുകൊണ്ടാണ് കിടക്കാൻ പോകുന്നത്. ഇതിനുപിന്നിൽ ബാപ്പയുടെ കറുത്തകൈയുണ്ടെന്ന കാര്യത്തിൽ അവന് സംശയം ഒട്ടുമില്ല. ബാപ്പ പറഞ്ഞാലും ഉമ്മ അങ്ങനെ ചെയ്യാമോ എന്നാണ് അവന്റെ ചോദ്യം. മകനെ സന്തോഷിപ്പിക്കാനുള്ള വിദ്യയൊക്കെ ഉമ്മയ്ക്കറിയാം. അവൻ ഉറങ്ങും വരെ അവനെ തൊട്ടും തലോടിയും ഉമ്മ അടുത്തിരിക്കും.

"മാറിക്കിടന്നൂന്നുവെച്ചിട്ട് എന്റെ കുട്ടൻ ഉമ്മാന്റെ പൊന്നാരമോനല്ലാതാകുമോ? എന്റെ തങ്കക്കുട്ടൻ."

ഉമ്മ അവന്റെ കവിളിൽ തുരുതുരെ മുത്തുന്നു.

അപ്പോൾ വൈരം മറന്ന് അവന്റെ ചെറുചുണ്ടിൽ മധുരച്ചിരി.

മകൻ ഉറങ്ങിയെന്നു കണ്ട് ഉമ്മ പെൺമക്കളുടെ മുറിയിലെത്തുന്നു.

"ഉറങ്ങിയില്ലേ ഇതുവരെ?"

"ഈ ആയിഷ ഇങ്ങനെ കൂർക്കംവലിച്ചാൽ എങ്ങനെയാ ഉറങ്ങുക?"

കദീജയുടെ പരാതി.

"ഞാൻ കൂർക്കം വലിക്കാറുണ്ടെന്ന് ഇവള് മാത്രമേ പറയാറുള്ളൂ."

"ചലപിലെ സംസാരിച്ച് ഉറങ്ങാൻ സമ്മതിക്കാത്തതും പോര. കുറ്റം പറച്ചിലും,"

"ഉറങ്ങാൻ നേരത്തെങ്കിലും ഈ വായിട്ടടി ഒന്നു നിർത്തിക്കൂടേ നിങ്ങക്ക്?"

ശാസിച്ചുകൊണ്ട് സ്ഥലം വിടുന്ന ഉമ്മ ഫഹ്മിയുടെ മുറിയിലെത്തി കുശലം ചോദിക്കുന്നു.

"എന്തെങ്കിലും വേണോ മോനേ?"

ഫഹ്മി ഒന്നും മിണ്ടാതെ തലയാട്ടുന്നു. എങ്കിലും മുഖം പ്രസന്നം മറുപടി കാത്തു നിൽക്കാതെ ഉമ്മ സ്വന്തം അറയിലേക്കു പോകാനായി പടികയറുന്നു. അവളുടെ ചുണ്ടിൽ അപ്പോഴും ഖുറ്ആൻ സൂക്തങ്ങൾ.

പന്ത്രണ്ട്

അണിഞ്ഞൊരുങ്ങി ഇറങ്ങിയ യാസീൻ അലസനായി തെരുവീഥികളിൽ അലഞ്ഞു. തലതാഴ്ത്തിയാണ് നടത്തമെങ്കിലും കണ്ണെത്താത്ത സ്ഥലമില്ല. തുറന്നിട്ട ജനലരികിൽ നിൽക്കുന്ന യുവതികൾ യാസീന്റെ കണ്ണിൽപ്പെടാതെ പോകാറുമില്ല. ബാപ്പയെപ്പോലെ സ്ത്രീകൾ അയാളുടെയും ദൗർബല്യംതന്നെ. ഒരു പെണ്ണിന്റെ മുഖം കണ്ണിൽപ്പെട്ടാൽ യാസീൻ നടത്തം നിറുത്തി അവളെത്തന്നെ നോക്കിനിൽക്കും. അവൾ മറയുമ്പോൾ അടുത്ത ഇരയെ ലക്ഷ്യമിട്ട് നടത്തം തുടരും. തെരുവിലെ കച്ചവടക്കാർ കാൺകെയാണ് യാസീന്റെ പ്രവൃത്തി. അവർ ഒളിഞ്ഞും തെളിഞ്ഞും പരിഹസിക്കുകയും വിമർശിക്കുകയും ചെയ്താലും അയാൾക്ക് കേട്ടമട്ടില്ല. സയ്യിദ് അഹമ്മദിന്റെ മകനായതുകൊണ്ടുമാത്രമാണ് അവർ അടങ്ങുന്നത്.

പെൺകുട്ടികളെ കാണുമ്പോൾ ഭൂതം തലയിൽകയറിയപോലെയാണ്. ആൾക്കാരുടെ പരിഹാസം അയാളുടെ വികാരം ആളിക്കത്തിക്കുകയാണ് പതിവ്. പക്ഷേ, ബാപ്പയുടെ കടയുടെ മുന്നിലെത്തുമ്പോൾ അവന്റെ തലയിലെ ഭൂതം എങ്ങോ ഓടിമറയുന്നു. അപ്പോൾ അവൻ മാന്യനാണ്. കട ദൂരെനിന്നു കാണുമ്പോഴേ അവൻ മാന്യനാകും. മേശയ്ക്കുമുന്നിലിരിക്കുന്ന ബാപ്പയെ ഭവ്യതയോടെ വണങ്ങിയിട്ട് ധൃതിയിൽ മുന്നോട്ടു നടക്കുന്നു.

സർക്കാരുദ്യോഗം കിട്ടിയതോടെ അവന് കുറച്ചു സ്വാതന്ത്ര്യമെല്ലാം ബാപ്പ അനുവദിച്ചുകൊടുത്തിരിക്കയാണ്. എങ്കിലും ഒരു കണ്ണ് ഇല്ലാതില്ല. ബാപ്പയെ കാണുമ്പോൾ കൊച്ചുന്നാളിലെന്നപോലെ ഇപ്പോഴും

ഒരു വിറയലാണ്. ബാപ്പയുടെ മുന്നിലെത്തുമ്പോൾ കൂട്ടിലടച്ച കിളിയെപ്പോലെ തോന്നും. ബാപ്പയുടെ കണ്ണിൽനിന്ന് രക്ഷപ്പെടുമ്പോൾ വീണ്ടും അവന്റെ കണ്ണുകൾ നാലുപാടും പായും. തെരുവുവിൽപ്പനക്കാരികളായാലും കുടുംബക്കാരികളായാലും അവന് ഒരുപോലെതന്നെ. അവരുടെ അംഗലാവണ്യത്തിലും സൗന്ദര്യത്തിലുമാണ് അവന്റെ നോട്ടം. തെരുവുവിൽപ്പനക്കാരികളിൽ ചിലർ അവനിൽ വികാരം ഉണർത്തും. ഉരുണ്ട മാറിടവും സുറുമയിട്ട കണ്ണുകളും വശ്യമായ ചലനവും....അവന്റെ ഉള്ളിലെ ഭൂതത്തിന് അതൊക്കെയേ വേണ്ടൂ.

സ്വർണമാർക്കറ്റും കടന്ന് യാസീൻ സയ്യിദ് അലിയുടെ കാപ്പിക്കടയിലെത്തി. കട ചെറുതാണെങ്കിലും സൗകര്യങ്ങൾക്ക് കുറവില്ല. ഇരിപ്പിടങ്ങൾ ചുമരരുകിൽ ആയതിനാൽ സ്വസ്ഥമായിട്ടിരിക്കാം. ജനലരികിലുള്ള കസേരയിലാണ് യാസീൻ എന്നും ഇരിക്കാറുള്ളത്. ജനലിൽക്കൂടി പുറത്തേക്കുറ്റു നോക്കിക്കൊണ്ടാണ് അവന്റെ ഇരിപ്പ്. ജനലിൽക്കൂടി നോക്കിയാൽ പ്രസിദ്ധ പാട്ടുകാരി സുബൈദയുടെ വീട് ഒരുവിധം നന്നായി കാണാം. സുബൈദയുടെ വളർത്തുമകളായ സാനുബ ജനൽക്കൽ വരുന്നതും കാത്താണ് യാസീന്റെ ഇരിപ്പ്...ഗായകസംഘത്തിലെ വീണ വായനക്കാരിയാണ് സാനുബ. അവളും പ്രശസ്ത തന്നെ. ജോലികിട്ടിയതിനുശേഷം കൈവന്ന സ്വാതന്ത്ര്യം യാസീൻ തീർത്തും മുതലാക്കാൻതന്നെ തീരുമാനിച്ചു. വൈകുന്നേരത്തെ തെരുവുചുറ്റലിനിടയിലാണ് അവൻ സുബൈദയുടെ വീട് കണ്ടുപിടിച്ചതും സാനുബയെ കാണാനിടയായതും. സുന്ദരിയാണ് സാനുബ. ശ്രദ്ധ പുറത്തേക്കായതിനാൽ ചൂടുള്ള ചായ ചുണ്ട് പൊള്ളിച്ചു. എന്നിട്ടും സുബൈദയുടെ വീട്ടിൽത്തന്നെയായിരുന്നു കണ്ണുകൾ. ചുറ്റുമിരിക്കുന്നവരുടെ ഉറക്കെയുള്ള സംസാരം അവനെ അലോസരപ്പെടുത്തി. അവൻ വെറുപ്പോടെ ചായക്കപ്പ് മേശപ്പുറത്തുവെച്ചു.

എവിടെപ്പോയി ഈ നശിച്ചവൾ. ഒന്നു കണ്ടെങ്കിൽ ഇന്നത്തേക്ക് കണ്ണിന് കുളിരാകുമായിരുന്നു. വേണമെന്നുവെച്ച് മറഞ്ഞിരിക്കുയായിരിക്കും ആ സാമർഥ്യക്കാരി.

ഉറക്കെ പിറുപിറുത്തപ്പോഴാണ് ആരെങ്കിലും കേട്ടോ എന്നു സംശയമായത്. ചുറ്റും കണ്ണോടിച്ചു. അന്യരെ ശ്രദ്ധിക്കാൻ താൽപ്പര്യമില്ലാത്തതുപോലെ അവർ സംഭാഷണത്തിൽ മുഴുകിയിരിപ്പാണ്. അവന്റെ മനസും സ്വപ്നം നെയ്യാൻ തുടങ്ങി. ഒരു സ്ത്രീയുടെ നഗ്നശരീരമായിരുന്നു അപ്പോൾ സങ്കൽപ്പത്തിൽ. അള്ളാഹു സൃഷ്ടിച്ച അതേപടിയാണ് അവന്റെ സങ്കൽപ്പത്തിലെ സ്ത്രീകൾ. അവരെങ്ങനെ മനസിൽ കയറിയിരുന്ന് നൃത്തമാടുമ്പോൾ അവന്റെ മനസും ശരീരവും ചൂടുപിടിക്കുന്നു.

വണ്ടിക്കാരൻ ഹായ് ഓയ് എന്ന് കഴുതയെ തെളിക്കുന്ന ഒച്ചകേട്ട് അവൻ പുറത്തേക്കു നോക്കി. സാനുബയുടെ വീട്ടിനു മുന്നിൽ ഒരു വണ്ടി നിർത്തിയിട്ടിരിക്കുന്നു. ഏതെങ്കിലും കല്യാണവീട്ടിൽ പാട്ടുകച്ചേരി ഉണ്ടായിരിക്കും. അവൻ വെയിറ്റർക്ക് പണം കൊടുത്ത് പോകാൻ തയാറായി.

വാതിൽ തുറന്ന് സംഘത്തിലെ ഒരു ഗായിക ഒരു കുരുടന്റെ കൈയും പിടിച്ച് ആദ്യം പുറത്തേക്കിറങ്ങി. നീളമുള്ള കുപ്പായവും മേൽക്കോട്ടും കറുത്ത കണ്ണടയും ധരിച്ചിരുന്നു അയാൾ. വണ്ടിക്കാരന്റെ സഹായത്തോടെ അയാളെ വണ്ടിയിൽ കയറ്റി അവളും കയറിയിരുന്നു. വേറൊരുത്തി മറ്റൊരു ഭാണ്ഡവുമായി എത്തി. നെറ്റുകൊണ്ടുള്ള മുഖം മൂടി ആയിരുന്നു അവൾ അണിഞ്ഞിരുന്നത്. അതിനാൽ മുഖം വ്യക്തമായി കാണാം. സൗന്ദര്യം എടുത്തുകാണിക്കും വിധത്തിലായിരുന്നു വേഷം ധരിച്ചിരുന്നത്. ഏതായാലും യാസീന് കോളായി. നോക്കിക്കൊണ്ടിരിക്കെ സാനുബ എത്തി. നന്നായി അണിഞ്ഞൊരുങ്ങിയിട്ടുണ്ട്. വണ്ടിയിൽ കയറാൻ കാലുയർത്തിയപ്പോൾ പാവാട നീങ്ങി വെളുത്തകാല് പകുതിയും പുറത്തായി. തീ ആളുന്നു.

എന്തൊരു നിറം. കാലുകൾ വെളുവെളേ വെളുത്ത്...അപ്പോൾ വയറോ....റബ്ബേ സഹിക്കാൻ വയ്യല്ലോ...കുറച്ചുകൂടി അടുത്തുനിന്ന് കാണാൻ കഴിഞ്ഞിരുന്നെങ്കിൽ....

യാസീൻ വെള്ളമിറക്കി.

എന്തു ചന്തത്തിലാണ് അവൾ കാലുകളുയർത്തി വണ്ടിയിൽ കയറിയത്. ആ വീട്ടുപടിക്കൽ നിൽക്കേണ്ടതായിരുന്നു. ആ തൊപ്പിക്കാരൻ മുഹമ്മദിന്റെ പീടികയിലായാലും മതിയായിരുന്നു. ആ കഴുവേറി നോക്കി ആസ്വദിക്കുന്നത് കണ്ടില്ലേ?

വണ്ടിയിലിരുന്നതും അവൾ മാറത്തിട്ട തട്ടം മാറ്റി. അവളുടെ നിതംബം സീറ്റിലമർന്നപ്പോൾ രോമാഞ്ചമുണ്ടായതുപോലെ. സീറ്റ് ബലൂൺ കണക്കെ വീർത്തു. യാസീൻ തിരക്കിട്ട് പുറത്തിറങ്ങി. അപ്പോഴേക്കും വണ്ടി നീങ്ങിത്തുടങ്ങിയിരുന്നു. പിന്നാലെ അവനും നടന്നു. വണ്ടി ആടിയും ഉലഞ്ഞും മുന്നോട്ടു നീങ്ങിയപ്പോൾ അറ്റത്തിരുന്നവളുടെ ശരീരവും നടനമാടി. സാനുബയെ മാത്രം നോക്കിക്കൊണ്ടായിരുന്നു യാസീൻ നടന്നത്. അവളുടെ ഓരോ ചലനവും അയാളെ ഉന്മത്തനാക്കി. തെരുവോരത്തെ മിക്ക കടകളും അടച്ചു തുടങ്ങിയിരുന്നു. എങ്ങും ഇരുട്ട്. പണി കഴിഞ്ഞ് വീട്ടിലേക്കു മടങ്ങുന്ന തൊഴിലാളികളായിരുന്നു റോഡിൽ കൂടുതലും.

ഈ യാത്ര അവസാനിക്കാതിരുന്നെങ്കിൽ എന്നുമാത്രമായിരുന്നു അപ്പോൾ യാസീന്റെ ചിന്ത. സാനുബ ഇടയ്ക്കിടെ തിരിഞ്ഞുനോക്കുന്നുണ്ടായിരുന്നു. അവൾ അവനെ കണ്ടിരിക്കുന്നു. ഒന്നു ചിരിച്ചില്ലേ എന്നായി അപ്പോൾ യാസീന്റെ സംശയം. കുറച്ചുദൂരംകൂടി പോയിട്ട് വണ്ടി ഇടത്തേയ്ക്കു തിരിഞ്ഞു. ആർപ്പും വിളിയും ദൂരംനിന്നേ കേട്ടുതുടങ്ങി. അലങ്കരിച്ച പന്തലും ദീപാലങ്കാരങ്ങളും കണ്ട യാസീന് മുന്നോട്ടു പോകാൻ നിവൃത്തിയില്ലാതായി. അവളെത്തന്നെ ശ്രദ്ധിച്ചുകൊണ്ട് അവൻ ഒഴിഞ്ഞ കോണിൽ മാറിനിന്നു. അവൾ കയറിയ അതേ ചാരുതയോടെ വണ്ടിയിൽനിന്നിറങ്ങി കല്യാണവീട്ടിലേക്കു നടന്നു.

ഇനിയോ? യാസീൻ സംശയിച്ചു. ഈ നിരാശ അകറ്റണമെങ്കിൽ പലചരക്കുകടക്കാരൻ കോസ്റ്റാജി തന്നെ ആശ്രയം. ഒരു ഹരത്തിനുവേ

ണ്ടിയാണ് തുടങ്ങിയതെങ്കിലും മദ്യപാനം ഇപ്പോൾ ഒരു ശീലമായിരിക്കുന്നു.

കോസ്റ്റാജിയുടെ കട ലാക്കാക്കി തിരക്കിട്ടുനടന്നു യാസീൻ. കടയുടെ മുന്നിലെത്തിയപ്പോൾ അവൻ പാത്തും പതുങ്ങിയും ചുറ്റും കണ്ണോടിച്ചു. പരിചയക്കാരാരെങ്കിലും ചുറ്റുവട്ടത്തെങ്ങാനുമുണ്ടോ? ആരുമില്ലെന്ന് ഉറപ്പായപ്പോൾ തിരക്കിട്ട് അകത്തേക്കു കയറി. കടയുടമസ്ഥനോട് സംസാരിച്ചു നിൽക്കുന്ന ആളുടെ പിൻവശം കണ്ടപ്പോൾ അവന് സംശയമായി. എവിടെയോ കണ്ടിട്ടുണ്ടല്ലോ. അയാളുടെ മുഖം കണ്ടതും യാസീന്റെ മുഖം വിവർണമായി. നെഞ്ചിടിപ്പ് ഏറി. അറുപതു കഴിഞ്ഞിരിക്കും അയാൾക്ക്. അയഞ്ഞ കുപ്പായം, നരച്ച മീശ, ഭക്തന്റെ ഭാവം... അതേ... അയാൾതന്നെ. അയാളുടെ കണ്ണിൽനിന്നു രക്ഷപ്പെടാനെന്ന പോലെ യാസീൻ അടഞ്ഞവാതിൽ തള്ളിത്തുറന്ന് പെട്ടെന്ന് കടയുടെ അകത്തേക്കു കയറി.

പതിമൂന്ന്

ആദ്യം കണ്ട കസേരയിൽ വീഴുകയായിരുന്നു യാസീൻ. ഒട്ടും ക്ഷമയില്ലാതെ ബെയററെ കൈതട്ടിവിളിച്ച് ഒരു കോണിയാക്ക് ഉടനെ എത്തിക്കാൻ ഏർപ്പാടാക്കിയിട്ട് നിവർന്നിരുന്നു. പലചരക്കു കടയ്ക്കുള്ളിലെ ഒരിടത്തരം മുറിയാണ് ബാർ. നാട്ടുമ്പുറത്തുകാരും തൊഴിലാളികളും ഇടത്തരക്കാരുമാണ് സ്ഥിരം പതിവുകാർ.

കഴിഞ്ഞ പന്ത്രണ്ടുവർഷത്തിനിടയിൽ ഒന്നോ രണ്ടോ തവണയേ അയാളെ കണ്ടിട്ടുള്ളൂ. എന്നിട്ടും ഒറ്റനോട്ടത്തിൽ ആളെ പിടികിട്ടി. ആൾ ഒരുപാട് മാറിയിട്ടുണ്ട്. അന്തസ്സും ആഭിജാത്യവുമുള്ള ഒരു മാന്യന്റെ മുഖമാണിപ്പോൾ. ഏതു നശിച്ച നേരത്താണാവോ വീട്ടിൽ നിന്നിറങ്ങിയത്. ഒരിക്കലും കാണരുതെന്ന് ആഗ്രഹിച്ച ഒരാളെ കണ്ടുമുട്ടിയതിൽ യാസീന് ആരോടെന്നില്ലാത്ത അരിശം തോന്നി. ഒപ്പം ഒറ്റപ്പെട്ടവനെന്ന തോന്നലും ശക്തമായി.

പഴയരംഗങ്ങൾ ഓരോന്നായി മനസിൽ ഓടിയെത്തുന്നു. പഴക്കടയുടെ മുന്നിൽ നിക്കറിട്ട കുട്ടി. അതെ, അത് അവൻ തന്നെയായിരുന്നു. അവനെ കണ്ടതും സലാംചൊല്ലി ആപ്പിളും ഓറഞ്ചുമൊക്കെ പൊതിഞ്ഞുകെട്ടി അയാൾ കൈയിൽവെച്ചു തരുന്നു. അതുമായി ഉമ്മയുടെ അടുത്തേക്ക് ഓടുന്നു. അന്ന് പക്ഷേ, അതിൽ ഒരപാകതയും തോന്നിയിരുന്നില്ല. ഇന്നാകട്ടെ ആ ഓർമകൾ അറപ്പുളവാക്കുന്നു. ആരായിരുന്നു അയാൾ? ഉമ്മയുടെ ഇടപാടുകാരൻ...അവന്റെ ശരീരം വിറച്ചു.

ആ സമയത്താണ് ബെയറർ കോണിയാക്കുമായി എത്തിയത്. ആശ്വാസത്തോടെ ഒന്നു മോന്തി. രണ്ടുമൂന്നിറക്ക് അകത്തായപ്പോൾ

മുന്നിൽ ഉമ്മ. അവരുടെ മുഖത്ത് കാർക്കിച്ചു തുപ്പാനാണ് തോന്നിയത്. അവരുടെ വയറ്റിൽ ജന്മമെടുത്തല്ലോ എന്നോർത്തായിരുന്നു അപ്പോൾ യാസീന്റെ ദുഃഖം. പല പുരുഷന്മാർ കയറി ഇറങ്ങുന്ന വീട്. ആരേയാണ് ശപിക്കേണ്ടത്? വിധിയെ എന്നു പറഞ്ഞ് സമാധാനിക്കാം. വിവാഹമോചനം നേടിയ വേറെ എത്രയോ സ്ത്രീകളുണ്ട്. അവരൊക്കെ ഉമ്മയെപ്പോലെ വിവാഹം തൊഴിലാക്കിയിട്ടില്ലല്ലോ. ഉമ്മയുടെ സൗന്ദര്യമായിരുന്നോ എല്ലാറ്റിനും കാരണം? ഉത്തരം കിട്ടാത്ത ചോദ്യങ്ങൾ യാസീനെ നീറ്റി.

കുട്ടിക്കാലത്ത് അവന് എല്ലാം ഉമ്മയായിരുന്നു. ആ വീടിന്റെ ഓരോ മുക്കുംമൂലയും ഇപ്പോഴും അവന്റെ മനസിലുണ്ട്. അവനും ഉമ്മയും സന്തോഷത്തോടെ കഴിഞ്ഞ നാളുകളായിരുന്നു അത്. എപ്പോഴാണ് ആ സന്തോഷം അസ്തമിച്ചത്? ഉമ്മയെ സംശയിക്കാൻ തുടങ്ങിയത്? സ്നേഹത്തിന്റെ സ്ഥാനത്ത് വെറുപ്പ് പടർന്നത് ആ വീട്ടിൽ അവനും ഉമ്മയും മാത്രമല്ല എന്ന തോന്നലുണ്ടായതോടെയാണ് വെറുപ്പ് മാറാവ്യാധിയായി അവന്റെ ഹൃദയത്തിൽ പടർന്നത്. വെറുപ്പും വിദ്വേഷവും കാണിച്ചപ്പോഴും അയാൾ അവനോട് ലോഹ്യംകൂടാൻ ശ്രമിച്ചു. അപ്പോഴൊക്കെയും അവന്റെ കുഞ്ഞുമനസ്സ് വെന്തുരുകി.

ഭൂതകാലം പാടേ മറക്കാൻ എപ്പോഴും ആഗ്രഹിച്ചിരുന്നു. എത്ര ശ്രമിച്ചിട്ടും ഉമ്മയുടെ മുഖം മനസിൽനിന്ന് മായ്ക്കാൻ സാധിക്കുന്നില്ല. ഉള്ളം പിടയുമ്പോഴൊക്കെ തലോടി ആശ്വസിപ്പിക്കാൻ ഉമ്മ എത്തുന്നു. ആട്ടിഓടിച്ചാലും വീണ്ടുമെത്തുന്ന ഓർമകൾ ജീവിതം നരകമാക്കുന്നു. അയാൾ കൈനിറയെ സമ്മാനങ്ങളുമായി തുടരെ വീട്ടിൽ വന്നുകൊണ്ടിരുന്നു. ആദ്യം അതിൽ അപാകതയൊന്നും തോന്നിയിരുന്നില്ല. ഉമ്മയോടൊത്ത് അയാളുടെ പഴക്കടയുടെ മുന്നിലൂടെ പോകുമ്പോൾ അയാളോടു ചിരിക്കുകയും ഉമ്മയ്ക്ക് അയാളെ ചൂണ്ടിക്കാണിച്ചുകൊടുക്കുകയും ചെയ്യാറുണ്ടായിരുന്നു. ഉമ്മ അതു കാണാത്ത മട്ടിൽ പിടിച്ചു വലിച്ച് തിരക്കിട്ട് നടക്കും. മേലാൽ അങ്ങനെ ചെയ്യരുതെന്ന് താക്കീത് നൽകാറുമുണ്ട്. തെരുവിലെത്തുമ്പോൾ അയാളെ കണ്ടതായി ഭാവിക്കരുതെന്ന് അങ്ങനെയാണ് അവൻ പഠിച്ചത്. വീട്ടിൽ ഇടയ്ക്കിടെ ഉമ്മയുടെ കുശലമന്വേഷിച്ചെത്തുന്ന അകന്ന ബന്ധത്തിലുള്ള കാരണവരോട് അയാളെക്കുറിച്ച് മിണ്ടരുതെന്ന് ഉമ്മ താക്കീതു ചെയ്തു. അതോടെയാണ് അവന്റെ ഹൃദയത്തിൽ സംശയത്തിന്റെ വിത്തു മുളയ്ക്കാൻ തുടങ്ങിയത്.

കുറേ ദിവസം തുടരെ അയാൾ വരാതിരിക്കുമ്പോൾ അയാളെ രാത്രി വീട്ടിലേക്കു ക്ഷണിക്കാൻ ഉമ്മ അവനെയാണ് അയച്ചിരുന്നത്. അവനെ കാണുന്നതും അയാൾ പഴങ്ങൾ കെട്ടിപ്പൊതിയാൻ തുടങ്ങും. തിരക്കായതിനാൽ അങ്ങോട്ടു വരാൻ കഴിയാത്തതിൽ ക്ഷമ യാചിക്കും. അന്ന് എന്തായാലും എത്താമെന്ന് വാക്കുകൊടുക്കും. രാത്രിയിലെ കാര്യം ഒന്നുകൂടി ഓർമിപ്പിച്ചിട്ട് അവൻ വീട്ടിലേക്ക് കുതിക്കും. അതോർക്കുമ്പോൾ ഇന്ന് തല അപമാനംകൊണ്ട് കുനിഞ്ഞുപോകുന്നു. ഉമ്മയുടെ കൂട്ടിക്കൊടുപ്പുകാരൻ...ഛേ....തലയാട്ടിക്കൊണ്ട് യാസീൻ വീണ്ടും ഗ്ലാസ് നിറച്ചു.

'ഭൂതകാലം മണ്ണിട്ടുമൂടണമെന്ന് ഞാൻ പലവട്ടം പറഞ്ഞതല്ലേ? കേൾക്കില്ലെന്നു വെച്ചാൽ? എനിക്ക് ഉമ്മയില്ല....ഞാൻ ജനിച്ചതും വളർന്നതും ബാപ്പയുടെ വീട്ടിൽ. ബാപ്പയുടെ രണ്ടാം ഭാര്യതന്നെ എന്റെ ഉമ്മ. എന്തിന് ഭൂതം ചികഞ്ഞുപരത്തി മനസ്സ് പുണ്ണാക്കുന്നു? അയാളെ കാണാനിടയായതുകൊണ്ടല്ലേ? പോകാമ്പറ അയാളോട്. ഇന്നല്ലെങ്കിൽ നാളെ അയാളും മരിക്കും. ഞാനും മരിക്കും. എല്ലാരും മരിക്കും.'

ഉറക്കെയാണ് യാസീൻ പറഞ്ഞുകൊണ്ടിരുന്നത്. എന്നിട്ടും പഴയ ഓർമകൾ അവനെ വെറുതെ വിട്ടില്ല. പഴക്കച്ചവടക്കാരൻ വിവാഹാലോചനയുമായി വന്നിട്ടുണ്ട്. അവനെക്കരുതി മാത്രമാണ് സമ്മതിക്കാൻ മടി. ഉമ്മ പറഞ്ഞപ്പോൾ അവൻ കുറച്ചൊന്നുമല്ല ഞെട്ടിയത്. ഒമ്പതാം വയസിലാണ് അവൻ ബാപ്പയുടെ വീട്ടിലേക്കു പോന്നത്. എട്ടും പൊട്ടും തിരിയാത്ത പ്രായം. ഉമ്മയാണെങ്കിൽ അവനെ ലാളിച്ചു വഷളാക്കുകയും ചെയ്തിരുന്നു. ബാപ്പയുടെ കർശനനിയമങ്ങളും ഇളയമ്മയുടെ സ്നേഹവുമില്ലായിരുന്നെങ്കിൽ എപ്പോഴേ വഴി തെറ്റിപ്പോവുമായിരുന്നു. ഉമ്മയോടൊന്നിച്ചുള്ള ജീവിതവും ഇപ്പോഴത്തെ ജീവിതവും തുലനം ചെയ്യുക പതിവായിരിക്കുന്നു. ഭൂതകാലം ഒരു തീരാക്കളങ്കമായി പിൻതുടരുന്നത് കുറച്ചൊന്നുമല്ല വേദനിപ്പിച്ചത്.

അവിടെ ചെന്ന കാലത്ത് ഉമ്മയുടെ നടപടികളെക്കുറിച്ച് ബാപ്പ ചോദിച്ചറിയാറുണ്ടായിരുന്നു. അറിഞ്ഞോ അറിയാതെയോ പലതും മൂടിവയ്ക്കാൻ അവൻ ശ്രമിച്ചിരുന്നു. ബാപ്പയുടെ സ്നേഹം നേടാൻ അതാണ് വഴിയെന്ന് എങ്ങനെയോ അവൻ ധരിച്ചു. പഴക്കച്ചവടക്കാരൻ പിൻമാറിയപ്പോൾ ഒരു കൽക്കരിക്കച്ചവടക്കാരനെ ഉമ്മ വിവാഹം കഴിക്കാൻ തീരുമാനിച്ച കാര്യം ബാപ്പ പറഞ്ഞപ്പോൾ അവന് കണ്ണീരടക്കാൻ കഴിഞ്ഞില്ല. പഴക്കച്ചവടക്കാരനുമായി ഉമ്മയ്ക്കുണ്ടായിരുന്ന ബന്ധം അപ്പോഴാണവൻ ബാപ്പയോടു പറഞ്ഞത്.

ഇപ്പോൾ ഏറെക്കാലമായി അവന് ഉമ്മയുമായി ഒരു ബന്ധവുമില്ല. കല്യാണം കഴിഞ്ഞ് രണ്ടാംവർഷം കൽക്കരിക്കച്ചവടക്കാരൻ ഉമ്മയെ ഉപേക്ഷിച്ച കാര്യവും ബാപ്പതന്നെയാണ് പറഞ്ഞത്. ബാപ്പ ഉമ്മയെക്കുറിച്ച് എന്തെങ്കിലും പറയുമ്പോൾ പ്രത്യേകിച്ച് ഒന്നും തോന്നാറില്ല. കുറേക്കാലം കാണാതിരിക്കുമ്പോൾ അവനെ ഒന്നു പറഞ്ഞയക്കണമെന്നപേക്ഷിച്ച് ഉമ്മ ബാപ്പയുടെ അടുത്ത് ആളയക്കും. കഴിഞ്ഞതുപോട്ടെ. പെറ്റുമ്മയല്ലേ. ഒന്നു ചെന്നു കണ്ടോളൂ. ബാപ്പ പറഞ്ഞാലും ചെവിക്കൊള്ളാറില്ല. ഉള്ളുനിറയെ പകയും വിദ്വേഷവുമായിരുന്നു. പെണ്ണുങ്ങളെത്തന്നെ വെറുക്കാൻ തുടങ്ങിയിരുന്നു യാസീൻ. അവരുടെ ശരീരം മാത്രം മതി അവന്.

എല്ലാ പെണ്ണുങ്ങളും ശാപം കിട്ടിയവരാണ്. സ്വന്തം ധർമം മറക്കുന്ന നീചർ എന്ന ചിന്ത ഉള്ളിൽ ഊട്ടിയുറപ്പിക്കാൻ യാസീൻ എപ്പോഴും ശ്രമിച്ചിരുന്നു.

"മദ്യം ദുഃഖം അകറ്റില്ലെന്ന് ആരെങ്കിലും പറഞ്ഞാൽ ഞാനവന്റെ തലയറുക്കും. മദ്യം എല്ലാം മറക്കാൻ സഹായിക്കതന്നെ ചെയ്യും. ഓപ്പിയവും കഞ്ചാവും പോലെ മാരകവുമല്ല."

ആരോ പറഞ്ഞത് കേട്ട് യാസീന്റെ ചിന്ത മുറിഞ്ഞു.

"എല്ലാം ഒരുപോലെതന്നെ."

അയാളുടെ ചങ്ങാതിയുടെ അയഞ്ഞ വാക്കുകൾ.

"അതേ....എല്ലാം നല്ലതുതന്നെ....പക്ഷേ, മദ്യം ഇസ്ലാമിനു നിഷിദ്ധമാണ്. കുടിക്കുന്നത് കൊടുംപാപമാണ്..."

"അതുമാത്രമാണോ കൊടിയ പാപം? പാവങ്ങളെ ഉപദ്രവിക്കുന്നത് പാപമല്ലേ? കള്ളക്കച്ചവടം ചെയ്ത് പണം കുന്നുകൂട്ടുന്നത് പാപമല്ലേ? ദരിദ്രരെ ഊട്ടാത്തത് പാപമല്ലേ? നൂറ്നൂറ് നല്ലകാര്യങ്ങൾ ചെയ്താലെ യഥാർഥ ഇസ്ലാമാകൂ. അല്ലാതെ മദ്യം കഴിക്കാത്തതുകൊണ്ടുമാത്രം ആരും ഇസ്ലാമാകുന്നില്ല."

അയാൾ അരിശത്തോടെ പറഞ്ഞതുകേട്ട് യാസീന് ചിരി വന്നു. ഒന്നു ചിരിക്കാനായല്ലോ എന്നായിരുന്നു അപ്പോഴത്തെ ആശ്വാസം.

അൽപ്പം പാപക്കറയൊക്കെ എല്ലാവരുടെയും ജീവിതത്തിലുമുണ്ടാകും. എന്നുകരുതി അതുതന്നെ ഓർത്തു വ്യാകുലപ്പെടേണ്ടതില്ല. ഉമ്മയെ വേണ്ടെങ്കിലും അവരുടെ സ്വത്തുക്കൾ എനിക്കു വേണം. പഴക്കട, വാടകവീട്, പിന്നെ പഴയ തറവാടും. കൂടാതെ രൊക്കം പണവും കാണും. അതൊന്നും യാസീന് കയ്ക്കില്ല. ഇതെല്ലാം എന്റെ കൈയിലാകുന്നതോടെ ഞാൻ ഭൂതകാലത്തിനു തീകൊളുത്തും. എരിച്ചു ചാമ്പലാക്കും. ഇപ്പോൾ സാനുബയെക്കുറിച്ചോർക്കാം. അതുപോലെ സുന്ദരികളായ മറ്റു സ്ത്രീകളെ കിനാവു കാണാം. ആനന്ദിക്കാം....പക്ഷേ, വയ്യല്ലോ....ഉമ്മയുടെ മുഖം മാത്രമല്ലേ മുന്നിലുള്ളൂ. ആ ഓർമ്മകൾ മരണം വരെ എന്നെ പിന്തുടരുക തന്നെ ചെയ്യും.

യാസീൻ വ്യസനത്തോടെ തല മേശയിൽ ചായ്ച്ചു.

പതിനാല്

മീശപിരിച്ചുകൊണ്ട് ഗാഢമായ ചിന്തയിൽ മുഴുകിയിരിക്കുകയാണ് സയ്യിദ് അഹമ്മദ്. ആകെ സന്തോഷത്തിലാണെന്ന് മുഖം കണ്ടാലറിയാം. നാട്ടുകാരും വീട്ടുകാരും ഒരുപോലെ ആദരിക്കുകയും ബഹുമാനിക്കുകയും ചെയ്യുമ്പോൾ എങ്ങനെ സന്തോഷമുണ്ടാകാതിരിക്കും? ഇന്നലത്തെ സംഭവംതന്നെ അതിനുദാഹരണമാണല്ലോ. തലേദിവസം ഒരു സുഹൃത്തിന്റെ വീട്ടിൽ പാർട്ടിയുണ്ടായിരുന്നു. സുഹൃത്ത് നേരിട്ട് വന്ന് ക്ഷണിച്ചിട്ടും അയാൾക്ക് പോകാൻ സാധിച്ചില്ല. സയ്യിദ് അഹമ്മദ് ചെല്ലാത്തതിനാൽ പാർട്ടി അറുമുഷിപ്പനായി. മദ്യത്തിനു പോലും രുചി തോന്നിയില്ല. മുഖസ്തുതിയാണെന്നറിയാമെങ്കിലും സുഹൃത്തുക്കളുടെ ഇത്തരം സംസാരം അയാളെ എപ്പോഴും സന്തോഷിപ്പിക്കാറുണ്ട്.

ഇന്നു രാവിലെ മറ്റൊരു സന്തോഷാനുഭവവും കൂടി ഉണ്ടായി. നഗ

രത്തിലെ പേരുകേട്ട കച്ചവടക്കാരനായിരുന്ന, മരണപ്പെട്ട ഹാജി അലിയുടെ വിധവയുടെ കല്യാണാലോചനയുമായി ദല്ലാളി ഉമ്മുസൽമ വന്നിരുന്നു. ഹാജിഅലിയുടെ വിധവ അയാളുടെ കടയിലെ പറ്റുകാരിയാണ്. വരുമ്പോളൊക്കെ വളരെ ആദരവോടെയാണ് അയാളോട് പെരുമാറിയിട്ടുള്ളത്.

"ഞാൻ രണ്ടു വിവാഹം കഴിച്ചു. ഇനി ഒന്നുകൂടി ഏതായാലും വേണ്ട. അവർക്ക് അനുയോജ്യനായ ഒരാളെ കിട്ടാൻ നിനക്കൊരു വിഷമവുമുണ്ടാകില്ല."

സന്തോഷം ഉള്ളിലടക്കി ഉമ്മുസൽമ്മയോട് പറയുമ്പോൾ അകമേ ചിരിച്ചു.

"ഇനിയുമൊരു വിവാഹമില്ലെന്ന് ഉറപ്പിച്ചിരിക്കുകയാണ്. ബാപ്പയുടെ വിവാഹക്കൊതി വരുത്തിയ കെടുതികൾ ഇപ്പോഴും മറക്കാൻ സാധിച്ചിട്ടില്ല. സ്വത്തു മുഴുവൻ കണ്ടവർ കൊണ്ടുപോയി. ഇന്നീ കാണുന്നതൊക്കെ അയാൾ അധ്വാനിച്ചുണ്ടാക്കിയതാണ്. അതു തന്റെ മക്കൾ അനുഭവിച്ചാൽ മതി. ഒരുപാടു വിവാഹം കഴിച്ച് ആവശ്യമില്ലാത്ത നൂലാമാലകളിലൊന്നും ചെന്നുചാടാൻ നിശ്ചയിച്ചിട്ടില്ല."

"മൂത്തു നരച്ചിട്ടും ചമഞ്ഞൊരുങ്ങിയല്ലേ നടത്തം?"

സുഹൃത്തുക്കൾ പരിഹസിക്കാറുണ്ട്. ഒരു മുടിപോലും നരച്ചിട്ടില്ല. ചെറുപ്പക്കാരെക്കാൾ ആരോഗ്യവും ഓജസുമുണ്ട്. സൗന്ദര്യത്തിനും കുറവില്ല. ആകർഷകമായി പെരുമാറാനും അറിയാം. സ്ത്രീകളെ വലയിൽ വീഴ്ത്താനും മിടുക്കൻ തന്നെ. പലരും അസൂയപ്പെടുന്നുമുണ്ട്. അതുകൊണ്ട് സുഹൃത്തുക്കളുടെ പരിഹാസം പുകഴ്ത്തലായിട്ടേ കണക്കാക്കാറുള്ളു.

കള്ളുകുടിച്ച് മത്തുപിടിച്ചാലും വാക്കുകൾ പിഴയ്ക്കാറില്ല. തമാശയ്ക്ക് മൂർച്ച കുറയാറുമില്ല. കൂട്ടുകാരുടെ തരംതാണ തമാശകൾ ഇഷ്ടപ്പെടാറില്ലെങ്കിലും ഇഷ്ടപ്പെട്ടതായി ഭാവിച്ച് മിണ്ടാതിരിക്കുകയാണ് പതിവ്. വെറുതെ അവരെ വേദനിപ്പിക്കണ്ടല്ലോ എന്നു കരുതും. ഏതെങ്കിലും ഒരാളെ ഒന്നിരുത്തണമെന്നു തോന്നിയാൽ നേരിട്ടെന്തെങ്കിലും പറയുന്ന പതിവില്ല. വേറൊരു സുഹൃത്തിനെ എരികേറ്റി കൊള്ളിവാക്കു പറയിക്കും. അത് കൊള്ളേണ്ടിടത്തുതന്നെ ചെന്നു കൊള്ളുകയാണ് പതിവ്.

ആവശ്യമുള്ളവരെ കണ്ടറിഞ്ഞാണ് സഹായിക്കുന്നതെങ്കിലും അതു നാലാൾ അറിയുംവിധമായിരിക്കണമെന്ന് നിർബന്ധമുണ്ട്. അതുകൊണ്ടുതന്നെ എന്തെങ്കിലുമൊരാവശ്യം നേരിട്ടാൽ സുഹൃത്തുക്കൾ ആദ്യമെത്തുന്നത് അയാളുടെ കടയിലാണ്. കല്യാണാലോചന ആയാലും ബന്ധം വേർപ്പെടുത്തലായാലും വിവാഹമായാലും മരണമായാലും സയ്യിദ് അഹമ്മദ് മുന്നിട്ടിറങ്ങിയാൽ ഏതടിയന്തിരവും ഭംഗിയായി തന്നെ നടക്കും. മറ്റുള്ളവരുടെ മുന്നിൽ വിനയം അഭിനയിക്കാറുണ്ടെങ്കിലും സ്വയം വലിയ മതിപ്പാണ്.

രാവിലെ ഒഴിഞ്ഞുമാറാൻ നോക്കിയിട്ടും ദല്ലാളിപ്പെണ്ണ് നിർബന്ധം പിടിച്ചപ്പോൾ പറഞ്ഞത് ഇപ്പോഴുമോർത്ത് ചിരി വരുന്നു.

"അവർക്ക് പുതിയാപ്ലയെ കിട്ടാനാണോ വിഷമം? പക്ഷേ, എന്നെ മാത്രം എന്നു ശഠിച്ചാലെന്തു ചെയ്യും? വീണ്ടുമൊരു വിവാഹത്തിന് ഞാനേതായാലും ഒരുക്കമല്ല. വേണമെങ്കിൽ ഒരു കരാറുണ്ടാക്കി തമ്മിൽ ബന്ധപ്പെടാനാണെങ്കിൽ ഞാനൊരുക്കം. അതിന് അവർ തയാറല്ലല്ലോ. എനിക്കു വേണ്ടത് വെപ്പാട്ടി. അവർക്കു വേണ്ടത് ഭർത്താവ്. പിന്നെ, ഞങ്ങൾക്കെങ്ങനെ യോജിക്കാനാവും?"

കേട്ടതും ഉമ്മുസൽമ സ്ഥലം വിട്ടു.

കടയുടെ മുന്നിൽ ഒരു വണ്ടി വന്നു നിന്നു. തടിച്ചുകൊഴുത്ത ഒരു സ്ത്രീ പണിപ്പെട്ട് വണ്ടിയിൽനിന്ന് ഇറങ്ങാൻ ശ്രമിക്കുമ്പോൾ അവരുടെ പണിക്കാരി ചാടിയിറങ്ങി അവരെ സഹായിക്കാൻ കൈ നീട്ടി. ഇറങ്ങിക്കഴിഞ്ഞതും കിതയ്ക്കുന്നുണ്ടായിരുന്നു അവർ. നേർച്ചക്കാളെയെപ്പോലെ ആടിയും ഉലഞ്ഞുമാണ് അവർ കടയുടെ നേരെ നടന്നത്.

"കേൾവികേട്ട സംഗീതജ്ഞ സുബൈദ സുൽത്താനയ്ക്ക് വഴിമാറി കൊടുക്കിൻ കൂട്ടരേ."

വേലക്കാരി വിളിച്ചു പറയുന്നുണ്ടായിരുന്നു.

"വായടക്കടീ....സംഗീതജ്ഞ...."

അവർ ആൾക്കാർ കേൾക്കാനെന്നോണം പറഞ്ഞു.

"വന്നാട്ടെ...വന്നാട്ടെ."

ഹംസായി ഇറങ്ങിച്ചെന്ന് അവരെ സ്വീകരിച്ചു.

"അതേ അകത്തേയ്ക്ക് വന്നാട്ടെ. വിചാരിക്കാത്ത നേരത്തല്ലേ ഭാഗ്യം വന്നുകയറുന്നത്. എങ്ങനെ സ്വീകരിക്കണമെന്നോർത്ത്...."

അവരെത്തന്നെ ശ്രദ്ധിച്ചുകൊണ്ടിരുന്ന മുതലാളിയും സ്വാഗതമരുളി.

കസേരയെടുക്കാൻ ഓടുന്ന ഹംസായിയെ തടഞ്ഞിട്ട് അയാൾ തന്നെ അവർക്ക് കസേര ഇട്ടുകൊടുത്തു. കൈ പിടിച്ച് കസേരയിൽ ഇരുത്തിയപ്പോൾ അറിയാതെ എന്നോണം കൈയിലൊന്നമർത്താൻ മറന്നതുമില്ല. അവളുടെ തടിച്ചുരുണ്ട പിൻവശം കസേരയിൽ അമരുന്നതു കണ്ടപ്പോൾ ആകെയൊരു കുളിര്. ആ സ്ത്രീ, നന്ദി പുഞ്ചിരിയിൽ ഒതുക്കി. പർദ അണിഞ്ഞിരുന്നില്ല അവർ. തടിച്ചുകൊഴുത്ത ദേഹം മുഴുവൻ കാണും വിധത്തിലുള്ളതാണ് വേഷം. തടിച്ചുരുണ്ടിട്ടാണെങ്കിലും മുഖം കത്തിത്തിളങ്ങിയിരുന്നു.

"ഇതുപോലൊരു കടയിൽ വരുമ്പോൾ പേടിക്കാനൊന്നുമില്ലെന്ന് നിന്നോട് ഞാൻ പറഞ്ഞതല്ലേടി."

അവർ വേലക്കാരിയോടായി പറഞ്ഞു.

"ഇതുപോലൊരു മാന്യൻ ഈ നഗരത്തിൽ വേറെയില്ലെന്ന് ഞാനും പറഞ്ഞതല്ലേ."

അവളും വിട്ടില്ല.

"ഞാൻ കടയുടെ മഹത്വം പറയുമ്പോൾ അവൾ ആളെത്തന്നെ പുകഴ്ത്തുകയല്ലെ. പൊട്ടിപ്പെണ്ണാ."

"അതിനെന്താ? ഞാനും കടയും രണ്ടല്ലല്ലോ. ഒന്നുതന്നെ."

പുകഴ്ത്തൽ കേട്ട് ഉന്മേഷവാനായ സയ്യിദ് അഹമ്മദ് പറഞ്ഞു.

കടയിൽ സാധനം വാങ്ങിക്കാനെത്തിയ പലരും അവരുടെ സംസാരം ശ്രദ്ധിക്കുന്നുണ്ടായിരുന്നു. ആൾക്കാരുടെ ശ്രദ്ധപിടിച്ചു പറ്റുകതന്നെയെന്നായിരുന്നു അവളുടെ വരവിന്റെ ഉദ്ദേശ്യവും. അതു മനസിലാക്കിയ കടയുടമ അവരെ മറ്റുള്ളവർ കാണാതിരിക്കും വിധം പുറം തിരിഞ്ഞു നിന്നിട്ട് സംസാരം തുടർന്നു.

"ദൈവം കനിഞ്ഞനുഗ്രഹിച്ച ദിവസം തന്നെ."

"വെറുതെ പൊക്കല്ലേ. എന്നെപ്പോലൊരുത്തികാരണം ആർക്കെന്തനുഗ്രഹം കിട്ടാനാ?"

അവളുടെ കണ്ണുകളിൽ തന്നെ ഉറ്റുനോക്കിക്കൊണ്ട് പുഞ്ചിരി മായാതെ അയാൾ ചോദിച്ചു:

"ആട്ടെ, എന്താ വേണ്ടത്?"

"കാപ്പി, പഞ്ചസാര, ചായ, അരി, പരിപ്പ് ഇതൊക്കെയല്ലെ നിങ്ങൾ ആണുങ്ങൾ കച്ചവടം നടത്തുന്നത്?"

സുബൈദയുടെ ആഗമനോദ്ദേശ്യം സയ്യിദ് അഹമ്മദിന് അതോടെ ഏകദേശം പിടികിട്ടി.

"ആരു പറഞ്ഞു ഈ നുണ? സ്നേഹവും ആനന്ദവുമൊക്കെ വിൽക്കാനാ ഞങ്ങൾക്കു താൽപ്പര്യം."

"ആണോ?"

സുബൈദ വിശ്വാസമില്ലാത്ത മട്ടിലാണ് ചോദിച്ചത്.

"പിന്നല്ലാതെ?"

വിജയഭാവത്തിലായിരുന്നു അയാളുടെ മറുപടി.

അവൾ പക്ഷേ ചിരിക്കാതെ ഗൗരവത്തിൽ ഇരിക്കയാണ് ചെയ്തത്. അത്ര വേഗം വിട്ടുകൊടുക്കുന്നവളല്ലെന്ന് അയാൾക്ക് മനസിലായി.

"അള്ളാഹു നിങ്ങളെ അനുഗ്രഹിക്കട്ടെ. ഇന്നേയ്ക്ക് അരിയും കാപ്പിയും പഞ്ചസാരയും മതി എനിക്ക്."

അയാളും ഉടൻ ഗൗരവം ഭാവിച്ച് അവർക്ക് ആവശ്യമുള്ളത് പൊതിഞ്ഞുകൊടുക്കാൻ ഹംസായിയെ ഏൽപ്പിച്ചു.

"എന്താ വേണ്ടതെന്നു വെച്ചാൽ മടിക്കാതെ പറഞ്ഞോളു."

അയാൾ ലോഹ്യം പറഞ്ഞു.

"നിങ്ങളെതന്നെ എനിക്കു തരുന്ന മട്ടുണ്ടല്ലോ."

"ഈ കടയിലെ ഏറ്റവും മുന്തിയ ചരക്ക് ഞാനാണെന്നാ എന്റെ കൂട്ടുകാർ പറയുന്നത്."

അയാളും വിട്ടില്ല.

"അപ്പോ കേട്ടതൊന്നും നുണയല്ല."

അവളുടെ കണ്ണിൽ കുസൃതിച്ചിരി.

"നാവിൽ ഇത്രയേറെ മധുരമുള്ളപ്പോൾ പഞ്ചസാര എന്തിനാ?"

ഈ വാക്പയറ്റിനിടയിൽ ആ സ്ത്രീ പൊങ്ങച്ച സഞ്ചി തുറന്ന് കണ്ണാടി പുറത്തെടുത്ത് അതിൽ നോക്കി മുഖം മിനുക്കി. അയാൾ അവളെത്തന്നെ ശ്രദ്ധിച്ചുകൊണ്ട് തന്റെ കസേരയിൽ ചെന്നിരുന്നു.

അവളുടെ വരവിന്റെ ഉദ്ദേശ്യം അതോടെ അയാൾക്ക് തികച്ചും വ്യക്തമായി. ഇനി എന്ത്? ഒഴിവാക്കണോ ക്ഷണം സ്വീകരിക്കണോ? മുമ്പ് സുഹൃത്തുക്കളുടെ വീടുകളിൽ വെച്ച് കല്യാണാഘോഷത്തിനു പാടുമ്പോൾ അവളെ പലതവണ കണ്ടിട്ടുണ്ട്. അടുത്ത കടയിലെ സയ്യിദ് കലീമിന്റെ വെപ്പാട്ടിയാണെന്നും കേട്ടിരുന്നു. അയാളുമായി പിണങ്ങിയ വിവരവും കിട്ടിയിരുന്നു. അതുകൊണ്ടായിരിക്കുമല്ലോ പുതിയ കട അന്വേഷിച്ചെത്തിയത്. കണ്ടാൽ ആരുമൊന്നു നോക്കിപ്പോകുന്ന രൂപം. അവളുടെ പാട്ടിനെക്കാൾ അയാളെ ആകർഷിച്ചത് അവളുടെ സൗന്ദര്യമാണ്.

തരക്കേടില്ല എന്നു മനസിൽ കരുതിയതും ഉള്ളിലെവിടെയോ ഇക്കിളി.

ഹംസായി പൊതിക്കെട്ടുകളുമായി എത്തിയപ്പോൾ ആകെ ഒരു ചമ്മൽ. അവൾ അപ്പോൾ പഴ്സ് തുറന്ന് പണമെടുക്കുകയായിരുന്നു.

"ഛേ....അതെന്തു മര്യാദ?"

"മര്യാദയെങ്ങനെയാ മര്യാദകേടാവുന്നത്?"

ആശ്ചര്യഭാവത്തിലായിരുന്നു ചോദ്യം.

"ഇനിയും വരുമല്ലോ. അപ്പോൾ ഞാൻ വസൂലാക്കിക്കൊള്ളാം. ഇത്തവണ വേണ്ട."

"നിങ്ങളുടെ ഈ ഔദാര്യം കാരണം ഞാനിനി ഇവിടെ നിത്യവും വന്നെന്നിരിക്കും."

കൂടുതൽ എതിർപ്പൊന്നും കാണിക്കാതെ എഴുന്നേറ്റുകൊണ്ട് സുബൈദ പറഞ്ഞു:

"പേടിപ്പിക്കയാണോ? ഇടപാടുകാരോട് ആദ്യം കാണിക്കുന്ന മയമൊന്നും പിന്നീട് ഞാൻ കാണിക്കില്ല കേട്ടോ. കച്ചവടക്കാരനാ ഞാൻ. കൊടുക്കുന്നത് മുതലാക്കാനും അറിയാം."

"അതു കണ്ടപ്പോഴേ തോന്നി. എന്നാലും കൊടും ചതിയനൊന്നും ആകാൻ നിങ്ങൾക്ക് കഴിയില്ലെന്ന് തന്നെയാണ് ഞാൻ വിശ്വസിക്കുന്നത്. എല്ലാറ്റിനും നന്ദി. ഇൻശാ അള്ളാ. ഇനിയും കാണാം."

"നന്ദി പറഞ്ഞ് എല്ലാം ഇതോടെ തീർക്കല്ലേ."

അറിയാതെ എന്നോണമായിരുന്നു അയാൾ പറഞ്ഞത്.

അവളുടെ വണ്ടി കണ്ണിൽനിന്നും മറയുന്നതുവരെ അയാൾ അങ്ങോട്ടു തന്നെ നോക്കിയിരുന്നു.

"ഇത് ഏതു കണക്കിലാ എഴുതേണ്ടത്?"

കണക്കുപുസ്തകവുമായി മുന്നിൽ നിൽക്കുന്ന ഹംസായിയെ കണ്ടപ്പോൾ അയാൾക്ക് ചിരിപൊട്ടി.

"അള്ളാഹുവിന്റെ നാമത്തിൽ തുലച്ചു എന്നെഴുതിക്കോളൂ."

പതിനഞ്ച്

സന്ധ്യ മയങ്ങിയതും സയ്യിദ് അഹമ്മദ് കടപൂട്ടി പുറത്തിറങ്ങി. വഴിയിൽ പലരും തലകുനിച്ച് ആദരവ് കാണിച്ചു. പതിവുപോലെ സയ്യിദ് അലിയുടെ കാപ്പിക്കടയിലേക്കായിരുന്നു ചെന്നത്. പോകുംവഴിയാണ് സുബൈദയുടെ വീട്. റോഡിൽ സാമാന്യം തിരക്കുണ്ട്. പല കടകളും അപ്പോഴും അടച്ചിരുന്നില്ല. കാപ്പികുടി കഴിഞ്ഞ് ഇറങ്ങിയതും നേരെ സുബൈദയുടെ വീട് ലക്ഷ്യംവെച്ചാണ് നടന്നത്. ചുറ്റുമൊന്നു കണ്ണോടിച്ചിട്ടാണ് അങ്ങോട്ടു കയറിയത്. വാതിലിനു മുട്ടിയപ്പോൾ ഒരു പരിചാരിക വന്ന് വാതിൽ തുറന്നു.

"സുബൈദാബീവിയില്ലേ?"

"നിങ്ങൾ ആരാണ്?"

"ഒരു പരിപാടിക്ക് ബുക്കു ചെയ്യാൻ വന്നതാണെന്ന് ചെന്നുപറ."

അവൾ അകത്തേക്ക് പോയിട്ട് ഉടനെ തിരിച്ചെത്തി അയാളെ അകത്തേക്ക് ആനയിച്ചു. അവളുടെ പുറകെ ഒരിടുങ്ങിയ ഗോവണി കയറിച്ചെന്ന് തളത്തിലെത്തി. മുന്നിൽ കണ്ട വാതിൽ തുറന്നപ്പോൾ മുറിയിൽ ഇരുട്ട്. അവൾ വിളക്കു തെളിക്കുന്നതും കാത്ത് അയാൾ വാതിൽക്കൽ നിന്നു. ഒരു കസേര വലിച്ച് മുറിയുടെ ഒത്ത നടുവിലിട്ട് അതിൽ കയറിനിന്നുകൊണ്ട് അവൾ ഉത്തരത്തിലെ തൂക്കുവിളക്കിലെ തിരികൊളുത്തി. അതിനുശേഷം കസേര പഴയ സ്ഥാനത്തേക്ക് നീക്കിയിട്ടിട്ടു പറഞ്ഞു:

"ഇരുന്നാട്ടെ."

നേരെ മുന്നിൽ കണ്ട സോഫയിൽ ഇരുന്നിട്ട് അയാൾ ചെരുപ്പൂരി അടുത്തുവെച്ചു. കാൽ നീട്ടി ഇരിപ്പ് സുഖമാക്കി. മുറി വലുതല്ലെങ്കിലും നന്നായി അലങ്കരിച്ചിട്ടുണ്ട്. മരസാമാനങ്ങൾ അതാതിന്റെ സ്ഥാനത്ത് ഭംഗിയായി അടുക്കിയിരിക്കുന്നു. തറയിൽ നിറമുള്ള പരവതാനി. സോഫയ്ക്കു മുന്നിൽ മുത്തു പതിച്ച വട്ടമേശ. ജനലുകൾക്കും വാതിലിനും മിനുങ്ങുന്ന പട്ടുവിരി. തൂക്കുവിളക്കിന്റെ പ്രഭ നോക്കിയിരിക്കുന്നതിനിടയിൽ പണിക്കാരി കാപ്പിയുമായി എത്തി. അപ്പോൾ വാതിക്കൽ ആഭരണത്തിന്റെ കിലുക്കം. അത്തറിന്റെ പരിമളം. അയാൾ ഉത്സാഹത്തോടെ നിവർന്നിരുന്നു. നീലവസ്ത്രങ്ങൾ പൊതിഞ്ഞ സുന്ദരരൂപം അയാളെ കണ്ടതും അത്ഭുതം ഭാവിച്ചു.

"എന്റെ റബ്ബേ...ഇതാരാ വന്നിരിക്കുന്നത്. കാക്ക മലർന്നു പറക്കുമല്ലോ ഇന്ന്."

"അള്ളാഹു കൽപ്പിച്ചു ഞാനെത്തി."

"അള്ളാ, ഇങ്ങനെ നോക്കല്ലേ പേടിയാകുന്നു."

അവൾ പേടി ഭാവിച്ചുകൊണ്ട് രണ്ടു കൈയും നീട്ടി അയാളെ സ്വീക

രിച്ച് കസേരയിലിരുത്തി. അവളുടെ മേനിയിലെ സുഗന്ധം ആകാവുന്നത്ര നുണഞ്ഞുകൊണ്ട് അയാൾ പറഞ്ഞു:

"നിന്നെ ആരാധിക്കുന്ന ഈ കണ്ണുകളെ എന്തിനാ പേടിക്കുന്നത്?"

അതു കേൾക്കാത്തമട്ടിൽ അയാളുടെ കൈ വിടുവിച്ച് അവൾ സോഫയിൽ ഇരുന്നു.

"ആയിരത്തൊന്ന് ജിന്നുകളെ വേണമെങ്കിലും പ്രകോപിക്കാൻ പോന്നതാണ് എന്റെ ശരീരമെന്നാ പലരും പറയുന്നത്."

സോഫയിലിരിക്കുന്നതിനിടയിലായിരുന്നു സുബൈദ പറഞ്ഞത്.

"ഞാനും മോശമല്ലെന്നാ സംസാരം. ജിന്നും ഇഫരീത്തും എന്നെ കണ്ടാൽ വിരണ്ടോടും. അത്ര എളുപ്പത്തിലൊന്നും എന്നെ വീഴ്ത്താമെന്ന് കരുതല്ലേ."

"കല്യാണത്തിന് ഒപ്പന പാടിയുള്ള ശീലമേ എനിക്കുള്ളു. ജിന്നിനെയും പിശാചിനെയും ഒഴിപ്പിക്കാൻ അറിഞ്ഞൂടല്ലോ."

"അങ്ങനെ തീർത്തു പറഞ്ഞാലെങ്ങനാ. നമുക്കൊന്ന് നോക്കിയാലെന്താ?"

ഇയാളെ വാക്കുകൊണ്ട് തോൽപ്പിക്കാമെന്നു മോഹിക്കണ്ട എന്നു മനസിലായി. വരവിന്റെ ഉദ്ദേശ്യം എന്താണെന്ന് അറിയാഞ്ഞിട്ട് ഒരു പൊറുതിയുമില്ല. പരിപാടിക്കു ക്ഷണിക്കാൻ വന്നതാണെന്നാണ് പരിചാരികയോടു പറഞ്ഞത്.

"വിവാഹമോ സുന്നത്തോ?"

ഉൽക്കണ്ഠയോടെയാണ് അവൾ ചോദിച്ചത്.

"നിനക്കിഷ്ടമുള്ളത്."

ചിരിച്ചുകൊണ്ടാണ് അയാൾ പറഞ്ഞത്.

"അതു കൊള്ളാമല്ലോ. മാർക്കകുട്ടിയാണോ പുതുമണവാളനാണോ വീട്ടിലുള്ളത് എന്നറിയാൻ പാടാൻ വരുന്നവർക്ക് അവകാശമില്ലേ?"

"രണ്ടു കൂട്ടരും ഉണ്ടെന്നേ."

"ഞാൻ തോറ്റു. നിങ്ങൾ വിളിച്ചാൽ ഏതിനായാലും വന്നല്ലേ പറ്റൂ." തമാശമട്ടിൽ അയാളെ അടിക്കാൻ കയ്യോങ്ങിക്കൊണ്ടാണ് സുബൈദ പറഞ്ഞത്.

എന്തു വേണമെങ്കിലും ആവാമെന്ന മട്ടിൽ അവളുടെ മുന്നിൽ തല കുനിച്ചു നിന്നുകൊണ്ട് അയാൾ പറഞ്ഞു:

"തെറ്റെന്തെങ്കിലും പറഞ്ഞു പോയിട്ടുണ്ടെങ്കിൽ നമുക്ക് അള്ളാഹുവിനോട് മാപ്പിരക്കാം."

ഇരുകൈകളും മേൽപ്പോട്ടുയർത്തി അതുവരെ പറഞ്ഞ വൃത്തികേടുകൾക്കെല്ലാം അയാൾ ആത്മാർഥമായി മാപ്പിരക്കുകയും ചെയ്തു. അറിയാതെ പറഞ്ഞുപോകുന്നതിന് അപ്പപ്പോൾ മാപ്പുചോദിച്ച് കണക്കുപുസ്തകം ശരിപ്പെടുത്താൻ അയാൾ ഒരിക്കലും മറക്കാറില്ല.

"അപ്പോൾ കിടപ്പറയിലും മാപ്പപേക്ഷയുണ്ടോ?"

അവളുടെ ശൃംഗാര ചോദ്യം.

"പിന്നല്ലാതെ?"

"വല്ലാത്തൊരു മനുഷ്യൻതന്നെ. പുറമെ ഭക്തി. അകമോ? കേട്ട തെല്ലാം നേരുതന്നെ."

"എന്താ കേട്ടത്? അന്യരെക്കുറിച്ച് അപവാദം പറയുന്നതാണ് പൊറുക്കാനാവാത്ത തെറ്റ്."

"പെൺകൊതിയനും കുടിയനുമാണെങ്കിലും പുറമെ മാന്യനാണെന്നുതന്നെ ഞാനും കേട്ടത്."

"കേട്ടത് മുഴുവൻ നേരാകണമെന്നുണ്ടോ?"

"നിങ്ങളോട് തർക്കിച്ചു ജയിക്കാൻ ഞാനാളല്ല."

"നീ തോറ്റെന്നു സമ്മതിച്ചല്ലോ എല്ലാം അവന്റെ വിധി."

"നോക്ക് മറ്റുള്ള സാധാരണ പാട്ടുകാരികളെപ്പോലെ എന്നെ കണക്കാക്കരുത്. ഈ നാട്ടിൽ സുബൈദയ്ക്ക് നിലയും വിലയുമുണ്ട്."

"ഇല്ലെന്നു ഞാൻ പറഞ്ഞോ? അതല്ലെ തേടിയെത്തിയത്."

"സുന്നത്തു പോലും കഴിയാത്ത ഇളംപിള്ളയ്ക്ക് ഇത്രയും വക്രതയോ?"

കേട്ടതും അയാൾക്ക് ചിരിയടക്കാൻ കഴിഞ്ഞില്ല. അവളും തമാശയിൽ പങ്കുകൊണ്ടു. അതുകണ്ട് അയാൾക്ക് സന്തോഷമായി.

"ആട്ടെ, എന്നെക്കുറിച്ച് നിന്നോട് ആരാ പറഞ്ഞത്?"

"ജലീല."

ആ പേരു കേട്ടതും അയാളുടെ മുഖമിരുണ്ടു. അതു മറയ്ക്കാൻ ചിരിച്ചെങ്കിലും അത് പാഴായി. ജലീല കുറച്ചുകാലം അയാളുടെ വെപ്പാട്ടിയായിരുന്നു. ഈയിടെയാണ് പിരിഞ്ഞത്. പ്രത്യേകിച്ച് കാരണമൊന്നുമുണ്ടായില്ല. മടുത്തെന്ന് തോന്നിയപ്പോൾ ഒഴിവാക്കി. പക്ഷേ, ഇപ്പോഴും സൗഹൃദത്തിൽ തന്നെ.

"അവളുടെ കാര്യം മാത്രം പറയരുത്. നമുക്ക് വേറെന്തെങ്കിലും പറയാം."

"കുറെക്കാലം കൂടെ കഴിഞ്ഞവളെക്കുറിച്ച് അങ്ങനെ പറയാമോ? എല്ലാ പെണ്ണുങ്ങളെക്കുറിച്ചും ഇങ്ങനെതന്നെയല്ലേ നിങ്ങൾ ആണുങ്ങൾ പറയുക."

അയാൾ വീണ്ടും അസ്വസ്ഥനായി. അവളെതന്നെ നോക്കിക്കൊണ്ടിരുന്നപ്പോൾ വല്ലായ്മ മാറി കാമക്കൊതിയായി.

"നിന്നെപ്പോലൊരു സുന്ദരിയുടെ മുന്നിൽ എനിക്കൊന്നും ഒളിക്കാനില്ല."

"നിങ്ങൾ കച്ചവടക്കാരെ നമ്പിക്കൂടാ. പഞ്ചാരവാക്കു പറഞ്ഞ് മയക്കി കാര്യം കണ്ടിട്ട് മൂടുംതട്ടി സ്ഥലം വിട്ടുകളയും."

ചുണ്ടിൽ ചിരിയുണ്ടായിരുന്നെങ്കിലും വാക്കുകളിൽ നിന്ദ പ്രകടമായിരുന്നു.

"ഞങ്ങൾ കച്ചവടക്കാരെപ്പോലെ തെറ്റിദ്ധരിക്കപ്പെട്ട മറ്റൊരു വർഗ മുണ്ടോ?"

"ആട്ടെ, അവളെ അവസാനമായി കണ്ടതെന്നാ?"

"യുഗയുഗാന്തരങ്ങൾക്കു മുമ്പ്."

അവളുടെ പരിഹാസം.

"നിന്റെ നാവിൽനിന്നും വിഷമുതിർന്നാലും അമൃതാണെനിക്ക്."

"നിങ്ങളെ ചണ്ടിയാക്കിയിട്ടായിരിക്കും അവൾ വിട്ടിരിക്കുക."

"അത് പരീക്ഷിച്ചാലല്ലേ അറിയൂ."

"വാർധക്യക്ഷീണമകറ്റാനാണോ ഇപ്പോൾ എന്നെത്തേടി എത്തി യത്?"

"മതി മതി. പടച്ചവനെ പേടിക്ക്. നല്ലകാര്യം വല്ലതും പറ."

"അപ്പോൾ നമുക്ക് പരിപാടി ബുക്കുചെയ്താലോന്നാ ഇപ്പഴത്തെ ആലോചന."

"മൊത്തമായി എടുത്തിട്ട് പകുതിവഴിക്ക് കടന്നുകളഞ്ഞാലോ?"

"അതു പറയാൻ പറ്റില്ല. ഏതാണോ നല്ലവഴിയെന്ന് അവന് മാത്ര മല്ലേ അറിയൂ."

"നേരായ വഴി അവൻതന്നെ കാണിച്ചുതരട്ടേ എന്നു തേടാം.'

അയാൾ അപ്പോഴൊക്കെയും ഉള്ളാലെ പടച്ചവനോട് പൊറുക്കലിനെ തേടിക്കൊണ്ടിരുന്നു.

"അള്ളാഹൂ....നേരമൊരുപാടായി. എനിക്ക് ഇന്നുരാത്രി ഒരു കല്യാ ണപ്പാർട്ടിക്ക് പാടാൻ പോകണം."

ചാടിയെഴുന്നേറ്റുകൊണ്ടാണ് സുബൈദ പറഞ്ഞത്.

സയ്യിദ് അഹമ്മദിന് എഴുന്നേൽക്കുക അല്ലാതെ നിവൃത്തിയില്ലാ യിരുന്നു. മയിലാഞ്ചിയിട്ടു ചുമപ്പിച്ച അവളുടെ കൈയിൽ ആർത്തിയോടെ നോക്കി അയാൾ. ഉടനെ കൈയിൽപ്പിടിച്ച് അമർത്തുകയും ചെയ്തു. അവൾ കൈയിൽ പിച്ചിയപ്പോഴാണ് പിടിവിട്ടത്.

"നേരാംവണ്ണം ഇവിടന്ന് ഇറങ്ങുന്ന ലക്ഷണമില്ല."

അവളുടെ കൊഞ്ചൽ.

വീണ്ടും ആ കൈപിടിച്ച് മുത്തിയിട്ട് അയാൾ പറഞ്ഞു.

"ഇൻശാ അള്ളാ നാളെ."

അവൾ കൈ സാവകാശം വിടുവിച്ച് പ്രേമപൂർവം നോക്കിയിട്ട് മൂളി.

"എന്റെ മൈനേ... കുഞ്ഞിക്കിളിയേ...
ഞാനെന്താണെന്ന് നാളെ നീ അറിയും...."

അയാൾ താഴേക്കിറങ്ങുംവരെ അവൾ ആ വരികൾ മൂളിക്കൊണ്ടി രുന്നു. അയാളും അതുതന്നെ മൂളിക്കൊണ്ടിരുന്നു. അതിന്റെ അർഥം പിടികിട്ടിയപ്പോൾ അയാളുടെ ദേഹമാകെ കോരിത്തരിച്ചു.

പതിനാറ്

വീടിനു മുന്നിലുള്ള പ്രത്യേക കെട്ടിടത്തിലാണ് സുബൈദ ഗാന പരിശീലനം നടത്തുന്നത്. അടുത്ത സുഹൃത്തുക്കളെ സ്വീകരിക്കുന്നതും അവർക്കുവേണ്ടി കച്ചേരി നടത്തുന്നതും അവിടെവെച്ചുതന്നെ. തൊട്ടു പിറകിലാണു വീടെങ്കിലും ഇവിടത്തെ ബഹളമൊന്നും അവിടെ അറിയിക്കാതിരിക്കാനുള്ള സംവിധാനവുമുണ്ട്.

സുബൈദയെ കാണാൻ എത്തുന്നവരിൽ പല തരക്കാരുമുണ്ടാവും. ഒരുവിധക്കാരെയൊക്കെ കച്ചേരി കഴിയുന്നതും സുബൈദ ഒഴിവാക്കും. പണത്തിലും പദവിയിലും മുന്നിട്ടു നിൽക്കുന്നവരാണെന്ന് ഉറപ്പായാലേ അവർക്ക് കാമുകന്റെ സ്ഥാനം അനുവദിച്ചുകൊടുക്കൂ. ഒരു സമയം ഒരാളെ മാത്രം കാമുകനാക്കാനും അവൾ ശ്രദ്ധിക്കാറുണ്ട്. സയ്യിദ് അഹമ്മദാണ് പുതിയ ഇര. ആദ്യദിവസത്തെ സന്ദർശനം കഴിഞ്ഞതും അയാൾ കൈനിറയെ സമ്മാനങ്ങളയച്ചിരുന്നു. അയാൾക്കും കൂട്ടുകാർക്കും വേണ്ടി ഒരു സംഗീതസദിര് നടത്തണമെന്ന അയാളുടെ അപേക്ഷ അതുകൊണ്ടുതന്നെ അവൾക്കു തട്ടിക്കളയാനും കഴിഞ്ഞില്ല. അവൾക്ക് അത്യാവശ്യം വേണ്ടപ്പെട്ട ചിലർ മാത്രമേ പുറമെനിന്നുള്ളൂ. പുതിയ പറ്റുകാരൻ വരാൻ തുടങ്ങിയ വിവരം അവരും അറിഞ്ഞിരിക്കണമല്ലോ.

മുറിയാകെ ഭംഗിയായി അലങ്കരിച്ചിട്ടുണ്ട്. ഇരുന്ന് പാടാനായി നിറമുള്ള പട്ടുവിരിയിട്ട പതുപതുത്ത മെത്ത. കൂടെ പാടുന്നവർക്കും പക്കമേളക്കാർക്കുമായി പ്രത്യേകം ഇരിപ്പിടങ്ങൾ. വിവിധ വർണങ്ങളിലുള്ള പരവതാനി വിരിച്ച് അലങ്കരിച്ച തറയിൽ വിരുന്നുകാർക്കിരിക്കാനായി ഉയരം കുറഞ്ഞ സോഫകൾ. നടുവിലിട്ട മേശപ്പുറത്ത് പ്രകാശം ചൊരിയുന്ന വിളക്ക്. ഉത്തരത്തിൽ തൂങ്ങുന്ന തൊങ്ങലുകൾ പിടിപ്പിച്ച അലങ്കാരവിളക്കിന് മിന്നിത്തിളങ്ങുന്ന താരശോഭ. ഭംഗിയുള്ള പട്ടുവിരിയിട്ട ജനൽ. ചൂടുകാലങ്ങളിൽ ജനൽ തുറന്നിടുമ്പോൾ മുറിയിൽ ഈറൻ കാറ്റ് നുഴഞ്ഞുകയറുന്നു. തണുപ്പുകാലങ്ങളിൽ ജനാല അടച്ചിടുമ്പോൾ മുറിയിൽ ഇളം ചൂട്.

അണിഞ്ഞൊരുങ്ങി മുഖം നിറയെ ശൃംഗാരച്ചിരിയുമായി എത്തിയ സുബൈദ പട്ടുമെത്തയിൽ ചമ്രം പടിഞ്ഞിരുന്നു. വലതുവശത്ത് അവളുടെ വളർത്തുമകൾ വീണവായനക്കാരി സാനുബ. ഇടതുവശത്ത് തബലക്കാരൻ കുരുടൻ അബു. കൂടെ പാടുന്നവരും പക്കമേളക്കാരും ഇരുവശത്തുമായി അവരവരുടെ സ്ഥാനങ്ങളിൽ ഇരുന്നു. ഏറ്റവും മുന്നിൽ പ്രത്യേകം ഇരിപ്പിടത്തിലാണ് സയ്യിദ് അഹമ്മദിനെ ഇരുത്തിയത്. അയാളുടെ ചങ്ങാതിമാർ കിട്ടിയ സ്ഥലങ്ങളിൽ ഇരിപ്പുപിടിച്ചു. സുബൈദയുടെ പാട്ടിനെക്കുറിച്ച് അവർ കേട്ടറിഞ്ഞിരുന്നു. ഇന്നിതാ കേൾക്കാൻ പോകുന്നു. എല്ലാവർക്കും ഉത്സാഹം.

അവൾ പുഞ്ചിരിച്ചുകൊണ്ട് സയ്യിദ് അഹമ്മദിനെ സദസിന് പരിചയപ്പെടുത്തി. അപ്പോഴേക്കും കാപ്പിക്കപ്പുകളുമായി പരിചാരകരെത്തി. കാപ്പിക്കിടയിൽ സദസ്യർ അന്യോന്യം പരിചയം പുതുക്കി. ഇന്നത്തെ പുതുമാരൻ എന്നുപറഞ്ഞ് സുഹൃത്തുക്കൾ പരിഹസിച്ചപ്പോൾ സയ്യിദ് അഹമ്മദ് വല്ലാതെയായി. കാപ്പി കഴിഞ്ഞതും മദ്യമെത്തി. ഗ്ലാസ് ചുണ്ടിൽ വെച്ചതും അയാളുടെ അസ്വസ്ഥതയും വല്ലായ്മയും എങ്ങോ പോയിമറഞ്ഞു. നാവിന് മൂർച്ചയേറി. പാട്ടുപാടിക്കൊണ്ടിരുന്ന സുബൈദയെ അയാൾ ആർത്തിയോടെ നോക്കിക്കൊണ്ടിരുന്നു. ഇതുപോലൊരു സുന്ദരിയെ കാമുകിയായി കണ്ടെത്തിയതിൽ സ്വയം അഭിമാനം തോന്നുകയും ചെയ്തു.

സംഗീതസദസ്സും പ്രേമവുമൊന്നും അയാൾക്ക് പുത്തരിയല്ല. പല തരക്കാരികളെയും കൈകാര്യം ചെയ്തിട്ടുണ്ട്. കാമവെറിയൻ മാത്രമല്ല അയാൾ; സംഗീതത്തിലും കലയിലും അഭിരുചിയുള്ള കലാകാരൻകൂടിയാണ്. കാമുകിമാരെ തെരഞ്ഞെടുക്കുന്നതിലും ഈ കലാവിരുത് തെളിയിക്കാറുണ്ട്. കാമം അയാൾക്ക് കലയാണ്. സൗന്ദര്യമുള്ള സ്ത്രീശരീരങ്ങൾ അയാൾക്ക് ലഹരിയാണ്. രണ്ടു ഭാര്യമാർക്കും ഈ ആന്തരിക ദാഹം തീർക്കാൻ സാധിച്ചിട്ടില്ല. അതുകൊണ്ടാണല്ലോ എന്നുമെന്നും പുതിയ കാമുകിമാരെത്തേടി ഇറങ്ങുന്നത്. സുബൈദയുടെ പാട്ടുംകേട്ട് അവളുടെ സൗന്ദര്യം കോരിക്കുടിച്ചുകൊണ്ടിരുന്നപ്പോൾ ഉള്ളിൽ എവിടെയൊക്കെയോ തീ പടരുന്നതുപോലെ തോന്നി. ഇവൾ ഏതു തരക്കാരിയാണോ എന്തോ എന്ന ചിന്ത അലട്ടുകയും ചെയ്തിരുന്നു.

"ഇങ്ങനെ കൊതിപിടിച്ചു നോക്കിക്കൊണ്ടിരുന്നാൽ ഞാൻ എങ്ങനെ പാടും?"

അയാളുടെ മനസ്സ് കണ്ടറിഞ്ഞ മട്ടിൽ ശൃംഗാരച്ചിരിയോടെ സുബൈദ കിണുങ്ങി.

"നിന്നെപ്പോലൊരു സുന്ദരി മുന്നിലിരിക്കുമ്പോൾ ശരീരം ചുട്ടുപൊള്ളിയില്ലെങ്കിലേ..."

"ചങ്ങാതിയുടെ ഉള്ളിലിരുപ്പ് കണ്ടില്ലേ കൂട്ടരേ?"

അയാളെ മുഴുമിപ്പിക്കാൻ അനുവദിക്കാതെ സദസിനോടായി അവൾ ചോദിച്ചു.

"ഇന്നയാളെ വെറുതെ വിട്ടേക്കൂ. പാവം അടിമുടി കത്തുകയാ"

ചങ്ങാതിമാർ ഒന്നിച്ച് അയാളുടെ പക്ഷം പിടിച്ചു.

ഇടക്കുകയറി തബലക്കാരൻ എന്തോ അഭിപ്രായം പറഞ്ഞതുകേട്ട് സുബൈദ അയാളെ വിരട്ടിയിട്ട് സയ്യിദ് അഹമ്മദിനോടായി പറഞ്ഞു:

"കൂടെ നിൽക്കുന്നവർക്ക് അമിതസ്വാതന്ത്ര്യം കൊടുക്കുന്നതിന്റെ ഫലം കണ്ടില്ലേ."

"കണ്ടു. ഈ അമിത സ്വാതന്ത്ര്യം എങ്ങനെ സാധിച്ചെടുക്കാമെന്നാ എന്റെ ഇപ്പോഴത്തെ ആലോചന."

"നിങ്ങളുടെ കൂട്ടുകാരൻ മോശല്ലാട്ടോ."

അലറി ചിരിച്ചുകൊണ്ട് സുബൈദ മാറത്ത് കൈവെച്ചു.

"ഞങ്ങളുടെ ചങ്ങാതിയുടെ നാവിന് കത്തിയുടെ മൂർച്ചയാ. പഴകുമ്പോൾ അറിയാം."

"അരവും അരവും ചേർന്നാൽ കിന്നരം."

കൂട്ടുകാർ ആവേശത്തോടെ ഓരോന്നു വിളിച്ചു പറഞ്ഞുകൊണ്ടിരുന്നു.

"ഒന്ന് വായടക്കിൻ കൂട്ടരേ. മോളിലുള്ളവനെ പേടിക്ക്."

സയ്യിദ് അഹമ്മദ് ഓർമിപ്പിച്ചു. പാട്ടുകാരി വീണ്ടും തംബുരു കൈയിലെടുത്തു. ശൃംഗാരരസമുള്ള രാഗങ്ങളായിരുന്നു പിന്നീടവൾ പാടിയത്. സദസ്സ് കൂടെപ്പാടിയും താളംപിടിച്ചും രംഗം സജീവമാക്കി. ഗ്ലാസുകൾ ഒഴിയുകയും നിറയുകയും ചെയ്തു.

"നിന്റെ ചുണ്ടിലെ മധുരം എന്നിൽ തീ പടർത്തുന്നു."

കണ്ണുകളിൽ കാമവുമായി സുബൈദ പാടിയപ്പോൾ ലഹരി തലയ്ക്കു കയറിയ സദസ്യരും കൂടെപ്പാടി. അതുവരെ മിണ്ടാതിരുന്ന സയ്യിദ് അഹമ്മദും ഏറ്റുപാടി. ഗാനമേള കെട്ടിടം കുലുക്കി.

അതു കഴിഞ്ഞപ്പോൾ സുബൈദ ഒറ്റയ്ക്കൊരു പ്രേമഗാനം പാടട്ടെ എന്നായി സയ്യിദ് അഹമ്മദ്. ശുദ്ധസംഗീതത്തിന്റെ ആരാധകനായ സയ്യിദ് അഹമ്മദിന് കുറച്ചുകഴിഞ്ഞപ്പോൾ മടുത്തു. ഇവൾക്ക് ഇത്രയേ ആവൂ എന്ന് മനസിലാവുകയും ചെയ്തു.

സംഗീതം പോരെങ്കിലും അവളെ അയാൾക്ക് നന്നായി പിടിച്ചു. മദ്യം നുണഞ്ഞുകൊണ്ട് സ്വപ്നത്തിൽ മുഴുകി അയാൾ.

"ഇങ്ങനെ സ്വപ്നം കണ്ടിരുന്നാൽ പോര. തംബുരു അയാൾക്ക് കൊടുക്ക്."

അതിനിടയിൽ ഒരു കൂട്ടുകാരൻ വിളിച്ചുപറഞ്ഞപ്പോൾ എല്ലാവരും അതിനോടു യോജിച്ചു. ആദ്യം മടിച്ചെങ്കിലും തംബുരു കൈയിലെടുത്തപ്പോൾ അയാൾക്ക് ആവേശമായി. മേൽക്കോട്ട് അഴിച്ചുമാറ്റി തയാറായി. പാട്ടുകാരിയുടെ തൊട്ടടുത്തുതന്നെ ചെന്നിരുന്നു. ഇടതുവശത്തേക്ക് അൽപ്പം നീങ്ങിയിരുന്ന് അവൾ ഇടമുണ്ടാക്കി. അപ്പോൾ അവളുടെ ചുവന്ന പാവാട മേൽപ്പോട്ടുയർന്ന് രോമം ഒട്ടുമില്ലാത്ത വെളുത്തുതുടുത്ത കാലുകൾ പുറത്തായി. അവളുടെ സ്വർണപ്പാദസരം കുണുങ്ങി.

സദസ്യർ ആവേശത്തോടെ കൈയടിച്ചു.

അവർക്ക് ലഹരി കയറിയിരിക്കുന്നത് കണ്ട് സുബൈദ സയ്യിദ് അഹമ്മദിനെ പ്രോത്സാഹിപ്പിച്ചു.

ജലീലയുടെ വിദ്യാർഥിയായിരുന്നല്ലോ. ആ കഴിവൊന്നു തെളിയിച്ചാട്ടെ."

തംബുരു കൈയിലെടുത്ത് ശ്രുതിയിട്ട് അവളുടെ കണ്ണിൽ കണ്ണും നട്ട് അയാൾ പാടി.

"നീ എന്റെ ഹൃദയം കവരുമ്പോളോമനേ...
ഞാനെന്നത്തന്നെ മറക്കുന്നു."

തൊട്ടടുത്തിരുന്ന സുബൈദായുടെ ശ്വാസം മുഖത്തു തട്ടിയപ്പോൾ അയാളിൽ വികാരം ആളിക്കത്തി.

"നീ അവനെ കാണുകയാണെങ്കിൽ
ഞാൻ പണയപ്പണ്ടമായി അയക്കുന്ന ഈ ചുംബനം
എന്റെ മധുരക്കനിയുടെ ചുണ്ടിലർപ്പിക്കൂ."

വികാരവിവശയായി അവളും കൂടെ ഏറ്റുപാടി. കാമവെറി പൂണ്ട സദസ്യർ ആവേശത്തോടെ ഏറ്റുപാടി.

തുടർന്നാൽ സംഗതി വഷളാകുമെന്ന് മനസിലാക്കിയ സുബൈദയും കൂട്ടരും ഒരു ഭക്തിഗാനം പാടി കച്ചേരി അവസാനിപ്പിച്ചു. കാണികൾ ആകാശത്തുനിന്ന് പെട്ടെന്ന് നിലംപതിച്ചതുപോലെയായി. എന്നിട്ടും അവർ ആവേശത്തോടെ കൈയടിച്ചുകൊണ്ടിരുന്നു. അവരുടെ ഹൃദയം വികാരം കൊണ്ട് വിങ്ങുകയായിരുന്നു. അതുവരെ ശബ്ദമുഖരിതമായ തളത്തിൽ പെട്ടെന്ന് കനത്ത നിശ്ശബ്ദത. അവർ ഇനിയും പാട്ടുതുടരുമെന്ന ആശയോടെ പലരും ചുരുട്ടു വലിച്ചും തൊണ്ട ശരിപ്പെടുത്തിയും അവിടെതന്നെ ഇരുന്നു. ഇരുന്നിട്ട് കാര്യമില്ലെന്ന് മനസിലായപ്പോൾ ലഹരിയിൽ വലിച്ചെറിഞ്ഞ കോട്ടും തൊപ്പിയും പരതാൻ തുടങ്ങി ചിലർ. ചിലർ ഗ്ലാസിൽ അവശേഷിച്ച അവസാന തുള്ളി മദ്യവും മോന്തി മനമില്ലാമനസോടെ എഴുന്നേറ്റു.

പുതുമണവാളനെയും മണവാട്ടിയെയും അറയിലാക്കിയിട്ടെ ഏതായാലും ഇനിയും ഞങ്ങൾ പിരിയുന്നുള്ളു എന്നായി ചിലർ. ചങ്ങാതിമാരുടെ നിർബന്ധത്തിനു വഴങ്ങി അയാൾ സുബൈദയോട് ചേർന്നുനിന്നു. ഒപ്പനക്കാരികൾ ഒപ്പന പാടി. സാനുബ മാത്രം ഇതൊന്നും ഇഷ്ടപ്പെടാത്ത മട്ടിൽ ഒഴിഞ്ഞുനിന്നു. അവളുടെ അകം വിങ്ങുകയായിരുന്നു.

പലരും മംഗളം ആശംസിച്ചു. നല്ല മക്കളുണ്ടാകട്ടെ എന്ന് ആശംസിക്കാനും ചിലർ മടിച്ചില്ല.

ഇനി നമുക്കവരെ വെറുതെ വിട്ടേക്കാം. എന്നാരോ പറഞ്ഞപ്പോൾ നിവൃത്തിയില്ലാതെ ഓരോരുത്തർ സ്ഥലം വിടാൻ തുടങ്ങി.

പതിനേഴ്

ബാപ്പയുമായി മുഖത്തോടുമുഖം കാണാതിരിക്കാൻ യാസീൻ ശ്രമിക്കാറുണ്ട്. കടയിലാകുമ്പോൾ പ്രത്യേകിച്ചും. അന്നെന്താണെന്നറിഞ്ഞില്ല. വിഷണ്ണഭാവത്തിൽ യാസീൻ കടയിൽ പ്രത്യക്ഷപ്പെട്ടു. വിനയത്തോടെ ബാപ്പയ്ക്ക് സലാം ചൊല്ലിയിട്ട് എന്തോ പറയാനുണ്ടെന്നമട്ടിൽ അവിടെത്തന്നെ നിന്നു. അവന്റെ രീതി ഒട്ടും ഇഷ്ടപ്പെട്ടില്ലെന്ന് ബാപ്പയുടെ മുഖം വ്യക്തമാക്കി. എന്നിട്ടും സമനില കൈവിടാതെ ബാപ്പ ചോദിച്ചു:

"ഊം.....എന്തേ?"

അപ്പോഴേക്കും ഹംസായി കസേരയുമായി എത്തിയിരുന്നു. ബാപ്പ ഇരിക്കാൻ പറഞ്ഞപ്പോഴേ യാസീൻ ഇരുന്നുള്ളൂ.

ഒന്നും മിണ്ടാനാവാതെ യാസീൻ കുറച്ചുസമയം വിഷമിച്ചു. ഒടുക്കം തൊണ്ടയിടറിക്കൊണ്ടു പറഞ്ഞു:

"ഉമ്മ വീണ്ടും വിവാഹം കഴിക്കാൻ പോണെന്നു കേട്ടു."

ആദ്യത്തെ ഭാര്യയെക്കുറിച്ചുള്ള പരാമർശം അയാളേയും അസ്വസ്ഥനാക്കി. അത് പതിവുള്ളതാണ്.

"ആരാ നിന്നോട് പറഞ്ഞത്?"

എന്തെങ്കിലും ചോദിക്കണമല്ലോ എന്ന മട്ടിലായിരുന്നു ചോദ്യം.

"ഉമ്മയുടെ കാരണവർ സ്കൂളിൽ വന്ന് എന്നോടു പറഞ്ഞതാണ്. ഒരു മാസത്തിനുള്ളിലുണ്ടാകുമെന്നാ പറഞ്ഞത്."

എങ്കിൽ സത്യമാകാതിരിക്കില്ല. അവൾ വിവാഹം ഒരു തുടർക്കഥയാക്കിയിരിക്കയാണ്. പാവം എന്റെ മകനാണല്ലോ ഇതിനിടയിൽ കിടന്ന് നീറുന്നത്. അവൻ മുതിർന്നു. ഉമ്മ എന്നിട്ടും വിവാഹം തൊഴിലാക്കിയാൽ ആ ചെറുപ്പക്കാരൻ ആളുകളുടെ മുഖത്തെങ്ങനെ നോക്കും? അവന്റെ സ്ഥാനത്ത് താനായിരുന്നെങ്കിലോ? എങ്കിലും മകനെ വ്യസനിപ്പിക്കേണ്ടന്നു കരുതി ഒന്നും മിണ്ടിയില്ല.

"പുതിയ വരൻ ആരാണെന്ന് ബാപ്പയ്ക്കറിയണ്ടേ? മുപ്പത് വയസുള്ള ബേക്കറിക്കാരൻ യാക്കൂബ്."

യാസീൻ ഈർഷ്യയോടെ പറഞ്ഞു.

"നാണമില്ലല്ലോ... മുതിർന്ന മകനുള്ളപ്പോൾ മുപ്പതുവയസുകാരനെ..."

യാസീന്റെ തൊണ്ട ഇടറി.

സയ്യിദ് അഹമ്മദിന് സങ്കടത്തേക്കാളധികം അരിശമാണ് തോന്നിയത്. ഒരിക്കൽ അവൾ അയാളുടെ ഭാര്യ ആയിരുന്നല്ലോ. അത് ആളുകൾ മറന്നിട്ടുമില്ല. അതുകൊണ്ടുതന്നെ അവളെപ്പറ്റി പറയുമ്പോൾ അയാളുടെ പേരും ഇടയ്ക്കു കയറി വരും. നാണംകൊണ്ട് തൊലി ഉരിയുന്നതുപോലെ, കൂടെ ജീവിച്ചിരുന്ന കാലത്തും അവൾ അനുസരണക്കേടേ കാണിച്ചിട്ടുള്ളൂ. അവളുടെകൂടെയുള്ള ജീവിതം എന്നും ഒരു ദുഃസ്വപ്നം പോലെ പിൻതുടരുന്നതായി തോന്നാറുണ്ട്.

സുന്ദരിയായ അവളെ വിവാഹം കഴിക്കാനൊത്തത് മഹാഭാഗ്യമായി തോന്നിയിരുന്നു, ആദ്യകാലത്ത്. സ്നേഹവും സന്തോഷവും നിറഞ്ഞ നാളുകൾ. അയാളുടെ കർശനമായ ചിട്ടകൾ പാലിക്കുന്നതിൽ അവൾ അപ്പോഴും എതിർപ്പ് പ്രകടിപ്പിച്ചിരുന്നു. ഭാര്യ ഒറ്റയ്ക്ക് എങ്ങും പോകരുതെന്ന് നിർബന്ധമുണ്ട്. അവളുടെ വീട്ടിലേക്കായാലും ശരി. എത്ര പറഞ്ഞാലും കേൾക്കില്ല. അയാളെ ധിക്കരിച്ച് അവൾ ഒറ്റയ്ക്കേ പോകൂ. സ്നേഹത്തോടെ വിലക്കി കേട്ടില്ല. ശാസിച്ചു വകവെച്ചില്ല. അപ്പോൾപ്പിന്നെ ശിക്ഷിക്കാതെ നിവൃത്തിയില്ലാതായി. മുടിക്ക് കുത്തിപ്പിടിച്ച് അടിച്ചിട്ടുണ്ട്. എന്നാലും വീണ്ടും അതുതന്നെ ആവർത്തിക്കും. എന്നും വീട്ടിൽ

അസ്വസ്ഥത. തമ്മിലുള്ള സ്പർധയും വിടവും ഏറുകയും ചെയ്തു. ഒരു ശിക്ഷയെന്ന നിലയിലാണ് അവളുടെ വീട്ടിലേക്കയച്ചത്. അവിടെ കുറച്ചു കാലം ഒറ്റയ്ക്കു നിൽക്കുമ്പോൾ പത്തി താഴ്ത്തുമെന്നായിരുന്നു ധാരണ. അങ്ങനെയാണല്ലോ സാധാരണ സ്ത്രീകൾ. അപ്പോഴൊക്കെയും അവളോട് ഇഷ്ടമായിരുന്നു. അവളെ ഉപേക്ഷിച്ച് വേറൊരു വിവാഹം കഴിക്കണമെന്നു തോന്നിയതുമില്ല. അവളെ അയച്ചതിന്റെ കാരണം തിരക്കി വീട്ടുകാരാരെങ്കിലും എത്തുമെന്നായിരുന്നു കരുതിയത്. പക്ഷേ, അവരാരും എന്തെന്നും ഏതെന്നും അന്വേഷിച്ചില്ല. അഭിമാനം പണയം വെച്ച് ഒടുക്കം അയാൾതന്നെ ദൂതനെ പറഞ്ഞയച്ചു. അടിയും ഇടിയും കൊണ്ട് അവിടെ പറ്റിക്കൂടേണ്ട ഗതികേടൊന്നും അവൾക്കില്ല. ഒറ്റയ്ക്കു പുറത്തുപോകാനുള്ള സ്വാതന്ത്ര്യവും മേല് നോവിക്കാതിരിക്കുമെന്ന ഉറപ്പുമുണ്ടെങ്കിലേ അവളെ തിരിച്ചയക്കുന്നുള്ളൂ എന്നായിരുന്നു മറുപടി. അത് തീരെ പ്രതീക്ഷിച്ചതല്ല. ഇനിയൊരു കൂടിച്ചേരലില്ലെന്ന് അന്നു തീരുമാനിച്ചു. മധ്യസ്ഥന്മാരുടെ മുന്നിൽവെച്ചുതന്നെ തലാഖുചൊല്ലുകയും ചെയ്തു.

അവനെയും ബാപ്പയെയും അപമാനിക്കാനും വൈരാഗ്യം തീർക്കാനുമാണ് ഉമ്മ വീണ്ടും വീണ്ടും വിവാഹം കഴിക്കുന്നതെന്ന് യാസീൻ ഉറച്ചു വിശ്വസിച്ചു. അല്ലെങ്കിൽ മുതിർന്ന മകനുള്ള പത്തുനാൽപ്പതു വയസായ ഒരു സ്ത്രീ ഇങ്ങനെ ചെയ്യുമോ എന്നാണ് അവന്റെ ചോദ്യം.

"അങ്ങനെ ഒരാൾ നമ്മുടെ ജീവിതത്തിലുണ്ടായിരുന്നില്ല എന്നു കരുതുകയാണ് നല്ലത്."

ബാപ്പ അരിശത്തോടെയാണ് പറഞ്ഞത്.

"പക്ഷേ ഉണ്ടല്ലോ. ആരെന്തു പറഞ്ഞാലും അവരെന്റെ ഉമ്മയല്ലാതാകുമോ?"

അവന്റെ സുന്ദരമായ കണ്ണുകൾ കാതരമായി. ബാപ്പ എങ്ങനെയെങ്കിലും ഒന്ന് സഹായിക്ക് എന്ന് അവ കേഴുന്നതുപോലെ തോന്നി ബാപ്പയ്ക്ക്.

"നിന്റെ വേദനയും ദുഃഖവും എനിക്കു മനസിലാകാഞ്ഞിട്ടല്ല. പക്ഷേ, എനിക്ക് എന്തു ചെയ്യാനാകും? ഏതോ ഒരു സ്ത്രീ വീണ്ടും വിവാഹം കഴിക്കുന്നു. അങ്ങനെ എത്രയായിരം സ്ത്രീകൾ പുനർവിവാഹം ചെയ്യുന്നു. അങ്ങനെ കരുതി സമാധാനിക്കാം നമുക്ക്. ആൾക്കാർ എന്തുവേണമെങ്കിലും പറഞ്ഞോട്ടെ അതാലോചിച്ച് തലപുണ്ണാക്കിയിട്ട് നമുക്കൊരു നേട്ടവും ഉണ്ടാകാൻ പോകുന്നില്ല."

അസ്വസ്ഥത മറച്ചുപിടിച്ച് ബാപ്പ മകനെ സമാധാനിപ്പിച്ചു.

തീയിൽ വെള്ളമൊഴിച്ചതുപോലുള്ള ആശ്വാസം തോന്നി യാസീന്.

"നിയമപരമായി അവരുടെ ഭാഗത്ത് തെറ്റൊന്നുമില്ല. പക്ഷേ, അയാൾ നല്ല ഉദ്ദേശ്യത്തോടെയല്ല വിവാഹം കഴിക്കുന്നത് എന്ന് എനിക്കു തോന്നുന്നു."

"എന്തുദ്ദേശ്യമായാൽ നമുക്കെന്താ?"

അയാൾ പണത്തിനുവേണ്ടിമാത്രമായിരിക്കും ഇതിനു മുതിരുന്നത്."

"സ്നേഹംകൊണ്ടുമായിക്കൂടെന്നില്ലല്ലോ."

"ഒരിക്കലുമല്ല. ഉമ്മയുടെ സ്വത്തിലാണ് അയാളുടെ കണ്ണ്."

മകന്റെ കണ്ണിലെ പക ബാപ്പയെ അസ്വസ്ഥനാക്കി. അവനോട് സഹതാപമുണ്ടെങ്കിലും ഉമ്മയെക്കുറിച്ച് അവൻ പറഞ്ഞ കഠിനവാക്കുകൾ അയാൾക്ക് ദഹിച്ചില്ല.

"തന്നെക്കാൾ പത്തുവയസ്സ് മൂപ്പുള്ള ഒരു സ്ത്രീയെ സ്വത്തും പണവും മോഹിച്ചല്ലാതെ ആരെങ്കിലും കൈയേൽക്കുമോ?"

യാസീൻ പകയോടെ വീണ്ടും ചോദിച്ചു.

ഉമ്മയുടെ സ്വത്തിലാണല്ലോ മോനേ നിന്റേയും കണ്ണ് എന്നു പറയണമെന്നുണ്ടായിരുന്നു. അത് നഷ്ടപ്പെടുമെന്നോർത്താ ഇവനിത്ര വേവലാതി. അവൾ പണക്കാരിയാണ്. പേരും പദവിയുമുണ്ട്. ആരേയും പേടിക്കാനുമില്ല. ഒരിക്കൽ നനഞ്ഞിറങ്ങിയതുകൊണ്ട് ഇനി എന്തും ആകാമെന്ന ഒരു ഭാവവുമുണ്ട്. പക്ഷേ, മാനക്കേടും ധനനഷ്ടവും രണ്ടുംകൂടി ഒരുമിച്ചു സഹിക്കാൻ യാസീൻ തയാറല്ലെന്ന് അവന്റെ വാക്കുകൾ കേട്ടാലറിയാം.

"നീ പറഞ്ഞത് നേരായിരിക്കാം. ചിലപ്പോൾ ധനം മോഹിച്ചാകാം അയാൾ വിവാഹം കഴിക്കുന്നത്. പക്ഷേ, നിന്റെ ഉമ്മയ്ക്ക് അതിൽ വിരോധമില്ലെങ്കിൽ നമുക്കെന്തു ചെയ്യാനാവും? അയാളെ ചെന്നുകണ്ട് ഇത് വിലക്കാൻ എനിക്കും നിനക്കും എന്തവകാശമാണുള്ളത്? പിന്നെയുള്ളത് ഭീഷണിയാണ്. ആരാണ് അതിനു മുതിരുക? അതോ അയാളുടെ കാലു പിടിക്കണോ? എന്തുവേണമെന്നാ നീ പറയുന്നത്? ഞാനാലോചിച്ചിട്ട് ഒരു വഴിയേ കാണുന്നുള്ളൂ. നിന്റെ ഉമ്മയാണ്. നീ സ്നേഹത്തോടെ ചെന്നു വിലക്കിയാൽ അവൾ കേട്ടേക്കും. ഇന്നല്ലെങ്കിൽ നാളെ നിനക്കവിടെ പോകേണ്ടതല്ലേ? അതുകൊണ്ട് നീ ഉടനെ ചെന്ന് സംസാരിക്ക്. ഇതല്ലാതെ വേറൊരു വഴിയും ഞാൻ കാണുന്നില്ല."

"വേറെ പോംവഴിയൊന്നുമില്ലേ?"

ഏറെനേരം മിണ്ടാതിരുന്നിട്ട് യാസീൻ വിഷമത്തോടെ ചോദിച്ചു.

"മറ്റൊരു മാർഗവുമില്ല."

ബാപ്പ ഉറപ്പിച്ചുതന്നെ പറഞ്ഞു.

"നിന്നെ നേരിൽ കാണുമ്പോൾ അവൾ തീരുമാനം മാറ്റിക്കൂടെന്നില്ല. ഏറെക്കാലത്തെ കാത്തിരിപ്പിനുശേഷം മകനെ അതും മുതിർന്ന മകനെ കാണുമ്പോൾ അവളുടെ മനസ്സ് മാറാതിരിക്കില്ല. നീ സ്നേഹത്തോടെ നിർബന്ധിച്ചാൽ കാര്യം നടക്കും."

ഇത്രനാളത്തെ നീണ്ട വേർപാടിനുശേഷം ഉമ്മയെ അഭിമുഖീകരിക്കാൻ അവന് വിഷമമുണ്ട്. ആൾക്കാരുടെ കുത്തുവാക്കുകളിൽ നിന്ന് രക്ഷപ്പെടാനും അവനു കിട്ടാനുള്ള സ്വത്ത് നഷ്ടപ്പെടാതിരിക്കാനും ആ പ്രതിസന്ധി നേരിടാൻതന്നെ അവൻ തീരുമാനിച്ചു. അതു പക്ഷേ, ബാപ്പ അറിയുന്നത് ഇഷ്ടമില്ലാത്തമട്ടിൽ അവൻ പറഞ്ഞു.

"ബാപ്പ പറയുന്നതുകൊണ്ട് ഞാൻ തട്ടിക്കളയുന്നില്ല."

പതിനെട്ട്

പതിനൊന്നു വർഷത്തിനുശേഷം ആ തെരുവിലെത്തിയപ്പോൾ യാസീന്റെ തല അപമാനഭാരത്താൽ കുനിഞ്ഞിരുന്നു. ഇനി ഒരിക്കലും അങ്ങോട്ടു കടക്കില്ലെന്ന് കൊല്ലങ്ങൾക്കു മുമ്പ് ഉറപ്പിച്ചതാണ്. എന്നിട്ടും....

തെരുവിന് പറയത്തക്ക മാറ്റമൊന്നുമില്ല. തിരക്കേറുമ്പോൾ വഴിനടക്കുന്നവർ അന്യോന്യം കൂട്ടിമുട്ടുന്ന വീതികുറഞ്ഞ നിരത്ത്. തെരുവിനിരുവശത്തും തൊട്ടുരുമ്മി നിൽക്കുന്ന വീടുകൾ. ഇടയ്ക്കിടെ കൊച്ചു കൊച്ചു കടകൾ. തെരുവോരത്ത് കളിച്ചുകൂത്താടുന്ന കുട്ടികൾ. ചുറ്റും ചെമ്മണ്ണ് വിതറി ഇടതടവില്ലാതെ ഓടിക്കൊണ്ടിരിക്കുന്ന വണ്ടികൾ. സുലൈമാൻകാക്കയുടെ ഹോട്ടലിനും ഹസ്സൻമാമയുടെ ബേക്കറിക്കും പറയത്തക്ക മാറ്റമൊന്നുമില്ല. ആ കാഴ്ചകൾ അവനെ കുട്ടിക്കാലത്തേക്കു നയിച്ചു.

ഓറഞ്ചും ആപ്പിളും നിരത്തിയ പഴക്കട കണ്ടതും അവൻ അസ്വസ്ഥതയോടെ ചുണ്ടു കടിച്ചു. ഭൂതകാലം അവനു നൽകിയത് മാനക്കേടും വേദനയും മാത്രം. എത്ര ശ്രമിച്ചാലും മറക്കാനാവാത്ത കയ്പ്പുള്ള ഓർമകളുടെ ഭാരം പേറി നടുവൊടിഞ്ഞിരിക്കുന്നു.

“ഇന്നുരാത്രിയെങ്കിലും ചെല്ലാൻ പറഞ്ഞു ഉമ്മ.”

പഴക്കടയുടെ മുന്നിൽനിന്നുകൊണ്ട് നിക്കറിട്ട കുട്ടി പറയുന്നു. പാവം കുട്ടി. അവന്റെ വാക്കുകളുടെ അർഥം അവനറിയുമായിരുന്നില്ല. ഇന്നതോർക്കുമ്പോൾ സ്വയം വെറുപ്പ് തോന്നുന്നു. പഴക്കടയിലിരിക്കുന്ന ആ മനുഷ്യന്റെ മുന്നിൽക്കൂടിവേണം ഇന്നും വീട്ടിലെത്താൻ. എങ്ങോട്ടെങ്കിലും ഓടി ഒളിക്കാനാണ് യാസീന് അപ്പോൾ തോന്നിയത്. ഇന്നു ഞാൻ കൊച്ചുകുട്ടിയല്ല. കരുത്തുള്ള പുരുഷനാണ്. എല്ലാ അപമാനങ്ങൾക്കും അറുതി വരുത്താനാണ് ഞാൻ പോകുന്നത്. സ്വയം സമാധാനിപ്പിച്ചു.

ആലോചനക്കിടയിൽ വീടെത്തിയത് അറിഞ്ഞില്ല. തെരുവിലെ ഓരോരുത്തരും തന്നെത്തന്നെ തുറിച്ചുനോക്കുന്നതായി തോന്നി. ഒരു വണ്ടി പോയപ്പോൾ പൊടി മൂക്കിലും വായിലും അടിച്ചുകയറി. ശ്വാസം മുട്ടി. ചെറുപ്പത്തിൽ ഈ തെരുവിലൂടെ സന്തോഷത്തോടെ ഓടിനടന്നവനല്ലേ നീ. ഈ പൊടിപടലം അന്നുമുണ്ടായിരുന്നല്ലോ. അന്നത് നിന്നെ ഒട്ടും അസ്വസ്ഥനാക്കിയിരുന്നില്ല. ഉമ്മയെ കാണാൻ പോകുമ്പോൾ മകൻ സന്തോഷിക്കയല്ലേ വേണ്ടത്? കാണുമ്പോൾ ഉമ്മ എങ്ങനെയാവും സ്വീകരിക്കുക? സന്തോഷം, കരച്ചിൽ, ചിരി...

യാന്ത്രികമായി തെരുവ് മുറിച്ചുകടന്ന് വീട്ടിലേക്കു നടന്നു. മനസ്സു കലങ്ങിയിരുന്നെങ്കിലും അവിടത്തെ ഓരോ ചെറിയ മാറ്റം പോലും കണ്ണിൽപ്പെട്ടു. ചുമരുകളിൽ പലയിടങ്ങളിലും കുമ്മായം അടർന്നിരിക്കുന്നു. വാടകയ്ക്കു കൊടുത്ത രണ്ടു നിലകളും പിന്നിട്ട് മുകളിലെത്തി.

വാതിലിൽ മുട്ടുമ്പോൾ കിതയ്ക്കുന്നുണ്ടായിരുന്നു. വാതിൽ തുറന്ന മധ്യവയസ്കയായ പരിചാരികയെ വെറുതെ തുറിച്ചുനോക്കി.

"എന്താ വേണ്ടത്?"

"യാസീൻ വന്നിട്ടുണ്ടെന്നു ചെന്നു പറ."

അരിശത്തോടെ ആജ്ഞാപിച്ചു.

അവർ സംശയിച്ചുനിന്നിട്ട് അകത്തേക്കു നടന്നു.

അവളുടെ മറുപടിക്കു കാക്കാതെ അകത്തെത്തി. ആ വീട്ടിലെ ഓരോ മുക്കും മൂലയും കാണാപ്പാഠമാണ്. വൈകുന്നേരങ്ങളിൽ മാളിക വരാന്തയിൽ തെരുവോരക്കാഴ്ചകളിൽ മുഴുകി നിൽക്കുമ്പോൾ ഉമ്മ പിടിച്ചുവലിച്ച് കുളിക്കാൻ കൊണ്ടുപോകുമായിരുന്നു. ഉറക്കെ കരഞ്ഞാലൊന്നും ഉമ്മ വിടില്ല. ഇരിപ്പുമുറിയിലെ സോഫകൾ മാറ്റിയോ? ചുറ്റും ചിത്രപ്പണിയുള്ള അരികിൽ പലനിറത്തിലുള്ള കൃത്രിമപ്പൂക്കൾ പടർത്തിയ വലിയൊരു നിലക്കണ്ണാടി തളത്തിലുണ്ടായിരുന്നത് ഇപ്പോഴും ഓർക്കുന്നു. കണ്ണാടിയുടെ കൊത്തുപണിചെയ്ത അരികുകളിൽ നിറയെ അലുക്കുകളുണ്ടായിരുന്നു. അതിൽ തട്ടി ശബ്ദം കേൾപ്പിക്കാൻ ഇഷ്ടമായിരുന്നു. ഇപ്പോൾ മുറി ആകെ മാറിയതുപോലെ. അതുപോലെ ഉമ്മയും....

വാതിലിൽ കാലൊച്ച കേട്ടു. ഒപ്പം സംസാരവും. അങ്ങോട്ടു നോക്കാൻ മടിച്ചിട്ടെന്നപോലെ പുറംതിരിഞ്ഞുതന്നെ നിന്നു.

"യാസീൻ....എന്റെ പൊന്നുമോൻ....എന്റെ റബ്ബേ....എനിക്കെന്റെ കണ്ണുകളെ വിശ്വസിക്കാനാവുന്നില്ലല്ലോ."

മുഖത്ത് ചോര ഇരച്ചുകയറി. അറിയാതെയെന്നോണം അവർക്കു നേരെ തിരിഞ്ഞു. അവർ ഓടിവന്ന് മാറത്തും കണ്ണിലും ഉമ്മ വെച്ചപ്പോൾ എതിർക്കാൻ സാധിച്ചില്ല. തന്റെ മാറിൽ മുഖംപൂഴ്ത്തി വിതുമ്പുന്നുണ്ടായിരുന്നു അവർ. അനക്കമറ്റു നിന്നെങ്കിലും എവിടെയൊക്കെയോ കീറിമുറിയുന്നതുപോലെ തോന്നി. പെട്ടെന്ന് കയ്ക്കുന്നചിന്തകൾ അസ്വസ്ഥനാക്കി. നിങ്ങളെന്റെ ആരുമല്ല. മനസിൽ പറഞ്ഞുകൊണ്ടിരുന്നു. അതിനിടയിൽ അവർ മുഖം പിടിച്ചുയർത്തി വീണ്ടും ഉമ്മവെച്ചിട്ട് പറഞ്ഞു:

"യാസീൻ വന്നിരിക്കുന്നു എന്ന് അവൾ വന്നുപറഞ്ഞപ്പോൾ ഞാനാകെ അന്തംവിട്ടു. എന്റെ മകൻ യാസീനല്ലാതെ എന്നെ കാണാൻ വരാൻ വേറേതു യാസീനാ ഉള്ളത്? എത്രതവണ നിന്നെ കാണാൻ കൊതിയാകുന്നെന്നു പറഞ്ഞ് ഞാൻ ആളയച്ചു. ഒരിക്കലെങ്കിലും വരാൻ നിനക്കു തോന്നിയോ? നീ ഇപ്പോൾ എന്നെ കാണാൻ വന്നിരിക്കുന്നു. ഭ്രാന്തുപിടിച്ചതുപോലെയായി എനിക്ക്. ഇപ്പോൾ കണ്ടപ്പോഴല്ലേ ഉള്ളം തണുത്തത്. സുഖമാണോ എന്റെ മോന്? നീ ഇവിടന്നുപോകുമ്പോൾ നിക്കറിട്ട കൊച്ചു കുട്ടിയായിരുന്നു. ഇപ്പോ നോക്ക് എന്റെ മോൻ വളർന്ന് ഒത്ത ആളായി. നിന്നെ കാണാതെ ഉമ്മ എത്ര കരഞ്ഞിട്ടുണ്ടെന്നോ? നീ എന്നെ ഓർത്തതു കൂടിയില്ലല്ലോ."

അവനെ കൈപിടിച്ചു സോഫയിൽ ഇരുത്തുമ്പോഴും അവർ എണ്ണിപ്പെറുക്കി കരഞ്ഞുകൊണ്ടിരുന്നു. ഇതുവരെ എവിടെയായിരുന്നു ഈ സ്നേഹമൊക്കെ എന്നു ചോദിക്കണമെന്നുണ്ടായിരുന്നു. പക്ഷേ, ഒന്നും മിണ്ടാനാവാതെ അവരെ ഉറ്റു നോക്കിക്കൊണ്ടിരിക്കാനേ കഴിഞ്ഞുള്ളൂ. കുറച്ചു തടികൂടിയിരിക്കുന്നു എന്നല്ലാതെ വലിയ മാറ്റമൊന്നുമില്ല. വെളുത്ത മുഖത്തെ കരിമിഴികൾക്ക് ഇപ്പോഴും അതേ തിളക്കം. പഴയതുപോലെതന്നെ നന്നായി ചമഞ്ഞൊരുങ്ങിയിട്ടുണ്ട്. അറപ്പാണ് തോന്നിയത്.

"കിനാവു കാണുകയാണോ ഞാൻ? റബ്ബേ എന്റെ മോൻ എന്നെ കാണാൻവന്നത് നേരാണോ? എന്തിനായിരുന്നു മോനേ എന്നോടിത്രയും വെറുപ്പ്. പക? ഉമ്മ നിന്നെ കരളിന്റെ കരളായിട്ടല്ലേ സ്നേഹിച്ചത്. നൊന്തു പെറ്റ എന്നെ...."

അവർ നിർത്താതെ പറഞ്ഞിട്ടും നാവനക്കാൻ സാധിച്ചില്ല.

"എന്തെങ്കിലും പറ മോനേ."

അവർ ദുഃഖത്തോടെ പറഞ്ഞു.

"എന്തു മിണ്ടാനാ? നിങ്ങളുടെ ഓർമകൾപോലും എന്നെ എന്നും വേദനിപ്പിച്ചിട്ടേ ഉള്ളൂ."

നിവൃത്തിയില്ലാഞ്ഞിട്ടെന്നപോലെ യാസീൻ പറഞ്ഞു.

അവരുടെ മുഖം മങ്ങി. കണ്ണിലെ പ്രകാശം മാഞ്ഞു. അവന്റെ നോട്ടം നേരിടാനാവാതെ അവരുടെ തല കുനിഞ്ഞു.

"ഒന്നും നീ മറന്നില്ല. ഓർമകൾ പുതുക്കി എന്നോടു പക തീർക്കുകയായിരുന്നോ?"

തികട്ടിവന്ന കോപം അടക്കിയിട്ട് അവൻ പറഞ്ഞു:

"നിങ്ങൾ കാട്ടിക്കൂട്ടിയതോർത്താൽ...."

"നിന്റെ ബാപ്പ ഉപേക്ഷിച്ചപ്പോൾ വേറെ കല്യാണം കഴിച്ചതാണോ ഞാൻ ചെയ്ത കൊടുംപാപം?"

തകർന്നതുപോലെ സോഫയിൽ ചാരിയിരുന്നുകൊണ്ട് അവർ കണ്ണീരടക്കാൻ പാടുപെട്ടു.

ആ കണ്ണീർ അരിശം ആളിക്കത്തിച്ചതേയുള്ളൂ. ഭർത്താവ് ഉപേക്ഷിച്ചവരൊക്കെ വിവാഹം തൊഴിലാക്കിയാണോ ജീവിക്കുന്നത്? ഒന്നല്ല, രണ്ടല്ല.... എന്നിട്ടും മതിയാവാതെ....

"കല്യാണം കഴിക്കലും തലാഖും തൊഴിലാക്കിയിരിക്കയല്ലേ? അത് എന്നെ എങ്ങനെ ബാധിക്കുമെന്ന് നിങ്ങൾ ആലോചിച്ചോ?"

യാസീൻ പൊട്ടിത്തെറിച്ചു.

"എല്ലാം എന്റെ കുറ്റം. ഭാഗ്യംകെട്ടവളാണ് ഞാൻ."

അവർ മാറത്തടിച്ചു വിലപിച്ചു.

"അതാ പറഞ്ഞത് വെറുതേ സംസാരിക്കണ്ട. നിങ്ങളുടെ ഓരോ പ്രവൃത്തിയും പുണ്ണിൽ ഉപ്പു തേയ്ക്കുന്നതുപോലെ എന്നെ നോവിച്ചുകൊണ്ടിരുന്നു."

"എന്തു പറഞ്ഞാലും നിന്നെ ഞാൻ പെറ്റതല്ലാതാകുമോ?"

അവർ സ്നേഹത്തോടെ പറഞ്ഞു.

കുറച്ചുനേരത്തേക്കെങ്കിലും അവന്റെ മനസ്സും അലിഞ്ഞു. അതേ... ഈ സ്ത്രീ എന്നെ നൊന്തുപെറ്റ എന്റെ ഉമ്മയാണ്. പക്ഷേ,... പലരെ ഭർത്താവായി സ്വീകരിക്കുമ്പോൾ എന്തേ അവർ മകനെ ഓർത്തില്ല. അതോടെ സ്നേഹം മാറി പകയായി.

"നീ വല്ലതുമൊക്കെ പറഞ്ഞ് എന്റെ ഈ സന്തോഷം ഇല്ലാതാക്കല്ലേ. ഏറിയനാളിനുശേഷം എനിക്കു വീണുകിട്ടിയതാണ് ഈ അവസരം. എല്ലാ വേദനയും മറന്ന് നിന്നോടൊത്ത് അൽപ്പനേരമെങ്കിലും സന്തോഷത്തോടെ ഇരുന്നോട്ടെ ഞാൻ."

അവർ കെഞ്ചി.

പറയാൻ വന്നത് പറയാനുള്ള അവസരം കൈവന്നിരിക്കുന്നതായി തോന്നി യാസീന്.

"അത് തീരുമാനിക്കേണ്ടത് നിങ്ങളാണ്."

"നിന്റെ സ്നേഹം ലഭിക്കാൻ ഞാനെന്താണ് വേണ്ടതെന്നു പറയൂ."

"വിവേകത്തോടെ തീരുമാനമെടുത്താൽ നിങ്ങളുടെ ജീവിതത്തിൽ ഇനിയും സന്തോഷം കൈവരും."

"എന്താ നീ ഉദ്ദേശിക്കുന്നത്?"

"നിങ്ങളെക്കാൾ പ്രായംകുറഞ്ഞ ഒരാളെ നിങ്ങൾ വീണ്ടും വിവാഹം കഴിക്കാൻപോകുന്നു എന്നുകേട്ടത് നേരാണെങ്കിൽ ഇനി എന്നെ ഒരിക്കലും കാണില്ല."

"അപ്പോൾ ഇതു പറയാനാ നീ വന്നത് അല്ലേ?" ഞാൻ വിചാരിച്ചു എന്നെ കാണാൻ വന്നതായിരിക്കുമെന്ന്."

എന്നുപറഞ്ഞിട്ട് അവർ വ്യസനത്തോടെ കുറേനേരം മിണ്ടാതിരുന്നു.

"നിങ്ങൾക്ക് നിങ്ങളെക്കുറിച്ചുമാത്രമല്ലേ ചിന്തയുള്ളൂ. ഒരു തെറ്റും ചെയ്യാത്ത ഞാൻ ആൾക്കാരുടെ മുന്നിൽ അപമാനിക്കപ്പെടുന്നതിനെക്കുറിച്ച് നിങ്ങൾക്കു ചിന്തയുണ്ടോ? ഈ അപവാദം സഹിച്ച് മതിയായി എനിക്ക്. എന്നേക്കാൾ പ്രായം കുറഞ്ഞ ഒരാളെ....ഛേ..."

"നീയും ഞാനും കുറ്റം ചെയ്യാതെ ശിക്ഷ അനുഭവിക്കുന്നവരാണ്. നിന്റെ ബാപ്പ ചെയ്ത തെറ്റിന്റെ ശിക്ഷയാ നമ്മളനുഭവിച്ചു തീർക്കുന്നത്. അയാളും അയാളുടെ ഭാര്യയും നിന്നെ മയക്കി എനിക്ക് എതിരാക്കിയിരിക്കയല്ലേ."

"എന്റെ ബാപ്പയെയും ഇളയുമ്മയെയും കുറിച്ചെന്തെങ്കിലും പറഞ്ഞാൽ.... നിങ്ങളുടെ പാപത്തിന്റെ ഭാരം മറ്റുള്ളവരുടെ തലയിൽ കെട്ടി ഏൽപ്പിക്കരുത്."

"നിന്നെപ്പോലൊരു മകൻ വേറൊരുമ്മയ്ക്കും ജനിക്കാതിരിക്കട്ടെ. പതിനൊന്നുകൊല്ലത്തിനുശേഷം കാണുമ്പോൾ ഇങ്ങനെയാണോ മക്കൾ പെരുമാറുക?"

"നിങ്ങളെപ്പോലുരുമ്മ ഇതിലധികം പ്രതീക്ഷിച്ചതാ തെറ്റ്."

"ഞാൻ പാപിയോ വഴിപിഴച്ചവളോ അല്ല. നിന്റെ ബാപ്പയെപ്പോലെ നീയും കട്ടിക്കാരൻതന്നെ."

“എന്റെ ബാപ്പയെ ഇതിനിടയിൽ വലിച്ചിഴയ്ക്കരുതെന്ന് ഞാൻ നേരത്തെ പറഞ്ഞതാണ്. ആരേയുമില്ല പേടി. അള്ളാഹുവിനെയെങ്കിലും പേടിക്ക്. വയസ്സുകാലത്തെങ്കിലും ഇത്തരം അപവാദങ്ങളിൽനിന്ന്....”

“മനസില്ലെങ്കിലോ? നീയാരാ എന്നെ നേർവഴി കാണിക്കാൻ?”

“എന്റെ ഉമ്മയെക്കുറിച്ച് മറ്റുള്ളവർ അപവാദം പറയുന്നതു കേൾക്കുമ്പോൾ ഞാൻ ചിരിച്ചുകൊണ്ടു കേട്ടു നിൽക്കണമെന്നോ?”

“ഞാൻ നിന്റെ ഉമ്മയാണെന്ന് നീ മറന്നതല്ലേ? സ്നേഹമില്ലാത്തവരെക്കുറിച്ച് ചിന്തിച്ച് മനസ്സ് പുണ്ണാക്കണ്ട എന്റെ മോൻ.”

“അപ്പോ നിങ്ങൾ മാറാൻ തയാറല്ല. എന്നെ മാനംകെടുത്തിയേ അടങ്ങൂ.”

“ആരേയും മാനംകെടുത്തണമെന്ന് എനിക്കില്ല.”

“അപ്പോ നിങ്ങളിനിയും വിവാഹം കഴിക്കും?”

“അതൊക്കെ തീരുമാനിച്ചതല്ലേ?”

“നിങ്ങളെന്റെ ഉമ്മയാണെന്നു പറയാൻ നാണമുണ്ടെനിക്ക്.... പാപി...”

“ഇതിനു ഞാൻ മറുപടി പറയുന്നില്ല. മോളിലൊരുത്തനുണ്ടല്ലോ. കാലംചെല്ലുമ്പോൾ അവൻ മറുപടി പറയും.”

പിന്നീടവിടെ ഒരുനിമിഷം നിൽക്കണമെന്നുണ്ടായിരുന്നില്ല യാസീന്. എന്നിട്ടും കോപമടക്കി നിന്നു. പറയാൻ വന്നത് പറയണമല്ലോ.

“കൊള്ളരുതാത്ത, കണ്ടമാനംനടക്കുന്ന സ്ത്രീ എന്ന് എന്റെ ഉമ്മയെക്കുറിച്ച് നാട്ടാർ പറയുന്നത് കേട്ടുസഹിക്കാൻ കഴിഞ്ഞില്ല. അതുകൊണ്ടാണ് വന്നത്. എന്തെങ്കിലും നന്മ ബാക്കിയുണ്ടെങ്കിൽ എന്നോട് ഒരു തരിയെങ്കിലും സ്നേഹമുണ്ടെങ്കിൽ എന്റെ വാക്ക് തട്ടില്ലെന്നും കരുതി. എല്ലാം വെറുതേയായി. ഇനിയും ഞാൻ നിങ്ങളെ സ്നേഹിക്കണമെന്നാണോ?”

സങ്കടവും പരിഹാസവും മുറ്റിനിന്നിരുന്നു യാസീന്റെ വാക്കുകളിൽ.

“ഇനിയുള്ള കാലമെങ്കിലും മകനോടൊത്തു സന്തോഷമായി കഴിയാമെന്ന് ഒരു നിമിഷത്തേക്കെങ്കിലും ഞാനും മോഹിച്ചു. നീ കാണാൻ വന്നിരിക്കുന്നു എന്നു കേട്ടപ്പോൾ എന്തുമാത്രം ആനന്ദമായിരുന്നു.”

അവർ പറഞ്ഞുകൊണ്ടിരുന്നു.

“നിങ്ങളെ കൊല്ലാൻ കഴിഞ്ഞെങ്കിൽ എന്നുപോലും തോന്നിപ്പോകുന്നു.”

“എങ്കിൽ ഈ ദുരിതം തീർന്നു കിട്ടിയേനെ.”

അവർ വികാരമൊട്ടുമില്ലാതെ പറഞ്ഞു.

അവരെ ദഹിപ്പിക്കുംവിധം തുറിച്ചുനോക്കിയിട്ട് ഒന്നും മിണ്ടാതെ ഇറങ്ങിനടന്നു യാസീൻ. അവരുടെ സ്വത്തും വേണ്ട, പണവും വേണ്ട. എല്ലാം കൊണ്ടു ചുടട്ടേ എന്നു നിരാശയോടെ പറഞ്ഞുകൊണ്ട് അവൻ തെരുവിലിറങ്ങി ഭൂമികുലുങ്ങും വിധം തിരക്കിട്ടു നടന്നു.

പത്തൊൻപത്

"എന്തെങ്കിലും വേണോ മോനൂ?"

ആമിന കിടക്കാൻ പോകുംമുമ്പ് എന്നത്തേതും പോലെ ഫഹ്മിയുടെ മുറിവാതിൽ തുറന്നു ചോദിച്ചു.

"ഇങ്ങട്ട് വരീ. അഞ്ചുമിനിറ്റ് ഇവിടിരി."

ഫഹ്മി പറഞ്ഞു. ഫഹ്മിയുടെ മുഖത്ത് ചിരിയില്ല. എന്തോ അവനെ അലട്ടുന്നുണ്ടെന്ന് ഒറ്റനോട്ടത്തിൽത്തന്നെ ഉമ്മയ്ക്ക് മനസിലായി. ഉമ്മ കട്ടിലിൽ ഇരുന്നപ്പോൾ അവരുടെ കൈപിടിച്ചുകൊണ്ട് അവൻ ചോദിച്ചു:

"എല്ലാവരും ഉറങ്ങിയോ?"

"കദീജയും ആയിഷയും എപ്പഴേ കിടന്നു. കമാലിനെ ഒരുവിധം കിടത്തിയിട്ടാണ് ഞാൻ പോന്നത്."

ഉമ്മയെ ഒറ്റയ്ക്കു കിട്ടാൻ വൈകുന്നേരം മുതൽ കണ്ണിൽ എണ്ണയുമൊഴിച്ച് കാത്തിരിക്കുകയായിരുന്നു ഫഹ്മി. പുസ്തകം തുറന്നു വെച്ച് കുറേനേരമായി ഇരിക്കുന്നു. ഒരക്ഷരം തലയിൽ കയറുന്നില്ല. ഉമ്മയും സഹോദരിമാരുമാണെങ്കിൽ കലപില എന്തൊക്കെയോ പറഞ്ഞുകൊണ്ടിരിക്കുന്നു. എല്ലാവരുമൊന്ന് ഒഴിഞ്ഞ് ഉമ്മയെ മാത്രം കിട്ടിയെങ്കിൽ എന്ന് ആശിച്ചിരിക്കുകയായിരുന്നു.

ഉമ്മയോടാവുമ്പോൾ എന്തും പറയാം. എല്ലാം ക്ഷമയോടെ കേൾക്കുമെന്ന് ഉറപ്പുണ്ടായിട്ടും ചുണ്ടിലാരോ സീലുവെച്ചതുപോലെ തോന്നി ഫഹ്മിക്ക്.

"എന്താ നിനക്കൊരു വിഷമം."

മകന്റെ പന്തികേടു മനസിലാക്കിയ ഉമ്മതന്നെ സംസാരത്തിനു തുടക്കമിട്ടു.

"ഒരു കാര്യം പറയാനുണ്ടായിരുന്നു."

"അതിനെന്തിനാ മുഖവുര?"

"എന്താന്നു വച്ചാൽ.... അത്.... ഞാൻ.... നിങ്ങളോടല്ലാതെ എന്റെ സങ്കടം ആരോടാ പറയുക?"

"എന്തായാലും എന്റെ കുട്ടി പറഞ്ഞോ."

"അത്....അയൽപക്കത്തെ മറിയത്തെ ഉമ്മയ്ക്കറിയില്ലേ? തൊട്ടടുത്ത വീട്ടിലെ സയ്യിദ് റിദ്വാനിയുടെ മകൾ മറിയം. ആ കുട്ടിയെ വിവാഹം കഴിച്ചാൽ കൊള്ളാമെന്നുണ്ട് എനിക്ക്."

ഒട്ടും പ്രതീക്ഷിക്കാത്തതിലാകാം ഉമ്മ ആദ്യം വല്ലാതെ അമ്പരന്നു. പേടിയും തോന്നാതിരുന്നില്ല. ബാപ്പയെ ചെക്കന് നന്നായി അറിയാം. എന്നിട്ടിങ്ങനെ അന്തമില്ലായ്മ പറഞ്ഞാൽ.

"സമയമാകുമ്പോൾ നല്ല അന്തസ്സുള്ള കുടുംബത്തിൽനിന്നു തന്നെ എന്റെ മോന് ആലോചനകൾ വരും."

ഉമ്മ അവനെ സമാധാനിപ്പിച്ചു.

അവന്റെ മുഖം നാണത്താൽ ചുവന്നു.

"നിന്റെ വിവാഹം നമുക്ക് ആഘോഷമായിട്ടു വേണം നടത്താൻ. നിന്റെ മാത്രമല്ല കദീജയുടെയും ആയിഷയുടെയുമൊക്കെ വിവാഹം കെങ്കേമമായിട്ടുതന്നെ നടത്താൻ അള്ളാഹു എത്തിച്ചുതരട്ടെ. ആമീൻ."

അപ്പോൾ ഉമ്മയുടെ മുഖം നിറയെ സന്തോഷം. പെട്ടെന്ന് സന്തോഷം മാഞ്ഞ് മുഖത്ത് ഭീതി പടർന്നു.

"പക്ഷേ.... ബാപ്പ...."

"അതാ ഞാനിപ്പഴേ പറഞ്ഞത്."

ഫഹ്മിയുടെ വാക്കുകളിൽ കയ്പ്.

"ബാപ്പ പറയുന്ന കുട്ടിയെ നീ വിവാഹം കഴിക്കുകയല്ലാതെ നീ പറയുന്ന ആലോചന ബാപ്പ നടത്തിത്തരുമെന്ന് തോന്നുന്നുണ്ടോ നിനക്ക്?"

"പഠിത്തം കഴിഞ്ഞ് ജോലിയൊക്കെ ആയിട്ടു മതി വിവാഹം. പിന്നെ എതിരെന്തിനാ?"

ഇതൊക്കെ ആരാ ബാപ്പയെ പറഞ്ഞു ബോധ്യപ്പെടുത്തുന്നത്? ഭർത്താവു പറയുന്നത് ശരിയായാലും തെറ്റായാലും അനുസരിച്ചുള്ള ശീലമല്ലേ നിന്റെ ഉമ്മയ്ക്കുള്ളു. അത് അറിഞ്ഞുകൊണ്ട് ഉമ്മയെ എന്തിനാ കുട്ടീ സങ്കടത്തിലാക്കുന്നത്? എന്നൊക്കെ പറയണമെന്നുണ്ടായിരുന്നു അവർക്ക്.

"പറയേണ്ടത് വേണ്ടതുപോലെ പറഞ്ഞു മനസിലാക്കിയാൽ നിന്റെ ബാപ്പ എതിരു പറയില്ല."

എന്നാണ് പക്ഷേ, അപ്പോളവർ ഫഹ്മിയോടെ പറഞ്ഞത്.

"എനിക്കിഷ്ടമുള്ള വിവാഹം നടത്തിത്തരണമെന്നേ ഞാൻ പറയുന്നുള്ളു. എനിക്കിഷ്ടമാണെന്നു പറയാതെ ഉമ്മ വേറെന്തെങ്കിലും വിധത്തിൽ കാര്യം അവതരിപ്പിക്കണം."

"എല്ലാം അവന്റെ ഇച്ഛ."

അത്രയും പറഞ്ഞിട്ട് ഉമ്മ അവനെ തന്നെ നോക്കിക്കൊണ്ടിരുന്നു. അവനും കുറേനേരം ഒന്നും മിണ്ടാതിരുന്നതേയുള്ളു.

ഒടുക്കം ക്ഷമകെട്ട മട്ടിൽ ചോദിച്ചു.

"ബാപ്പയോട് ഇക്കാര്യം ആരാ പറയുക?"

ഉമ്മ മുഖത്ത് ചിരിവരുത്തിയെങ്കിലും അകം ചുട്ടുപൊള്ളുകയായിരുന്നു. ഈ ചോദ്യം തന്നെയാണ് അവരേയും കുഴക്കിയത്. മകൻ ഒരു കാര്യം ആവശ്യപ്പെട്ടിട്ട് അതു സാധിച്ചുകൊടുക്കാൻ കഴിഞ്ഞില്ലെങ്കിൽ പിന്നെന്തിനു കൊള്ളാം? മുമ്പ് ഇതിലും വിഷമം കാര്യങ്ങൾ അവർ ഭർത്താവിന്റെ മുന്നിൽ അവതരിപ്പിച്ചിട്ടുണ്ട്. പക്ഷേ, അപ്പോഴൊന്നും ഇത്ര വേവലാതി തോന്നിയിരുന്നില്ല. അള്ളാഹുവേ നീ തന്നെ എല്ലാറ്റിനും പരിഹാരം കാണിച്ചുതരണേ.

അവർ മനമുരുകി തേടി.

"ഞാനല്ലാതെ പിന്നെ ഇതൊക്കെ ആരാ പറയുക? ഞാൻ തന്നെ പറയാം."

"ഉമ്മ ക്ഷമിക്കണം. ഉമ്മയെ വിഷമിപ്പിക്കുന്നതിൽ സങ്കടമുണ്ട്."

"നീ സമാധാനമായിട്ടിരി. ഞാൻ വേണ്ടതുപോലെ പറഞ്ഞോളാം. മറിയം തരക്കേടില്ലാത്ത കുട്ടി. കുടുംബവും നന്ന്. പരിചയമില്ലാത്തവരുമല്ല. എതിർക്കാൻ ഒരു കാരണവും കാണുന്നില്ല. ബാക്കി അവന്റെ കൈയിലാണല്ലോ. ആട്ടേ അവൾക്ക് വയസെത്ര കാണും? നിന്നെക്കാൾ കൂടാനാ സാധ്യത."

"അതൊന്നും എനിക്കു പ്രശ്നമല്ല."

ഫഹ്മിയുടെ ഉറച്ച സ്വരം.

"എല്ലാം ആലോചിച്ച് വേണ്ടതുപോലെ ചെയ്യാം. ഇപ്പോൾ ഉറങ്ങാൻ നോക്ക്."

അവന്റെ നെറ്റിയിൽ മുത്തിയിട്ട് ഉമ്മ വാതിൽതുറന്ന് പുറത്തിറങ്ങി. മുറിക്കു പുറത്തിട്ട സോഫയിൽ തുറന്നുവെച്ച പുസ്തകവുമായിരിക്കുന്ന കമാലിനെ കണ്ട് ഉമ്മ ഒച്ചവെച്ചു.

"നീ ഈ അസമയത്ത് ഇവിടെ എന്തു ചെയ്യുകയാ?"

"അതേ....എന്റെ ഇംഗ്ലീഷ് നോട്ട് ഇവിടെ വെച്ചു മറന്നു. എടുക്കാൻ വന്നതാ. അപ്പോൾ വിചാരിച്ചു പഠിച്ചിട്ടു കിടക്കാമെന്ന്."

അവൻ നിന്നു പരുങ്ങി.

"ശരി. ഇനി നടക്ക്."

അവർ അവനെ പിടിച്ചുവലിച്ച് അവന്റെ മുറിയിലെ കട്ടിലിൽ കൊണ്ടുപോയി കിടത്തി. ഉമ്മയുടെ കാലൊച്ച അകന്നതും അവൻ ചാടി എഴുന്നേറ്റ് ഇത്താത്തമാരുടെ മുറിയിലെത്തി. ഒച്ചയുണ്ടാക്കാതെ വാതിൽ തുറന്നപ്പോൾ മുറിയിൽ ഇരുട്ട്. തളത്തിലെ വിളക്കിന്റെ നേരിയ വെളിച്ചത്തിൽ അവൻ തപ്പിത്തടഞ്ഞ് കദീജയുടെ കട്ടിലിനരികിലെത്തി.

"കദീജാത്ത...."

അവൻ അവളെ കുലുക്കി വിളിച്ചു.

പേടിച്ചരണ്ട കദീജ പിടഞ്ഞെഴുന്നേറ്റു. അവൻ കേട്ടകാര്യം ഇത്താത്തമാരെ അറിയിക്കാതെ ഉറങ്ങുന്നതെങ്ങനെ?

ഒച്ച കേട്ടാവണം ആയിഷയും ഉണർന്നു.

"ഉറങ്ങാനും സമ്മതിക്കില്ലല്ലോ."

ആരാ എന്താ എന്നൊന്നുമറിയാതെ പുതപ്പുമാറ്റി എഴുന്നേറ്റ ആയിഷ അരിശപ്പെട്ടു.

ഇത്താത്തമാരുടെ അരിശം വകവയ്ക്കാതെ കമാൽ കേട്ടകാര്യം അതുപോലെ വിളമ്പി.

വളരെ പതുക്കെയാണ് അവൻ പറഞ്ഞത്. ഉമ്മ അറിഞ്ഞാൽ പൊടിപൂരമാകും.

"നേരാണോ ഇവൻ പറയുന്നത്?"

കേട്ടതും കദീജ പുതപ്പുമാറ്റി ചാടി എഴുന്നേറ്റു.

"അള്ളാണെ ഉമ്മാണെ ഉള്ളതാ. മറിയത്തിനെ മാത്രമേ കല്യാണം കഴിക്കൂന്ന് ഫഹ്മി പറഞ്ഞത് ഈ ചെവിയോണ്ട് ഞാൻ കേട്ടതാ."

അവൻ ഉത്സാഹത്തോടെ പറഞ്ഞു.

"നീ എങ്ങനെ അറിഞ്ഞു?"

"എന്റെ നോട്ടെടുക്കാൻ ചെന്നതാ ഞാൻ. അപ്പോ ഫഹ്മിയുടെ മുറിയിൽ ഉമ്മയുടെ സംസാരം കേട്ടു. പതുങ്ങിയിരുന്ന് എല്ലാം കേട്ടതാ."

"നേരായിരിക്കുമോ?"

ആയിഷയ്ക്കു സംശയം തീരുന്നില്ല.

"അല്ലെങ്കിൽ പാതിരാത്രി വന്ന് ഇത്തരമൊരു കെട്ടുകഥ ചമച്ചുണ്ടാക്കാനുള്ള ബുദ്ധിയുണ്ടോ ഇവന്?"

"അതു ശരിയാ. ഇവൻ മുമ്പുപറഞ്ഞ കള്ളക്കഥ പോലെ അല്ല ഇത്."

ആയിഷയും ശരിവെച്ചു. കേൾക്കാനുള്ളതു കേട്ടതും അവർ കമാലിനെ മറന്നു.

"ഇതെങ്ങനെ ഒപ്പിച്ചെടുത്തു ഫഹ്മി?"

"എന്നും സന്ധ്യനേരത്ത് ടെറസിൽ ചെന്നുനിൽക്കുന്നതിന്റെ പൊരുൾ മനസ്സിലായില്ലേ ഇപ്പോ? മുമ്പൊരിക്കൽ ഞാൻ സൂചിപ്പിച്ചപ്പോ ആരും വകവെച്ചില്ല."

കദീജാ.

"മുന്തിരിവള്ളി പാവം ഫഹ്മിയുടെ കാലിൽതന്നെ ചുറ്റിപ്പടർന്നു."

"അവനെ സ്നേഹിക്കുന്നതിൽ നിന്റെ കണ്ണുകളെ ഞാൻ കുറ്റപ്പെടുത്തുകയില്ല."

ആയിഷ പതിവുപോലെ കവിത മൂളി.

"മിണ്ടാതിരുന്നോ അവസരം നോക്കാതെയാ പാട്ടും കൂത്തും. മറിയത്തിന് വയസ്സ് ഇരുപത്. ഫഹ്മിക്കാകട്ടെ പതിനെട്ടും. ഉമ്മ സമ്മതിക്കുമെന്ന് തോന്നുന്നുണ്ടോ?"

കദീജ

"മക്കൾ പറയുന്നതെല്ലാം ഉമ്മ സമ്മതിക്കും. അതുകൊണ്ടെന്താ കാര്യം? ബാപ്പ അറിഞ്ഞാൽ? മറിയത്തിനെന്താ കുറവ്? സുന്ദരിയാണ്. അയൽക്കാരിയും. പണത്തിനുമില്ല കുറവ്. അവിടെ വേറെ കല്യാണാലോചനക്കാരൊന്നും എത്തിയിട്ടുമില്ല."

മറിയത്തോട് രണ്ടുപേർക്കും ഇഷ്ടംതന്നെ. പക്ഷേ, ഇങ്ങനെ ഒരു പണി അവൾ പറ്റിക്കുമെന്ന് അവർ നിനച്ചതല്ല. സഹോദരഭാര്യയായി മറിയത്തെ കാണാൻ മനസ്സു തയാറാകുന്നില്ല.

"മറിയം സുന്ദരിയൊക്കെതന്നെ. പക്ഷേ, ഫഹ്മിക്കു ചേരില്ല. അവൻ നാളെ ജഡ്ജിയാകേണ്ടവനാണ്. ഒരു ജഡ്ജിയുടെ ഭാര്യയ്ക്കുണ്ടാകേണ്ട യോഗ്യതയൊന്നും മറിയത്തിനില്ല."

കദീജയ്ക്ക് അക്കാര്യത്തിൽ സംശയം ഒട്ടുമില്ല.

"ഒരു പൊലീസുദ്യോഗസ്ഥനേക്കാൾ മുന്തിയ ജോലിയൊന്നുമല്ല ജഡ്ജിയുടേത്."

ആയിഷ.

"എന്നാരു പറഞ്ഞു? മുന്തിയതുതന്നെ. ഇവളെക്കാൾ പഠിപ്പും പത്രാസുമുള്ള നൂറാലോചന വരും ഫഹ്മിക്ക്. പിന്നെ ഇവനെന്തിനാ തിരക്കു കൂട്ടുന്നത്. മറിയം നമ്മൾ വിചാരിക്കുന്നതുപോലെ അത്ര പാവമൊന്നുമല്ല. നാക്കിന് ഒരു മുഴമാ നീളം. പഠിപ്പുമില്ല. എനിക്കറിയുന്നതുപോലെ അവളെ നിനക്കറിയില്ലല്ലോ."

കദീജക്ക് അരിശം തീരുന്നില്ല.

"നമ്മൾ പറഞ്ഞിട്ടൊന്നും കാര്യമില്ല. മുകളിലിരിക്കുന്നവന്റെ ഇച്ഛപോലെയേ കാര്യങ്ങൾ നടക്കൂ."

ആയിഷ തർക്കം ഒഴിവാക്കാനായിട്ടെന്നോണം പറഞ്ഞു.

"മുകളിലിരിക്കുന്നവൻ മാത്രം വിചാരിച്ചാൽ പോരാ ഈ വീട്ടിൽ. നമ്മുടെ ബാപ്പ കനിയാതെ ഒരില ആടില്ല ഇവിടെ. ഏറെ കാത്തിരിക്കേണ്ടിവരില്ല. ചിലപ്പോൾ നാളെത്തന്നെ നമുക്ക് വിവരമറിയാം."

"ചെന്ന് കിടക്കാൻ നോക്കെടാ."

സംസാരം മതിയാക്കിയിട്ട് കദീജ കമാലിനെ വിരട്ടി.

യാസീനെ നാളെ രാവിലെ തന്നെ വിവരമറിയിക്കണം. കിടക്കാൻനേരം കമാൽ തന്നത്താൻ പറഞ്ഞു.

ഇരുപത്

കദീജയും ആയിഷയും ബാപ്പയുടെ അറവാതിൽക്കൽ ശ്വാസമടക്കിപ്പിടിച്ച് ചെവിയോർത്ത് നിന്നു. ഉച്ചമയക്കം കഴിഞ്ഞ് ബാപ്പ കാപ്പികുടിക്കുന്ന സമയത്താണ് ഉമ്മ വീട്ടുകാര്യങ്ങൾ ബാപ്പയോടു പറയുന്നത്. കാപ്പികുടിയും അസറ് നിസ്കാരവും കഴിഞ്ഞേ ബാപ്പ ഇനിയും പുറത്തേക്കിറങ്ങൂ. ഇന്നലെ കമാൽ പറഞ്ഞ കാര്യം ഉമ്മ ഇന്ന് ബാപ്പയോട് പറയാതിരിക്കില്ല. കുറേനേരം കാത്തിരുന്നിട്ടും ഉമ്മ ആ വിഷയം മാത്രം പറഞ്ഞില്ല. വേറെന്തൊക്കെയോ വീട്ടുകാര്യങ്ങൾ പറഞ്ഞുകൊണ്ടേ ഇരുന്നു. വിചാരിച്ചിരിക്കാതെയാണ് ഉമ്മ വിഷയത്തിലേക്ക് കടന്നത്.

"മുഷിയില്ലെങ്കിൽ ഒരു കാര്യം പറയാനുണ്ടായിരുന്നു. ഫഹ്മിയുടെ കാര്യമാണ്."

വിനയത്തോടെയാണ് ഉമ്മ തുടങ്ങിയത്.

"എന്താ അവനു വേണ്ടത്?"

ബാപ്പ ഗൗരവത്തിലാണ് ചോദിച്ചത്.

"ഫഹ്മി ഒരു പാവമാ. ഇപ്പഴത്തെ ചെറുപ്പക്കാരുടെ പകിട്ടൊന്നും

അവനില്ല. എന്തിന് ബാപ്പയുടെ മുന്നിൽ ഒരാവശ്യം ഉന്നയിക്കാനുള്ള ധൈര്യംകൂടി ഇല്ലാന്ന് കൂട്ടിക്കോളീ."

"മുഖവുര വേണ്ട കാര്യം പറ."

"നമ്മുടെ തൊട്ടടുത്ത വീട്ടിലെ മുഹമ്മദ് റിദ്‌വാനെ അറിയില്ലേ?"

"അയൽക്കാരനെ അറിയാതിരിക്കുന്നതെങ്ങനെ?"

"വളരെ നല്ല കൂട്ടരാ. തറവാടിനും കുറവില്ല."

"അതുകൊണ്ടെന്താ?"

"അയാൾക്കൊരു മകളുണ്ട്. മറിയം. ഇവിടെ വരാറുണ്ട്. നല്ല കുട്ടിയാ. അടക്കവും ഒതുക്കവുമുണ്ട്. അതിനെ കല്യാണം കഴിച്ചാൽ തരക്കേടില്ലെന്നു ഫഹ്മിക്കൊരു മോഹം. ബാപ്പയ്ക്ക് ഇഷ്ടാച്ചാൽ മാത്രം."

"അവന് കല്യാണമോ? നിനക്കെന്താ വട്ടാ? മുട്ടയിൽ നിന്ന് വിരിഞ്ഞില്ല. അതിനു മുമ്പേകല്യാണം...ഇനി ഇക്കാര്യം മിണ്ടിയാൽ ഉണ്ടല്ലോ."

ബാപ്പ കോപിച്ചു.

"ഇപ്പഴൊന്നും വേണ്ട. പഠിത്തം കഴിഞ്ഞിട്ടുമതി. അവനങ്ങനെ ഒരാശ..."

ഉമ്മയുടെ സ്വരം വിറച്ചു.

"മക്കളെ തലയിൽകയറ്റി വെച്ചതിന്റെ ഫലം കണ്ടില്ലേ? ഇക്കാര്യം നിന്നോടു പറയാൻ അവനെങ്ങനെ ധൈര്യം വന്നു? എല്ലാം നിന്റെ പിടിപ്പുകേടാ."

ബാപ്പയ്ക്ക് അരിശം അടങ്ങുന്നില്ല.

"എന്തിനാ ഇങ്ങനെ തുള്ളുന്നത്? അവൻ അവിടെച്ചെന്നു പെണ്ണൊന്നും ചോദിച്ചില്ലല്ലോ. ഒരു മോഹം തോന്നി. അതെന്നോടു പറഞ്ഞു. ഞാൻ നിങ്ങളോടു പറഞ്ഞു. അതിനെന്താ തെറ്റ്? നിങ്ങൾക്ക് ഇഷ്ടമില്ലെങ്കിൽ വേണ്ട. നടക്കില്ലെന്നു ഞാനവനോടു പറഞ്ഞേക്കാം."

"അങ്ങനെ വേണ്ടാത്തതൊന്നും മോഹിക്കേണ്ടെന്നു പറഞ്ഞേക്ക് അവനോട്. ഈ വീട്ടിൽ നാഥനായി ഞാനുണ്ട്. എന്റെ മക്കളുടെ കാര്യം ഞാൻ തീരുമാനിക്കും. അവർ അനുസരിച്ചാൽ മതി കേട്ടല്ലോ."

"അതു മതി."

"ആ ബോധമുണ്ടായിരുന്നെങ്കിൽ ഇക്കാര്യം നീ എന്നോടു പറയുമായിരുന്നോ?"

പെൺകുട്ടികൾ മുറിക്ക് പുറത്ത് പേടിച്ച് ചൂളി. ഉമ്മ നിന്ന് വിയർക്കുന്നത് അവർ മനസിൽ കണ്ടു.

"നിന്റെ നാവിറങ്ങിപ്പോയോ? അവന് ഇങ്ങനെയൊരു മോഹം തോന്നാൻ കാരണമെന്താ? അതാ എനിക്കറിയേണ്ടത്."

"ഒളിഞ്ഞും മറഞ്ഞും പെൺകുട്ടികളെ നോക്കുന്ന സ്വഭാവക്കാരനല്ല ഫഹ്മി."

"പിന്നെ? അവളെ കാണാതെ അവളെത്തന്നെ വേണമെന്നു പറയാനെന്താ കാരണം? അയൽപക്കത്തേക്ക് ഒളിഞ്ഞും മറഞ്ഞും നോക്കാനാണോ നീ കുട്ടികളെ പഠിപ്പിക്കുന്നത്?"

"അവൻ അത്തരക്കാരനല്ല. സ്കൂള് വിട്ടാൽ വീട്. വീട്ടിലെത്തിയാ മുറിയടച്ചിരുന്ന് പഠിക്കുന്ന കുട്ടിയാ."

"പിന്നെ ഇങ്ങനെ ഒരു മോഹം അവനു തോന്നാൻ കാരണമെന്താ?"

"അവളിവിടെ വരാറുണ്ട്. പെങ്ങന്മാർ അവളെക്കുറിച്ച് പറഞ്ഞത് കേട്ട്...."

"നിന്റെ പെൺമക്കൾ അപ്പോൾ ദല്ലാൾപണിയും തുടങ്ങിയോ? ഇങ്ങനെയാണെങ്കിൽ ഞാൻ കച്ചവടം മതിയാക്കി വീടിനു കാവലിരിക്കേണ്ടിവരുമല്ലോ."

"അതിനുമാത്രം ഒന്നും ഇവിടെ ഉണ്ടായില്ല. ചെറുപ്രായമല്ലെ. ഉള്ളിൽ തോന്നിയത് പറഞ്ഞെന്നു മാത്രം."

"പഠിത്തത്തിൽ ശ്രദ്ധിച്ച് മാനമര്യാദയായിട്ട് നടക്കാൻ പറ അവനോട്. അല്ലെങ്കിൽ പുറം ഞാൻ പൊളിക്കും. എന്നെ അറിയാമല്ലോ."

കാലൊച്ച വാതിൽക്കലെത്തുന്നത് അവർ അറിഞ്ഞു. അവർ അവിടെനിന്ന് ജീവനും കൊണ്ട് ഓടിരക്ഷപ്പെട്ടു. അപ്പോഴും ശബ്ദം പുറത്തു കേൾപ്പിക്കാതിരിക്കാൻ ശ്രദ്ധിച്ചിരുന്നു.

ഇനി എന്തുപറഞ്ഞാലും ഏശില്ലെന്ന് ആമിനയ്ക്ക് അറിയാം. ഒരിക്കൽ ചൂടായാൽ തണുപ്പിക്കാൻ ഒരു മാർഗവുമില്ല. അപ്പോൾ എന്തു പറഞ്ഞാലും എതിരേ പറയൂ.

സയ്യിദ് അഹമ്മദിന് കോപം അടക്കാനാവുന്നില്ല. ഇത്തരി പോന്ന ചെക്കന് കല്യാണം കഴിക്കണമത്രേ. ഓർക്കുന്തോറും അരിശം. അതാണ് അയാളുടെ ഒരു ദോഷം. ഇഷ്ടമില്ലാത്തതെന്തെങ്കിലും കേട്ടാൽപിന്നെ വല്ലാത്തൊരു വിമ്മിട്ടമാണ്. വീട്ടുകാര്യങ്ങളിൽ പ്രത്യേകിച്ചും. വീട്ടിൽ ഒരു മൺതരിപോലും തനിക്ക് എതിരാവുന്നത് അയാൾക്ക് സഹിക്കാനാവുന്നില്ല. വായിൽ തോന്നിയതാണ് അപ്പോൾ വിളിച്ചു പറയുക. അതു തെറ്റാണെന്ന് ഒരിക്കലും തോന്നിയിട്ടില്ല.

ഇപ്പോൾ കേട്ടത് അത്ര നിസ്സാരകാര്യമൊന്നുമല്ല. അവന്റെ ഉമ്മ ഇക്കാര്യം അവതരിപ്പിക്കണമെങ്കിൽ അതിലെന്തോ കാര്യമുണ്ട്. ഇത്രയും കർശനമായി വളർത്തിയിട്ടും മക്കൾ തോന്ന്യാസം കാണിക്കുകയോ? എങ്ങനെ സഹിക്കും?

അപ്പോഴേക്കും പള്ളിയിൽ അസറ്ബാങ്ക് വിളി കേട്ടു. അയാൾ എഴുന്നേറ്റ് അംഗശുദ്ധി വരുത്തി നിസ്കരിച്ചു. നിസ്കരിക്കുമ്പോൾ മനസ്സ് ഏകാഗ്രമാക്കാൻ എപ്പോഴും ശ്രദ്ധിക്കും. വേണ്ടാത്ത ചിന്തകളെയൊക്കെ അപ്പോൾ ആട്ടിയകറ്റും. നിസ്കാരം കഴിഞ്ഞതും മനസ്സ് ഒട്ടൊന്നു ശാന്തമായി. മക്കൾക്ക് നേർവഴി കാണിച്ചുകൊടുക്കാനും ഉന്നതിയിലെത്തിക്കാനും സകല കുറ്റങ്ങളും പൊറുക്കാനും ആ ഇരിപ്പിൽ അള്ളാഹുവിനോട് കേണു.

വീട്ടിൽനിന്ന് ഇറങ്ങുന്നതുവരെ അയാൾ എല്ലാവരെയും വിറപ്പിച്ചു. ഇനിയും ഇങ്ങനെയൊരു ചിന്ത മക്കൾക്കുണ്ടാവരുതല്ലോ.

സുഹൃത്തുക്കളുടെ ഇടയിൽ ഇക്കാര്യം അവതരിപ്പിക്കാൻ അയാൾ മറന്നില്ല. കേട്ടപ്പോൾ അവർക്ക് തമാശ. അവന്റെ കുട്ടിക്കളിയാണെന്ന് പറഞ്ഞ് അവർ പരിഹസിച്ചതോടെ അയാളുടെ മനസ്സ് ശാന്തമായി.

"എന്റെ മകനല്ലേ, ഇങ്ങനെ ഓരോന്ന് തോന്നിയില്ലെങ്കിലല്ലേ സംശയിക്കേണ്ടത്."

കൂട്ടുകാരുടെ തമാശയിൽ പങ്കുചേർന്നു.

ഇരുപത്തൊന്ന്

കമാൽ വീട്ടിൽ നിന്നിറങ്ങിയപ്പോൾ പള്ളിമിനാരങ്ങളിലും തെരുവിലും ഇരുട്ട് കട്ടപിടിക്കാൻ തുടങ്ങിയിരുന്നു. ആവേശത്തിലാണ് അവൻ. ഫഹ്മി ഒരു സുഹൃത്തിനോടെന്നപോലെ എല്ലാം തുറന്നുപറഞ്ഞു. അരിശവും വേദനയും ഫഹ്മി അനിയനുമായി പങ്കുവെച്ചിരിക്കുകയാണ്. ഫഹ്മിയെ ഈ അവസ്ഥയിൽ ഇതിനുമുമ്പ് അവൻ കണ്ടിട്ടില്ല. ഫഹ്മി കഴിയുന്നതും നിയന്ത്രണം വിടാറില്ല. വല്യക്കാക്ക യാസീനെപ്പോലെ വെറുതെ ഇടയുന്ന പതിവും ഫഹ്മിക്കില്ല. ഇത്താത്തമാരെപ്പോലെ മൂശേട്ടസ്വഭാവമില്ല. വല്ലപ്പോഴുമൊരിക്കൽ പൊട്ടിത്തെറിച്ചാലാകട്ടെ അഗ്നിപർവതംപോലെ ആളിക്കത്തും.

ഫഹ്മിയുടെ ഇടറിയ സ്വരവും നിറഞ്ഞ കണ്ണുകളും അവനേയും സങ്കടപ്പെടുത്തി. കരഞ്ഞുകൊണ്ടാണ് ചെറീക്ക അവനോടു സങ്കടം പറഞ്ഞത്. ഇത്താത്തമാർ വാതോരാതെ ഇതേക്കുറിച്ചു തന്നെയായിരുന്നു സംസാരിച്ചിരുന്നത്. അവർക്കൊന്നും പക്ഷേ, സങ്കടമേതും കണ്ടില്ല. എന്നും വൈകുന്നേരം ടെറസിനു മുകളിൽ തുണിയെടുക്കാൻ വരുന്ന മറിയത്തെക്കുറിച്ചാണ് എല്ലാവർക്കും പറയാനുള്ളത്. മറിയത്തെ അവനിഷ്ടമായിരുന്നു, മറിയം ഫഹ്മിയെ സങ്കടപ്പെടുത്തുന്നത് കണ്ട് അവളോട് ഈർഷ്യ തോന്നാതിരുന്നില്ല. ഏതായാലും ഫഹ്മിയുടെ ദൂതുമായി അവളെ കാണാൻപോവുകയാണ്. എന്തിനാ ഇങ്ങനെ എല്ലാവരെയും സ്വൈര്യം കെടുത്തുന്നതെന്ന് ചോദിക്കണം.

ആലോചനക്കിടയിലും ഫഹ്മി പറഞ്ഞതോരോന്നും മനസിൽ ഉരുവിട്ടുകൊണ്ടിരുന്നു. ഒന്നും വിട്ടുപോകരുതല്ലോ. ആ വീട് അപരിചിതമല്ല. പലതവണ വന്നിട്ടുണ്ട്. മുറ്റത്തെ മൂലയിൽ ചക്രമില്ലാത്ത കൈവണ്ടി നിർത്തിയിരിക്കുന്നത് കാണുമ്പോഴൊക്കെ അതിന് ചക്രമുണ്ടാകുന്നതും അതിൽ കയറി സവാരി ചെയ്യുന്നതും സ്വപ്നം കാണാറുണ്ട്. ആ വീട്ടിലെ മുറികളിലൊക്കെ പലതവണ കയറിയിറങ്ങിയിട്ടുണ്ട്. ഉമ്മയ്ക്കും മകൾക്കും അവനെ വലിയ ഇഷ്ടമാണ്. അങ്ങോട്ടുമതെ. ആദ്യം കയറുന്ന ചെറിയ ഇരിപ്പുമുറിക്ക് ചുറ്റുമായി മൂന്നുമുറികൾ. ഒരു മുറിയിൽ

ജനലരികിലായിട്ട തയ്യൽ മെഷീൻ എപ്പോഴും കൗതുകത്തോടെയാണ് നോക്കുന്നത്. ചെറിയ തളം കഴിഞ്ഞാൽ വലിയ തളം. അവിടേയും മുറികൾ.

മറിയത്തിന്റെ മുറിക്കു പുറത്തെ വരാന്തയിൽ തൂങ്ങിക്കിടക്കുന്ന കിളിക്കൂടാണ് അവനെ ഏറ്റവും ആകർഷിക്കുന്ന വസ്തു. വൈക്കോലും തൂവലുംകൊണ്ടുള്ള കൂടിന് അർധവൃത്താകൃതി. അമ്മ പ്രാവ് ചിലപ്പോൾ കൊക്ക് പുറത്തേക്കിടും. അതു കാണുമ്പോൾ രണ്ടു കാര്യങ്ങളാണ് തോന്നുക. ഒന്ന് ആ കൂട് അപ്പാടെ തകർക്കുക. അല്ലെങ്കിൽ അമ്മയേയും മക്കളേയും പുറത്തിറക്കി അവരുടെ കഥകൾ ചോദിച്ചറിയുക.

മറിയത്തിന്റെ മുറിയിലെ ചുമരിൽ തൂക്കിയ സുന്ദരിയുടെ ഛായാപടവും അവൻ നോക്കിനിൽക്കാറുണ്ട്. തെരുവിലെ പുകയിലയുടെ പരസ്യത്തിലെ സുന്ദരിയെക്കാൾ ആകർഷകമാണ് ഈ പടം. ഏതോ ഈജിപ്ഷ്യൻ കഥയിലെ നായികയാണ് ഈ സുന്ദരിയെന്നാണ് മറിയം പറഞ്ഞത്. ആ പടംനോക്കിയും അവൻ പലതരം കഥകൾ മെനയാറുണ്ട്. അപ്പോൾ അറിയാവുന്ന കഥകൾ മറിയം പറഞ്ഞുകേൾപ്പിക്കും. മറിയം കഥ പറയുന്നതു കേൾക്കാൻ ഒരിമ്പമുണ്ട്.

ശബ്ദംകേൾപ്പിക്കാതെ അടുത്തമുറിയിലെത്തി. മറിയത്തിന്റെ ബാപ്പ മുഹമ്മദ് റിദ്‌വാൻ പതിവുപോലെ അദ്ദേഹത്തിന്റെ മുറിയിലെ കട്ടിലിൽ കിടപ്പുണ്ടായിരുന്നു. അവൻ കാണാൻ തുടങ്ങിയപ്പോൾ മുതൽ അദ്ദേഹം അസുഖമായി കിടപ്പിലാണ്. തളർവാതമാണെന്ന് മറിയം പറഞ്ഞു. തളർവാതം എന്താണെന്ന് അവന് അറിയില്ലായിരുന്നു. സംശയ നിവാരണത്തിനായി പതിവുപോലെ ഉമ്മയെ സമീപിച്ചു. അതൊക്കെ പിശാചുക്കളുടെ വിളയാട്ടമാണെന്നാണ് ഉമ്മ പറഞ്ഞത്. പിശാചുക്കളുടെ ഉപദ്രവങ്ങളിൽനിന്ന് രക്ഷിക്കാൻ എന്നും അള്ളാഹുവിനോട് തേടാൻ മറക്കരുതെന്ന് ഓർമിപ്പിക്കുകയും ചെയ്തു. പിശാചുക്കളുടെ ഉപദ്രവം സഹിക്കാതെ കിടന്നുവലയുന്ന റിദ്‌വാൻ സാഹിബിനോട് അന്നുമുതൽ അവന് സഹതാപമാണ്.

അടുത്തമുറിയിൽ മറിയത്തിന്റെ ഉമ്മ നിലക്കണ്ണാടിയുടെ മുന്നിൽ നിന്നുകൊണ്ട് അണിഞ്ഞൊരുങ്ങുകയായിരുന്നു. കാണുമ്പോഴെല്ലാം അവർ കണ്ണാടിയുടെ മുന്നിലായിരിക്കും. കൈയിൽ കുഴച്ച മാവുപോലെ എന്തോ സാധനം. അതുകൊണ്ട് അവർ മുഖവും കഴുത്തും മാറിമാറി ഉരതിക്കൊണ്ടിരുന്നു. അതുകഴിഞ്ഞപ്പോൾ നീണ്ടമുടി അഴിച്ചിട്ടു കോതാൻ തുടങ്ങി. മറിയത്തെക്കാൾ ഭംഗിയുണ്ട് അവരെ കാണാൻ. അവർ എപ്പോഴും തമാശ പറയുകയും ചിരിക്കുകയും ചെയ്യും.

"എന്റെ കൊച്ചു രാജകുമാരൻ എന്നാ വലുതായി എന്നെ കെട്ടാൻ കുതിരപ്പുറത്ത് എത്തുക?"

കാണുമ്പോഴൊക്കെ ചിരിച്ചുകൊണ്ട് അവർ ചോദിക്കാറുണ്ട്.

"അവരെന്തിനാ എപ്പഴുമങ്ങനെ ചോദിക്കുന്നത്? അവരെന്തിനാ എപ്പഴും കണ്ണാടിയുടെ മുന്നിൽ നിൽക്കുന്നത്? ഉമ്മ അങ്ങനെ ചെയ്യാത്തതെന്താ?" എന്നൊക്കെ ചോദിച്ച് ഉമ്മയെ അലട്ടാറുണ്ട്. മേലാൽ

ഇത്തരം കാര്യങ്ങൾ ചോദിച്ചാൽ നല്ല പെടതരുമെന്ന് പറഞ്ഞ് ഉമ്മ വഴക്കുപറയുകയുണ്ടായി. മറിയത്തിന്റെ ഉമ്മ മുഖം തേച്ചുമിനുക്കുന്നത് കണ്ടുനിൽക്കാൻ അവനിഷ്ടമാണ്.

"അങ്ങനെ നിൽക്കാതെ ഇവിടെ വന്ന് ഇതൊന്നു തേച്ചുപിടിപ്പിച്ചുതാ കൊച്ചുകള്ളാ."

ഒരിക്കൽ കൗതുകത്തോടെ നോക്കിനിൽക്കുന്നത് കണ്ട് അവർ പറഞ്ഞു.

മാവുരുളയെടുത്ത് അവർ ചെയ്തതുപോലെ അവൻ അവരുടെ മുഖത്ത് തേച്ചുകൊണ്ടു ചോദിച്ചു.

"എന്തിനാ എന്നുമിങ്ങനെ ചെയ്യുന്നത്?"

"ഇപ്പഴേ അറിയണോ? എങ്കിൽ പറയാം. പരുപരുത്ത തൊലി ആരെങ്കിലും ഇഷ്ടപ്പെടുമോ? എന്നുമിങ്ങനെ തേച്ചാൽ തൊലിക്ക് മിനുസമുണ്ടാകും."

അവരുടെ കണ്ണിൽ പെടാതിരിക്കാൻ പെരുവിരലിലാണ് നടന്നത്. ചെറിയ അനക്കം കേട്ടാൽമതി അവർ വിളിക്കും. അവരുടെ മുറിയിൽ കയറിയാൽ ഇറങ്ങാനും വിഷമം. എന്നത്തേയുംപോലെ ലക്ഷ്യമില്ലാതെയല്ല ഇന്നത്തെ വരവ്. ഫഹ്മിയുടെ ദൂത് മറിയത്തെ അറിയിക്കണം. കട്ടിലിൽ ചമ്രം പടഞ്ഞിരുന്ന് വത്തക്കക്കുരു കൊറിക്കുകയായിരുന്നു മറിയം.

"ഇതാര് കമാലോ? വാ...വാ..."

കണ്ടതും സ്നേഹത്തോടെ ക്ഷണിച്ചു.

കേൾക്കാത്ത താമസം ഷൂസ് അഴിച്ചെറിഞ്ഞ് ചാടി കട്ടിലിൽ കയറിയിരുന്നു. ഞെരിയാണി മറയുന്ന ഒരു വരയൻ കുപ്പായമായിരുന്നു അപ്പോൾ ഇട്ടിരുന്നത്. നീലയിൽ ചുവന്ന ബോർഡറുള്ള തൊപ്പി തലയിൽ. മറിയം കൈയിൽ വത്തക്കക്കുരു ഇട്ടുതന്നിട്ടു പറഞ്ഞു:

"കൊത്തിക്കൊറിച്ചോ മൈനയെപ്പോലെ. കഴിഞ്ഞതവണ വന്നപ്പോൾ നിന്നെ കിക്കിളിയാക്കിയതിന് എന്റെ കൈ കടിച്ചത് മറന്നോ നീ?"

"എന്നെ കാണുമ്പോഴൊക്കെ എന്തിനാ കിക്കിളിയാക്കുന്നത്?"

അവൻ കൊഞ്ചി. കേട്ടതും മറിയം അവന്റെ വയറ്റത്തും കവിളിലും കിക്കിളിയിട്ടു.

"അള്ളോ...വേണ്ട....കിക്കിളിയാക്കല്ലേ."

ഒഴിഞ്ഞുമാറാൻ ശ്രമിച്ചു.

"കിക്കിളിയാക്കുമ്പം നീയെന്തിനാ ഇങ്ങനെ ബഹളം കൂട്ടുന്നത്?"

"ഇതു കണ്ടോ ഞാൻ എന്നെതന്നെ കിക്കിളിയാക്കിയിട്ട് അനങ്ങുന്നില്ലല്ലോ."

അവൾ തന്നത്താൻ കിക്കിളിയാക്കുന്നതായിട്ട് ഭാവിച്ചിട്ട് പറഞ്ഞു:

"എന്നാ ഞാനൊന്നു കിക്കിളിയാക്കി നോക്കട്ടെ. അപ്പഴറിയാം."

അവനും വിട്ടില്ല. പക്ഷേ, എത്ര ശ്രമിച്ചിട്ടും മറിയത്തിനു കുലുക്കമില്ല. അതോടെ തോറ്റു പിൻവാങ്ങി.

"കണ്ടോ...അതിനുള്ള ധൈര്യമില്ല. നീ ഇപ്പഴും പൊടിപ്പിള്ള അതാ അങ്ങനെ."

മറിയം പരിഹസിച്ചു.

"നല്ല ആളാ. വന്നിട്ട് എനിക്ക് മുത്തം തന്നോ നീ?"

അവന്റെ മങ്ങിയമുഖം കണ്ട് അവർ സംസാരം മാറ്റി. അവൻ സന്തോഷത്തോടെ ചെന്ന് അവളുടെ കവിളിൽ മുത്തി. അപ്പോൾ അവന്റെ ചുണ്ടിലെ വത്തക്കക്കുരു കവിളത്തൊട്ടിയത് കണ്ട് അവന് നാണമായി. അതു തട്ടിക്കളഞ്ഞിട്ട് അവൾ അവന് മുത്തം കൊടുത്തു.

"ആട്ടെ, ഈ സമയത്ത് നീ അവിടുന്നെങ്ങനെ തലയൂരി? ഉമ്മയിപ്പോൾ നിന്നെ അവിടമെല്ലാം അന്വേഷിക്കുന്നുണ്ടാവും."

എങ്ങനെ തുടങ്ങണമെന്നറിയാതെ വിഷമിച്ചു. ഒടുവിൽ രണ്ടും കൽപ്പിച്ചെന്നപോലെ പറഞ്ഞു:

"ചെറീക്കാ അയച്ചതാ."

അവളുടെ ചിരി മാറി മുഖത്ത് ഗൗരവം പരന്നു. പറഞ്ഞു പഠിപ്പിക്കുന്നതിനിടയിൽ ഇംഗ്ലീഷ് മാഷ് വന്നതുപോലെയാണ് അവന് തോന്നിയത്.

"ഊം....എന്താ കാര്യം?"

ആ മയത്തിലുള്ള ചോദ്യം പേടി മാറ്റി.

"അവളെ എനിക്കു വേണ്ടി വിവാഹം ആലോചിക്കണമെന്ന് ഞാൻ ആവശ്യപ്പെട്ടു. ബാപ്പ എതിർത്തു എന്നുമാത്രമല്ല വഴക്കുപറയുകയും ചെയ്തു. പഠിത്തം കഴിയുന്നതുവരെ ഇത്തരം അനാവശ്യകാര്യങ്ങളെക്കുറിച്ച് മിണ്ടരുതെന്ന് താക്കീത് ചെയ്തിരിക്കയാണ്. വേഗം പഠിത്തം പൂർത്തിയാക്കി വിവാഹം കഴിക്കണമെന്നായിരുന്നു ആശ. തുടക്കത്തിലെ പൊലിഞ്ഞു. കണ്ണേ ക്ഷമിക്കുക."

ഫഹ്മി പറഞ്ഞു പഠിപ്പിച്ചത് അവൻ അണുവിട തെറ്റാതെ ഉരുവിട്ടു. കേട്ടതും അവളുടെ മുഖം മങ്ങി.

"നിങ്ങളെക്കുറിച്ച് ചെറീക്കയും ഉമ്മയും ഇത്താത്തമാരുമൊക്കെ വളരെ നല്ലതാ പറഞ്ഞത്. എല്ലാവർക്കും ഇഷ്ടമാ."

അവളെ സന്തോഷിപ്പിക്കാനായി അവൻ പറഞ്ഞു.

"അല്ലെങ്കിലും നിന്റെ ഉമ്മ ഒരു പാവമാ. ബാപ്പയാ ദജ്ജാൽ. നാട്ടുകാർക്കൊക്കെ അറിയാം അത്."

"എന്റെ ബാപ്പ അങ്ങനെയായിപ്പോയി."

പെട്ടെന്ന് സങ്കടത്തോടെ അവൻ പറഞ്ഞു.

കുറേനേരം കാത്തിരുന്നിട്ടും മറിയത്തിനു ഉരിയാട്ടമൊന്നുമില്ലെന്നു കണ്ടപ്പോൾ അവൻ ചോദിച്ചു:

"അപ്പൊ ചെറീക്കയോട് ഞാനെന്താ പറയേണ്ടത്?"

"അനന്തകാലം കാത്തിരിക്കണമെന്ന് ഒരാൾ ആവശ്യപ്പെട്ടാൽ എന്താണ് ചെയ്യേണ്ടതെന്നറിയാതെ ആ പെൺകുട്ടി വിഷമിച്ചു പോകും എന്ന് പറഞ്ഞേക്ക്."

അർഥം പിടികിട്ടിയില്ലെങ്കിലും അവനത് പലതവണ ഉരുവിട്ട് കാണാപാഠമാക്കി. ഏൽപ്പിച്ച പണി ഭംഗിയായി ചെയ്തു എന്ന അഭിമാനത്തോടെയാണ് മറിയത്തോട് യാത്ര പറഞ്ഞത്.

ഇരുപത്തിരണ്ട്

എന്നും കണ്ണാടിയുടെ മുന്നിൽനിന്ന് സ്വയം വിലയിരുത്തുമ്പോൾ ആയിഷയുടെ ഉള്ളിൽ പൂവിരിയും. അവളെപ്പോലൊരു സുന്ദരി ആ തെരുവിലെന്നല്ല ആ ദേശത്തില്ലെന്ന് ഉറപ്പിക്കും. സ്വർണത്തലമുടി ഒന്നുകൂടി ചീകി മിനുക്കും. നീലക്കണ്ണുകളിൽ കരിയെഴുതി ചന്തംനോക്കി രസിക്കും. ആങ്ങളമാർക്ക് അവളുടെ സൗന്ദര്യത്തിൽ അഭിമാനമുണ്ടെന്ന് അവരുടെ സംസാരം കേട്ടാലറിയാം. യാസീൻ പലപ്പോഴും ഉറക്കെതന്നെ അവളുടെ സൗന്ദര്യത്തെ വാഴ്ത്താറുണ്ട്. ഫഹ്മി തുറന്നുപറയാറില്ലെങ്കിലും നോട്ടംകൊണ്ട് അഭിനന്ദിക്കാറുണ്ട്. എന്തിന് കൊച്ചു കമാൽപോലും ആരാധനയോടെയാണ് അവളെ നോക്കുന്നത്. തന്റെ മോൾ ഉദിച്ചുയരുന്ന പതിനാലാം രാവുപോലെയാണെന്ന് ഉമ്മതന്നെ പറയാറുണ്ടല്ലോ. ശരീരം അൽപ്പം മെലിഞ്ഞില്ലേ എന്ന് ഈയിടെയായി ഒരു സംശയം. ദേഹം ഒന്നു തടിപ്പിച്ചുതരാൻ ഉമ്മുവിനെയാണ് ഏൽപ്പിച്ചിരിക്കുന്നത്. സൗന്ദര്യസംരക്ഷണത്തിൽ ഒരു വീഴ്ചയും ആയിഷ വരുത്താറില്ല.

വീട്ടുജോലിയൊന്നും ചെയ്യാതെ ദേഹം മിനുക്കി നടക്കുന്നു എന്ന കദീജയുടെ പരാതി അവൾ കേട്ടതായിപ്പോലും ഭാവിക്കാറില്ല. രാവിലെ എഴുന്നേറ്റാൽ നന്നായി അണിഞ്ഞൊരുങ്ങിയേ അടുക്കളയിൽ കയറൂ. കദീജയുടെ മുറുമുറുപ്പ് വകവയ്ക്കാറില്ല. ആണുങ്ങൾ പടിയിറങ്ങുന്നതുവരെ ഉമ്മയോടൊപ്പം നിന്ന് എന്തെങ്കിലുമൊക്കെ ഒപ്പിക്കും. അവർ ഇറങ്ങുന്നതും സ്വീകരണമുറിയുടെ ജനലരികിൽ തപസ്സു തുടങ്ങും. പേടി തോന്നാറുണ്ടെങ്കിലും രാവിലെയുള്ള ആ നിൽപ്പിന് മുടക്കം വരുത്താൻ കഴിയാറില്ല.

വഴിക്കണ്ണുമായി അയാളെയും കാത്തു നിന്നപ്പോൾ ഹൃദയം പടപടേമിടിച്ചു. ജനലിനരികിലെത്തിയപ്പോൾ അയാൾ പതിവുപോലെ തലയുയർത്തി ചിരിച്ചു. അവളുടെ ഉള്ളിൽ നിലാവുദിച്ചു. ആ ചിരി ഒന്നുകൂടി കാണാൻ ഓടി അടുത്ത ജനലിനരികിലെത്തി. തിരിഞ്ഞു നോക്കിക്കൊണ്ട് അയാൾ നടന്നുമറഞ്ഞപ്പോൾ മനസിൽ ശൂന്യത പടർന്നു. നിരാശയോടെ തിരിഞ്ഞുനിന്നപ്പോൾ എല്ലാം കണ്ടുകൊണ്ട് കദീജ തൊട്ടുപിറകിൽ. ആയിഷ വിറച്ചു. അനങ്ങാൻ കഴിയുന്നില്ല. കാലിൽ വേരുമുളച്ചതുപോലെ. എല്ലാം കണ്ടുകാണും കള്ളി.

"ഹൗ പിന്നിൽ വന്നുനിന്ന് പേടിപ്പിച്ചുകളഞ്ഞല്ലോ."

സമനില വീണ്ടെടുത്ത ആയിഷ ഒരുവിധം പറഞ്ഞൊപ്പിച്ചു.

"ഞാൻ നിന്നെ പേടിപ്പിച്ചെന്നോ? പടച്ചോനുപോലും നിന്നെ പേടിപ്പിക്കാനാവുമെന്ന് എനിക്ക് തോന്നുന്നില്ല മോളേ."

"പെട്ടെന്ന് തിരിഞ്ഞുനോക്കുമ്പോൾ പിന്നിൽ നീ. പിന്നെ പേടിക്കില്ലേ? എന്തിനാ ഈ ചാരപ്പണി."

"ഇനി നടക്കുമ്പോൾ ഞാൻ കഴുത്തിലൊരു മണി കെട്ടാം. അപ്പപ്പിന്നെ പേടിയില്ലല്ലോ."

"എന്നാണോ ഞാൻ പറഞ്ഞത്. അന്യരെ ഒളിഞ്ഞുനോക്കുന്നത് തെറ്റാണെന്നാ ഉമ്മ പറഞ്ഞത്."

"ഒളിഞ്ഞുനോക്കുന്ന പണി എനിക്കില്ലെന്നു പടച്ചോനറിയാമേ. നീ ജനലരികിൽ ഉലകം മറന്നുനിന്നതിനും എനിക്കാണോ കുറ്റം?"

"നീ നന്നാവില്ല."

ആയിഷ പതുക്കെ പറഞ്ഞു. എങ്ങനെ തുടങ്ങണമെന്ന് ആലോചിക്കുകയായിരുന്നു അപ്പോൾ കദീജ.

"അപ്പോ ഇതാ പാട്ടുംകൂത്തുമായി നടന്നത്. ഇപ്പഴല്ലേ പിടികിട്ടിയത്."

എന്തു പറയണമെന്നറിയാതെ പരുങ്ങി ആയിഷ. അവളുടെ മുഖം വിളറി.

"രാവിലെ ഉണരുന്നതും കണ്ണാടിയുടെ മുന്നിൽ. അടുക്കളയിൽ ജോലി ചെയ്യുമ്പോഴും എന്തിനാ ഈ ഒരുക്കം? രാവിലെയുള്ള ഒരുക്കത്തിന്റെ രഹസ്യം ഇപ്പഴല്ലേ പിടികിട്ടിയത്. ഒരുങ്ങിക്കോ സുന്ദരിയല്ലേ. അണിയാം. ഒരുങ്ങാം. കഴുതയെപ്പോലെ ഭാരംചുമക്കാൻ ഇവിടെയൊരുത്തിയുണ്ടല്ലോ. കദീജാക്ക് അണിഞ്ഞൊരുങ്ങാൻ നേരമെവിടെ? ഒരുങ്ങിയാലും കാര്യമില്ല."

കദീജ നിർത്താതെ തുടർന്നു.

"ഇത്രയൊക്കെ പറയാൻ ഇവിടെ എന്തുണ്ടായെന്നാ?"

ആയിഷ ഇടയ്ക്കു കയറി ചോദിച്ചു.

"ഒന്നുമുണ്ടായില്ലേ. കദീജ ഒരു വിഡ്ഢി. അവക്കിതു വല്ലതും മനസിലാകുമോ? ചിരിയും നോട്ടവും...."

"ഇല്ലാത്തത് പറഞ്ഞുണ്ടാക്കണ്ട. ഞാൻ വെറുതെ പുറത്തേക്ക് നോക്കിക്കൊണ്ടു നിന്നതാ. അപ്പളാ അയാൾ ഇങ്ങോട്ടു നോക്കിയത്."

"എന്നാലും പാവം എന്റെ ബാപ്പ ഇത്ര ചിട്ടയിൽ വളർത്തിയിട്ടും ഇങ്ങനെ ഓരോന്ന് കാണിക്കാൻ തോന്നിയല്ലോ നിനക്ക്?"

ബാപ്പയുടെ പേരുകേട്ടതും ആയിഷയുടെ ഉള്ളിൽ ഇടിവെട്ടി. ഫഹ്മി അവളെ എങ്ങനെ കണ്ടു? അവനിത് ചോദിക്കാൻ എങ്ങനെ ധൈര്യം വന്നു? ബാപ്പ ഉമ്മയോട് ചോദിച്ചത് അപ്പോൾ അവളുടെ കാതിൽ ഉറക്കെ മുഴങ്ങിക്കൊണ്ടിരുന്നു. ഫഹ്മിയുടെ തെറ്റുപോലും പൊറുക്കാത്ത ബാപ്പ....ആയിഷക്ക് ദേഹം തളരുന്നതുപോലെ തോന്നി.

അവൾ കേണു.

"ഇതാണല്ലേ അപ്പോ പ്രേമം? അപ്പോ ഇവിടെ ഇപ്പോ പ്രേമത്തിന്റെ സീസനാണല്ലോ. ബാപ്പ എന്തുചെയ്യുമോ എന്തോ?"

"പൊന്നാരിത്താ ഒന്നു മിണ്ടാതിരി. നീയെന്താ പറയുന്നതെന്നു പോലും എനിക്ക് മനസിലാകുന്നില്ല."

"എന്റെ പാവം അനിയത്തി. ഞാനും പാവമല്ലേ. ഞാൻ ആയിഷ യുടെ മൂത്തവൾ. അപ്പോൾ അവളുടെ തെറ്റുകണ്ടാൽ എന്താ ചെയ്യേണ്ട ത്? വീട്ടുകാരോടു പറയണോ അതോ പറയാതിരിക്കണോ? പറയാതി രുന്നാൽ പിന്നീടവർ എന്നെ കുറ്റപ്പെടുത്തില്ലേ? നീ നല്ലവണ്ണം ആലോ ചിച്ചുവേണം കദീജാ തീരുമാനമെടുക്കാൻ. എങ്കി അവളുതന്നെ പറയട്ടെ. ആളങ്ങമാരോടു പറഞ്ഞാലും മതി. എന്താവേണ്ടതെന്ന് അവർ തീരുമാ നിക്കട്ടെ."

അത്രയും ഒറ്റ തീർപ്പിന് പറഞ്ഞു തീർത്തിട്ട് കദീജ പോകാനായി എഴുന്നേറ്റു. ആയിഷ കൊത്തുകോഴിയെപ്പോലെ പടയ്ക്കൊരുങ്ങി അവ ളുടെ തോളിൽ പിടിച്ചിട്ടു ചോദിച്ചു:

"നിങ്ങക്കിപ്പോ എന്താ വേണ്ടത്?"

"എന്നെ വിരട്ടിയിട്ടെന്താ കാര്യം?"

എന്തോ പറയാൻ തുടങ്ങിയ ആയിഷ മുഴുമിപ്പിക്കാനാവാതെ വിങ്ങി ക്കരഞ്ഞു. അവളുടെ കണ്ണീരുകണ്ടപ്പോൾ കദീജയും അയഞ്ഞു.

"നിന്നെ ശകാരിച്ചതല്ല. നീ ചെയ്യുന്നത് തെറ്റാണ്."

ഗൗരവത്തിലാണ് കദീജ പറഞ്ഞത്.

അരിശംവന്നപ്പോൾ അവളുടെ മുഖം ഒന്നുകൂടി വികൃതമായി. വലിയ മൂക്ക് ഒന്നുകൂടി നീണ്ടു.

"നോക്കിത്താ നിങ്ങള് വിചാരിച്ചതുപോലൊന്നുമില്ല."

ആയിഷ കരഞ്ഞുകൊണ്ട് പറഞ്ഞു.

വീണ്ടും കളവു പറയുന്നതു കേട്ട് കദീജ പൊട്ടിത്തെറിച്ചു. വായിൽ വന്നതു വിളിച്ചു പറയുകയും ചെയ്തു. പിന്നീട് തണുത്തു. സംഗതി യുടെ വാസ്തവം അറിയാൻ അവൾക്കും താൽപ്പര്യമുണ്ട്. ഇണങ്ങിനി ന്നാലെ അതു സാധിക്കൂ.

"നിന്റെ മൂത്തതാ ഞാൻ. നീ എന്തെങ്കിലും തെറ്റു ചെയ്താ തിരു ത്തേണ്ടത് എന്റെ കടമയാ. എന്താണുണ്ടായതെന്ന് പറ. തെറ്റാണെങ്കിൽ തിരുത്താം."

ആയിഷ അയഞ്ഞെന്നു കണ്ടപ്പോൾ കദീജയ്ക്ക് ഉത്സാഹമായി.

"നോക്ക് ഞാനെല്ലാം നേരിൽ കണ്ടതാ. അതുകൊണ്ട് കള്ളം പറഞ്ഞ് എന്നെ പറ്റിക്കാമെന്ന് കരുതണ്ട. ഉണ്ടായത് പറ. നമ്മുടെ കുടും ബത്തിന് ഒരു ചീത്തപ്പേരുണ്ടാക്കാൻ ഇടയാക്കരുത്. സ്വകാര്യം കാലാ കാലം മൂടി വയ്ക്കാനാവുമെന്നാണോ നീ കരുതുന്നത്? തെരുവിലുള്ള വർ നിങ്ങളെ ശ്രദ്ധിക്കുന്നില്ലെന്ന് ആരു കണ്ടു? ഒന്നു പത്താക്കി ബാപ്പ യുടെ ചെവിയിലെത്തിച്ചാലുള്ള വിപത്ത് അറിയാമല്ലോ. അതുകൊണ്ട് ഉണ്ടായതെല്ലാം എന്നോട് തുറന്നു പറ."

അപ്പോഴാണ് ചെയ്ത തെറ്റിന്റെ ഗൗരവം ആയിഷായ്ക്കു ബോധ്യമാവുന്നത്. അവളുടെ മുഖം ചുവന്നു. തല കുനിഞ്ഞു.

"അയാൾ എന്തുദ്ദേശ്യത്തോടെയാണ് നിന്നെ നോക്കിയത്? ഈ കുടുംബത്തിൽ വന്നുകയറാൻ പറ്റിയ ആളാണോ? നിന്നെ ഇഷ്ടപ്പെട്ട് വിവാഹാലോചനയുമായി അയാൾ ആളെ അയച്ചാലും ഇതൊക്കെ കണക്കിലെടുക്കാതെ പറ്റുമോ? നമുക്ക് ചേർന്ന ആളാണെങ്കിൽ അയാളുടെ വിവാഹാലോചന തട്ടിക്കളയില്ലായിരിക്കും."

ആയിഷയുടെ മുഖം തെളിഞ്ഞു. ചുണ്ടിൽ ചിരി വിടർന്നു.

ആ ചിരി പക്ഷേ, കദീജയ്ക്ക് ഒട്ടും പിടിച്ചില്ല. എങ്കിലും പറഞ്ഞു:

"കൊളുത്തിപ്പോഴും നിന്റെ കൈയിലാ. വിടാതെ പിടിച്ചോ."

"നിങ്ങളെന്തൊക്കയാ പറയുന്നത്?"

"വിട്ടു കളയണ്ടാന്ന്. അതേസമയം കാര്യമാക്കുകയും വേണ്ട. കിട്ടിയാൽ കിട്ടി. പോയാ പോയി. അങ്ങനെ നിന്നോ."

"എന്തുവേണമെങ്കിലും പറ."

അത്രയും പറഞ്ഞിട്ട് ആയിഷ മിണ്ടാതിരുന്നു. ചിന്തയിൽ മുഴുകിയ കദീജയും ഒന്നും മിണ്ടിയില്ല.

ഇരുപത്തിമൂന്ന്

പണി തീർത്ത് കുളിക്കാനിറങ്ങിയപ്പോൾ നേരം വൈകി. തിരക്കിട്ട് വേഷം മാറുമ്പോഴാണ് ഉമ്മു ഓടിക്കിതച്ചെത്തിയത്.

"തായത്ത് ആരോ ബന്ന്ക്കണ്. നാളിന്നുവരെ ഓലെ ഞാൻ കണ്ടിട്ടില്ല."

"ആരാണെന്ന് ചോദിച്ചാലോ?"

അവളോടൊപ്പം തിരക്കിട്ട് താഴേക്കിറങ്ങുമ്പോൾ ആമിന ചോദിച്ചു:

"അവര് വന്ന് വാതിലിന് മുട്ടി. ഏടെന്ന് വന്നോരാന്ന് വാതില് തൊറപ്പളേ ഞാൻ ചോയിച്ച്. സയ്യിദയമ്മദ് മൊതലാളീന്റെ പൊരല്ലേന്ന് ഓലെന്നോടൊരു ചോദ്യം. ആന്ന് ഞാനും. നിങ്ങളാരാന്നാ ഞാൻ പറയേണ്ടത്? എന്നായി ഞാൻ. അത് നീ പറയണ്ട. ഞങ്ങള് പറഞ്ഞോളാം. മൂപ്പത്തീനെ വിളിക്ക്. കേട്ടതും ഞാൻ പാഞ്ഞിങ്ങ് പോന്നു. ചെലപ്പോ ഞമ്മളെ കുട്ട്യേക്ക്...."

ഉമ്മു ഉത്സാഹത്തിലായിരുന്നു.

ഉത്സാഹം ആമിനയ്ക്കുമുണ്ട്. രണ്ടു പെൺമക്കൾ പുര നിറഞ്ഞു നിൽക്കുന്നു. അപ്പോൾ നിനച്ചിരിക്കാതെ സ്ത്രീകൾ വിരുന്നുകാരിയായി എത്തുക.

"കദീജാ ഒന്നിങ്ങു വന്നേ."

താഴേക്കിറങ്ങും മുമ്പേ ആമിന കദീജയെ വിളിച്ച് നന്നായി അണിഞ്ഞൊരുങ്ങി താഴെ വരാൻ ഏർപ്പാടാക്കി.

കദീജയുടെ കറുത്തമുഖം നാണത്താൽ ഒന്നുകൂടി കറുത്തു. ഉമ്മയുടെ മുഖത്ത് നിലാവ്. കഴുത്തിലും കൈയിലും പൊന്നൊന്നും അണിഞ്ഞില്ലല്ലോ എന്ന് ഉമ്മ അപ്പോഴാണ് ഓർത്തത്. അവർ ഉടനെ മുറിയിൽ ചെന്ന് മാലയും വളയും എടുത്തിട്ടു. അപരിചിതരുടെ മുന്നിൽ കുറഞ്ഞുപോകരുതല്ലോ. ഉമ്മയുടെ മട്ടും മാതിരിയും കണ്ട് കദീജയ്ക്കും അമ്പരപ്പ്. അതിനുതന്നെയായിരിക്കുമോ അവർ വന്നത്? അവൾക്ക് വിശ്വാസം വരുന്നില്ല.

കമാലിന്റെ മുറിയിൽ ചെന്നപ്പോൾ അവൻ അവിടെത്തന്നെയുണ്ട്.

"നീ ഓടിച്ചെന്ന് മറിയത്തിനോട് പൗഡറും കൺമഷിയും മറ്റും തരാൻപറ. ഇത്താത്ത പറഞ്ഞിട്ടാന്ന് പറയാൻ മറക്കണ്ട."

അവൾ കമാലിനെ അടുത്ത വീട്ടിലേക്ക് ഓടിച്ചു.

കേട്ട് എന്തെന്നും ഏതെന്നും തിരക്കാതെ കമാൽ വാണംവിട്ടതുപോലെ അടുത്ത വീട്ടിലേക്ക് കുതിച്ചു.

കദീജ മുറിയിൽ ചെല്ലുമ്പോൾ ആയിഷ മൂളിപ്പാട്ടും പാടി സ്വപ്നലോകത്തുതന്നെ.

"ഞാനേത് ഡ്രസ്സിടണമെന്ന് ഇന്ന് നീ തീരുമാനിച്ചാൽ മതി."

കദീജ പറഞ്ഞതുകേട്ട് ആയിഷ അമ്പരന്നു.

"ഇതെന്താ പുതുമ? പെണ്ണുകാണാൻ വന്നവർ തന്നെ?"

"മുൻപരിചയമില്ലാത്ത സ്ത്രീകളെന്നാ ഉമ്മു പറഞ്ഞത്. കേട്ടതും ഉമ്മ എന്നോട് അണിഞ്ഞൊരുങ്ങാൻ പറഞ്ഞിട്ട് താഴേക്കു പോയി."

"ഇപ്പം മനസിലായേ."

"വെറുതെ ഓരോന്നു മോഹിക്കണ്ട. ആരാ വന്നതെന്നറിയാതെ..." കദീജ.

"ഒപ്പന കേൾക്കുന്നല്ലോ....എങ്ങും അത്തറു മണക്കുന്നല്ലോ."

ആയിഷ അലമാരി തുറന്ന് ഉടുപ്പ് പരതുന്നതിനിടയിൽ മൂളി.

കണ്ണാടിയുടെ മുന്നിൽ നിന്ന കദീജ ആകെ അസ്വസ്ഥയായിരുന്നു.

"ഈ ലോകത്തിൽ എന്നെ ആരാ ഖബൂലാക്കുക. ഈ മൂക്കൊന്ന് ചെറുതായാലും മതിയായിരുന്നു."

പരിഹാസവും നിരാശയും മുറ്റിയ സ്വരം.

"അങ്ങനെ തന്നത്താൻ ഇടിച്ചു താഴ്ത്തണ്ട. വെറും മൂക്കുനോക്കി മാത്രം ആരും പെണ്ണിനെ തെരഞ്ഞെടുക്കില്ല. നിങ്ങൾക്ക് നീണ്ട മുടിയുണ്ട്. ചെറിയ ഭംഗിയുള്ള കണ്ണുകൾ മുഖത്തിന് നന്നായി ഇണങ്ങുന്നുമുണ്ട്. പിന്നെ വടിവൊത്ത ശരീരമില്ലേ? നിന്റെ സംസാരം കേട്ടാൽ ആരായാലും വീണുപോകും."

ആയിഷ സമാധാനിപ്പിച്ചു.

"നല്ലതൊന്നും ആരും കാണില്ല."

"അത് നിന്നെപ്പോലുള്ള ചിലർ. എല്ലാവരും അങ്ങനെയല്ല."

ആയിഷ കിട്ടിയ തക്കത്തിന് ഇത്താത്തയെ കുറ്റപ്പെടുത്തി.

"അതുമിതും ആലോചിച്ചുനിൽക്കാതെ വേഷം മാറ്."

നീലപ്പട്ടിന്റെ കുപ്പായം കൈയിൽ കൊടുത്തിട്ട് ആയിഷ പറഞ്ഞു.

"ഇതിട്ടാൽ ഞാൻ ഭൂതത്തെപ്പോലിരിക്കും."

"നിന്റെ തൊലിമിനുപ്പ് കണ്ടാൽ അവർ മയങ്ങും."

"എങ്കിൽ അവർ കുരുടരായിരിക്കും."

"ഒന്നു മുഖം മിനുക്കാൻ ഇത്തിരി പൗഡറോ സ്നോയോ കരിയോ എന്തെങ്കിലുമുണ്ടോ ഈ വീട്ടിൽ?"

കദീജ ഉടുപ്പുമാറ്റിക്കഴിഞ്ഞപ്പോൾ ആയിഷ പരിഭവം പറഞ്ഞു.

"ബാപ്പയോട് പറയാം. എന്തേ?"

കദീജയ്ക്ക് അപ്പോഴും പരിഹാസം.

"ഇതിനൊക്കെ കാരണം ഉമ്മയാ. ഇതൊക്കെ പെണ്ണുങ്ങൾക്ക് ആവശ്യമുള്ളതാന്ന് ഉമ്മയ്ക്കൊന്നു പറഞ്ഞൂടേ?"

"ഇതൊന്നുമില്ലെങ്കിലും ഉമ്മാക്കൊരു ചന്തക്കുറവുമില്ല."

"അങ്ങനെയാണോ നിന്റെ കാര്യം?"

പറഞ്ഞതും ആയിഷ ചുണ്ടു കടിച്ചു.

"പേടിക്കണ്ട. ഞാൻ കമാലിനെ മറിയത്തിന്റെ വീട്ടിലേയ്ക്കയച്ചിട്ടുണ്ട്. എന്റെ മുഖത്തിന്റെ റങ്ക് എനിക്കറിയില്ലേ?"

"മുടി ഒറ്റയിൽ പിന്നണോ, ഇരട്ടയിൽ പിന്നണോ?"

കദീജയുടെ തലയിലെ തട്ടം മാറ്റി അവളുടെ നീണ്ടമുടി കോതുന്നതിനിടയിൽ ആയിഷ ചോദിച്ചു.

"രണ്ടായാലും ഒരുപോലെതന്നെ. എങ്കിലും ഇരട്ടയിൽ പിന്ന്. കോടതിയിലെ ജഡ്ജിമാരുടെ മുന്നിൽ നിൽക്കുന്നതിലും കഷ്ടമാ ഈ പെണ്ണുകാണൽ ചടങ്ങിനു ചെല്ലുന്നത്. തെറ്റും കുറ്റവും മാത്രമാ അവർ ആദ്യം കാണുക."

"ഒന്നു സമാധാനമായിട്ട് നിക്ക്. അള്ളാനേം നബീനേം മനസ്സിൽ വിചാരിച്ചങ്ങ് ചെന്നാ മതി."

"അങ്ങട്ടും ഇങ്ങട്ടും ഓടീതാ."

ഓടിക്കിതച്ചെത്തിയ കമാൽ പൊതി ഇത്താത്തയെ ഏൽപ്പിച്ചു.

"ചക്കരക്കുട്ടൻ മറിയം എന്തെങ്കിലും ചോദിച്ചോ?"

"പിന്നെ ചോയ്ക്കാതെ? ആരാ വന്നത്? എന്തിനാ വന്നത് എന്നൊക്കെ ചോയ്ച്ചു."

"എന്നിട്ട് നീയെന്തു പറഞ്ഞു?"

"എനക്കറീലാന്ന് എന്നിട്ട് വിശ്വാസം വരാതെ ഹുസൈനാർ തങ്ങളെക്കൊണ്ട് സത്യം ചെയ്യാൻ പറഞ്ഞു."

"എന്നിട്ടോ?"

"എന്നിട്ടെന്താ? ഞാൻ സത്യം ചെയ്തു. ആരാ വന്നതെന്ന് എനിക്കറീലാലോ ആട്ടെ, ആരാപ്പം വന്നത്?"

"അതൊക്കെ പിന്നെ പറഞ്ഞുതരാം. എന്റെ കുട്ടി ഇപ്പം സ്ഥലം വിട്."

അവനതു കേൾക്കാത്ത മട്ടിൽ അവിടത്തന്നെ നിന്നു.

"അവളേതാ മുതല്. എന്താണ്ട് ഊഹിച്ചിട്ടുണ്ടാകും. വിവരമറിയാൻ നാളെ രാവിലെ ഇവിടെയെത്തുകയും ചെയ്യും."

ഇത്താത്ത സ്നോ പുരട്ടുന്നതും പൗഡറിടുന്നതും കണ്ണെഴുതുന്നതുമൊക്കെ കണ്ട് കമാൽ അന്തംവിട്ടു. അതൊന്നും ആ വീട്ടിൽ പതിവുള്ളതല്ല.

"ഇപ്പം കദീജീത്താനെ കാണാൻ നല്ല ചന്തം. മുട്ടായിപ്പെട്ടിയുടെ പുറത്തു കാണാറുള്ള ബൊമ്മയുടെ പടംപോലുണ്ട്."

അവൻ സന്തോഷം വാക്കുകളിൽക്കൂടി പ്രകടമാക്കി.

"ഇത്താത്താനെ പിടിച്ചോ നിനക്ക്?"

കദീജ അരുമയോടെ ചോദിച്ചു.

"ചന്തമൊക്കെയുണ്ട്. പക്ഷേ, ആ മൂക്കുകൂടി കൊറച്ച് ചെറുതായിരുന്നെങ്കിൽ..."

കദീജയുടെ മൂക്കിൽ പിടിച്ചുകൊണ്ടാണ് കമാൽ പറഞ്ഞത്.

"ഇവനെ പിടിച്ചു പുറത്താക്ക്."

കദീജയുടെ സ്വരം കടുത്തു. ആയിഷ അവനെ പിടിച്ചു പുറത്തു തള്ളി വാതിൽ കുറ്റിയിട്ടു.

ആയിഷ വീണ്ടും മിനുക്കുപണി തുടങ്ങി.

"ചിലപ്പോൾ നിന്നോടായിരിക്കും ചോദ്യങ്ങൾ. നീയുമൊന്ന് ഒരുങ്ങിക്കോ."

ഉമ്മ തന്നെമാത്രമേ അവരുടെ മുന്നിൽ വിളിക്കൂ എന്നറിയാമായിരുന്നിട്ടും കദീജ പറഞ്ഞു.

"നീ പടിയിറങ്ങാതെ എന്റെ കാര്യം ആരും കണക്കിലെടുക്കില്ല."

"ഉദിച്ചുയരുന്ന നിലാവ് കൺമുന്നിലുള്ളപ്പോൾ നക്ഷത്രങ്ങളെ ആരു കാണുന്നു?

"മറിയം പൗഡർ കടം തന്നതുപോലെ നിന്റെ മൂക്കുകൂടി കുറച്ചു നേരത്തേയ്ക്ക് ഇരവൽ കിട്ടിയെങ്കിൽ."

"മൂക്കിന്റെ കാര്യം തൽക്കാലം നീയൊന്ന് മറക്ക്. വെറുതെ ചെറിയ കാര്യം പെരുപ്പിച്ചു കാണിക്കാതെ."

ആയിഷ വഴക്കു പറഞ്ഞു.

ഒരുക്കം കഴിഞ്ഞപ്പോൾ കദീജയ്ക്കും തന്നത്താനൊരു മതിപ്പൊക്കെ തോന്നി. എങ്കിലും ഉള്ളിലെ വിറയൽ ഒട്ടും കുറഞ്ഞിട്ടില്ല.

"കണ്ടിട്ടും കേട്ടിട്ടുമില്ലാത്തവരുടെ മുന്നിലാണ് അണിഞ്ഞൊരുങ്ങി ചെല്ലുന്നത്? എന്തു തരക്കാരാണാവോ? അവർ എന്നെപ്പോലെ തെറ്റും കുറ്റവും മാത്രമാണെങ്കിൽ. ഇതെല്ലാം വെറുതെയായി. വരുന്നതുപോലെ വരട്ടെ."

സ്വയം സമാധാനിപ്പിക്കാനെന്നപോലെ അവൾ പറഞ്ഞു.

"ചന്തയിൽ വിൽക്കാൻ വെച്ച മാടിനെപ്പോലെ നിന്നുകൊടുക്കാം. തിന്നുന്നതും കുടിക്കുന്നതും ഇരിക്കുന്നതും നടക്കുന്നതുമൊക്കെ അവർ ഭൂതക്കണ്ണാടിവച്ചു പരിശോധിക്കട്ടെ. അപമാനിച്ചാൽ അതും സഹിക്കണം. കുറ്റം പറയുമ്പോഴും നാണിച്ചു പെരുവിരൽകൊണ്ട് തറയിൽ ചിത്ര

മെഴുതണം. അവർ ഇനിയെന്താണാവോ ചോദിക്കുക എന്ന് ആധിയോട് ചെവിയോർക്കണം. ഇവരെ പറഞ്ഞയ്ക്കുന്ന പുരുഷന്മാരോടാണ് എനിക്കിപ്പോൾ അരിശം. പെണ്ണായിപ്പോയില്ലേ...."

കദീജയ്ക്ക് അടക്കിയിട്ടും അടങ്ങുന്നില്ല.

"പെണ്ണായാ ഇതൊക്കെ സഹിച്ചേ പറ്റൂ. ഒന്നടങ്ങ്."

ആയിഷ സമാധാനിപ്പിച്ചു.

"ഏതവനോ എന്തോ? എന്റെ ചങ്ക് പടപടാ പെടയ്ക്കുന്നു."

"സമാധാനപ്പെടെന്നേ കാര്യം കഴിയട്ടെ. പകരംവീട്ടാൻ നിനക്കും അവസരം കിട്ടും അപ്പോഴായിരിക്കും നിന്റെ നാവിന്റെ നീളമോർത്ത് അവർ ഖേദിക്കുക."

കദീജ തൽക്കാലം ഉത്തരം ഒരു ചിരിയിൽ ഒതുക്കി.

അവൾ വീണ്ടും കണ്ണാടിനോക്കി അവസാന മിനുക്കുപണികൾ പൂർത്തിയാക്കി.

"നിന്റെ കൈകൊണ്ട് തൊട്ടതും ഞാനാകെ മാറിയതുപോലെ. ആ കൈ അള്ള പൊന്നാക്കട്ടെ. സമ്മതിക്കണം നിന്നെ. ഇപ്പം എന്നെ കണ്ടാ എനിക്കുതന്നെ അറീല. ഇനിയെല്ലാം അള്ളാഹുവിന്റെ കൈയിലാ."

കണ്ണാടിയിൽ നോക്കി തൃപ്തിപ്പെട്ട കദീജ തെളിഞ്ഞ മുഖത്തോടെ പറഞ്ഞു:

ഫാത്തിഹ ഓതി മാറിൽ ഊതിയിട്ട് അവൾ പറഞ്ഞു.

"എനിക്കുവേണ്ടി ദ്വാഎരക്ക്."

ഇരുപത്തിനാല്

വൈകുന്നേരത്തെ കാപ്പികുടിക്ക് ഒത്തുകൂടിയിരിക്കയാണ് കുടുംബാംഗങ്ങൾ. തണുപ്പുകാലമായതിനാൽ പുരുഷന്മാർ പുറംകോട്ടു ധരിച്ചിരുന്നു. സ്ത്രീകൾ കമ്പിളി പുതച്ചാണ് ഇരുന്നത്.

വിവാഹാലോചന മുടങ്ങിയതോടെ ദുഃഖിതനും മൂകനുമാണ് ഫഹ്മി. അന്നു പക്ഷേ, മുഖത്ത് എന്തെന്നില്ലാത്ത തെളിച്ചം. എന്തോ സന്തോഷവർത്തമാനം വീട്ടുകാരോട് പറയാനുള്ള തിടുക്കം ആ മുഖത്ത് കാണാമായിരുന്നു. കാര്യം സന്തോഷമുള്ളതാണെങ്കിലും വീട്ടിലുള്ളവർ അത് ഏതുരീതിയിൽ സ്വീകരിക്കുമെന്ന് അറിയാനുള്ള വെമ്പലും മുഖത്ത് കാണാമായിരുന്നു.

"ഒരത്യാവശ്യ കാര്യം പറയാനുണ്ടായിരുന്നു."

ഫഹ്മി പറഞ്ഞതും മറ്റുള്ളവർ സംസാരം നിർത്തി കാതോർത്തു. ഫഹ്മി ആവശ്യമില്ലാത്തത് പറയാറില്ല.

"ആയിഷയ്ക്കൊരു വിവാഹാലോചന. പോലീസുദ്യോഗസ്ഥനാണ്. പേര് ഇബ്രാഹീം. അയാൾ നേരിട്ടുവന്നാണ് എന്നോടു വിവരം പറഞ്ഞത്. ബാപ്പയെ നേരിട്ടുവേണമെങ്കിൽ കണ്ടുസംസാരിക്കാമെന്നും പറഞ്ഞിട്ടുണ്ട്."

ഓരോരുത്തരുടെയും മുഖത്ത് വിവിധ ഭാവങ്ങൾ. ഉമ്മയുടെ മുഖത്ത് തെളിച്ചം. യാസീൻ സന്തോഷത്തോടെ ആയിഷയെ തോണ്ടി. ആയിഷ നാണത്തോടെ തലകുനിച്ചു. കദീജ ആദ്യം സന്തോഷം ഭാവിച്ചെങ്കിലും പെട്ടെന്നുതന്നെ അവളുടെ മുഖം മങ്ങി. ഉമ്മ എന്തുപറയുമെന്ന് കാതോർത്ത് അവൾ കാത്തിരുന്നു.

"എന്നിട്ട് നീ എന്തു പറഞ്ഞു?"

ഉമ്മയുടെ സ്വരത്തിൽ ആകാംക്ഷ.

"ഞാനെന്തു പറയാൻ? എന്തെങ്കിലും പറയാനുള്ള സ്വാതന്ത്ര്യം എനിക്കുണ്ടോ? എങ്കിലും എന്റെ പെങ്ങക്ക് കല്യാണമാലോചിച്ചതിന് നന്ദി പറഞ്ഞു. വീട്ടിൽ വിവരം പറയാമെന്ന് പറഞ്ഞു."

അവനെ വേദനിപ്പിക്കാനല്ല ഉമ്മ അങ്ങനെ ചോദിച്ചത്. അവർക്ക് അയാളുടെ സകലവിവരങ്ങളും അറിയണം. അയാൾ ആയിഷയെപ്പറ്റി എങ്ങനെയാണ് അറിഞ്ഞത്? ഈയിടെ ഇവിടെവന്ന സ്ത്രീകളെ അയാളാണോ പറഞ്ഞയച്ചത്? അന്നുവന്ന വിരുന്നുകാർ ഒന്നും വിട്ടുപറഞ്ഞില്ല. സയ്യിദ് അഹമ്മദിന്റെ രണ്ടാമത്തെ മകൾ സുന്ദരിയാണെന്ന് കേട്ടറിഞ്ഞ് വന്നതാണെന്നേ പറഞ്ഞുള്ളൂ. വീട്ടുകാർ കച്ചവടക്കാരാണെന്നാണ് പറഞ്ഞത്. അക്കൂട്ടർ തന്നെയാണോ ഇത് എന്നായിരുന്നു ഉമ്മയ്ക്കറിയേണ്ടത്. പെൺകുട്ടികൾ മുന്നിലിരിക്കുന്നതുകൊണ്ട് തുറന്നുചോദിക്കാനും മടി.

"ഒരുപക്ഷേ അയാൾ പറഞ്ഞിട്ടായിരിക്കും അന്നവർ പെണ്ണുകാണാൻ വന്നത് അല്ലേ?"

ഉമ്മയുടെ മനസ്സ് വായിച്ചറിഞ്ഞതുപോലെ കദീജ ചോദിച്ചു.

"ഹേയ് അതായിരിക്കില്ല. നമുക്ക് സമ്മതമാണെങ്കിൽ ഉമ്മയെ അയക്കാമെന്നാണ് അയാൾ പറഞ്ഞത്."

ഫഹ്മി ഉടനെ എതിർത്തു.

നുണ പറഞ്ഞപ്പോൾ അവന്റെ മുഖം മങ്ങി. അവർ അയാളുടെ ബന്ധുക്കളാണെന്ന് അയാൾ പറഞ്ഞിരുന്നു. ആയിഷയെ കണ്ട് ഇഷ്ടപ്പെട്ടതുകൊണ്ടാണ് അവരെ അയച്ചത്. പക്ഷേ, അതിവിടെ പറഞ്ഞാൽ കദീജ ആവശ്യമില്ലാത്ത പുക്കാറുണ്ടാക്കും. അവളോട് വഴക്കിടുന്നതും വേദനിപ്പിക്കുന്നതും ഫഹ്മിക്ക് ഇഷ്ടമല്ല. കദീജയ്ക്ക് വിവാഹാലോചനകളൊന്നും വരാത്തതിൽ അവനും വിഷമമുണ്ട്.

"അപ്പം രണ്ടു കല്യാണം ഒന്നിച്ചു നടത്തേണ്ടി വരുമല്ലോ?"

യാസീൻ സന്തോഷത്തോടെ പറഞ്ഞു.

"അള്ള നിന്റെ നാവ് പൊന്നാക്കിത്തരട്ട് മോനെ."

ഉമ്മയുടെ ഉള്ളവും തെളിഞ്ഞു.

"ഇക്കാര്യമെങ്കിലും ഉമ്മ വേണ്ടപോലെ ബാപ്പയോട് പറഞ്ഞ് ശരിയാക്കുമോ?"

കുറ്റപ്പെടുത്തുന്ന വിധത്തിലായിരുന്നു ഫഹ്മിയുടെ ചോദ്യം.

അവന്റെ ഉള്ളിലെ നൊമ്പരം മനസിലാക്കിയ ഉമ്മ തലകുനിച്ചു.

"കദീജ നിൽക്കുമ്പോൾ അവരെന്താ ആയിഷയെ ചോദിച്ചതെന്ന്

ബാപ്പ ചോദിച്ചാലോ? ബാപ്പയെ നിങ്ങക്കറിയൂലേ? അയാളാണെങ്കിൽ രണ്ടുപേരേയും കണ്ടിട്ടുമില്ല. പിന്നെ...."

ഉമ്മയുടെ സ്വരത്തിൽ വേവലാതി.

കദീജ ആയിഷയുടെ മുഖത്ത് സൂക്ഷിച്ചുനോക്കി. ആ നോട്ടം പഴയ കാര്യങ്ങൾ ആയിഷയെ ഓർമിപ്പിച്ചു. ഇനി എന്താണോ ഉണ്ടാവുക എന്നോർത്ത് അവളുടെ മുഖം മങ്ങി. അതുവരെ ഉണ്ടായിരുന്ന സന്തോഷം മാഞ്ഞ് മുഖത്ത് ഭീതിയുടെ നിഴൽപരന്നു.

ആയിഷയുടെ ഭാവമാറ്റം ഫഹ്മിക്ക് മനസിലായി. അവളോട് സഹതാപവും തോന്നി. കാര്യങ്ങൾ ബാപ്പയോട് തുറന്നു പറയാനാവാത്തതിൽ അവന് തന്നോടുതന്നെ അവജ്ഞയും തോന്നാതിരുന്നില്ല.

"ഇതു വലിയ കഷ്ടമാണല്ലോ. അയാൾ കേട്ടറിഞ്ഞ് ആളെ അയച്ചതാണെങ്കിലോ? പെൺകുട്ടികളുള്ള വീട്ടിൽ ഇതൊക്കെ തന്നെയല്ലേ പതിവ്. കേട്ടറിഞ്ഞും കണ്ടറിഞ്ഞും ആലോചനക്കാരെത്തും. അതിനൊക്കെ വിശദീകരണം ചോദിച്ചാൽ കുഴഞ്ഞുപോകും."

ഫഹ്മിയുടെ അരിശം വാക്കുകളായപ്പോൾ ഉമ്മ ഭയന്നു.

"അന്നുവന്ന സ്ത്രീകൾ വിവരം പറഞ്ഞയക്കുന്നതുവരെ നമ്മൾ മിണ്ടാതിരിക്കുന്നതല്ലേ നല്ലത്?"

ഉമ്മയുടെ പേടി മാറുന്നില്ല.

"ഉമ്മ ഇങ്ങനെ പേടിച്ചാലോ?"

"അതല്ല...കദീജയുടെ കാര്യം ശരിയാവാതെ....ബാപ്പ സമ്മതിക്കുമോ?"

"ഇതിങ്ങനെ തുറന്നു ചർച്ച ചെയ്യേണ്ട കാര്യമെന്താ?"

ആയിഷയ്ക്ക് മിണ്ടാതിരിക്കാനായില്ല.

ആയിഷ പറഞ്ഞത് കദീജയ്ക്ക് ഒട്ടും ഇഷ്ടപ്പെട്ടില്ലെന്ന് അവളുടെ മുഖം കണ്ടാലറിയാം. കുരുത്തക്കേടുകൾ കാണിച്ചിട്ട് നല്ലപിള്ള ചമയുന്ന ആയിഷയെ കണ്ട് അവളുടെ ഉള്ളിൽ കോപം കത്തിക്കാളി. തനിക്കാരുടേയും സഹതാപം ആവശ്യമില്ല. അവളെപ്പോലെ നെറികെട്ടു നടക്കാനും തയാറല്ല. കദീജയോടു മിണ്ടിയാൽ കള്ളി പുറത്താകുമെന്ന് അവൾക്കറിയാം. അതാണ് സംസാരം അവസാനിപ്പിക്കാൻ ശ്രമിക്കുന്നത്.

"തുറന്ന ചർച്ചനടത്താൻ ഇതെന്താ പൊതുവേദിയോ? ഇവിടെ അന്യരാരുമില്ലല്ലോ? ഉറക്കെ പറഞ്ഞാലെന്താ? എന്നെയോർത്ത് ആരും വിഷമിക്കേണ്ട. എനിക്കുവേണ്ടി ഇവളുടെ കല്യാണം മുടക്കുകയും വേണ്ട."

അരിശത്തോടെ കദീജ പറഞ്ഞു.

അവളുടെ നൊമ്പരം ഫഹ്മിക്ക് മനസിലായി. ഇക്കാര്യം ഇവിടെ പറയണ്ടായിരുന്നു എന്നുപോലും അവനു തോന്നി.

"ആയിഷയുടെ കല്യാണം നടത്താനൊന്നും ആരും തീരുമാനിച്ചില്ലല്ലോ. നിന്റെ കാര്യം ശരിയാവാതെ അങ്ങനെ ആലോചിക്കുന്നതുപോലും ഇവിടെ ആർക്കും ഇഷ്ടമല്ല. അയാൾ പറഞ്ഞ കാര്യം ഇവിടെ പറഞ്ഞെന്നു മാത്രം. അതിനിടയിൽ നിന്റെ കാര്യംകൂടി ശരിയായാൽ രണ്ടുംകൂടി ഒരുമിച്ചു നടത്തുകയും ചെയ്യാമല്ലോ."

ഫഹ്മി മയത്തിൽ പറഞ്ഞു.

യാസീന് പക്ഷേ, അതിനോട് ഒട്ടും യോജിക്കാനായില്ല. സൗന്ദര്യമുള്ള പെൺകുട്ടികൾക്ക് കേട്ടറിഞ്ഞ് വിവാഹാലോചനക്കാർ എത്തും. നല്ലത് ഒത്തുവരുമ്പോൾ അത് നടത്തിക്കൊടുക്കുന്നതാണ് ബുദ്ധി. അല്ലാതെ മറ്റൊരാൾക്കുവേണ്ടി കാത്തിരുത്തുന്നത് ശരിയല്ല എന്നാണയാളുടെ അഭിപ്രായമെങ്കിലും അതങ്ങ് തുറന്നുപറഞ്ഞില്ല.

"കല്യാണമെന്നൊക്കെ പറയുന്നത് ഓരോരുത്തരുടെ തലവരപോലെയേ നടക്കൂ. മോളിലുള്ളവൻ കനിഞ്ഞാൽ എല്ലാം എളുപ്പം."

എന്നു പറഞ്ഞ് ഒഴിയുകയാണ് ചെയ്തത്.

"കല്യാണമെങ്ങനെയാ വിധിയാവുന്നത്? അത് ബാപ്പയല്ലേ തീരുമാനിക്കേണ്ടത്?"

കമാൽ ഇടയ്ക്കുകയറി പറഞ്ഞത് പക്ഷേ, ആരും കേട്ടമട്ടു നടിച്ചില്ല.

"നേരാ സമയമാവുമ്പോൾ എല്ലാം ഒത്തുവരും. പെൺകുട്ടികളെ കല്യാണം കഴിപ്പിക്കാതിരിക്കാൻ പറ്റുമോ?"

ഉമ്മയും യാസീനോട് യോജിച്ചു.

"അപ്പോ ഉമ്മയ്ക്കും കല്യാണമാകുമോ?"

കമാലിന്റെ ചോദ്യം രംഗമൊന്നു മയപ്പെടുത്തി. എല്ലാവരും തമാശ കേട്ടതുപോലെ ആർത്തു ചിരിച്ചു.

"ഏതായാലും ഉമ്മ ബാപ്പയോട് വിവരം പറഞ്ഞുനോക്കൂ. ബാപ്പ പറയുന്നതിനപ്പുറം ഇവിടെ ഒന്നുംനടക്കില്ലെന്ന് എല്ലാവർക്കും അറിയുന്നതല്ലേ?" യാസീൻ.

"അതാണ് ശരി. എല്ലാം ബാപ്പ തീരുമാനിക്കട്ടെ."

കദീജയും അതിനോടു യോജിച്ചു. അവളുടെ വിവാഹം കഴിയാതെ ബാപ്പ ആയിഷയെ കെട്ടിച്ചയക്കില്ല എന്നവൾക്ക് ഉറപ്പുണ്ട്. എങ്കിലും അന്നുവന്ന സ്ത്രീകളും ഈ ആലോചനയും തമ്മിലുള്ള ബന്ധമറിയാൻ അവൾക്കുമുണ്ട് തിടുക്കം.

ഇരുപത്തിയഞ്ച്

ജീവിതത്തിൽ ദുഃഖങ്ങളും പ്രയാസങ്ങളും ഒരുപാടു സഹിച്ചവളാണ് ആമിന. സന്തോഷിക്കാൻ അവസരം കുറച്ചേ കിട്ടാറുള്ളൂ എന്നതാണ് വാസ്തവം. എങ്കിലും മകൾക്കുവന്ന കല്യാണാലോചന ഇത്രയും പ്രശ്നങ്ങളുണ്ടാകുമെന്ന് കരുതിയതല്ല. കുട്ടികളുടെ ബാപ്പയുടെ വാക്കുകൾ അവളെ വല്ലാതെ തളർത്തിയിരിക്കുകയാണ്. വെപ്പുപണി പോലും നേരെചൊവ്വേ ചെയ്യാനാവുന്നില്ല.

വളരെ ആലോചിച്ചും കരുതലോടെയുമാണ് ഭർത്താവിന്റെ മുന്നിൽ വിഷയം അവതരിപ്പിച്ചത്.

ഫഹ്മിയുടെ ഒരു സുഹൃത്തിന് ആയിഷയെ കല്യാണം കഴിച്ചാൽ തരക്കേടില്ലെന്നും പറഞ്ഞ് വന്നിട്ടുണ്ടത്രെ."

"കദീജ വിവാഹമാകാതെ നിൽക്കുമ്പോൾ ആയിഷയെ ചോദിക്കാനെന്താ കാരണമെന്ന് നീ ചോദിച്ചില്ലേ? ആയിഷയെന്ന് അയാൾ എടുത്തു പറഞ്ഞോ?"

കേട്ടതും ഭർത്താവ് എതിർത്തു.

അവൾക്കതിന് ഉത്തരമില്ലായിരുന്നു.

"കദീജയുടെ കാര്യംകഴിയാതെ ആയിഷയുടെ കാര്യം ആലോചിക്കില്ലെന്ന് ഞാൻ നേരത്തെ പറഞ്ഞിട്ടുള്ളതല്ലേ?"

"അതറിയാം. എന്നാലും അയാൾ ചോദിച്ച വിവരം പറയണ്ടേ?"

"അന്നു ചിലർ പെണ്ണുകാണാൻ വന്നെന്ന് നീ പറഞ്ഞല്ലോ. അത് ഇപ്പറഞ്ഞ ആളുടെ ബന്ധുക്കളായിരുന്നോ?"

അവർ ഇയാളുടെ ബന്ധുക്കളാണെന്ന വിവരം തൽക്കാലം ബാപ്പയോട് പറയേണ്ടന്ന് ഫഹ്മി വിലക്കിയത് ഉമ്മ മറന്നു. ഭർത്താവിനോട് കള്ളംപറയാൻ ആമിനയ്ക്ക് സാധിക്കാറില്ല.

"അതേന്നാ ഫഹ്മി പറഞ്ഞത്."

"അവർക്ക് കദീജയെ മാത്രമേ കാണിച്ചിരുന്നൊള്ളു എന്നല്ലേ നീ പറഞ്ഞത്."

"അതേല്ലോ"

"അവർ വീണ്ടും വന്നിരുന്നോ?"

"വന്നെങ്കിൽ ഞാൻ പറയാതിരിക്കുമോ?"

"അന്നവർ കണ്ടത് കദീജയെ. എന്നിട്ടിപ്പോൾ ആയിഷയെ മതിയെന്നു പറയാൻ എന്താ കാരണം?"

ബാപ്പയുടെ സ്വരം കടുത്തു. മുഖം ചുവന്നു.

ഉമ്മയുടെ തൊണ്ട വരണ്ടു. എങ്കിലും ധൈര്യം സംഭരിച്ച് പറഞ്ഞു:

"കല്യാണാലോചനക്കാരല്ലേ? അയലത്തൊക്കെ അന്വേഷിക്കാതെ എത്തുമോ? മൂത്തവളെക്കാൾ ഇളയവളെയാണ് കാണാൻ നല്ലതെന്ന് അവർ കേട്ടറിഞ്ഞതായിരിക്കും.... ഞാൻ കദീജയെ മാത്രം കാണിച്ചപ്പൊ അവർക്ക് സംശയം...."

ആമിനയ്ക്ക് മുഴുമിക്കാനായില്ല. അയാൾ രൂക്ഷമായി നോക്കുന്നത് കണ്ട് ആമിനയുടെ തല കുനിഞ്ഞു. അതുകണ്ട് അയാളും ഒന്നയഞ്ഞു. കദീജയെ ഓർത്ത് അയാളുടെ മനസ്സ് തേങ്ങി. തേങ്ങൽ കോപമായി പുറത്തുചാടാൻ അധികനേരം വേണ്ടിവന്നില്ല.

"ശരി അങ്ങനെയെങ്കിൽ അങ്ങനെ. ആട്ടെ, എന്താ നിന്റെ അഭിപ്രായം?"

"ഞാനായിട്ടെന്തു പറയാനാ? നിങ്ങൾ എന്തു തീരുമാനിക്കുന്നോ അതുതന്നെ എന്റേയും തീരുമാനം."

"അങ്ങനെയാണെങ്കിൽ ഇക്കാര്യം നീ എന്തിനാ എന്നോടു പറഞ്ഞത്?"

“അതിപ്പോ....വീട്ടിൽ നടക്കുന്നതൊക്കെ നിങ്ങളെ അറിയിക്കേണ്ടത് എന്റെ കടമയാണെന്ന് ഞാൻ കരുതുന്നു.”

“ആർക്കറിയാം. നിങ്ങൾ പെണ്ണുങ്ങൾ നമ്പാൻ പറ്റിയ വർഗമല്ല. കല്യാണക്കാര്യമാകുമ്പോൾ പ്രത്യേകിച്ചും.”

“ഇങ്ങനെയൊന്നും പറയല്ലേ. പടച്ചോൻ പൊറുക്കില്ല. കദീജയെയും ആയിഷയെയും ഞാൻ ഒരുപോലെ നൊന്താ പെറ്റത്. കദീജയെക്കുറിച്ചോർത്ത് മനസ്സു നീറാത്ത നേരമില്ല. എന്നാലും അതു പറഞ്ഞ് പ്രായം തികഞ്ഞുനിൽക്കുന്ന ആയിഷയെ എത്ര നാൾ വീട്ടിലിരുത്തും. കദീജയെ കെട്ടിക്കാതെ തന്നെ കെട്ടിക്കുന്ന കാര്യം പറയരുതെന്ന് അവൾ പറയാറുണ്ടെങ്കിലും എന്റെ മനസ്സിൽ തീയാ.”

“കദീജ സംഗതി അറിഞ്ഞോ?”

“എല്ലാവരുകൂടി ഇരുന്ന് കാപ്പികുടിക്കുന്ന സമയത്താ ഫഹ്മി പറഞ്ഞത്.”

“ആയിഷയെ കാണാതെ ഇവനെന്താ അവളെതന്നെ വേണമെന്നു പറയാനെന്നാ എന്റെ സംശയം.”

“കേട്ടറിഞ്ഞായിരിക്കുമെന്നാ എന്റെ തോന്നൽ.”

“എങ്ങനെ കേട്ടറിഞ്ഞെന്നാ? അവന്റെ ആപ്പീസ് എവിടാന്നാ പറഞ്ഞത്?”

“ഇവിടെ അടുത്താണെന്നാ കേട്ടത്. പക്ഷേ, എന്റെ മക്കളെ അയാൾ കാണാൻ ഇടയില്ല. സ്കൂളിൽ പോക്കു നിർത്തിയശേഷം എന്റെ മക്കളെ അന്യനൊരുത്തൻ കാണാൻ ഇടയുണ്ടായിട്ടില്ല.”

“അങ്ങനെ ഞാൻ പറഞ്ഞില്ലല്ലോ. അങ്ങനെയെന്തെങ്കിലും കേട്ടാൽ എല്ലാറ്റിനേം അരിയും ഞാൻ. അന്യർ മക്കളെ കാണാത്തതിൽ സങ്കടമുള്ളതുപോലെയല്ലേ പറച്ചിൽ. എങ്കിൽ കെട്ടിയൊരുക്കി പ്രദർശനത്തിനയച്ചോ. ഇതിലെന്തോ പൊരുത്തക്കേടുണ്ട്. ഇവിടെ അടുത്താണ് ആപ്പീസ്. അപ്പോ കാലത്തും വയ്യിട്ടും ഇതിലേ ആയിരിക്കും പോകുന്നത്. അതിനർഥം? അയാൾ ആയിഷയെ കണ്ടിട്ടുണ്ടെന്നോ? ഇല്ലാതെങ്ങനാ ഇവിടെ ആയിഷയെന്നു പേരുള്ള കാണാൻ കൊള്ളാവുന്ന ഒരു കുട്ടിയുണ്ടെന്ന് അയാൾ അറിയുന്നത്? നിനക്കെന്നെ അറിയാമല്ലോ. എന്റെ കണ്ണുമറച്ച് നീയും മക്കളും എന്തെങ്കിലും കുരുത്തക്കേടൊപ്പിച്ചാൽ...എന്റെ നിലയും വിലയും കളഞ്ഞുകുളിക്കാൻ നോക്കണ്ട. എന്റെ മകൾക്കുള്ള ആലോചനക്കാർ എന്നെ നേരിട്ടു വന്നു കാണട്ടെ. ഈ കുറുക്കുവഴി ഇവിടെ വേണ്ട. നിന്നെ ഞാൻ വിശ്വസിക്കുന്നില്ല. അവളുടെ പെൺമക്കളെ ആരും കാണാതെ കേട്ടറിഞ്ഞ് എത്തിയിരിക്കുന്നു.... എന്നോട് കളി വേണ്ട.”

ആമിന തേങ്ങലടക്കി മിണ്ടാതിരുന്നു. അയാളും പിന്നീടൊന്നും മിണ്ടാതെ വേഷംമാറാൻ തുടങ്ങി. ആമിന പതിവുപോലെ കൂടെനിന്ന് സഹായിച്ചു.

“തന്റെ ചങ്ങാതി പെങ്ങക്ക് കല്യാണമാലോചിച്ചെന്നും പറഞ്ഞ് ആ കോന്തൻ നെഗളിക്കുന്നുണ്ടാകും. മൂന്ന് ആൺമക്കളാണല്ലോ എന്ന് നാ

ട്ടുകാർ അസൂയപ്പെടുന്നു. ആണും പെണ്ണുംകെട്ടവരാണ് എന്റെ ആൺ മക്കളെന്ന് അവരോട് പറയുന്നതെങ്ങനെ? ഒന്നിനും കൊള്ളാത്ത മൂന്ന് കോന്തന്മാരെയാ അള്ള എനിക്കു തന്നത്."

വേഷം മാറുന്നതിനിടയിലും അയാൾ നിർത്താതെ പറഞ്ഞുകൊണ്ടിരുന്നു.

ഇരുപത്തിയാറ്

ബാപ്പ വീട്ടിൽനിന്നിറങ്ങിയതും ബാപ്പയുടെ തീരുമാനം വീടറിഞ്ഞു. ബാപ്പയുടേതാണ് അവസാനവാക്കെന്ന് അവർക്കറിയാം. എന്നാലും അവർക്ക് അഭിപ്രായങ്ങളുണ്ടായിരുന്നു. തുറന്നു പറയാറില്ലെന്നുമാത്രം. സ്വന്തം വിവാഹാലോചന ബാപ്പ നിരസിച്ചതിൽ മനമുരുകി കഴിയുന്ന ഫഹ്മിക്ക് ഇത് കനത്തപ്രഹരമായി. ഹസൻ ഇബ്രാഹിം ആയിഷയ്ക്ക് എന്തുകൊണ്ടും ചേരുമായിരുന്നു. ഇത്രയുംകാലം അവന് കദീജയോടായിരുന്നു സഹതാപം. ഇപ്പോൾ തിരിച്ചായി.

"ഇതെന്തായാലും ശരിയായ തീരുമാനമാണെന്ന് ഞാൻ പറയില്ല. കദീജ എല്ലാവർക്കും പ്രിയപ്പെട്ടവൾതന്നെ. എന്നു കരുതി ആയിഷയുടെ ജീവിതം തുലയ്ക്കുന്നതെന്തിനാ?"

അവന്റെ പ്രതിഷേധം വാക്കുകളിൽ പ്രകടമായി.

രണ്ടാംതവണയാണ് കദീജ ഈ പഴി കേൾക്കുന്നത്. അവളുടെ മനവും നീറി. ബാപ്പയുടെ തീരുമാനം അറിഞ്ഞതോടെ അതുവരെയുണ്ടായിരുന്ന താപവും കോപവും മാറി. കുറ്റബോധത്താൽ അവൾ വിങ്ങി. ഫഹ്മിയുടെ വാക്കുകൾ അവളെ കുറച്ചൊന്നുമല്ല വേദനിപ്പിച്ചത്. ബാപ്പയെപ്പോലെ എല്ലാവരും അവളെ താങ്ങിവേണം പറയാനെന്നുണ്ട് അവൾക്ക്.

"ഫഹ്മി പറഞ്ഞതാ നേര്. ഞാനവൾക്ക് വിലങ്ങുതടിയായി എത്ര നാളിങ്ങനെ കഴിയും?"

എന്നാണ് പക്ഷേ, അവൾ പുറത്തു പറഞ്ഞത്.

"തലവരപോലല്ലേ എല്ലാം നടക്കൂ. നമ്മൾ അക്കാര്യമാലോചിച്ച് മനസ്സുപുണ്ണാക്കിയതുകൊണ്ട് ഒരു കാര്യവുമില്ല."

ആയിഷയെ ഇഷ്ടമാണെങ്കിലും കദീജയെ വേദനിപ്പിക്കേണ്ടെന്നു കരുതി യാസീൻ പറഞ്ഞു.

ആയിഷയുടെ ഉള്ളിലുമുണ്ട് നീറ്റം. മിണ്ടാതിരുന്നാൽ ദുഃഖം മറ്റുള്ളവർ അറിഞ്ഞാലോ എന്നു ഭയന്നിട്ടെന്നപോലെ അവൾ പറഞ്ഞു:

"എന്നെ കെട്ടിച്ചയക്കാൻ നിങ്ങക്കെന്താ ഇത്ര തിടുക്കം? ഇത്താത്തയുടെ കാര്യം കഴിഞ്ഞിട്ടുമതിയെന്നല്ലേ ബാപ്പ പറഞ്ഞത്. അതാ നേര്."

അത്രയും പറഞ്ഞ് അവൾ ചിന്തയിലാണ്ടു. ബാപ്പയെ അറിയാവുന്നതുകൊണ്ട് ഇത് നേരത്തെ പ്രതീക്ഷിച്ചതാണ്. എന്നിട്ടും ആശയുടെ നേരിയൊരു കിരണം ഉള്ളിലെവിടെയോ ഉണ്ടായിരുന്നു. അതുകൂടി പൊലിഞ്ഞപ്പോൾ ആകെ വിങ്ങൽ. അതു പുറത്തുകാണിക്കാൻ അവൾ ഒരുക്കവുമില്ല. കദീജയോട് ഇതുവരെ ഉണ്ടായിരുന്ന സഹതാപം വെറുപ്പായി മാറുന്നതും അവൾ അറിയുന്നുണ്ടായിരുന്നു. കാര്യങ്ങൾ വിധിയുടെ വഴിക്കുവിട്ട് മിണ്ടാതിരിക്കുകയല്ലാതെ മറ്റെന്തു നിവർത്തിയുണ്ട് അവൾക്ക്?

ആശ ഒരിക്കലും നിറവേറില്ലെന്ന് അറിയുമ്പോഴും അയാൾ ഉള്ളിൽ നിറഞ്ഞുനിൽക്കുന്നു. എത്ര അടക്കിയിട്ടും ഉള്ളിലെ കാറ്റും അടങ്ങുന്നില്ല. എന്തെല്ലാം നിറമുള്ള സ്വപ്നങ്ങളായിരുന്നു. എല്ലാം ഒരുനിമിഷം കൊണ്ടല്ലേ ബാപ്പ ഉടച്ചെറിഞ്ഞത്. അവളുടെ ഉള്ളിന്റെ വിങ്ങൽ എങ്ങനെ പുറത്തു പറയും? ഇനിയൊരാളെക്കുറിച്ച് തനിക്ക് ചിന്തിക്കാൻ കഴിയില്ലെന്നു പറയാൻ കഴിഞ്ഞെങ്കിൽ. ആദ്യമായി മനസിൽ നാമ്പിട്ട ഒരു കൊച്ചു മോഹം. നടക്കുമോന്നോർത്തല്ല മോഹിച്ചത്. പടച്ചവൻ അവളുടെ മോഹം പൂർത്തീകരിക്കാൻ തയാറായിട്ടും ബാപ്പ....ഒരു നിമിഷം കൊണ്ടല്ലേ ബാപ്പ എല്ലാം എരിച്ചു ചാമ്പലാക്കിയത്. ബാപ്പയോട് അവൾക്ക് അടക്കാനാകാത്ത കോപം തോന്നി. താൻ ആദരിക്കുകയും ആരാധിക്കുകയും ചെയ്യുന്ന ബാപ്പയോട് വെറുപ്പ് തോന്നിയതിൽ ഉടനെ കുറ്റബോധവും തോന്നി. പാവം ആയിഷ വല്ലാത്ത ധർമസങ്കടത്തിലായി. മുറിയിൽ മങ്ങിയ വെളിച്ചമായിരുന്നതിനാൽ മറ്റുള്ളവർ അവളുടെ മുഖം കണ്ടില്ല. എങ്ങനെയെങ്കിലും അവിടെനിന്ന് രക്ഷപ്പെട്ട് ഒറ്റയ്ക്കിരുന്നൊന്ന് കരയാൻ അവൾ കൊതിച്ചു.

പക്ഷേ, ഇരുട്ടിലും കദീജ ആയിഷയുടെ ഉള്ളറിഞ്ഞു. നോട്ടം ഇടയാതിരിക്കാൻ അവർ ഇരുവരും ആഗ്രഹിച്ചു. പക്ഷേ, കിടപ്പുമുറിയിലെത്തിയപ്പോൾ അവരുടെ മുഖംമൂടി അഴിഞ്ഞു. കദീജയുടെ ഒരു വാക്കിനായി കാതോർത്തിരുന്നു ആയിഷ. ആശിക്കാൻ വകയൊന്നുമില്ലെന്ന് അവൾക്കറിയാം. എന്നിട്ട് ഒരാശ്വാസവാക്കിനുവേണ്ടി ഹൃദയം തുടിച്ചു. അതു കണ്ടറിഞ്ഞതുപോലെ കദീജ പറഞ്ഞു:

"എന്നോടൊന്നും തോന്നല്ലേ ആയിഷാ. ഞാനെന്തു ചെയ്യും. എന്റെ കാര്യം മറന്നേക്ക്. ആയിഷയെ കെട്ടിച്ചയച്ചോളൂ എന്ന് ബാപ്പയോട് പറയാൻ ധൈര്യമുണ്ടായിരുന്നെങ്കിൽ എന്നാണ് ഇപ്പോഴത്തെ എന്റെ തേട്ടം."

കദീജ മനസറിഞ്ഞാണോ പറയുന്നത്? അതോ പരിഹസിക്കയോ? ആയിഷയ്ക്ക് സംശയം തീരുന്നില്ല.

"ഇതിലെന്താ ഇത്ര സങ്കടപ്പെടാൻ. നമുക്ക് നല്ലതു വരണമെന്നല്ലേ ബാപ്പയും ആഗ്രഹിക്കുന്നത്. ബാപ്പയുടെ തീരുമാനമാണ് ശരി."

ആയിഷ ഒരുവിധം പറഞ്ഞൊപ്പിച്ചു.

"രണ്ടാംതവണയാ ഞാൻ നിനക്ക് വിലങ്ങുതടിയാവുന്നത്."

കദീജയുടെ ഇടറിയ സ്വരം.

"അതൊന്നും സാരമില്ല."

"സാരമുണ്ടെന്ന് എനിക്കറിയാമല്ലോ. നീ ആശിച്ചിരുന്ന കാര്യമല്ലേ...."

കേട്ടതും ആയിഷ സഹിക്കാനാവാതെ മുഖംമറച്ചു. കണ്ണ് നിറഞ്ഞു. ശ്വാസംമുട്ടി. അതുവരെ അടക്കിയ സങ്കടം പുറത്തായി.

"അള്ളാഹു വലിയവനാണ്. നമ്മളോരോന്ന് മോഹിക്കുന്നു. അവൻ അവന്റെ വിധി നടപ്പാക്കുന്നു. ഇപ്പോൾ മഹാഭാഗ്യമാണെന്ന് നമുക്ക് തോന്നുന്നത് നാളെ ദുർഭാഗ്യമായാലോ? നല്ലതും ചീത്തയും അറിയുന്നവൻ അവനല്ലേ. അവനോട് സങ്കടം പറയാം. കേൾക്കാതിരിക്കില്ല."

കദീജ അനിയത്തിയെ ആശ്വസിപ്പിച്ചു.

"ഇതുമാത്രമാണ് എന്റെ നന്മയെന്ന് അവനറിയാം. എല്ലാവർക്കുമറിയാം. ഇതു നിങ്ങൾ നടത്തിത്തരൂ."

എന്ന് ഉറക്കെ പറയണമെന്നുണ്ടായിരുന്നെങ്കിലും നാവനങ്ങുന്നില്ല.

പെട്ടെന്ന് വാതിൽ തുറന്ന് കമാൽ മുറിലെത്തി.

"എന്താ നിനക്കു വേണ്ടത്? രാത്രിയിലും സ്വൈരം തരില്ല ചെക്കൻ."

കദീജ ശാസിച്ചു.

"ഞാനൊന്നും ചെയ്തില്ലല്ലോ. ഇവിടൊന്നിരുന്നോട്ടെ."

അവൻ ചാടിക്കയറി കട്ടിലിലിരുന്നു.

"ഒന്നു പോണുണ്ടോ നീ."

ഇത്താത്തമാർ രണ്ടുപേരും ഒരുമിച്ചാണ് പറഞ്ഞത്.

"ഇനിക്ക് ചോദിക്കാനുള്ളത് ചോദിച്ചിട്ട് പൊയ്ക്കോളാം."

"നട്ടപ്പാതിരാക്കാ ചെക്കന്റെ കിന്നാരം."

"അതേയ് കല്യാണംകഴിഞ്ഞാൽ നിങ്ങള് രണ്ടാളും ഇവിടന്ന് പോവൂല്ലേ?"

"കല്യാണമാവട്ടെ അപ്പോ പറയാം."

"ഈ കല്യാണമെന്നു പറഞ്ഞാ എന്താ?"

"എന്റെ റബ്ബേ....പോടാ ചെക്കാ. പോയി ഉറങ്ങാൻ നോക്ക്."

അവർ അവനെ ആട്ടി.

"അതു പറഞ്ഞുതരാതെ ഞാൻ പോവില്ല."

"അള്ളാനെ വിചാരിച്ച് നീയൊന്ന് പോക്വോ?"

"എന്നാ പറ. കല്യാണം കഴിഞ്ഞാ നിങ്ങള് പോക്വോ?"

"പോകും. ഇനിയെന്തെങ്കിലും അറിയണോ?"

"വേണ്ട. ഇവിടന്ന് പോകുമെങ്കില് നിങ്ങളെ കല്യാണം കഴിപ്പിക്കാൻ ഞാൻ സമ്മതിക്കില്ല."

"ആയിക്കോട്ടെ."

"നിങ്ങള് പോയാ ഇനിക്ക് ആരാ കൂട്ടിന്? നിങ്ങക്കൊരിക്കലും കല്യാണമാവരുതെന്ന് ഞാൻ പടച്ചോനോട് തേടും."

"നിന്റെ ദുആ പടച്ചോൻ ഖബൂലാക്കട്ടെ. പോരേ? ഇനി എന്റെ കുട്ടി ഒന്ന് പോയാട്ടെ."

ഇരുപത്തേഴ്

ഒരുകാലം ഞങ്ങൾക്കും കിട്ടും സ്വാതന്ത്ര്യം. അന്നു ഞങ്ങൾ അത് തികച്ചും ആഘോഷിക്കും. ആ വീട്ടിലെ കുട്ടികൾ സ്വപ്നം കാണാറുണ്ട്. പ്രത്യേകിച്ച് കമാൽ. ബാപ്പയുടെ ആജ്ഞകളിൽനിന്ന് മോചനം കിട്ടിയാൽ ഞാൻ രാപകൽ കളിച്ചുകൂത്താടും. കമാൽ ഉറപ്പിച്ചിരിക്കയാണ്. വൈകുന്നേരങ്ങളിൽ മറിയത്തിന്റെ വീട്ടിൽച്ചെന്നിരുന്ന് സൊറ പറയാനുള്ള സ്വാതന്ത്ര്യമാണ് കദീജയ്ക്കും ആയിഷയ്ക്കും വേണ്ടത്.

കച്ചവടാവശ്യത്തിനായി ബാപ്പ ചിലപ്പോൾ ഒരു ദിവസത്തിന് ദൂരേയുള്ള പട്ടണത്തിൽ പോകാറുണ്ട്. വെള്ളിയാഴ്ച രാവിലെ പോയാൽ പിറ്റേന്നേ തിരിച്ചെത്തൂ. കുട്ടികൾ കാത്തിരിക്കുന്ന ദിവസമാണത്. അന്നവർക്ക് ആടാം പാടാം. ഇഷ്ടമുള്ളത് ചെയ്യാം. എന്നാലും ഒരു പരിധി ഉമ്മയും വയ്ക്കാറുണ്ട്. ബാപ്പ നാട്ടിലില്ലെന്നു കരുതി മക്കളെ അഴിഞ്ഞാടാൻ ഉമ്മ അനുവദിക്കില്ല. ബാപ്പയുടെ ചുമതല ഏറ്റെടുത്ത മട്ടിലാണ് അപ്പോൾ ഉമ്മയുടെ പെരുമാറ്റം.

"നമ്മളെപ്പോലെ വേറെ ആരെങ്കിലുമുണ്ടോ ഈ ദുനിയാവില്? നാവിൻതുമ്പത്ത് വരുന്നത് പറയാനുള്ള സ്വാതന്ത്ര്യം പോലുമില്ല. ഒന്നുറക്കെ ചിരിക്കുന്നതുപോലും ശിക്ഷാർഹമല്ലേ." യാസീൻ.

എല്ലാവർക്കും അക്കാര്യത്തിൽ യോജിപ്പുണ്ട്. എന്നാൽ അതുറക്കെ ഏറ്റുപറയാൻ ആർക്കുമില്ല ധൈര്യം.

"ആരുമൊന്നും മിണ്ടാത്തതെന്താ? നേരല്ലേ ഞാൻ പറഞ്ഞത്? നമ്മൾ താമസിക്കുന്ന ഈ നഗരത്തിന്റെ ചുറ്റുവട്ടമെങ്കിലും കാണാൻ ഇവിടത്തെ പെണ്ണുങ്ങൾക്ക് ഇതുവരെ കഴിഞ്ഞിട്ടുണ്ടോ?"

"ബാപ്പയ്ക്ക് എതിര് പറയുന്ന നിന്നോട് അള്ള പൊറുക്കട്ടെ."

ഉമ്മ നെടുവീർപ്പിട്ടു.

"ഇതാ തകരാറ്. എല്ലാം പടച്ചോന്റെ തലയിലേറ്റിക്കോളും. ഞാൻ പറഞ്ഞതിലെന്താ തെറ്റ്?"

"ഹുസൈനാർതങ്ങളുടെ മഖ്ബറയിൽച്ചെന്ന് ദ്വാഎരക്കണമെന്ന് നിങ്ങൾ എത്രയോ നാളുകൊണ്ട് മോഹിക്കുന്നു. സാധിച്ചോ ഇതുവരെ?"

കാര്യം നേരായതുകൊണ്ട് അതിന് ഉമ്മയ്ക്ക് മറുപടി ഇല്ലായിരുന്നു.

"അവിടെച്ചെന്ന് പാപങ്ങൾ പൊറുക്കാൻ തേടണമെന്നത് എന്റെ ജീവിതാഭിലാഷമാണ്. പക്ഷേ, നിന്റെ ബാപ്പ...."

"ബാപ്പ നാളെ കാലത്തല്ലേ തിരിച്ചെത്തൂ. അതുവരെ നമ്മൾ സ്വതന്ത്രർ. പേടിയുണ്ടെങ്കിൽ ഉമ്മുവിന്റെ പർദ ഇട്ടാൽ മതി. ആരും തിരിച്ചറിയില്ല."

കദീജയ്ക്കും ആയിഷയ്ക്കും അതുകേട്ടപ്പോൾ സന്തോഷമായി. ഉമ്മ നിയമംതെറ്റിച്ചാൽ വല്ലപ്പോഴും അവർക്കും അതാവാമല്ലോ.

"ഞാൻ കൊണ്ടുപൂവാം ഉമ്മയെ. എല്ലാം കാണിച്ചു തരാം."

കമാൽ ഉത്സാഹത്തോടെ പറഞ്ഞു.

ഉമ്മയുടെ മുഖം പുതിയ കളിപ്പാട്ടം കിട്ടിയതുപോലെ തിളങ്ങുന്നതു കണ്ട് ഫഹ്മിയുടെ ഉള്ളും തെളിഞ്ഞു.

"നേരാ ഉമ്മാ. ഇതിനകത്തിങ്ങനെ അടച്ചുപൂട്ടിയിരുന്ന് പുറത്തിറങ്ങി നടക്കുന്നതെങ്ങനെയെന്നുപോലും ഉമ്മ മറന്നു."

എല്ലാവർക്കും ഉത്സാഹം. കദീജ ഓടിച്ചെന്ന് ഉമ്മുവിന്റെ പർദയുമായി എത്തി. കമാൽ കാലുറയും കുപ്പായവും തൊപ്പിയുമണിഞ്ഞ് തയാറായി. പർദയിട്ട് കണ്ണാടിയിൽ നോക്കിയപ്പോൾ ആമിനയ്ക്ക് സംശയം.

"പോണോ ഞാൻ?"

"പോയിട്ടുവരീൻ. ഒന്നുമുണ്ടാവില്ല."

ഫഹ്മി ധൈര്യം കൊടുത്തു.

"ഫാത്തിഹ ഓതി ദ്വാഎരന്നിട്ട് ഇറങ്ങിക്കോളി."

കദീജ.

ഉമ്മു എല്ലാം കണ്ടും കേട്ടും കാത്തുനിൽക്കുന്നുണ്ടായിരുന്നു. പർദയിട്ട് നടക്കുമ്പോൾ തടഞ്ഞുവീഴാതെ സൂക്ഷിക്കണമെന്ന് അവൾ പ്രത്യേകം ഓർമിപ്പിച്ചു. ആകെ മൂടിയിട്ടും ഉമ്മയുടെ ശരീരത്തിന്റെ വടിവു പുറത്തുകണ്ട ആയിഷയും കദീജയും കണ്ണിറുക്കി.

പടിപ്പുര കടന്ന് റോഡിലിറങ്ങിയതും ആമിനയുടെ തൊണ്ടവരണ്ടു. അറിഞ്ഞുകൊണ്ട് തെറ്റു ചെയ്യുന്നതുപോലെ കാല് മുന്നോട്ടു നീങ്ങുന്നില്ല. കമാലിന്റെ കൈയിൽ മുറുകെപ്പിടിച്ച് അവർ പതുക്കെ മുന്നോട്ടു നടന്നു. വീട്ടുവരാന്തയിൽ നിൽക്കുമ്പോൾ കാണാറുള്ള കച്ചവടക്കാരേയും മറ്റും നേരിട്ടു കണ്ടപ്പോൾ അവരുടെ ഉള്ളം പിടയ്ക്കാൻ തുടങ്ങി. ആരെങ്കിലും തിരിച്ചറിഞ്ഞാലുള്ള സ്ഥിതിയോർത്തപ്പോൾ ഞടുങ്ങി.

കുറേ ദൂരെച്ചെന്നു തിരിഞ്ഞുനോക്കുമ്പോൾ പെൺകുട്ടികൾ രണ്ടാളും വരാന്തയിൽനിന്ന് കൈവീശുന്നു. പിറകിൽ യാസീനും ഫഹ്മിയും. മക്കൾ കൂടെയുണ്ടല്ലോ എന്നോർത്താകണം ഉമ്മയുടെ പേടി മാറി. ബാപ്പയുടെ കടയുടെ വഴി ഒഴിവാക്കാൻവേണ്ടി ചുറ്റിവളഞ്ഞാണ് കമാൽ ഉമ്മയെ കൊണ്ടുപോയത്. വഴിയോരത്തു കണ്ട ഓരോന്നിനേക്കുറിച്ചും കമാലിനോട് വിശദീകരണം ആരാഞ്ഞുകൊണ്ട് അവർ നടന്നു. അഭിമാനത്തോടെയാണ് കമാൽ ഓരോന്നും വിശദീകരിച്ചത്. പെട്ടെന്ന് മുതിർന്ന ആളായതുപോലെ തോന്നി അവന്. പക്ഷേ, മിഠായിക്കടയുടെ മുന്നിലെത്തിയപ്പോൾ അവൻ കുഞ്ഞു കമാലായി. മിഠായിക്കായി ശാഠ്യം തുടങ്ങി. വാങ്ങിക്കൊടുക്കുകയല്ലാതെ ഉമ്മയ്ക്ക് മറ്റു വഴിയില്ലായിരുന്നു.

പള്ളിയുടെ കൊത്തുപണിയുള്ള മിനാരം അടുത്തുനിന്നു കണ്ടപ്പോൾ ആമിനയുടെ ഉള്ളിൽ പെരുമ്പറമുട്ട്. സ്വപ്നം കാണുകയാണോ എന്നുപോലും സംശയിച്ചുപോയി.

"ഇതുതന്നെയാണോ മോനേ പള്ളി?"

സ്വപ്നമല്ല എന്നുറപ്പിക്കാൻവേണ്ടി എന്നപോലെ അവർ കമാലിനോട് ചോദിച്ചു.

ചുറ്റും നടന്നിട്ട് അവർ പ്രധാന കവാടത്തിലെത്തിയപ്പോൾ അവിടെ പെൺപട. പള്ളിക്കകത്ത് കയറിയപ്പോൾ ശരീരത്തിന് ഭാരംകുറഞ്ഞ് ആകാശത്തേക്കുയരുന്ന പോലെ തോന്നി ആമിനയ്ക്ക്. ചുമരുകളും വലിയ ജനലുകളും തറയിൽ വിരിച്ച പരവതാനിയും മക്കയിലേക്കു മുഖം തിരിച്ചുള്ള മിമ്പറയുമൊക്കെ അവർ ഇമവെട്ടാതെ നോക്കിക്കൊണ്ട് സ്തംഭിച്ചങ്ങനെ നിന്നു.

കമാലും സ്വപ്നലോകത്തായിരുന്നു. അങ്ങനെ നിൽക്കുമ്പോൾ മിമ്പയിൽ ഹുസൈനാർതങ്ങൾ. അവിടെ നിന്നുകൊണ്ട് കൈയുയർത്തി പ്രാർഥിക്കുകയാണ്. അദ്ദേഹം ഒരുദിവസം രാത്രി പള്ളി അടയ്ക്കുന്നതിനുമുമ്പായി പള്ളിക്കുള്ളിൽ കയറിപ്പറ്റണം. എവിടെയെങ്കിലും ഒളിച്ചിരിക്കും. അതറിയാതെ കാവൽക്കാരൻ വാതിലടച്ച് സ്ഥലം വിടും. അപ്പോൾ ആ രാത്രി തങ്ങളൊന്നിച്ച് അതിനകത്തിരിക്കാം. നേരിട്ടു കാണാം ആവശ്യമുള്ളതെന്തും ചോദിക്കാം.

"ആരാ നീ?"

അവനെ കാണുമ്പോൾ അദ്ദേഹം ചോദിക്കും.

"കമാൽ അഹമ്മദ് അബ്ദുൽ ജവാദ്."

താഴ്മയോടെ അവൻ പറയും.

"എന്തു ചെയ്യുന്നു?"

"പഠിക്കുകയാണ്."

"ഈ അസമയത്ത് ഇവിടെ എങ്ങനെ എത്തി?"

"അങ്ങയെ ഒരുനോക്കു കാണാൻ...."

സന്തുഷ്ടനായ അദ്ദേഹം രാത്രിസവാരിക്ക് അവനേയും കൂട്ടിനു വിളിക്കുന്നു. അപ്പോൾ അവൻ തന്റെ മോഹങ്ങൾ ഓരോന്നായി പറയും. എനിക്ക് എപ്പോഴും കളിക്കാൻ അവസരമുണ്ടാക്കിത്തരണേ. കദീജയും ആയിഷയും കൂട്ടിനായി എന്നും വീട്ടിൽത്തന്നെ ഉണ്ടായിരിക്കണം. ഉമ്മയ്ക്ക് ബുദ്ധിമുട്ടൊന്നും ഉണ്ടാകരുതേ. കുറേ പണം തന്നാൽ ഉപകാരം. മരിച്ചുകഴിഞ്ഞാൽ ഞങ്ങളെ എല്ലാവരേയും സ്വർഗത്തിൽ എത്തിച്ചുതരണേ. അങ്ങനെ ഒരു നൂറുകൂട്ടം ആവശ്യങ്ങൾ സാധിക്കാനുണ്ട് അവന്.

ജനക്കൂട്ടത്തിനിടയിൽ നിരങ്ങിനീങ്ങി അവർ ഒടുക്കം ഖബറിടത്തിലെത്തി. അവിടെനിന്നുകൊണ്ട് കുറ്റങ്ങൾ ഏറ്റുപറഞ്ഞ് മാപ്പിരക്കണം. ഇഹത്തിലും പരത്തിലും സുഖവും സമാധാനവും തരാൻ തേടണം. സ്വർഗപ്പൂന്തോപ്പിൽ എത്തിച്ചുതരണേ എന്നപേക്ഷിക്കണം എന്നൊക്കെ ഉണ്ടായിരുന്നു ആമിനയ്ക്ക്. തിക്കും തിരക്കും കാരണം ഒന്നിനും കഴിയുന്നില്ല. തിരക്കിനിടയിൽ തിക്കിതിരക്കിച്ചെന്ന് ഉമ്മ മഖ്ബറയിൽ തൊടുന്നതുകണ്ട് അവനും അങ്ങനെ ചെയ്തു. ഉമ്മ ഫാത്തിഹ ഓതി ദ്വാഇരന്ന് ഒരിക്കൽക്കൂടി മഖ്ബറയിൽ മുത്തി. അപ്പോഴേക്കും കാവൽക്കാരനെത്തി മുന്നോട്ടുപിടിച്ചു തള്ളി. ആരേയും അധികനേരം അവിടെ നിൽക്കാൻ അയാൾ അനുവദിച്ചിരുന്നില്ല. ആമിനയ്ക്കാണെങ്കിൽ കണ്ടും

കേട്ടും മതിവരുന്നുമില്ല. ഒടുക്കം കണ്ണീരോടെയാണ് ആമിന അവിടെനിന്നിറങ്ങിയത്.

പള്ളി കണ്ടതും വീട്ടിൽ പോകാൻ തിടുക്കം കൂട്ടി ഉമ്മ. സ്കൂൾകൂടി കണ്ടിട്ടു പോകാമെന്നായി കമാൽ. വീട്ടിലെത്താൻ തിടുക്കമുണ്ടായിരുന്നിട്ടും മകൻ വിളിച്ചിടത്തെല്ലാം ഉമ്മ ചുറ്റിയലഞ്ഞു. കാണാത്ത കാഴ്ചകൾ കണ്ടു. ഒത്തിരി ചെന്നപ്പോൾ ഉമ്മയ്ക്ക് തളർച്ച. എന്നിട്ടും മകൻ വിട്ടില്ല. കിട്ടിയ അവസരം പാഴാക്കാതെ കമാൽ ഉമ്മയുടെ കൈയും പിടിച്ച് നടത്തം തുടർന്നു. ബേക്കറിയുടെ മുന്നിലെത്തിയപ്പോൾ അവന് കേക്ക് വേണം. ശ്രദ്ധ ബേക്കറിയിലെ ചില്ലലമാരയിലായതിനാൽ ഉമ്മയുടെ കൈയിലെ പിടിവിട്ടത് അവൻ അറിഞ്ഞില്ല. ഏതാണ് വാങ്ങേണ്ടതെന്ന് തീരുമാനിച്ച് തിരിഞ്ഞുനോക്കുമ്പോൾ ഉമ്മ താഴെ റോഡിൽ വീണുകിടക്കുന്നു. മുഖംമൂടി സ്ഥാനംതെറ്റി മുഖം പുറത്തുകാണാം.

അവൻ പകച്ചു. ഉമ്മയെ എഴുന്നേൽപ്പിക്കാമെന്ന് കരുതി കുതിക്കുമ്പോഴേക്കും ഒരു കാറ് ഉമ്മയെ തൊട്ടു തൊട്ടില്ലെന്ന മട്ടിൽ ബ്രേക്കിട്ടു നിർത്തി. അപ്പോഴേക്കും ജനം തടിച്ചുകൂടി. പലരും പലതും പറയുന്നു. ഉമ്മയെ കുലുക്കിവിളിച്ചു. ഉമ്മ മിണ്ടുന്നില്ലെന്നു കണ്ടപ്പോൾ അവന്റെ വിളി കരച്ചിലായി. പലരും അവനെ സമാധാനിപ്പിക്കുന്നുണ്ടായിരുന്നു. അവർക്ക് ജീവനുണ്ടോ എന്ന് അറിയാനായി ചിലർ കുനിഞ്ഞുനോക്കി. കാഴ്ച കണ്ട് നിന്നതല്ലാതെ ആരും സഹായിക്കാൻ മുതിർന്നില്ല.

"വണ്ടിയുടെ വലതുവശത്തെ വാതിൽ തട്ടി തെറിച്ചതാണ് അവർ"

ആരോ പറഞ്ഞു.

"വണ്ടി തട്ടിയൊന്നുമില്ല. അവർ പെട്ടെന്ന് വണ്ടിയുടെ മുന്നിൽ വന്നു വീഴുകയാണുണ്ടായത്. ഞാൻ പെട്ടെന്ന് വണ്ടി ബ്രേക്കിട്ടു നിർത്തിയതുകൊണ്ടാണ് കഷ്ടിച്ച് രക്ഷപ്പെട്ടത്."

സഹികെട്ട ഡ്രൈവർ കാറിൽനിന്നിറങ്ങിയിട്ടു പറഞ്ഞു:

"ദേ ശ്വാസമുണ്ട്. ബോധം കെട്ടതാ."

"അവർക്കൊന്നുമില്ലെന്നേ. പേടിച്ചതാ. നിങ്ങളൊന്ന് മാറിക്കേ."

തിടുക്കത്തിൽ നടന്നുവരുന്ന പോലീസുകാരനെ കണ്ട് ഡ്രൈവർ പറഞ്ഞു. ഒരാൾ താഴെയിരുന്ന് അവരുടെ മൂക്കിൽ കൈവെച്ചു നോക്കിയിട്ടു പറഞ്ഞു:

"നേരാ കണ്ണു തുറന്നല്ലോ. പേടിക്കാനൊന്നുമില്ല കുട്ടീ. കരയാതെ ഉമ്മയെ എഴുന്നേൽപ്പിക്കാൻ സഹായിക്ക്."

"ഏങ്ങിക്കരയുന്ന കമാലിനെ ആരോ ആശ്വസിപ്പിച്ചു. ഉമ്മ എഴുന്നേറ്റിരിക്കുന്നതുവരെ കമാൽ കരച്ചിൽ നിർത്തിയില്ല. ആരുടെയോ സഹായത്തോടെ അവൻ ഉമ്മയെ എഴുന്നേൽപ്പിക്കാൻ ശ്രമിച്ചു. വളരെ ബുദ്ധിമുട്ടിയാണ് അവർ എഴുന്നേറ്റത്. വീഴ്ചയിൽ അഴിഞ്ഞുപോയ പർദ നേരെയിടാൻ ആരോ സഹായിച്ചു. അപ്പോഴേക്കും ബേക്കറിക്കാരൻ ഒരു കസേര കൊണ്ടുവന്നു. പണിപ്പെട്ട് കസേരയിലിരുന്നു അവർ. ആരോ നീട്ടിയ വെള്ളം കുടുകുടെ കുടിക്കുകയും ചെയ്തു. വെള്ളം കുടിച്ചപ്പോൾ കുറ

ച്ഛാശ്വാസമായെങ്കിലും അപ്പോഴും അവർ ശ്വാസംകിട്ടാതെ വിഷമിക്കു ന്നുണ്ടായിരുന്നു. പകച്ചുനോക്കുമ്പോൾ കമാൽ വിങ്ങിക്കരയുന്നു.

"എന്തിനാ നീ കരയുന്നത്? എനിക്കെന്തു പറ്റി?"

അന്തംവിട്ട ആമിന ചോദിച്ചു.

"മുറിവു വല്ലതും പറ്റിയോ? പൊലീസ്സ്റ്റേഷൻവരെ വന്ന് ഒരു പരാതി എഴുതിത്തരാൻ പറ്റുമോ?"

പൊലീസുകാരന്റെ ചോദ്യം കേട്ടതും ആമിന ഞെട്ടിവിറച്ചു.

"പൊലീസ് സ്റ്റേഷനിലോ? ഞാനോ?"

"നിങ്ങളുടെ ദേഹത്ത് കാറ് തട്ടി. പരാതി എഴുതിത്തന്നാൽ കേസെ ടുക്കാം."

"ഒന്നും വേണ്ട. എനിക്കൊന്നുമില്ല."

അവർ തിടുക്കത്തിൽ എഴുന്നേൽക്കാൻ ശ്രമിച്ചു.

"നടക്കാൻ കഴിയുമോ നിങ്ങൾക്ക്?"

അവിടെ കൂടിയവർക്ക് സംശയം.

അവർ ഒന്നും മിണ്ടാതെ പർദ നേരെയിട്ട് തിരക്കിട്ട് നടന്നു തുടങ്ങി. വിരണ്ടുനിന്ന കമാലും പിറകെ ചെന്നു.

"അയാളെ വെറുതെ വിട്ടേക്കൂ. എനിക്കൊന്നുമില്ല."

നടക്കുന്നതിനിടയിൽ ആമിന വിളിച്ചു പറയുന്നുണ്ടായിരുന്നു.

ഇതുപോലൊരനുഭവം അവർക്ക് ഇതിനുമുമ്പ് ഉണ്ടായിട്ടില്ല. നടു റോഡിൽ ആൾക്കൂട്ടത്തിൽ ചോദ്യം ചെയ്യപ്പെടുക. അന്യരുടെ മുന്നിൽ മുഖം മറയ്ക്കാതെ.... ഭർത്താവറിയുമ്പോൾ.... ഭർത്താവിനെക്കുറി ച്ചോർത്തതും ആമിനയുടെ കാലുകൾക്ക് വേഗം ഏറി. ആൾക്കൂട്ട ത്തിൽനിന്നകന്നതും അവർ സ്വയം ശപിക്കാൻ തുടങ്ങി.

"എന്റെ റബ്ബേ ഏതു നേരത്താ എനിക്കിങ്ങനെ ഒരു ദുർബുദ്ധി തോന്നിയത്. ഏതോ ഭീകരസ്വപ്നംപോലെയല്ലേ എല്ലാം സംഭവിച്ചത്. ഭൂമി എനിക്കുചുറ്റും കറങ്ങിയതുമാത്രമേ എനിക്കോർമയുള്ളു. കണ്ണു തുറന്നപ്പോൾ ചുറ്റും ജനം. അതും പുരുഷന്മാർ. പൊലീസ്സ്റ്റേഷ നിൽക്കൂടി കയറിയിരുന്നെങ്കിൽ പിന്നെ ഞാനെങ്ങനെ വീട്ടിൽ ചെല്ലും? നീ മാത്രമാണ് എനിക്കിപ്പോൾ തുണ റബ്ബേ.... മൂപ്പരറിഞ്ഞാൽ....മതി യാക്ക് നിന്റെ കരച്ചിൽ. മുഖം തുടച്ച് വേഗം നടക്ക്. നിന്റെ അശ്രദ്ധയാ എല്ലാറ്റിനും കാരണം...."

ഒരടി മുമ്പോട്ടു നടക്കാനാവാതെ അവർ കമാലിന്റെ തോളിൽ പിടിച്ചു നിന്നുകൊണ്ട് കിതയ്ക്കാൻ തുടങ്ങി.

"എന്താ?"

കമാലിന്റെ സ്വരം ഇടറി.

"വയ്യ. എനിക്കൊട്ടും വയ്യ. ഒരു വണ്ടി വിളിക്ക്."

അവരുടെ ശബ്ദം നേർത്തിരുന്നു.

കമാൽ പകച്ചുനോക്കുമ്പോൾ റോഡരികിൽ ഒരു കഴുതവണ്ടി നിർത്തിയിട്ടിരിക്കുന്നു. അവൻ കൈകാണിച്ചതും വണ്ടിക്കാരൻ വണ്ടി

യുമായി എത്തി. വണ്ടിക്കാരന്റെ സഹായത്തോടെയാണ് കമാൽ ഉമ്മയെ വണ്ടിയിൽ കയറ്റിയത്.

"വേദന സഹിക്കാനാവുന്നില്ല. തോളെല്ല് പൊട്ടിയെന്നാ തോന്നുന്നത്."

വണ്ടി നീങ്ങിയപ്പോൾ കമാലിന്റെ തോളിൽ പിടിച്ച് ഉമ്മ പറഞ്ഞു.

ഭർത്താവിന്റെ കടയുടെ മുന്നിലൂടെയാണ് വണ്ടി പോയത്. പക്ഷേ, അവരെ ആരും ശ്രദ്ധിച്ചില്ല. വീടിന്റെ പടിപ്പുര ദൂരെനിന്നു കണ്ടപ്പോഴാണ് കമാലിന് ശ്വാസം നേരെ വീണത്. സന്തോഷത്തോടെ വീട്ടിൽ നിന്നിറങ്ങിയിട്ട് ഈ അവസ്ഥയിലാണല്ലോ തിരിച്ചെത്തിയതെന്നോർത്തപ്പോൾ അവൻ കരഞ്ഞുപോയി.

ഇരുപത്തെട്ട്

മണിയൊച്ച കേട്ട് പടിപ്പുര തുറന്ന ഉമ്മു വണ്ടിയിൽ തളർന്നിരിക്കുന്ന യജമാനത്തിയെ കണ്ട് പകച്ചു. വെറുതെ ഒരു ഹരത്തിനു കയറിയതായിരിക്കുമോ എന്ന് തോന്നാതിരുന്നില്ല. അപ്പോഴാണ് കരഞ്ഞു ചുവന്ന കമാലിന്റെ മുഖം കണ്ടത്.

"എന്റെള്ളോ....എന്താ ഇത്താത്തയ്ക്ക്...."

ഉറക്കെ വിളിച്ചു കൂവിക്കൊണ്ടാണ് ഉമ്മു വണ്ടിക്കരികിലെത്തിയത്.

"പേടിക്കാനൊന്നുമില്ല. അവരുടെ കൈയൊന്ന് പിടിച്ച് ഇറക്കിയേ."

വണ്ടിക്കാരൻ.

ഉമ്മു അവരെ നിലം തൊടുവിക്കാതെ താങ്ങിയെടുത്ത് അകത്തേക്ക് നടന്നു. പിറകെ കരഞ്ഞുകൊണ്ട് കമാലും. ഉമ്മയെയും അനിയനേയും കാത്ത് മുറ്റത്തുതന്നെ നിന്നിരുന്ന ആയിഷയും കദീജയും ആ കാഴ്ച കണ്ട് പകച്ചു.

"ഉമ്മാ... എന്താ ഉമ്മായ്ക്ക്...."

എന്നു ചോദിച്ചുകൊണ്ട് അവരും ഉമ്മയെ താങ്ങി.

"ഒരു കാറ്...."

കമാൽ വിക്കി...

"കാറോ....കാറു തട്ടിയോ? നേരാണോ ഉമ്മാ?"

കമാലിന്റെ പുളുവടി അറിയുന്ന കദീജയ്ക്ക് വിശ്വസിക്കാനാവുന്നില്ല.

കരച്ചിൽ വന്നതു കാരണം ആയിഷയ്ക്ക് മിണ്ടാനായില്ല.

"ഒച്ചേംവിളീം ഉണ്ടാക്കല്ലാ കുട്ട്യോളെ ഒന്നൂല വല്ലാത്ത ക്ഷീണം."

ഉമ്മയുടെ നേർത്ത സ്വരം.

ഒച്ചയും വിളിയും കേട്ടാകണം യാസീനും ഫഹ്മിയും മുകളിലെ ഏണിപ്പടിയിൽ നിന്ന് കാര്യം തിരക്കി. കാര്യം അറിഞ്ഞതും അവരും ഓടി താഴെയെത്തി. എന്താണുണ്ടായതെന്ന് എല്ലാവരും മാറിമാറി ചോദിച്ചിട്ടും ഉമ്മയ്ക്ക് മിണ്ടാനാവുന്നില്ല.

"ഒരു കാറ് വന്ന്...."

കമാൽ വീണ്ടും വിക്കിയിട്ട് കരച്ചിൽ തുടങ്ങി.

"നിന്നു മോങ്ങാതെ കാര്യമെന്താണെന്നു പറയെടാ."

ക്ഷമകെട്ട ഇക്കാക്കമാർ കയർത്തു.

ഉമ്മ അപ്പോഴും ശ്വാസം കിട്ടാതെ കിടന്നു വിഷമിക്കുകയാണ്. അതോടെ പെണ്ണുങ്ങൾ കൂട്ടക്കരച്ചിലായി. ഫഹ്മിയും യാസീനും വഴക്കുപറഞ്ഞപ്പോൾ അവർ അടങ്ങി.

"ഉണ്ടായതെന്താന്ന് പറയെടാ. കാറു തട്ടിയിട്ട് പോലീസ്സ്റ്റേഷനിൽ പോയോ?"

ഫഹ്മി പിടിച്ചു വിരട്ടിയപ്പോൾ കമാൽ ഉണ്ടായതെല്ലാം പറഞ്ഞു. അവൻ വിട്ടുപോയത് ഉമ്മ കൂട്ടിച്ചേർത്തു.

"പടച്ചവന്റെ കൃപയാൽ കഷ്ടിച്ചു രക്ഷപ്പെട്ടു. പോലീസ്സ്റ്റേഷൻ കയറേണ്ടിവരുമായിരുന്നു. ഞാൻ എങ്ങനെയോ രക്ഷപ്പെടുകയായിരുന്നു. തീരെ നടക്കാൻ വയ്യാണ്ടയപ്പളാ വണ്ടി പിടിച്ചത്."

ഇതിനെല്ലാം കാരണം താനാണല്ലോ എന്നോർത്തായിരുന്നു യാസീന് ആധി.

"ഡോക്ടറെ കൊണ്ടുവരാം."

അവരുടെ കുറ്റപ്പെടുത്തലിൽനിന്നു രക്ഷപ്പെടാനെന്നപോലെ യാസീൻ തിരക്കിട്ട് ഡോക്ടറെ വിളിക്കാൻ ഓടി. ഡോക്ടറെന്നു കേട്ട ഉമ്മ പോലീസുകാരനെ കണ്ടതിനെക്കാളേറെ ഞെട്ടി. ഡോക്ടറെ വിളിക്കേണ്ടെന്നു പറഞ്ഞത് മക്കൾ വകവെച്ചില്ല. പെൺകുട്ടികൾ ഉമ്മയുടെ പർദ അഴിച്ചു. ഉമ്മു കുടിക്കാൻ വെള്ളം കൊടുത്തു.

"വേദന കുറവുണ്ടോ?"

ഓരോരുത്തരും വേവലാതിയോടെ ചോദിച്ചുകൊണ്ടിരുന്നു.

"വലത്തെ തോൾ അനക്കാൻ വയ്യ. എന്നാലും ഡോക്ടറൊന്നും വേണ്ടായിരുന്നു."

അഞ്ചു പ്രസവിച്ചിട്ടും ഡോക്ടറെ കാണേണ്ടി വന്നിട്ടില്ല. കാര്യമായ അസുഖവും ഇതുവരെ ഉണ്ടായിട്ടില്ല. ചില്ലറ അസുഖങ്ങൾക്കൊക്കെ സ്വയം ചികിത്സയാണ് പതിവ്. മക്കൾക്കും അതെ. ഭർത്താവിനോടു പറയാതെ ഡോക്ടറെ വിളിച്ചാൽ....എന്തൊക്കെയാണോ സംഭവിക്കാൻ പോകുന്നത്? ഓർക്കുമ്പോഴേ ശ്വാസം മുട്ടുന്നതുപോലെ. മക്കളോടു തുറന്നു പറയാനും വയ്യ.

അരമണിക്കൂറിനകം യാസീൻ ഡോക്ടറേയും കൂട്ടി എത്തി. പെണ്ണുങ്ങൾ മുറിക്കു പുറത്ത് ആകാംക്ഷയോടെ കാത്തിരുന്നു. എവിടെയാണ് വേദനയെന്ന് ചോദിച്ചിട്ട് ആമിനയ്ക്ക് മിണ്ടാനാവുന്നില്ല. ഒടുക്കം തോള് തൊട്ടുകാണിച്ചു അവർ. ഡോക്ടറുടെ പരിശോധന കഴിയുന്നതുവരെ യാസീനും ഫഹ്മിയും അടുത്തുതന്നെ നിന്നു. തോളെല്ല് പൊട്ടിയിട്ടുണ്ട്. എന്നാലും പേടിക്കാനൊന്നുമില്ല.

അടിമുടി പരിശോധിച്ച ശേഷം ഡോക്ടർ പറഞ്ഞു:

"അപ്പോ...."

മക്കൾക്കു ഭയമായി.

"സാരമില്ല. ഞാൻ പിടിച്ചിട്ട് കെട്ടാം. രണ്ടുമൂന്നാഴ്ച പിടിക്കും. അനങ്ങാതെ കിടക്കേണ്ടി വരും ശ്രദ്ധിക്കണം."

ഡോക്ടർ എല്ലുപിടിച്ച് നേരെയിട്ടപ്പോൾ ആമിന വേദന സഹിക്കാനാവാതെ ഉറക്കെ കരഞ്ഞു.

"ഹുസൈനാർതങ്ങൾ ഉമ്മയെ കൈവിട്ടില്ല. കാര്യമായിട്ടൊന്നുമില്ലെന്നല്ലെ ഡോക്ടർ പറഞ്ഞത്."

കദീജ പതുക്കെ പറഞ്ഞു.

"ഇങ്ങനെയാ തുണയ്ക്കുന്നത്....കരുണ കാണിക്കുന്നത്?"

കമാലിന് സങ്കടം തീരുന്നില്ല.

"ഇതിലും വലുത് വല്ലതും സംഭവിച്ചിരുന്നെങ്കിലോ? എല്ലാം മേലായ റബ്ബിന്റെ തുണ."

ഉമ്മു സമാധാനിപ്പിച്ചു.

"ഇങ്ങനെയൊന്നും സംഭവിക്കാതിരുന്നെങ്കിൽ...."

ആയിഷയ്ക്ക് തേങ്ങലടങ്ങുന്നില്ല.

പള്ളി കണ്ടിട്ട് തിരിച്ചുപോരാതെ നിങ്ങളെന്തിനാ ചുറ്റാൻ പോയത്?"

കദീജ.

"അത്... ഞാൻ വിലക്കീതാ. ഉമ്മ കേൾക്കണ്ടേ?"

കമാലിന്റെ പതിഞ്ഞ സ്വരം.

"എല്ലിന്റെ മുറിവു കൂടുന്നതുവരെ ഞാൻ ഇടയ്ക്കുവന്നു നോക്കാം. പേടിക്കേണ്ട കാണാം.

ഡോക്ടർ യാത്രപറഞ്ഞിറങ്ങി.

ഡോക്ടർ മുറിവിട്ടതും പെണ്ണുങ്ങൾ തിരക്കിട്ട് അകത്തെത്തി. ഉമ്മ തലയണ ചാരി കട്ടിൽ ഇരിക്കുന്നു. ഒരു വിധം വേദനയൊക്കെ ആമിന മിണ്ടാതെ സഹിക്കാറാണ് പതിവ്. ഇന്നു ഡോക്ടർ എല്ലുപിടിച്ച് നേരെയിട്ടപ്പോൾ സഹിക്കാനാവാതെ അലറി വിളിച്ചുപോയി. ഇപ്പോൾ വേദന കുറഞ്ഞു. അതോടെ കഴിഞ്ഞതോരോന്നും ഓർമയിലെത്തി.

"നിങ്ങളുടെ ബാപ്പയോട് ഞാനെന്തു പറയും?"

വേദന കുറഞ്ഞതും അതായി അവരുടെ വേവലാതി.

കൊടുങ്കാറ്റിൽ അകപ്പെട്ട് ആടിയുലയുന്ന കപ്പലിലെ കപ്പിത്താന്റെ ആധിയായിരുന്നു ഓരോരുത്തർക്കും.

"ഞാൻ ചുറ്റാനിറങ്ങിയതും അപകടം സംഭവിച്ചതും നാട്ടിലെത്തുന്നതും ബാപ്പയുടെ ചെവിയിലെത്തും."

അവരെ എന്തുപറഞ്ഞ് ആശ്വസിപ്പിക്കണമെന്നറിയാതെ മക്കളും കുഴങ്ങി. അത്രതന്നെ വേദന ഇക്കാര്യത്തിൽ ഉമ്മുവിനുമുണ്ട്.

"ഒന്നും പറ്റാതെ രക്ഷപ്പെട്ടല്ലോ എന്നോർത്ത് മുതലാളി സമാധാനിക്കും."

ഒടുക്കം ഉമ്മു പറഞ്ഞു.

"പള്ളിയിൽ പോയതാണെന്നു പറഞ്ഞാൽ ബാപ്പ ഒന്നും പറയില്ല."

കമാൽ.

"ഞാനെന്തു പറയും?"

ആൺമക്കളോടായിരുന്നു ഉമ്മയുടെ പേടിച്ചരണ്ട ചോദ്യം.

"ഏതു നേരത്താണോ എന്തോ എന്റെ നാവിൻ തുമ്പിൽനിന്ന്.... ഞാൻ പറഞ്ഞിട്ടല്ലെ നിങ്ങളിറങ്ങിയത്. ഒന്നും വേണ്ടായിരുന്നു. ആ പോട്ടെ. കഴിഞ്ഞതോർത്ത് കരഞ്ഞിട്ട് കാര്യമില്ലല്ലോ. മേലാക്കം എന്തു ചെയ്യണമെന്നാലോചിക്കാം."

ആ സംഭവത്തിന്റെ ഉത്തരവാദിത്വം സ്വയം ചുമലിലേറ്റിയ മട്ടിലായിരുന്നു യാസീൻ പറഞ്ഞത്. അതിലുള്ള ദുഃഖവും ആ സ്വരത്തിൽ പ്രകടമായിരുന്നു. കദീജയെ ആയിരുന്നു അവന് കൂടുതൽ പേടി. ഇക്കാര്യം പറഞ്ഞ് അവൾ വഴക്കിന് വരുമെന്ന് അവനുറപ്പാണ്. വാസ്തവത്തിൽ കദീജ ഒരു പോരിനുള്ള തയാറെടുപ്പിലായിരുന്നു. പക്ഷേ, യാസീന്റെ കുറ്റസമ്മതം അവളെ തണുപ്പിച്ചു.

"ഉമ്മ ഏണിപ്പടിയിൽനിന്ന് വീണതാണെന്നു പറഞ്ഞാലോ?"

യാസീനെ രക്ഷിക്കാനെന്നോണം അവൾ പറഞ്ഞു.

ഉമ്മ പ്രതീക്ഷയോടെ മക്കളുടെ മുഖത്തേക്ക് മാറിമാറി നോക്കി.

ഡോക്ടർ ഇടയ്ക്കിടെ വരുന്നതെന്തിനെന്നു ന്യായം പറയും?"

ഫഹ്മിയുടെ വാക്കുകളിൽ ആകാംക്ഷ.

"നമുക്കു ഡോക്ടറോട് കാര്യങ്ങൾ രഹസ്യമായി പറയാം."

യാസീൻ സമാധാനിപ്പിച്ചു.

ഒരു തീരുമാനത്തെലെത്തിയപ്പോൾ അവർക്ക് ആശ്വാസമായി.

"റബ്ബ് തുണച്ചു."

യാസീൻ ഉറക്കെയാണ് പറഞ്ഞത്.

"തൽക്കാലത്തേക്കാ രക്ഷപ്പെട്ടത്. എല്ലാറ്റിനും കാരണം നിങ്ങളാ."

കദീജ തമാശ മട്ടിൽ പറഞ്ഞു.

"നീ എന്താ അങ്കത്തിന് വരാത്തതെന്ന് പകച്ചിരിക്കുകയായിരുന്നു ഞാൻ. അതെ ഞാൻ രക്ഷപ്പെട്ടു."

"ഇവിടേയും എന്റെ നാവാണ് രക്ഷപ്പെടുത്തിയതെന്ന് മറക്കണ്ട."

ഉമ്മ എല്ലൊടിഞ്ഞ് കിടക്കുകയാണെന്നു തൽക്കാലം മറന്നതുപോലെയായിരുന്നു അവർ.

ഇരുപത്തിഒൻപത്

ആമിന കണ്ണു തുറന്നപ്പോൾ പെൺമക്കൾ രണ്ടാളും വേവലാതിയോടെ അടുത്തിരിക്കുന്നുണ്ടായിരുന്നു.

ഒരുപാടു നേരം ഉറങ്ങിപ്പോയെന്നു തോന്നുന്നു.

ഉമ്മ പ്രയാസപ്പെട്ട് കണ്ണുമിഴിച്ചിട്ട് കുറ്റബോധത്തോടെ പറഞ്ഞു.

"എവിടെ? നേരം പുലർന്നപ്പളാ കണ്ണൊന്ന് ചിമ്മിയത്. ഞങ്ങൾക്കും കാളരാത്രിയായിരുന്നു. ഇതുപോലൊരു രാവ് ജീവിതത്തിലുണ്ടായിട്ടില്ല."

ആയിഷ.

രാത്രി കഠിനവേദനയിൽ പുളഞ്ഞത് ആമിന അപ്പോളോർത്തു. മക്കൾക്കു വിഷമമായതിൽ നോവുകയും ചെയ്തു.

"ഞാൻ കഷ്ടപ്പെടുത്തി അല്ലേ?"

ഉമ്മയുടെ സ്വരം കാതരമായി.

"ഉമ്മയ്ക്കുവേണ്ടി വല്ലപ്പോഴും പ്രയാസപ്പെടുന്നതിൽ ഞങ്ങൾക്ക് സന്തോഷമേയുള്ളൂ. എന്നാലും ഇനി ഇങ്ങനെ വേണ്ടാട്ടോ."

തമാശമട്ടിലാണ് കദീജ പറഞ്ഞത്.

"എന്തൊരു വിളിയായിരുന്നു. കണ്ട് സഹിക്കാനാവാതെ ഞങ്ങളും കരഞ്ഞു. നിങ്ങളൊന്നു മയങ്ങുന്നതുകണ്ട് ഞാനൊന്ന് കണ്ണടച്ചപ്പോൾ വീണ്ടും നിലവിളി."

കദീജ തുടർന്നു.

"പൊട്ടിയ എല്ല് കൂടിച്ചേരുന്നതുവരെ വേദന സഹിക്കേണ്ടിവരുമെന്നാ ഫഹ്മി പറഞ്ഞത്. വേദന സഹിച്ചാലും വേണ്ടൂല്ലാ എല്ലൊന്നെളുപ്പം കൂടിയാൽ മതിയായിരുന്നു." ആയിഷ.

"ആൺകുട്ടികളൊക്കെ എവിടെ?"

"എല്ലാവരും ഇവിടെ തന്നെയുണ്ട്. നിങ്ങൾ ഉറങ്ങിക്കോട്ടെ എന്നു കരുതി പുറത്തിരിക്കയാണ്."

"നേരമെന്തായി?"

"ളൊഹറ് ബാങ്കു കൊടുക്കാനായെന്നാ തോന്നുന്നത്."

"എന്റെ റബ്ബേ...അപ്പോ....ബാപ്പ ഇപ്പളിങ്ങെത്തുമല്ലോ."

പേടിച്ചരണ്ടാണ് ഉമ്മ പറഞ്ഞത്.

"ഉമ്മ ബേജാറാവണ്ട. ഞങ്ങള് വേണ്ടതുപോലെ പറഞ്ഞോളാം."

ആയിഷ ആശ്വസിപ്പിച്ചു.

"എന്തെല്ലാമെന്നു കണ്ട് ഒളിക്കും? ബാപ്പയുടെ സ്വഭാവം നിങ്ങക്കും അറിയാവുന്നതല്ലേ?"

ആമിനയുടെ പേടി മാറുന്നില്ല.

"പേടിക്കാണ്ടിരി. പറയേണ്ടതുപോലെ പറഞ്ഞാൽ ബാപ്പ വിശ്വസിക്കും."

"യാസീനും ഫഹ്മിയും അടുത്തുണ്ടാകുമ്പോൾ വേണം പറയാൻ. ഞങ്ങൾ ഒന്നിച്ചുനിന്നോളാം. ഉമ്മ സമാധാനമായിട്ട് കിടന്നോ."

കദീജ എത്ര ആശ്വസിപ്പിച്ചിട്ടും ആമിനയുടെ ചങ്കിടിപ്പ് കുറഞ്ഞില്ല. ഭർത്താവിനെ അവൾക്കറിയാവുന്നതുപോലെ മക്കൾക്കറിയുമോ? അനുസരണക്കേട് അദ്ദേഹം സഹിക്കില്ല. എത്ര കാലം മൂടി വയ്ക്കാനാവും? സത്യം അറിഞ്ഞാൽ അദ്ദേഹം ഒരു നിമിഷം അവളെ വെച്ചുപൊറുപ്പിക്കില്ല. അവൾ ആശ്രയത്തിനെന്നപോലെ പെൺമക്കളുടെ കൈകളിൽ മാറിമാറിപ്പിടിച്ചു. വീണ്ടും എന്തോ പറയാൻ തുടങ്ങിയപ്പോഴാണ് ഉമ്മു ഓടിക്കിതച്ചെത്തിയത്.

"മൊലാളി എത്തി."

എല്ലാവരുടെ ഉള്ളും പടപടാ പിടച്ചു. അതുവരെ ധൈര്യം പകർന്ന പെൺമക്കൾ പേടിച്ചരണ്ട് കട്ടിലിൽനിന്ന് എഴുന്നേറ്റു. ദയനീയമായി ഉമ്മയെ നോക്കി. ഉമ്മ ധൈര്യം സംഭരിച്ച് പറഞ്ഞു:

"നോക്ക് നിങ്ങള് രണ്ടാളും കളവു പറയാൻ തുനിയണ്ട. എന്താച്ചാ ഞാൻതന്നെ പറഞ്ഞോളാം."

'സൂചി താഴെ വീണാൽ കേൾക്കുന്ന നിശ്ശബ്ദത. ബാപ്പയുടെ കാലൊച്ച മാത്രം മുഴങ്ങിക്കേൾക്കാം.

"ബാപ്പ മുകളിൽച്ചെല്ലുമ്പോൾ ആരേയും കണ്ടില്ലെങ്കിലോ?"

സ്വപ്നലോകത്തിൽ നിന്നിറങ്ങിയതുപോലെയായിരുന്നു ഉമ്മയുടെ ചോദ്യം.

"ഞാൻ സുഖമില്ലാതെ ഇവിടെ കിടക്കുകയാണെന്ന് നീ ഓടിച്ചെന്നു പറ."

അവർ ഉമ്മുവിനെ ഓടിച്ചു.

ഉമ്മയുടെ തൊണ്ട വരണ്ടു. പെൺകുട്ടികൾ രക്ഷപ്പെടാനെന്ന പോലെ മുറിവിട്ടു. ഒറ്റയ്ക്കായതോടെ ആമിന വല്ലാതെ കിതച്ചു. എവിടെ തുടങ്ങണം എന്തുപറയണമെന്നൊക്കെ ആ വെപ്രാളത്തിനിടയിലും അവൾ ഉരുവിട്ടുകൊണ്ടിരുന്നു.

"എന്തെങ്കിലും വേണോ എന്തോ?"

അയാളുടെ കാലൊച്ച ഇടനാഴിയിൽ കേട്ടതും ആമിന വിളിച്ചു ചോദിച്ചു.

ഒച്ചകേട്ടതും അയാൾ അവൾ കിടക്കുന്ന മുറിയിലെത്തി. ആ കണ്ണുകൾ അവളെ അടിമുടി ഉഴിയുന്നത് അവൾ അറിഞ്ഞു.

"എന്തു പറ്റി നിനക്ക്?"

"നിങ്ങൾ ബുദ്ധിമുട്ടൊന്നുമില്ലാതെ തിരിച്ചെത്തിയല്ലോ റബ്ബിന് സ്തുതി."

"ഉമ്മു പറഞ്ഞല്ലോ നിനക്കെന്തോ സുഖമില്ലെന്ന്? എന്തേ?"

"തോളെല്ലൊന്ന് ഒടിഞ്ഞു. വേറൊന്നും ഉണ്ടായില്ല. റബ്ബിന്റെ കാവൽ."

"എങ്ങനെ?"

ആ ചോദ്യം ആമിനയെ കുഴക്കി. കളവുപറയാൻ മനസിനെ ഒരുക്കുകയായിരുന്നു അവൾ. തലയുയർത്തി ഭർത്താവിന്റെ നോട്ടവുമായി ഇടഞ്ഞപ്പോൾ ആമിനയുടെ നെഞ്ചിടിപ്പ് ഏറി. ശ്വാസം മുട്ടി. മുൻകൂട്ടി പറയാൻ നിശ്ചയിച്ചതെല്ലാം അവൾ മറന്നു. ഒന്നും പറയാനാവാതെ അവൾ വിതുമ്പി. അതു കണ്ട് അയാൾ അമ്പരന്നു.

"എന്തുണ്ടായെന്ന് പറ ആമിന."

തിടുക്കത്തിലായിരുന്നു ആ ചോദ്യം.

എന്തു പറയണമെന്നറിയാതെ ആമിന അന്ധാളിച്ചു. മരവിച്ച നാക്കിൽ ഒന്നും വരുന്നില്ല.

"നിന്നോടാ ചോദിച്ചത് എന്തുണ്ടായെന്ന്? നാവിറങ്ങിപ്പോയോ?" അയാളുടെ ഒച്ച കനത്തു.

"എന്നോടു പൊറുക്കണം....ഞാനൊരു തെറ്റു ചെയ്തു. എന്നെ കാറ് തട്ടി...."

അയാൾ അവളെ തുറിച്ചു നോക്കി. "എന്താണിവൾ പറയുന്നത്? വീട്ടിനകത്തിരിക്കുന്ന ഇവളെ കാറിടിക്കുകയോ? അപ്പോൾ....ഇതുവരെ അവളെക്കുറിച്ച് ഒരു സംശയവും തോന്നിയിട്ടില്ല. എന്നിട്ടിപ്പോൾ....

ആമിന കുറ്റബോധംകൊണ്ട് നീറി. എത്ര ശ്രമിച്ചിട്ടും അവൾക്ക് കരച്ചിലടക്കാനായില്ല. അയാളുടെ സഹതാപം പിടിച്ചുപറ്റാനെന്നപോലെ അവൾ വിങ്ങിക്കരഞ്ഞു. ഉണ്ടായതെല്ലാം പറഞ്ഞു. "പള്ളിയിൽ ഒന്നു പോകണമെന്നത് ഏറെ നാളത്തെ ആശയായിരുന്നു. എല്ലാം കണ്ട് തിരിച്ചുവരുമ്പോഴാണ് മറിഞ്ഞു വീണത്. നിങ്ങളെ വഞ്ചിച്ചതിന് പടച്ചവൻ ശിക്ഷിച്ചതാണ്. എനിക്കു വയ്യല്ലോ...." വേദന സഹിക്കാനാവാതെ ആമിന പിടഞ്ഞു.

ഒരക്ഷരം മിണ്ടാതെ അയാൾ കേട്ടിരുന്നു. അകത്തെ കിടിലം പുറത്തറിയിക്കാതിരിക്കാൻ അയാൾ പ്രത്യേകം ശ്രദ്ധിച്ചു. ആമിന കോടതിയിലെ കുറ്റവാളിയെപ്പോലെ കുറ്റം ഏറ്റുപറഞ്ഞുകൊണ്ടിരുന്നു. അയാളുടെ മൗനം അവളെ നീറ്റി. എന്താണാവോ വിധി എന്നറിയാതെ നീറുകയായിരുന്നു അവൾ.

"ഡോക്ടർ എന്തു പറഞ്ഞു?"

അയാൾ ശാന്തമായാണ് ചോദിച്ചത്.

ആ സ്വരം അവൾക്ക് കാതിന് കുളിരായി. കേട്ടത് വിശ്വസിക്കാനാവാത്തതുപോലെ അവൾ തല ഉയർത്തി. അതൊന്നുകൂടി ചോദിക്കൂ എന്നുപറയണമെന്നുണ്ടായിരുന്നെങ്കിലും ധൈര്യം വന്നില്ല. കണ്ണ് നിറഞ്ഞു തുളുമ്പി.

"പേടിക്കാനൊന്നുമില്ലെന്നാ പറഞ്ഞത്."

വിതുമ്പിക്കൊണ്ടാണ് അവൾ പറഞ്ഞത്.

"എല്ലു നേരെയാകുന്നതുവരെ വിശ്രമിച്ചോളൂ. പണിയൊന്നും ചെയ്യണ്ട."

എന്നു പറഞ്ഞ് അയാൾ മുറിവിട്ടു.

മുപ്പത്

ബാപ്പ മുറിയിൽനിന്നിറങ്ങുന്നതും കാത്ത് നിൽക്കുകയായിരുന്നു കദീജയും ആയിഷയും. ബാപ്പ പുറത്തിറങ്ങിയതും അവർ തിടുക്കത്തിൽ ഉമ്മയുടെ അടുത്തെത്തി.

"എന്തായി? ബാപ്പ തണുത്തോ?"

രണ്ടുപേരും ഒന്നിച്ചാണ് ചോദിച്ചത്.

"ഞാൻ ഉള്ളതങ്ങ് പറഞ്ഞു."

ഉമ്മ

"എന്നിട്ടോ?"

"ഇന്നല്ലെങ്കിൽ നാളെ സത്യം ബാപ്പ അറിയും. ഒരു കള്ളം പറഞ്ഞാൽ നാൽപ്പത് കളവു പറയേണ്ടിവരുമെന്നാ പഴമക്കാർ പറയുന്നത്."

ഉമ്മ സ്വയം ന്യായീകരിച്ചു.

"കഷ്ടകാലത്തിന്റെ തുടക്കമെന്നാ തോന്നുന്നത്."

കദീജ നെഞ്ചത്തു കൈവെച്ചു.

ആയിഷ ഒന്നും ഉരിയാടാതെ ഉമ്മയെ തുറിച്ചുനോക്കി. ഉമ്മയുടെ മുഖം പക്ഷേ, തെളിഞ്ഞിരുന്നു. ഭാരം ഇറക്കിവച്ചതുപോലുള്ള ഭാവം.

"പേടിക്കാനൊന്നുമില്ലെന്നാ തോന്നുന്നത്. ഞാൻ പറഞ്ഞതെല്ലാം ക്ഷമയോടെ കേട്ടതല്ലാതെ നിന്റെ ബാപ്പ ഒരക്ഷരം മിണ്ടിയില്ല. ഡോക്ടർ പറഞ്ഞതുപോലെ കുറച്ചുദിവസം കിടക്കയിൽ തന്നെ കിടന്നാൽ മതിയെന്നും പറഞ്ഞു. അല്ലെങ്കിലും മൂപ്പർക്കെന്നെ ഉയിരാ."

ഉമ്മയുടെ സ്വരത്തിൽ അഭിമാനം. കണ്ണിൽ നാണം.

"എല്ലാം ഹുസൈനാർതങ്ങളുടെ കാരുണ്യം."

കദീജ.

"കലി വരുന്ന നേരത്തുള്ള തുള്ളലേ ഉള്ളൂ. അതു കഴിഞ്ഞാ ബാപ്പ നല്ലതാ. ഉമ്മായെ ജീവനാ. ഉമ്മയെ ഈ കോലത്തിൽ കണ്ടിട്ട് കലി തുള്ളാൻ ബാപ്പാക്കാവുമോ? ബാപ്പയെപ്പോലൊരാളെ കിട്ടിയതിൽ ഉമ്മ പടച്ചോനെ ശുക്ര് ചെയ്യണം."

ആയിഷയുടെ സ്വരത്തിൽ അഭിമാനം.

"അള്ളാഹു അദ്ദേഹത്തിന് ആയുസ്സും ആരോഗ്യവും കൊടുക്കട്ടെ."

ഉമ്മയുടെ മുഖം നാണത്താൽ ചുവന്നു.

"നോക്കൂ മോളേ ഉമ്മ എണീക്കുന്നതുവരെ നീ വേണം ബാപ്പയുടെ കാര്യങ്ങൾ നോക്കാൻ. മൂപ്പർക്ക് എല്ലാറ്റിനും ചിട്ടയാ അറിയാമല്ലോ."

ബാപ്പയുടെ ചുമതല ഉമ്മ കദീജയെ ഏൽപ്പിച്ചു.

"അത് ആയിഷായിക്കായാലെന്താ?"

ബാപ്പയെ കാണുമ്പോൾ മുട്ടുവിറയ്ക്കുന്ന കദീജ കയർത്തു.

"ആയിഷയ്ക്കതിനുള്ള സാമർഥ്യമില്ല. നീയാകുമ്പോൾ കണ്ടറിഞ്ഞ് നിന്നോളും. എന്റെ പൊന്നുമോള് ചെല്ല്."

"എല്ലാവർക്കും ആവശ്യം വരുമ്പോൾ കദീജ വേണം. ഞാനിവിടെ ഇല്ലെങ്കിൽ കാണാം പൂരം."

എതിർത്തിട്ട് കാര്യമില്ലെന്നറിയാവുന്ന കദീജ പിറുപിറുത്തുകൊണ്ട് മുറിവിട്ടു. മുകളിലെത്തിയതും അരിശം പേടിയായി. എന്തെങ്കിലും പിഴച്ചാൽ ബാപ്പയുടെ വായിലുള്ളത് കേൾക്കേണ്ടിവരും. കദീജ ചെല്ലുമ്പോൾ ബാപ്പ വേഷം മാറുകയായിരുന്നു. എന്തെങ്കിലും വേണമോ എന്നു തിരക്കിയപ്പോൾ കാപ്പി വേണമെന്ന് പറഞ്ഞു. പേടിച്ചു വിറച്ചുകൊണ്ട് അവൾ കഴിയുന്നത്രവേഗത്തിൽ കാപ്പിയുമായി എത്തി. കാപ്പി മേശപ്പുറത്തു വച്ചിട്ട് അവൾ മുറിക്ക് പുറത്ത് പേടിയോടെ കാത്തുനിന്നു. മൂന്നാഴ്ചക്കാലം ഈ പീഡനം സഹിക്കണമല്ലോ എന്നോർത്തപ്പോൾ നെഞ്ചിടിപ്പ് ഏറി. ഉമ്മ ഒന്നു വേഗം എഴുന്നേൽക്കാൻ നേർച്ച നേരുകയും ചെയ്തു.

ദൂരയാത്ര കഴിഞ്ഞെത്തിയ കാരണം അന്നുവീട്ടിൽ വിശ്രമിക്കാനാണ് ബാപ്പ തീരുമാനിച്ചത്. അതിനർഥം വൈകുന്നേരം വരെ കദീജ മുറിക്ക് പുറത്ത് കാവലിരിക്കണമെന്ന്. ഭാഗ്യക്കേടിന്റെ തുടക്കമായിരിക്കുന്നു എന്നാണ് കദീജയ്ക്ക് തോന്നിയത്. ആയിഷ ഇടയ്ക്കിടെ വന്ന് എത്തി നോക്കി കണ്ണിറുക്കി പരിഹസിച്ച് സ്ഥലം വിടും. കദീജയ്ക്ക് അടിമുടി അരിശം നുരഞ്ഞുപൊന്തി. അവൾ എല്ലാവരെയും കുത്തുവാക്ക് പറഞ്ഞു പരിഹസിക്കുക പതിവാണ്. അതേസമയം അവളെ ആരും പരിഹസിക്കുന്നത് അവൾക്ക് സഹിക്കാനാവില്ല. ബാപ്പ മയങ്ങുകയാണെന്ന് കണ്ട് അവൾ ഒരോട്ടത്തിന് താഴെയെത്തി അതുവരെ ഉണ്ടായ സംഭവങ്ങൾ ഉമ്മയെ അറിയിച്ചു. തനിക്കു പകരം ആയിഷ ആയിരുന്നെങ്കിൽ ഇന്നു വീട്ടിലുള്ളവർ മുഴുക്കെ ചീത്തകേൾക്കേണ്ടി വരുമായിരുന്നു എന്ന് എടുത്തുപറയാനും മറന്നില്ല.

ബാപ്പ ഉണർന്നപ്പോൾ അവൾ ചോറു വിളമ്പിക്കൊടുത്തു. ഊണു കഴിഞ്ഞ് വിശ്രമിക്കാനിരുന്നപ്പോൾ പത്രം വായിച്ചുകൊടുത്തു. യാസീനും ഫഹ്മിയും എത്തിയാലുടൻ എന്നെ വന്നു കാണണമെന്ന് ബാപ്പ പറഞ്ഞപ്പോൾ അവൾക്ക് വേവലാതിയായി. ഉടനെ ഉമ്മയോടു ചെന്ന് വിവരം പറഞ്ഞു. കേട്ടപ്പോൾ ഉമ്മയുടെ ഉള്ളം പിടച്ചു. ആൺമക്കളെ കാണുമ്പോൾ ബാപ്പ പൊട്ടിത്തെറിക്കാതിരിക്കില്ല ഉമ്മ ഉറപ്പിച്ചു പറഞ്ഞു.

വീട്ടിലെത്തിയ യാസീനും ഫഹ്മിയും ബാപ്പയുടെ ഉത്തരവ് കേട്ട് ഒരുപോലെ ഞെട്ടി. പേടിച്ചാണ് അവർ ബാപ്പയുടെ മുറിയിലെത്തിയത്. ശാന്തനായ ബാപ്പയെ കണ്ടപ്പഴേ അകമൊന്നു തണുത്തു.

"ഉമ്മ പോകുമ്പോൾ നിങ്ങൾ വീട്ടിലുണ്ടായിരുന്നോ?"

ചോദ്യം അവർ പ്രതീക്ഷിച്ചതായിരുന്നു. എന്നാലും ബാപ്പയുടെ ശാന്തമായ പെരുമാറ്റം അവരെ ആശയക്കുഴപ്പത്തിലാക്കി. ബാപ്പ അരിശത്തോടെ ചോദ്യം ആവർത്തിക്കുന്നില്ല. വഴക്കു പറയുന്നതുമില്ല.

"ചോദ്യം കേട്ടില്ലേ?"

ശാന്തനായിട്ടാണ് ബാപ്പ ചോദിച്ചത്.

"ഇതുപോലെ രണ്ടു തടിമാടന്മാരെ ആൺമക്കളായി തന്നതിലും ഭേദം മക്കളില്ലാത്തതായിരുന്നു. എന്റെ ക്ഷമ നീ പരീക്ഷിക്കല്ലേ റബ്ബേ." പൊറുതി കെട്ടവനെപ്പോലെ സയ്യിദ് അഹമ്മദ് പറഞ്ഞു.

കുറേനേരം കാത്തിട്ട് ബാപ്പ ഒന്നും ചോദിക്കുന്നില്ലെന്നു കണ്ടപ്പോൾ മക്കൾ സ്ഥലം വിട്ടു. കലങ്ങിയ മനസ്സ് തണുപ്പിക്കാനെന്നപോലെ സയ്യിദ് അഹമ്മദ് അണിഞ്ഞൊരുങ്ങി അത്തറിന്റെ മണം നാലുപാടും വിതറിക്കൊണ്ട് പുറത്തേക്കിറങ്ങി. പോകും മുമ്പേ ഭാര്യയുടെ മുറിയിൽ ചെന്ന് സുഖവിവരം അന്വേഷിക്കാൻ മറന്നതുമില്ല. ശാന്തമായ ആ മുഖം കണ്ടപ്പോൾ ആമിനയുടെ ഉള്ളം തണുത്തു. കോപമടക്കി സ്നേഹം ഭാവിക്കുകയാണോ എന്നും സംശയം തോന്നാതിരുന്നില്ല.

"ഉമ്മാനെ ഇങ്ങനെ കണ്ടിട്ട് പുറത്തു പോകാൻ ബാപ്പാക്ക് തോന്നിയല്ലോ."

ആൺമക്കളുടെ പരിഭവം.

"അതിനുമാത്രം എനക്കെന്താ? മൂപ്പർക്കിവിടെ കാവലിരിക്കാനാവുമോ?"

ഉമ്മ ബാപ്പയുടെ പക്ഷം പിടിച്ചു. ഇന്നിവിടെ എന്റെ അരികിലിരുന്നെങ്കിൽ എന്ന് ഉള്ളിൽ മോഹിക്കുകയും ചെയ്തു.

"പോകുന്നതാ നല്ലത്. ഇവിടെത്തന്നെ ചടഞ്ഞിരുന്നാ കലിയേറുകയേയുള്ളൂ."

അവർ സ്വയം ആശ്വസിച്ചു.

"എന്നാലും നിങ്ങളിവിടെ വേദന സഹിച്ചു കിടക്കുമ്പോൾ....ഇന്ന് ഒരീസം പോയില്ലെങ്കിലെന്താ?"

കദീജയുടെ അതൃപ്തി വാക്കുകളിൽ കൂടി പുറത്തുവന്നു.

"ഇവിടിരുന്ന് ബാപ്പാ എന്താക്കാനാ? ഏതായാലും ഉമ്മയെ ചാടിച്ചില്ലല്ലോ. നിങ്ങൾ പെണ്ണുങ്ങളെപ്പോലെ ദുഃഖം കാണിക്കാനൊന്നും ആണുങ്ങൾക്കറിയില്ല. ദുഃഖവും പ്രയാസവുമൊക്കെ ഉള്ളിലടക്കുന്നതാ ആണത്തം. അതിനു ചിലപ്പോൾ സംഗീതവും കൂട്ടുകാരും സഹായിച്ചെന്നുവരും."

യാസീനും ബാപ്പയുടെ പക്ഷത്തായിരുന്നു.

"ഉമ്മാനെ ഇങ്ങനെ കണ്ടിട്ട് പുറത്തു പോകാൻ നിങ്ങക്കാവുമോ?"

കദീജയുടെ അരിശം അടങ്ങുന്നില്ല.

പുറത്തുപോകാൻ വെമ്പുന്ന യാസീനെ അടക്കാൻ വേണ്ടിക്കൂടിയായിരുന്നു ആ ചോദ്യം.

"എന്നെപ്പോലെയാണോ ബാപ്പ?"

അവളെ ശപിച്ചുകൊണ്ടാണ് യാസീൻ പറഞ്ഞത്.

"എന്റെ തെറ്റിനുള്ള ശിക്ഷ അള്ള തന്നെ തന്നല്ലോ. അതായിരിക്കും മൂപ്പരടങ്ങിയത്?"

ഉമ്മ ആശ്വാസത്തോടെ പറഞ്ഞു.

"ചില ആണുങ്ങളങ്ങനാ. പെണ്ണുങ്ങളെ വീട്ടിലടച്ചിടും. അവർക്കെന്തുമാകാം. പക്ഷേ, ബാപ്പയുടെ പല കൂട്ടുകാരും അങ്ങനല്ലാട്ടോ. നമ്മളെ ബാപ്പ മാത്രം എന്തേ ഇങ്ങനെയായത്?"

യാസീന്റെ എതിർപ്പ് തീരുന്നില്ല.

"ഞങ്ങക്കുവേണ്ടി ഇക്കാര്യം നിങ്ങക്കൊന്ന് ചോയ്ച്ചൂടേ ബാപ്പയോട്."

"നിന്റേതുപോലെ ഒരു നീണ്ട മൂക്കുണ്ടായിരുന്നെങ്കിൽ ഞാൻ തീർച്ചയായും ചോദിച്ചേനെ."

അവളെ അരിശം പിടിപ്പിക്കാനായി പറഞ്ഞിട്ട് യാസീൻ വയറുകുലുങ്ങുമാറ് ചിരിച്ചു.

കട്ടിലിൽ കിടന്നുള്ള ശീലം ആമിനക്കില്ല. രണ്ടുദിവസം അനങ്ങാതെ കിടന്നപ്പോൾ വേദന നന്നേ കുറഞ്ഞു. കിടന്ന കിടപ്പിലും വീട്ടുകാര്യങ്ങൾ മക്കളെ നിരന്തരം ഓർമിപ്പിച്ചുകൊണ്ടിരുന്നു ഉമ്മ.

“ബാപ്പാന്റെ മുറി പൊടിതട്ടിലേ? മാറാല അടിച്ചില്ലേ? കിടക്ക വിരിച്ചോ? കുളിക്കാനുള്ള ചൂടുവെള്ളത്തിൽ അത്തറൊഴിക്കാൻ മറക്ക രുതേ. പ്രാവുകൾക്ക് തീറ്റകൊടുത്തോ? ചെടിനനച്ചോ?”

“ഇങ്ങനെ ഓരോന്നും ഓർമ്മിപ്പിക്കണ്ട. എല്ലാം അതിന്റെ വഴി പോലെ ചെയ്യുന്നുണ്ട്.”

തുടരെ പറയുമ്പോൾ കദീജ അരിശം കൊള്ളും.

കട്ടിലിൽ കിടന്നു വീർപ്പുമുട്ടി ആമിന. തന്റെ കണ്ണും കൈയും എത്തിയില്ലെങ്കിൽ ഒരു കാര്യവും നേരെയാവില്ല എന്നായിരുന്നു ആമിന യുടെ ധാരണ. ഒരാഴ്ച കൊണ്ട് ആ ധാരണ തിരുത്തിക്കുറിക്കേണ്ടി വന്നിരിക്കുന്നു. അവൾ കിടപ്പിലായിട്ടും ഒരു കാര്യത്തിനുമില്ല മുടക്കം. താൻ വളർത്തിയ പെൺമക്കൾ താൻപോരിമയോടെ കാര്യങ്ങൾ നിർവ ഹിക്കുന്നത് കാണുമ്പോൾ അഭിമാനിക്കുകയല്ലേ വേണ്ടത്? ഭർത്താവ് എന്താണാവോ അവളെക്കുറിച്ച് കരുതുന്നുണ്ടാവുക? മക്കളുടെ കഴിവിൽ അഭിമാനിക്കുന്നുണ്ടാവുമോ? അതോ ഇങ്ങനെ ഒരവസരമുണ്ടാക്കി കിട പ്പിലായതിൽ അവളെ ശപിക്കുന്നുണ്ടാവുമോ? തിരിച്ചും മറിച്ചും ആലോ ചിച്ച് ആമിനയുടെ മനസ്സ് വല്ലാതെ അസ്വസ്ഥമായി.

മുപ്പത്തിഒന്ന്

ഒടുക്കം കാത്തിരുന്ന ദിവസമെത്തി. തടവിൽനിന്നു മോചനം കിട്ടി യതുപോലെയായിരുന്നു ആമിനയ്ക്ക്. നഷ്ടപ്പെട്ടെന്നു തോന്നിയ കിരീടം തിരിച്ചുകിട്ടിയ രാജാവിന്റെ സന്തോഷം. ഡോക്ടർ തന്ന അവധി മൂന്നാ ഴ്ച....ഇന്നവസാനിക്കുന്നു. ഉത്സാഹത്തോടെ അടുക്കളയിലെത്തി ഉമ്മു വിനെ വിളിച്ചുണർത്തി. വിളികേട്ട് പിടിഞ്ഞെഴുന്നേറ്റ ഉമ്മു വിശ്വസിക്കാ നാവാതെ പകച്ചുനോക്കി. യജമാനത്തിയെ സന്തോഷത്തോടെ കെട്ടി പ്പിടിച്ചു ഉമ്മു.

കുറച്ചുദിവസത്തെ ഇടവേളയ്ക്കുശേഷം വീണ്ടും രാവിലെ ഉമ്മയെ കണികണ്ടപ്പോൾ കുട്ടികൾക്കും സന്തോഷം. കണ്ണുതുറന്ന കമാൽ ഉമ്മയെ കണ്ടപ്പോൾ അന്തംവിട്ട് കെട്ടിപ്പിടിച്ചു. അവൻ പിടിമുറുക്കിയ പ്പോൾ ഉമ്മ അവന്റെ പിടി വിടുവിച്ചിട്ട് പറഞ്ഞു:

‘പതുക്കെ. എല്ല് കൂടി വരുന്നതേ ഉള്ളൂ.”

“ഇനി നമ്മളെന്നാ പട്ടണം കാണാനിറങ്ങുന്നത്?”

ഉമ്മയെ അരിശം പിടിപ്പിക്കാനെന്നപോലെ കമാൽ ചിണുങ്ങി.

“എന്നെ നാടുകാണിക്കാൻ കിട്ടിയ അവസരം എന്റെ മോൻ പാഴാ ക്കിക്കളഞ്ഞില്ലേ? എനിക്കിഷ്ടമില്ലാത്തിടത്തൊക്കെ നീ എന്നെ വലിച്ചി ഴച്ചു കൊണ്ടുപോയിട്ടല്ലേ അള്ളാഹു ശിക്ഷിച്ചത്?”

ഉമ്മയും തമാശമട്ടിൽ തന്നെ പറഞ്ഞു.

കുറ്റബോധംകൊണ്ട് നീറുകയായിരുന്നു ഈ മൂന്നാഴ്ചയായി കമാൽ. ഇക്കാക്കമാർ കള്ളത്തരം കണ്ടുപിടിച്ചാലോ എന്ന ഭയവും ഉണ്ടായിരുന്നു. ഉമ്മ മാത്രമായിരുന്നു അപ്പോഴും താങ്ങ്. കദീജയും യാസീനും സംശയത്തോടെ ആവർത്തിച്ച് ചോദ്യം ചെയ്തപ്പോഴൊക്കെ ഉമ്മ അവന്റെ പക്ഷം പിടിച്ചാണ് സംസാരിച്ചത്. തന്റെ അശ്രദ്ധകൊണ്ടാണ് വീണതെന്ന് തറപ്പിച്ച് പറയുകയും ചെയ്തു. എന്നാലും ബാപ്പയുടെ വിചാരണദിവസത്തെക്കുറിച്ചോർത്ത് ഭയന്നാണ് അവൻ കഴിഞ്ഞിരുന്നത്.

ഇപ്പോൾ ഉമ്മ എണീറ്റു നടന്നിരിക്കുന്നു. ഇനി പേടിക്കാനില്ല. രാത്രി ഉമ്മയുടെ കഥകൾ കേട്ട് ഉറങ്ങാം. രാവിലെ ഉമ്മയുടെ മുഖം കണികണ്ടുണരാം. ഇനി എല്ലാം പഴയതുപോലെ തുടരും. സന്തോഷം സഹിക്കാനാവാതെ അവൻ അലറിച്ചിരിച്ചു.

മകനെ ചിരിക്കാൻ വിട്ടിട്ട് ഉമ്മ ബാപ്പയുടെ മുറിയിലെത്തി. അദ്ദേഹം നിസ്കരിച്ചിരുന്ന് ദുആഎരക്കുകയായിരുന്നു. ആമിന സംശയിച്ച് വാതിൽക്കൽ നിന്നു. ചങ്ക് പടപടെ മിടിച്ചു. കാത്തുനിൽക്കണോ അതോ പ്രാതൽ തയാറാക്കിയിട്ട് വന്നു വിളിക്കണോ എന്നറിയാതെ ആമിന പകച്ചു. പേടിയെക്കാൾ കുറ്റബോധമായിരുന്നു ആമിനയെ അലട്ടിയിരുന്നത്.

ഒരു തീരുമാനത്തിലെത്താതെ ആമിന ഊണുമുറിയിലെത്തി. ജോലികൾ ഒരുപാടുണ്ട്. പക്ഷേ, ഒന്നിലും മനസുറപ്പിക്കാനാവുന്നില്ല. സ്വന്തം അറയിൽ കയറാനെന്തിനാ പേടി? നീയെന്താ ഭർത്താവിനെ ആദ്യമായിട്ട് കാണുകയാണോ? അദ്ദേഹമാണെങ്കിൽ എന്നും മുറിയിൽ വന്ന് സുഖവിവരങ്ങൾ അന്വേഷിച്ചിട്ടേ കടയിൽ പോകാറുള്ളു. പിന്നെന്തിനാ ആവശ്യമില്ലാതെ ഓരോന്ന് ചിന്തിക്കുന്നത്? മൂന്നാഴ്ചയോളമായി തയാറെടുപ്പ് നടത്തുന്നു. എന്നിട്ടും എന്തേ ഈ പതറൽ?

ആൺമക്കൾ ഭക്ഷണം കഴിക്കാനെത്തിയപ്പോൾ കുറച്ചാശ്വാസം തോന്നി. അധികം താമസിയാതെ ഭർത്താവെത്തി.

"ഓ, നീ നടന്നു തുടങ്ങിയോ?"

കണ്ടതും ഭർത്താവ് ചോദിച്ചു. എന്നിട്ട് മക്കളോടായി പറഞ്ഞു:

"ഇരിക്ക്."

ഭക്ഷണംവിളമ്പുന്നതിനിടയിൽ ആമിന സ്വയം ധൈര്യമാർജിക്കുകയായിരുന്നു. അദ്ദേഹം അനിഷ്ടമൊന്നും കാണിക്കാത്ത സ്ഥിതിക്ക് പേടിക്കാനില്ലെന്നും തോന്നി. അദ്ദേഹം ഭക്ഷണം കഴിഞ്ഞെഴുന്നേറ്റപ്പോൾ കാപ്പിത്തട്ടുമായി അവളും പിറകെ ചെന്നു. കപ്പിൽ കാപ്പിയൊഴിച്ച് കൈയിൽ കൊടുത്തിട്ട് മാറിനിന്നു. അവൾ അവിടെ ഉണ്ടെന്നു പോലും ഭാവിക്കാതെ കാപ്പി കുടിക്കുകയാണ് സയ്യിദ് അഹമ്മദ്. കരുതിക്കൂട്ടിയുള്ള അവഗണന എന്ന് ആമിനയ്ക്കു തോന്നി. എന്നിട്ടും അവൾ ആശയോടെ കാത്തുനിന്നു. ഭർത്താവിന് അപ്പോഴും മൗനം. കലി ഇപ്പോഴും അടങ്ങിയിട്ടില്ലെന്നോ? മൗനത്തിന്റെ അർഥം പിടികിട്ടാതെ ആമിന പിടഞ്ഞു.

കുറച്ചുദിവസമായി ഇക്കാര്യത്തെക്കുറിച്ച് മാത്രമായിരുന്നു അയാളും ചിന്തിച്ചിരുന്നത്. അപ്പോഴൊക്കെ വല്ലാത്തൊരസ്വസ്ഥത അയാളെ അലട്ടി.

"നിനക്ക് ഭേദമായോ?"

"പടച്ചോന്റെ വേണ്ടുകയാൽ ഇപ്പോൾ ഭേദമുണ്ട്."

വിനയത്തോടെ ആമിന പറഞ്ഞു.

"നീ ഇതു ചെയ്യുമെന്ന് ഞാൻ ഒരിക്കലും കരുതിയതല്ല."

കർക്കശമായിട്ടാണ് പറഞ്ഞത്.

ആമിനയുടെ തല പെരുത്തു. നെഞ്ചിടിച്ചു. ചെയ്തത് തെറ്റാണെന്ന് അവൾക്കും ബോധ്യമുണ്ട്. എന്തു ന്യായമുണ്ട് അവൾക്ക് പറയാൻ? അവളുടെ നാവിൽ ചങ്ങല.

"എനിക്കു തെറ്റുപറ്റിയെന്ന് ഇപ്പഴാ മനസിലായത്? നിന്നെ ഞാൻ അറിഞ്ഞില്ലെന്നുണ്ടോ?"

വെറുത്ത മട്ടിലാണ് അയാൾ പറഞ്ഞത്.

"എന്നോടു പൊറുക്കണം. ഇങ്ങനെയൊന്നും പറയരുത്."

ആമിന സഹിക്കാനാവാതെ മാറത്തലച്ചു കരഞ്ഞു.

"ഞാൻ ഒരുദിവസത്തിന് നഗരം വിട്ട നേരംനോക്കി ഇത്രയൊക്കെ ചെയ്യാൻ നീ ധൈര്യപ്പെട്ടില്ലേ?"

"ഞാൻ തെറ്റുകാരിയാണെന്ന് എനിക്കറിയാം. മാപ്പുചോദിക്കാൻ പോലും അർഹതയുമില്ല. എന്നാലും എന്നോട് പൊറുക്കണം. ഹുസൈനാർതങ്ങളുടെ ഖബറിടത്തിൽ ചെന്ന് ദ്വാഎരക്കണമെന്നത് എന്റെ ജീവിതാഭിലാഷമായിരുന്നു. ഇങ്ങനെയൊന്നും...."

"വേണ്ട....തർക്കിക്കേണ്ട. നിന്റെ വീട്ടിലേക്കു പോകാനുള്ള ഏർപ്പാടെന്താന്നു വെച്ചാൽ നോക്കിക്കോ. ഇനിയൊന്നും എന്നെക്കൊണ്ട് പറയിക്കരുത്."

വിട്ടുവീഴ്ചയില്ലാത്ത സ്വരം കേട്ട് തലയ്ക്കടി കിട്ടിയതുപോലെ പിടഞ്ഞു ആമിന. അപകടം സംഭവിച്ച ദിവസം അവൾ ഇത് പ്രതീക്ഷിച്ചതായിരുന്നു. എല്ലാം കേൾക്കാൻ തയാറായിട്ടാണ് അവൾ അയാളെ കാത്തിരുന്നത്. അടിയും തൊഴിയും പ്രതീക്ഷിച്ചു. പക്ഷേ...ഇതൊട്ടും പ്രതീക്ഷിച്ചില്ല. ഇരുപത്തഞ്ചു കൊല്ലമായി നിഴൽപോലെ കൂടെക്കഴിയുന്നു. പരാതിയില്ല, പരിഭവമില്ല. ഈ വീട്ടിലെ ഒരുപകരണമായിട്ട് അയാളുടെ ആജ്ഞകൾക്ക് കാതോർത്തുമാത്രമാണ് ജീവിച്ചത്. എന്നിട്ടിപ്പോൾ....ഇറങ്ങിപ്പോകാൻ പറഞ്ഞിരിക്കുന്നു!

മൂന്നാഴ്ചയോളമായി തലയിലേറ്റിക്കൊണ്ടുനടക്കുന്ന ഭാരം ഇറക്കിവെച്ച ആശ്വാസമായിരുന്നു സയ്യിദ് അഹമ്മദിന്. ഭാര്യ കുറ്റം ഏറ്റു പറഞ്ഞ നിമിഷം മുതൽ അയാളുടെ ഉള്ളം വിങ്ങുകയായിരുന്നു. കേട്ടപ്പോൾ ആദ്യം വിശ്വസിക്കാനായില്ല. അത്ര വിശ്വാസമായിരുന്നു അവളെ. അവൾ വഞ്ചിച്ചതറിഞ്ഞപ്പോൾ സഹിക്കാനായില്ല. അവളുടെ ദയനീയസ്ഥിതി കണ്ടുമാത്രമാണ് തൽക്കാലം അടങ്ങിയത്. അവളെപ്പോലെ അടക്കവും ഒതുക്കവും അനുസരണവുമുള്ള ഭാര്യയെ കിട്ടിയതിൽ ഉള്ളാലെ എന്നും അഭിമാനിച്ചിരുന്നു. അകമഴിഞ്ഞു സ്നേഹിച്ചിരുന്നു. അതുകൊണ്ടാണ് അവളുടെ തെറ്റു പൊറുത്തുകൊടുക്കാമെന്നു തീരുമാനിച്ചത്. അവളുടെ

അസുഖം ഭേദമാക്കി കൊടുക്കണേ എന്ന് നിത്യേന പ്രാർഥിക്കുകയും ചെയ്യാറുണ്ട്. അവളുടെ വേദനകണ്ട് മനസലിഞ്ഞാണ് അന്നു മുറിവിട്ടത്.

പക്ഷേ, ഒറ്റയ്ക്കിരുന്ന് ആലോചിക്കുമ്പോൾ നൂറായിരം ചിന്തകൾ മനസിനെ അലട്ടിത്തുടങ്ങും. ഭർത്താവില്ലാത്ത തക്കംനോക്കി നാടു കാണാനിറങ്ങുക. ഒരിക്കൽ ക്ഷമിച്ചാൽ പിന്നെ എന്നും ഭാര്യക്ക് കീഴടങ്ങിയവനായി കഴിയേണ്ടിവരും. ഇപ്പോൾ മിണ്ടാതിരുന്നാൽ നാളെ മക്കളും അനുസരണക്കേട് കാണിച്ചുതുടങ്ങും. പിന്നെ അയാൾക്കെന്താ വില? എന്തു സ്ഥാനം? ചുരുക്കത്തിൽ അവളോട് പൊറുക്കുക എന്നുവച്ചാൽ സയ്യിദ് അഹമ്മദ് എന്ന പുരുഷകേസരിയുടെ കീഴടങ്ങൽ എന്നല്ലേ അർഥം?

ഒറ്റയ്ക്കിരുന്ന് വിലയിരുത്തൽ നടത്തിയതാണ് അപകടമായത്. അന്നത്തെ ദിവസം അവൾ ഏറ്റുപറഞ്ഞ് കരഞ്ഞപ്പോൾ അവൾക്ക് തക്കതായ ശിക്ഷ കൊടുത്തിരുന്നെങ്കിൽ അതോടെ തീർന്നേനെ. അന്നു പക്ഷേ, കോപത്തെക്കാൾ സഹതാപമായിരുന്നു. അവൾ എഴുന്നേറ്റു നടക്കുന്നതു കണ്ടപ്പോൾ പെട്ടെന്ന് കോപം ആളിക്കത്തി. ഇനി ആ തീയ് അണയ്ക്കാനാവില്ല. തീരുമാനത്തിലെത്തിക്കഴിഞ്ഞാൽ പിന്നെ അതു നടപ്പാക്കുകതന്നെ വേണം.

“മാറ്....ഞാനൊറ്റയ്ക്കായിക്കോളാം.”

കരഞ്ഞുകൊണ്ടു തന്നെ അയാളുടെ ഉടുപ്പും മറ്റും എടുത്തുകൊടുക്കാൻ ചെന്ന ആമിനയെ അയാൾ തടഞ്ഞു.

അപ്പോൾ....ഇനി ഇവിടെ സ്ഥാനമില്ലെന്നോ? ആമിന സ്വപ്നാടനത്തിലെന്നപോലെ വാതിൽക്കലേക്ക് നടന്നു.

“ഉച്ചയ്ക്ക് ഞാൻ വരുമ്പോൾ നിന്നെ ഇവിടെ കണ്ടുപോവരുത്.”

വെറുത്ത ആ സ്വരം ആമിനയുടെ നെഞ്ചുപിളർന്നു.

മുപ്പത്തിരണ്ട്

തളത്തിലെത്തിയ ആമിന ഒരടി മുന്നോട്ടു നടക്കാനാവാതെ തളർന്ന് സോഫയിലിരുന്നു. തമാശപറയുന്ന സ്വഭാവക്കാരനല്ല. തമാശയല്ലെന്ന് ആ സ്വരം വ്യക്തമാക്കുകയും ചെയ്തതാണ്. ഇനി എന്ത് എന്ന ചോദ്യചിഹ്നം അവളെ വിഴുങ്ങാനടുക്കുന്നു. ഈ പരുവത്തിൽ ആൺമക്കളുടെ മുഖത്ത് നോക്കുന്നതെങ്ങനെ? രാവിലെ അശുഭവാർത്ത അറിയിച്ചുകൊണ്ട് അവരെ എങ്ങനെ പുറത്തേക്കയ്ക്കും? അദ്ദേഹം പോകുന്നതുവരെ മുകളിൽതന്നെ കൂടാം. ഊണുമുറിയിൽ ചെന്നിരിക്കാം. ഇവിടെയാകുമ്പോൾ അദ്ദേഹം പുറത്തിറങ്ങുമ്പോൾ കാണാനിടയാകും. ഇനിയുമൊരഭിമുഖം ഏതായാലും വേണ്ട.

കാലാകാലത്തേക്കും ഇനി ഇവിടെ കയററുതെന്നോ? അവളെ തലാഖ് ചെയ്യുമെന്നോ? ഈ നിസ്സാരകാര്യത്തിന്? കിടപ്പിലായപ്പോൾ അലിവു കാട്ടിയതെന്തിന്? ദിവസവും വന്ന് സുഖവിവരങ്ങൾ തിരക്കുകയും സ്നേഹം കാണിക്കുകയും ചെയ്തതെന്തിന്? ഉമ്മയെ ഇത്രയും നിസ്സാരകാര്യത്തിന് വീട്ടിൽനിന്നും പുറത്താക്കിയാൽ മക്കളുടെ മുന്നിൽ കുറ്റക്കാരനാവുമെന്ന ചിന്തപോലും ഇല്ലാതായോ?

മനസിൽ കൂട്ടലും കിഴിക്കലും നടക്കുന്നതിനിടയിലും വല്ലാത്തൊരു ഭയം അവളെ പൊതിഞ്ഞു. എന്തെല്ലാം മോഹങ്ങളായിരുന്നു? അവൾ കെട്ടിയുണ്ടാക്കിയ മനക്കോട്ടകൾക്ക് ഇത്രയും ആയുസ്സേ ഉള്ളെന്നോ? കണ്ട കിനാക്കളെല്ലാം പാഴ്ക്കിനാക്കളായിരുന്നോ? ഭാവി എന്ത് എന്ന ചിന്ത നീറ്റൽ ഏറ്റി. അയാളുടെ കാലടി ശബ്ദം അകന്നു പോകുന്നത് ആ വേവിനിടയിലും അവളറിഞ്ഞു. അരിശവും വേദനയും അവളുടെ ഉള്ളം കീറിനുറുക്കി.

അമർഷത്തോടെ കോണിയിറങ്ങി താഴെ തളത്തിൽ ആൺമക്കൾ യാത്രപറഞ്ഞിറങ്ങുന്നു. യാസീനു പിറകെ ഫഹ്മിയും കമാലും മുറ്റത്തെത്തിയിരിക്കുന്നു. ആ മാതൃഹൃദയം അറിയാതെ പിടച്ചു. നാളെ അവരെ യാത്രയാക്കാൻ ഇവിടെ ഉണ്ടാവില്ലെന്നോ? ഇനി അവരെ എന്നാണ് കാണുക? ആഴ്ചകൾ, മാസങ്ങൾ, അതോ വർഷങ്ങളോ? ജീവിതകാലത്ത് ഇനി കണ്ടില്ലെന്നും വരാം. കോണിപ്പടിയിൽ അനങ്ങാൻ വയ്യാതെ നിന്നു ആമിന. അള്ളാഹുവിൽ അകമഴിഞ്ഞ വിശ്വാസമുണ്ട്. എന്തു ബുദ്ധിമുട്ടുവരുമ്പോഴും അഭയം തേടാറുള്ളത് അവനോടാണ്. ഈ വീടിന്റെ മച്ചിൻപുറത്ത് കുടിയിരിക്കുന്ന പ്രേതപിശാചുക്കളിൽ നിന്ന് കുടുംബത്തെ രക്ഷിക്കുന്നത് അവനാണ്. എന്തിനും അവനോടു മാത്രമേ യാചിക്കാറുള്ളൂ. അള്ളാഹു കഴിഞ്ഞാൽ അവളുടെ ഏകാശ്രയം ഭർത്താവായിരുന്നു.

ഇനി? എന്തോ കാര്യത്തിന് പതിവുപോലെ വഴക്കടിച്ചുകൊണ്ടിരുന്ന ആയിഷയും കദീജയും കോണിപ്പടിയിൽ അന്തംവിട്ടു നിൽക്കുന്ന ഉമ്മയെ കണ്ട് വഴക്ക് നിർത്തി. ഉമ്മയുടെ മുഖം വിളറിയിരുന്നു. കണ്ണ് കലങ്ങിയിരുന്നു. അസുഖം വീണ്ടും ഏറിയോ എന്ന് അവർ ഭയന്നു.

"എന്താ ഉമ്മാ?"

"എനിക്കറിഞ്ഞൂടാ മക്കളേ... ഉമ്മ പോവ്വാ?"

"പോവ്വേ? എങ്ങോട്ട്?"

വിശ്വസിക്കാനാവാത്ത മട്ടിൽ അവർ ചോദിച്ചു.

"എന്റെ വീട്ടിലേയ്ക്ക് പൊയ്ക്കോളാൻ പറഞ്ഞു."

ആമിനയുടെ സ്വരം ഇടറി.

"എന്താച്ചാ തെളിച്ചു പറ. എന്താണ്ടായത്? ആരാ പോവാൻ പറഞ്ഞത്?"

രണ്ടുപേരും ഒരുമിച്ചു ചോദിച്ചു.

ആമിന വിതുമ്പിപ്പോയി.

"പോകാൻ പറഞ്ഞു ബാപ്പ. മൂപ്പരെന്നോട് പൊറുത്തെന്നാ ഞാൻ വിചാരിച്ചത്. ഊഹും....ഒന്നും മറന്നിട്ടില്ല....പൊറുത്തിട്ടുമില്ല. സുഖമില്ലാത്തതുകൊണ്ട് അടങ്ങിയതാ. ഉടനെ ഇറങ്ങാൻ പറഞ്ഞു. തിരിച്ചെത്തുമ്പോൾ ഇവിടെ കണ്ടുപോകരുതെന്ന്....അനുസരിക്കുകയല്ലാതെ മറ്റെന്തു പോംവഴിയാ എനിക്കുള്ളത്?"

നിരാശയും സങ്കടവും മുറ്റിയ സ്വരം.

"എന്തൊക്കെയാ ഈ കേക്കുന്നത്? എന്റെ ഉമ്മ ഇവിടന്ന് പോവുകയോ? എന്റെ റബ്ബേ കിയാമം അടുത്തോ...."

കദീജ കരഞ്ഞു.

"ഞാൻ സമ്മതിക്കില്ല. മക്കളെ കരയിച്ചിട്ട് ബാപ്പ ജയിക്കണ്ട."

ആയിഷ.

"ഞങ്ങളിപ്പോ കുട്ടികളല്ല. ബാപ്പയുടെ ഉദ്ദേശ്യമെന്താണെന്ന് ഞങ്ങക്കും അറിയാൻ അവകാശമുണ്ട്."

കദീജയ്ക്ക് സങ്കടത്തേക്കാളും അരിശമായിരുന്നു.

"എനിക്കൊന്നുമറിയില്ല. ഒരൊറ്റവാചകത്തിൽ എല്ലാം ഒതുക്കി. ചിലപ്പോ കുറച്ചുദിവസം എന്നെ മക്കളിൽനിന്നകറ്റി ശിക്ഷിക്കാമെന്നായിരിക്കുമോ?"

ആമിന സ്വയം ആശ്വസിപ്പിക്കാനെന്നപോലെ ചോദിച്ചു.

"ശിക്ഷ അള്ളാഹു തന്നില്ലേ? അതു കണ്ടിട്ട് മതിയായില്ലെന്നോ?"

"എല്ലാ ഭാരവും അള്ളാഹുവിൽ ഏൽപ്പിച്ച് ഞാൻ ഇറങ്ങുകയാണ് മക്കളേ...."

"ഞങ്ങള് സമ്മതിക്കില്ല. ബാപ്പ അന്നേരത്തെ അരിശത്തിനെന്തോ പറഞ്ഞതാ. അതുകേട്ട് നിങ്ങള് തുള്ളണ്ട. മടങ്ങിവരുമ്പോ ബാപ്പ അപ്പറഞ്ഞത് മറക്കും. സ്വന്തം വീടുവിട്ട് എങ്ങോട്ടുപോവണമെന്നാ?"

കദീജ വഴിമുടക്കി നിന്നുകൊണ്ട് പറഞ്ഞു.

"വെറുതെ ബാപ്പയെ അരിശം പിടിപ്പിക്കാൻ ഞാനില്ല. വെട്ടൊന്ന് തുണ്ടം രണ്ടെന്ന മട്ടുകാരനാ. അനുസരണക്കേട് കാട്ടിയാൽ അരിശം ഇരട്ടിക്കും. പിന്നെ കണ്ണുകാണില്ല."

വഴി തടഞ്ഞുനിന്ന മക്കളോട് ഉമ്മ പറഞ്ഞു.

മക്കൾ ആവുംമട്ടിൽ വിലക്കിയിട്ടും ആമിന കേട്ടില്ല.

"നിങ്ങൾക്ക് ബാപ്പയെ അറിയില്ല. ഒരു കാര്യം മനസിൽ വിചാരിച്ചാൽ അതു നടപ്പിലാക്കാതെ ഉറങ്ങില്ല. പോകാൻ പറഞ്ഞാൽ പോവുകതന്നെവേണം. അല്ലെങ്കിൽ പ്രശ്നം കൂടുതൽ വഷളാവുകയേ ഉള്ളൂ. പേടിക്കാതിരി. മോളിലൊരുത്തൻ എല്ലാം കാണുന്നുണ്ടല്ലോ. അവൻ തുണച്ചാൽ നമുക്കിനിയും കാണാം. ഞാൻ അത്യാവശ്യം സാധനങ്ങൾ പെട്ടിയിലെടുത്ത് വെക്കട്ടെ."

ഉമ്മ കിടപ്പുമുറിയിലേക്ക് നടക്കുന്നതു കണ്ട് തേങ്ങിക്കരഞ്ഞു കൊണ്ട് മക്കളും പിന്നാലെ ചെന്നു. അവർ അലമാര തുറന്ന് സാധന ങ്ങൾ മുഴുവൻ പെട്ടിയിലടുക്കുന്നതുകണ്ട് കദീജ കൈയിൽ കയറി പിടിച്ചു.

"എന്തിനാ എല്ലാം കൂടി വാരിക്കെട്ടണത്?"

മിണ്ടിയാൽ കരയുമെന്ന മട്ടിലായിരുന്നു ഉമ്മ. മക്കളുടെ മുന്നിൽ കരയില്ലെന്ന് ഉറപ്പിച്ച് അടക്കി നിർത്തിയിരിക്കയാണ്.

"ഉടുപ്പൊന്നുമില്ലാതെ അവിടെ ചെന്നാ ഞാനെന്തുചെയ്യും?"

"ഒന്നോ രണ്ടോ എടുത്താൽ പോരേ?"

കഴിഞ്ഞതെല്ലാം വെറുമൊരു പാഴ്ക്കിനാവ് മാത്രമാകണേ എന്ന് പ്രാർഥിച്ചുകൊണ്ടിരിക്കുകയായിരുന്നു ഉമ്മ.

"അലമാരയിൽ എന്റെ സാധനങ്ങൾ കണ്ടാൽ ബാപ്പയ്ക്ക് കലി വരും."

അതൊക്കെ ഞങ്ങളുടെ അലമാരയിൽ വച്ചോളാം."

കദീജ പറഞ്ഞതനുസരിച്ച് ആയിഷ ഉമ്മയുടെ സാധനങ്ങൾ അവ രുടെ മുറിയിൽ കൊണ്ടു വെച്ചു. മൂന്നു ദിവസത്തേക്കുള്ളതു മാത്രം ഉമ്മ യുടെ പെട്ടിയിലെടുത്തുവെച്ചു. ഉമ്മ വേഷം മാറുന്നതും നോക്കി മക്കൾ കണ്ണീരോടെ നിന്നു. ആമിനയ്ക്ക് സഹിക്കാനാവാത്ത സങ്കടമുണ്ട്. എന്നിട്ടും ഒരുതുള്ളി കണ്ണീരും പുറത്തേക്കൊഴുകിയില്ല.

"എല്ലാം നേരെയാകും മക്കളേ. ബാപ്പയെ അരിശം പിടിപ്പിക്കാതെ നോക്കണം. വീടിനേയും വീട്ടിലുള്ളവരേയും നിങ്ങളെ ഏൽപ്പിച്ചിട്ടാ ഞാൻ പോകുന്നത്. രണ്ടുപേരും ഒരുമയോടെ എല്ലാം നോക്കിനടത്ത ണം. തല്ലു കൂടരുത്. കദീജാ നീയാ മൂത്തത്. എല്ലാവർക്കും താങ്ങായി നീ മുന്നിലുണ്ടാവണം. ആയിഷയെക്കൊണ്ട് പറഞ്ഞ് ജോലി ചെയ്യി ക്കണം. എന്റെ മക്കള് വലുതായി. അത് മറക്കണ്ട."

അവർ കറുത്ത പർദയണിഞ്ഞു. വെള്ള മക്കനകൊണ്ട് തലയും മുഖവും മറച്ചു. കരഞ്ഞു തുടുത്ത മുഖം ആരും കാണാതിരിക്കാനെന്ന പോലെ മുഖമക്കന പതിവിലും താഴ്ത്തിയിട്ടു. യാത്ര പറയാനാകാതെ പെൺകുട്ടികൾ പകച്ചുനിന്നു. ഉമ്മയുടെ ഉള്ളം ഉരുകുകയായിരുന്നു. ഇനിയും അവിടെ നിന്നാൽ നിയന്ത്രണം വിട്ടുപോകുമെന്നു പേടിച്ചാ കണം ആമിന പെട്ടെന്ന് മക്കളെ അണച്ചുപിടിച്ച് യാത്ര പറഞ്ഞു.

"പടച്ചവനിൽ അടിയുറച്ച് വിശ്വസിക്കുന്ന നമ്മെ അവൻ കൈവി ടില്ല. എന്റെ മക്കൾ ഉമ്മയ്ക്ക് വേണ്ടി ദ്വാഎരക്കണം."

ഒന്നും മിണ്ടാനാകാതെ നിറകണ്ണുകളോടെ അവർ ഉമ്മയെ കെട്ടി പ്പിടിച്ചു.

നിറഞ്ഞ കണ്ണുകൾ മക്കനകൊണ്ട് മറച്ച് ഉമ്മ പടിപ്പുരയിറങ്ങി. അതു കണ്ട കൊട്ടാരത്തെരുവ് കണ്ണീരടക്കി തേങ്ങി.

മുപ്പത്തിമൂന്ന്

ആ പഴയ വീടിന്റെ പടിപ്പുര ദൂരെനിന്നു കണ്ടപ്പോഴേ മനം കുട്ടിക്കാലത്തേക്കു തിരിച്ചു. അന്നു വീട്ടിനരികിൽ ഒരു പഴയ സൂഫി പള്ളിയുണ്ടായിരുന്നു. പള്ളി പഴകി നിലംപൊത്തുംവരെ അവിടെ ആളുകൾ പ്രാർഥിക്കാനായി എത്തിയിരുന്നു. ഇവിടെ എത്തുമ്പോൾ എന്നും ആദ്യം കണ്ണിൽപ്പെടുക പള്ളിയുടെ അവശിഷ്ടങ്ങളാണ്. അതു കാണുമ്പോൾ കുട്ടിക്കാലം ഓർമയിലെത്തും. ബാപ്പ രാത്രി നമസ്കാരം കഴിഞ്ഞെത്തുംവരെ കാത്തുനിൽക്കുക അവളുടെ പതിവായിരുന്നു. എങ്ങും ഇരുട്ടായിരിക്കും. പള്ളിയുടെ മങ്ങിയ വെളിച്ചത്തിൽ നിരന്തരം പ്രാർഥിച്ചുകൊണ്ടിരിക്കുന്ന സൂഫിസന്യാസിമാരെ ആ ഇരുട്ടിലും അവൾക്ക് കാണാം.

മുട്ടുകേട്ടാകണം പണിക്കാരി സാദിഖ വന്ന് വാതിൽ തുറന്നു. അറുപതു കഴിഞ്ഞ സാദിഖ അവൾക്ക് ഓർമവെച്ച കാലംമുതൽ അവിടെയുണ്ട്. അവളെ കണ്ടതും സാദിഖയുടെ മുഖം വിടർന്നു.

“ഇതാരാ വന്നിരിക്കണത്. കേറി വാ.”

ആമിനയ്ക്ക് സ്വാഗതമരുളിയിട്ട് അവൾ വാതിൽ അടയ്ക്കാതെ അടുത്ത ആൾക്കായി കാത്തുനിന്നു. അവൾ പ്രതീക്ഷിക്കുന്ന ആളെക്കുറിച്ചോർത്തപ്പോൾ ആമിനയുടെ മുഖം വിളറി. പടിപ്പുരയിൽ എത്തിനോക്കിയിട്ട് സാദിഖ ചോദിച്ചു:

“മൂപ്പരില്ലേ?”

അവളുടെ ചോദ്യം മനസിലാകാത്ത മട്ടിൽ വെറുതെ തലയാട്ടിക്കൊണ്ട് ആമിന അകത്തേയ്ക്ക് നടന്നു. മുറ്റവും അടുക്കളയും കടന്ന് ഇടുങ്ങിയ ഗോവണി കയറി ആമിന ഒന്നാം നിലയിലെത്തി. നേരെ ഉമ്മയുടെ മുറിയിലേക്കാണ് ചെന്നത്. ഉമ്മ കൈയിൽ തസ്ബീഹുമായി എന്തോ ഉരുവിട്ടുകൊണ്ടിരിക്കുകയായിരുന്നു. അടുത്തെത്തിയ കാലൊച്ച കേട്ട് അവർ കണ്ണുതുറന്നു. പടിപ്പുരയിൽ ആരോ മുട്ടുന്നത് അവരും കേട്ടതാണ്.

“ആരാദ്?”

അവർ ചോദിച്ചു.

“ഞാനാ ഉമ്മ.”

സങ്കടം മുറ്റിയ സ്വരത്തിലാണ് ആമിന പറഞ്ഞത്. അവർ തിടുക്കത്തിൽ എഴുന്നേറ്റ് കുനിഞ്ഞുനിന്ന് ചെരുപ്പ് പരതി. ചെരുപ്പിട്ടതും അവർ രണ്ടുകൈയും നീട്ടിക്കൊണ്ട് ആമിനയുടെ അടുത്തേക്ക് നടന്നു. ആമിന കൈയിലിരുന്ന പെട്ടി സോഫയിലിട്ട് ഓടിച്ചെന്ന് ഉമ്മയുടെ മാറിൽ വീണു. ഉമ്മയുടെ ഇരു കവിളുകളിലും നെറ്റിയിലുമൊക്കെ ആമിന തെരുതെരെ ഉമ്മവെച്ചു. ഉമ്മയും അവളെ വാത്സല്യത്തോടെ മാറോടണച്ചു. അതുകഴിഞ്ഞ് അവരും അടുത്തയാളെ പ്രതീക്ഷിച്ചിട്ടെന്നപോലെ വാതിൽക്കലേക്ക് നോക്കി.

"ഞാനൊറ്റയ്ക്കാ വന്നത്."

അതു മനസിലാക്കിയ ആമിന പറഞ്ഞു.

അവരുടെ ചിരിമാഞ്ഞ് ഉൽക്കണ്ഠയായി.

"എല്ലാരിക്കും സുഖമല്ലേ? മൂപ്പരെന്തേ വരാഞ്ഞത്?"

പതുക്കെ സോഫയിലിരുന്നുകൊണ്ടാണ് അവർ ചോദിച്ചത്.

"എന്നോടു പിണങ്ങി...."

അധ്യാപികയുടെ ചോദ്യത്തിന് ഉത്തരം പറയുന്ന കുട്ടിയുടെ ഭാവത്തിലാണ് ആമിന പറഞ്ഞത്.

"ചില നേരത്തങ്ങനാ. ഓരോന്നു തോന്നും. അത് തെറ്റില്ലാന്ന് കൂട്ടിക്കോ. എന്തോ പിശകുണ്ടെന്ന് നിന്റെ ഒച്ച കേട്ടപ്പോഴേ എനിക്ക് തോന്നി. അപ്പളേ ഖൽബ് പെടച്ചു. അയാളെ പെണക്കാൻ മാത്രം എന്തു തെറ്റാ മോളേ നീ ചെയ്തത്?"

"അദ്ദേഹം സ്ഥലത്തില്ലാത്തപ്പോൾ അനുവാദം വാങ്ങാതെ ഞാൻ അൽഹുസൈൻ പള്ളിയിൽ സിയാറത്തിനു പോയി."

"അത് മൂപ്പരെങ്ങനേ അറിഞ്ഞത്?"

വീണ് എല്ല് പൊട്ടി കിടപ്പിലായത് ഉമ്മയെ വിഷമിപ്പിക്കേണ്ടെന്നു കരുതി ആമിന പറഞ്ഞു.

"ആരെങ്കിലും കണ്ട് പറഞ്ഞുകൊടുത്തതായിരിക്കും."

"നിന്നെ അറിയുന്നവർ തെരുവിലാരാ ഉള്ളത്? ആദ്യത്തെ ഭാര്യയുടെ മകനോ മറ്റോ പറഞ്ഞുകൊടുത്തതായിരിക്കുമോ?"

ഉമ്മയുടെ വാക്കുകളിൽ വെറുപ്പ്.

"ഏയ്...അവനത് ചെയ്യില്ല. ഞാൻ ഇറങ്ങിപ്പോകുന്നത് അടുത്ത വീട്ടിലെ സ്ത്രീ കണ്ടിരുന്നു. അത് അവർ അവരുടെ ഭർത്താവിനോട് പറഞ്ഞിരിക്കും. അയാളത് മൂപ്പരോട് പറഞ്ഞിട്ടുണ്ടാവും. എന്നെ ദ്രോഹിക്കണമെന്നു വെച്ച് ചെയ്തതായിരിക്കില്ല. അല്ലാതെ എന്റെ വീട്ടിലുള്ളവർ ഒരിക്കലും എനിക്കെതിരായി ഒന്നും പറയില്ല."

ആമിന ഉറപ്പിച്ചു പറഞ്ഞു.

"നാളിതുവരെയായിട്ട് അയാളോട് നീയൊരു വഞ്ചനയും കാണിച്ചിട്ടില്ലെന്ന് അയാൾക്കറിയില്ലേ? എന്നിട്ട് ഇത്രയും ചെറിയ തെറ്റിന് ഇങ്ങനെയൊരു ശിക്ഷയോ? അയാക്ക് വയസ്സ് പത്തമ്പതായി. ബുദ്ധിക്കും വിവരത്തിനും ഒട്ടും കുറവില്ല. എന്നിട്ടും....എല്ലാവർക്കും വയസ്സാകുമ്പോഴാ വിവേകമുണ്ടാകുന്നത്. ഇയാളെന്താ ഇങ്ങനെ? ഹുസൈനാർ തങ്ങളുടെ ഖബറിടത്തിൽ സിയാറത്തു ചെയ്യാനല്ലേ പോയത്. അല്ലാതെ അഴിഞ്ഞാടാനൊന്നുമല്ലല്ലോ. നിന്നെപ്പോലെ ദീനിയിൽ അടിയുറച്ചു വിശ്വസിക്കുന്ന ഒരു പെണ്ണ് അവിടെച്ചെന്ന് ദ്വാഎരക്കണമെന്നു മോഹിക്കുന്നത് തെറ്റാവുന്നതെങ്ങനെ? അയാളുടെ ചങ്ങാതിമാരൊക്കെ ഇങ്ങനെ ഭാര്യമാരെ മുറിക്കകത്ത് അടച്ചുപൂട്ടിയിട്ടിരിക്കുകയാണോ എന്ന് ചോദിക്കാത്തതെന്ത്? ഖുറ്ആൻ മുപ്പതും നിന്റെ ബാപ്പയ്ക്ക് കാണാപ്പാഠമായി

രുന്നു. ഒരൊറ്റ നേരത്തെ നിസ്കാരവും നോമ്പും ഒഴിയാത്ത മനുഷ്യനാ. എന്നിട്ട് പുറത്തു പോകരുതെന്ന് എന്നെ വിലക്കിയിട്ടില്ല."

ആമിനയ്ക്ക് ഒന്നും മിണ്ടാനായില്ല.

കുറച്ചു കഴിഞ്ഞ് ഉമ്മ തുടർന്നു:

"എന്തേ മോളെ നിനക്കിങ്ങനെ ഒരു ദുർബുദ്ധി തോന്നാൻ? അതാ എനക്ക് മനസ്സിലാകാത്തത്? അയാളുടെ സ്വഭാവം നിനക്ക് നന്നായി അറിയുന്നതല്ലേ? കെട്ടിയവനായിപ്പോയില്ലേ, അനുസരിക്കാതെ പറ്റ്വോ? നീ വിവേകമുള്ളവളാ ഉപദേശിക്കേണ്ട ആവശ്യമുണ്ടെന്ന് ഇതുവരെ തോന്നിയിട്ടുമില്ല...ഇപ്പളെന്തേ ഇങ്ങനെ?"

"ഇബിലീസ് എന്ന പഹയന്റെ പണിയേരിക്കും."

തമാശമട്ടിലാണ് ആമിന പറഞ്ഞത്.

"ആ പഹയന്റെ തല തെറിച്ചുപോകട്ടെ. ആദമിനെയും ഹവ്വയേയും വഴിതെറ്റിച്ച് സ്വർഗത്തിൽ നിന്നിറക്കിയവനല്ലേ അവൻ. അവന്റെ ശറിൽ നിന്ന് കാക്കണേ എന്ന് എപ്പളും തേടണം. കഴിഞ്ഞ ഇരുപത്തഞ്ചു കൊല്ലമായി നിന്നെക്കുറിച്ച് എനിക്കൊരു വേവലാതിയുമില്ലായിരുന്നു. ഈ വയസുകാലത്ത്....മോളിലിരിക്കുന്നവൻ എല്ലാം കാണുന്നുണ്ടല്ലോ. ആശ കൈവിടണ്ട മോളേ. അവൻ നമ്മെ കൈവിടില്ല."

മകൾ ഈ വിധം വന്നതിൽ ആമിനയെക്കാൾ ദുഃഖമുണ്ട് ഉമ്മയ്ക്ക്. എന്നിട്ടും ദുഃഖം ഉള്ളിലൊതുക്കി ഉമ്മ സമാധാനിപ്പിച്ചു. പക്ഷേ, നാവടങ്ങുന്നില്ല.

"അയാക്ക് ഒരിക്കലേക്ക് ഒന്നു ക്ഷമിച്ചാലെന്താ? ഹോ... ആണാണല്ലോ. ക്ഷമിക്കുന്നതും താഴുന്നതും കുറച്ചിലല്ലേ. അവർക്ക് എന്തുമാകാമല്ലോ. സാരല്ല. എല്ലാം നേരെയാകും. എന്റെ കുട്ടി അതുമിതും ആലോചിച്ച് മനസ്സ് പുണ്ണാക്കണ്ട. ഉമ്മാന്റൊപ്പരം കുറച്ചീസം നിക്കാൻ വന്നതാന്ന് കൂട്ടിയാ മതി. ചെന്ന് വേഷമൊക്കെ മാറി സമാധാനമായിട്ടിരി."

ഉമ്മയുടെ വാക്കുകൾ ഉള്ള് കുളിർപ്പിച്ചു. പക്ഷേ, മക്കളെക്കുറിച്ചോർത്തപ്പോൾ എവിടെയോ നീറ്റൽ.

"എന്റെ മക്കളെ ഓർക്കുമ്പോ ഖൽബ് പൊട്ടുന്നുമ്മാ."

"എന്തിന്? പടച്ചോനിൽ ഉറച്ച് വിശ്വസിക്ക്. എവിടേയും ശരണമില്ലാത്തവർക്ക് അവൻ തുണയുണ്ടാകും. അതു മറക്കണ്ട."

എഴുന്നേറ്റുനിന്ന് പർദയഴിക്കുമ്പോഴാണ് എല്ലാം കേട്ടുകൊണ്ട് സാദിഖ ഇടനാഴിയിൽ നിൽക്കുന്നത് കണ്ടത്. അവളും കരയുന്നുണ്ടായിരുന്നു. പർദ മാറ്റിയിട്ട് ആമിന വീണ്ടും ഉമ്മയുടെ അടുത്ത് ചെന്നിരുന്നു. അവർ ഓരോന്ന് പറഞ്ഞ് അവളെ സമാധാനിപ്പിച്ചു. കാലം ആമിനയുടെ ഉമ്മയിൽ മാറ്റങ്ങൾ ഏറെ വരുത്തിയിരുന്നു. ചെറുപ്പം വാർധക്യത്തിനു വഴിമാറി. പ്രായത്തിനൊത്ത പക്വതയും കൈവരിച്ചു. മാംസളമായ ശരീരം ചുക്കിച്ചുളിഞ്ഞു. കാഴ്ചയും കുറഞ്ഞു. വയസ്സ് എഴുപത്തഞ്ച് കഴിഞ്ഞു. എങ്കിലും മനക്കരുത്തിന് ഒട്ടുമില്ല കുറവ്. ആമിനയുടെ

ഇപ്പോഴത്തെ അവസ്ഥയിൽ അവർക്ക് വ്യസനമുണ്ട്. അതോടൊപ്പം അള്ളാഹുവിൽ തികഞ്ഞ വിശ്വാസവും. ദുഃഖിച്ചിരിക്കുന്ന മകളെ അവർ പലതും പറഞ്ഞ് ആശ്വസിപ്പിച്ചുകൊണ്ടിരുന്നു. ശരീരത്തിന് ക്ഷീണമുണ്ടെങ്കിലും നിത്യകർമങ്ങളൊക്കെ അവർ ഒറ്റയ്ക്കുതന്നെയാണ് ചെയ്തിരുന്നത്. അഞ്ചുനേരവും അംഗശുദ്ധിവരുത്തി നമസ്കരിക്കും. ഖുറ് ആൻ ഓതും ബാക്കി സമയങ്ങളിൽ കൈയിൽ തല്ബീഹുമായി അല്ലാഹുവിന്റെ നാമങ്ങൾ നിറുത്താതെ ഉരുവിട്ടുകൊണ്ടിരിക്കും. പണിക്കാരി സാദിഖയ്ക്ക് പണി ഒഴിഞ്ഞനേരമില്ല. എങ്കിലും എന്നും എങ്ങനെയെങ്കിലും സമയമുണ്ടാക്കി കുറച്ചു നേരമെങ്കിലും അവൾ ഉമ്മയുടെ മുറിയിൽ ചെന്നിരുന്ന് നാട്ടുവർത്തമാനങ്ങൾ കേൾപ്പിക്കും. പഴംപുരാണങ്ങൾ പറയാനും ലോകവിവരങ്ങൾ കേൾക്കാനും അവർക്കും ഇഷ്ടംതന്നെ.

മുസഅബുവുമായി ഓതാനിരിക്കുമ്പോഴും അവളുടെ കണ്ണും കാതും വീടിന്റെ മുക്കിലും മൂലയിലും എത്തും. സ്വന്തം മുറിയിലിരുന്നുകൊണ്ട് അവർ വീടുഭരിക്കും. വീടു വൃത്തിയാക്കുന്നതിൽ ഒരു വിട്ടുവീഴ്ചയ്ക്കും അവർ തയാറല്ല.

ആമിനയുടെ ബാപ്പ മരിച്ചതോടെ അവർ വീട്ടിൽ ഒറ്റയ്ക്കായി. ശരീരത്തിനു എന്നും അസുഖം. കണ്ണിന് കാഴ്ചയും കുറവ്. ഒറ്റയ്ക്കിവിടെ കഴിയേണ്ടെന്നും തങ്ങളുടെ കൂടെ വന്നു താമസിക്കണമെന്നും മരുമകൻ പലവട്ടം പറഞ്ഞുനോക്കിയതാണ്. അവിടെയാകുമ്പോൾ സഹായത്തിന് ആമിനയും കുട്ടികളുമുണ്ടല്ലോ. ഈ വീടുവിട്ട് ഇറങ്ങുന്ന കാര്യം അവർക്ക് ഓർക്കാനേ വയ്യ. അത്രയും പ്രിയപ്പെട്ടതാണ് അവർക്കീ വീട്. നൂറുകൂട്ടം ജോലികൊണ്ട് ശ്വാസംമുട്ടുന്ന ആമിനയുടെ തലയിൽ തന്റെ ഭാരംകൂടി കയറ്റാൻ അവർ ഒരുക്കമല്ല. മരുമകന്റെ എടുത്തുചാട്ടവും മുൻകോപവും അറിയാവുന്ന അവർ ആവശ്യമില്ലാത്ത പ്രശ്നങ്ങൾ ഉണ്ടാക്കാൻ ഇഷ്ടപ്പെട്ടില്ല. അയാളുടെ മുൻകോപം കണ്ട് അറിയാതെ എന്തെങ്കിലും പറഞ്ഞുപോയാൽ ഭവിഷ്യത്ത് അനുഭവിക്കേണ്ടത് മകളായിരിക്കും. ജീവിക്കാൻ, മരിച്ചുപോയ ഭർത്താവിന്റെ പെൻഷൻതന്നെ ധാരാളം. പിന്നെന്തിന് അഭിമാനം പണയം വെച്ച് മരുമകന്റെ കൂടെച്ചെന്ന് താമസിക്കണം?

ആ വീട്ടിൽതന്നെ താമസിക്കാൻ വേറേയും കാരണങ്ങളുണ്ട്. മകളുടെ കൂടെച്ചെന്നു താമസിച്ചാൽ വീടു പൂട്ടിയിടേണ്ടിവരും. അതോടെ പ്രേതങ്ങളും പിശാചുക്കളും വീട് കൈയേറും. അല്ലെങ്കിൽ അന്യർക്ക് വാടകയ്ക്ക് കൊടുക്കേണ്ടിവരും. രണ്ടായാലും മരിച്ചുപോയ ഭർത്താവിന് ഇഷ്ടക്കേടുണ്ടാക്കും. ഇരുപത്തിനാലുമണിക്കൂറും ഖുറ്ആൻ പാരായണം മുഴങ്ങാറുള്ള വീട്ടിൽ ജിന്നുകളുടെ വിളയാട്ടം അദ്ദേഹത്തിനു സഹിക്കാനായെന്നു വരില്ല. മരുമകന്റെ ചെലവിൽ കഴിയുന്നതും അദ്ദേഹത്തിനു സഹിക്കില്ല. ചെലവിനുള്ള പണം കൊടുക്കുന്നത് സയ്യിദ് അഹമ്മദും പൊറുക്കില്ല.

ഈ വീടും പെൻഷൻ പണവും കിട്ടാൻവേണ്ടിയാണോ മരുമകൻ അങ്ങോട്ടേയ്ക്കു ക്ഷണിക്കുന്നതെന്ന് ചിലപ്പോൾ സംശയിക്കാറുണ്ട്.

"നിന്റെ നല്ല മനസ്സിന് നന്ദി മോനെ. ഈ വീടു വിട്ടാൽ എനിക്കൊരു ജീവിതമില്ല. വയസുകാലത്ത് നിങ്ങൾക്കൊരു ഭാരമാവാൻ ഞാൻ ഒരുക്കവുമല്ല. ആമിനയെയും മക്കളെയും നീ ഇടയ്ക്കൊക്കെ ഇങ്ങോട്ട് അയച്ചുതന്നാൽ അതുതന്നെ വല്യകാര്യമായി."

എന്നേ അവർ മരുമകനോടു പറയാറുള്ളു.

ഏതുനേരവും അള്ളാഹുവിനെ സ്തുതിച്ച് പ്രാർഥനയും ഓത്തുമായി കഴിഞ്ഞുകൂടുകയാണവർ. ആരോടുമില്ല ഏറെയടുപ്പം. അതേസമയം ആരോടും അകൽച്ചയുമില്ല. മനസ്സിൽ ഭക്തിമാത്രം. അതുകൊണ്ടുതന്നെ അയൽക്കാർക്കൊക്കെ അവരെ സ്നേഹവും ബഹുമാനവുമാണ്.

പണിക്കാരി സാദിഖ മാത്രമേ മറിച്ചെന്തെങ്കിലും പറയാറുള്ളൂ.

"അരിശം വന്നാൽ എന്റെ മുതലാളിച്ചി അള്ളാനെ മറക്കും. പിന്നെ നാക്കിൽ തെറിയേ വരൂ."

എന്നാണ് സാദിഖാ പറയുന്നത്.

"അവനവന്റെ പണിചെയ്യുന്നതും ഇബാദത്താ പെണ്ണേ. ഞാനിവിടെ മൂലയ്ക്കിരിക്കുകയാണെന്നു കരുതി നീ കള്ളപ്പണി എടുത്താൽ ഞാൻ മിണ്ടാതിരിക്കില്ല. മനസ്സും ശരീരവും താമസസ്ഥലവുമൊക്കെ ഒരുപോലെ ശുദ്ധമാക്കി വയ്ക്കണമെന്നാ പടച്ചോൻ പറഞ്ഞിരിക്കുന്നത്. നിന്നെ നേർവഴിക്ക് നടത്തുന്നതും എന്നെ സംബന്ധിച്ചിടത്തോളം ഇബാദത്ത് തന്നെ."

കിഴവി കയർക്കും.

മതത്തിന്റെ ചട്ടക്കൂടുകളിൽനിന്ന് അണുവിട തെറ്റാതെയാണ് അവർ വളർന്നത്. അവരുടെ ബാപ്പ മതപണ്ഡിതനായിരുന്നു. ഭർത്താവും അതെ. അള്ളാഹുവിനേയും നബിയേയും മാത്രം മുൻനിർത്തി ജീവിച്ചവർ. അതുകൊണ്ടുതന്നെ മതാനുഷ്ഠാനങ്ങളെക്കുറിച്ചൊക്കെ അവർക്ക് നന്നായി അറിയാം.

"നിന്റെ അനുസരണക്കേടിനുള്ള ശിക്ഷയായിട്ടാണ് സയ്യിദ് അഹമ്മദ് നിന്നെ ഇങ്ങോട്ടയച്ചിരിക്കുന്നത്. പേടിക്കണ്ട. നിന്റെ ബാപ്പയും ഉപ്പാപ്പയുമൊക്കെ അറിവും ഭക്തിയുമുള്ളവരായിരുന്നു. അതുകൊണ്ടുതന്നെ നിനക്കൊരു ദോഷവും വരില്ല."

ബാപ്പയെയും ഉപ്പാപ്പയെയും കുറിച്ചോർത്ത് ആമിനയും അഭിമാനിക്കാറുള്ളതാണ്. ബാപ്പ അവളെ ചെറുപ്പം മുതൽക്കേ ഏറെ സ്വാധീനിച്ചിട്ടുമുണ്ട്. ഉമ്മ പഴംപുരാണകെട്ടഴിക്കാൻ തുടങ്ങുമ്പോൾ ദുഃഖം അലിഞ്ഞില്ലാതാകും. പ്രതീക്ഷ നാമ്പിടും.

"നീ എന്തുകൊണ്ടും അനുഗ്രഹിക്കപ്പെട്ടവളാ അതുകൊണ്ടാണല്ലോ നിന്റെ രണ്ടു സഹോദരിമാരെ മേലോട്ട് വിളിച്ചിട്ട് അവൻ നിന്നെമാത്രം എനിക്കു തന്നത്."

കേൾക്കുമ്പോൾ കുട്ടക്കാലം ആമിനയുടെ കൺമുന്നിൽ ഇതൾനിവർത്തു. കട്ടിലിൽ തളർന്നുകിടക്കുന്ന സഹോദരിമാർ. കണ്ണീരോടെ ജനലരികിൽ നിൽക്കുമ്പോൾ മയ്യത്തുമായി നീങ്ങുന്ന ആളുകൾ. ഭീകരമായ കാലഘട്ടമായിരുന്നു അത്. രോഗം പടർന്നുപിടിച്ചു. വഴിക്കുവഴിയെ ജനാസകൾ നീങ്ങി. അസുഖം അവളേയും ബാധിച്ചതാണ്. ചെറുനാരങ്ങയും ഉള്ളിയും മാത്രം കഴിച്ചാണ് രണ്ടുദിവസം കഴിഞ്ഞത്. അസുഖം മൂർച്ഛിച്ചിട്ടും അവൾ മാത്രം ബാക്കിയായി. അതെ, അവൾ അനുഗ്രഹിക്കപ്പെട്ടവൾ തന്നെ. ആമിനയുടെ ചുണ്ടിൽ ചിരി.

ഉമ്മ നിർത്താതെ സംസാരിച്ചു.

"ഈ കുടുംബത്തിന്റെ തായ്‌വേരാണ് നീ. തലവര നന്നായതുകൊണ്ടു മാത്രമാണ് അന്നു നീ രക്ഷപ്പെട്ടത്. ഈ വീട്ടിന്റെ വിളക്കാണ് നീ. എന്റെ സന്തോഷവും."

അപ്പോൾ ആമിന ദുഃഖം മറന്നു. മുഖം വിടർന്നു. ബാപ്പയെ ഓർത്തു. എത്ര ലാളിച്ചാണ് ബാപ്പ അവളെ വളർത്തിയത്! എന്തുമാത്രം കഥകളാണ് പറഞ്ഞു കൊടുത്തിട്ടുള്ളത്.

"ഇത്രയും കാലം ആരാ നിന്നെ കാത്തുരക്ഷിച്ചത്? മേലിലും അവൻ രക്ഷിക്കും."

ഉമ്മ പറയും.

ഉമ്മ സംസാരംനിർത്തുമ്പോൾ അവൾ ഭൂതകാലം മറന്ന് വീണ്ടും വർത്തമാനത്തിലെത്തുന്നു. ഭർത്താവിനേയും മക്കളേയുമോർത്ത് ഉള്ള് നീറുന്നു. അറിയാതെ മനം വീട്ടിലെത്തുന്നു. ഭർത്താവ് ഇപ്പോൾ ഊണുകഴിക്കാനെത്തിയിട്ടുണ്ടാവും. വൈകുന്നേരമാകുമ്പോൾ ആൺമക്കൾ ഓരോരുത്തരായി വീട്ടിലെത്തും. ഉമ്മയില്ലെന്നറിയുമ്പോൾ അവർ കോപിക്കില്ലേ? പെങ്ങന്മാരുടെ നിറഞ്ഞകണ്ണുകൾ അവരേയും കരയിക്കില്ലേ? ഫഹ്മി എന്താവും പറയുക? ഉമ്മയെ കാണാതെ കമാൽ കരഞ്ഞ് ബഹളം കൂട്ടില്ലേ? കമാലിനെക്കുറിച്ചോർത്തപ്പോൾ അവളുടെ മാറിടം വിങ്ങി. അവരിപ്പോൾ എന്നെക്കാണാൻ പുറപ്പെട്ടിരിക്കും. എത്താറായിട്ടുണ്ടാവും....അല്ല എത്തിയിട്ടുണ്ടാകും....

"നീ എന്തെങ്കിലും പറഞ്ഞോ ആമിന?"

ഉമ്മയുടെ ചോദ്യം ആമിനയുടെ ചിന്ത മുറിച്ചു.

"എന്റെ ആൺമക്കൾ എന്നെ കാണാൻ വരൂല്ലേ ഉമ്മാ?"

"അവരെത്തീന്നാ തോന്നണത്."

ഉമ്മ പറഞ്ഞു.

അവൾ ചെവിയോർത്തു.

അതെ പടിപ്പുരയിൽ സംസാരം കേൾക്കുന്നല്ലോ. അവൾ ചാടിയെഴുന്നേറ്റ് സാദിഖയെ വിളിച്ച് വാതിൽ തുറക്കാൻ പറഞ്ഞയച്ചു. കോണിപ്പടി കയറി വരികയാണ് കമാൽ. പിറകിൽ യാസീനും ഫഹ്മിയും. കമാൽ ഓടിച്ചെന്ന് ഉമ്മയെ കെട്ടിപ്പിടിച്ചതിനാൽ മറ്റുള്ളവർ വെറുതെ നിന്നു.

അവരുടെ സങ്കടം ഉറക്കെ പറഞ്ഞുകൊണ്ടാണ് മൂവരും മുറിയിലെത്തിയത്. ഉമ്മാമ കൈ നീട്ടി സന്തോഷച്ചിരിയോടെ പേരക്കുട്ടികളെ എതിരേറ്റു. അവർ ഓരോരുത്തരായി അടുത്തു ചെന്ന് ഉമ്മാമയെ കെട്ടിപ്പിടിച്ച് കവിളിൽ മുത്തി.

"നിങ്ങളില്ലാത്ത ആ വീട്ടിൽ ഞങ്ങക്ക് കഴിയാനാവില്ല."

യാസീൻ ദുഃഖത്തോടെ, അരിശത്തോടെയാണ് പറഞ്ഞത്.

"ഞാനിനി അങ്ങോട്ടേക്കില്ല. ഉറപ്പാ. ഇവിടെ നിക്കും ഞാൻ."

ഉമ്മയുടെ മടിയിൽ കയറിയിരുന്നിട്ട് കമാൽ പറഞ്ഞു.

വരുന്ന വഴി മുഴുവനും ഇക്കാര്യം തന്നെ ഉരുവിട്ടുകൊണ്ടിരിക്കുകയായിരുന്നു.

ഫഹ്മി പതിവുപോലെ ഒന്നും മിണ്ടാതെ ഉമ്മയുടെ കണ്ണിൽ കണ്ണും നട്ട് ഇരുന്നതേ ഉള്ളൂ. മൗനം അവന്റെ പതിവാണ്. ഫഹ്മി ഉമ്മയുടെ ചെല്ലക്കുട്ടിയാണ്. ഫഹ്മിക്കും അതെ. ഉമ്മയെക്കഴിച്ചേ മറ്റെന്തുമുള്ളൂ. അവൻ ഉള്ളുതുറന്ന് സംസാരിക്കുന്നത് ഉമ്മയോടു മാത്രം. ഉമ്മയുടെ കണ്ണിലെ വേദന അവനേയും നോവിച്ചു.

"ഞങ്ങൾകൂടി പറഞ്ഞിട്ടല്ലേ അന്ന് നിങ്ങളിറങ്ങിയത്. എന്നിട്ട് ശിക്ഷ നിങ്ങൾക്ക് മാത്രമോ?"

"നിങ്ങൾ പറയുന്നതു കേട്ട് തുള്ളാൻ ഞാൻ ഇള്ളക്കുട്ടിയൊന്നുമല്ലല്ലോ ഫഹ്മി. പക്ഷേ, അക്കാര്യം അപ്പോ മറന്നു. ചെയ്തത് തെറ്റുതന്നെയാ."

അവനെ സമാധാനിപ്പിക്കാനെന്നപോലെ ഉമ്മ തെറ്റ് സ്വയം ഏറ്റെടുത്തു.

കുറ്റബോധം കൊണ്ട് യാസീന്റെ അകവും നീറി. അങ്ങനെയൊരു നിർദേശം ആദ്യം വെച്ചത് അവനാണല്ലോ. തെറ്റ് ഏറ്റുപറഞ്ഞ് മാപ്പിരക്കണമെന്നുണ്ടായിരുന്നു യാസീന്. ഉമ്മാമയുടെ നാക്കിന്റെ മൂർച്ചയോർത്ത് അവൻ ഫഹ്മി പറഞ്ഞതുതന്നെ ഏറ്റുപറഞ്ഞു.

"നേരാ ഞങ്ങളാ കുറ്റക്കാർ. പക്ഷേ, അനുഭവിക്കുന്നത് നിങ്ങളും. പക്ഷേ, എല്ലാം കലങ്ങിത്തെളിയുമെന്നുതന്നെയാ എന്റെ മനസ്സു പറയുന്നത്."

കമാൽ ഉമ്മയുടെ മുഖം പിടിച്ച് അവന്റെ നേരെ തിരിച്ച് ചോദ്യങ്ങൾ ചോദിക്കുന്നുണ്ടായിരുന്നു. ആരു പറഞ്ഞിട്ടാ ഇങ്ങോട്ടു പോന്നത്? എപ്പഴാ തിരിച്ചു വരുന്നത്? ഉമ്മയുടെ ഉത്തരങ്ങൾ അവനെ ഒട്ടും തൃപ്തിപ്പെടുത്തിയില്ല. എങ്ങനെയെങ്കിലും അവിടത്തന്നെ തങ്ങാൻ കഴിഞ്ഞെങ്കിൽ എന്ന ഒറ്റ ചിന്തയേ അവനിപ്പോ ഉണ്ടായിരുന്നുള്ളൂ.

"കഴിഞ്ഞതിനെക്കുറിച്ചോർത്ത് ദുഃഖിച്ചിട്ട് ഇനി ഒരു കാര്യവുമില്ല. മേലാക്കം എന്താ വേണ്ടതെന്നാണ് ചിന്തിക്കേണ്ടത്."

ഫഹ്മി ഒടുക്കം വായ്തുറന്നു.

“ബാപ്പയുടെ സ്വഭാവം വെച്ചുനോക്കുമ്പോൾ ഇങ്ങനെ ചെയ്തില്ലെങ്കിലേ അദ്ഭുതമുള്ളു. കലികൊണ്ടാൽ വേട്ടനായപ്പോലെയാണ് ബാപ്പ. അതടങ്ങുമ്പോൾ തണുക്കുകയും ചെയ്യും. ഇതിനപ്പുറമൊന്നും ബാപ്പ ചെയ്യില്ല.”

യാസീന്റെ വാക്കുകൾ എല്ലാവരെയും തൽക്കാലത്തേക്ക് ആശ്വസിപ്പിച്ചു. പ്രത്യേകിച്ചും ഫഹ്മിയെ. പിന്നെ ബാപ്പയെക്കുറിച്ചായി അവരുടെ ചിന്ത. എടുത്തുചാട്ടക്കാരനാണെങ്കിലും സ്നേഹമുള്ളവനും അഭിമാനിയുമാണ് ബാപ്പ എന്നതിൽ ആർക്കുമില്ല സംശയം.

“ചുണയുള്ള ആൺമക്കളാണെങ്കിൽ ബാപ്പയെ പറഞ്ഞ് ബോധ്യപ്പെടുത്ത്.”

ഉമ്മാമ എരികേറ്റി.

യാസീനും ഫഹ്മിയും പരസ്പരം നോക്കി മിണ്ടാതിരുന്നു. കാറുതട്ടിയ കാര്യം മക്കൾ ഉമ്മയോട് പറയുമെന്നായിരുന്നു ആമിനയുടെ പേടി. തോളെല്ല് പൊട്ടിയ കാര്യം ഉമ്മാമയോട് മിണ്ടരുതെന്ന് അവർ തോളുതൊട്ടുകാണിച്ച് ആംഗ്യഭാഷയിൽ മക്കളെ വിലക്കി. അവരെക്കൊണ്ട് കൂടുതൽ സംസാരിപ്പിക്കാതിരിക്കാനെന്നവണ്ണം ആമിന പറഞ്ഞു.

“നോക്ക് നിങ്ങൾ അതുമിതും പറഞ്ഞ് മൂപ്പരെ ചൂടുകയറ്റണ്ട. തോന്നുമ്പോൾ വന്നു വിളിക്കട്ടെ. അപ്പോ വരാം ഉമ്മ.”

“എപ്പളാ ബാപ്പ ഉമ്മാനെ വിളിക്കാൻ വരുന്നത്?”

കമാൽ.

അവർ വാതോരാതെ സംസാരിച്ചുകൊണ്ടിരുന്നു. പോകാൻ നേരമായെന്നറിഞ്ഞിട്ടും യാത്രപറയാൻ അവർക്കു മനസ്സുവന്നില്ല. ഉമ്മാമയ്ക്ക് സംഗതി മനസിലായി. അവർ സംസാരം നിർത്തി തസ്ബീഹ് കൈയിലെടുത്ത് എന്തോ ഉറക്കെ ചൊല്ലിക്കൊണ്ടിരുന്നു. അതോടെ സംഭാഷണം നിലച്ചു.

“നേരമിരുട്ടി, പോണ്ടേ?”

ഏറെനേരത്തെ മൗനത്തിനു ശേഷം യാസീൻ ചോദിച്ചു. മകളുടെ സ്വരം ഇടറുന്നുണ്ടോ എന്നറിയാനായി ഉമ്മാമ കാതോർത്തു. പക്ഷേ, അനക്കമില്ല. മക്കൾ എഴുന്നേറ്റ് ചെന്ന് ഉമ്മയെ മുത്തുന്ന ശബ്ദം മാത്രമേ കേൾക്കാനുണ്ടായിരുന്നുള്ളു. കമാൽ മാത്രം പക്ഷേ, ഉറക്കെ കരയാൻ തുടങ്ങി. കുറച്ചുകഴിഞ്ഞപ്പോൾ അതുമില്ലാതായി. കാലടികൾ അകന്നുപോകുന്ന ശബ്ദം മാത്രം കേൾക്കാം.

ആമിന മുറിയിൽ തിരിച്ചെത്തിയത് അവർ അറിഞ്ഞു.

“നീ എന്താ കരയുന്നത്? എന്തൊരു പടപ്പാ നീ? നാലീസം ഉമ്മാന്റൊപ്പരം നിൽക്കാൻ നിക്ക് പൂതി ഇല്ലാന്നോ?”

ആമിന കരയുന്നില്ലെന്നറിഞ്ഞപ്പോൾ ഉമ്മ സ്വയം വിങ്ങിപ്പൊട്ടി.

മുപ്പത്തിനാല്

ഉമ്മ പോയതിൽ എല്ലാവർക്കും വേദനയുണ്ടെങ്കിലും അവർ വീട്ടിലില്ലാത്തതിന്റെ ബുദ്ധിമുട്ടുകൾ ഏറെ അനുഭവിക്കുന്നത് കദീജയും ആയിഷയുമായിരുന്നു. വീട്ടുപണികളിൽ അവർ നിത്യേന ഉമ്മയെ സഹായിക്കാറുണ്ട്. എന്നാൽ വീട്ടുഭരണം ചുമലിലായപ്പോൾ അവർ ശരിക്കും തളർന്നു. ബാപ്പയ്ക്കാവശ്യമുള്ളത് ചെയ്യേണ്ടി വരുമ്പോഴാണ് അവർ കുഴങ്ങിയത്. ബാപ്പയുടെ ഏഴയലത്തും ചെല്ലാതെ മാറിനിൽക്കാൻ ആയിഷ എപ്പോഴും ശ്രദ്ധിച്ചു. ഉമ്മയ്ക്ക് അസുഖമായപ്പോൾ നീയാണല്ലോ എല്ലാം ചെയ്തുകൊടുത്തത്, അതുകൊണ്ട് നിനക്കാണല്ലോ അതെല്ലാം അറിയുന്നത് എന്നായിരുന്നു ആയിഷ കണ്ടെത്തിയ ന്യായം.... ഉമ്മ കിടപ്പിലായപ്പോൾ ദിവസങ്ങൾ എണ്ണിനീക്കുകയായിരുന്നു ആയിഷ. അതിനിടയിലായിരുന്നു ഈ പൊല്ലാപ്പ്.

ഇങ്ങനെ പോയാൽ ഉമ്മ വരിമ്പളത്തിന് ഞാൻ ബാക്കിയുണ്ടാവില്ല.

കദീജയ്ക്ക് പരാതി ഒഴിഞ്ഞ നേരമില്ല.

ഇത്താത്തയുടെ പരാതി കേട്ട് കണ്ണീരൊഴുക്കാനെ ആയിഷയ്ക്കറിയൂ. ഉമ്മയെ കൊണ്ടുവരാൻ എന്തെങ്കിലുമൊരു പോംവഴി കണ്ടുപിടിക്കാൻ ആങ്ങളമാരെ നിർബന്ധിച്ചേ ഒക്കൂ. കദീജ ഉറപ്പിച്ചു.

"നമ്മളിങ്ങനെ വായും പൂട്ടി മിണ്ടാതിരുന്നാൽ ഉമ്മ ഒരിക്കലും തിരിച്ചുവരവുണ്ടാവില്ല. പാവം എന്റെ ഉമ്മ നീറി നീറി മരിക്കും. ബാപ്പയോട് ഇക്കാര്യത്തെക്കുറിച്ച് ആരെങ്കിലും സംസാരിക്കാതെങ്ങനാ? ഉമ്മ എന്തെല്ലാം അപമാനങ്ങൾ സഹിച്ചിട്ടാ നമ്മുടെയൊക്കെ ഓരോ ആവശ്യങ്ങൾ ബാപ്പയെക്കൊണ്ട് അംഗീകരിപ്പിക്കുന്നത്. അതുപോലെ അവർക്കുവേണ്ടി നമ്മളും ത്യാഗം സഹിക്കേണ്ടിവരും."

യാസീനും ഫഹ്മിയും പരസ്പരം നോക്കി മിണ്ടാതിരുന്നതേയുള്ളു. അങ്ങനെ മൗനംപാലിക്കുന്നത് തെറ്റാണെന്ന് അറിയാഞ്ഞിട്ടല്ല. പക്ഷേ, എന്തെങ്കിലും മിണ്ടിപ്പോയാൽ ഭാരം അവരുടെ ചുമലിലാവുമല്ലോ എന്നവർ ഭയന്നു.

"നിങ്ങളാ മൂത്തത്. സർക്കാർ ജോലിയുണ്ട്. സമ്പാദിക്കുന്നുമുണ്ട്. അതുകൊണ്ട് ഇക്കാര്യത്തിൽ മുന്നിട്ടിറങ്ങേണ്ടത് നിങ്ങളാ."

കദീജ യാസീനോട് പറഞ്ഞു.

യാസീൻ പകച്ചു. കിതച്ചുകൊണ്ട് പറഞ്ഞു:

"ബാപ്പയുടെ സ്വഭാവം എല്ലാവർക്കുമറിയാമേ. ആരുടെയെങ്കിലും അഭിപ്രായം അനുസരിക്കുന്ന ആളാണോ ബാപ്പ? കദീജ പറഞ്ഞതുപോലെ എനിക്കു ജോലിയുണ്ട്. എന്നെ എന്തെങ്കിലും പറഞ്ഞാൽ വകവയ്ക്കാതെ ഞാനിറങ്ങിപ്പോകും. അതല്ല പേടി, അരിശം വന്നാൽ ബാപ്പയെക്കാൾ കലിയാ എനിക്ക്. ഞാൻ എന്തെങ്കിലും പറഞ്ഞിട്ട് പ്രശ്നം ഇതിലും വഷളായാലോ?"

നീറുന്ന വേദനകൾക്കിടയിലും അവർ ചിരിച്ചുപോയി. ബാപ്പയുടെ മുന്നിലെത്തുമ്പോൾ എലിയെപ്പോലെ വിറയ്ക്കുന്നവനാണ് യാസീൻ. പിന്നെ എങ്ങനെ ചിരിക്കാതിരിക്കും? യാസീന്റെ തമാശ അൽപ്പനേരത്തേക്കെങ്കിലും അവരെ വേദന മറക്കാൻ സഹായിച്ചു എന്നു വേണമെങ്കിൽ പറയാം. ബാപ്പയോട് നേരിട്ട്ചെന്നു കാര്യം പറയാനുള്ള തന്റേടമില്ലെന്നു യാസീനും അറിയാം. പക്ഷേ, സഹോദരങ്ങളോട് അത് തുറന്നു സമ്മതിക്കുന്നതെങ്ങനെ?

അവരുടെ ചിരി യാസീനെ ചൊടിപ്പിച്ചു.

"എനിക്കിനി ഒന്നും പറയാനില്ല. കേൾക്കുകയും വേണ്ട."

യാസീൻ തോൾ കുലുക്കി അരിശം പ്രകടിപ്പിച്ചു.

ഫഹ്മി മാത്രമാണ് ഉറക്കെ ചിരിക്കാതിരുന്നത്. അടുത്തത് തന്റെ ഊഴമാണല്ലോ എന്നോർത്ത് വിഷമിച്ചിരിക്കുകയായിരുന്നു ഫഹ്മി.

"ഫഹ്മീ നീ ഞങ്ങളുടെ വീരനായ പൊന്നാങ്ങളയല്ലേ? നീ പറ."

പ്രതീക്ഷിച്ചതു പോലെ കദീജ പറഞ്ഞു.

ഫഹ്മി നിയമവിദ്യാർഥിയാണ്. ക്ലാസിൽ ഒന്നാമനാണ്. ബാപ്പയുടെ അരുമക്കുട്ടിയുമാണ്. പെട്ടെന്ന് കോപം വരുന്ന സ്വഭാവക്കാരനുമല്ല. ഉമ്മയുടെ പക്ഷംപിടിച്ചു സംസാരിക്കാൻ ഏറ്റവും യോഗ്യൻ ഫഹ്മിയാണെന്നൊരു ഭാവം കദീജയുടെ മുഖത്ത് ഫഹ്മി കണ്ടു. അവൻ അസ്വസ്ഥനായി പറഞ്ഞു:

"ഞാൻ പറഞ്ഞാൽ ബാപ്പ കേക്കുമെന്ന് എന്താ ഉറപ്പ്? നിങ്ങൾ ഇക്കാര്യത്തിൽ ഇടപെടേണ്ടെന്നു തീർത്തു പറയും. അതോടെ കാര്യം ഇതിലും വഷളാകും."

കേട്ടപ്പോൾ യാസീന് സമാധാനമായി.

"നമ്മുടെ വാക്കുകേട്ടതിന്റെ ഫലമല്ലേ അവരിപ്പോൾ അനുഭവിക്കുന്നത്. എടുത്തു ചാടി ഇനിയുമെന്തെങ്കിലുമൊക്കെപ്പറഞ്ഞ് അവരെ കൂടുതൽ വിഷമിപ്പിക്കാതിരിക്കുന്നതാ ബുദ്ധി."

യാസീൻ.

"ആണുങ്ങളാത്രേ....പേടിച്ച് മുക്കിലിരുന്നോ."

കദീജ കലിതുള്ളി.

"വെറുതെ അതുമിതും പറഞ്ഞ് തർക്കിക്കാതെ നടക്കുന്ന കാര്യം വല്ലതും ആലോചിക്കാം. ഞാനും യാസീനും എന്തു പറഞ്ഞാലും ബാപ്പ വിപരീതാർഥത്തിലേ എടുക്കൂ. നിങ്ങൾ പെണ്ണുങ്ങളാവുമ്പോ കണ്ണീരൊഴുക്കാം. കേണപേക്ഷിക്കാം. അതുകണ്ട് ബാപ്പ അലിഞ്ഞാലോ? ശാന്തമായി കണ്ണീരോടെ പറഞ്ഞാൽ ഏശുമെന്നാ എനിക്കു തോന്നുന്നത്. കദീജ എന്താ ഒന്നും പറയാത്തത്?"

"ഞാനെന്തു പറയാനാ? ഇത് ആണുങ്ങൾ ചെയ്യേണ്ട കാര്യമാണെന്നായിരുന്നു ഞാൻ ധരിച്ചത്."

അന്തംവിട്ടതുപോലെയാണ് കദീജ പറഞ്ഞത്.

"ബാപ്പ പെൺമക്കളെ വഴക്കു പറയാറില്ല. ഞങ്ങളോടു പെരുമാറു

ന്നതുപോലെ നിങ്ങളോട് കലി തുള്ളാറുമില്ല. നിങ്ങൾ വിചാരിച്ചാൽ കാര്യം നടക്കും." ഫഹ്മി.

കദീജയുടെ തല കുനിഞ്ഞു. ഇനിയും മിണ്ടാതിരുന്നാൽ ഈ ഭാരവും താൻ ചുമക്കേണ്ടിവരുമെന്നറിയാവുന്ന കദീജ പെട്ടെന്ന് ഒഴിഞ്ഞുമാറി.

"നിങ്ങൾ പറയുന്നത് നേരാണെങ്കിൽ അതിന് എന്നെക്കാളും പറ്റിയവൾ ആയിഷയാ."

"അതെന്താ?"

പെട്ടെന്നേതോ അത്യാപത്തിൽ പെട്ടതുപോലെ പേടിച്ചുവിറച്ചുകൊണ്ട് ആയിഷ ചോദിച്ചു. ആയിഷ വീട്ടിലെ ചെല്ലക്കുട്ടി. കാര്യപ്പെട്ട പണിയൊന്നും ഉമ്മപോലും അവളെക്കൊണ്ട് ചെയ്യിക്കാറില്ല. ഇത്തരം പ്രധാനകാര്യങ്ങൾ ചെയ്യാനുള്ള കഴിവൊന്നും അവൾക്കില്ലെന്ന് അറിയാമായിരുന്നിട്ടും കദീജ തന്റെ നിർദേശത്തിൽ തന്നെ ഉറച്ചുനിന്നുകൊണ്ട് പറഞ്ഞു:

"നിന്റെ സ്വർണത്തലമുടിയും നീലക്കണ്ണുകളും കൊണ്ട് ഞങ്ങൾക്കെന്തെങ്കിലും പ്രയോജനമുണ്ടാവട്ടെ."

"എന്റെ തലമുടിയും കണ്ണും കണ്ടാലൊന്നും ബാപ്പ അണുവിട വീഴില്ല." ആയിഷ.

സ്വയം രക്ഷക്കുള്ള വഴി തേടുകയായിരുന്നു അപ്പോൾ കദീജ. മറ്റെന്തെങ്കിലും നോരമ്പോക്ക് പറഞ്ഞ് സഹോദരങ്ങളുടെ ശ്രദ്ധ മാറ്റിയാലോ എന്നുപോലും തോന്നിപ്പോയി അവൾക്ക്. ആകെ വിഷമിച്ചു നിൽക്കുമ്പോൾ തമാശ തോന്നണ്ടേ?

"ഈ വീട്ടിൽ എല്ലാവർക്കും എന്നെക്കാൾ പ്രിയം നിന്നോടാ. ആങ്ങളമാരുടെ ചെല്ലപ്പിള്ളയും നീതന്നെ. ബാപ്പയ്ക്ക് ചിലപ്പോൾ അങ്ങനെയാവില്ലെന്ന് ആരു കണ്ടു?"

കദീജ വിടാനുള്ള ഭാവമില്ല.

ആയിഷയുടെ മുഖം ചുവന്നു. കണ്ണു നിറഞ്ഞു.

"ബാപ്പയെ കാണുമ്പോൾ എനിക്ക് മുട്ടുവിറയ്ക്കും. തൊണ്ട വരളും. പിന്നെ ഞാനെങ്ങനെയാ ഇക്കാര്യം പറയുക?"

ബാപ്പയുടെ മുഖത്തുനോക്കി പറയാനുള്ളത് പറയാൻ ചുരുക്കിപ്പറഞ്ഞാൽ ആർക്കുമില്ല ധൈര്യം. അതേസമയം ഉമ്മയോട് അനീതി കാണിക്കുന്നല്ലോ എന്ന കുറ്റബോധം എല്ലാവർക്കുമുണ്ടുതാനും.

"നമുക്കാവില്ല എന്നുറപ്പായി. എന്നാൽ മറിയത്തിന്റെ ഉമ്മയെക്കൊണ്ട് പറയിച്ചാലോ?"

വേറൊരു വഴിയും കാണാതായപ്പോൾ കദീജ ചോദിച്ചു.

മറിയത്തിന്റെ പേരു കേട്ടതും ഫഹ്മി പതിവുപോലെ വിളറി. കദീജ പറഞ്ഞത് അവനൊട്ടുമിഷ്ടപ്പെട്ടിട്ടില്ലെന്ന് അവന്റെ കണ്ണുകളിൽ വായിക്കാം. താൽപ്പര്യമില്ലാത്ത മട്ടിൽ ഫഹ്മി മുഖം തിരിച്ചു. അവന്റെ കല്യാണാലോചന ബാപ്പ നിഷ്ഠുരം നിരസിച്ചതിനുശേഷം അവന്റെ മുന്നിൽ

വെച്ച് ആരും മറിയത്തെക്കുറിച്ച് പറയാറില്ല. ഫഹ്മിയെ വേദനിപ്പിക്കാൻ ആർക്കും ആഗ്രഹമില്ല. ഇതൊന്നുമറിയാത്തഭാവത്തിൽ മറിയം ഇപ്പോഴും വീട്ടിൽ വരാറുണ്ടുതാനും.

"അത് ചിലപ്പോൾ ഏറ്റേക്കും. മറിയത്തിന്റെ ബാപ്പയുടെ വാക്കുകൾ ബാപ്പ തട്ടില്ല."

യാസീൻ കമാലിന്റെ തോളിൽ കൈയിട്ടുകൊണ്ട് ആശ്വാസത്തോടെ പറഞ്ഞു.

പക്ഷേ, അതാരും അത്ര കാര്യമായെടുത്തില്ല. കമാലിന് ഒരു നിമിഷവും ഉമ്മയെ മറക്കാനായില്ല. ക്ലാസിലിരിക്കുമ്പോൾ ഉമ്മ മാത്രമായിരുന്നു മനസിൽ. ബാപ്പയുടെ മുന്നിൽ ചെല്ലാനുള്ള ധൈര്യമുണ്ടായിരുന്നെങ്കിൽ ഇക്കാര്യം അവൻ എപ്പഴേ ബാപ്പയോട് പറഞ്ഞേനെ. സ്കൂൾ വിട്ടു വരുമ്പോൾ ഇക്കാര്യത്തെക്കുറിച്ച് മാത്രമായിരുന്നു അവന്റെ ചിന്ത. കാറ്റിൽ കയറു പൊട്ടി കറങ്ങുന്ന പട്ടത്തെപ്പോലെ ലക്ഷ്യമില്ലാതെ നടക്കുകയാണ് കമാൽ. ബാപ്പയുടെ കട മുന്നിൽ കണ്ടപ്പോൾ അറിയാതെ നിന്നുപോയി. കടയിൽനിന്നൊരാൾ ഉറക്കെ നേരമ്പോക്ക് പറഞ്ഞ് ചിരിച്ചുകൊണ്ട് ബാപ്പയോട് യാത്ര പറഞ്ഞിറങ്ങുന്നത് കണ്ട് അവൻ അന്തം വിട്ടു. ബാപ്പയ്ക്ക് ചിരിക്കാൻ അറിയുമോ എന്നോർത്ത് അവൻ ആണിയടിച്ചുറപ്പിച്ചതുപോലെ അവിടെത്തന്നെ നിന്നു. ഇത് ബാപ്പതന്നെയാണോ? അതോ പ്രേതമോ?

സുഹൃത്തിനെ യാത്രയാക്കി തിരിഞ്ഞപ്പോഴാണ് കുറച്ചകലെ കുറ്റിയടിച്ചതുപോലെ നിൽക്കുന്ന കമാലിനെ ബാപ്പ കണ്ടത്. കടയുടെ മുന്നിൽ അവൻ അങ്ങനെ നിൽക്കുന്നത് കണ്ടപ്പോൾ ബാപ്പയ്ക്കും അദ്ഭുതം. അതോടെ നേരമ്പോക്ക് മറന്നു. തികഞ്ഞ ഗൗരവത്തോടെ ബാപ്പ ചോദിച്ചു:

"എന്താടാ കുറ്റിയടിച്ചതുപോലെ റോഡിൽ നിൽക്കുന്നത്?"

അവന് ഒന്നും ഉരിയാടാൻ കഴിഞ്ഞില്ല.

പതുക്കെ അകത്തു ചെന്ന് ബാപ്പയുടെ കൈപിടിച്ചു മുത്തി.

"എന്താ നിനക്കു വേണ്ടത്?"

ബാപ്പയുടെ സ്വരത്തിൽ അപ്പോഴും ഗൗരവം.

ഒന്നുംപറയാതെ അപ്പോഴും മിഴിച്ചു നിന്നതേയുള്ളൂ കമാൽ. വീട്ടിൽ പോകുന്ന വഴി ബാപ്പയെ കണ്ടപ്പോൾ വെറുതെ നിന്നതാണെന്ന് പറഞ്ഞ് അവനു രക്ഷപ്പെടാം.

കുട്ടിയുടെ പരവശമായ മുഖം കണ്ട് ബാപ്പ ചീറി.

"കാര്യമെന്തെന്നു വെച്ചാ പറയെടാ."

കമാലിന്റെ ചങ്കിടിപ്പേറി. നാവാരോ കെട്ടിയിട്ടതുപോലെ.

"അരിശം പിടിപ്പിക്കാതെ കാര്യം പറയുന്നുണ്ടോ നീ?"

സയ്യിദ് അഹമ്മദ് അങ്കക്കലി തുള്ളി.

"ഞാൻ സ്കൂളുവിട്ട് വീട്ടിൽ പോകുംവഴി..."

"അതിന് റോഡിൽ കുറ്റിയടിച്ചതുപോലെ നിൽക്കണോ?"

"ബാപ്പയെ കണ്ടപ്പോൾ...."

"എന്നെ കാണാതെ സഹിക്കണില്ല കുട്ടിക്ക് അല്ലേ? വീട്ടിൽ വന്നിട്ട് കണ്ടാൽപ്പോരേ ബാപ്പയെ? സ്കൂളിൽ എന്ത് ഏടാകൂടമൊപ്പിച്ചിട്ടാ നീ വന്നിരിക്കുന്നത്? ഞാൻ കണ്ടുപിടിച്ചോളാം. ബാപ്പയെ കാണാൻ നടു റോഡിലാ നിൽപ്പ്."

ബാപ്പയുടെ സ്വരത്തിൽ പരിഹാസം.

"അള്ളാണെ....നബിയാണെ ഞാനൊന്നും ചെയ്തില്ല."

കമാൽ തിടുക്കത്തിൽ പറഞ്ഞു.

"മനുഷ്യന്റെ സമയം മിനക്കെടുത്താതെ ഒന്നു പോകുന്നുണ്ടോ നീ?"

ബാപ്പ വിരട്ടിയപ്പോൾ കമാൽ പതുക്കെ മുന്നോട്ടു നടന്നുതുടങ്ങി. അതിനിടയിൽ അവൻ ഒരിക്കൽക്കൂടി തിരിഞ്ഞു നോക്കി. ബാപ്പ പുറം തിരിഞ്ഞ് നിൽക്കുകയായിരുന്നു.

"എന്റെ ഉമ്മയെ മടക്കിത്താ...അള്ളാഹു അനുഗ്രഹിക്കും."

കിട്ടിയ അവസരം പാഴാക്കാതെ ഉറക്കെ വിളിച്ചു പറഞ്ഞിട്ട് കമാൽ കാറ്റുകണക്കെ ഓടിമറഞ്ഞു.

മുപ്പത്തിഅഞ്ച്

ഉച്ചയൂണ് കഴിഞ്ഞ് വിശ്രമിക്കുകയായിരുന്നു സയ്യിദ് അഹമ്മദ്.

"അപ്പുറത്തെ വീട്ടിലെ റിദ്‌വാൻ സാഹിബിന്റെ ഭാര്യ ബാപ്പയെ കാണാൻ വന്നിരിക്കുന്നു."

"അവരെന്തിനാ എന്നെ കാണുന്നത്?"

കദീജ വന്നുപറഞ്ഞപ്പോൾ ബാപ്പയ്ക്ക് അദ്ഭുതം.

"എന്താന്ന് പറഞ്ഞില്ല."

"വരാൻ പറ."

ആശ്ചര്യം മറച്ചുപിടിച്ച് ബാപ്പ കനപ്പിച്ചു പറഞ്ഞു.

പല ആവശ്യങ്ങൾ സാധിക്കാനായി പലരും വരാറുണ്ട്. അക്കൂട്ടത്തിൽ സ്ത്രീകളും ഉണ്ടാകാറുണ്ട്. എന്താണാവോ ഇവരുടെ ആവശ്യം? മറിയത്തിന്റെ വിവാഹാലോചന നിരസിച്ചത് പെട്ടെന്നാണ് അയാൾ ഓർത്തത്. അതു പക്ഷേ പുറത്താരും അറിഞ്ഞില്ലല്ലോ. റിദ്‌വാനുമായി അയാൾക്ക് വലിയ അടുപ്പമൊന്നുമില്ല. എന്നാൽ നല്ല അയൽക്കാരാണു താനും. അത്യാവശ്യം വരുമ്പോൾ തമ്മിൽ കാണാറുണ്ട്. പരസ്പരം സഹായിക്കാറുമുണ്ട്. അയാൾ തളർവാതം വന്ന് കിടപ്പിലായതറിഞ്ഞപ്പോൾ കാണാൻ പോയിരുന്നു. അല്ലാതെ സുഹൃദ്ബന്ധമൊന്നുമില്ല. എന്താണാവോ ഇവരുടെ വരവിന്റെ ഉദ്ദേശ്യം.

ഒന്നുരണ്ടുതവണ മറിയത്തിന്റെ ഉമ്മ സാധനങ്ങൾ വാങ്ങാൻ കടയിൽ വന്നിട്ടുണ്ട്. റിദ്‌വാന്റെ ഭാര്യയാണെന്ന് പറഞ്ഞ് അവർ സ്വയം പരി

ചയപ്പെടുത്തിയിട്ടില്ലായിരുന്നെങ്കിൽ അവരെ തിരിച്ചറിയുകയില്ലായിരുന്നു. അറിഞ്ഞപ്പോൾ വേണ്ടരീതിയിൽ ആദരിക്കാൻ മടികാണിച്ചതുമില്ല. മറ്റൊരിക്കൽ പടിപ്പുരയിൽ വെച്ചും അവരെ കണ്ടിരുന്നു. അയാൾ പുറത്തേക്കിറങ്ങുമ്പോൾ അവർ പടിപ്പുര കയറി അകത്തേക്കു വരികയായിരുന്നു. ആലോചിച്ചിരിക്കുന്നതിനിടയിൽ അവർ കദീജയുടെ പിന്നാലെ മുറിയിലെത്തി ഉപചാരം പറഞ്ഞു.

സ്വന്തം ഭാര്യമാർ ഒറ്റയ്ക്കു പുറത്തു പോകുന്നതിൽ അയാളുടെ പല ചങ്ങാതിമാർക്കും എതിർപ്പൊന്നുമില്ല. പക്ഷേ അയാൾ ആ വിഷയത്തിൽ കണിശക്കാരനാണ്. വീട്ടിലെ പെണ്ണുങ്ങൾ അണിഞ്ഞൊരുങ്ങി ഊരുതെണ്ടാനിറങ്ങുന്നത് അയാൾക്ക് ഇഷ്ടമല്ല. സ്ത്രീകൾ വീട്ടിനകത്ത് അടങ്ങിയിരിക്കണമെന്ന് നിർബന്ധമുണ്ട്. ഭാര്യമാരെയും പെൺമക്കളെയും വണ്ടിയിൽ കയറ്റി നാടുകാണാനും മറ്റു വിനോദപരിപാടികൾക്കും കൊണ്ടുപോകാറുള്ള സുഹൃത്തുക്കൾ മുരുടനെന്ന് പറഞ്ഞ് അയാളെ പരിഹസിക്കാറുണ്ട്.

നിങ്ങക്ക് നിങ്ങടെ രീതി എനിക്കെന്റെ രീതി എന്നു പറഞ്ഞ് ഒഴിയുകയാണ് പതിവ്. തന്റെ രീതിയാണ് ശരിയെന്ന് ഒരിക്കലും ആരോടും തർക്കിക്കാറില്ല. എങ്കിലും വീട്ടിൽ അയാൾ കണിശക്കാരൻ തന്നെ. തന്റെ അനുവാദമില്ലാതെ വീട്ടിൽ ആരും ഒന്നും ചെയ്യരുത്. അതുകൊണ്ടാണല്ലോ ഭാര്യ അനുസരണക്കേട് കാണിച്ചപ്പോൾ ശിക്ഷിക്കണമെന്ന് തോന്നിയത്.

വാതിൽക്കൽനിന്ന് തൊണ്ട അനക്കി തന്റെ സാന്നിധ്യം അറിയിച്ചിട്ട് അവർ മുറിക്കകത്ത് വന്നു. ശരീരം പർദയിൽ പൊതിഞ്ഞിരുന്നു. കറുത്ത മക്കനയ്ക്കു പിന്നിൽ വെളുത്ത മുഖം തെളിഞ്ഞുകാണാം. ആകർഷകമായ കറുത്ത കണ്ണുകൾ തിളങ്ങുന്നു. ആകെ ആടിയുലഞ്ഞുകൊണ്ടാണ് അവർ മുറിയിൽ പ്രവേശിച്ചത്. അയാളുടെ രീതികൾ അറിയാവുന്നതുകൊണ്ടായിരിക്കാം. തട്ടംകൊണ്ട് മറച്ചാണ് അവർ കൈപിടിച്ചു കുലുക്കിയത്.

"അള്ളാഹു നിങ്ങൾക്ക് സമാധാനം തരട്ടെ."

അവർ ആശംസിച്ചു.

"നിങ്ങൾക്കും സമാധാനമുണ്ടാകട്ടെ. റിദ്‌വാൻ സാഹിബിന് ഇപ്പോൾ എങ്ങനെയുണ്ട്?"

അയാൾ കുശലം ചോദിച്ചു.

"റബ്ബിന്റെ കൃപയാൽ അങ്ങനെ പോകുന്നു."

നെടുവീർപ്പിട്ടുകൊണ്ടാണ് അവർ പറഞ്ഞത്.

"അള്ളാഹുവിന്റെ അനുഗ്രഹത്താൽ വേഗം സുഖമാകും."

ആശ്വസിപ്പിച്ചിട്ട് അയാൾ അവരെ സോഫചൂണ്ടി ഇരിക്കാൻ ക്ഷണിച്ചു.

പിന്നീട് അവർക്കൊന്നും സംസാരിക്കാനില്ലാതായി. താൻ വന്നകാര്യം പറയാനുള്ള തയാറെടുപ്പിലായിരുന്നു അയൽക്കാരി.

“ഈ നാട്ടിൽ നിങ്ങളെക്കുറിച്ചറിയാത്തവരും നിങ്ങളെ പുകഴ്ത്താത്തവരും ഇല്ല.”

അവർ വളരെ ശ്രദ്ധയോടെ സംസാരത്തിന് തുടക്കമിട്ടു.

എന്താണവരുടെ ഉള്ളിലിരുപ്പെന്നറിയാതെ അപ്പോഴും പരുങ്ങുകയായിരുന്നു സയ്യിദ് അഹമ്മദ്.

“ഞാൻ വെറുതെ ഫഹ്മിയുടെ ഉമ്മയെ കാണാനിറങ്ങിയതാണ്. ഇവിടെ വന്നപ്പഴാ വിവരമറിഞ്ഞത്.”

അവർ പറഞ്ഞത് ഒട്ടും ഇഷ്ടപ്പെട്ടില്ലെങ്കിലും അയാൾ അതൃപ്തി പ്രകടമാക്കാതെ മിണ്ടാതിരുന്നു.

“ഫഹ്മിയുടെ ഉമ്മയെപ്പോലെ അടക്കവും ഒതുക്കവും അനുസരണയുമുള്ള ഒരു വീട്ടുകാരി ഈ ദേശത്തില്ല കേട്ടോ. ഇരുപതുകൊല്ലമായി ഞാനറിയുന്നതല്ലേ. ഒരു ചീത്തപ്പെരുമാറ്റം ഇന്നുവരെ ഞാൻ കണ്ടിട്ടില്ല. നിങ്ങളെപ്പോലൊരാളെ അരിശം പിടിപ്പിക്കാൻ മാത്രം എന്തു തെറ്റാ ആ പാവം ചെയ്തത്.”

അവരുടെ ചോദ്യം അവഗണിച്ച മട്ടിൽ മിണ്ടാതിരുന്നു സയ്യിദ് അഹമ്മദ്. എങ്കിലും ആ ചോദ്യം അയാളെ വല്ലാതെ അലട്ടി. ഇതിലെന്തോ ഗൂഢാലോചനയില്ലേ എന്ന് തോന്നാതിരുന്നില്ല. വന്നപ്പോൾ അറിഞ്ഞു എന്നു പറഞ്ഞത് നേരാവാൻ വഴിയില്ല. ആയിഷയോ കദീജയോ ചെന്നു പറഞ്ഞിട്ട് വന്നതായിരിക്കും. മക്കൾ എപ്പോഴും ഉമ്മയുടെ പക്ഷത്താണ്. ഉമ്മയെ വിളിച്ചുകൊണ്ടു വരണം എന്നു കൂവിയിട്ട് ഓടിമറയുന്ന കമാലിന്റെ രൂപം മനസിലെത്തി.

“അവരെപ്പോലൊരു പാവം ഇങ്ങനെയൊരു ശിക്ഷ തീർച്ചയായും അർഹിക്കുന്നില്ല. താങ്കളാണെങ്കിൽ പുരുഷന്മാർക്ക് മാതൃകയായിട്ടുള്ള ആൾ. സമൂഹത്തിൽ നിലയും വിലയുമുണ്ട്. അന്യായമായി ഒന്നും ചെയ്യില്ലെന്നറിയാം. ഇബിലീസ് എന്ന പഹയന്റെ പണിയാവാനേ തരമുള്ളൂ.”

“അള്ളാഹു തന്നെ ഈ പ്രശ്നം പരിഹരിച്ചു തരുമായിരിക്കും.”

സയ്യിദ് അഹമ്മദിന് മിണ്ടാതെ നിവർത്തിയില്ലായിരുന്നു.

“ഇത്രയും കാലം സന്തോഷത്തോടെ ഒരുമിച്ചു ജീവിച്ചിട്ട് എന്റെ അയൽക്കാരിക്ക് ഇങ്ങനെയൊരു ഗതിവന്നല്ലോ എന്നോർത്തപ്പോൾ സഹിക്കാനായില്ല.”

കിട്ടിയ അവസരം അവർ മുതലെടുത്തു.

“ഓരോന്നിനും ഓരോ സമയമുണ്ട്. സമയമാവുമ്പോൾ എല്ലാം നേരെയാകും.”

“നിങ്ങളെനിക്ക് ആങ്ങളയെപ്പോലെയാ.”

വളരെ മധുരമായി സ്നേഹത്തോടെയാണ് അവർ പറഞ്ഞത്. എന്താണെന്നറിയില്ല ആ ഭാവം അയാളെ വല്ലാതെ ആകർഷിച്ചു. എന്തോ വല്ലാത്ത ഒരിത് തോന്നുകയും ചെയ്തു. അവരുടെ കരിയെഴുതി കറുപ്പിച്ച കണ്ണുകളിൽ ഉറ്റുനോക്കിക്കൊണ്ട് അയാൾ കുറച്ചുനേരം മിണ്ടാതിരുന്നു. പെട്ടെന്ന് സ്വയം നിയന്ത്രിച്ചിട്ട് അയാൾ പറഞ്ഞു:

“എന്നെ ഒരു സഹോദരനായി കണക്കാക്കിയതിൽ സന്തോഷമുണ്ട്. നന്ദി.”

ഇത്രയും നേരം അവരിങ്ങനെതന്നെയാണോ സംസാരിച്ചത്? തല കുനിച്ചിരുന്നതിനാൽ അവരുടെ മുഖം കണ്ടിരുന്നില്ല. നോട്ടമിടഞ്ഞപ്പോൾ അവർ കണ്ണുവെട്ടിച്ചോ? നിനക്കല്ലെങ്കിലും പെണ്ണെന്നു പറഞ്ഞാൽ....അത്തരം സ്ത്രീകളുമായല്ലേ സഹവാസം. അയാൾ തന്നത്താൻ കുറ്റപ്പെടുത്തി. സംശയം തീർക്കാനെന്നപോലെ വീണ്ടും തലയുയർത്തി. അവർ അയാളെ തന്നെ നോക്കിക്കൊണ്ടിരുന്നു. അപ്പോൾ അയാളും ആവേശത്തോടെ അവരെ നോക്കി. അവർക്ക് ഭാവമാറ്റമേതുമില്ല. അതോടെ അയാൾ ആശയക്കുഴപ്പത്തിലായി. മിഴി താഴ്ത്തുകയും ചെയ്തു.

“എന്നോട് സ്നേഹമുണ്ടെങ്കിൽ എന്റെ അപേക്ഷ തള്ളിക്കളയരുത്.”

അവരുടെ നനഞ്ഞ സ്വരം കാതിലെത്തി.

അയാൾ വല്ലാതെ അമ്പരന്നു. സംശയത്തോടെ അവരെ നോക്കിക്കൊണ്ടിരുന്നു. എന്താണാ കണ്ണുകളിൽ ഒളിപ്പിച്ചിരിക്കുന്നത്? പെണ്ണുങ്ങളുടെ ഇംഗിതം മനസിലാക്കുന്നതിൽ നാളിതുവരെ പരാജയപ്പെട്ടിട്ടില്ല. ഇവരുടെ ഭർത്താവാണെങ്കിൽ ഏറെക്കാലമായി അനങ്ങാനാവാതെ കിടപ്പിലാണ്. അപ്പോൾ കണക്കുകൂട്ടലുകൾ തെറ്റിയിട്ടില്ല. കിട്ടിയ അവസരം മുതലെടുക്കുകയാണ്. അന്നു കടയിൽ വന്നതും ചിലപ്പോൾ ഇതേ ഉദ്ദേശ്യത്തോടെയായിരിക്കാനാണ് സാധ്യത. കുടുംബിനിയായ ഇവൾക്ക് പാട്ടുകാരി സുബൈദയെപ്പോലെ തോന്നിയത് വിളിച്ചുപറയാനൊക്കുമോ? ഒറ്റയ്ക്കുകിട്ടാൻ അവസരം പാർത്തിരുന്നു. അവസരംവന്നപ്പോൾ മനസിലുള്ളത് പുറത്തായി. അയാൾക്ക് സ്വയം അഭിമാനം തോന്നി. അന്തസ്സുള്ള കുടുംബിനിയാണെന്ന് ഭാവിക്കുന്ന ഇവളും മറ്റൊരു സുബൈദ തന്നെ.

പലതരത്തിൽപ്പെട്ട സ്ത്രീകളുമായി ഇടപെട്ടിട്ടുണ്ട്. ഒറ്റനോട്ടത്തിൽ അവരെ തിരിച്ചറിയാറുമുണ്ട്. പക്ഷേ, ഇപ്പോൾ ആശയക്കുഴപ്പത്തിലാണ്. അയൽക്കാരന്റെ ഭാര്യയെ ദുരുദ്ദേശ്യത്തോടെ...ഛേ മോശം. സ്വന്തമായി ചില ആദർശങ്ങളൊക്കെ പുലർത്തിപ്പോരാറുണ്ട്. കുടുംബിനികളായി മാനംമര്യാദയ്ക്കു കഴിയുന്നവരെയോ സുഹൃത്തുക്കളുടെ ഭാര്യമാരെയോ ഒന്നും അയാൾ ഇന്നുവരെ ദുരുദ്ദേശ്യത്തോടെ സമീപിച്ചിട്ടില്ല. കുരുത്തക്കേടുകൾ പലതും ചെയ്യാറുണ്ടെങ്കിലും ദൈവഭയത്തിന് ഒട്ടും കുറവില്ല. അള്ളാഹുവിന് രസിക്കാത്തത് ചെയ്യരുതെന്നുണ്ട്. ആളുകളെക്കൊണ്ട് പറയിക്കുന്നതൊന്നും ഇതുവരെ ചെയ്തിട്ടില്ല. ഇനി ചെയ്യരുതെന്നുമുണ്ട്. മറ്റുള്ളവരെ അറിഞ്ഞുകൊണ്ട് വേദനിപ്പിക്കാനും ഇഷ്ടമല്ല. സ്വന്തം മാന്യതയ്ക്കു കോട്ടംതട്ടിക്കാതെ ഇതുവരെ കഴിഞ്ഞുകൂടി. ഇനിയും അങ്ങനെതന്നെ കഴിയണമെന്ന് നിർബന്ധമുണ്ട്. ഒളിക്കേണ്ടത് ഒളിക്കണം. അല്ലെങ്കിൽ ആളുകൾ പുച്ഛിച്ചുതള്ളും.

ഒരു നല്ല സദ്യ വയറിനു സുഖമില്ലാത്തതു കാരണം ഒഴിവാക്കുന്നു. അങ്ങനെ കരുതിയാ മതി.

"നിങ്ങളുടെ വാക്കു ഞാൻ കാര്യമായിട്ടുതന്നെയാണ് എടുത്തിരിക്കുന്നത്. നിങ്ങൾ ഇതിൽ ഇടപെട്ടതിലും സന്തോഷമുണ്ട്. നിങ്ങളെ സന്തോഷിപ്പിക്കുന്ന ഒരു വാർത്ത അധികം താമസിയാതെ കേൾക്കാം."

"എല്ലാം മേലായ റബ്ബിന്റെ കാരുണ്യം. എന്നാ ഞാനിറങ്ങുന്നു."

അവർ നീട്ടിയ പതുപതുത്ത കൈ അമർത്തിപ്പിടിച്ച് കുലുക്കിയിട്ട് അയാൾ അവരെ യാത്രയാക്കി. അതേസമയം നോട്ടം ഇടയാതിരിക്കാൻ പ്രത്യേകം ശ്രദ്ധിക്കുകയും ചെയ്തു. യാത്ര പറഞ്ഞപ്പോൾ അവർ തന്റെ കൈയിലെ പിടി മുറുക്കിയില്ലേ എന്നു സംശയം തോന്നാതിരുന്നില്ല. അവർ എല്ലാവരോടും ഇങ്ങനെതന്നെ ആയിരിക്കുമോ യാത്ര പറയുക? അതോ തന്നോടുമാത്രം പ്രത്യേക മമത കാണിച്ചതാണോ? വന്നു കയറിയപ്പോഴും ഈ വിധത്തിൽ തന്നെയായിരുന്നോ കൈയിൽ പിടിച്ചിരുന്നത്? ഓർമ കിട്ടുന്നില്ല. പീടികയിലേക്കിറങ്ങുന്നതുവരെ അവരെക്കുറിച്ചു മാത്രമായിരുന്നു ചിന്ത. ആ നോട്ടം, ആ നനുത്തസ്വരം, കരിമിഴികൾകൊണ്ടുള്ള കടക്കണ്ണേറ് ഒന്നും മറക്കാൻ കഴിയുന്നില്ല.

മുപ്പത്തിയാറ്

"**അ**മ്മായി....മരിച്ചുപോയ ഷക്കാവത്ത് മാമയുടെ ഭാര്യ ബാപ്പയെ കാണാൻ വന്നിരിക്കുന്നു."

"എന്താ അവർക്ക് വേണ്ടത്?"

കദീജ വന്ന് പറഞ്ഞതും സയ്യിദ് അഹമ്മദ് അലറി.

"ഇന്നലെ മറിയത്തിന്റെ ഉമ്മ. ഇന്ന് അമ്മായി. ഇത്തരം സൂത്രങ്ങൾ എന്നോടു നടക്കുമെന്ന് ആരാ നിന്നോടു പറഞ്ഞത്? നീയും ആങ്ങളമാരും കൂടി എന്നെ കുരങ്ങു കളിപ്പിക്കാനാണോ ഭാവം?"

"അള്ളാണെ ബാപ്പ എനിക്കൊന്നും അറിയില്ല."

പേടിച്ചു വിളറിയ കദീജയുടെ വിരണ്ട മറുപടി.

"നിനക്കറിയില്ല. പക്ഷേ, എനിക്കെല്ലാം അറിയാം. ഈ ദുസ്സാമർഥ്യം വിപരീതഫലമേ ഉണ്ടാക്കൂ. പറഞ്ഞില്ലെന്നു വേണ്ട. അമ്മായിയെയോ അമ്മോശനേയോ ആരെ വേണമെങ്കിലും വിളി. വന്നുവന്ന് വീട്ടിൽ സൈ്വര്യമില്ലാതായി. സമാധാനമായിട്ടിരുന്ന് ഒരുകപ്പു കാപ്പി കുടിക്കാനുള്ള സാവകാശം പോലും തരില്ല. എന്റെ മുറി കോടതിയാക്കാനാ പുറപ്പാട്. എനിക്കു സൈ്വര്യം തരാത്ത നിങ്ങളെ പടച്ചോൻ ശിക്ഷിക്കും."

ബാപ്പ മുഴുമിക്കും മുമ്പേ കദീജ പൂച്ചയെ കണ്ട എലിയെപ്പോലെ മുറിയിൽനിന്നു പമ്പകടന്നിരുന്നു. അരിശം അടക്കാനാവാതെ ബാപ്പ

പുലിയെപ്പോലെ മുരണ്ടു. ഓടുന്നതിനിടയിൽ കദീജയുടെ തല വാതിലിൽ ഇടിച്ചതു കണ്ടപ്പോൾ കോപം സഹതാപമായി മാറി. പാവം...ഉമ്മയെ ഓർത്ത് എന്റെ മക്കൾ വല്ലാതെ വേവലാതിപ്പെടുന്നുണ്ട്.

അരിശമൊതുക്കി അയാൾ അതിഥിയെ സ്വീകരിക്കാൻ തയാറായി നിന്നു. മരിച്ചുപോയ ഷക്കാവത്തുമായി ഇന്നും ഇന്നലെയുമുള്ള ബന്ധമല്ല. മക്കളോടുള്ള ഈറ അവരോടു കാണിക്കുന്നത് ഉചിതമായിരിക്കില്ല. മരിച്ചുപോയ ഷക്കാവത്ത് അയാൾക്ക് പിതൃതുല്യനായിരുന്നു. അദ്ദേഹത്തിന്റെ ഭാര്യയാകട്ടെ ഉമ്മയെപ്പോലെയും. വീട്ടിലെല്ലാവർക്കും അമ്മായിയെ സ്നേഹവും ബഹുമാനവുമാണ്. ആമിനയുമായുള്ള വിവാഹം ആലോചിച്ചതും ഉറപ്പിച്ചതും അമ്മായി ആയിരുന്നു. ആമിനയ്ക്ക് പ്രസവനോവു തുടങ്ങുമ്പോൾ ആദ്യം അറിയിക്കുന്നതും അവരെ തന്നെ. പ്രസവം കഴിയുംവരെ അവർ കൂടെയുണ്ടാവും. ഈ നഗരത്തിലെ പ്രശസ്തകുടുംബമാണ് അവരുടേത്. നഗരത്തിനകത്തും പുറത്തും ഇഷ്ടംപോലെ സ്വത്ത്. അവരുമായി താരതമ്യപ്പെടുത്തുമ്പോൾ അയാൾ ഒന്നുമല്ല. ഒരിടത്തരം കുടുംബമാണ് അയാളുടേത്. അമ്മായിയുടെ വരവ് അയാളെ എന്തെന്നില്ലാതെ അസ്വസ്ഥനാക്കി.

തെറ്റുകണ്ടാൽ മുഖംനോക്കാതെ ചീത്തപറയുന്ന സ്വഭാവക്കാരി. അയാളോടാണെങ്കിൽ എന്തുംപറയാനുള്ള സ്വാതന്ത്ര്യം അവർക്കുണ്ട്. അതുകൊണ്ടുകൂടിയാണ് അവരുടെ വരവ് അയാളെ അസ്വസ്ഥനാക്കിയത്.

“വന്നാട്ടേ....നബിതങ്ങള് നേരിട്ടു വന്ന് അനുഗ്രഹിച്ചതുപോലെയായി...”

അവരെ കണ്ടതും അയാൾ വിനയത്തോടെ സ്വാഗതമരുളി.

തടിച്ച ദേഹം. വെളുത്ത മുഖത്തെ തൊലി ചുളുങ്ങിയെങ്കിലും ഐശ്വര്യത്തിന് ഒട്ടും കുറവില്ല. വെള്ള ശിരോവസ്ത്രമായിരുന്നു അവർ ധരിച്ചിരുന്നത്. വെളുക്കെ ചിരിച്ചതല്ലാതെ അവർ മറുപടിയൊന്നും പറഞ്ഞില്ല. അയാൾ നീട്ടിയ കൈപിടിച്ച് കുലുക്കിയിട്ട് സോഫയിൽ ഇരുന്നുകൊണ്ട് അവർ പറഞ്ഞു:

“ഏറെക്കാലം ജീവിച്ചു. പലതും കണ്ടു. കേട്ടു. പുരുഷന്മാരായാൽ നിന്നെപ്പോലാകണമെന്ന് ഞാൻ പലരോടും പറഞ്ഞിട്ടുണ്ട്. ആ നിന്റെ വീട്ടില്....കേൾക്കാൻ സുഖമുള്ളതല്ലല്ലോ കുട്ടീ കേക്കണത്. സ്വയം തീരുമാനമെടുക്കാൻ മാത്രം നീ വളർന്നു അല്ലേ?”

സയ്യിദ് അഹമ്മദിന് ഇടയിൽ കയറി എന്തെങ്കിലും പറയാൻ അവസരം കൊടുക്കാതെ അവർ തുടർന്നു.

“ഇവിടെ വന്നപ്പോഴല്ലേ കഥ അറിയുന്നത്. ആമിന പുറത്തു പോയിരിക്കുന്നെന്ന് പിള്ളേരു പറഞ്ഞപ്പോ ഞാനന്തം വിട്ടു കേട്ടോ. ഇതെന്തു മറിമായം? അവൻ അവളെ ഒറ്റയ്ക്ക് പുറത്തേക്ക് അയക്കുകയോ? ലോകാവസാനമായോ? അല്ല അവനങ്ങു മാറിയോ? എനിക്കു വിശ്വസിക്കാനാവുന്നില്ലല്ലോ.”

അത്രയുമായപ്പോൾ സ്വരം കടുത്തു ശകാരമായി. അയാളെന്തോ പറയാൻ ഒരുങ്ങുന്നതു കണ്ട് അവർ തടഞ്ഞു.

"ഒന്നും മിണ്ടണ്ട. നീ നിന്റെ മധുരഭാഷണം കൊണ്ട് എന്നെ മയക്കാമെന്നു കരുതണ്ട. അതിലൊന്നും ഞാൻ വീഴില്ല. അല്ലെങ്കിലും നിന്റെ ചിട്ട കുറെ കൂടുന്നുണ്ട്. കാലത്തിനൊത്തു മാറാതെ കുടുംബത്തിലുള്ളവരെ നീറ്റുകയാ. അവരോട് കുറച്ചുകൂടി ദയയും സ്നേഹവും കാണിച്ചാലെന്താ നിനക്ക്?"

സയ്യിദ് അഹമ്മദ് എല്ലാം കേട്ട് മിണ്ടാതിരുന്നു. എതിർത്ത് എന്തെങ്കിലും പറയാൻ അവസരം കിട്ടിയില്ല എന്നു പറയുന്നതാവും നേര്. അവസാനം സംസാരിക്കാൻ അവസരം കിട്ടിയപ്പോൾ അയാൾ പറയാനുള്ളത് ഒരുവിധം പറഞ്ഞൊപ്പിച്ചു. ഭാര്യയോടും മക്കളോടും ഇഷ്ടക്കേടില്ല. പക്ഷേ, അനുസരണക്കേട് പൊറുപ്പിക്കാനാവില്ല. പടച്ചവൻ വിധിച്ചതേ നടക്കൂ. തലേദിവസം മറിയത്തിന്റെ ഉമ്മയോടു പറഞ്ഞതുപോലെ പറഞ്ഞ് സംസാരം അവസാനിപ്പിക്കാമെന്നാണ് അയാൾ കരുതിയത്.

"ഒരു പ്രധാനകാര്യം ആമിനയോട് പറയാമെന്നു വച്ചാ വന്നത്. എത്ര ദിവസമായിട്ട് ഇറങ്ങുന്നതാ. ആബദില്ലാത്തതോണ്ടാ നീണ്ടുപോയത്. വന്നകാര്യം ഇനിയിപ്പോ ആരോടു പറയാനാ?"

"അവളില്ലെങ്കിലും ഞങ്ങളൊക്കെ ഇവിടെയില്ലേ?"

"അവൾക്ക് അഭിപ്രായം പറയാനുള്ള സ്വാതന്ത്ര്യമൊന്നുമില്ലെന്നറിയാം. എന്നാലും ഇക്കാര്യം ആദ്യം അവളോട് പറയണമെന്നുണ്ടായിരുന്നു. ഇനിയിപ്പം....ആ....അവള് വരട്ടെ."

"എന്താ കാര്യമെന്ന് പറയാതെ...."

അയാളുടെ സ്വരത്തിൽ ഉത്ക്കണ്ഠ.

"കെടന്ന് ബേജാറാവണ്ട പറയാം. എന്റെ മോൻ ഖലീലിനെക്കൊണ്ട് ആയിഷയെ കെട്ടിക്കാമെന്ന് ഞാനങ്ങ് തീരുമാനിച്ചു."

പ്രതീക്ഷിക്കാത്തത് കേട്ടപ്പോൾ അയാൾ അമ്പരന്നു. കൈയിച്ചിട്ട് ഇറക്കാനും വയ്യ മധുരിച്ചിട്ട് തുപ്പാനും വയ്യാത്ത അവസ്ഥ. ഇത്രയും നല്ലൊരു കുടുംബത്തിൽനിന്നുള്ള ആലോചന തട്ടിക്കളയുന്നതെങ്ങനെ? അതേസമയം മൂത്തവൾ നിൽക്കുമ്പോൾ ഇളയവളെ അയക്കില്ലെന്ന വാക്കുമാറാനും അയാൾ തയാറല്ല. അവരോടത് എങ്ങനെ പറയും?

"നീ എന്താ ഒന്നും മിണ്ടാത്തത്?"

"ഇതിപ്പരം സന്തോഷം ഞങ്ങക്കുണ്ടോ?"

തന്റെ വല്ലായ്മ മറച്ച് പണിപ്പെട്ട് ചിരിവരുത്തി അയാൾ പറഞ്ഞു.

"വലിയ വർത്തമാനമൊന്നും നീ പറയണ്ട. വർത്തമാനം പറയാൻ അല്ലെങ്കിലും നീ മിടുക്കനാ. സമ്മതമാണെന്ന് മാത്രം പറഞ്ഞാൽ മതി. ഖലീൽ പെണ്ണുകെട്ടണമെന്നു പറഞ്ഞപ്പോൾ എന്റെ മനസിൽ ആദ്യം വന്നത് ഇവളാ. കേട്ടപ്പോൾ അവനും സന്തോഷം. നിന്നേയും കുടുംബത്തേയും അവൻ ഇന്നോ ഇന്നലെയോ കണ്ടു തുടങ്ങിയതല്ലല്ലോ. ഞാൻ വെറുംവാക്ക് പറയുന്നത് നാളിതുവരെ നീ കേട്ടിട്ടുണ്ടോ?"

"നിങ്ങളു തീരുമാനിച്ചാ ഞാനെതിരു പറയോ? അതിപ്പോ...."

"പിന്നെന്താ? മൂത്തതു നിക്കുമ്പോ ഇളയവളെ അയയ്ക്കില്ലെന്നാണോ? ഇത്തരം കാര്യങ്ങൾ തീരുമാനിക്കാൻ നീയാരാ? അതെല്ലാം മേലായ റബ്ബിനു വിട്. അവന്റെ ഇഷ്ടത്തിൽ കവിഞ്ഞൊന്നും നടക്കില്ല. മൂത്തവൾ നിൽക്കെ ഇളയവരെ കല്യാണം കഴിപ്പിച്ചയച്ച എത്രയോ കുടുംബത്തിന്റെ കഥ വേണമെങ്കിൽ ഞാൻ പറഞ്ഞു തരാം. കദീജ നല്ല കുട്ടിയാ. മിടുക്കിയാ. സമയമാകുമ്പോൾ അവളുടെ കാര്യവും നടക്കും. സമയം വരണം. ആയിഷയോട് നിനക്കൊട്ടും സ്നേഹമില്ലെന്നോ? കദീജയുടെ കാര്യം പറഞ്ഞ് എത്രകാലം നീ അവളെ ദ്രോഹിക്കും?"

കദീജ നല്ലവളും മിടുക്കിയുമാണെങ്കിൽ ഖലീലിനെക്കൊണ്ട് അവളെ കെട്ടിച്ചൂടെ എന്നു ചോദിക്കണമെന്നുണ്ടായിരുന്നു. പക്ഷേ, എന്തെങ്കിലും മിണ്ടിപ്പോയാൽ അവരുടെ വായിലുള്ളത് കേൾക്കേണ്ടിവരും. കദീജയെ അപമാനിക്കുന്നവിധത്തിൽ എന്തെങ്കിലും പറയാനും അവർ മടിക്കില്ല.

"പാവം കദീജയെ ഓർത്ത് എനിക്കൊരു സമാധാനവുമില്ല."

ഒരുവിധം പറഞ്ഞൊപ്പിച്ചു.

"എല്ലാരേം ഒരുപോലെ സന്തോഷിപ്പിച്ച് മുന്നോട്ടു പോകാൻ ആവില്ല. അള്ളാഹുവിൽ വിശ്വസിക്ക്. വാശിക്കാരെ അള്ളാഹുവിനിഷ്ടമില്ലെന്ന് ഞാൻ പറഞ്ഞുതരണ്ടല്ലോ. എന്റെ ആലോചന നീ തട്ടിക്കളഞ്ഞാ അതിന്റെ നഷ്ടം നിനക്കാ. എന്റെ മോന് പെണ്ണന്വേഷിച്ച് ഞാനാദ്യം വന്നത് നിന്റടുത്താ. എന്തുകൊണ്ടാ?"

"ഇക്കാര്യത്തിൽ ഒരെതിർപ്പുമില്ലെന്ന് ഞാനാദ്യമേ പറഞ്ഞല്ലോ. സന്തോഷവും അഭിമാനവും ഉണ്ടുതാനും. പക്ഷേ...എനിക്കു കുറച്ചു സമയം തരണം."

"സമയം തരാനൊന്നുമാവില്ല. നിനക്കിതിൽ താൽപ്പര്യമില്ലെന്നാണ് ഇതുവരെ പറഞ്ഞതിൽനിന്ന് എനിക്കു മനസിലായത്. വേണം അല്ലെങ്കിൽ വേണ്ട. അങ്ങനൊരുത്തരമാ ഞാൻ പ്രതീക്ഷിക്കുന്നത്. ഖലീൽ നിനക്കും മോനെപ്പോലെയാണല്ലോ. ആയിഷയെ ഞാനെന്റെ കുട്ടിയായിട്ടേ കണ്ടിട്ടുള്ളു."

അവർ എഴുന്നേറ്റപ്പോൾ അവരെ യാത്രയാക്കാൻ അയാളും എഴുന്നേറ്റു. അവർ ഉടനെ ഇറങ്ങുമെന്നായിരുന്നു കരുതിയത്. അവർ പക്ഷേ നേരത്തെ പറഞ്ഞത് മനസിലായിട്ടില്ലെന്ന മട്ടിൽ പറഞ്ഞകാര്യങ്ങൾ തന്നെ ആവർത്തിച്ചുകൊണ്ടിരുന്നു. അതിനിടയിൽ ആമിനയെ വീട്ടിലേക്കയച്ചത് തെറ്റാണെന്ന് തറപ്പിച്ചു പറഞ്ഞു. ആയിഷയുടെ കല്യാണനിശ്ചയം ഉടനെ നടത്തണമെന്നായി. ആകെ മുഷിഞ്ഞെങ്കിലും എതിർത്ത് എന്തെങ്കിലും പറയാനാവാതെ അയാൾ കുഴങ്ങി.

"ഒരുപാടുനേരമായി നിന്നെ ശല്യപ്പെടുത്തുന്നു. ഇനി ഞാൻ പോട്ടെ."

സംഭാഷണം ഇനി തുടരല്ലേ എന്ന പ്രാർഥനയോടെയാണ് അയാൾ അവരെ യാത്രയാക്കാൻ വീണ്ടും എഴുന്നേറ്റത്. ഒടുക്കം അവർ യാത്ര

പറഞ്ഞിറങ്ങിയപ്പോൾ ആശ്വാസത്തോടെ കസേരയിൽ ഇരുന്നു. മനസ്സു വല്ലാതെ കലങ്ങിയിരുന്നു. പുറമെ പരുക്കനാണെങ്കിലും ഹൃദയം ലോലമാണ്. അത് എങ്ങനെ മറ്റുള്ളവരെ ബോധ്യപ്പെടുത്തും? കുരച്ചു ചാടുന്ന, അല്ലെങ്കിൽ കൂട്ടുകാരുമൊത്ത് മേളിച്ചു നടക്കുന്ന സയ്യിദ് അഹമ്മദിനെ അല്ലേ ലോകം കണ്ടിട്ടുള്ളു. മക്കളെ ഓർത്തുനീറുന്ന അവരെ ഓമനിക്കുന്ന ഒരു ഹൃദയം അയാൾക്കുണ്ടെന്ന് ആരെയും ബോധിപ്പിക്കേണ്ട ആവശ്യമൊന്നുമില്ല. ഉമ്മയെപ്പോലെ സുന്ദരിയായ ആയിഷയും ചന്തമില്ലാത്ത കദീജയും അയാൾക്ക് ഒരുപോലെ പ്രിയപ്പെട്ടവരാണ്. കരളിന്റെ തുണ്ടങ്ങളാണ്.

അമ്മായിയുടെ ആലോചന തട്ടിക്കളയുന്നത് ബുദ്ധിയല്ല. പഠിപ്പും ഉദ്യോഗവുമില്ലെങ്കിലും ഖലീലിന് പണം ഇഷ്ടംപോലെയുണ്ട്. കുടുംബക്കാരൻ നല്ല സ്വഭാവം. അയാളുടെ ബാപ്പയെപ്പോലെ തന്നെ ആളുകൾക്കിടയിൽ അറിയുന്നവൻ. എങ്കിലും അഹങ്കാരമില്ല. ആരോടും വിനയത്തോടെയേ പെരുമാറൂ. കണ്ടാലും സുന്ദരൻ. എന്തുകൊണ്ടും ചുണക്കുട്ടി. ഈ ആലോചന എങ്ങനെ തട്ടിക്കളയും? ആരോടാ അഭിപ്രായം ചോദിക്കുക? പ്രധാനകാര്യങ്ങളിൽ കുടുംബത്തിലുള്ളവരോട് അഭിപ്രായം ചോദിക്കുന്ന പതിവ് അയാൾക്കില്ല. ചങ്ങാതിമാരോടു ചോദിച്ചാലോ? അതിൽ നാണിക്കാനൊന്നുമില്ല. വൈകുന്നേരങ്ങളിൽ ഒത്തുകൂടുമ്പോൾ ദുഃഖങ്ങളും പ്രയാസങ്ങളും സന്തോഷവുമൊക്കെ പരസ്പരം പങ്കുവയ്ക്കുക അവരുടെ പതിവാണ്. മദ്യം അകത്തുചെല്ലുന്നതോടെ വേദനകളില്ലാത്ത ഒരു ലോകത്ത് അവർ എത്തുന്നു. പടച്ചവൻ ഒരു വഴി കാണിക്കാതിരിക്കില്ല.

"എപ്പളും ഇങ്ങനെയാ. ഒരു പോംവഴിക്കായി ഞാൻ ഉഴലുമ്പോൾ അവൻ കാണിച്ചുതരും. പക്ഷേ, ഞാൻ പറഞ്ഞാൽ ആരെങ്കിലും ഇതു വിശ്വസിക്കുമോ?"

അൽപ്പം ഉറക്കെത്തന്നെയാണ് സയ്യിദ് അഹമ്മദ് പറഞ്ഞത്.

മുപ്പത്തിയേഴ്

ഉമ്മയോടു സംസാരിച്ചിരിക്കയല്ലാതെ ഇവിടെ എത്തിയതോടെ ആമിനയ്ക്ക് മറ്റൊരു ജോലിയുമില്ല. ഭൂതവും ഭാവിയും വർത്തമാനവും ചർച്ചചെയ്ത് നേരം പോക്കുന്നു. ഭാരിച്ച വീട്ടുജോലിയിൽനിന്ന് തൽക്കാലത്തേക്കൊരു വിടുതൽ. ഉമ്മയോടൊപ്പം കുറച്ചുദിവസം കഴിയാനൊരവസരം. ഈ മാസത്തെക്കുറിച്ച് അങ്ങനെ ചിന്തിച്ചാൽ മതിയെന്നാണ് ഉമ്മ പറയുന്നത്. അല്ലാതെ വേർപാടിനെക്കുറിച്ചും തലാഖിനെക്കുറിച്ചുമൊക്കെ ആലോചിച്ച് തല പുണ്ണാക്കരുത് ഉമ്മ എപ്പോഴും പറയാറുണ്ട്.

ദിവസങ്ങൾ പലതു കഴിഞ്ഞിട്ടും ആമിന പേടിച്ചതൊന്നും സംഭവിച്ചില്ല. മറിയത്തിന്റെ ഉമ്മയുടെ ദൗത്യവും അമ്മായിയുടെ കല്യാണാലോചനയുടെ കാര്യവും ഇതിനിടയിൽ ആമിനയും അറിഞ്ഞിരുന്നു. ആൺമക്കൾ എന്നും വൈകിട്ടെത്തി ഉമ്മയെ ആശ്വസിപ്പിച്ചിട്ട് പോകും. അവരുടെ കൂടെയിരിക്കുമ്പോഴും ഉമ്മയുടെ മനസ്സ് വീട്ടിലായിരിക്കും. അവിടെ പറന്നെത്താൻ മോഹം.

ആകുലപ്പെട്ടിരിക്കുന്ന മകളുടെ ഉള്ള് വായിച്ചറിഞ്ഞ ഉമ്മ സമാധാനിപ്പിക്കും.

"ആമിനാ സബൂർ നിന്റെ വിഷമം എനിക്കു മനസിലാകും. മക്കളെ പിരിഞ്ഞു കഴിയുന്ന ഒരു തള്ളയുടെ ഉള്ളുരുക്കം. ഏതുമ്മയ്ക്കാ മനസിലാവാത്തത്? മംഗലം കഴിഞ്ഞു പോകുന്നതോടെ സ്വന്തം വീട് അന്യമായില്ലേ?"

അതെ, ആമിന ഇന്നീ വീട്ടിൽ അന്യയാണ്. കുട്ടിക്കാലം കഴിച്ചുകൂട്ടിയ വീട് ഇന്നവൾക്ക് അന്യമാണ്. ഉമ്മയോടു പോലും പഴയ അടുപ്പമില്ലാതായില്ലേ. ക്ഷമിച്ചു എന്നുള്ള അയാളുടെ ഒരു വാക്കിനായി അവൾ രാവും പകലും കാതോർത്തിരുന്നു. ഒടുവിൽ ഒരു ദിവസം ആൺമക്കൾ ആ നല്ല വാർത്തയുമായി എത്തി. മക്കളുടെ കണ്ണുകളിൽ സന്തോഷത്തിന്റെ തിളക്കം.

"വേഗം പർദയിട്. പൂവ്വാം."

കമാൽ അന്തം വിട്ടു നിൽക്കുന്ന ഉമ്മയെ പിടിച്ചു കുലുക്കി.

"അതെ....അങ്ങനെ അക്കഥ തീർന്നു."

യാസീൻ.

"ഉമ്മയെ ചെന്ന് കൂട്ടിക്കൊണ്ടുവരാൻ പറഞ്ഞു."

ഫഹ്മിയും യാസീനും ഒരുമിച്ചാണ് പറഞ്ഞത്.

സന്തോഷം കൊണ്ട് മിണ്ടാനായില്ല ആമിനയ്ക്ക്. മുഖം നാണത്താൽ ചുവന്നോ? കുട്ടികൾ മുഖം കാണാതിരിക്കാൻ അവൾ തലകുനിച്ചു. കമാൽ കൈയിൽ പിടിച്ചു വലിച്ച് തിരിക്കുകൂട്ടിയപ്പോൾ അവൾ ഉമ്മയോട് ചോദിച്ചു:

"ഞാൻ പോട്ടേ ഉമ്മാ?"

ഉമ്മയുടെ ഉള്ളും ആർദ്രമായി.

"ചെല്ല്. നിന്റെ വീട്ടിലേക്കു പോകാൻ എന്നോട് അനുവാദം ചോദിക്കണോ? പടച്ചവൻ എല്ലാം ഖൈറാക്കിത്തരട്ടെ."

"നിങ്ങടെ ബാപ്പതന്നെ വന്ന് വിളിച്ചു കൊണ്ടുപോകലായിരുന്നു അതിന്റെ ശരി."

ആമിന വേഷംമാറാൻ അകത്തേക്കു പോയതക്കത്തിന് ഉമ്മാമ പറഞ്ഞു.

"ബാപ്പയെ അറിഞ്ഞുകൊണ്ട് ഉമ്മാമ ഓരോന്നു പറയല്ലേ."

ഫഹ്മി.

"ഇതിനു സമ്മതിച്ചതിന് പടച്ചവനെ സ്തുതിക്കാം."

ഉമ്മാ എന്തോ പറഞ്ഞു. അതാർക്കും മനസിലായില്ല.

"എല്ലാരേയും പോലല്ലല്ലോ സയ്യിദ് അഹമ്മദ്."

അൽപ്പം കഴിഞ്ഞ് ഉമ്മാമ നെടുവീർപ്പിട്ടുകൊണ്ട് ഉറക്കെപ്പറഞ്ഞു.

പടിപ്പുര ഇറങ്ങുമ്പോഴും ഉമ്മാമ എന്തൊക്കെയോ ഉറക്കെ ചൊല്ലുന്നത് അവർക്കു കേൾക്കാമായിരുന്നു. തലയിൽ കൈവെച്ച് എന്തൊക്കെയോ ഓതി ദ്വാഎരന്ന് അനുഗ്രഹിച്ചാണ് ഉമ്മാമ ആമിനയെയും മക്കളെയും യാത്രയാക്കിയത്. ഉമ്മയും മക്കളും ഒന്നിച്ച് യാത്ര ചെയ്യുന്നത് അന്നാദ്യമാണ്. ഫഹ്മിയും യാസീനും ചിരിച്ചുകൊണ്ട് സന്തോഷം പരസ്പരം കൈമാറി. കമാലിന് അപ്പോൾ പഴയ സംഭവം ഓർമ വന്നു. അതോടെ കുറ്റബോധംകൊണ്ട് അവന്റെ തലകുനിഞ്ഞു.

അതുമറക്കാനെന്നപോലെ അവൻ ചോദിച്ചു.

"പള്ളിയിൽ സിയാറത്തിനു പോകണ്ടേ?"

അതിനിടയിൽ വീട്ടിന്റെ മരയഴികളിട്ട വരാന്ത ആമിന ദൂരെനിന്നു കണ്ടു. അതോടെ പെൺമക്കളെ കാണാൻ ഉമ്മയ്ക്ക് തിടുക്കമായി. സ്വീകരിക്കാൻ ഉമ്മു പടിപ്പുരയിൽ കാത്തുനിൽക്കുന്നുണ്ടായിരുന്നു, മുറ്റത്തു കാത്തുനിന്ന കദീജയും ആയിഷയും കൊച്ചുകുട്ടികളെപ്പോലെ ഉമ്മയുടെ ഇരുകൈകളിലും തൂങ്ങി.

ഉമ്മയുടെ പിന്നാലെ അവരുടെ മുറിയിലെത്തിയ പെൺമക്കൾ ഉമ്മയെ സന്തോഷിപ്പിക്കാനായി മത്സരം. ഒരാൾ പർദയഴിച്ചപ്പോൾ മറ്റവൾ മക്കന ഊരി.

"മുത്തുനബിയുടെ റൗള കണ്ട സന്തോഷമാ എനിക്ക്."

കമാൽ.

പിന്നീടവർ രാത്രിഭക്ഷണത്തിനായി ഒത്തുകൂടി. ആകെ മരവിച്ച ഒരാഴ്ചയ്ക്കുശേഷം വീണുകിട്ടിയ ഈ സന്തോഷസുദിനം എങ്ങനെ ആഘോഷിക്കണമെന്നായിരുന്നു അപ്പോൾ ഓരോരുത്തരുടെയും ചിന്ത. ആഘോഷത്തിനിടയിലും ഉമ്മ പെൺമക്കളോട് വീട്ടുകാര്യങ്ങൾ തിരക്കുന്നുണ്ടായിരുന്നു. തോട്ടം നോക്കാറുണ്ടോ എന്നു പ്രത്യേകം എടുത്തു ചോദിച്ചു. ബാപ്പയെക്കുറിച്ചും അവർ ചോദിച്ചുകൊണ്ടിരുന്നു. വേഷം മാറുമ്പോൾ സഹായത്തിന് ബാപ്പ ആരേയും വിളിക്കാറില്ലെന്നു കേട്ടപ്പോൾ ആമിനയുടെ മുഖം തെളിഞ്ഞു. അവളുടെ അഭാവം അയാളുടെ ജീവിതരീതികളിലും മാറ്റങ്ങൾ വരുത്തിയിരുന്നു.

ഉമ്മയുടെ വരവിൽ സന്തോഷിക്കുമ്പോഴും അവർ ഓരോരുത്തരും അവരവരുടെ സ്വകാര്യദുഃഖങ്ങളോർത്ത് നീറുകയായിരുന്നു.

എല്ലാ ദുഃഖങ്ങൾക്കും അറുതിയുണ്ട്. ഉമ്മ തിരിച്ചെത്തിയതോടെ വലിയൊരു ഭാരമിറങ്ങി. എന്നാലും ഉള്ള് എന്നാണാവോ തണുക്കുക? എന്നായിരുന്നു ഫഹ്മിയുടെ ചിന്ത.

ആയിഷയ്ക്ക് അവളുടേതായ വേദന. അവളുടെ സ്വപ്നങ്ങളും ആശകളുമല്ലേ ചവിട്ടി അരയ്ക്കുന്നത്? മറക്കുകയല്ലാതെ അവൾക്കെന്താ വേറൊരു വഴി?

മക്കളുടെ ഉള്ള് വായിക്കാൻ അന്നു പക്ഷേ, ആമിനയ്ക്കു കഴിഞ്ഞില്ല. മക്കളെ ഉറങ്ങാനയച്ചിട്ട് സ്വസ്ഥമായ മനസ്സോടെയാണ് അന്നവൾ മുറിയിലെത്തിയത്. ഇന്ന് ഉറങ്ങാനാവില്ലെന്ന് അവൾക്കറിയാം ഇത്തിരിനേരം കണ്ണടച്ചൊന്ന് മയങ്ങിയിട്ട് അവൾ ജനലരികിൽച്ചെന്നു കാത്തുനിന്നു. ദൂരെ കുതിരവണ്ടിയുടെ ശബ്ദം കേട്ടതും ചങ്ക് പെടയ്ക്കാൻ തുടങ്ങി. നാണത്താൽ മുഖം ചുവന്നു. ഭർത്താവിനെ ആദ്യമായി കാണുന്ന അവസ്ഥയിലായിരുന്നു അവളപ്പോൾ. എങ്ങനെയാണ് അദ്ദേഹത്തെ സ്വീകരിക്കുക? കുറച്ചുകാലത്തെ വേർപാടിനുശേഷം ആദ്യം കാണുമ്പോൾ അദ്ദേഹം എന്താണാവോ പറയുക? ഉറക്കം നടിച്ചു കിടന്നാലോ എന്നും തോന്നാതിരുന്നില്ല. കള്ളം പറയാനോ കാണിക്കാനോ ആമിനയ്ക്കറിയില്ല. വിളക്കുമായി കോണിപ്പടിയിൽ കാത്തുനിൽക്കേണ്ടത് അവളുടെ കടമയാണ്. എല്ലാ കുറ്റവും സ്വയം ഏറ്റെടുത്ത് എന്നേ അവൾ ഭർത്താവിന് മാപ്പുകൊടുത്തിരിക്കുന്നു. പിണക്കം തീർന്നപ്പോൾ ഉമ്മയുടെ വീട്ടിൽ വിളിക്കാൻ വരാതെ മക്കളെ അയച്ചതിലും അവൾക്ക് ഇപ്പോൾ പരിഭവമില്ല.

തുടിക്കുന്ന ഹൃദയവുമായി കൈയിൽ വിളക്കുമായി അവൾ കോണിപ്പടിയിൽ കാത്തുനിന്നു. വണക്കം പറഞ്ഞ് ഭർത്താവിനെ സ്വീകരിക്കുമ്പോൾ അവളുടെ തല കുനിഞ്ഞിരുന്നു. മുഖത്തുനോക്കി സംസാരിക്കുന്ന പതിവ് പണ്ടും അവൾക്കില്ല. അയാൾ ഒന്നും മിണ്ടാതെ അകത്തു കയറി. കോട്ടഴിക്കുന്നതുകണ്ട് സഹായിക്കാൻ ആമിന അടുത്തുച്ചെന്നപ്പോൾ അയാൾ വിലക്കി.

“വേണ്ട.”

അവൾക്ക് സങ്കടം സഹിക്കാനായില്ല. അയാളുടെ കാര്യങ്ങൾ അറിഞ്ഞു ചെയ്തുകൊടുക്കുക അവളുടെ അവകാശമല്ലേ?

സോഫയിലിരുന്നിട്ടും അയാൾക്കു മിണ്ടാട്ടമില്ല. കഴിഞ്ഞതിനെക്കുറിച്ചൊരു കുറ്റപ്പെടുത്തൽ, അല്ലെങ്കിൽ അരിശം, ശാസന ഒക്കെ പ്രതീക്ഷിച്ചിരുന്നു അവൾ.

“ഉമ്മയ്ക്കു സുഖമല്ലേ?“

എന്നുമാത്രമേ അയാൾ ചോദിച്ചുള്ളു.

“അള്ളാഹുവിന്റെ കൃപയാൽ അസുഖമൊന്നുമില്ല. നിങ്ങൾക്ക് അന്വേഷണം പറഞ്ഞയച്ചിട്ടുണ്ട്.”

“ആയിഷയെ ഖലീലിനു കെട്ടിച്ചുകൊടുക്കണമെന്ന് ആവശ്യപ്പെട്ടുകൊണ്ട് അമ്മായി വന്നിരുന്നു.”

ആമിന സന്തോഷത്തോടും അതിശയത്തോടും അയാളെ നോക്കി. അതത്ര വലിയൊരു കാര്യമല്ലെന്ന മട്ടിൽ അയാൾ തോളൊന്നു കുലുക്കി. എന്നിട്ട് അവളെന്തെങ്കിലും അഭിപ്രായം പറയാൻ തുനിയും മുമ്പേ പറഞ്ഞു:

“അതങ്ങു നടത്താമെന്ന് ഏറെ നാളത്തെ ആലോചനയ്ക്കു ശേഷം ഞാനങ്ങ് തീരുമാനിച്ചു. ഞാനായിട്ട് അവളുടെ ഭാവി നശിപ്പിച്ചെന്നു വേണ്ട. ബാക്കിയൊക്കെ പടച്ചവന്റെ കൈയിലല്ലേ.”

മുപ്പത്തെട്ട്

അവസാനം സ്വപ്നം യാഥാർത്ഥ്യമാകാൻ പോകുന്നു. ബാപ്പ വിവാഹത്തിനു സമ്മതിച്ചതോടെ ആയിഷയുടെ ഉള്ളിൽ ഒരായിരം കിനാക്കൾ പൂത്തുലഞ്ഞു. വരാൻപോകുന്ന ഏതോ മഹാദുരന്തത്തിന്റെ സൂചനയായിരിക്കുമോ ഈ വിവാഹമെന്ന ആശങ്കയും തോന്നാതിരുന്നില്ല. ആദ്യത്തെ വിവാഹാലോചന നിരസിച്ചിട്ട് മൂന്നുമാസം തികയുംമുമ്പാണ് ഈ വിവാഹാലോചനയും കല്യാണം ഉറപ്പിക്കലും. എന്തേ ബാപ്പയ്ക്കിങ്ങനെ തോന്നാൻ?

വിവാഹത്തെക്കുറിച്ച് കിനാവുകൾ നെയ്തപ്പോൾ ഒരു മുഖമേ മനസ്സിലുണ്ടായിരുന്നുള്ളു. അക്കാര്യം പക്ഷേ, ആരോടും പറയാനുള്ള ധൈര്യം അവൾക്കില്ലായിരുന്നു. കല്യാണം കഴിക്കാൻ പോകുന്ന ആളെക്കുറിച്ച് അവൾക്ക് ഒന്നും അറിയില്ല. ആരോടെങ്കിലും ചോദിച്ചു മനസിലാക്കാൻ നാണം അനുവദിച്ചതുമില്ല. ഇന്ന ആളെ മാത്രമേ വിവാഹം കഴിക്കൂ എന്നുപറയാനുള്ള സ്വാതന്ത്ര്യമില്ലെന്നറിയാം. കിട്ടുന്നതുകൊണ്ട് തൃപ്തിപ്പെടുക. അതാണു പെൺകുട്ടികളുടെ വിധി. അതുകൊണ്ട് വരനെക്കുറിച്ച് ഉമ്മ പറഞ്ഞ അഭിപ്രായങ്ങൾ മുഖവിലയ്ക്കെടുക്കുക മാത്രമേ അവൾക്കു നിവൃത്തിയുണ്ടായിരുന്നുള്ളു. വരനെക്കുറിച്ച് ഉമ്മ പറഞ്ഞ നല്ലവാക്കുകൾ കേട്ടതോടെ മനസ്സൊന്ന് തണുത്തു. കദീജയെക്കുറിച്ചോർത്ത് നോവുകയും ചെയ്തു. അവളുടെ വിവാഹം ആദ്യമേ നടക്കണേ എന്ന് പ്രാർഥിക്കാറുള്ളതാണ്. അക്കാര്യം കദീജയോട് പറയുകയും ചെയ്തു.

"മോളേ അള്ളാഹുവിന്റെ ഹിതംപോലെയേ എല്ലാം നടക്കൂ. ഇത് ഞങ്ങളാഗ്രഹിച്ചതല്ലെന്ന് നിനക്കും അറിയാമല്ലോ. ഖലീലിന്റെ ഉമ്മയെ ധിക്കരിക്കാൻ ബാപ്പയ്ക്കാവില്ല. അതോണ്ടാ. എന്റെ കുട്ടി വ്യസനിക്കരുത്. സമയമാകുമ്പോൾ നിനക്ക് ഇതിലും മെച്ചപ്പെട്ട വരനെ കിട്ടും."

ഉമ്മ കദീജയെ പലവട്ടം ആശ്വസിപ്പിക്കുന്നത് അവളും കേട്ടതാണ്. ഇത്തരം വാക്കുകൾ പക്ഷേ, ആ അവസരത്തിൽ കദീജയെ ഈറപിടിപ്പിക്കാനെ ഉതകിയുള്ളൂ.

യാസീൻ ഇപ്പോൾ കദീജയോട് വഴക്കിനു ചെല്ലാറില്ല...കുത്തുവാക്കുകൾ പറയാതെ ഒഴിഞ്ഞുമാറാനും ശ്രമിക്കാറുണ്ട്. ഫഹ്മിയും മുമ്പത്തേക്കാൾ കൂടുതൽ സ്നേഹവും സഹാനുഭൂതിയും കാണിക്കുന്നു. ഇത്തരം സഹതാപപ്രകടനങ്ങളാണ് കദീജയ്ക്ക് ഒട്ടും സഹിക്കാത്തത്. ഒരു മാറാരോഗിയോടെന്നപോലെ എല്ലാവരും അവളോട് പ്രത്യേകം സ്നേഹം കാണിക്കുമ്പോഴാണ് അവൾക്ക് അവരുടെ ഉദ്ദേശ്യശുദ്ധിയിൽ സംശയം തോന്നിപ്പോകുന്നത്. ഇല്ലാത്ത സ്നേഹം പ്രകടിപ്പിക്കുകയല്ലേ ഇവർ? എല്ലാവരും അറിഞ്ഞുകൊണ്ടുള്ള ഒത്തുകളി എന്നാണ് കദീജയ്ക്കു തോന്നിയത്.

ആരും അവൾക്കുവേണ്ടി ഒരു വാക്കുപോലും ബാപ്പയോട് പറഞ്ഞില്ല. യാസീൻ ബാപ്പയുടെ മകൻ. അത്രയേ കാണൂ. പക്ഷേ, അങ്ങനാണോ ഫഹ്മി. സ്വന്തം കൂടപ്പിറപ്പായിട്ട് അവൾക്കുവേണ്ടി എന്തെങ്കിലും മിണ്ടിയോ? പക്ഷേ, അരിശം ഉള്ളിലൊതുക്കി സന്തോഷം ഭാവിച്ചു കദീജ. സഹോദരിയുടെ സന്തോഷത്തിൽ അസൂയപ്പെടുന്നവൾ എന്ന ദുഷ്പ്പേരുകൂടി വേണ്ടല്ലോ. ബാപ്പ പറയുന്നതിലപ്പുറം വീട്ടിൽ ഒന്നും നടക്കില്ലെന്നറിയാം. എന്നിട്ടും ഉമ്മയേയും സഹോദരന്മാരെയും സംശയദൃഷ്ടിയോടെ നോക്കാതിരിക്കാൻ അവൾക്കായില്ല. അരിശവും പകയും ഉള്ളിലൊതുക്കി സന്തോഷം ഭാവിച്ചുകൊണ്ടുള്ള ജീവിതം അവളെ സംബന്ധിച്ചിടത്തോളം ഏറെ ശ്രമകരമായിരുന്നു.

ബാപ്പയ്ക്കെന്തേ പെട്ടെന്നിങ്ങനെ ഒരു മനംമാറ്റം? ഉമ്മയില്ലാത്തപ്പോൾ രാവും പകലും അവളല്ലേ ശുശ്രൂഷിച്ചത്? ബാപ്പയ്ക്കും അവളോട് സ്നേഹമില്ലാതായോ? മൂത്തമകൾ കദീജയെ എല്ലാവരും മനപ്പൂർവ്വം മറന്നു. ഇനി വിധിപോലെ നടക്കട്ടെ.

മറ്റുള്ളവരോട് അരിശവും പകയും തോന്നിയപ്പോൾ ആയിഷയോട് അസൂയയാണ് തോന്നിയത്. ആയിഷയുടെ മുഖത്തെ സന്തോഷം അവളെ അസ്വസ്ഥയാക്കി. തന്നെക്കാണുമ്പോൾ സന്തോഷം മറച്ച് മുഖത്ത് ദുഃഖത്തിന്റെ മുഖംമൂടി അണിയുന്ന ആയിഷയോട് അവൾക്കു വെറുപ്പ് തോന്നി. ആയിഷയുടെ കത്തുന്ന സൗന്ദര്യം കദീജയെ ശുണ്ഠി പിടിപ്പിച്ചു. ജീവിതം ഒരു ശാപമായി അവൾക്കു തോന്നി. വിവാഹനിശ്ചയം കഴിഞ്ഞപ്പോൾ ആചാരപ്രകാരം ആയിഷയുടെ മണവാളൻ അവൾക്കു കൊടുത്തയച്ച സമ്മാനങ്ങൾ കണ്ട് കദീജയുടെ ഉള്ളിൽ തീയാളി. വീട്ടിലെല്ലാവർക്കും പെരുന്നാൾപിറ കണ്ട സന്തോഷം. അതോടെ താൻ ആ വീട്ടിൽ ഒറ്റപ്പെട്ടതായി അവൾക്കു തോന്നി.

പുതുപ്പെണ്ണിന് അറ ഒരുക്കാനും ആഭരണങ്ങൾ പണിയാനും ബാപ്പ തീരുമാനിച്ചു. സഹോദരങ്ങൾ പല ഫാഷനിലുള്ള അറസാമാനങ്ങളുടെ മാതൃകകൾ കൊണ്ടുവന്ന് ആയിഷയുടെ അഭിപ്രായം ചോദിച്ചു. ആയിഷയ്ക്ക് വിശേഷപ്പെട്ട പട്ടുവസ്ത്രങ്ങൾ വാങ്ങിച്ചുകൂട്ടി. ഇതെല്ലാം കണ്ട് മനമുരുകിക്കഴിയുന്ന ഒരു പെൺകുട്ടികൂടി ആ വീട്ടിലുണ്ടെന്ന് അവരാരും ഓർത്തതേയില്ല. ഉള്ള് നീറിപ്പുകയുമ്പോഴും സന്തോഷം ഭാവിച്ചു നടക്കാനുള്ള തത്രപ്പാടിൽ കദീജ വലഞ്ഞു. ആയിഷയ്ക്ക് കല്യാണത്തിന്റെ അന്ന് അണിയാനുള്ള വേഷം തിരഞ്ഞെടുക്കേണ്ട ചുമതല എല്ലാവരും കൂടി അവളുടെ തലയിൽ അടിച്ചേൽപ്പിച്ചപ്പോൾ അവൾക്ക് ഒഴിഞ്ഞുമാറാനായില്ല. അരിശം ഉള്ളിലൊതുക്കി അതും ചെയ്യേണ്ടിവന്നു.

വിധി അവൾക്ക് സൗന്ദര്യമുള്ള ഒരു മുഖം കൊടുത്തില്ല. അതുകൊണ്ടു മാത്രമാണല്ലോ ഇരുപത് കഴിഞ്ഞിട്ടും താലിഭാഗ്യമില്ലാതെ പോയത്. അതിന് ആയിഷയെയും വീട്ടുകാരെയും കുറ്റപ്പെടുത്തുന്നതെന്തിന്? ഉമ്മ പറഞ്ഞതുപോലെ എല്ലാം വിധി എന്നു പറഞ്ഞ് സമാധാനിക്കാൻ

കദീജ തീരുമാനിച്ചു. രൂപവും ഭാവവും ബാപ്പയുടേതാണെങ്കിലും ഉമ്മയുടെ പല നല്ല വശങ്ങളും അവൾക്കു കിട്ടിയിട്ടുണ്ട്. ഒരുനേരത്തെ നമസ്കാരവും അവൾ ഒഴിയാറില്ല. അഞ്ചുനേരത്തെ നമസ്കാരവേളകളിലും അവൾ സ്വന്തം വേദനകളും പരാധീനതകളും അള്ളാഹുവിനോടുമാത്രം പറഞ്ഞു. അവനാണല്ലോ എല്ലാം അറിയുന്നവനും പരമാധികാരിയും. മതാനുഷ്ഠാനങ്ങളിൽ ചെറുപ്പം മുതൽ അവൾ ഒരു വിട്ടുവീഴ്ചയും വരുത്താറില്ല. ഉമ്മയെപ്പോലെ വളരെ ഭക്തിയോടെ തികഞ്ഞ വിശ്വാസത്തോടെ അഞ്ചുനേരവും നമസ്കരിക്കും. ആയിഷ അങ്ങനെയല്ല ഉമ്മ നിർബന്ധിക്കുമ്പോൾ ഒരു കടമ നിർവഹിക്കുംപോലെ എന്തെങ്കിലും കാട്ടിക്കൂട്ടുകയാണ് അവളുടെ പതിവ്. എന്നിട്ടും അവൾക്കാണല്ലോ അനുഗ്രഹം ചൊരിഞ്ഞുകൊടുത്തിരിക്കുന്നത് എന്നോർത്ത് കദീജ സങ്കടപ്പെട്ടു.

"ഓർമവെച്ചതുമുതൽ ഒരു നേരത്തെ നമസ്കാരവും നോമ്പും മുടക്കിയിട്ടില്ല. നോമ്പിന് ആയിഷ ഉമ്മയെ പറ്റിച്ച് കട്ടു തിന്നുന്നതുപോലെ ഞാൻ കള്ളത്തരം കാണിക്കാറില്ല. നോമ്പില്ലാത്ത അവൾ അസ്തമയ സമയത്ത് നോമ്പുള്ളതായി ഭാവിച്ച് ആഹാരം വെട്ടിവിഴുങ്ങുമ്പോഴും ഞാനൊന്നും പറയാറില്ല."

കദീജ തരം കിട്ടുമ്പോഴൊക്കെ അവളുടെ സങ്കടം അള്ളാഹുവിന്റെ മുന്നിൽ നിരത്തി. ആയിഷ ഭൂലോകസുന്ദരിയാണെന്നൊന്നും കദീജ സമ്മതിച്ചുകൊടുക്കാറില്ല. ആരോടും ഒന്നും തുറന്നു പറയാറില്ലെന്നു മാത്രം.

മുഖമിത്തിരി കാണാൻകൊള്ളാം. ശരീരം ഒട്ടും മാംസളമല്ല. മെലിഞ്ഞുണങ്ങി ഉണക്കക്കമ്പുപോലെ. പെണ്ണുങ്ങളായാ എന്നെപ്പോലെ തടിച്ചു കൊഴുത്തിരിക്കണം. ഈ മൂക്കാണ് എന്റെ മുഖം വികൃതമാക്കുന്നത്. അതൊന്നു ചെത്തി മിനുക്കിയാ എനിക്കും ചന്തംവരും.

കണ്ണാടിയുടെ മുന്നിൽനിന്ന് അടിമുടി പരിശോധിച്ചിട്ട് അവൾ സ്വയം പറയാറുണ്ട്.

പക്ഷേ, ഈയിടെയായി അവൾക്ക് ആത്മവിശ്വാസം നഷ്ടപ്പെട്ടു തുടങ്ങിയിരിക്കുന്നു.

കല്യാണത്തിരക്കിനിടയിലും ആമിന കദീജയെക്കുറിച്ചോർത്ത് ആകുലപ്പെട്ടു. ആയിഷയുടെ കല്യാണം നടക്കുന്നതിലുള്ള ആഹ്ലാദം കദീജയെ ഓർക്കുമ്പോൾ ആധിയായി മാറും. മകൾ കാലാകാലം ഇങ്ങനെ ഇരുന്നുപോകുമോ എന്ന ചിന്ത ആധി ഏറ്റും. കദീജയുടെ ഭാവിയെക്കുറിച്ചറിയാൻ പല ഷെയിക്കുമാരുടേയും തങ്ങന്മാരുടേയും അടുത്ത് ആമിന ഉമ്മുവിനെ അയക്കാറുണ്ട്. ജ്യോതിഷശാസ്ത്രത്തിൽ അപാര പാണ്ഡിത്യമുള്ള ആളാണ് ബാബാ അൽ അക്തർ. കദീജയ്ക്ക് നല്ലൊരു ഭാവിയുണ്ടെന്നും ഒന്നും പേടിക്കേണ്ടെന്നും അദ്ദേഹം പറഞ്ഞതായി ഉമ്മു വന്നു പറഞ്ഞപ്പോൾ ആമിനയ്ക്ക് ആശ്വാസമായി.

മുപ്പത്തൊൻപത്

ആ ജനലൊന്നു തുറക്കെടീ കൊടിച്ചിപ്പട്ടീ. എന്നെയിട്ട് കുരങ്ങു കളിപ്പിക്കുന്നതിനു വേണ്ടെ ഒരതിര്. നിന്റെ തുടുത്തുരുണ്ട മുലകളും തടിച്ച നിതംബവും കാർമിഴികളും സ്വപ്നം കണ്ടുകൊണ്ട് എത്ര നേര മായി ഞാനിവിടെ ഇരിക്കുന്നു. ശരീരത്തിന് കൊഴുപ്പിത്തിരി കൂടുതലാ ണെങ്കിലും ആ കുറത്ത മിഴികളുടെ അഴക് പറഞ്ഞാലൊടുങ്ങില്ല. മെലി ഞ്ഞുങ്ങിയ പെണ്ണിന് കരിമിഴി ഉണ്ടായിട്ടും കാര്യമില്ലെന്നു കൂട്ടിക്കോ. ആണുങ്ങളെ വലവീശിപ്പിടിക്കാൻ നിന്റെ പാട്ടുകാരി പോറ്റുമ്മ ചെറുപ്പം മുതലേ പഠിപ്പിച്ചുവിട്ടിരിക്കയല്ലേ. കണ്ട ആണുങ്ങളൊക്കെ പന്താടിയിട്ടാ നിന്റെ മാറിടമിങ്ങനെ മുഴച്ചുന്തിയിരിക്കുന്നത്. ആ ജനലൊന്നു തുറക്കെ ടീ... ഒരു സ്വപ്നദർശനം.... ആ ചുവന്നു തുടുത്ത ചുണ്ടുകൾ.... നിന്റെ മുഴുത്ത മാറിടം.... പുലരും വരേ ഞാൻ കാത്തിരിക്കാം. എന്റെ ജീവിതം നരകമാക്കാതെ ആ വാതിലൊന്നു തുറക്ക് കരളേ....

സുബൈദയുടെ വീടിനു മുൻവശത്തുള്ള സയ്യിദ് അലിയുടെ ഹോട്ട ലിലിരുന്ന യാസീൻ തന്നത്താൻ പറഞ്ഞുകൊണ്ടിരുന്നു. സുബൈദയുടെ വീട്ടിലേക്കു നോക്കി വെള്ളമിറക്കിക്കൊണ്ട് ഇരിക്കാൻ തുടങ്ങിയിട്ട് നേരം ഒരുപാടായി. വൈകുന്നേരങ്ങളിൽ അവളെ കണ്ണേറിഞ്ഞും അവൾ പോകുന്ന വണ്ടിക്ക് പിന്നാലെചെന്നും സാനുബയെ അവൻ ഏകദേശം വളച്ചു വെച്ചിരുന്നു.

എല്ലാ വെള്ളിയാഴ്ചകളിലും അവൻ താരിബ മാർക്കറ്റിലെത്തും. സോപ്പ്, ചീപ്പ്, അത്തറ്, മുടിപ്പിൻ അങ്ങനെ പെണ്ണുങ്ങളെ ആകർഷിക്കു ന്നതെല്ലാം ആ മാർക്കറ്റിലുണ്ട്. എപ്പോഴും തിരക്കാണവിടെ. സാധനം വാങ്ങാനെന്നപോലെ സ്ത്രീകളുടെ ദേഹത്തു മുട്ടിക്കൊണ്ട് തിക്കിത്തി രക്കി അവിടെ നടക്കുക യാസീന്റെ പതിവാണ്. മുഖംമൂടി ഉയർത്തി സാധനം വാങ്ങുന്നവരെ ഒന്നു കടക്കണ്ണെറിയുക, അവരുടെ മാംസള മായ ദേഹങ്ങളിൽ ഒന്നു മുട്ടുക. അവരുടെ ചിരിയിൽ ലയിക്കുക. അവ രുടെ മുഖസൗന്ദര്യവും മേനിയഴകും പരസ്പരം താരതമ്യപ്പെടുത്തുക ഒക്കെ യാസീനെ സന്തോഷിപ്പിക്കാറുണ്ട്.

വളപ്പീടികയിൽ നിൽക്കുന്ന തടിച്ച മാറിടമുള്ള സ്ത്രീയാണ് ഇന്നു കണ്ടതിൽ ഏറ്റവും സുന്ദരി.

ഓരോ വെള്ളിയാഴ്ചയും അവനങ്ങനെ ഓരോരുത്തരെ കണ്ടുപി ടിക്കും.

പെണ്ണിന്റെ ശരീരം നോക്കിയാണ് അവൻ അവരെ വിലയിരുത്തു ന്നത്. അവൾ ആരാണെന്നോ നല്ല സ്വഭാവക്കാരിയാണോ എന്നൊന്നും അവൻ നോക്കാറില്ല. അവരുടെ മുഴുത്തു നിൽക്കുന്ന ഓരോരോ അവയ വങ്ങളിലും അവന്റെ കണ്ണെത്തും. അന്യസ്ത്രീകളെ കാമക്കണ്ണുകളോ

ടെയല്ലാതെ യാസീന് നോക്കാൻ കഴിയാറില്ല. ഹാ അവളുടെ നിതംബം...ഓ അവളുടെ മാറിടം, ആ ചുണ്ടിലെ ചോപ്പ്, കണ്ണിലെ കറുപ്പ്.... അങ്ങനെ ഓരോന്നും പ്രത്യേകം നോക്കി അവൻ വെള്ളമിറക്കും.

ഒരു ദിവസം വൈകുന്നേരം സയ്യിദ് അലിയുടെ പീടികയിൽ ആ ജനലിൽ കണ്ണുംനട്ടിരിക്കുമ്പോൾ അവൾ അതാ ഒറ്റയ്ക്ക് എങ്ങോട്ടോ പോകുന്നു. അവൻ ചാടിയിറങ്ങി അവളെ പിന്തുടർന്നു. ഒരു കടയിൽ അവൾ സാധനം വാങ്ങാൻ കയറിയപ്പോൾ അവനും കൂടെച്ചെന്നു. സെന്റു കടക്കാരൻ മറ്റൊരു സ്ത്രീയെ തൃപ്തിപ്പെടുത്തുന്ന തിരക്കിലായിരുന്നു. അവൾ കാത്തുനിന്നു. ഒപ്പം യാസീനും. കാണാത്ത മട്ട് നടിക്കുന്നുണ്ടെങ്കിലും അവൾ ഇടയ്ക്കിടെ കടക്കണ്ണിട്ട് നോക്കുന്നത് യാസീനറിഞ്ഞു.

"സുഖമല്ലേ?"

കിട്ടിയ അവസരത്തിൽ അവൻ അവളോട് ചേർന്നു നിന്ന് ചെവിയിൽ ചോദിച്ചു.

അവൾ ചിരിച്ചതല്ലാതെ മറുപടി പറഞ്ഞില്ല. അവൻ പിന്തുടരുമ്പോൾ ഈയിടെയായി ഈ ചിരി പതിവാണ്. ഒന്നുകൂടി ശ്രമിച്ചാൽ പഴം നിന്റെ കൈയിലാ. ഉള്ളിലിരുന്നാരോ അവനോട് മന്ത്രിച്ചു.

രണ്ടുപേരും ഒന്നിച്ചു വന്നതാണെന്ന് അഭിനയിക്കുകയാണ് ഏറ്റവും നല്ലവഴിയെന്ന് യാസീന് തോന്നി. അവൾ വാങ്ങിയ മൈലാഞ്ചിക്കും വളകൾക്കും മറ്റും അവനാണ് വിലകൊടുത്തത്. അവനത് പ്രശ്നമാക്കിയില്ല

"എത്ര ദിവസംകൊണ്ട് ഞാൻ നിന്റെ പിറകെ നടക്കുന്നെന്നറിയാമോ? നിന്നോടൊപ്പം ഒരു രാത്രി കഴിയാൻ വേണമെങ്കിൽ ജീവിതകാലം മുഴുക്കെ ഞാൻ നിന്റെ പിറകെ നടക്കാം."

അവൾ കടയിൽനിന്നിറങ്ങിയപ്പോൾ പിന്നാലെ കൂടി അവൻ പറഞ്ഞു.

"ഒറ്റരാവ് മതിയോ?"

അവൾ കുസൃതിയോടെ ചോദിച്ചു.

"ഒരു പതിവു സങ്കേതം പറഞ്ഞുതാ. പിന്നീടതനുസരിച്ചല്ലേ എന്റെ ജീവിതം."

"എല്ലാരും ഇങ്ങനെതന്നെ തുടങ്ങുന്നത്. ആദ്യമാദ്യം പതിവായി രഹസ്യമായി സന്ധിക്കൽ. പിന്നെ വിവാഹവാഗ്ദാനം. അതുകഴിയുമ്പം ഉടമ്പടിയിൽ ഒപ്പുവയ്ക്കൽ ഫാത്തിഹ ഓതി തുടക്കം. ഖാസിയുടെ മുന്നിൽവെച്ച് വിവാഹ ഉടമ്പടിയിൽ ഒപ്പിടുന്നതോടെ തീർന്നില്ലേ. ഇതല്ലേ നിങ്ങടെ പതിവ്."

"എന്തുവേണമെങ്കിലും പറഞ്ഞോ. നിന്റെ പരുഷമായ വാക്കുകൾപോലും എനിക്ക് തേന്മൊഴി തന്നെ."

"ഒട്ടകത്തെപ്പോലെ പരപ്പും അതിനൊത്ത പൊക്കവും. ഞാൻ നിങ്ങളെ ഒട്ടകമെന്നു വിളിക്കട്ടെ. പ്രേമത്തെക്കുറിച്ച് വെറുമൊരു പാട്ടുകാരിയായ എനിക്കെന്തറിയാം? പാട്ടും പ്രേമവും ഒന്നിച്ചു കൊണ്ടുപോകാനാവുമെന്ന് നിങ്ങൾ കരുതുന്നുണ്ടോ?"

തേനീച്ച ചിറകുവിടർത്തുന്നതുപോലെ മൂടുപടം അൽപ്പം ഉയർത്തിക്കൊണ്ട് അവൾ പറഞ്ഞു.

"അപ്പോൾ ഞാൻ പറഞ്ഞ കാര്യം."

"എന്നെ വിടില്ല അല്ലേ?"

"വയ്യ...."

"ഒരിക്കലേക്ക്...."

"വിടുന്ന മട്ടില്ല. സയ്യിദ് അലിയുടെ കാപ്പിക്കടയിൽ എന്നും കാത്തിരിക്കണം. ഒരിക്കൽ ഞാൻ ജനൽ തുറക്കും അപ്പോൾ വീട്ടിലേക്കു വരിക."

എത്രയോ സന്ധ്യകളായി അവളുടെ വിളിക്കുവേണ്ടി കാതോർത്തിരിക്കുന്നു. ചില ദിവസങ്ങളിൽ പാട്ടുകച്ചേരി സംഘത്തിൽ അവളും പോകുന്നതു കാണാറുണ്ട്. ചില ദിവസങ്ങളിൽ ആ വീട്ടിൽ ഒച്ചയും അനക്കവുമുണ്ടാവില്ല. എന്നിട്ടും അവൻ അന്തമില്ലാത്ത കാത്തിരിപ്പ് തുടർന്നു. നേരം പാതിരാകഴിഞ്ഞു. കടകൾ അടഞ്ഞു. പാതകൾ വിജനമായി. തെരുവിൽ ഇരുട്ട് പരന്നു. ശൂന്യമായ തെരുവാണ് ഇപ്പോൾ അൽപ്പമെങ്കിലും ആശ്വാസം തരുന്നത് എന്ന് തോന്നാറുണ്ട്.

ഇരുട്ടിൽ ജനൽ തുറക്കുന്ന ശബ്ദത്തിനായി കാതോർത്ത് യാസീൻ കാത്തിരിപ്പ് തുടർന്നു. മഞ്ഞുമലയിൽ ഒറ്റപ്പെട്ട യാത്രികൻ രക്ഷകനെ കാത്തിരിക്കുന്നതുപോലെ. അവസാനം ജനലിൽ തിരിനാളം. ജനലിൽ അവളുടെ മുഖം പ്രത്യക്ഷപ്പെട്ടതും യാസീൻ ഓടുകയായിരുന്നു. വാതിലിൽ മുട്ടാൻ മടിച്ച് വാതിൽ പതുക്കെ തള്ളിയപ്പോൾ പാളികൾ മലർക്കെ തുറന്നു. വാതിൽ മനപ്പൂർവം സാക്ഷയിടാതെ വച്ചിരിക്കുകയായിരുന്നെന്നു തോന്നുന്നു. ഇരുട്ടിൽ തപ്പിത്തടഞ്ഞ് അകത്തെത്തിയപ്പോൾ ഒരു കോണിപ്പടി കണ്ടു. തട്ടിയും മുട്ടിയും ശബ്ദമുണ്ടാക്കരുതെന്ന് കരുതി സൂക്ഷിച്ചാണ് നടന്നത്. സാനുബ അവനെ ക്ഷണിച്ചത് സുബൈദ അറിഞ്ഞിട്ടുണ്ടാകുമോ? അറിഞ്ഞാലും അവനൊന്നുമില്ല.

മുകളിൽനിന്നു വന്ന നേരിയ വെളിച്ചത്തിൽ അവൻ കരുതലോടെ കോണികയറി. സാനുബ വിളക്കുമായി കോണിത്തളത്തിൽ നിൽക്കുന്നത് കണ്ടതും ഉടലിലൊരു തീനാളം പടർന്നു. കോണി കയറി മുകളിലെത്തിയതും അവൻ അവളുടെ കൈ മൃദുവായി പിടിച്ചമർത്തി നന്ദിപ്രകാശിപ്പിച്ചു. അവന് നനുത്ത ഒരു പുഞ്ചിരി സമ്മാനിച്ചിട്ട് അവൾ ചോദിച്ചു:

"കാത്തിരിപ്പ് കുറച്ചു നീണ്ടുപോയി അല്ലേ?"

"കാത്തിരുന്ന് കാത്തിരുന്ന് ഞാൻ വൃദ്ധനായതുപോലെ. അള്ളാഹു നിന്നോട് പൊറുക്കട്ടെ. ആട്ടെ, മൂപ്പത്തി ഇവിടുണ്ടോ?"

അവസാനവാചകം പതുക്കെയാണ് അവൻ ചോദിച്ചത്.

"പിന്നില്ലാതെ? കൂടെ ഒരദ്ഭുത മനുഷ്യനും."

"ഞാൻ വന്നതറിഞ്ഞാൽ ദേഷ്യപ്പെടുമോ?"

"ഈ സമയത്ത് നിന്നെപ്പോലൊരു കാമുകൻ ഇവിടെ എത്തുമെന്ന് അവർ പ്രതീക്ഷിക്കില്ല."

"അപ്പം പേടിക്കാനൊന്നുമില്ല."

"എന്നെ കാണാൻ നീ വരാത്തതെന്തായിരിക്കും എന്നായിരിക്കും അവരുടെ വേവലാതി."

"അവർ നീണാൾ വാഴട്ടെ."

"ഞാൻ അവരുടെ വീണവായനക്കാരി മാത്രമല്ല. അവരുടെ സഹോദരിയുടെ മകളാണ്. എന്നോട് കടുത്തൊന്നും പറയാറില്ല. പേടിക്കാതെ അകത്തേക്ക് വാ."

"അവർ ഒറ്റയ്ക്കാണോ അതോ കച്ചേരി നടന്നുകൊണ്ടിരിക്കുകയാണോ?"

"ഒറ്റയ്ക്കാണെങ്കിലും കച്ചേരിയുണ്ട്. അവരുടെ ഇപ്പോഴത്തെ കാമുകൻ ആളൊരു രസികൻ മാത്രമല്ല കലാകാരൻകൂടിയാണ്. അയാൾക്ക് കച്ചേരിയും വീഞ്ഞും തമാശയും പിന്നെ, എന്തൊക്കെയാണെന്നറിയാമല്ലോ... എല്ലാം വേണം."

അവൾ ഒരു മുറിയിൽ കയറി വിളക്കു മേശപ്പുറത്ത് വച്ചിട്ട് മുഖം മിനുക്കി. യാസീൻ സുബൈദയെയും പാട്ടുകാരനായ അവളുടെ കാമുകനേയും മറന്നു. അവൻ ആർത്തിയോടെ സാനുബയെ അടിമുടി നോക്കി വെള്ളമിറക്കി. മൂടുപടമില്ലാതെ അവളെ ആദ്യം കാണുകയാണ്. അവനെ അങ്ങനെ നോക്കിക്കൊതിക്കാൻ വിട്ടിട്ട് അവൾ സംസാരം തുടർന്നു.

"അയാൾ എന്തുകൊണ്ടും ആളൊരു ഉശിരനാ. ദയാലു. തമാശക്കാരൻ. നേരം വെളുക്കുവോളം വേണമെങ്കിൽ നേരമ്പോക്കു പറഞ്ഞിരിക്കും. കാമുകരായാൽ അങ്ങനെ വേണം."

"പണക്കാരനുമായിരിക്കും അല്ലേ?"

യാസീന് ചോദിക്കാതിരിക്കാൻ കഴിഞ്ഞില്ല.

"പണമുണ്ടെന്ന് പറഞ്ഞിട്ടില്ല. മിക്ക പണക്കാരും മഹാ അറുക്കീസുകളാ."

"ആരാണാവോ ഈ പുണ്യപുരുഷൻ?"

എന്തെങ്കിലും പറയണമല്ലോ എന്നു കരുതി ചോദിച്ചതാണ്.

"ഇവിടെ അടുത്തുതന്നെയുള്ളതാ. കേട്ടിരിക്കും. സയ്യിദ് അഹമ്മദ് അബ്ദുൽ ജവാദ്."

"ആര്?"

തേളുകടിയേറ്റതുപോലെ കണ്ണുതുറിച്ച് പിടയുന്ന യാസീനെ കണ്ട് അവൾ അമ്പരന്നു.

"എന്തുപറ്റി?"

തലയ്ക്കടിയേറ്റതുപോലെ സ്തംഭിച്ചു നിൽക്കാനേ യാസീനു കഴിഞ്ഞുള്ളു. സാനുബയുടെ മുഖത്തെ അതൃപ്തി കണ്ടപ്പോൾ അവന് വേവലാതിയായി. ഭയം കാണിക്കാതിരിക്കാനും മനസാന്നിധ്യം വീണ്ടെടുക്കാനുമായി പിന്നീടവന്റെ ശ്രമം. കേട്ടതു വിശ്വസിക്കാനാവാത്തതുപോലെ അവൻ വെറുതെ കൈകൾ കൂട്ടിത്തിരുമ്മിക്കൊണ്ടു പറഞ്ഞു:

"നഹാസിൽ തെരുവിൽ പലചരക്കു കടയുള്ള അൽ സയ്യിദ് അഹമ്മദ് തന്നെയാണോ?"

"അതെ. അതിനു നീയെന്തിനാ ബലാൽസംഗം ചെയ്യപ്പെട്ട കന്യകയെപ്പോലെ പിടഞ്ഞത്?"

"അയാളെപ്പോലെ മാന്യനും നാട്ടുകാരുടെ കണ്ണിലുണ്ണിയും ഭക്തനുമൊക്കെയായ ഒരാൾ ഇവിടെ...."

അവൻ വിഡ്ഢിച്ചിരി ചിരിച്ച് ഒഴിഞ്ഞു മാറാൻ ഒരു ശ്രമം നടത്തി.

സ്വയം പരിചയപ്പെടുത്തിയപ്പോൾ അവളോടു മുഴുവൻ പേര് പറയാത്തത് നന്നായെന്നും തോന്നി.

"അതുമാത്രമാണോ നിന്നെ ഭയപ്പെടുത്തിയത്? അയാൾ പൂച്ചസന്യാസിയാണെന്നറിഞ്ഞാണോ ഇങ്ങനെ വേവലാതിപ്പെട്ടത്? ഇവിടെ വന്നതുകൊണ്ടുമാത്രം ഒരാൾ ഭക്തനല്ലാതാകുമോ? പുറത്തൊരു ചിറ്റമൊന്നുമില്ലെങ്കിൽ പുരുഷനെന്താ ഒരു പൂർണത?"

"നീ പറഞ്ഞതാ നേര്. ഈ ലോകത്ത് എന്തു പറഞ്ഞാലും അദ്ഭുതപ്പെടാനില്ല. അയാളെപ്പോലൊരു മാന്യൻ മദ്യപിച്ച് ലക്കില്ലാതെ പാട്ടും കൂത്തുമായി....ലോകം അവസാനിക്കാറായെന്നാ തോന്നുന്നത്."

"അയാൾ നന്നായി തംബുരു വായിക്കും. കൂടെയുള്ളവരെ നേരമ്പോക്കുപറഞ്ഞ് ചിരിപ്പിക്കാനും കേമനാ. പക്ഷേ, പകൽ കടയിലിരിക്കുമ്പോൾ അയാൾ വലിയ ഗൗരവക്കാരനാണത്രെ. അങ്ങനെയായിരിക്കണം ആണുങ്ങൾ. കളിവേണ്ടിടത്ത് കളി. ഗൗരവം വേണ്ടിടത്ത് ഗൗരവം.

തന്റെ ബാപ്പയെക്കുറിച്ചു തന്നെയാണോ ഇവളീ പറയുന്നത്? തംബുരു വായന....മദ്യം തമാശ പറച്ചിൽ....

"എനിക്കയാളെ ഒന്നു കാണിച്ചു തരുമോ? ഒന്നു കാണാനാ. ഞാൻ ഒളിഞ്ഞു നിന്നു കണ്ടോളാം."

"അയാളെ ഒളിഞ്ഞു നോക്കേണ്ട കാര്യമെന്ത് നിനക്ക്?"

"എന്റെ ഒരാഗ്രഹമാ. നിരാശപ്പെടുത്തരുത്."

"ഒട്ടകത്തിന്റെ ദേഹവും കുട്ടികളുടെ ബുദ്ധിയുമാ. എന്നാലും എന്റെ ഒട്ടകമല്ലേ. ആദ്യമായി പറഞ്ഞത് ഞാനെങ്ങനാ തള്ളിക്കളയുന്നത്. ഞാനിപ്പോൾ അവർക്കുള്ള പഴങ്ങളുമായി അകത്തേക്കു പോകും. അപ്പോൾ ഇടനാഴിയിൽ ഒളിഞ്ഞുനിന്നു കണ്ടോ. ഞാൻ തിരിച്ചെത്തുന്നതുവരെ വാതിൽ തുറന്നിട്ടേക്കാം.

അവളുടെ പിറകെ ചെല്ലുമ്പോൾ ചങ്കിടിക്കുന്നുണ്ടായിരുന്നു. അവൾ പഴത്തട്ടുമായി തിരിച്ചെത്തുന്നതുവരെ അവൻ ഇടനാഴിയിലെ ഇരുട്ടിൽ പതുങ്ങി. പിന്നാലെ വന്നോളൂ എന്ന് ആംഗ്യം കാണിച്ചിട്ട് അവൾ വാതിലിൽ മുട്ടി. കുറച്ചുനേരം നിന്നിട്ട് വാതിൽ പാതിതുറന്നുവെച്ച് അവൾ അകത്തുകയറി. മുറിയുടെ അറ്റത്തായിട്ട് ദിവാനിൽ പടിഞ്ഞിരുന്ന് സുബൈദ പാടുകയാണ്.

അടുത്തിരിക്കുന്നു ബാപ്പ. അവൻ വിശ്വസിക്കാനാവാതെ മിഴിച്ചു നോക്കി. പുറംകോട്ട് ഊരിയിരുന്നു. കുപ്പായക്കൈ മേലോട്ട് തെറുത്തു വച്ചിരിക്കുന്നു. പാട്ടുകാരുടെ മുഖത്തുറ്റുനോക്കി സ്വയം മറന്ന് തംബുരു

വായിക്കുകയാണ്. തലയിൽ തൊപ്പിയില്ല. പാറിപ്പറന്നമുടി. മുഖത്ത് മായാത്ത ചിരി. നഗ്നമായ കാലുകൾ. കൈയിൽ തംബുരു. ബാപ്പയുടെ ആ പുതിയ ചിത്രം എത്ര മായ്ച്ചിട്ടും കണ്ണിൽനിന്നും മായുന്നില്ല.

സാനുബ വാതിലടച്ചിട്ടും അവന് ആ കാഴ്ച മറക്കാനായില്ല. കിനാവിൽ എന്നപോലെ സാനുബയെ പിന്തുടർന്നു.

"എന്തു പറ്റി നിനക്ക്? പന്തം കണ്ട പെരുച്ചാഴിയെപ്പോലെ കുറേ നേരമായല്ലോ അന്തംവിട്ടു നിൽക്കുന്നു."

സാനുബയുടെ പരിഹാസം അവനെ സ്വപ്നത്തിൽനിന്നുണർത്തി.

"അപൂർവ കാഴ്ച തന്നെ. പാട്ട് മികച്ചതായിരുന്നു."

"അവരെപ്പോലെ തന്നെ നമുക്കും ആഘോഷിക്കണ്ടേ?"

"ആദ്യരാവിൽ തന്നെ ആഘോഷം?"

വിചാരിച്ചതിലും എളുപ്പത്തിൽ അവൻ സമനില വീണ്ടെടുത്തു,

എത്രയോകാലത്തെ കാത്തിരിപ്പിനുശേഷം കിട്ടിയ അവസരം. തൊട്ടടുത്ത മുറിയിൽ തന്റെ ബാപ്പയും ഇതുപോലെ.... ഒരേ വീട്ടിൽ....

ആരും പറഞ്ഞു കേട്ടതല്ലല്ലോ. കണ്ണാലെ കണ്ടതല്ലേ? ആ എന്തെങ്കിലുമാകട്ടെ. കിട്ടിയ അവസരം പാഴാക്കാതെ ആഘോഷിക്കാം. ബാക്കിയെല്ലാം മറക്കാം.

അവൻ സ്വയം സമാധാനിച്ചു.

ഇതൊന്നും വിലക്കപ്പെട്ടതല്ലെന്ന് ബാപ്പ തന്നെ കാണിച്ചിരിക്കുന്നു. ഇനി എന്തു പേടിക്കാനാ? ബാപ്പയും അവനും തമ്മിലുള്ള അകലം കുറഞ്ഞതുപോലെ.

ഇന്നു ഞാൻ നിങ്ങളെ ശരിക്കും അറിഞ്ഞു. നിങ്ങൾക്കു ഞാൻ നന്മകൾ നേരുന്നു. എന്നെ സംബന്ധിച്ചിടത്തോളം നിങ്ങൾക്കിന്നൊരു പുത്തൻ ജന്മമാണ്. ഞാൻ അഭിമാനിക്കുന്നു. തംബുരു മീട്ടുന്നതുപോലെ പാടുകയുംചെയ്യുമോ?

"സയ്യിദ് അഹമ്മദ് പാടുമോ?"

അവൻ ഉറക്കെ ചോദിച്ചു.

"നിങ്ങളിപ്പോഴും അയാളെക്കുറിച്ചോർത്തുകൊണ്ടിരിക്കുകയാണോ? പാടും എന്റെ ഒട്ടകമേ. മദ്യലഹരിയിൽ അയാൾ ഞങ്ങളോടൊപ്പം പാടാറുണ്ട്."

"എങ്ങനെ സ്വരം."

"അതിമനോഹരം. അദ്ദേഹത്തിന്റെ കഴുത്തുപോലെ."

ഞങ്ങളുടെ വീട്ടിൽ എല്ലാവരും നന്നായി പാടും. ഒരിക്കൽ എനിക്കും കേൾക്കണം നിങ്ങളുടെ പാട്ട്. അരിശംകൊണ്ട് തുള്ളുന്ന ബാപ്പയെ മാത്രമേ ഞാൻ കണ്ടിട്ടുള്ളു. കുറുക്കാ.... പട്ടിക്കഴുവേറി.... ആ ചുണ്ടിൽ ഒരു സ്നേഹഗാനം.... ഞാനും ഇന്നാദ്യമായി ലഹരി ആസ്വദിക്കുകയാണ്.... പ്രേമിച്ചു പ്രേമിച്ച് ഞാനിന്നൊരു.... മദ്യം തലയ്ക്കുപിടിച്ചാൽ നിങ്ങൾ എങ്ങനെയാണ് പെരുമാറുന്നത്.... നിങ്ങളെ അനുകരിക്കാൻ

സാധിക്കുമോ എന്നും ഞാനുമൊന്നു ശ്രമിച്ചുനോക്കാം. സ്നേഹിക്കുമ്പോൾ അവളെ കെട്ടിപ്പുണരുമ്പോൾ എന്റെ ബാപ്പ എങ്ങനിരിക്കും?

ചിന്തയിലാണ്ട യാസീന് പെട്ടെന്നാണ് സാനുബയെ ഓർമ്മവന്നത്. അവൾ കണ്ണാടിയിൽ നോക്കി മുടി കോതുന്നു. കുപ്പായക്കൈയുടെ വിടവിലൂടെ അവളുടെ മിനുത്ത തൊലി... ചൂളയ്ക്കു വയ്ക്കാത്ത ബന്നു പോലുള്ള അവളുടെ മുലകൾ.... യാസീന്റെ ശരീരത്തിനു തീപിടിച്ചു. വൻ വേട്ടയ്ക്കിറങ്ങുന്ന സിംഹത്തെപ്പോലെ അവൻ അവളുടെ ശരീരത്തിൽ വീണു.

നാൽപ്പത്

നേരം സന്ധ്യമയങ്ങിത്തുടങ്ങി. അസ്തമയസൂര്യന്റെ പ്രഭയിൽ കല്യാണവീട് തിളങ്ങി. വീട്ടിനുമുന്നിലായി മൂന്നു വണ്ടികൾ നിർത്തിയിട്ടിരിക്കുന്നു. മണവാട്ടിയോടൊപ്പം പുതുമാരന്റെ വീട്ടിലേക്കു പോകാനായി പന്തലിൽ കാത്തിരിക്കുകയാണ് സയ്യിദ് അഹമ്മദിന്റെ ചങ്ങാതിമാർ. മണവാട്ടിക്കു കയറാനുള്ള കാർ ചുവന്ന റോസാപ്പൂക്കൾക്കൊണ്ട് അലങ്കരിച്ചിട്ടുണ്ടെന്നതൊഴിച്ചാൽ കല്യാണവീടിന് മറ്റലങ്കാരങ്ങളൊന്നുമില്ലായിരുന്നു. അലങ്കരിച്ച കാറ് കണ്ടതുകൊണ്ടാകണം വഴിയാത്രക്കാർ തിരിഞ്ഞുനോക്കിക്കൊണ്ടാണ് അതുവഴി കടന്നുപോയത്.

നിക്കാഹും വിവാഹഉടമ്പടിയിൽ ഒപ്പിടുന്ന ചടങ്ങുമൊക്കെ നേരത്തേ കഴിഞ്ഞു. നിക്കാഹു കഴിഞ്ഞതും പെണ്ണിനുള്ള വിവാഹസമ്മാനവുമായി വരന്റെ വീട്ടിൽനിന്നും ആളെത്തിയിരുന്നു. മണവാട്ടിക്കണിയാനുള്ള ഉടയാടകളും അലങ്കാരവസ്ത്രങ്ങളും തലേദിവസമേ കൊടുത്തയച്ചിരുന്നു. കല്യാണവീട് വർണവിളക്കുകളും പൂക്കളും കൊണ്ട് അലങ്കരിക്കുക ആ നാട്ടിലെ പതിവാണ്. പാട്ടും ഒപ്പനയും ചിരിയും ബഹളവും കേട്ടാണ് കല്യാണവീടാണെന്ന് ആളുകൾ അറിയുന്നത്. ഓരോരുത്തരുടെ നിലയ്ക്കനുസരിച്ച് മേളം കൂടിയും കുറഞ്ഞുമിരിക്കും. പക്ഷേ, സയ്യിദ് അഹമ്മദിന്റെ വീട് അലങ്കരിച്ചിരുന്നില്ല. ഒരു ആർഭാടവും എങ്ങും കണ്ടില്ല.

പതിവുപോലെ ആ വീട് അന്നും ശാന്തം. അത്യാവശ്യം കുടുംബക്കാരെയും ബന്ധുക്കളെയും മാത്രമേ കല്യാണത്തിന് ക്ഷണിച്ചിരുന്നുള്ളു. സയ്യിദ് അഹമ്മദ് വീട്ടിൽത്തന്നെ ഇരുന്ന് ഒരുക്കങ്ങൾക്ക് നേതൃത്വം കൊടുത്തു. കല്യാണം കഴിയുംവരെ ആൺമക്കൾ വീട്ടിൽതന്നെ ഉണ്ടായിരിക്കണമെന്ന് കർശനമായി ആജ്ഞാപിക്കുകയും ചെയ്തു. ഉമ്മുവിന്റെ കരച്ചിൽ, വിടപറയലിനു സമയമായെന്ന് അറിയിച്ചു. മണവാട്ടിയും ബന്ധുക്കളും പുറത്തിറങ്ങി വാഹനങ്ങളിൽ കയറി.

ആയിഷ നാണത്താൽ തുടുത്തിരുന്നു. ചുറ്റുമുള്ളവരുടെ കണ്ണിൽനിന്നു രക്ഷപ്പെടാനെന്നപോലെ തിരക്കിട്ട് അന്തംവിട്ടമട്ടിലാണ് അവൾ വണ്ടിയിൽ കയറിയത്. ഞെരിയാണിവരെ എത്തുന്ന ഞൊറിയുള്ള വെള്ളപ്പട്ടിന്റെ പാവാടയ്ക്ക് വെള്ളമുഴുക്കൈ കുപ്പായം. തലയിൽ വെള്ളിനൂൽകൊണ്ട് മുല്ലപ്പൂക്കൾ തുന്നിപ്പിടിപ്പിച്ച കസവുതട്ടം. കദീജയും മറിയവും മറ്റുചില പെൺകുട്ടികളും അവളെ അനുഗമിച്ചു. ഉമ്മയും അടുത്ത ബന്ധുക്കളും അയാൽക്കാരികളും മറ്റൊരു വണ്ടിയിൽ കയറി. കമാൽ പക്ഷേ മണവാട്ടിയുടെ വണ്ടിയിൽ മുന്നിലെ സീറ്റിൽ ഡ്രൈവറുടെ അടുത്ത് നേരത്തെതന്നെ സ്ഥലം പിടിച്ചിരുന്നു.

അൽഹുസൈൻ പള്ളിയുടെ മുന്നിലൂടെ വേണം പോകാനെന്ന് ഉമ്മ ആവശ്യപ്പെട്ടു. അവർക്കു പള്ളി ഒരുനോക്കു കാണാം. മകൾക്കുവേണ്ടി പ്രാർഥിക്കുകയും ചെയ്യാം. അവരുടെ വാക്കുമാനിച്ച് വണ്ടികൾ അതിലെതന്നെ വിട്ടു. മണവാളന്റെ വീട്ടിലെ ആർഭാടവും അലങ്കാരവും ദൂരെനിന്നേ അറിഞ്ഞു. മണവാട്ടിയെ സ്വീകരിക്കാൻ ചെറുപ്പക്കാർ ആർപ്പുംവിളിയുമായി തെരുവിൽ കാത്തുനിന്നിരുന്നു. വീട്ടിനുള്ളിൽ മണവാട്ടിയെ കാണാനായി പെണ്ണുങ്ങളുടെ തിക്കും തിരക്കും. പുതുമാരൻ ഖലീലും ചങ്ങാതിമാരും മണവാട്ടിയെ സ്വീകരിക്കാൻ പടിപ്പുരയിൽ ഇറങ്ങിനിൽക്കുന്നുണ്ടായിരുന്നു. ഒപ്പം സഹോദരൻ ഇബ്രാഹിമുമുണ്ട്. യാസീനും ഫഹ്മിയും നേരത്തെ എത്തിയിരുന്നു. അവരും മണവാളനോടൊപ്പം മുന്നോട്ടുനടന്നു. വണ്ടി നിന്നപ്പോൾ ഖലീൽ വാതിൽ തുറന്നു കൈനീട്ടി കാണിച്ചു. എന്തു ചെയ്യണമെന്നറിയാതെ ആയിഷ പരുങ്ങി. മറിയം അവളുടെ കൈപിടിച്ച് ഖലീലിന്റെ നീട്ടിയ കൈകളിൽ വച്ചുകൊടുത്തു. ഖലീൽ അവളെ അകത്തേക്ക് ആനയിച്ചു. മണവാട്ടിയുടെ കൂടെവന്ന സ്ത്രീകൾ അകത്തെത്തുംവരെ മിഠായിയും റോസാപ്പൂക്കളും വഴിനീളെ വിതറിക്കൊണ്ടിരുന്നു.

നിക്കാഹു നേരത്തെ കഴിഞ്ഞതാണ്. എന്നിട്ടും ഖലീലിന്റെ കൈക്കുപിടിച്ച് ആൾക്കൂട്ടത്തിൽ പെങ്ങൾ നടക്കുന്നത് കണ്ട് യാസീനും ഫഹ്മിയും അൽപ്പമൊന്ന് പകച്ചു. ഫഹ്മിക്കായിരുന്നു കൂടുതൽ വല്ലായ്മ. ഇസ്ലാമികനിയമങ്ങൾ അണുവിട തെറ്റിക്കാതെ ജീവിക്കുന്നവരാണ് അവരുടെ വീട്ടുകാർ. തടിച്ചുകൂടിയ പുരുഷന്മാർക്കിടയിലൂടെ ആയിഷയെ കൊണ്ടുപോയത് കൊച്ചുകമാലിനുപോലും ഇഷ്ടപ്പെട്ടില്ല. അതു തടയണമെന്നാവശ്യപ്പെടുന്നതുപോലെ അവൻ ഉമ്മയുടെ കൈയിൽ പിടിച്ചമർത്തി.

ബാപ്പയുടെ പ്രതികരണം അറിയാൻവേണ്ടി അവരുടെ കണ്ണുകൾ ഉഴറി. പക്ഷേ, അക്കൂട്ടത്തിലെങ്ങും അവരുടെ ബാപ്പയെ കണ്ടില്ല. സ്റ്റേജിനുമുന്നിൽ അതിഥികൾക്കായി നിരത്തിയ കസേരയിലെ പന്തലിലും ബാപ്പയില്ലായിരുന്നു. അവിടെ എത്തിയതും സയ്യിദ് അഹമ്മദ് വളരെ അടുത്ത ചില ചങ്ങാതിമാരോടൊത്ത് സ്വീകരണമുറിയിൽച്ചെന്ന് കതകടച്ചിരുന്നു. പുറത്തെ ബഹളം തീരുംവരെ അവിടെ കൂടാമെന്ന്

അയാൾ തീരുമാനിച്ചു. തന്റെ കുടുംബം ഈ മേളയിൽ പങ്കെടുക്കുന്ന താലോചിച്ച് അയാൾ വിഷണ്ണനായി. പക്ഷേ, ആ സന്തോഷവേളയിൽ അയാളുടെ അധികാരം പ്രയോഗിച്ച് അവരെ വിഷമിപ്പിക്കേണ്ടെന്ന് കരുതിയതുകൊണ്ടുകൂടിയാണ് മുറിയടച്ച് ഇരിക്കാൻ തീരുമാനിച്ചത്. ഈ ആഘോഷമൊന്നും വേണ്ടെന്ന് പറഞ്ഞു നോക്കിയതാണ്. ഖലീലിന്റെ ഉമ്മ സമ്മതിച്ചില്ല. പുതുപ്പെണ്ണ് വീട്ടിലെത്തുന്നത് ആഘോഷമാക്കണമെന്ന് അവർക്ക് നിർബന്ധമായിരുന്നു. അതിനു നഗരത്തിലെ പ്രസിദ്ധരായ പാട്ടുകാരെയും മറ്റും ഏർപ്പാടാക്കിയിട്ടുണ്ട്.

കിട്ടിയ സ്വാതന്ത്ര്യം കമാൽ തികച്ചും മുതലെടുത്തു. മുറ്റത്തെ പന്തലിലും സ്ത്രീകളുടെ അരമനകളിലും ഒരേപോലെ കയറിയിറങ്ങാൻ അനുവാദമുള്ള ചുരുക്കം ചിലരിൽ ഒരാളായിരുന്നു കമാൽ. പട്ടിലും പൊന്നിലും പൊതിഞ്ഞ് വാതോരാതെ എന്തൊക്കെയോ പറഞ്ഞുകൊണ്ടിരുന്ന പെണ്ണുങ്ങളെ നോക്കിക്കൊണ്ട് ഉമ്മയോടൊപ്പം അവനും ഇരുന്നു. അകത്തളത്തിൽ പ്രശസ്ത പാട്ടുകാരി ജലീലയുടെ പാട്ടുകച്ചേരി. തടിച്ചുകൊഴുത്ത ജലീലയ്ക്ക് നേർച്ചക്കാളയുടെ ചന്തം. അവർ അടിമുടി ലങ്കിയിരുന്നു. അരികിൽ വൈൻഗ്ലാസ്. അവർ ഒരു സങ്കോചവുമില്ലാതെ ഇടയ്ക്കിടെ വൈൻ നുണഞ്ഞുകൊണ്ടിരുന്നു.

അത്തരമൊരു ഉത്സവാന്തരീക്ഷം കമാലിനു പുത്തരിയായിരുന്നു. അവൻ വിചാരിച്ചതിലും ഭംഗിയുള്ളതായിരുന്നു ആയിഷയുടെ ഉടുപ്പുടവകൾ. അങ്ങോട്ടുമിങ്ങോട്ടും ഓടിനടക്കരുതെന്ന് ഉമ്മ ഇടയ്ക്കിടെ ഓർമിപ്പിച്ചുകൊണ്ടിരുന്നു. പുറത്തുചെന്ന് ഇക്കാക്കമാർ എന്തു ചെയ്യുന്നു എന്ന് നോക്കിവരാൻ കുറച്ചു കഴിഞ്ഞപ്പോൾ ഉമ്മതന്നെ നിർബന്ധിക്കാൻ തുടങ്ങി.

"നോക്കുമ്മാ ആ പെണ്ണിന്റെ മൂക്ക് കദീജയെക്കാൾ നീണ്ടതല്ലേ?"

അവന്റെ ചോദ്യങ്ങളിൽനിന്നും രക്ഷപ്പെടാൻവേണ്ടിക്കൂടിയായിരുന്നു ഉമ്മ അവനെ തൽക്കാലം അവിടെനിന്ന് ഓടിച്ചത്.

ജലീല കല്യാണപ്പാട്ട് തുടങ്ങിയപ്പോൾ സദസ്സും കൂടെച്ചേർന്നു. ജലീല കമാലിനെ മാടിവിളിച്ച് അരികിൽ ഇരുത്തിയപ്പോൾ പെണ്ണുങ്ങൾ എന്തൊക്കെയോ പറഞ്ഞ് പരിഹസിച്ചു. ഒടുക്കം ഉമ്മ അവനെ ഉന്തിത്തള്ളി പുരുഷന്മാരുടെ പന്തലിലേക്കയച്ചു.

അവിടെ കുറേനേരം ചുറ്റിക്കറങ്ങിയിട്ട് അവൻ യാസീന്റെയും ഫഹ്മിയുടെയും ഇടയിൽ കുറച്ചുനേരം ചെന്നുനിന്നു. മടുത്തപ്പോൾ അവിടമെല്ലാം വീണ്ടും അലഞ്ഞുനടന്നു. സ്വീകരണമുറി അടച്ചിട്ടിരുന്ന് ചിലർ സൊറ പറയുന്നത് കണ്ട് അവൻ വാതിൽ തുറന്നു എത്തിനോക്കി. ബാപ്പയെ കണ്ടതും അവന്റെ പാതി ജീവൻ പോയി. രക്ഷപ്പെടാൻ ശ്രമിച്ചെങ്കിലും ബാപ്പയുടെ ചങ്ങാതിമാർ വിട്ടില്ല.

"ഇങ്ങടുത്തുവാ."

ആരോ വിളിച്ചു. ബാപ്പ ശാസിച്ചാലോ എന്നു ഭയന്ന് അവൻ ചെന്നു.

"ഏതു ക്ലാസിലാ നീ പഠിക്കുന്നത്?"

"മൂന്നാം ക്ലാസിൽ...നാലാം ഡിവിഷൻ."

"മിടുക്കൻ. പാട്ടു കേട്ടോ നീ?"

പാട്ട് അവനിഷ്ടമാണ്. പക്ഷേ, ബാപ്പയുടെ മുമ്പിൽ അതു തുറന്നു പറയാൻ അവനു പേടി. ബാപ്പയ്ക്ക് ഇഷ്ടപ്പെട്ടില്ലെങ്കിലോ?

"എന്താ നിനക്ക് പാട്ട് ഇഷ്ടമല്ലേ?"

"തീരെ ഇഷ്ടമല്ല."

"നിനക്ക് പിന്നെ എന്താ ഇഷ്ടം?"

"പരിശുദ്ധ ഖുറ്ആൻ."

ബാപ്പയെ നോക്കിക്കൊണ്ടാണ് കമാൽ പറഞ്ഞത്.

സയ്യിദ് അഹമ്മദ് ആംഗ്യം കാണിച്ചപ്പോൾ അവർ അവനെ പോകാൻ അനുവദിച്ചു.

"ആ പറഞ്ഞത് നേരാണെങ്കിൽ അവൻ ഇയാളുടെ മോനല്ല കേട്ടോ."

ഒരാൾ പരിഹസിച്ചു.

"ആ കള്ളക്കഴുവേറി എന്നെ പറ്റിക്കാൻ പറഞ്ഞതാ. എന്റെ കിളിയെ നീയെവിടെ എന്ന പാട്ട് അവൻ ഒരിക്കൽ ഈണത്തിൽ പാടുന്നത് ഞാൻ കേട്ടതാ."

സയ്യിദ് അഹമ്മദ് ചിരിച്ചുകൊണ്ട് പറഞ്ഞു.

"ഇക്കാക്കമൊരുടെ ഇടയിൽ സാബറിന്റെ പാട്ടിൽ ലയിച്ചുകൊണ്ട് കൂടെപാടുന്നത് ഞാനിപ്പോൾ കണ്ടതാ. ഇവൻ ബാപ്പയെ കടത്തിവെട്ടും."

മറ്റൊരു സുഹൃത്തിന്റെ പരിഹാസം.

അവിടെനിന്ന് കഷ്ടിച്ചു രക്ഷപ്പെട്ട കമാൽ ഒരുകൂട്ടം കുട്ടികളുടെ നടുവിലെത്തി. അവരോടൊപ്പം കളിച്ചു മദിക്കുന്നതിനിടയിൽ അവൻ ബാപ്പയെ മറന്നു. എന്തു വ്യത്യസ്തമായ രാവ്! എന്തു ചെയ്താലും ആരും ചോദിക്കാനും പറയാനുമില്ല. ഈ രാവ് അവസാനിക്കരുതേ എന്ന് പ്രാർഥിക്കുമ്പോഴും ആയിഷയെക്കുറിച്ചോർത്ത് അവന്റെ കുഞ്ഞുഹൃദയം നീറി. ഇനി ആയിഷ വീട്ടിലേക്കില്ല. ഇനി ഇതാണവളുടെ വീട് എന്ന് എല്ലാവരും പറഞ്ഞതുകേട്ടാണ് അവനു സങ്കടം.

"നീ വലുതായി ഒരു പെണ്ണിനെ കൊണ്ടുവരണം. അന്നു നമുക്കി തുപോലെ ആഘോഷിക്കാം."

ഒടുക്കം ഉമ്മ അവനെ സമാധാനിപ്പിച്ചു.

വീട്ടിലുള്ളവരെയെല്ലാം പിരിഞ്ഞ് ഇവിടെ വരാൻ ഇഷ്ടമാണോ എന്ന് അവൻ ആയിഷയോട് നേരിട്ട് ചോദിച്ചതാണ്. അല്ലെന്നാണ് അവൾ പറഞ്ഞത്. എന്നിട്ടും മണവാട്ടിയായി അവളിവിടെ എത്തിയിരിക്കുന്നു. പാട്ടിലും ഹരത്തിലും ലയിച്ചുനിൽക്കുമ്പോൾ ആയിഷയെ മറക്കും. ആയിഷ ഇനി തിരിച്ചു വരില്ലല്ലോ എന്നോർത്ത് ഇടയ്ക്കിടെ വിങ്ങുകയും ചെയ്യും.

കമാലിനെപ്പോലെ തന്നെ കദീജയും ആമിനയുമൊക്കെ അവർക്കു വീണുകിട്ടിയ ഉത്സവാന്തരീക്ഷം തീർത്തും ആസ്വദിച്ചു. മണവാട്ടിയുടെ ഉമ്മ എന്നുപറഞ്ഞ് ആ വീട്ടിൽ കിട്ടിയ ആദരവും സ്നേഹവും കണ്ട്

ആമിനയുടെ അകം നിറഞ്ഞു. ആഘോഷത്തിമിർപ്പിൽ കദീജയും തൽക്കാലം സ്വന്തം ദുഃഖം മറന്നു. ഉള്ളിലുള്ളത് പറയാനും പിണങ്ങാനും ആകെയുള്ള കൂട്ടായിരുന്നു ആയിഷ. ഇനി അവൾ ഒറ്റയ്ക്കായി. നന്നായി അണിഞ്ഞൊരുങ്ങിയ അവളെ കണ്ട് ചില പെണ്ണുങ്ങൾ പുകഴ്ത്തി പറയുന്നത് കേട്ട് മറ്റെല്ലാ വിഷമങ്ങളും അവൾ മറന്നു. അവളുടെ ഉള്ളിൽ പുതിയ കിനാക്കൾ നാമ്പിടുകയും ചെയ്തു.

യാസീനും ഫഹ്മിയും സംഗീതം ആസ്വദിച്ചും വെടിപറഞ്ഞും പന്തലിൽതന്നെ ഇരുന്നു. ഒഴിവു കിട്ടുമ്പോഴെല്ലാം ഖലീൽ അളിയന്മാരോടൊപ്പം കൂടി. രാവു നീളുകയും സംഗീതം പൊടിപൊടിക്കുകയും ചെയ്തപ്പോൾ ഒരുതുള്ളി മോന്താതെ യാസീന്റെ തല പെരുത്തു.

"എന്നെ ഇവിടെന്നൊന്ന് രക്ഷിക്കിഷ്ടാ."

നിവൃത്തിയില്ലാതെ യാസീൻ ഖലീലിന്റെ ചെവിയിൽ പറഞ്ഞു.

"നിങ്ങളെപ്പോലുള്ളവർക്ക് പ്രത്യേകം ഏർപ്പാടുണ്ട്. വന്നാട്ടെ." ഖലീൽ കണ്ണിറുക്കി.

യാസീൻ ഉഷാറായി. പാട്ടിനു മാധുര്യമേറി. കുടുംബം ചുറ്റിലുമുള്ളപ്പോൾ അതിരുവിട്ട കളിയൊന്നും വേണ്ടെന്ന് തീരുമാനിച്ചു. എന്നാലും അൽപ്പം അകത്തുചെല്ലാതെ എന്തു കല്യാണം? ബാപ്പ അടുത്തുണ്ടെന്ന് അറിയാം. ഓ...ബാപ്പയുടെ മുഖംമൂടിയില്ലാത്ത ഭാവം അവനും കണ്ടതാണല്ലോ. എന്നാലും ബാപ്പയെ നേരിട്ടുകണ്ടാൽ ഇപ്പോഴും മുട്ടുവിറയ്ക്കും. ആ അവസ്ഥയിൽ ബാപ്പയെ കണ്ടകാര്യം വീട്ടിലാരോടും പറഞ്ഞിട്ടില്ല.

മണവാട്ടിയോടൊപ്പം അകത്തു കയറിപ്പോകുന്ന മറിയത്തെ കണ്ടതോടെ ഫഹ്മിയുടെ ഉള്ളം വിങ്ങാൻ തുടങ്ങിയിരുന്നു. അവൾ കണ്ണിൽനിന്നും മറഞ്ഞിട്ടും അവൻ അങ്ങോട്ടുതന്നെ നോക്കിക്കൊണ്ടു നിന്നു. കുറച്ചുകാലമായി എല്ലാംമറക്കാൻ ശ്രമിക്കുകയായിരുന്നു. പെട്ടെന്ന് അവളെ നേരിൽ കണ്ടപ്പോൾ ഓർമകൾ കൊടുങ്കാറ്റായി ആഞ്ഞുവീശുന്നതുപോലെ തോന്നി. ചുണ്ടിൽ ചിരിയുമായി അകത്തേക്കു നടന്ന മറിയം അവനെ കണ്ടതായിപ്പോലും ഭാവിച്ചില്ല. നേരിയ പട്ടുതട്ടത്തിനിടയിൽ അവളുടെ മുഖം ചന്ദ്രനെപ്പോലെ തിളങ്ങി. വേദനയുള്ള പല്ലിന് വെറുതെയിരിക്കുമ്പോൾ വേദന കുറവായിരിക്കും. എന്തെങ്കിലും ചവയ്ക്കുമ്പോഴാകട്ടെ വേദന കൂടുകയുംചെയ്യും. അതുപോലെയാണ് അവന്റെ സ്ഥിതി. മറിയത്തെ കാണുമ്പോഴും ആരെങ്കിലും അവന്റെ മുന്നിൽ വെച്ച് അവളെക്കുറിച്ച് പറയുമ്പോഴുമാണ് വേദന അറിയുന്നത്.

പഠിപ്പുകഴിഞ്ഞ് സ്വന്തം കാലിൽ നിൽക്കാനാകുന്നതുവരെ മറിയത്തെ കെട്ടാൻ ആരും വരരുതേ എന്ന് പ്രാർഥിക്കാത്ത ദിവസങ്ങളില്ല. ചിലപ്പോൾ തിരിച്ചും തോന്നാറുണ്ട്. അവൾ വിവാഹം കഴിഞ്ഞ് എങ്ങോട്ടെങ്കിലും പോയാൽ മനസ്സമാധാനം കിട്ടിയേനെ. അവളെ മറക്കുക എന്നത് വേദനാജനകമാണ്. എങ്കിലും ഇനിയൊരിക്കലും അവളെ സ്വന്ത

മാക്കാനാവില്ല എന്നറിഞ്ഞാൽ മറവി കുറച്ചുകൂടി എളുപ്പമാകും. താനിപ്പോൾ ചിന്തിക്കുന്നതുപോലെ മറിയത്തെക്കുറിച്ചോർത്ത് വേദനിക്കുന്ന മറ്റേതെങ്കിലും യുവാവ് ഈ കൂട്ടത്തിലില്ലെന്ന് ആരറിഞ്ഞു? കാലം ഉണക്കാത്ത മുറിവുകളുണ്ടോ?

എത്രയെന്നു വെച്ചാ ഞാൻ കാത്തിരിക്കേണ്ടത്?

മറിയം കമാലിനോട് പറഞ്ഞയച്ചത് അപ്പോളവൻ ഓർത്തു. നല്ല ആലോചന വന്നാൽ വീട്ടുകാർ വിവാഹം നിശ്ചയിക്കും. മറിയത്തിനവിടെ ഒന്നും ചെയ്യാനാവില്ല. കാമുകീകാമുകന്മാരുടെ വിരഹത്തെക്കുറിച്ച് പാട്ടുകാരി പാടിത്തകർക്കുന്നു. അതുകേട്ട് മറിയം തന്നെപ്പോലെ ദുഃഖിച്ചിരിക്കുന്നുണ്ടാകുമോ?

വെറുതെ ഓരോന്നോർത്ത് മനസ്സ് പുണ്ണാക്കുകയാണ്. അവൾ ഒപ്പന കേട്ട് നിറമുള്ള സ്വപ്നം കാണുന്നുണ്ടാവും. കൂട്ടുകാരികളൊത്ത് തമാശ പറഞ്ഞ് ചിരിച്ച് തിമർക്കുന്നുണ്ടാകും. പാട്ടുനിന്നപ്പോൾ തുടരെയുള്ള കരഘോഷം. അക്കൂട്ടത്തിൽ മറിയത്തിന്റെ കൈകൊട്ട് വേർതിരിച്ചറിയാൻ സാധിക്കുമോ എന്ന് ചെവിയോർക്കുകയായിരുന്നു അപ്പോൾ ഫഹ്മി. ആ ബഹളത്തിനിടയിൽ എല്ലാ കൈകൊട്ടും ഒരുപോലെ ചെവിടടപ്പിച്ചു.

സയ്യിദ് അഹമ്മദും ചങ്ങാതിമാരും അപ്പോഴും മുറിയടച്ചിരുന്ന് നേരമ്പോക്കു പറഞ്ഞുകൊണ്ടിരുന്നു. കുടുംബം കൂടെയുള്ളപ്പോൾ സയ്യിദ് അഹമ്മദ് അതിരു വിട്ടൊന്നും പ്രവർത്തിക്കില്ലാ എന്ന് അവർക്കറിയാം. കളിയും ചിരിയുമില്ലാത്ത സയ്യിദ് അഹമ്മദിനെക്കാൾ അവർക്കിഷ്ടം നേരമ്പോക്കു പറഞ്ഞ് സുഹൃത്തുക്കളെ പൊട്ടിച്ചിരിപ്പിക്കുന്ന സയ്യിദ് അഹമ്മദിനെയാണ്.

"നമ്മളിപ്പോൾ കല്യാണവീട്ടിലാണ് ചങ്ങാതി."

സയ്യിദ് അഹമ്മദിന്റെ സുഹൃത്ത് ഇഫ്ഫത്ത് ചെവിയിൽ പറഞ്ഞു.

"ഇത്രയും പാടുപെട്ട് ഇങ്ങനെ അടക്കിപ്പിടിച്ചിരിക്കുന്നല്ലോ റബ്ബേ."

മറ്റൊരു ചങ്ങാതി തലയിൽ കൈവെച്ചുകൊണ്ട് പറഞ്ഞു.

"നിങ്ങൾ എന്തിനാ ഇതിനകത്ത് അടച്ചിരിക്കുന്നത്. ചെന്ന് ആഘോഷിക്കിൻ."

സയ്യിദ് അഹമ്മദ്.

"നല്ലൊരുദിവസമായിട്ട് നിങ്ങളെ ഏകനാക്കിപ്പോയാൽ പിന്നെ ഞങ്ങളെങ്ങനാ ചങ്ങാതിമാരാകുന്നത്?"

മുഹമ്മദ് ഇഫ്ഫത്ത്.

യാഥാവിധിയുള്ള ചടങ്ങു തീർക്കൽ മാത്രമല്ല വിവാഹം എന്ന് അയാൾക്കും അറിയാം. എന്നാലും അമിതമായുള്ള ആഘോഷം മതത്തിനെതിരായതുകൊണ്ടാണ് മിണ്ടാതിരിക്കുന്നത്. പെൺമക്കളെ രക്ഷിക്കാനുള്ള ഏകമാർഗം വിവാഹമാണെന്ന ചിലരുടെ അഭിപ്രായത്തോട് അയാൾക്ക് ഒട്ടും യോജിപ്പില്ല. പെൺകുട്ടികളെ നിർബന്ധമായും വിവാഹം കഴിച്ചുകൊടുക്കണമെന്നാണ് പടച്ചവൻ അനുശാസിച്ചിരിക്കു

ന്നത്. ആ നിയമം അയാളായിട്ടെങ്ങനെ തെറ്റിക്കും? ജീവിതം ശാശ്വതമല്ലെന്നറിയാം. എങ്കിലും ആറ്റുനോറ്റു വളർത്തിയ പെൺമക്കൾ വിവാഹത്തോടെ അന്യരാകുമല്ലോ എന്നോർക്കുമ്പോൾ ഒരു വല്ലായ്മ.

"എന്റെ പെൺമക്കൾ ആൺമക്കളെപ്പോലെ തന്നെ എനിക്ക് പ്രിയപ്പെട്ടവരാണ്. ഒരു അപരിചിതനെ സേവിക്കാനും ശുശ്രൂഷിക്കാനുമാണല്ലോ അവരെ വളർത്തിയത് എന്ന ചിന്ത സ്വൈര്യം കെടുത്തുന്നു. പുറമെകാണാൻ അയാൾ മാന്യനായിരിക്കാം. കൂടെ കഴിയുമ്പോഴല്ലേ അകം എന്തെന്ന് അറിയാൻ സാധിക്കൂ. ബാപ്പ തിരഞ്ഞെടുക്കുന്നവരെ അവർ വിവാഹം കഴിക്കുന്നു. അവർക്കുവേണ്ടി ജീവിക്കുന്നു. അയാൾ നല്ലവനല്ലെങ്കിൽ അവളുടെ ജീവിതവും തുലഞ്ഞു. എന്റെ ആൺമക്കളെക്കുറിച്ച് എനിക്ക് ഭയമില്ല. അവർ പുരുഷന്മാരല്ലേ. എങ്ങനേയും ജീവിച്ചുകൊള്ളും. അതുപോലെയാണോ പെണ്ണ്. പടച്ചവനെ നീ കാക്ക്. അവർ കൂടെയുള്ളപ്പോൾ നാം അവരുടെ കാര്യത്തിന് ഒട്ടും പ്രാധാന്യം കൊടുക്കാറില്ല. എല്ലാ ശ്രദ്ധയും ആൺകുട്ടികൾക്ക്. അവസാനം അവളെ ഒരപരിചിതന്റെ തലയിൽ കെട്ടിവച്ച് ഭാരം തീർക്കുന്നു. പിന്നീട് അതോർത്ത് സങ്കടപ്പെടുന്നു."

അയാൾ അടുത്ത സുഹൃത്തുക്കളോട് പറയാറുണ്ട്.

ഖലീലിനെ ചെറുപ്പം മുതൽ അറിയാം. അയാളൊരു മടിയനല്ലേ എന്നൊരു സംശയം.

"കാളക്കൂറ്റനെപ്പോലെ തിന്നുമദിച്ചു നടക്കാനേ കൊള്ളൂ എന്നാണ് തോന്നുന്നത്."

പലവട്ടം തന്നത്താൻ പറഞ്ഞിട്ടുണ്ട്.

നന്നായാൽ മതിയായിരുന്നു. മകൾക്ക് സ്വസ്ഥമായ ജീവിതം അത്രയുമേ മോഹിക്കുന്നുള്ളു.

ഭക്ഷണത്തിനുള്ള ക്ഷണവുമായി ഖലീലെത്തുംവരെ യാസീൻ ഫഹ്മിയോടൊപ്പം ഉണ്ടായിരുന്നു. പിന്നീട് പെട്ടെന്നവൻ മുങ്ങി. മദ്യം വേണ്ടവർക്ക് ഒരു മൂലയിൽ പ്രത്യേകം ഭക്ഷണം ഏർപ്പാടാക്കിയിരുന്നു. ഒളിഞ്ഞും മറഞ്ഞുമാണ് യാസീൻ തുടങ്ങിയതെങ്കിലും രണ്ടു ഗ്ലാസ് അകത്തു ചെന്നതോടെ അവൻ വീട്ടുകാരെ മറന്നു. ഒളിഞ്ഞു നിന്നുകൊണ്ടുതന്നെ ഒരു കുപ്പി കാലിയാക്കി. പിന്നെ അകത്തും പുറത്തും പെരുന്നാള്.

"ഇക്കൂട്ടത്തിൽ സയ്യിദ് അഹമ്മദിന്റെ ഭാര്യയാരാ?"

പാട്ടു നിർത്തിയപ്പോൾ ജലീല വിളിച്ചു ചോദിച്ചു. വീഞ്ഞിന്റെ ലഹരിയിൽ അവളുടെ മുഖം തുടുത്തിരുന്നു.

കേട്ടതും പെണ്ണുങ്ങൾ കണ്ണും കാതും കൂർപ്പിച്ചു. നാണം കൊണ്ട് ആമിനയ്ക്ക് മിണ്ടാനായില്ല. എങ്കിലും ഭയത്തോടെ സംശയത്തോടെ ജലീലയെ തുറിച്ചു നോക്കി. ജലീല ചോദ്യം ആവർത്തിച്ചപ്പോൾ ആമിനയെ ചൂണ്ടിക്കാണിച്ചുകൊണ്ട് ഖലീലിന്റെ ഉമ്മ പറഞ്ഞു:

"ഇവളാ. ഉം? എന്തേയ്?"

"അതിസുന്ദരിയാണല്ലോ. ഏതു കാര്യത്തിലും അയാൾ മിടുക്കൻ തന്നെ."

ആമിനയെ അടിമുടി ഉഴിഞ്ഞുകൊണ്ടാണ് ജലീല പറഞ്ഞത്.

ഇവളെന്തിനുള്ള പുറപ്പാടാ? ആമിന ഭയന്നു. സയ്യിദ് അഹമ്മദിന്റെ സ്വന്തക്കാരിയാണെന്നല്ലേ ഭാവം. അവളുടെ ചോദ്യം ഉമ്മയെപ്പോലെ തന്നെ പെൺമക്കൾക്കും ഒട്ടും പിടിച്ചില്ലെന്ന് അവരുടെ മുഖം കണ്ടാലറിയാം. അതു കാണാത്തമട്ടിൽ മണവാട്ടിയെ നോക്കിക്കൊണ്ട് അവൾ പറഞ്ഞു.

"ഉദിച്ചുയർന്ന പതിനാലാം രാവുപോലെ സുന്ദരിയാണല്ലോ മകൾ. അള്ളാണെ നബിയാണെ ഇവൾ ബാപ്പയുടെ മോൾ തന്നെ കേട്ടോ. നിന്റെ കണ്ണുകണ്ടാൽ ബാപ്പയെ അറിയുന്നവർ ആ കണ്ണുകളെ ഓർക്കാതിരിക്കില്ല."

ആയിഷയുടെ മുഖം ഇരുണ്ടു. അതു വകവയ്ക്കാതെ ഉറക്കെ ചിരിച്ചുകൊണ്ട് ജലീല തുടർന്നു.

"ഇവക്കെങ്ങനെ ബാപ്പയെ അറിയാമെന്നായിരിക്കും നീ വിചാരിക്കുന്നത്. നിന്റെ ഉമ്മ അയാളെ അറിയും മുമ്പേ ഞാനറിയും. അയാൾ എന്റെ അയൽക്കാരൻ മാത്രമല്ല കളിക്കൂട്ടുകാരനും കൂടിയാ. ഞങ്ങളുടെ ബാപ്പമാരും അടുത്ത കൂട്ടുകാരായിരുന്നു. ഒരു ആട്ടക്കാരിക്ക് ബാപ്പയോ എന്നായിരിക്കും നിന്റെ അടുത്ത ചോദ്യം. എന്റെ ബാപ്പ അറബി മാഷായിരുന്നു. അറിയാമോ ചുന്തരിക്കുട്ടി. അള്ളാഹു അദ്ദേഹത്തിന്റെ ആഖിറം വെളിവാക്കികൊടുക്കട്ടെ. നമ്മളെല്ലാം ആദത്തിന്റെയും ഹൗവ്വ ഉമ്മയുടെയും മക്കളു തന്നല്ലോ."

കൺമിഴി താഴ്ത്തി ജലീല കഴുത്ത് ഇടത്തോട്ടും വലത്തോട്ടും ആട്ടി. കളവു ഫലിച്ച സന്തോഷം അവളുടെ മുഖത്ത് തെളിഞ്ഞിരുന്നു. അവൾക്ക് മദ്യം തലയ്ക്കു പിടിച്ച മട്ടുണ്ടായിരുന്നു. കഥ പറയുന്ന ഭാവത്തിൽ അവൾ വീണ്ടും തുടർന്നു.

"ചെറുപ്പത്തിലേ അയാൾ മിടുക്കനായിരുന്നു. ഞാനാകട്ടെ ഒരു ഇളക്കക്കാരിയും. മാളിക്മുകളിലിരുന്ന് ഞാൻ ചിരിച്ചാൽ തെരുവിൽക്കൂടി നടക്കുന്ന പുരുഷന്മാരുടെ ഖൽബ് ചാഞ്ചാടും. എന്റെ ചിരി കേൾക്കുമ്പോൾ ബാപ്പ കണ്ണുരുട്ടി പേടിപ്പിക്കും. പാട്ടിലും നൃത്തത്തിലും കമ്പം കയറിയപ്പോൾ ഞാനെന്നെ മറന്നു. പെണ്ണൊരുമ്പെട്ടാൽ ആർക്കാ തടയാനാവുക? പാവം എന്റെ ബാപ്പ.... മരിച്ചു. സ്വർഗം ഉറപ്പാ. എനിക്കോ.... ആ അതാണ് കുട്ടീ ലോകം. അള്ളാഹു നിനക്കു ശോഭനമായൊരു ഭാവി തരട്ടെ. തെറ്റിൽ വീഴാതെ കാത്തുരക്ഷിക്കട്ടെ. നിന്റെ പുരുഷനെ വഴി തെറ്റിക്കാതിരിക്കട്ടെ. പെണ്ണു കെട്ടാനും വഴിതെറ്റാനും ഇടയുണ്ടാകാതിരിക്കട്ടെ."

പെണ്ണുങ്ങളുടെ കൂട്ടച്ചിരി. അവസാനവാക്കുകളിൽ പ്രാർഥനയും പശ്ചാത്തപവും നിറഞ്ഞിരുന്നു. അപ്പോൾ അവളുടെ മുഖം നിറയെ ഗൗരവമായിരുന്നു. ആമിന പോലും അൽപ്പമൊന്ന് അയഞ്ഞു. കുടിച്ചു

പൂസാവുന്ന പാട്ടുകാരികൾ കല്യാണവീടുകളിൽവെച്ച് ഇങ്ങനെയൊക്കെ പറയുക പതിവാണ്.

"എന്റെ മരിച്ചുപോയ ബാപ്പ...അദ്ദേഹത്തിന് അള്ളാഹു സ്വർഗ ത്തിൽ ഇടം നൽകട്ടെ. എനിക്കും കല്യാണമാലോചിച്ചതായിരുന്നു. വിധി യില്ല. ഇനിയെന്തു കല്യാണം. ഒരു ഭർത്താവിനു സമ്മാനിക്കാൻ ഇനി യെന്താ മിച്ചമുള്ളത്? കല്യാണം വേണ്ടന്ന് ഞാനങ്ങ് ഉറപ്പിച്ചു. ബാപ്പ കല്യാണമുറപ്പിച്ചതും ഞാൻ കള്ളുകച്ചവടക്കാരൻ ഹസ്സൻ ബാശിന്റെ കൂടെ ഒളിച്ചോടി. അയാളുടെ അനിയൻ വീണവായനക്കാരനായിരുന്നു. അയാൾ എന്നെ വീണവായന പഠിപ്പിച്ചു. എന്റെ സ്വരം നന്നെന്ന് കണ്ട പ്പോൾ പാട്ടും പഠിപ്പിച്ചു. അങ്ങനെ ഞാനും അവരുടെ സംഘത്തിൽ പാട്ടു കാരിയായി. സംഘത്തലവൻ മരിച്ചപ്പോൾ ഞാനായി പ്രധാന പാട്ടുകാരി. ആ സംഘം എന്റേതായി. കൊല്ലങ്ങളായി പാടുന്നു. നൂറുകണക്കിന് ആരാധകരും കാമുകന്മാരുമുണ്ട്. നൂറുപേരെ ഉള്ളോടി?"

ജലീല തമാശമട്ടിൽ സംഘത്തിലെ സഹഗായികയോടു ചോദിച്ചു.

"അഞ്ചും കൂടിയുണ്ട്. മുഹമ്മദ് നബിതങ്ങളുടെ മകൾ ഫാത്തിമാബി. അഞ്ചു വിരലുകൾകൊണ്ടാ കണ്ണേറിനെയും അതിക്രമത്തെയും തടു ത്തത്."

അവൾ ഉടനെ മറുപടി പറഞ്ഞു.

ചിരി അടക്കാനാവാതെ പെണ്ണുങ്ങൾ കുഴങ്ങി. ആ തമാശ നീണ്ടു പോകണേ എന്ന് പലരും ആഗ്രഹിച്ചു. പക്ഷേ, ജലീല പെട്ടെന്ന് തമാശ മറന്ന് ഗൗരവം ഭാവിച്ച് എഴുന്നേറ്റ് പുറത്തേക്ക്നടന്നു. എങ്ങോട്ടു പോ കുന്നു എന്ന അവരുടെ ചോദ്യം അവൾ കേട്ടതായിപ്പോലും ഭാവിച്ചില്ല.

പുരുഷന്മാരുടെ ശ്രദ്ധ ആകർഷിക്കുംവിധം കൊഞ്ചിക്കുഴഞ്ഞ് അവൾ ആണുങ്ങളുടെ പന്തലിൽ എത്തി. സാബിർ എന്ന പാട്ടുകാരന്റെ പാട്ടിൽ ലയിച്ചിരിക്കുകയായിരുന്നു പുരുഷന്മാർ. അങ്ങനെ സാബിർ വില സണ്ട എന്ന ഉദ്ദേശ്യത്തോടെയാണ് ജലീല അങ്ങോട്ടുചെന്നത്. അവ ളുടെ തന്ത്രം ഫലിച്ചു. അവളുടെ കുഴഞ്ഞാട്ടം കണ്ട പലരും അവളുടെ പേര് ഉറക്കെ വിളിക്കാൻ തുടങ്ങി. സാബിറിനു പാട്ടു നിർത്തേണ്ടിവന്നു. അയാൾ നിവൃത്തിയില്ലാതെ പാട്ടുനിർത്തി കൈകളുയർത്തി ജലീലയെ അഭിവാദ്യം ചെയ്തു. അവളെ അയാൾക്ക് നന്നായി അറിയാം. അലിവു ള്ളവളാണ്. ആദരിക്കുന്നതായി ഭാവിച്ചാൽമതി. അവൾക്കു തൃപ്തി യാകും.

"പാടൂ സാബിർ കേൾക്കാനല്ലേ ഞാൻ വന്നത്?"

അവൾ ഉത്സാഹത്തോടെ വിളിച്ചുപറഞ്ഞു. സാബിർ പാട്ടുതുടങ്ങി യപ്പോൾ ജനശ്രദ്ധ വീണ്ടും അങ്ങോട്ടായി.

ഇബ്രാഹിം ശഖാവത്ത് അടുത്തുവന്ന് എന്തെങ്കിലും ആവശ്യ മുണ്ടോ എന്നു ചോദിച്ചപ്പോഴാണ് വന്നതിന്റെ ഉദ്ദേശ്യം അവളോർത്തത്.

"സയ്യിദ് അഹമ്മദ് ജവാദിനെ ഇവിടെയെങ്ങും കാണുന്നില്ലല്ലോ. ഏതു മാളത്തിലാണ് അയാൾ ഒളിച്ചിരിക്കുന്നത്?"

അവൾ ചോദിച്ചത് എല്ലാവരും കേൾക്കെയായിരുന്നു.

യാസീനും ഫഹ്മിയും അതുകേട്ട് വിളറി. ഇബ്രാഹിം അവളെയും കൂട്ടി സ്വീകരണമുറിയിലേക്ക് നടക്കുന്നത് നോക്കി അവർ പകച്ചുനിന്നു.

അവളെ കണ്ടതും മക്കളെപ്പോലെതന്നെ ബാപ്പയും പകച്ചു.

"വന്ദനം മാന്യരേ."

കേട്ടിട്ടും ആർക്കുമില്ല അനക്കം.

"എന്താ പേടിച്ചുപോയോ സയ്യിദ് അഹമ്മദ്?"

അവളുടെ പരിഹാസം.

"സന്ദർഭം നോക്കാതെ വല്ലതും പുലമ്പാതെ. ഇത്രയും പേരുടെ ഇടയിൽ വെച്ചുതന്നെ നിനക്കെന്നെ കാണണമല്ലെ?"

"നിങ്ങടെ മോളെ കല്യാണമായിട്ട് ഒന്നഭിനന്ദിക്കാതിരിക്കുന്നത് ശരിയാണോ?"

"നന്ദി. ഇനി പോ. ഈ ആൾക്കൂട്ടത്തിൽ വെച്ച് ഇനി ലോഹ്യം വേണ്ട."

"ഒരു പഴയ കൂട്ടുകാരിയോട് ഇവ്വിധത്തിലാണോ പെരുമാറുന്നത്?"

"കേട്ടോ കൂട്ടരേ....എന്റെ പൊക്കിൾക്കൊടിയിൽ മുഖം പൂഴ്ത്തിയില്ലെങ്കിൽ ഉറക്കംവരാത്ത ആളാ. എന്നിട്ടോ നിങ്ങൾ കണ്ടതല്ലേ എന്നെ കണ്ടതും അയാൾക്കരിശം."

"വേണ്ടാത്തത് പറയണ്ട. നിന്നെ കാണുന്നത് സന്തോഷം തന്നെ. പക്ഷേ, സമയവും സന്ദർഭവും നോക്കണ്ടേ?"

"നോക്ക് നിങ്ങൾ കമിതാക്കളായിരുന്നു എന്ന് ഞങ്ങൾക്കെല്ലാം അറിയാം. നല്ല സുഹൃത്തുക്കളായി പിരിഞ്ഞതും അറിയാം. പിന്നെ ശത്രുതയുടെ ആവശ്യമെന്താ? അയാളുടെ ഭാര്യയും മക്കളും കേൾക്കെ അതുമിതും വിളിച്ചു പറയരുത്."

ഒരാൾ ഇടയിൽ കയറി പറഞ്ഞു.

"കുടുംബത്തിന്റെ മുന്നിലെന്തിനാ ഈ ഭക്തന്റെ മുഖംമൂടി?"

സയ്യിദ് അഹമ്മദ് പ്രകോപിക്കും വിധത്തിലായിരുന്നു അവളുടെ ചോദ്യം.

"അള്ളാഹു സത്യം...നീയിനി ഒരക്ഷരം മിണ്ടരുത്."

"ജലീലയെ മടുത്തപ്പോൾ സുബൈദ....അല്ലേ?"

"അള്ളാഹുവിനെയും നബിയെയും മുൻനിർത്തി ഞാൻ പറയുന്നു. ഇനി..."

"നിങ്ങൾ ഏതു കൊടിച്ചിയുടെ പിന്നാലെ മണത്തു നടന്നാലും എനിക്കൊന്നുമില്ല. നിങ്ങൾ ഈ ചെളിക്കുണ്ടിൽ നിന്ന് കരകയറില്ല...."

ലഹരി തലയ്ക്കുപിടിച്ച അവൾ എന്തിനും മടിക്കില്ലെന്നു മനസിലാക്കിയ മുഹമ്മദ് ഇഫ്ഫത്ത് എഴുന്നേറ്റുചെന്ന് കൈപിടിച്ചിട്ട് പറഞ്ഞു:

"അവിടെ ജനങ്ങൾ നിങ്ങളുടെ പാട്ടിനായി കാതോർത്തിരിക്കുമ്പോ ഇവിടെ ഇങ്ങനെ നിന്നാലോ?"

ആദ്യം എതിർത്തെങ്കിലും പിന്നീടവൾ അനുസരിച്ചു.

"ആ കൊടിച്ചിയെ ഞാൻ ചോദിച്ചതായി പറയാൻ മറക്കണ്ട. അവളെ തൊട്ടാൽ മദ്യം കൊണ്ട് ദേഹമൊട്ടാകെ കഴുകിക്കോ. അല്ലെങ്കിൽ പുഴുത്തുപോകും. ഒരു സഹോദരിയുടെ ഉപദേശമാണെന്നു കരുതിക്കോ."

പോകാൻനേരം അവൾ പറഞ്ഞതുകേട്ട് സയ്യിദ് അഹമ്മദ് നിന്ന് ജ്വലിച്ചു.

അതിഥികളുടെ മുന്നിൽവെച്ചാണ് അവൾ അപമാനിച്ചിരിക്കുന്നത്. കുടുംബത്തിലുള്ളവരുടെ മുന്നിൽ നാണംകെട്ടതോർത്തപ്പോൾ അയാൾ സ്വയം ശപിച്ചു. എന്തോ നടന്നന്നല്ലാതെ അവൾ പറഞ്ഞതു മുഴുവൻ മുറിയിലുള്ളവർ മാത്രമേ കേട്ടിരിക്കാൻ ഇടയുള്ളൂ എന്നോർത്ത് സമാധാനിച്ചു.

ഇതൊന്നും ഭാര്യയും മക്കളും വിശ്വസിക്കില്ലെന്ന് അയാൾക്ക് ഉറപ്പുണ്ട്. അറിഞ്ഞാലും അയാൾക്ക് എതിരായി ഒരക്ഷരം ഉരിയാടാനുള്ള ധൈര്യമൊന്നും അവർക്കില്ല. അവർ അറിഞ്ഞാലും അയാൾക്കു പ്രശ്നമില്ല. മക്കൾ മുതിരുന്നതുവരെ അവർക്കു മാതൃകയായി ജീവിക്കണമെന്ന് ആഗ്രഹമുണ്ട്. ജലീലയെപ്പോലൊരുത്തി നാലാളുടെ ഇടയിൽവന്ന് അവകാശമുന്നയിക്കുക. മറ്റൊരുവളെ കാമുകിയാക്കിയതിൽ പിണങ്ങുക. കുടുംബം കൂടെയില്ലായിരുന്നെങ്കിൽ അതൊരു അഭിമാനമായി കരുതുമായിരുന്നു.

ജലീല ബാപ്പയുടെ മുറിയിൽ നിന്നിറങ്ങിപ്പോകുന്നത് യാസീനും ഫഹ്മിയും കണ്ടു. സുബൈദയുടെ വീട്ടിൽവെച്ചു ബാപ്പയെ കണ്ടതുകൊണ്ടാവണം യാസീന് വലിയ അദ്ഭുതമൊന്നും തോന്നിയില്ല. ബാപ്പയുടെ അനേകം ലോഹ്യക്കാരികളിൽ ഒരാൾ എന്നേ അവന് തോന്നിയുള്ളു. ഫഹ്മി പക്ഷേ തെല്ലൊന്നമ്പരന്നു. ബാപ്പയോട് പാട്ടിനെക്കുറിച്ച് അഭിപ്രായംചോദിക്കാൻ ചെന്നതായിരിക്കണേ എന്ന് അവൻ പ്രാർഥിച്ചുകൊണ്ടിരുന്നു.

മദ്യം തലയ്ക്കുപിടിച്ചിരുന്ന യാസീന് അടങ്ങിയിരിക്കാൻ കഴിഞ്ഞില്ല. ബാപ്പയെക്കുറിച്ച് തനിക്കറിയാവുന്ന രഹസ്യം ഫഹ്മിയോടു പറഞ്ഞേ മതിയാകൂ എന്നവന് തോന്നി.

"നിന്നോടെനിക്കൊരു കാര്യം പറയാനുണ്ട്. പറയണ്ടെന്നായിരുന്നു വിചാരിച്ചത്. പക്ഷേ, ഇന്നത്തെ സാഹചര്യത്തിൽ നിന്നോട് പറയാതിരിക്കുന്നത് തെറ്റാവില്ലേ...."

എന്നിട്ടവൻ സുബൈദയുടെ വീട്ടിൽ ബാപ്പയെ കണ്ട കാര്യം പൊടിപ്പും തൊങ്ങലും വെച്ച് ഫഹ്മിയെ കേൾപ്പിച്ചു.

"ലക്കില്ലാതെ ഓരോ അനാവശ്യം പുലമ്പരുത്... ഈ കള്ളക്കഥകൾ ഞാൻ വിശ്വസിക്കുമെന്നാണോ കരുതുന്നത്?"

മുഴുമിക്കാൻ അനുവദിച്ചില്ല ഫഹ്മി. അവനെ സംബന്ധിച്ചിടത്തോളം ബാപ്പ അവന്റെ ആദർശപുരുഷനാണ്. ആ വിശ്വാസം തകർക്കാൻ ആരേയും അനുവദിക്കില്ല.

"കേട്ടപ്പോ നിനക്കിത്ര വിഷമം. അപ്പം നേരിൽകണ്ട എന്റെ സ്ഥിതി

യൊന്ന് ആലോചിച്ചുനോക്കൂ. പുരുഷന്മാരായാൽ ഇങ്ങനെയൊക്കെ ആയിരിക്കണം എന്ന് പിന്നീട് ഞാൻ സമാധാനിച്ചു. ഇതിലൊന്നും ഒരു തെറ്റുമില്ലനിയാ."

യാസീനെപ്പോലെ ബാപ്പയും തരംതാണു പോയോ? ഇല്ല എന്റെ ബാപ്പ അങ്ങനെയൊന്നും ചെയ്യില്ല. സ്വന്തം തെറ്റിനെ ന്യായീകരിക്കാൻ യാസീൻ ഓരോന്ന് കെട്ടിയുണ്ടാക്കുകയാണ്.

"ഇപ്പോഴും തീർന്നില്ലേ നിന്റെ സംശയം?"

"അങ്ങനെയൊന്നും സംഭവിക്കില്ല."

"എന്തുകൊണ്ട്? ജീവിതം ആസ്വദിക്കാനുള്ളതാണനിയാ. അദ്ദേഹം പകൽ മുഴുവൻ അധ്വാനിച്ചു പണമുണ്ടാക്കുന്നു. അന്തിയാകുമ്പോൾ അൽപ്പം മദ്യം സേവിച്ച് പാടുന്നു രസിക്കുന്നു. ഇതൊക്കെ ലോകം ഉണ്ടായതുമുതൽ നടപ്പിലുള്ളതാ. നമ്മുടെ രാജാക്കന്മാരുടെയും ഖലീഫമാരുടെയും ചരിത്രം വായിച്ചു നോക്കൂ. അവർക്ക് അനേകായിരം വെപ്പാട്ടികളുണ്ടായിരുന്നു. അബുതമാമിന്റെ ആന്തോളജി 'ദിവാൻ ഹവാസ്' വായിച്ചു നോക്കൂ. നമ്മുടെ ബാപ്പ ചെയ്യുന്നത് പൊറുക്കാനാവാത്ത തെറ്റൊന്നുമല്ലെന്ന് അപ്പം മനസിലാകും. ബാപ്പയെ സ്തുതിക്കാൻ തോന്നുന്നു എനിക്ക്. ഞാനിപ്പോ വരാം."

"ഒരു കുപ്പികൂടി ഒളിച്ചു വെച്ചിട്ടുണ്ട്. അതുകൂടി ഒന്ന് കാലിയാക്കിക്കോട്ടെ. അപ്പം സംസാരത്തിന് കൊഴുപ്പു കൂടും."

ജലീല സ്ത്രീകളുടെ അരമനയിലെത്തും മുമ്പേ അവൾ സയ്യിദ് അഹമ്മദിനെ കണ്ട വിവരം അവിടെ പരന്നിരുന്നു. താമസിയാതെ ആമിനയുടെയും പെൺമക്കളുടെയും ചെവിയിലും വിവരമെത്തി. അദ്ദേഹത്തെക്കുറിച്ച് ഇങ്ങനെയൊരു വാർത്ത അവർ ആദ്യമായിട്ടാണ് കേൾക്കുന്നത്. പക്ഷേ ഇതേക്കുറിച്ചൊക്കെ അറിയാവുന്ന അയാളുടെ ചങ്ങാതിമാരുടെ ഭാര്യമാർ പരസ്പരം നോക്കി കണ്ണിറുക്കി. ഇതിലപ്പുറവും അവർ കേട്ടിട്ടുണ്ട്. പക്ഷേ അതൊക്കെ പറഞ്ഞ് അയാളുടെ ഭാര്യയെയും മക്കളെയും വേദനിപ്പിക്കാൻ അവർ ആഗ്രഹിച്ചില്ല.

"ആമിന സൂക്ഷിച്ചോ ആ ജലീല നിന്റെ മാപ്പിളയെ കണ്ണുവെച്ചിട്ടാ പോയിരിക്കുന്നത്."

ഖലീലിന്റെ ഉമ്മമാത്രം തമാശ മട്ടിൽ പറഞ്ഞു.

നാണത്താലും അപമാനത്താലും ആമിനയുടെ ഉള്ളം പുകഞ്ഞു മുഖം ചുവന്നു. എല്ലാം സഹിക്കാൻ കെൽപ്പുള്ള ആമിന പക്ഷേ പെട്ടെന്നത് മറച്ചു. ഏറെക്കാലമായുള്ള സംശയങ്ങൾക്ക് ഒരു തുമ്പ് എന്നാണ് ആമിനയ്ക്കു തോന്നിയത്. ക്ഷമിച്ചും ഭൂമിയോളം താഴ്ന്നുമാണ് ആമിന ജീവിക്കുന്നത്. പലതും കണ്ടില്ലെന്നും കേട്ടില്ലെന്നും വെച്ച് ജീവിക്കുവാനും അവൾ സ്വയം ശീലിപ്പിച്ചിട്ടുണ്ട്. എന്നിട്ടും എവിടെയൊക്കെയോ ചോര കിനിഞ്ഞു.

"ആമിനയെപ്പോലെ ചന്തമുള്ള ഒരു പെണ്ണിന് അവളുടെ ഭർത്താവ് മറ്റൊരുത്തിയുടെ പിറകെ പോകുമെന്ന ആധിയെന്തിന്?"

ഒരു സ്ത്രീ തമാശ പറഞ്ഞു.

ആമിന വേദനവിഴുങ്ങി മുഖത്ത് ചിരിവരുത്തി പാട്ടിൽ ലയിക്കുന്ന തായി ഭാവിച്ചു. പക്ഷേ മുന്നിലിരുന്ന് പാടുന്ന ജലീലയെ കണ്ടപ്പോൾ മനസ്സ് വീണ്ടും പതറി. ഉള്ളിൽ കോപം കത്തിക്കാളി. ഉടൻ അവൾ സ്വയം തിരുത്തി. ആമിനാ നീ പെണ്ണാണെന്നു മറന്നോ? കോപിക്കാനും എതിർക്കാനും നിനക്കെന്തവകാശം? ഉമ്മയുടെ വിവശമായ മുഖം കണ്ട് കദീജയും ആയിഷയും തെല്ലൊന്നമ്പരന്നു. ഒരു പാട്ടുകാരി ബാപ്പയെ കണ്ട് സംസാരിച്ചതിന് എന്തിനാ ഇത്രയും ബഹളം? ഉമ്മ എന്തിനാ ഇങ്ങനെ ആധിപ്പെടുന്നത്? അവർക്ക് മനസിലായില്ല. എങ്കിലും ഉമ്മയുടെ നീറുന്ന മുഖം കദീജയെ അസ്വസ്ഥയാക്കി. ജലീലയോടും ഖലീലിന്റെ ഉമ്മയോടുമൊക്കെ അരിശം തോന്നുകയും ചെയ്തു.

വിവാഹഘോഷയാത്ര ആരംഭിച്ചതോടെ അവർ ജലീലയെ മറന്നു. എല്ലാ കണ്ണുകളും ആയിഷയിലായിരുന്നു. വർണവിളക്കുകൾക്കിടയിൽ കത്തിച്ചുവെച്ച നിലാത്തിരിപോലെ ആയിഷ തിളങ്ങി.

ഘോഷയാത്ര കഴിഞ്ഞ് വധുവിനെ വരന്റെ വീട്ടിലാക്കി വധുവിന്റെ ബന്ധുക്കൾ യാത്രപറഞ്ഞിറങ്ങിയപ്പോൾ അർധരാത്രി കഴിഞ്ഞിരുന്നു. ബാപ്പ ഏറ്റവും മുന്നിൽ പിറകെ ആൺമക്കൾ. നടുവിൽ ആമിനയും കദീജയും ഉമ്മുവും. കുടിച്ചു ലക്കുകെട്ട യാസീൻ അത് മറ്റുള്ളവർ അറി യാതിരിക്കാൻ കിണഞ്ഞു ശ്രമിക്കുന്നുണ്ടായിരുന്നു. തിരിച്ചു വീട്ടിൽ പോകാൻ കമാലിന് ഒട്ടും താൽപ്പര്യമില്ലായിരുന്നു. ബാപ്പ മുന്നിലില്ലായി രുന്നെങ്കിൽ അവൻ ഉമ്മയുടെ കണ്ണുവെട്ടിച്ച് വീണ്ടും ആയിഷയുടെ വീട്ടി ലെത്തിയേനെ. തിരിഞ്ഞുനോക്കി നടക്കുമ്പോൾ പള്ളിയിലെ മുത്തവല്ലി തൂക്കുവിളക്ക് അണയ്ക്കുകയായിരുന്നു. അണയുന്ന വിളക്കും ആയി ഷയോട് വിടപറയുന്നതായിട്ടാണ് അവന് തോന്നിയത്. ഉമ്മയെ കഴി ഞ്ഞാൽ അവനേറ്റവും പ്രിയം ആയിഷയോടായിരുന്നു. അവളെ തനിച്ച് അന്യവീട്ടിലാക്കിയിട്ട്....

"ഉമ്മ ആയിഷാത്ത എന്നാ വീട്ടിലേക്കു വരിക?"

"അവളിനി ഇവിടെയാ താമസിക്കുന്നത്. ഇവിടെ അവൾക്കു സുഖം കൊടുക്കണേ എന്ന് എന്നും പടച്ചോനോട് തേടണം. അവൾ ഇടയ്ക്ക് അവിടെ നമ്മളെ കാണാൻ വരും."

ഉമ്മ അടക്കം പറഞ്ഞു.

"എന്നെ പറ്റിക്കണ്ട."

അവൻ വിടുന്ന മട്ടില്ല.

ഇരുട്ടിൽ ഭർത്താവിന്റെ നിഴൽ കണ്ടതും അവൾ ചുണ്ടത്ത് വിരൽവെച്ച് പറഞ്ഞു:

"ഷ്...."

കല്യാണവീട്ടിലെ കാഴ്ചകളായിരുന്നു അപ്പോഴും അവന്റെ മന സിൽ. പലതും അവനു പരിചയമില്ലാത്ത കാഴ്ചകളായിരുന്നു. അതു കൊണ്ട് വല്ലാത്തൊരു വിമ്മിട്ടം.

"അവിടെ എന്താ നടന്നതെന്ന് അറിയ്യോ?"

നിവൃത്തിയില്ലാതെ അവൻ ഉമ്മയോടു ചോദിച്ചു.

കദീജയും ഉമ്മുവും മുന്നിലായിരുന്നു. അവർ കേൾക്കില്ലെന്ന് ഉറപ്പു വരുത്തിയിട്ട് ഉമ്മ ചോദിച്ചു.

" എന്തു നടന്നെന്നാ?"

"ഞാൻ താക്കോൽ പഴുതിലൂടെ ഒളിഞ്ഞുനോക്കി."

"ഏതു താക്കോൽ പഴുത്?"

ഉമ്മ അറിയാത്തമട്ടു നടിച്ചു.

"മണവറയുടെ."

അവൻ രഹസ്യം പറഞ്ഞു.

"എന്റെ റബ്ബേ...."

ഉമ്മ വേവലാതിയോടെ തലയിൽ കൈവെച്ചു.

"അവിടെ....അയ്യേ നാണക്കേട്...."

"മിണ്ടാതിരിയെടാ."

ഉമ്മ തടഞ്ഞു.

"ആയിഷയും ഖലീലും കട്ടിലിൽ ഒന്നിച്ചിരുന്നു...."

അവൻ നിർത്താനുള്ള ഭാവമില്ലെന്നു കണ്ടപ്പോൾ ഉമ്മ തോളിലൊരു കുത്തു വെച്ചുകൊടുത്തു.

"ബാപ്പ കേട്ടാൽ കൊല്ലും നിന്നെ."

"ഖലീൽ ആയിഷയുടെ താടിപിടിച്ചുയർത്തി ഉമ്മ കൊടുത്തു."

കണ്ടതു പറഞ്ഞേ അടങ്ങൂ എന്ന മട്ടിലായിരുന്നു കമാൽ.

ഉമ്മ കയ്യിൽ പിച്ചിയപ്പോഴാണ് പറഞ്ഞത് മഹാപരാധമാണെന്ന് അവന് തോന്നിയത്. അവൻ പേടിച്ചു വിറച്ചു. കുറേനേരം ഒന്നും മിണ്ടിയതുമില്ല. പക്ഷേ വീടിന്റെ പടിപ്പുരയിലെത്തിയപ്പോൾ സഹിക്കാനാവാതെ അവൻ ചോദിച്ചു.

"അയാളെന്തിനാ ആയിഷയെ മുത്തിയത്?"

"ഇനി ഒരക്ഷരം മിണ്ടിയാൽ ബാപ്പയെ വിളിക്കും ഞാൻ."

ഉമ്മ അവസാന ഭീഷണി മുഴക്കി.

നാൽപ്പത്തിഒന്ന്

മദ്യം ശരിക്കും തലയ്ക്കു പിടിച്ചിരുന്നു യാസീന്. അത് ബാപ്പ അറിയാതിരിക്കാൻ അവൻ വളരെ പാടുപെട്ടിരുന്നു. കിടപ്പുമുറിയിലെത്തിയതും അവന് ആശ്വാസമായി. കിടന്നതും കമാൽ ഉറക്കമായി. കൂട്ടിൽനിന്നു പുറത്തേക്കു വന്ന പൈങ്കിളിയുടെ ആവേശത്തോടെ യാസീൻ ഫഹ്മിയോടു പറഞ്ഞു:

"ബാപ്പയുമായി താരതമ്യപ്പെടുത്തുമ്പോൾ നമ്മെ എന്തിന് കൊള്ളാമനിയാ?"

ഫഹ്മിക്ക് സഹിക്കാനാവാത്ത കോപം വന്നിട്ടും ഒരക്ഷരം ഉരിയാടിയില്ല.

"ബാപ്പ പെൺകോന്തനാണെന്നറിഞ്ഞപ്പോൾ നിനക്കു വല്ലാതെ നൊന്തോ?"

യാസീന്റെ ഇഴഞ്ഞ ചോദ്യം.

"എന്റെ മനസ്സിൽ ഞാൻ വരച്ച ബാപ്പയുടെ ചിത്രത്തിന് ഇപ്പോഴും വലിയ മാറ്റമൊന്നുമില്ല."

"ശരിയായ ചിത്രം നീ എവിടെ കണ്ടിരിക്കുന്നു? ഇടയ്ക്കിടയ്ക്ക് മദ്യം നുണഞ്ഞുകൊണ്ട് തംബുരു മീട്ടുന്ന....ഈണത്തിൽ രാഗം മൂളുന്ന... മുഖം നിറയെ ശൃംഗാരം....ആഹാ....സയ്യിദ് അഹമ്മദ് നീണാൾവാഴട്ടെ.... എന്നിട്ടോ വീട്ടിലെത്തുമ്പോൾ സദാചാരി....ഭക്തൻ..... മാതൃകാപുരുഷൻ...."

കൈകൾ കൂട്ടിത്തിരുമ്മുകയും ആംഗ്യം കാണിക്കുകയും ചെയ്യുന്നുണ്ടായിരുന്നു യാസീൻ.

ഫഹ്മി അസ്വസ്ഥനായി.

"ഇതൊന്നും ഒരു തെറ്റല്ലെന്ന് ഇപ്പോൾ എനിക്കും ബോദ്ധ്യമായി. നിന്നെപ്പോലെയുള്ള ഭീരുക്കളായ ബുദ്ധിജീവികൾക്ക് ഇതൊക്കെ കഠിനമായ തെറ്റാണെന്ന് തോന്നിയേക്കാം. എന്റെ ബാപ്പ വിവേകിയാണെങ്കിലും നിത്യകാമുകനാണ്. പ്രേമം, കാമം...ഇതൊക്കെ പ്രകൃതി അനുവദിച്ചതാ. ഒന്നും ഒന്നും കൂട്ടിയാൽ രണ്ടെന്നു പറയുന്നതുപോലെ ലളിതം. ബാപ്പയ്ക്കു ചേർന്ന ഏകമകൻ ഞാനാണ്. ഞാൻ വിശ്വാസിയായ മുസ്ലീമാണ്. പക്ഷേ, പെണ്ണുങ്ങളോട് കമ്പമിത്തിരി കൂടുതലാ. ബാപ്പയുടെ അത്രയൊന്നുമില്ലെന്നു കൂട്ടിക്കോ. എന്നാലും...ഹോ...നീയും പെണ്ണുങ്ങളെ ഇഷ്ടപ്പെടുന്നുണ്ടെന്ന് എനിക്കറിയാം. പക്ഷേ, നിന്റെ ഭക്തിയും ഈശ്വരവിശ്വാസവും അതുറക്കെപ്പറയാൻ നിന്നെ അനുവദിക്കുന്നില്ലെന്നു മാത്രം."

തന്റെ അപ്പോഴത്തെ അവസ്ഥ ന്യായീകരിക്കാൻ വേണ്ടിക്കൂടിയാണ് യാസീൻ അപ്പോൾ ബാപ്പയുടെ പക്ഷം പിടിച്ചു പറഞ്ഞത്. തങ്ങൾ ആദരിക്കുന്നതിനെ രക്ഷിതാക്കൾ വഴിവിട്ടു നടക്കലായി ചിത്രീകരിക്കുമ്പോൾ കോപം വരിക സാധാരണം. അതു തുറന്നുപറയാൻ ധൈര്യപ്പെടാറില്ലെന്നു മാത്രം. തലയ്ക്കു ലഹരി കയറിയപ്പോൾ യാസീൻ വിവേകം മറന്നു. വായിൽ വരുന്നത് വിളിച്ചുപറയാൻ അവനൊരു മടിയും തോന്നിയില്ല. ശരീരത്തിൽ ഉടനീളം തീപിടിച്ചതുപോലെ തോന്നി അവന്. സാനുബയെ ഒന്നു കാണണം. അല്ലാതെ ഉറങ്ങാനാവില്ല.

"ഞാൻ ടെറസിൽച്ചെന്നു കുറച്ചുനേരം കാറ്റ് കൊണ്ടിട്ടു വരാം."

വികാരം നിയന്ത്രിക്കാനാകാതെ യാസീൻ ഫഹ്മിയുടെ മുന്നിൽ നിന്ന് രക്ഷപ്പെട്ടു.

ഒച്ചയുണ്ടാക്കാതെയാണ് യാസീൻ പടിയിറങ്ങിയത്. ഈ അർധരാത്രിയിൽ അവളെ ചെന്ന് വിളിക്കുന്നതെങ്ങനെ? ആരാവും വാതിൽ തുറക്കുക? എന്തു ന്യായം പറഞ്ഞാണ് അകത്തു കടക്കുന്നത്? എന്റെ വികാരം കത്തിക്കാളുകയാണ്. അത് ശമിപ്പിക്കാൻ അവൾക്കേ ആവൂ എന്നൊക്കെ പറഞ്ഞാൽ പാറാവുകാരന് മനസിലാകുമോ? ഇത്തരം വിവേകമുള്ള ചോദ്യങ്ങളെ മദ്യം കാറ്റിൽ പറത്തി.

നേർത്ത പാവാടയ്ക്കിടയിലൂടെ കാണുന്ന അവളുടെ തടിച്ച നിതംബവും നിറഞ്ഞ മാറും. വെളുവെളുത്ത കാലിൽ പാദസരം. സാനുബയുടെ രൂപം മുന്നിലെത്തിയപ്പോൾ യാസീൻ മുറ്റത്തെത്തി. കാലുകൾ പതറുന്നുണ്ടായിരുന്നു. ആകാശത്തിൽ ഇടയ്ക്കിടെ കണ്ണു ചിമ്മുന്ന വെള്ളിനക്ഷത്രങ്ങൾ. മുറിയിലെ ഇരുട്ടിൽനിന്നിറങ്ങിയപ്പോൾ താരകങ്ങളുടെ നേരിയ വെളിച്ചം അവനു പാൽനിലാവായി. പടിപ്പുരവാതിൽ തുറക്കുമ്മുമ്പേ പരിസരമൊന്നുകൂടി വീക്ഷിച്ചു. അപ്പോഴാണ് അടുക്കള വരാന്തയിൽ കിടക്കുന്ന ഒരു രൂപം അവന്റെ കണ്ണിൽപ്പെട്ടത്. നേരിയ വെളിച്ചത്തിൽ തറയിൽ കിടക്കുന്ന ഉമ്മുവിന്റെ തടിച്ച രൂപം കണ്ട് പടിപ്പുരവാതിൽ തുറക്കാതെ അവൻ അങ്ങോട്ടു ചെന്നു. അടുക്കളയിലെ കൊടും ചൂടിൽനിന്നു രക്ഷകിട്ടാനായി വരാന്തയിൽ വന്നു കിടന്നതായിരുന്നു ഉമ്മു. അവളുടെ പാവാട നീങ്ങി തടിച്ചുകൊഴുത്ത വലംകാൽ മിക്കവാറും പുറത്തായിരുന്നു. വലതുകാൽ മടക്കിവച്ചതുകൊണ്ട് തുട മാത്രമല്ല അരക്കെട്ടും കാണാം.

ആ കാഴ്ച യാസീന് കുളിരേകി. തടിച്ചുകൊഴുത്ത ആ ശരീരം നോക്കി അവൻ നൊട്ടിനുണഞ്ഞു. ഇത്രനാളും കൂടെ കഴിഞ്ഞിട്ടും എന്തുകൊണ്ട് ഈ രൂപം ശ്രദ്ധയിൽപ്പെട്ടില്ല. കൂടുതൽ ആലോചിക്കാതെ അവൻ അടുത്തേക്ക് ചെന്നു.

മദ്യം തലയ്ക്കു കയറിയ യാസീൻ ഉമ്മയേയും പെങ്ങളേയും തിരിച്ചറിയുന്ന അവസ്ഥയിലായിരുന്നില്ല അപ്പോൾ. അവനിപ്പോൾ ആവശ്യം ഒരു പെണ്ണിന്റെ ശരീരമാണ്. മുഖത്തിന് അവിടെ പ്രസക്തിയില്ല. ശരീരം....മാംസളമായ ശരീരം. ആർത്തിപിടിച്ച നായെപ്പോലെയായിരുന്നു അവന്റെ സ്ഥിതി. ആ സമയത്ത് ചെന്നാൽ സാനുബയെ കാണുമെന്ന് എന്താ ഉറപ്പ്?

മുന്നും പിന്നും ആലോചിക്കാതെ അവൻ ഉമ്മുവിന്റെ ശരീരത്തിലേക്കു വീണു. അവനെ തള്ളിമാറ്റിക്കൊണ്ട് അവൾ ഉറക്കെ ആർത്തു. രാത്രിയുടെ കനത്ത നിശ്ശബ്ദതയിൽ ആ ആർപ്പ് അവനേയും ഞടുക്കി. അവളുടെ വായ് പൊത്തിപ്പിടിച്ചിട്ട് അവൻ പറഞ്ഞു.... "ഉമ്മൂ....ഇത് ഞാനാണ്....യാസീൻ."

അവൾ അവനെ തിരിച്ചറിയുംവരെ അവൻ അതുതന്നെ ആവർത്തിച്ചുകൊണ്ടിരുന്നു. അതുവരെ ശ്രമിച്ചിട്ടും അവനെ തള്ളിമാറ്റാൻ കഴിയാതെ പ്രയാസപ്പെട്ട ഉമ്മു അതുകേട്ടതും അവനെ ഊക്കോടെ തള്ളി

താഴെയിട്ടു. ഒരുവിധം എഴുന്നേറ്റിരുന്നിട്ട് അവൾ കുറ്റപ്പെടുത്തും വിധം ചോദിച്ചു.

"ഈ അസമയത്ത് നിങ്ങക്ക് എന്താ വേണ്ടത്?"

"തൊള്ളയിട്ട് എല്ലാവരെയും ഉണർത്തണ്ട. പേടിക്കാനൊന്നുമില്ല. അവിടെ കിട."

അവന്റെ അഭ്യർഥന.

"എന്താ നിങ്ങടെ ഉദ്ദേശ്യം?"

പതുക്കെയാണെങ്കിലും ഉമ്മുവിന്റെ സ്വരത്തിൽ അരിശം.

"നീ എന്തിനാ ഇങ്ങനെ ചാടണത്? നിന്നെ വേദനിപ്പിക്കണമെന്ന് വിചാരിച്ചതല്ല. നൊന്തോ? പോട്ടെ. വാ അടുക്കളയിലേക്ക് പോകാം."

"പോകുന്നതാ നിങ്ങക്കു നല്ലത്. ഇബിലീസിന്റെ കളിയാ ഇതൊക്കെ. എന്റെ റബ്ബേ ശപിക്കപ്പെട്ട പിശാചിൽ നിന്ന് നീ കൊച്ചുമുതലാളിയെ രക്ഷിക്ക്."

വിഷമിച്ചാണെങ്കിലും ഉമ്മു ഒരുവിധം പറഞ്ഞൊപ്പിച്ചു.

ഈ കാട്ടുപോത്തിനെ എങ്ങനെയാ മെരുക്കുന്നത്? മനുഷ്യൻ അടിമുടി ചുട്ടുപഴുത്തു നിൽക്കുമ്പോഴാ അവളുടെ ഒരു വേദോപദേശം. നാളെ നേരം വെളുക്കുമ്പോൾ ഇക്കഥ ഏതായാലും നാടറിയും. എങ്കിൽ കാര്യം നടന്നിട്ട് അറിഞ്ഞോട്ടെ.

സ്വയം പറഞ്ഞിട്ട് യാസീൻ അവളെ കീഴ്പ്പെടുത്താനുള്ള വഴി ആലോചിച്ചുകൊണ്ടുനിന്നു. അപ്പോഴാണ് അടുത്തുവരുന്ന കാലൊച്ച അവന്റെ കാതിലെത്തിയത്. പിടിക്കപ്പെട്ട കള്ളൻ രത്നം വിഴുങ്ങുന്നതുപോലെ അവൻ കാമം വിഴുങ്ങി. തിരക്കിട്ട് അകത്തേക്ക് നടക്കുമ്പോൾ കൈയിൽ വിളക്കുമായി വാതിൽക്കൽ ബാപ്പ. പേടിച്ചരണ്ട യാസീൻ തറയിൽ കുറ്റിയടിച്ചതുപോലെ നിൽപ്പായി. ഉമ്മുവിന്റെ നിലവിളി സ്വപ്നമായിരുന്നില്ലെന്ന് അപ്പോൾ മാത്രമാണ് അവന് ബോധ്യമായത്.

കോപംകൊണ്ട് ജ്വലിക്കുകയായിരുന്നു ബാപ്പ. യാസീന്റെ കണ്ണിലെ യാചന കണ്ടില്ലെന്ന് നടിച്ച ബാപ്പ അകത്തു കയറാൻ ആംഗ്യം കാണിച്ചു. അവിടെനിന്ന് എങ്ങോട്ടെങ്കിലും ഓടിരക്ഷപ്പെട്ടാൽ മതിയെന്നേ അപ്പോൾ അവനും ചിന്തിച്ചുള്ളു. പക്ഷേ, കാലുകൾക്ക് അനക്കമില്ല.

"അകത്തുപോടാ നായിന്റെ മോനേ..."

ബാപ്പ അലറി.

എന്നിട്ടും യാസീന് ഒരടി മുന്നോട്ടു നീങ്ങാനായില്ല. അതോടെ സയ്യിദ് അഹമ്മദ് സ്വയം മറന്നു. അയാൾ യാസീനെ വലിച്ചിഴച്ച് അകത്തേക്കിട്ടു. ബാപ്പയുടെ പിടുത്തം വിട്ടപ്പോൾ എങ്ങനെയെന്നറിയില്ല യാസീൻ ജീവനും കൊണ്ട് ഓടി. ഇരുട്ടിൽ തപ്പിത്തടഞ്ഞ് പടികൾ കയറിയപ്പോൾ പലതവണ അവൻ വീഴാൻ ഭാവിച്ചു. മുറിയിലെത്തിയത് എങ്ങനെയെന്ന് അവനൊരു രൂപവുമില്ല.

നാൽപ്പത്തിരണ്ട്

ഉമ്മുവിന്റെ നിലവിളി കേട്ട് ആമിനയും ഫഹ്മിയും ഉണർന്നിരുന്നു. ജനലിൽക്കൂടി താഴേക്ക് നോക്കിയപ്പോൾ ബാപ്പ യാസീനെ പിടിച്ചു വലിച്ച് അകത്തേക്കിട്ട് തല്ലുന്നത് അവർ രണ്ടുപേരും കണ്ടു. സംഗതി ഏതാണ്ട് ഊഹിക്കുകയും ചെയ്തു. എന്നിട്ടും അവർ അക്കാര്യം അറിഞ്ഞതായി ഭാവിക്കുകയോ ആരോടും പറയുകയോ ചെയ്തില്ല.

മുറിയിലെത്തിയ സയ്യിദ് അഹമ്മദ് യാസീന്റെ തെമ്മാടിത്തരത്തെക്കുറിച്ച് ഭാര്യയോട് സൂചിപ്പിച്ചു. ഉമ്മുവിന്റെ സ്വഭാവശുദ്ധിയെക്കുറിച്ച് തിരക്കുകയും ചെയ്തു. ഉമ്മുവിനെക്കുറിച്ച് ആമിനയ്ക്ക് നല്ലതേ പറയുവാനുണ്ടായിരുന്നുള്ളു. അവൾ നല്ലവളായതുകൊണ്ടാണല്ലോ യാസീന് കീഴടങ്ങാതെ ബഹളം കൂട്ടിയത്. തന്നെ മാനംകെടുത്താൻ കച്ചകെട്ടിയിറങ്ങിയ മക്കളേയും തന്നതന്നെയും ശപിച്ചുകൊണ്ട് അയാൾ ഉറഞ്ഞുതുള്ളി.

കാലത്തെ യാസീനെ കണ്ടപ്പോൾ ആമിന ഒന്നും അറിഞ്ഞ മട്ടു കാണിച്ചില്ല. ഫഹ്മിയും മൗനം പാലിച്ചു. യാസീൻ മുറിയിലെത്തിയത് ഫഹ്മി അറിഞ്ഞിരുന്നു. പക്ഷേ, ഉറക്കം നടിച്ചു കിടന്നതേയുള്ളു. യാസീനോട് ഫഹ്മിക്ക് സ്നേഹവും ആദരവുമുണ്ട്. യാസീനെ അപമാനിക്കാൻ ഇഷ്ടപ്പെടാത്തതിനാലാണ് ഫഹ്മി മൗനം പാലിച്ചത്. യാസീനെക്കാൾ പഠിപ്പും വിവരവും കൂടുതലുണ്ടെങ്കിലും ഒരു മൂത്തസഹോദരന്റെ സ്ഥാനം ഫഹ്മി എപ്പോഴും യാസീന് കൊടുത്തിരുന്നു.

രാവിലെ യാസീൻ ബാപ്പയോടൊത്ത് ഭക്ഷണത്തിനിരിക്കാഞ്ഞതുകണ്ട് കദീജ മാത്രം കാരണം തിരക്കി. കല്യാണ വീട്ടിൽനിന്ന് തലേദിവസം അമിതമായി ഭക്ഷണം കഴിച്ചതിനാൽ വയറിനു സുഖമില്ലെന്നായിരുന്നു ഉത്തരം. ദഹനക്കേടല്ല കാരണമെന്ന് കദീജ മണത്തറിഞ്ഞു. ഉമ്മയോടു വിവരം തിരക്കിയപ്പോൾ അവർക്കു മിണ്ടാട്ടമില്ല. യാസീനില്ലാത്തതുകൊണ്ട് കമാലിന് കോളായിരുന്നു. തീറ്റക്കാരനായ യാസീന്റെ അന്നത്തെ പങ്കുകൂടി കമാൽ അകത്താക്കി.

യാസീൻ പതിവുപോലെ വൈകുന്നേരം അവരോടൊപ്പം കൂടിയിരുന്നെങ്കിൽ അക്കാര്യം എല്ലാവരും മറന്നേനെ. യാസീൻ ഉമ്മയോടും ഫഹ്മിയോടും പറഞ്ഞ് പുറത്തേക്കിറങ്ങി.

"എവിടെയോ എന്തോ പുകയുന്നുണ്ട്. വിഡ്ഢിയായ ഈ ഞാൻ മാത്രം പക്ഷേ ഒന്നും അറിയുന്നില്ല."

കദീജ വിടാനുള്ള ഭാവമില്ല.

അപ്രിയമായതെന്തോ കണ്ട് ബാപ്പ യാസീനോട് പിണങ്ങിയെന്നേ ഉമ്മ പറഞ്ഞൊള്ളു.

ബാപ്പ നേരിട്ട് വിളിപ്പിക്കുന്നതുവരെ യാസീൻ ഒളിച്ചും പതുങ്ങിയും നടന്നു. എന്താണ് വിളിപ്പിക്കാത്തതെന്നോർത്തായിരുന്നു അതുവരെ

ആധി. വിളി കേട്ടപ്പോൾ ആധി മാറി. മുതിർന്നെന്നൊന്നും ബാപ്പ നോക്കില്ല. വിളിച്ചുനിർത്തി വിസ്തരിക്കുമ്പോൾ എന്തുപറയും? എങ്ങോട്ടെങ്കിലും ഓടിപ്പോയാലോ എന്നുപോലും തോന്നിപ്പോയി. ജോലിയുണ്ടല്ലോ ഒറ്റയ്ക്ക് കഴിയാം. സുബൈദയുടെ വീട്ടിൽവെച്ച് ബാപ്പയെ കണ്ട കാര്യം പറഞ്ഞാലോ? ഒരെത്തും പിടിയും കിട്ടുന്നില്ല യാസീന്. ശമ്പളം സ്വകാര്യ ചെലവുകൾക്കു പോലും തികയില്ല. വീട്ടിൽ ചെലവില്ലാത്തതുകൊണ്ടാണ് ധൂർത്തടിച്ചു കഴിയുന്നത്. അതോടെ വീടു വിടാനുള്ള ചിന്ത ഉപേക്ഷിച്ചു.

ചെകുത്താന്റെ പ്രേരണയ്ക്കു വഴങ്ങി വീടുവിട്ടാൽ അതായിരിക്കും നാശത്തിന്റെ തുടക്കം. എന്റെ കുടുംബത്തിന്റെ സൽപ്പേരിനെ അതു ബാധിക്കില്ലെ? ബാപ്പ എന്തു വേണമെങ്കിലും പറഞ്ഞോട്ടെ. എന്റെ ബാപ്പ തന്നല്ലോ. അച്ചടക്കം പഠിപ്പിക്കാൻ ബാപ്പയ്ക്ക് തീർച്ചയായും അവകാശമുണ്ട്.

യാസീൻ സ്വയം ആശ്വസിച്ചു.

തലകുനിച്ചുകൊണ്ടാണ് യാസീൻ ബാപ്പയുടെ മുറിയിലെത്തിയത്. പേടികൊണ്ട് ബാപ്പയ്ക്ക് സലാം ചൊല്ലാൻ പോലും അവൻ മറന്നു.

“അല്ലാഹുവേ തടിമാടനായ എന്റെ മോനേ കണ്ടില്ലേ.... മരംപോലെ വളർന്ന് മീശ പിരിച്ച് ആണായി നടക്കുന്നല്ലോ കോന്തൻ....മകന്റെ തണ്ടും തടിയും കണ്ട് നാട്ടുകാർക്ക് എന്നോട് അസൂയ.... അവന്റെ തനിക്കൊണം ഞാനവരോടെങ്ങനെ പറയും.”

അവനെ തറപ്പിച്ച് നോക്കിയിട്ട് ബാപ്പ പറഞ്ഞു.

ഒന്നും മിണ്ടാതെ നിൽക്കുന്ന യാസീനെ കണ്ടപ്പോൾ ബാപ്പയുടെ അരിശം ഏറി.

“കാട്ടുപോത്തിനെക്കൊണ്ട് വിവാഹം കഴിപ്പിക്കാമെന്ന് ഞാനങ്ങു തീരുമാനിച്ചു.”

ബാപ്പ പറഞ്ഞതുകേട്ട് യാസീൻ അന്തംവിട്ടു. ശാപവചനങ്ങളും പുളിച്ച തെറിയുമാണ് അവൻ പ്രതീക്ഷിച്ചത്. താൻ കേൾക്കാൻ കൊതിച്ച ഒരു കാര്യം ഈ രീതിയിൽ കേൾക്കേണ്ടിവരുമെന്ന് കരുതിയതല്ല. അവൻ പതുക്കെ തലഉയർത്തി. ബാപ്പയുടെ കണ്ണുകളിലെ തീ കണ്ടപ്പോൾ അവന്റെ തല വീണ്ടും കുനിഞ്ഞു.

മകന്റെ അകം ബാപ്പ വായിച്ചറിഞ്ഞു. ഇനിയും മയത്തിൽ പറഞ്ഞാൽ മകൻ തലയിൽക്കയറി ഇരിക്കുമെന്നു ഭയന്ന് ബാപ്പ അലറി.

“തൊള്ളതുറന്ന് എന്തെങ്കിലും പറയടാ മരക്കഴുതേ.”

ബാപ്പയുടെ വാക്കിന് ആ വീട്ടിൽ എതിർവാക്കില്ലെന്ന് യാസീനറിയാം. അതെ എന്ന ഉത്തരമാണ് ബാപ്പ പ്രതീക്ഷിക്കുന്നത്. സമ്മതിച്ചേക്കാം. എങ്കിൽ രണ്ടുണ്ട് കാര്യം. ബാപ്പയുടെ അനുസരണയുള്ള മകനാവാം. മോഹങ്ങൾ സഫലമാകുകയും ചെയ്യും. വിവാഹത്തെക്കുറിച്ചോർത്തതും ഒരു സുന്ദരിയായ പെൺകുട്ടിയുടെ ശരീരം മനസിലെത്തി. ഉള്ളിലെ സന്തോഷം മറച്ച് അവൻ ഭവ്യതയോടെ പറഞ്ഞു.

"ബാപ്പയുടെ ഇഷ്ടം പോലെ...."

"കല്യാണം വേണമെന്നോ അതോ വേണ്ടെന്നോ. തെളിച്ചു പറ കഴുതേ."

"ബാപ്പയുടെ ആഗ്രഹം എന്താണെന്നു വെച്ചാൽ....എനിക്കെതിരില്ല."

"എന്റെ സുഹൃത്ത് മുഹമ്മദ് ഇഫ്ഫത്തിന്റെ മകളെ നിനക്കുവേണ്ടി ഞാൻ ചോദിച്ചിട്ടുണ്ട്. അവൾക്ക് നിന്നെപ്പോലൊരു കോന്തൻ ചേരു മോന്നാ ഇപ്പളെന്റെ സംശയം."

"ബാപ്പയുടെ അനുഗ്രഹമുണ്ടെങ്കിൽ ഞാൻ നല്ലൊരു ഭർത്താവാ കാൻ ശ്രമിക്കാം."

യാസീൻ വിളറിയ ചിരിയോടെ പറഞ്ഞു.

"നീ എന്താണെന്നോ എന്താകുമെന്നോ എനിക്കു കേൾക്കണ്ട.... പോ എന്റെ മുമ്പീന്ന്...."

ബാപ്പ ക്രുദ്ധനായി.

"പെണ്ണിന് മെഹറ് കൊടുക്കാനുള്ള വക നീ സമ്പാദിച്ചിട്ടുണ്ടാകു മല്ലോ അല്ലേ?"

"പണികിട്ടിയിട്ടും എന്റെ ചെലവിൽ തന്നല്ലോ നീ കഴിഞ്ഞത്. കിട്ടു ന്നതൊക്കെ എങ്ങനെയാ തുലച്ചത്?"

തലകുനിച്ചു നിന്ന യാസീനോട് ബാപ്പ ചോദിച്ചു.

യാസീൻ പോകാൻ തുടങ്ങുന്നതു കണ്ട് ബാപ്പ ചോദിച്ചു.

"നിന്റെ ഒരു പൈസയും എനിക്ക് വേണ്ട. എന്നുകരുതി ധൂർത്ത ടിച്ചു കളയരുത്. കരുതിവെച്ചാൽ നാളെ നിനക്കു തന്നെ ഉപകരിക്കും."

ജോലി കിട്ടിയപ്പോൾ ബാപ്പ പറഞ്ഞ വാക്കുകളായിരുന്നു അപ്പോൾ യാസീന്റെ മനസിൽ.

തന്റെ മകൻ താന്തോന്നിയായി കിട്ടുന്നതു മുഴുക്കെ ധൂർത്തടിച്ചു കഴിയുകയാണെന്ന് ബാപ്പ വിചാരിച്ചതേയില്ല. പെണ്ണും മദ്യവുമൊക്കെ അയാളുടെയും ദൗർബല്യമാണ്. അതു പക്ഷേ മക്കളെ അറിയിച്ചിട്ടില്ല. പണം ചെലവാക്കുന്നതുപോലെ ഉണ്ടാക്കുകയും ചെയ്യുന്നുണ്ട്. ഇവനെ പ്പോലെ....അന്നു രാത്രിയിൽ കണ്ട മകന്റെ രൂപം മനസിലെത്തിയപ്പോൾ അയാളുടെ കോപം കത്തിക്കാളി.

വിലകൂടിയ വസ്ത്രങ്ങളിലും ആഡംബരങ്ങളിലും യാസീന് കമ്പ മുണ്ടെന്നറിയാമായിരുന്നു. ആഡംബരഭ്രമം ഒരു ഗുരുതരമായ തെറ്റാ ണെന്ന് തോന്നാത്തതു കൊണ്ട് ശാസിക്കാറില്ല. എങ്കിലും പണം കരുതി ചെലവാക്കണമെന്ന് ഇടയ്ക്കിടെ ഓർമിപ്പിക്കാറുണ്ടായിരുന്നു. അപ്പോഴും അവൻ ഒരു വഷളനാണെന്ന് തോന്നിയിട്ടേയില്ല. മദ്യം....പെണ്ണ്....ഇനിയും എന്തൊക്കെയാണാവോ?

"പോയി തുലയെടാ."

അയാൾ ആക്രോശിച്ചു.

തന്റെ ചെയ്തികളെക്കുറിച്ചോർത്ത് ബാപ്പയെ ദുഃഖിക്കാൻ വിട്ടിട്ട് യാസീൻ അവിടെനിന്ന് രക്ഷപ്പെട്ടു. ധാരാളിത്തം കാണിച്ചതിൽ യാസീൻ

ഇന്നുവരെ ഭേദിച്ചിട്ടില്ല. മുന്നും പിന്നും ആലോചിക്കാതെ അവസാനത്തെ ചില്ലിക്കാശും ചെലവാക്കുകയാണ് അവന്റെ പതിവ്. വർത്തമാനത്തിൽ മുഴുകിയപ്പോൾ ഭാവിയെക്കുറിച്ച് ചിന്തിച്ചതേയില്ല. ബാപ്പയുടെ ശകാരം എവിടെയൊക്കെയോ മുറിപ്പെടുത്തി. ബാപ്പ വീട്ടിൽനിന്നു പുറത്താക്കിയില്ലല്ലോ എന്ന ചിന്ത ആ മുറിവ് ഉണങ്ങാൻ സഹായിക്കുകയും ചെയ്തു. കല്യാണചെലവ് ബാപ്പ വഹിച്ചുകൊള്ളുമല്ലോ എന്നോർത്ത് ആശ്വാസവും തോന്നി. ബാപ്പയെ ശല്യപ്പെടുത്തിയപ്പോൾ ആദ്യമൊരു തൊഴിയും പിന്നീട് അരയണയും കിട്ടിയ കുട്ടിയുടെ ഭാവമായിരുന്നു യാസീനപ്പോൾ. അരയണ കിട്ടിയ സന്തോഷത്തിൽ അവൻ തൊഴി മറന്നു.

"പോത്തുപോലെയായിട്ടും ബുദ്ധിയുറയ്ക്കാത്ത മണ്ടക്കഴുത."

സയ്യിദ് അഹമ്മദ് അവൻ പോയിട്ടും പറഞ്ഞുകൊണ്ടിരുന്നു.

ആഡംബരമൊക്കെ കൊള്ളാം എന്നു കരുതി മുന്നും പിന്നും നോട്ടം വേണ്ടേ? കടം വാങ്ങിയാണോ ധാരാളിത്തം കാണിക്കുന്നത്? ഇത്ര ചിട്ടയോടെ വളർത്തിയിട്ടും ഇവനിങ്ങനെ തലതിരിഞ്ഞല്ലോ എന്നോർത്തായിരുന്നു ബാപ്പയ്ക്ക് ആധി.

ബാപ്പയെപ്പോലെ ആകാനായിരിക്കും മോഹം. ആയിക്കോട്ടെ. നിന്റെ ബാപ്പ ആരുടെ മുന്നിലും ഇതുവരെ ഒന്നിനും കൈനീട്ടിയിട്ടില്ല. അതു നീ ഓർക്കാത്തതെന്ത്? നിന്റെ കല്യാണാവശ്യത്തിനുള്ളതുപോലും ഇതുവരെ കരുതിയിട്ടില്ലെന്നറിയുമ്പോൾ അരിശപ്പെടാതെ എനിക്കെന്തു ചെയ്യാനാവും? എല്ലാം കളിച്ചു നശിപ്പിച്ചിട്ട് മണ്ടനെപ്പോലെ മുന്നിൽ നിൽക്കുവാൻ ഒരുളുപ്പുമില്ല കഴുതയ്ക്ക്. ഉമ്മയുടെ താവഴിയാണ് കിട്ടിയിരിക്കുന്നത്. കാമവെറി പൂണ്ട ഉമ്മയ്ക്ക് ഇതുപോലൊരു മകനെയല്ലേ പ്രതീക്ഷിക്കാനാവു. എന്നുവെച്ച് നീ എന്റെ മോനല്ലാതാകുമോ? നീയല്ലേ എന്നെ ആദ്യം ബാപ്പയെന്നു വിളിച്ചത്? അതു ഞാനെങ്ങനെ മറക്കും? നിന്റെ ഉമ്മയോടൊപ്പം കഴിച്ചുകൂട്ടിയ യാതനയുടെ നാളുകളുടെ തെളിവല്ലേ നീ? നിന്റെ വിവാഹം ആഘോഷത്തോടെ നടത്തേണ്ടത് എന്റെ കടമയാണെന്ന് ഞാൻ മറന്നിട്ടില്ല. ഇനിയൊരുത്തൻ കാളക്കൂറ്റനെപ്പോലെ വളരുന്നുണ്ടല്ലോ. പ്രേമനായകൻ. അവന്റെ വിവാഹവും എനിക്കുതന്നെ നടത്തണം. ജീവിച്ചിരിപ്പുണ്ടെങ്കിൽ.

വളരെ വിഷമിച്ചാണ് മുഹമ്മദ് ഇഫ്ഫത്തിനോട് യാസീന്റെ പ്രവൃത്തിയെക്കുറിച്ചു പറഞ്ഞത്. അവനെ നേർവഴിക്കു കൊണ്ടുവരാൻ വിവാഹം മാത്രമാണ് ഒരു വഴിയെന്നു പറഞ്ഞിട്ടാണ് മകളുടെ കാര്യം ചോദിച്ചത്.

"പ്രായപൂർത്തിയായ ആൺമക്കളോടു ഈവിധമാണോ ഇഷ്ടാ പെരുമാറുന്നത്? അവനിപ്പോ ജോലിയുണ്ട്. സ്വന്തം കാര്യംനോക്കാൻ പ്രാപ്തനുമായി. എന്നും നിങ്ങളുടെ അടിമയായി കഴിയണമെന്ന ചിന്ത നല്ലതല്ല. മക്കൾ തുറന്ന പോരിനിറങ്ങിയാലെ കാര്യം പിടികിട്ടൂ എന്നാണോ?"

എല്ലാം കേട്ടപ്പോൾ അയാൾ പരിഹസിച്ചു.

"കാലം മാറുന്നതനുസരിച്ച് മാറാനൊന്നും ഞാൻ ഒരുക്കമല്ല."

ഉറപ്പിച്ചു പറഞ്ഞു.

"യാസീനെയും ഫഹ്മിയെയും ഇനിയും അടിച്ചു പഠിപ്പിക്കാനൊന്നും ഞാൻ ഒരുങ്ങുന്നില്ല. അവനെ ആ അവസ്ഥയിൽ അന്നു രാത്രി കണ്ടപ്പോൾ ഞാനങ്ങ് അന്തംവിട്ടു. അരിശം അടക്കാനായില്ല. എന്റെ ബാപ്പയ്ക്കും ഇതേ സ്വഭാവമായിരുന്നു. മുതിർന്നിട്ട് എനിക്ക് അടികിട്ടിയിട്ടുണ്ട്. പീടികയിൽ ചെന്നിരിക്കാൻ തുടങ്ങിയതോടെയാണ് ഒന്നു മയപ്പെട്ടത്. യാസീന്റെ ഉമ്മയെ വിവാഹം കഴിച്ചതിനുശേഷം ഒരു സുഹൃത്തിനോടെന്നപോലെയാണ് എന്നോട് പെരുമാറിയത്. മൂപ്പരുടെ അവസാനത്തെ വിവാഹം ഞാൻ തുടക്കംമുതലേ എതിർത്തതാണ്. ആളപ്പോൾ ആകെ വശംകെട്ടിരുന്നു. എന്നിട്ടും ഞാൻ എതിർത്തപ്പോൾ ഉറഞ്ഞുതുള്ളി. എന്നെ എതിർക്കാൻ മാത്രം നീ വളർന്നോടാ എന്നും പറഞ്ഞ് അടിക്കാനും വന്നു. എണീറ്റുനടക്കാൻ ആബദില്ലാത്ത കാലത്താ പെണ്ണുകെട്ട് എന്ന് ഞാൻ. ഒരു പെണ്ണിനെ തൃപ്തിപ്പെടുത്താൻ നിന്നെക്കാൾ കഴിവുള്ളവനാടാ ഞാൻ എന്നുപറഞ്ഞതു കേട്ടപ്പോൾ ഞാനങ്ങു ചിരിച്ചുപോയി."

"തന്നോളം പോന്നാൽ മക്കളെയും താനെന്നു വിളിക്കണം. എന്നു കേട്ടിട്ടില്ലേ?"

ബാപ്പയുടെ വാക്കുകൾ അപ്പോഴും അയാളുടെ ചെവിയിൽ മുഴങ്ങി.

ഒരു വൈകുന്നേരം ഒത്തുകൂടിയപ്പോൾ യാസീന്റെ വിവാഹക്കാര്യം ഉമ്മ മറ്റുള്ളവരെ അറിയിച്ചു. ഫഹ്മിയോട് യാസീൻ നേരത്തെ പറഞ്ഞിരുന്നു.

"എന്റെ ഊഹം തെറ്റിയില്ല. എന്തോ കുരുത്തക്കേട് ഒപ്പിച്ചിട്ടുണ്ടെന്ന് ഞാൻ നേരത്തെ ഊഹിച്ചതാ." കദീജ.

"ആയിഷയെപ്പോലെ വല്ലിക്കയും ഇവിടുന്നു പോവ്വോ?" കമാലിന് അതായിരുന്നു ഭയം.

"ഒരിക്കലുമില്ല കുട്ടാ. നിനക്ക് കൂട്ടിന് പുതിയൊരു ഇത്താത്ത വരും."

ഉമ്മ പുഞ്ചിരിയോടെ അവനെ സമാധാനിപ്പിച്ചു.

"പിന്നെ ആയിഷ മാത്രം എന്തിനാ പോയത് എന്നായി" കമാൽ.

പെൺകുട്ടികൾ കല്യാണം കഴിഞ്ഞാൽ ഭർത്താവിന്റെ വീട്ടിലാണ് താമസിക്കുക. ഉമ്മ മുമ്പുപറഞ്ഞത് വീണ്ടും ആവർത്തിച്ചു. തിരിച്ചായാൽ മതിയായിരുന്നു എന്നു തോന്നി കമാലിന്. യാസീൻ പോയാലും കുഴപ്പമില്ല. പക്ഷേ ആയിഷ പോയതിനോട് അവനിപ്പോഴും യോജിക്കാനാവുന്നില്ല.

യാസീന്റെ സന്തോഷത്തിൽ മനംനിറഞ്ഞപ്പോഴും ഫഹ്മിയുടെ ഉള്ളം വിങ്ങുകയായിരുന്നു. മകന്റെ സന്തോഷത്തിനുവേണ്ടി പൊരുതി മരിച്ച ഒരമ്മയുടെ മുഖം അപ്പോൾ അവന്റെ മനസിലെത്തി. ഒപ്പം മറിയത്തിന്റെ മുഖവും.

നാൽപ്പത്തിമൂന്ന്

ആയിഷയുടെ വിവാഹം തങ്ങളുടെ ജീവിതത്തിൽ ഒരു പുതുയുഗപ്പിറവിയുടെ തുടക്കമാണോ? കദീജയോടും കമാലിനോടുമൊപ്പം വണ്ടിയിലിരിക്കുമ്പോൾ ആമിനയ്ക്കു തോന്നിപ്പോയി. പുറംലോകം കാണാൻ ആമിനയ്ക്കും ഭാഗ്യം ലഭിച്ചെന്നോ? ആമിനാ വേണ്ട. അനാവശ്യമോഹങ്ങൾ വേണ്ട. ശുഭാപ്തിവിശ്വാസവും വേണ്ട. ഉടനെ ഉള്ളിലിരുന്ന് വിവേകം താക്കീതുചെയ്തു. സ്വന്തംവീട്ടിൽ ഒറ്റയ്ക്കയക്കാൻ ഇഷ്ടപ്പെടാത്ത ആളാണ്. എന്തോ ദയ തോന്നി മകളെ കാണാൻപോകാൻ അനുവദിച്ചിരിക്കയാണ്. അത് എന്നുവേണമെങ്കിലും ഇല്ലാതാകാം. ആയിഷ പോയതോടെ വീടുറങ്ങി. അവളെ ഒന്നുചെന്നു കാണാൻ ഏറെ മോഹമുണ്ടായിരുന്നു. ബാപ്പയും ഫഹ്മിയും യാസീനും എന്തിന് കമാൽപോലും ഇടയ്ക്കിടെ ചെന്ന് അവളെ കാണാറുണ്ടായിരുന്നു. ഉമ്മയ്ക്കും സഹോദരിക്കും മാത്രം അതിനുള്ള സ്വാതന്ത്ര്യമില്ലായിരുന്നു. ഒന്നു ചോദിച്ചുനോക്കിയാലോ എന്ന് ഏറെ നാളായി വിചാരിക്കുന്നു. ധൈര്യം കിട്ടിയില്ല. ചോദിക്കാതെ പോയാലുള്ള ഫലം അവൾ അനുഭവിച്ചതാണ്. മകളെ കാണാതെ അവളുടെ മാതൃഹൃദയം വല്ലാതെ വിങ്ങിയപ്പോൾ അവളുടെ നാവുണർന്നു.

"ആയിഷയെ കാണാൻ ഈയിടെ എങ്ങാനും പോയിരുന്നോ? അവൾക്കവിടെ സുഖമാണോ?"

എവിടെയും തൊടാത്ത വിധത്തിലാണ് ചോദിച്ചത്.

അവളുടെ ചോദ്യത്തിന്റെ സാരം പിടികിട്ടിയ ഭർത്താവിന് അരിശം നുരഞ്ഞുപൊന്തി. മകളെ കാണാൻ ഭാര്യയെ അയക്കുന്നതിൽ വിരോധമുണ്ടായിട്ടല്ല. എന്നാലും വീട്ടുകാർ വളഞ്ഞവഴിയിൽക്കൂടി ഓരോ കാര്യങ്ങൾ സാധിക്കാൻ ശ്രമിക്കുന്നതു കാണുമ്പോൾ ആദ്യം കോപമാണ് വരിക.

"ആയിഷ അവളുടെ ഭർത്താവിന്റെ വീട്ടിൽ സന്തോഷത്തോടെത്തന്നെയാണ് കഴിയുന്നത്. നിങ്ങളവിടെച്ചെന്ന് ശല്യപ്പെടുത്തി അവളുടെ സ്വൈര്യം കെടുത്തണ്ട. ഞാനും അവളുടെ ആങ്ങളമാരും ഇടക്കിടെച്ചെന്ന് അവളുടെ സുഖവിവരം അന്വേഷിക്കുന്നുമുണ്ട്. നീയെന്തിനാ ആവശ്യമില്ലാതെ അവളെക്കുറിച്ചോർത്ത് ആധിപിടിക്കുന്നത്."

സങ്കടവും നിരാശയും കാരണം ആമിനയുടെ തൊണ്ട വരണ്ടു. അവളുടെ മൗനം അയാളെ കൂടുതൽ കോപിഷ്ഠനാക്കി. അതിസാമർത്ഥ്യക്കാരി. പറയാനുള്ളത് പറഞ്ഞിട്ട് അനങ്ങാപ്പാറപ്പോലെ നിന്നോളും. അവഗണനയോടെ അവളെ നോക്കിയപ്പോഴാണ് അവളുടെ വിങ്ങൽ അയാളറിഞ്ഞത്.

"നാളെ അവളെച്ചെന്നു കണ്ടോ."

സഹതാപം മറച്ച് സൗജന്യം ചെയ്യുംപോലെ അയാൾ കർക്കശമായിപ്പറഞ്ഞു.

ആമിനയുടെ മുഖം സന്തോഷത്താൽതുടുത്തു. ഉള്ളിലുള്ളത് അയാളെപ്പോലെ മറയ്ക്കാൻ അവൾക്കറിയില്ല. അവളുടെ ആ ഭാവം അയാൾക്ക് ഒട്ടും ഇഷ്ടപ്പെട്ടില്ല.

"അവസാനത്തെപോക്കാണെന്നു കരുതിക്കോ. ആയിഷയുടെ പുതിയാപ്ല നേരിട്ടുവന്നു ക്ഷണിച്ചാലല്ലാതെ നീ ഇനി ആ വീടു കാണില്ല."

അയാൾ ഭീഷണി മുഴക്കി.

ആമിന അതൊന്നും കേട്ടില്ല. ഉമ്മയെ പോകാൻ അനുവദിച്ചാൽ എന്റെ കാര്യംകൂടി ചോദിച്ചോളണേ എന്ന കദീജയുടെ അഭ്യർഥനയായിരുന്നു അപ്പോൾ അവളുടെ മനസിൽ.

"കദീജകൂടി പോന്നോട്ടെ?"

അവൾ താഴ്മയോടെ ചോദിച്ചു.

"എന്റെ റബ്ബേ.... ഈ നാശങ്ങളെക്കൊണ്ട് ഞാൻ തോറ്റു. പോ.... എല്ലാരും പോ. മോളെ കെട്ടിച്ചെന്നും പറഞ്ഞ് ഇനി എല്ലാവരും തെണ്ടാനിറങ്ങിക്കോ. അവിടെച്ചെന്ന് അവളേയും വേണ്ടാത്തതു പഠിപ്പിച്ചോ. പടച്ചോൻ വിചാരിച്ചാലും നന്നാവാത്ത വർഗം."

കോപം കത്തിക്കാളുമ്പോൾ ഇത്തരം ശാപവാക്കുകൾ അയാളുടെ പതിവാണെന്നറിയുന്ന ആമിന അതത്ര കാര്യമാക്കിയില്ല. അങ്ങനെ അനുവാദം കിട്ടിയതനുസരിച്ച് പുറപ്പെട്ടിരിക്കയാണ് ഉമ്മയും മക്കളും. കൂട്ടത്തിൽ ഏറ്റവും സന്തോഷം കമാലിനുതന്നെ. അതിനു കാരണങ്ങൾ പലതാണ്. ഏറ്റവുംപ്രധാനം ആയിഷയെ കാണാമെന്നതുതന്നെ. ഉമ്മയും ഇത്താത്തയുമൊത്ത് കുതിരവണ്ടിയിൽ ഒരു സർക്കീട്ടുമായല്ലോ.

"ഹയ്യടാ.... എന്തു ഹരം."

സന്തോഷം അടക്കാനാവാതെ അവൻ വണ്ടിയിൽ എഴുന്നേറ്റുനിന്ന് ആർത്തുവിളിച്ചു. മറ്റുള്ളവർ കാണുന്നെങ്കിൽ കണ്ട് അസൂയപ്പെട്ടോട്ടെ എന്ന മട്ടിലായിരുന്നു അവന്റെ പറച്ചിൽ. അപ്പോൾ വണ്ടി ബാർബർഷാപ്പിന്റെ മുന്നിലായിരുന്നു. കമാലിന്റെ ആർപ്പുകേട്ട് തല ഉയർത്തിയ ബാർബർ വണ്ടിയിൽ കമാൽ ഒറ്റയ്ക്കല്ലെന്നു കണ്ടപ്പോൾ അകത്തേക്കു പാളി നോക്കി. വല്ലാതെ വിഷമിച്ച ഉമ്മ അവന്റെ കുപ്പായത്തിൽ പിടിച്ചു വലിച്ച് അവനെ നിർബന്ധമായി ഇരുത്തി. വികൃതി കാണിച്ചാൽ വണ്ടിയിൽനിന്ന് ഇറക്കിവിടുമെന്ന് ഭീഷണിപ്പെടുത്തുകയും ചെയ്തു.

മിന്നുന്ന നക്ഷത്രവിളക്കുകളുടെ മോടിയിലായിരുന്നു അവർ ആദ്യം ആയിഷയുടെ വീട് കണ്ടത്. അലങ്കാരമില്ലാതെ കണ്ടപ്പോൾ വീടിനു പഴയ പകിട്ടില്ലെന്നു തോന്നി. എങ്കിലും പഴമയുടെ അന്തസ്സുള്ള വീട്. വീടും വീട്ടുസാമാനങ്ങളും വീട്ടുകാരുടെ പ്രതാപവും പ്രൗഢിയും എടുത്തു കാണിച്ചു. പുരാതനകുടുംബമാണ്. സ്വത്ത് താവഴികൾക്കായി ഭാഗം വെച്ചതോടെ പേരുമാത്രമേ ബാക്കിയുള്ളൂ. ആൺമക്കൾക്ക് ആധുനിക വിദ്യാഭ്യാസത്തിലൊന്നും താൽപ്പര്യമില്ലായിരുന്നു. മൂന്നു നിലയുള്ളതാണ് വീട്. രണ്ടാം നിലയിലാണ് പുതുപെണ്ണിന്റെ മുറി. പ്രായാധിക്യം കാരണം ഉമ്മ താഴത്തെ നിലയാണ് ഉപയോഗിച്ചിരുന്നത്. ഉമ്മയുടെ

തൊട്ടടുത്ത മുറിയാണ് മൂത്ത മകൻ ഇബ്രാഹിമിന്റേത്. മൂന്നാംനില ഒഴിഞ്ഞു കിടക്കുകയാണ്. എങ്കിലും അതു വാടകയ്ക്കുകൊടുക്കാൻ അവർ ഇഷ്ടപ്പെട്ടില്ല.

ചാടിക്കുതിച്ച് അകത്തേക്കോടാൻ ശ്രമിച്ച കമാലിനെ വളരെ പണിപ്പെട്ടാണ് ഉമ്മ അടക്കി നിർത്തിയത്. അപ്പോഴേക്കും ഒരു പണിക്കാരി വന്ന് അവരെ എതിരേറ്റ് സ്വീകരണമുറിയിലിരുത്തിയിരുന്നു. അന്യരെപ്പോലെ അവരെ അങ്ങനെ അവിടെ ഇരുത്തിയത് കമാലിന് ഒട്ടും ഇഷ്ടപ്പെട്ടില്ല.

"ആയിഷാത്ത എവിടെ? നമ്മളെ എന്തിനാ ഇവിടെ ഇരുത്തിയിരിക്കുന്നത്?"

അവൻ അക്ഷമനായി.

"ശ്....മിണ്ടല്ലേ...."

ഉമ്മ വിലക്കി. ഇങ്ങനെ ബഹളം വെച്ചാൽ ഇനി വരുമ്പോൾ അവനെ കൊണ്ടുവരില്ലെന്ന് ഭീഷണിപ്പെടുത്തുകയും ചെയ്തു. ഭംഗിയായി ഉടുത്തൊരുങ്ങിയ ആയിഷ മുഖം നിറയെ സന്തോഷവുമായി തിരക്കിട്ട് നടന്നുവരുന്നത് കണ്ട് അവർ സംസാരം നിർത്തി. സങ്കടം മറന്ന കമാൽ ഓടിച്ചെന്നു അവളെ കെട്ടിപ്പിടിച്ചു. അവൾ ഉമ്മയോടും കദീജയോടും കുശലം ചോദിക്കുമ്പോഴും അവൻ പിടിവിട്ടില്ല.

അവിടത്തെ ജീവിതം ആയിഷയ്ക്ക് ഇഷ്ടപ്പെട്ടെന്ന് അവളുടെ മുഖം വിളിച്ചോതി. ബാപ്പയും ആങ്ങളമാരും വരാറുണ്ടെങ്കിലും ഉമ്മയേയും കദീജയെയും കാണാതെ താൻ നീറുകയായിരുന്നെന്ന് അവൾ പറഞ്ഞു.

"നിങ്ങളെ കാണാൻ മോഹമുണ്ടെന്ന് ഇന്നലെ ഞാൻ മൂപ്പരോട് പറഞ്ഞതേയുള്ളു. മൂപ്പരുടെ മട്ടും മാതിരിയും കണ്ടപ്പോൾ പറഞ്ഞാൽ അരിശപ്പെടില്ലെന്നു തോന്നിയതുകൊണ്ടാ ഞാൻ ധൈര്യപ്പെട്ട് പറഞ്ഞത്. എന്നിട്ടും പേടിയായിരുന്നു. ചീത്തപറയുമോ? ഊ ഹും....മൂപ്പർ ചിരിച്ചതേയുള്ളു. അപ്പളാ സമാധാനമായത്."

"എന്നിട്ട് പുതിയാപ്ല എന്തേ പറഞ്ഞത്?"

ഉമ്മ ആകാംക്ഷയോടെയാണ് ചോദിച്ചത്.

"ഇത്തവണ നമുക്കവരെ വിളിപ്പിക്കാം. പക്ഷേ, ഇതൊരു പതിവാക്കരുതെന്ന് താക്കീത് ചെയ്തു. നിന്റെ വീട്ടുകാര് കാണാൻ വന്നിരിക്കുന്നു എന്നു മൂപ്പരും വന്നു പറഞ്ഞപ്പോ...എന്റെ റബ്ബേ....എന്റെ ഉള്ളങ്ങ് നിറഞ്ഞു. പെട്ടെന്നാണ് മുഖത്തു പൗഡറിട്ട കാര്യം ഓർത്തത്. ആദ്യം കുളിമുറിയിൽച്ചെന്ന് അതു കഴുകിക്കളഞ്ഞു. എന്തിനാ മുഖം കഴുകിയതെന്നായി ഖലീൽ. അരക്കൈയൻ കുപ്പായം മാറണമെന്നുണ്ടായിരുന്നു. സമ്മതിച്ചില്ല. ഒരു ഷാളെടുത്തു പുതച്ചോ എന്നു പറഞ്ഞു. നീയിനി എന്നെ പേടിച്ചാ മതിയെന്നും പറഞ്ഞു. ഇവിടത്തെ ഉമ്മ പറയുക...സയ്യിദ് അഹമ്മദ് ഒരു ജന്തുവാ....ഇനി അയാളുടെ ആജ്ഞയൊന്നും നീ അനുസരിക്കണ്ട. നീയിപ്പോ ശഖാവത്ത് കുടുംബത്തിലേതാ....ഞങ്ങടെ രീതി അനുസരിച്ച് നടന്നാ മതിയെന്ന്...."

ആയിഷ നിർത്താതെ പറഞ്ഞുകൊണ്ടിരുന്നു. ചമഞ്ഞൊരുങ്ങി കൂടുതൽ സുന്ദരിയായ ആയിഷയെ അവർ ഇമവെട്ടാതെ നോക്കുകയായിരുന്നു.

"വീട്ടിലായിരുന്നപ്പോ നിങ്ങളെന്താ ഇതുപോലെ ഉടുത്തൊരുങ്ങാതിരുന്നത്?"

കമാൽ.

"അപ്പോ ഞാൻ ശഖാവത്ത് കുടുംബത്തിലായിരുന്നില്ലല്ലോ." അവൾ ഉറക്കെ ചിരിച്ചു.

സ്വന്തം വിധി മറന്ന് കദീജയും അകമഴിഞ്ഞ് സന്തോഷിച്ചു. ഒറ്റയ്ക്കിരിക്കുമ്പോൾ ആയിഷയെക്കുറിച്ചോർത്ത് സങ്കടപ്പെടാത്ത ദിവസമില്ല. അവൾക്ക് അനിയത്തിയോട് എന്നും വാത്സല്യമേ ഉണ്ടായിരുന്നുള്ളു. ഉള്ളു തുറന്നൊന്ന് സംസാരിക്കാൻപോലും ഇപ്പോൾ കൂട്ടില്ലാതായി.

"മക്കയിലേയ്ക്കു പോകുന്ന തീർഥാടകർ ഇതുവഴിയല്ല പോകുന്നതെന്ന് ഈയിടെ ഖലീൽ പറഞ്ഞു."

സങ്കടത്തോടെയാണ് ആയിഷ പറഞ്ഞത്.

"നോക്കുമ്മാ നമ്മുടെ വീട്ടിലുള്ളതുപോലെ ഒരു വരാന്ത ഇവിടേയുമുണ്ട്. അവിടെ നിന്നാൽ തെരുവു കാണാം. അവിടെനിന്നു കാഴ്ചകൾ കണ്ടാണ് ഞാൻ നേരം പോക്കുന്നത്. ഒരു ഞൊണ്ടിക്കാലൻ പിച്ചക്കാരനും ഷൂസിട്ട ഒരു വഴിവാണിഭക്കാരനും എന്നും രാവിലെ തെരുവിലെത്തുന്നു. മണ്ണിൽവരച്ച അടയാളം നോക്കി ഭാവി പറയുന്ന ഒരു കൈനോട്ടക്കാൻ കുറച്ചു കഴിയുമ്പോൾ അവിടെ ഇരിപ്പുപിടിക്കും. അയാളുടെ മുന്നിൽ എപ്പോഴും തിരക്കാണ്. എത്രായിരം ആണും പെണ്ണുമാ ദിവസവും ഭാവി അറിയാൻ അയാളുടെ മുന്നിലെത്തുന്നത്. എന്റെ വരാന്ത കുറച്ചുകൂടി താഴെയായിരുന്നെങ്കിൽ അവർ പറയുന്നത് കേൾക്കാമായിരുന്നല്ലോ എന്നു ഞാൻ പലപ്പോഴും ആശിച്ചിട്ടുണ്ട്. ഇടുങ്ങിയ റോഡിൽക്കൂടെ സൈഡ് കൊടുക്കാൻ വിഷമിക്കുന്ന സർക്കാർ ബസിലെ ഡ്രൈവറും കല്ലു കയറ്റിയ ലോറിയുടെ ഡ്രൈവറും തമ്മിലുള്ള തർക്കമാണ് മറ്റൊരു കാഴ്ച. അഭിമുഖമായി കൊണ്ടു നിർത്തിയിട്ട് പുറത്തേക്ക് തലയിട്ട് രണ്ടുപേരും നിർത്താതെ തെറിവിളിക്കും. ആരാണാദ്യം പിറകോട്ടെടുക്കേണ്ടത് എന്നാണ് തർക്കം. അപ്പോഴേക്കും കൈവണ്ടികളും കുതിരവണ്ടികളും ഇരുവശത്തും ധാരാളം നിരന്നിരിക്കും. എങ്ങനെയാ തർക്കം തീർക്കേണ്ടതെന്നറിയാതെ അവിടെ കൂടിയിരിക്കുന്നവർ അവർക്കു തോന്നിയതു വിളിച്ചു പറഞ്ഞുകൊണ്ടിരിക്കും. അവരുടെ മുഖത്തെ ഭാവങ്ങൾ കണ്ടങ്ങനെ നിൽക്കാൻ നല്ല ഹരമാണ്. ഞാൻ ഒളിഞ്ഞുനോക്കി ചിരിച്ച് മണ്ണുകപ്പും."

ആയിഷ അവിടത്തെ കാര്യങ്ങൾ അങ്ങനെ പറഞ്ഞുകൊണ്ടിരുന്നു.

വീടും മുറ്റവും അടുക്കളയുമൊക്കെ അവരുടെ വീട്ടിലേതുപോലെ തന്നെ.

"എനിക്കിവിടെ ഒരു പണിയുമില്ല. ഉമ്മയുടെ മേൽനോട്ടത്തിൽ പണിക്കാരി സൗദയാണ് പണിയെല്ലാം ചെയ്യുന്നത്. ഞാനെന്തെങ്കിലും ആവശ്യപ്പെട്ടാൽ ഉടനെ മുന്നിലെത്തും."

"നിന്റെ ഇഷ്ടംപോലെ ഒത്തുകിട്ടിയല്ലോ."

ചിരിയടക്കാനാവാതെ കദീജ പറഞ്ഞു.

അവരുടെ സംസാരത്തിൽ കമാലിന് ഒട്ടും താൽപ്പര്യം തോന്നിയില്ല.

"ഇവിടെ അങ്ങു കൂടാനാ ഭാവം? അങ്ങോട്ടു വരുന്നില്ലേ?"

അവൻ അക്ഷമയോടെ ചോദിച്ചു.

"അവളെ ഞാനിനി അങ്ങോട്ടയക്കില്ല മോനേ."

അപ്പോൾ അവിടെയെത്തിയ ഖലീൽ ചിരിച്ചുകൊണ്ടു പറഞ്ഞു.

സിൽക്കുജൂബ്ബ അണിഞ്ഞ ഖലീൽ കൂടുതൽ സുന്ദരനായി തോന്നിച്ചു. ഒത്ത തടി. അണ്ഡാകൃതിയിലുള്ള വെളുത്ത മുഖം. തിളങ്ങുന്ന കണ്ണുകൾ. വലിയ തല. ഇരുവശത്തും വകഞ്ഞുവെച്ച കറുത്ത തലമുടി. ബാപ്പ മുടിചീകുന്നതുപോലെ തന്നെയാണല്ലോ അയാളും മുടി ചീകിയിരിക്കുന്നത് എന്നു തോന്നി കമാലിന്. ആൾ രസികനാണെന്ന് ഒറ്റനോട്ടത്തിൽ അറിയാം. അയാൾ ആചാരപ്രകാരം ചുംബിക്കാനായി ആമിനയുടെ കൈപിടിച്ചു. നാണിച്ചു വിരണ്ട ആമിന കൈ പെട്ടെന്ന് വലിച്ചുകളഞ്ഞു. കമാലിനോടും കദീജയോടും ലോഹ്യം പറഞ്ഞിട്ട് അയാൾ അവിടെത്തന്നെ ഇരുന്നു. അയാളെത്തന്നെ നോക്കിക്കൊണ്ടിരുന്നു കമാൽ. എത്ര അടുപ്പം കാണിച്ചിട്ടും അവന് അയാളെ സ്വന്തമായി കാണാൻ കഴിയുന്നില്ല. അയാൾ കാരണമല്ലേ ആയിഷ വീടുവിട്ടത്? ആയിഷയെ ഇനി അങ്ങോട്ടയക്കില്ല എന്ന് എത്ര ധൈര്യത്തിലാണ് അയാൾ പറഞ്ഞത്. അതോടെ അടങ്ങാത്ത അമർഷമായി അവന്. അൽപ്പം കഴിഞ്ഞപ്പോൾ എഴുന്നേറ്റുപോയി. കൈയിൽ ഒരു താലത്തിൽ മധുരപലഹാരങ്ങളുമായാണ് അയാൾ തിരിച്ചെത്തിയത്. കൂട്ടത്തിൽ മുന്തിയതു നോക്കി അയാൾ അവനു തിരഞ്ഞുകൊടുത്തപ്പോൾ അവൻ തൽക്കാലം ഈർഷ്യ മറന്നു. അയാൾ ചിരിച്ചപ്പോൾ അവൻ ആദ്യം കണ്ടത് അയാളുടെ ഒന്നിനുമേലെ ഒന്നായി പിണഞ്ഞു കിടക്കുന്ന പല്ലുകളായിരുന്നു.

അപ്പോൾ ഖലീലിന്റെ അതേ മുഖമുള്ള മൂത്ത മകന്റെ കൈയും പിടിച്ച് ഉമ്മയെത്തി.

"ഇതാണെന്റെ മൂത്ത മകൻ ഇബ്രാഹിം."

ഉമ്മ മകനെ അവർക്കു പരിചയപ്പെടുത്തി.

"ഒരു കുടുംബംപോലെ കഴിഞ്ഞതാണെന്ന് പറഞ്ഞിട്ടെന്താ. കണ്ടാൽ തമ്മിലറിയില്ല. നിങ്ങൾ അവനെ ആദ്യമാ കാണുന്നത് അല്ലേ?"

തലകുനിച്ച് വണങ്ങിയിട്ട് ഒന്നും പറയാനാവാതെ വിഷമിക്കുന്ന ആമിനയെയും കദീജയെയും നോക്കി ഉമ്മ ചോദിച്ചു.

ആമിന പുഞ്ചിരി ഭാവിച്ചു തലയാട്ടി. അയാളുടെ മുന്നിൽ മൂടുപടമില്ലാതെ നിന്നത് ഭർത്താവറിഞ്ഞാൽ വഴക്കുപറയുമോ എന്നായിരുന്നു

അപ്പോൾ അവളുടെ ചിന്ത. ഇക്കാര്യം ഭർത്താവിനോടു പറയണമോ? അതോ മിണ്ടാതിരിക്കണമോ? അവൾ ചിന്താക്കുഴപ്പത്തിലായിരുന്നു.

വയസ്സിനു വ്യത്യാസമില്ലായിരുന്നെങ്കിൽ രണ്ടുപേരും ഇരട്ടകളാണെന്നേ പറയൂ. അത്രയും സാമ്യമുണ്ട് ഇരുവർക്കും. ഇബ്രാഹിമിന്റെ കുറ്റിത്തലമുടിയും പിരിയൻ മീശയുമാണ് അയാളെ തിരിച്ചറിയാനുള്ള അടയാളം. വയസ്സു നാൽപ്പതായെങ്കിലും അത്രയും തോന്നിക്കില്ല. ഇബ്രാഹിമിന്റെ ബാപ്പയെക്കുറിച്ച് മുമ്പ് ഭർത്താവ് പറഞ്ഞ കാര്യങ്ങൾ അപ്പോൾ ആമിന ഓർത്തുപോയി. ഭക്തനും മാന്യനുമാണ്. കണ്ടാൽ ഒട്ടും പ്രായം തോന്നില്ല. അതുപോലെ തന്നെ മകനും. ഇബ്രാഹിമിന്റെ വിവാഹം കഴിഞ്ഞതാണ്. രണ്ടുമക്കളും ഉണ്ടായിരുന്നു. ഈയടുത്താണ് ഭാര്യയും മക്കളും മരിച്ചത്. അതോടെ അയാൾ ഉമ്മയോടൊത്താണ് താമസം.

ആരും ശ്രദ്ധിക്കുന്നില്ലെന്ന് തോന്നുമ്പോഴൊക്കെ കദീജ സഹോദരന്മാരുടെ മുഖം പരിശോധിച്ച് താരതമ്യപ്പെടുത്തിക്കൊണ്ടിരുന്നു. ഇരുവർക്കും അണ്ഡാകൃതിയിലുള്ള മുഖവും വലിയ കണ്ണുകളുമുണ്ടായിരുന്നു. രണ്ടുപേരും അലസന്മാരാണെന്ന് കണ്ടാലറിയാം. അങ്ങനെ ഓരോ കുസൃതികളോർത്ത് കദീജ അകമേ ചിരിച്ചു. വീട്ടിൽ വൈകുന്നേരം എല്ലാവരും ഒത്തുകൂടുമ്പോൾ ഇതേക്കുറിച്ച് രണ്ട് തമാശ പൊട്ടിക്കണമെന്ന് തീരുമാനിക്കുകയും ചെയ്തു.

ഒളിക്കണ്ണിട്ട് നോക്കുമ്പോൾ ഇബ്രാഹിം അവളെതന്നെ നോക്കുന്നു. അടിമുടി പരിശോധിക്കുന്നതായി തോന്നിയപ്പോൾ അവൾ നാണിച്ചു മിഴി താഴ്ത്തി. അതോടെ സ്വന്തം വേഷത്തെക്കുറിച്ചായി ചിന്ത. മൂക്കിന്റെ വലിപ്പം അയാളും....കദീജയ്ക്ക് ആകെ ഒരു വല്ലായ്മ.

കമാലിനു മടുത്തു തുടങ്ങിയിരുന്നു. ഇങ്ങനെ അടങ്ങിയിരിക്കാൻ അവനു വയ്യ. മധുരപലഹാരം തിന്നതും മിച്ചം. നമുക്ക് ഒറ്റയ്ക്ക് ചെന്നിരിക്കാം. അവൻ അഭ്യർഥിച്ചപ്പോൾ ആയിഷ അവനേയും കൂട്ടി പുറത്തിറങ്ങി. ഉടനെ അവൻ അവളേയും പിടിച്ചുവലിച്ചുകൊണ്ട് അവളുടെ കിടപ്പുമുറിയിലെത്തി കതകടച്ചു. മുറിയുടെ ഓരോ മുക്കിലും മൂലയിലും അവന്റെ കണ്ണുകൾ എത്തി. മുറിയിലെ അലങ്കാരങ്ങൾ കണ്ട് അവന്റെ കണ്ണുകൾ തിളങ്ങി. പുതിയ മരസാമാനങ്ങൾ, മുല്ലപ്പൂവിന്റെയും അത്തറിന്റെയും സുഗന്ധം ഒക്കെ അവനിഷ്ടപ്പെട്ടു. പട്ടുവിരിയിട്ട പതുപതുത്ത മെത്തയിൽ റോസ് നിറമുള്ള രണ്ടുകുട്ടിത്തലയണകൾ അവനെ വല്ലാതെ ആകർഷിച്ചു.

"അതെന്താ?"

അവൻ തലയണ ചൂണ്ടി ചോദിച്ചു.

"തലയണകൾ."

"അതിൽ തല വെച്ചാണോ കിടക്കുന്നത്?"

"അല്ല. അത് വെറുതെ അലങ്കാരത്തിനു വച്ചതാ."

"നിങ്ങളെവിടെയാ കിടക്കുക?"

"കട്ടിലിൽ."

ആയിഷ ചിരിച്ചുകൊണ്ടു പറഞ്ഞു.

"അപ്പോ ഖലീലോ?"

രണ്ടുപേരും ഒന്നിച്ചാണോ കിടക്കുന്നത് എന്നുറപ്പിക്കാൻ വേണ്ടി ക്കൂടിയാണ് അവൻ ചോദിച്ചത്. അവന്റെ ഊഹം മനസിലാക്കിയ ആയിഷ അവന്റെ കവിളിൽ കിള്ളിക്കൊണ്ട് പറഞ്ഞു:

"പുറത്ത്."

അവൻ കട്ടിലിൽഇരുന്നിട്ട് ആയിഷയെ പിടിച്ച്അടുത്തിരുത്തി. അപ്പോൾ വിവാഹദിനത്തിൽ താക്കോൽദ്വാരത്തിലൂടെ കണ്ട ദൃശ്യം അവന്റെ മനസിൽ ഓടിയെത്തി. ആ കാഴ്ച കദീജയോട് പറയണമെന്നുണ്ടായിരുന്നു അവന്. പക്ഷേ, ഉമ്മയുടെ പിച്ചു കിട്ടിയതോടെ അത് ആരോടെങ്കിലും പറയാൻ നാണം അവനെ അനുവദിച്ചില്ല. അവൻ തലയുയർത്തി അവളെ നോക്കിയിട്ട് നിന്റെ രഹസ്യമെല്ലാം എനിക്കറിയാം എന്ന മട്ടിൽ ഒരു കള്ളച്ചിരിച്ചിരിച്ചു.

ആയിഷ അവനെ മാറോടടുക്കി കവിളിൽ ഉമ്മ കൊടുത്തപ്പോൾ അവന്റെ മുഖത്ത് പതിനാലാം രാവുദിച്ചു.

"വാ, ഇത്താത്ത നിനക്ക് ഒരുപാട് ചോക്ലേറ്റ് തരാം."

ആയിഷ അവന്റെ കൈയും പിടിച്ച് പുറത്തേക്ക് നടന്നു.

നാൽപ്പത്തിനാല്

ആൺകുട്ടികൾ മൂന്നുപേരും പടിപ്പുരയിൽ കാത്തുനിൽക്കുന്നുണ്ടായിരുന്നു. മണവാട്ടിയുടെ വണ്ടി വരുന്നുണ്ടേ....കമാൽ മൂന്നാം തവണയാണ് വിളിച്ചുകൂവുന്നത്. ചമഞ്ഞൊരുങ്ങിയാണ് യാസീന്റെ നിൽപ്പ്. കമാലിന്റെ വിളികേട്ടു നോക്കിയപ്പോൾ പുതുക്കക്കാരുടെ വരവ് അവനും കണ്ടു.

എല്ലാ കണ്ണുകളും അപ്പോൾ യാസീനിലായി. അകവും പുറവും വിരണ്ടായിരുന്നു യാസീൻ നിന്നിരുന്നത്. ഉള്ളിൽ സന്തോഷം നുരയിടുമ്പോഴും പറഞ്ഞറിയിക്കാൻ കഴിയാത്തൊരു വിങ്ങൽ. എല്ലാവരുടെയും നോട്ടം തന്നിലാണെന്നോർത്തപ്പോൾ വിറയലേറി. തന്റെ പരവേശം അതിഥികളെ അറിയിക്കാതിരിക്കാൻ അവൻ കിണഞ്ഞു ശ്രമിച്ചുകൊണ്ടിരുന്നു. ബാപ്പ കുറച്ചകലെ സുഹൃത്തുക്കളോടൊപ്പം നിൽക്കുന്നുണ്ട്. അപ്പോഴേക്കും മണവാട്ടിയുടെ അലങ്കരിച്ച വണ്ടി മുന്നിൽവന്നു നിന്നു. നിക്കാഹ് നടന്നിട്ട് മാസം ഒന്നായെങ്കിലും പെണ്ണിനെ അവനിന്ന് ആദ്യം കാണാൻ പോവുകയാണ്. ഉള്ളിൽ നിറയെ നിറമുള്ള കിനാക്കളായിരുന്നു.

വണ്ടിയിൽ നിന്നിറങ്ങുമ്പോഴേ അവളെ കണ്ണുനിറയെ ഒന്നു കാണണം. അവൻ തയാറെടുത്തു. കാറിന്റെ വാതിൽതുറന്ന് ആദ്യം ഇറങ്ങി

യത് നാൽപ്പതുകഴിഞ്ഞ കാപ്പിരി വേലക്കാരിയായിരുന്നു. ഉറച്ച ശരീരവും മിനുങ്ങുന്ന തൊലിയും വലിയ കണ്ണുകളുമായിരുന്നു അവൾക്ക്. പുതിയപെണ്ണിന്റെ തുണക്കാരിയായി വന്നതായിരിക്കും.

"മണവാട്ടിയെ എതിരേക്കാതെ എന്താ ഇങ്ങനെ നിക്കണത്?"

അവൾ വെളുത്ത പല്ലുകൾ മുഴുക്കെ പുറത്തുകാണിച്ച് ചോദിച്ചു.

യാസീൻ കാറിനടുത്തേക്കു നടന്നു. മറ്റു രണ്ടുപെൺകുട്ടികളുടെ നടുവിലായിരുന്നു പുതുക്കപ്പെണ്ണ്. അത്തറിന്റെ സുഗന്ധം അവനെ മയക്കി. അവൻ കൈ നീട്ടിയപ്പോൾ പെണ്ണുനാണിച്ചു കൂമ്പി. വലതുവശത്തിരുന്ന കൂട്ടുകാരി അവളുടെ കൈപിടിച്ച് യാസീന്റെ കൈയിൽ വെച്ചുകൊടുത്തു.

"സൈനബ് ഇതാ നിന്റെ മണിമാരൻ. വിടാതെ പിടിച്ചോ."

വണ്ടിയിൽ നിന്നിറങ്ങുമ്പോൾ കൂട്ടുകാരി കളിയാക്കി.

പുതുപ്പെണ്ണ് തല ഉയർത്തിയില്ല. മുറ്റത്തു തടിച്ചുകൂടിയ പുരുഷാരത്തിനിടയിലൂടെ അവർ തട്ടിയും മുട്ടിയും അകത്തേക്കു നടന്നു. അവരുടെ പിറകേ പെൺവീട്ടിൽ നിന്നെത്തിയ പുതുക്കക്കാരികൾ. സന്തോഷത്തിമർപ്പിനിടയിൽ അവർ തൽക്കാലം സയ്യിദ് അഹമ്മദിനെ മറന്നു. അങ്ങനെ ആ വീട്ടിലും ആദ്യമായി സന്തോഷത്തിന്റെ അലയൊലി ഉയർന്നു. ഈ സന്തോഷവും ആർഭാടവും വീട്ടിലുള്ളവർ പ്രതീക്ഷിച്ചതല്ല. വിശ്വസിക്കാനാവാത്തമട്ടിൽ അന്തംവിട്ടാണ് അവർ അപ്പോഴും നിന്നത്. പാട്ടും ബഹളവും ആർഭാടവും ഒന്നും ഉണ്ടായിരിക്കില്ലെന്നു ബാപ്പ ആദ്യമേ തീർത്തുപറഞ്ഞതാണ്. പക്ഷേ പാട്ടില്ലെങ്കിലും ബഹളത്തിന് ഒട്ടും കുറവുണ്ടായിരുന്നില്ല.

ഉമ്മയും പെൺമക്കളും പരസ്പരം നോക്കിച്ചിരിച്ചു. ബാപ്പയെ പറ്റിച്ച ഭാവത്തിലായിരുന്നു അവർ. അതിനിടയിലും ആമിനയുടെ കണ്ണുകൾ അയാളെ പരതി. ഈ തിരക്കൊന്നും കണ്ടതായി ഭാവിക്കാതെ പെണ്ണിന്റെ ബാപ്പയോട് കുശലം പറഞ്ഞുകൊണ്ട് നിൽക്കുകയായിരുന്നു അയാൾ.

"ഇന്നത്തെ ദിവസം മൂപ്പര് അനിഷ്ടമൊന്നും കാണിക്കില്ല."

ആമിന സ്വയം ആശ്വസിപ്പിച്ചു.

വിരുന്നുകാരുടെ മുന്നിൽ വിലസാൻ കിട്ടിയ അവസരം ഉമ്മു ശരിക്കും മുതലെടുക്കാൻ തീരുമാനിച്ചു. കുശലംപറച്ചിലും തമാശയുമായി അവളും അതിഥികൾക്കിടയിൽ ഓടിനടന്നു. ആയിഷയുടെ നിക്കാഹും യാസീന്റെ വിവാഹനിശ്ചയവും യാതൊരു ആർഭാടവും ഇല്ലാതെയാണ് നടത്തിയത്. അതിന്റെ കുറവുകൂടി ഇന്ന് തീർക്കണമെന്ന് ഉറച്ച മട്ടിലായിരുന്നു ഉമ്മുവിന്റെ നെട്ടോട്ടം.

"കിട്ടിയ അവസരം മുതലാക്കി ആഘോഷിച്ചോ കുട്ട്യോളെ. ഇന്ന് എന്തു കണ്ടാലും ബാപ്പ മിണ്ടൂലാ."

അവൾ വീട്ടുകാരേയും പ്രോത്സാഹിപ്പിച്ചുകൊണ്ടിരുന്നു.

"കല്യാണമായാൽ ഒപ്പന വേണം."

ബാപ്പയെ ഒളിഞ്ഞുനോക്കി യാസീൻ പതുക്കെപ്പറഞ്ഞു.

അതിനെക്കുറിച്ച് വീട്ടിൽ തർക്കം നടന്നതാണ്. ഇല്ലെന്നു സയ്യിദ്

അഹമ്മദ് ഉറപ്പിച്ചാൽ അതിൽ പിന്നെ മാറ്റമില്ല. തർക്കംകൊണ്ട് ഫലമുണ്ടായി. രാത്രിയിൽ സദ്യകൊടുക്കാൻ തീരുമാനമായി.

"അറയിൽ കൂടുമ്പോഴെങ്കിലും ഒപ്പന വേണ്ടതായിരുന്നു. വിവാഹം എപ്പോഴുമില്ലല്ലോ...."

യാസീന് നിരാശ തീരുന്നില്ല.

"പാട്ടുകാരികളെ അവരുടെ വീട്ടിൽവെച്ചേ കാണുകയുള്ളൂ എന്നായിരിക്കും."

യാസീൻ കുസൃതിച്ചിരിയോടെ ഫഹ്മിയുടെ ചെവിയിൽ മന്ത്രിച്ചു.

മുകളിലത്തെനിലയിലായിരുന്നു സ്ത്രീകളുടെ സ്വീകരണം ഒരുക്കിയത്. അവിടെ ചുറ്റിക്കറങ്ങിയിട്ട് കമാൽ വീണ്ടും ഇക്കാക്കമാരുടെ ഇടയിലെത്തി.

"വല്ലിക്ക പറഞ്ഞതുപോലെ ഞാൻ പെണ്ണിന്റെ കൂടെച്ചെന്നു മൂടുപടം മാറ്റിയപ്പോൾ ആ മുഖം ഞാനും കണ്ടു."

"എന്നിട്ടോ? എങ്ങനെയുണ്ട്?"

യാസീന്റെ സ്വരത്തിൽ ആകാംക്ഷ.

"തരക്കേടില്ല. പക്ഷേ...."

"ഇഷ്ടപ്പെട്ടോ നിനക്ക്? ആയിഷയുടെ ചന്തമുണ്ടോ?"

"ഹേയ്.... ആയിഷയുടെ അടുത്ത് വരില്ലാട്ടോ...."

"അപ്പോൾ.... അവൾ കദീജയെപ്പോലെയാണെന്നാണോ നീ പറഞ്ഞു വരുന്നത്?"

"അതല്ല.... കദീജാത്തേനേക്കാളും ഭംഗീണ്ട്...."

"അവളുടെ ഏതുഭാഗമാ നിനക്കേറെ ഇഷ്ടപ്പെട്ടത്? പറ."

"മൂക്ക് ചെറുതാണ്. ഉമ്മയുടേതുപോലെ ചെറിയ കണ്ണുകൾ."

"പിന്നെ?"

"വെളുത്തിട്ടാണ്. കറുത്ത മുടി. നല്ല മണം."

"അള്ളാഹുവിനും സ്തുതി. പേടിക്കാതെ പറ."

യാസീൻ അവനെ പ്രോത്സാഹിപ്പിച്ചു.

"അവര് കൈലേസെടുത്ത് മൂക്കു തുടയ്ക്കുന്നത് ഞാങ്കണ്ടു."

കമാലിന്റെ ഭാവന പീലിവിടത്താൻ തുടങ്ങുന്നതുകണ്ട് യാസീൻ തടഞ്ഞു.

"ഇപ്പോ ഇത്രം മതീട്ടോ മോനേ. ബാക്കി അള്ളാക്ക് വിട്."

അലങ്കാരമോ പന്തലോ ഇല്ലാത്ത മുറ്റത്തേയ്ക്കു യാസീൻ കണ്ണോടിച്ചു. അവിടെ കുറച്ചു കുട്ടികളും വിളമ്പുകാരും മാത്രമേ ഉണ്ടായിരുന്നുള്ളു. മുറ്റത്ത് അലങ്കരിച്ച ഒരു പന്തലെങ്കിലും വേണ്ടതായിരുന്നു. ഇങ്ങനെ മതിയെന്ന് ആരാ തീരുമാനിച്ചത്? അവന്റെ ബാപ്പ അല്ലാതാര്? സ്വന്തം സുഖത്തിന് എത്ര ചെലവാക്കാനും മടിയില്ലാത്ത ആളാണ് ബാപ്പ. അദ്ദേഹത്തിന് എന്തുമാവാം. പാട്ടു കേൾക്കാം സ്ത്രീകളോടൊപ്പം രമിക്കാം മദ്യപിക്കാം. വീട്ടുകാർക്ക് ഇതൊക്കെ നിഷിദ്ധമാണുതാനും. കൈയിൽ ഗ്ലാസുമായി സുബൈദയുടെ വീട്ടിലിരുന്ന് തംബുരു വീട്ടുന്ന

ബാപ്പ ഒരിക്കൽക്കൂടി ഓർമയിലെത്തി. പെട്ടെന്നാണ് ഉമ്മയുടെ ചിത്രം മനസിൽ നിറഞ്ഞത്. ഉമ്മയ്ക്കും ജീവിതം ആസ്വദിക്കാനുള്ളതാണ്. അതിനിടയിൽ അവർ രണ്ടുപേരും മകനെ മറന്നു. പുരുഷനായിരുന്നെങ്കിൽ മദ്യവും പെണ്ണുമായി ഉമ്മയും ജീവിതം ആഘോഷിക്കുമായിരുന്നു. ബാപ്പയെപ്പോലൊരാൾക്ക് ഒട്ടും യോജിച്ച ആളല്ല ഉമ്മ. ഇവിടത്തെ ഉമ്മയെപ്പോലൊരു സ്ത്രീയല്ല ഭാര്യയെങ്കിൽ ബാപ്പയുടെ ജീവിതം നരകമായേനെ.

വികാരജീവികളായ ബാപ്പയുടെയും ഉമ്മയുടെയും മകനായിപ്പിറന്ന ഞാനെങ്ങനെ വ്യത്യസ്തനാകും?

ഉമ്മയെ വിവാഹത്തിനു ക്ഷണിക്കാമായിരുന്നില്ലേ? ആരോ ഉള്ളിലിരുന്നു പറഞ്ഞു.

"നിനക്കുവേണമെങ്കിൽ നിന്റെ ഉമ്മയെ കല്യാണത്തിനു ക്ഷണിക്കുന്നതിൽ എനിക്കു വിരോധമില്ല."

രണ്ടുദിവസം മുമ്പ് ബാപ്പ പറഞ്ഞിരുന്നു.

ആ നശിച്ചമനുഷ്യൻ ജീവിക്കുന്ന വീട്ടിൽച്ചെന്ന് ഉമ്മയെ ക്ഷണിക്കാൻ അവനു മനസ്സു വന്നില്ല. അവിടെ അവൻ ചെല്ലുന്നത് ബാപ്പയ്ക്കും ഇഷ്ടമല്ലെന്ന് അവനറിയാം. എന്നിട്ടും സ്വന്തം കടമ പറഞ്ഞെന്നുമാത്രം.

"എന്നോട് സ്നേഹമുള്ള ഉമ്മയായിരുന്നെങ്കിൽ എന്റെ വിവാഹക്കാര്യം ഞാൻ ആദ്യം അവരെ അറിയിച്ചേനെ."

എന്നാണ് അന്ന് ബാപ്പയോട് പറഞ്ഞത്.

മുറ്റത്ത് കളിച്ചുകൊണ്ടിരുന്ന കുട്ടികൾ തന്നത്തന്നെ നോക്കുന്നത് അപ്പോഴാണ് യാസീന്റെ ശ്രദ്ധയിൽപ്പെട്ടത്.

"മണവാട്ടിയാകുന്നത് സ്വപ്നം കാണുകയാണോ?"

അവൻ ഒരു കൊച്ചുപൺകുട്ടിയുടെ കവിളിൽ കിള്ളിക്കൊണ്ടു ചോദിച്ചു.

കല്യാണച്ചെലവും ബാപ്പയുടേതാണെന്ന് നാട്ടുകാരറിയണ്ട. ആരോടും ഒന്നും മിണ്ടാതെ ഇവിടെയെല്ലാം ചുറ്റിനടക്കാം. അതിഥികളെ സ്വീകരിക്കാം. മുകളിലും താഴേയും കയറിയിറങ്ങാം. വെപ്പുപുരയിൽച്ചെന്നു മേൽനോട്ടം നടത്താം. ജോലിക്കാരോടു വേണമെങ്കിൽ തട്ടിക്കയറാം. എല്ലാം യാസീന്റെ ചെലവാണെന്ന് അപ്പോൾ ആളുകൾ ധരിച്ചോളും. നാലുകെട്ടിലെത്തിയപ്പോൾ തലേന്ന് കദീജ പരിഹസിച്ചതോർമ വന്നു.

കദീജയുടെ അഭിപ്രായം മാനിച്ചിട്ടെന്നപോലെ യാസീൻ ചുണ്ടിലൊരു ചെറുചിരിയുമായി അവിടമെല്ലാം ചുറ്റിനടന്നു. സുന്ദരസ്വപ്നങ്ങളിൽ മുഴുകിയായിരുന്നു നടത്തം.

വധുവിനെക്കുറിച്ചോർത്തതും ഉടലാകെ കുളിരുകേറി. കഴിഞ്ഞ മാസം സാനുബയുമൊത്തു കഴിച്ച രാവ് മനസിലെത്തുകയും ചെയ്തു. കല്യാണം നിശ്ചയിച്ച കാര്യമറിഞ്ഞപ്പോൾ അവൾ കലിതുള്ളി:

"എടാ പട്ടിക്കഴുവേറീ.... എന്നെ പറഞ്ഞുപറ്റിക്കുകയായിരുന്നു അല്ലേ? എന്നെ മുഴുക്കെക്കിട്ടുന്നതുവരെ കല്യാണക്കാര്യം നീ മൂടിവച്ചു.

നിന്നെ ഞാൻ വിടില്ല. അനുഭവിക്കും നീ. ചെരിപ്പുകൊണ്ടടിക്കേണ്ട ജാതിയാ."

സാനുബ ഇനി അവന്റെ ആരുമല്ല. അവളെയെന്നല്ല വേറൊരു പെണ്ണിനേയും അവനിനി നോക്കുകപോലുമില്ല. മദ്യം പെട്ടെന്നു നിറുത്താൻ കഴിയുമെന്നു തോന്നുന്നില്ല. എന്നാലും കുറയ്ക്കണം. ഒരു ലഹരിക്കുവേണ്ടി അൽപ്പം മാത്രം..... പക്ഷേ പരസ്ത്രീകൾ.... ഇനിയില്ല. ഭാര്യ അവന്റെ അമൂല്യനിധിയാണ്. അവന്റെ ദാഹം തീർക്കാനുള്ള കാട്ടരുവിയാണ്. ഒരിക്കലും വറ്റാത്ത കാട്ടരുവി.

ആദ്യരാത്രിയും വരാനിരിക്കുന്ന മറ്റനേകം രാത്രികളുമോർത്ത് യാസീൻ കോരിത്തരിച്ചു. മുഖം തിളങ്ങി. ആകെ കത്തിനിന്നു യാസീൻ. ഫഹ്മി അക്കാര്യം ശ്രദ്ധിക്കുകയും ചെയ്തു.

അവിടമെല്ലാം തെണ്ടിനടന്നിട്ട് തിരിച്ചെത്തിയ കമാൽ വന്നു പറഞ്ഞു:

"പുഡ്ഡിംഗും മധുരപലഹാരങ്ങളും ഒരുപാട് മിച്ചം കാണുമെന്നാ വിളമ്പുകാർ പറഞ്ഞത്. നമ്മള് കോളടിച്ചേ...."

നാൽപ്പത്തിഅഞ്ച്

ഒന്നാംനിലയിൽ ഉമ്മയുടെയും ബാപ്പയുടെയും തൊട്ടടുത്ത അറ പുതിയ മരസ്സാമാനങ്ങൾ വാങ്ങിയിട്ട് അലങ്കരിച്ച് സൈനബിനു മണവറ ഒരുക്കി. യാസീന്റെ വിവാഹം സംബന്ധിച്ച് ആ വീട്ടിൽ വരുത്തിയ ഏക മാറ്റവും അതായിരുന്നു. വൈകുന്നേരത്തെ ഒത്തുകൂടലിൽ സൈനബിന്റെ സാന്നിധ്യം മാധുര്യം കൂട്ടി. ആമിന പതിവുപോലെ വീട്ടുജോലികൾ സ്വയം ചെയ്തു. വീട്ടിലെ മൂത്ത മരുമകൾ എന്ന നിലയിൽ ആ വീട്ടിലെ ചിട്ടകളുമായി ഒത്തുപോകാൻ സൈനബ് തന്നാലാവും വിധം ശ്രമിച്ചു.

മരുമകൾ എന്തു തരക്കാരിയായിരിക്കും? അവളുടെ പാലൊളി പുഞ്ചിരിപ്പോലെതന്നെ മനസ്സ് വെളുത്തതായിരിക്കുമോ ആമിന ഭയപ്പെട്ടിരുന്നു. കാരണം ഇനിയവളുടെ കൂടെയാണ് ജീവിതകാലം മുഴുവൻ കഴിച്ചുകൂട്ടേണ്ടത്. പുതുതായി വന്ന ഒരു വാടകക്കാരിയോടെന്നപോലെയാണ് ആമിന സൈനബിനോട് പെരുമാറിയത്.

സൈനബിന്റെ മട്ടും മാതിരിയും കദീജയ്ക്ക് ഒട്ടും ഇഷ്ടപ്പെട്ടില്ല. അവളുടെ കുറ്റവും കുറവും ചികഞ്ഞു കണ്ടുപിടിച്ച് പരിഹസിച്ചാണ് കദീജ കുശുമ്പ് തീർത്തത്.

"അടുക്കളയിൽ കയറിയാൽ അവളുടെ കൈയിലെ വള ഊരിപ്പോകുമോ?"

പകൽ മുഴുവൻ മുറി അടച്ചിട്ടിരിക്കുന്ന സൈനബിനെ കാണുമ്പോൾ കദീജ ഉമ്മയോട് പരാതി പറഞ്ഞു. ഇതേ വിചാരക്കാരിതന്നെയാണ് ഉമ്മയും. എന്നിട്ടും അവർ മകളെ ആശ്വസിപ്പിച്ചു.

“പുതുമോടിയല്ലേ കുട്ടീ. കുറച്ചീസം കഴിയുമ്പം അവള് വരും.”

“മണവാട്ടിക്ക് പാദസേവ ചെയ്യാൻ നമ്മളവരുടെ പണിക്കാരോ?”

കദീജ വെറുത്ത മട്ടിലാണ് പറഞ്ഞത്.

“അവരെ പ്രത്യേകം താമസിപ്പിക്കണമെന്നാണോ നീ പറയുന്നത്?”

സ്വന്തം അഭിപ്രായം ശരിയാണോ എന്നറിയാനെന്നപോലെയായിരുന്നു ഉമ്മയുടെ ചോദ്യം.

“വേറെ താമസിക്കാനുള്ള പണം അവളുടെ ബാപ്പ കൊടുക്കുകയാണെങ്കിൽ എനിക്ക് പരാതിയില്ല. അതു നമ്മളുടെ ബാപ്പ ചെയ്തു കൊടുക്കണമെങ്കിൽ വേണ്ട. അവളും നമ്മളോടൊപ്പം പണി ചെയ്യട്ടെ.”

ഒരാഴ്ച കഴിഞ്ഞപ്പോൾ സൈനബും അടുക്കളയിലെത്തി. എന്നിട്ടും അവളോട് സഹകരിക്കാൻ കദീജ താൽപ്പര്യം കാണിച്ചില്ല.

“അവകാശം സ്ഥാപിച്ചെടുക്കാനുള്ള ശ്രമമാ. അല്ലാതെ നമ്മളോടുള്ള സ്നേഹംകൊണ്ടാണെന്നാണോ ഉമ്മ കരുതുന്നത്?”

കദീജയ്ക്ക് അരിശമൊഴിഞ്ഞ നേരമില്ല.

“ഇഫ്ഫത്ത്മാമയുടെ കുടുംബത്തെക്കുറിച്ച് നമുക്കൊന്നും അറിയാത്തതുപോലെയല്ലേ സംസാരം. സാധാരണക്കാര് കഴിക്കുന്നതൊന്നുമല്ല അവർ തിന്നണത്. എല്ലാം മുന്തിയത്. എന്നാൽ ആ കൈപുണ്യമൊന്നും വെപ്പുപണിയിൽ കാണാനുമില്ല.”

അവളുടെ ബാപ്പയ്ക്കിഷ്ടമുള്ള ഒരുതരം കോഴിക്കറി ഉണ്ടാക്കട്ടെ? സൈനബ ഒരുദിവസം ചോദിച്ചു. ആമിന സമ്മതിച്ചു. സയ്യിദ് അഹമ്മദും യാസീനും കറിയുടെ മെഹബ് പറയുന്നതു കേട്ടപ്പോൾ പക്ഷേ ആമിനയ്ക്ക് സഹിക്കാനായില്ല.

“ഓ...മുന്തിയ കറിതന്നെ. കൈയിൽ കിട്ടിയതെല്ലാം ചേർത്ത് നാശമാക്കി. വിരൂപിയായ പുതിയപെണ്ണിനെ അണിയിച്ചൊരുക്കി സുന്ദരിയാക്കാൻ ശ്രമിക്കുന്നതുപോലെ. വേഷം കെട്ടിയതുകൊണ്ടു മാത്രം പെണ്ണിന് ചന്തമുണ്ടാകുമോ? നെറമുണ്ടെന്നല്ലാതെ അവളെ കാണാൻ എന്താ ഒരു ചേല്? അതുപോലെ തന്നെ അവളുടെ കോഴിക്കൂട്ടാനും. പുറമെ ഒരാനച്ചന്തം ഉണ്ടെന്നല്ലാതെ....”

ഫഹ്മിയും കമാലും കേൾക്കെയാണ് കദീജ പറഞ്ഞത്.

സൈനബ് പക്ഷേ ഇതൊന്നും അറിഞ്ഞിരുന്നില്ല. അവൾ വിനയത്തോടും സന്തോഷത്തോടുംകൂടി എല്ലാവരോടും പെരുമാറി. ബാപ്പയോടൊപ്പം നാടുചുറ്റാൻ പോയ കാര്യങ്ങളൊക്കെ സമയം കിട്ടുമ്പോൾ പറയുക അവളുടെ പതിവാണ്. സിനിമയ്ക്കും നാടുകാണാനുമൊക്കെ ബാപ്പ കൊണ്ടുപോകാറുണ്ട്. കേട്ടപ്പോൾ ആമിനയ്ക്ക് അമ്പരപ്പ്. ഇതൊന്നും ഇവിടെ നടക്കുമെന്ന് കരുതേണ്ട എന്നു പറയണമെന്നുണ്ടായിരുന്നെങ്കിലും സാധിച്ചില്ല. തുർക്കിയിലെ സ്ഥാനികളാണ് തങ്ങളുടെ പൂർവികരെന്ന് വളരെ വിനയത്തോടെയാണ് സൈനബ് പറയാറുള്ളതെങ്കിലും കേൾക്കുമ്പോൾ ആമിനയ്ക്ക് വെറി. സ്വന്തം വീട്ടുകാരെക്കുറിച്ചും ഭർത്താ

വിനെക്കുറിച്ചുമൊക്കെ ആമിനയ്ക്കും ഒരുപാട് പറയാനുണ്ട്. അത് അൽപ്പത്തമാണെന്ന് തോന്നുന്നതുകൊണ്ട് പറയില്ലെന്നുമാത്രം. സൈനബിന്റെ വിടുവായത്തം ഇഷ്ടപ്പെടാറില്ലെങ്കിലും ബുദ്ധിമതിയായ ആമിന എതിർത്തൊന്നും പറയാറില്ല. അവളോട് മാന്യമായിട്ട് പെരുമാറുകയും അവളുടെ കാര്യങ്ങൾ വേണ്ടതുപോലെ അന്വേഷിക്കുകയും ചെയ്യാറുണ്ട്.

വീട്ടിൽ സമാധാനത്തിന് ഭംഗമുണ്ടാക്കരുതെന്ന ഉമ്മയുടെ അഭ്യർഥന കദീജ മാനിക്കാറില്ല. നേരിട്ട് ഒന്നും പറയാറില്ലെങ്കിലും അവളുടെ മൂർച്ചയുള്ള നാവ് ചലിച്ചുകൊണ്ടേയിരിക്കും.

"പാർക്കിലും തീയേറ്ററിലും അന്യപുരുഷന്മാരോടൊപ്പം ചുറ്റിനടക്കുകയോ? എന്റുള്ളോ അതൊന്നും ഇവിടെ നടപ്പില്ലേ?"

"നിങ്ങടെ ഭാര്യവീട്ടുകാര് വലിയ കൊശിക്കാരാത്രെ. നാടുതെണ്ടി നടക്കലാത്രെ പണി."

യാസീനെ ഒറ്റയ്ക്കു കിട്ടുമ്പോൾ കദീജ പരിഹസിക്കും.

"തുർക്കിയിൽ വലിയസ്ഥാനികളൊക്കെ അങ്ങനാ. അതൊന്നും പറഞ്ഞാൽ നിനക്ക് മനസിലാവില്ല."

യാസീൻ ഒഴിയാൻ ശ്രമിക്കും.

"പണ്ടേതോ ഉപ്പാപ്പ തുർക്കിക്കാരനാണെന്നും പറഞ്ഞ് അവരുടെ വീട്ടിലെ പെണ്ണുങ്ങളുടെ ഈ മേനിനടിക്കല് കണ്ട് മടുത്തേ."

"നിന്നെക്കൊണ്ടു തോറ്റു. ലോകത്തുള്ളവർക്കെല്ലാം നിനക്കുള്ളതുപോലെ പൊന്തൻ മൂക്കുണ്ടാകണമെന്ന് ശാഠ്യം പിടിച്ചാലോ? മൂക്കുകാരണം മറ്റുള്ളവരെ വട്ടു പിടിപ്പിക്കുന്നവരെക്കാൾ ഭേദം ഇത്തിരി വട്ടുള്ളവരാ."

കദീജയും സൈനബയും തമ്മിലുള്ള പോര് വീട്ടുകാർ അറിയുന്നുണ്ടായിരുന്നു. നാവടക്കാൻ ഫഹ്മി പലതവണ കദീജയെ ഓർമിപ്പിച്ചതാണ്. അവർക്കിടയിൽ ദൂതുംകൊണ്ട് ഓടിനടക്കുന്ന കമാലിനെയും അവൻ താക്കീതുചെയ്തു. ഫഹ്മിക്ക് തടയാനാകും മുമ്പേ വിധി ആ രണ്ടു പെൺകുട്ടികളെയും അടുക്കാത്ത വിധം അകറ്റി.

"എന്റെ മകൻ ഇബ്രാഹിമിനുവേണ്ടി കദീജയെ ചോദിക്കാനാ ആമിനാ ഞാൻ വന്നത്."

ഒരു ദിവസം പെട്ടെന്ന് ആയിഷയോടൊപ്പം കയറിവന്ന ഖലീലിന്റെ ഉമ്മ ചോദിച്ചതുകേട്ട് വീട്ടുകാരെല്ലാം ഒരുപോലെ അമ്പരന്നു. കേട്ടുനിന്ന കദീജയും സ്തംഭിച്ചുപോയി. ഇങ്ങനെയൊന്ന് അവരാരും സ്വപ്നത്തിൽപ്പോലും നിനച്ചതല്ല.

ഇത്രയും സന്തോഷകരമായ വാർത്ത ആമിന അടുത്തൊന്നും കേട്ടിട്ടില്ല. ഭാഗ്യം അറിയാതെ വന്ന വാതിലിൽ മുട്ടുന്നതായാണ് ആമിനയ്ക്ക് തോന്നിയത്.

"കദീജ നിങ്ങടെ മോളല്ലേ. എപ്പ വേണമെങ്കിലും വിളിച്ചുകൊണ്ട് പൊയ്ക്കോളി. ആരും തടസ്സം പറയില്ല."

ഇതൊന്നും തന്നെപ്പറ്റിയല്ലെന്ന ഭാവത്തിൽ കദീജ തലയും കുനിച്ചിരുന്നു. പെട്ടെന്നുണ്ടായ സന്തോഷം അവളുടെ നീണ്ട നാവിന് കടിഞ്ഞാണിട്ടു.

"കദീജയെ മതിയെന്ന് അവന് നിർബന്ധം. അവന് എന്ത് പറ്റിയോ എന്തോ? കദീജയെ വേണമെന്ന് തോന്നാൻ....പിന്നെ വരാതിരിക്കുന്നതെങ്ങനെ? ഭാര്യയും മക്കളും പെട്ടെന്നങ്ങുപോയി. അല്ലാതെ അവനെന്താ ഒരു കുറവ്? മുത്തിലും മുത്തല്ലേ എന്റെ മോൻ. കാണാനും ശൊങ്കൻ. അവനിങ്ങനെ ഒരു പൂതി പറഞ്ഞപ്പോൾ ഞാനും അമ്പരന്നു കേട്ടോ."

ഇബ്രാഹിമിന്റെ ഉമ്മ പറഞ്ഞതുകേട്ടപ്പോൾ കദീജയുടെ മുഖം മങ്ങി,

"രണ്ടു സഹോദരിമാർക്ക് ഒരേ വീട്ടിൽ കഴിയാനും വേണം ഭാഗ്യം."

കദീജയുടെ നാവ് തരിച്ചെങ്കിലും അടങ്ങി. അവർ പറയുന്നതിലും ന്യായമുണ്ടെന്ന് അവൾക്കും തോന്നി. ഖലീലിനെപ്പോലെതന്നെ സുന്ദരനാണ് ഇബ്രാഹിമും. പണത്തിനും കുറവില്ല. ആയിഷയുടെ വിവാഹം ആദ്യം നടത്താൻ നിശ്ചയിച്ചപ്പോൾ അവൾ കുറച്ചൊന്നുമല്ല ദുഃഖിച്ചത്. ഇപ്പോഴിതാ അവളുടെ വിധി മാറ്റിയെഴുതാൻ ആയിഷ എത്തിയിരിക്കുന്നു.

"ഒരു വീട്ടിലെതന്നെ കുട്ടികളെ മരുമക്കളായി കിട്ടുന്നത് നല്ലതുതന്നെ. തമ്മിൽപ്പോരുണ്ടാവില്ലല്ലോ. എന്നെ അറിയാമല്ലോ. അവരുടെ കാര്യത്തിൽ ഇടപെടാൻ ഞാൻ പോവില്ല. കുട്ടികളെ എനിക്ക് ചെറുപ്പം മുതൽ അറിയുകയും ചെയ്യാമല്ലോ. എല്ലാം നല്ലതിനാവട്ടെ."

അവർ പറഞ്ഞു.

"നാത്തൂൻ സ്വന്തം അനിയത്തിയാണെന്നതുപോലെ ഉമ്മയെ എന്റെ മോൾ സ്വന്തം ഉമ്മയെപ്പോലെ നോക്കും."

ഉമ്മമാർ സന്തോഷം പരസ്പരം പങ്കുവെച്ചു. ആയിഷയുടെ വിവാഹാലോചനയുമായി എത്തിയപ്പോൾ ഈ കിഴവിയെ കദീജ വെറുത്തിരുന്നു. ഇപ്പോൾ അവളുടെ ജീവിതത്തിൽ കൈത്തിരിനാളവുമായി എത്തിയ ആ ഉമ്മയോട് അവൾക്ക് സ്നേഹവും ബഹുമാനവും തോന്നി. ഇക്കാര്യം ഇന്നുതന്നെ മറയത്തിനോടു പറയണം.

"കഷ്ടായിട്ടോ ഏട്ടത്തി നിക്കുമ്പോ അനിയത്തിയെ കെട്ടിക്കുക... മോശായി."

ആയിഷയുടെ വിവാഹം നിശ്ചയിച്ചതറിഞ്ഞപ്പോൾ അവൾ പറഞ്ഞത് ഇന്നും മറന്നിട്ടില്ല.

"ഈ കാളക്കൂറ്റൻ കദീജയെപ്പോലൊരുത്തിയെ ആയിരിക്കും വിവാഹം കഴിക്കുക എന്ന് അവനെ കണ്ടപ്പോഴേ ഞാൻ നിശ്ചയിച്ചതാ."

ആയിഷയും അമ്മായിയും പോയതും യാസീൻ കദീജയെ എരികേറ്റി.

കദീജ ചിരിച്ചതല്ലാതെ ഒന്നും മിണ്ടിയില്ല.

"എന്റെ റബ്ബേ.... ഇതെന്തു കഥ. കല്യാണമെന്നു കേട്ടതും വായിലെ നാവ് അടങ്ങിപ്പോയോ?"

യാസീൻ സ്നേഹത്തോടെയാണ് ചോദിച്ചത്.

"അപ്പോ കദീജാത്തയും ഇവിടന്ന് പോവ്വാണോ?"

കമാലിന്റെ ചോദ്യം എല്ലാവരേയും വേദനിപ്പിച്ചു.

"അത്ര ദൂരത്തൊന്നുമല്ലല്ലോ പോണത്."

ഉമ്മ സ്വയം സമാധാനിപ്പിക്കാനെന്നപോലെയാണ് പറഞ്ഞത്.

കമാൽ അപ്പോൾ ഒന്നും മിണ്ടിയില്ല. പക്ഷേ ഉറങ്ങാൻ കിടന്നപ്പോൾ അവൻ വിഷമത്തോടെ പറഞ്ഞു.

"ഉമ്മ എന്തിനുള്ള പുറപ്പാടാ? ആയിഷാത്തയെ പറഞ്ഞയച്ചു. ഇപ്പോ...."

"അവരെ ആരും ഉപേക്ഷിച്ചിട്ടില്ല. സന്തോഷത്തോടെ നിറഞ്ഞ മനസോടെ വിവാഹം കഴിപ്പിച്ചയക്കുകയാണ്. അതാണ് നാട്ടുനടപ്പ്. അവർക്ക് നല്ല വരന്മാരെ കിട്ടിയതിൽ പടച്ചവനോട് നന്ദി പറയണം."

ഉമ്മ പറഞ്ഞുകൊണ്ടിരുന്നു. അത് വകവയ്ക്കാതെ അവൻ ഇടയിൽ കയറിപ്പറഞ്ഞു:

"ഒന്നും പറയണ്ട. ആയിഷ ഇടയ്ക്കിടെ വരുമെന്ന് പറഞ്ഞിട്ട് ഇപ്പക്കണ്ടില്ലേ? വല്ലിത്തയും അങ്ങനെതന്നെ ആവും. അവര് ഇനി ഇങ്ങോട്ട് വരലുണ്ടാവില്ല. വന്നാൽത്തന്നെ അന്യരെപ്പോലെ കാപ്പികുടി കഴിഞ്ഞ് പോകാനിറങ്ങും. ഞാൻ പറഞ്ഞില്ലെന്നു വേണ്ട."

അതാണ് ലോകനിയമം എന്ന് എത്ര പറഞ്ഞിട്ടും അവന്റെ തലയിൽ കയറില്ല.

"എനിക്കൊന്നുമില്ല. ഉമ്മയ്ക്ക് കൂട്ടിനാരുമുണ്ടാവില്ല. അടിച്ചുവാരാനും നിലംതുടയ്ക്കാനും ഇനിയാരാ ഉമ്മയെ സഹായിക്കാനുള്ളത്? എല്ലാം കട്ടുതിന്നാൻ തക്കംപാർത്തിരിക്കുന്ന ഉമ്മു മാത്രമുണ്ടാകും ഇനി കൂട്ടിന്. നല്ലോണം ആലോചിച്ചിട്ട് തീരുമാനിച്ചാൽ മതി."

"വിവാഹം ജീവിതത്തിലെ ഒരു മഹാഭാഗ്യമാണ്."

ഉമ്മ പറഞ്ഞു.

"ആരാ ഈ നുണപറഞ്ഞുണ്ടാക്കിയത്? സ്വന്തം ഉമ്മയെ പിരിഞ്ഞ് താമസിക്കുന്നതിൽ എന്തു ഭാഗ്യമാ? അപ്പോ ആർക്കാ സന്തോഷമുണ്ടാവുക? ആയിഷാത്തയെ ആദ്യം കെട്ടിച്ചതുകൊണ്ട് ഇനി കല്യാണമേ വേണ്ടന്ന് വല്ലിത്ത ഒരീസം എന്നോടു പറഞ്ഞതാ."

അവനോടു തർക്കിച്ച് ഉമ്മ മടുത്തു. എന്നിട്ടും അവൻ വിട്ടില്ല.

"പരിചയമില്ലാത്തവരുടെ വീട്ടിലേക്ക് പെൺമക്കളെ അയക്കുക. എന്നിട്ട് അയാൾ അവളുടെ താടിപിടിച്ച്...."

"മതി....കുറേനേരായി കൊഞ്ചണ്. മതിയാക്ക്."

അരിശം സഹിക്കാതെ ഉമ്മ ശാസിച്ചു.

"ഇഷ്ടമുള്ളത് ചെയ്തോ. പിന്നീട് കരയണ്ട."

അവൻ മുഷ്ടി ചുരുട്ടിക്കൊണ്ട് പറഞ്ഞു.

ആ രാത്രിയിൽ ആമിനയ്ക്ക് ഉറക്കം വന്നതേയില്ല. ഭർത്താവ് എത്തുംവരെ അവൾ ഉറക്കമിളച്ച് കാത്തിരുന്നു. കാര്യം കേട്ടതും സയ്യിദ് അഹമ്മദിന്റെ മദ്യലഹരി പെട്ടെന്നു കെട്ടടങ്ങി. മുഖം തെളിഞ്ഞു.

"ഇബ്രാഹിം അവളെ കണ്ടിരുന്നോ?"

പെട്ടെന്നാണ് അയാൾ ചോദിച്ചത്.

"അവന്റെ ഉമ്മ...."

"ഇബ്രാഹിം കണ്ടിരുന്നോന്നാ ചോദിച്ചത്?"

അയാളുടെ ശബ്ദമുയർന്നു.

"ഉവ്വ്. അന്ന് ആയിഷയെ കാണാൻ ചെന്നപ്പോൾ അയാളും അവിടെ ഉണ്ടായിരുന്നു. ഞങ്ങളോടു കുശലംചോദിക്കാൻ വന്നിരുന്നു. അതിലിപ്പോ എന്താ തെറ്റ്?"

"പക്ഷേ അക്കാര്യം എന്നോടാരും പറഞ്ഞില്ല."

ആമിനയുടെ ഉള്ള്പിടച്ചു. വാശിപിടിച്ച് അവളുടെ ജീവിതം തകർക്കാതിരുന്നാൽ മതിയായിരുന്നു. അറിയാതെ അവളുടെ കണ്ണ് നിറഞ്ഞു. അയാളുടെ അരിശം വകവയ്ക്കാതെ അവർ ധൈര്യത്തോടെ പറഞ്ഞു.

"ഇതുപോലൊന്ന് ഇനി വരുമെന്ന് തോന്നണില്ല. ഇനി എല്ലാം നിങ്ങടെയിഷ്ടം."

അയാൾ അവളെ തുറിച്ചുനോക്കിയതല്ലാതെ എതിർത്തൊന്നും പറഞ്ഞില്ല.

നാൽപ്പത്തിയാറ്

മധുവിധു കാലത്ത് സത്യസന്ധനായ ഒരു ഭർത്താവായിരിക്കണമെന്ന് യാസീൻ നേരത്തെ ഉറപ്പിച്ചിരുന്നു. മധ്യവേനലവധി ആയതുകൊണ്ട് പകലും വീട്ടിൽത്തന്നെ കഴിഞ്ഞുകൂടാനും അവസരം കിട്ടി. കുപ്പി കാലിയാകുമ്പോൾ മാത്രമേ യാസീൻ വൈകുന്നേരങ്ങളിൽ പുറത്തിറങ്ങാറുള്ളു. വിവാഹം നിശ്ചയിച്ചതുമുതൽ നിറമുള്ള സ്വപ്നങ്ങൾ നെയ്തുകൂട്ടുകയായിരുന്നു യാസീൻ. ഈ ആഹ്ലാദവും അഭിനിവേശവും ജീവിതകാലം മുഴുക്കെ നിലനിൽക്കുമെന്നായിരുന്നു യാസീന്റെ ധാരണ.

ആ ധാരണ തെറ്റാണെന്ന് വിവാഹം കഴിഞ്ഞ് ഒരുമാസം തികയും മുമ്പേ യാസീനു തോന്നാൻ തുടങ്ങി. സ്വപ്നങ്ങൾ നിറം കൂടിപ്പോയോ എന്നും സംശയം തോന്നി. മടുപ്പ് എന്താണെന്ന് അതിനുമുമ്പ് യാസീൻ അറിഞ്ഞിട്ടില്ല. സാനുബായോടൊപ്പവും മറ്റു സ്ത്രീകളോടൊപ്പവും കഴിയുമ്പോൾ സമയം ഓടിനീങ്ങുന്നതായിട്ടേ അവനു തോന്നിയിട്ടുള്ളു. ഒരിക്കലും മതിവന്നതായും തോന്നാറില്ല. പക്ഷേ, സൈനബിനോടൊപ്പം കഴി

യുമ്പോൾ പെട്ടെന്ന് മടുപ്പു തോന്നുന്നു. സൈനബ അവന്റെ മാത്രമാണെന്നറിയാം. വീട്ടുകാരുമായി അവൾ പെട്ടെന്നിണങ്ങുകയും ചെയ്തു. അവനോടും വളരെ സ്നേഹത്തോടെയാണ് പെരുമാറുന്നത്. അതുകൊണ്ടാണ് ആ വിരക്തി അവനെ നോവിപ്പിച്ചത്. പുറമെനിന്നു നോക്കുമ്പോൾ വിവാഹജീവിതം കൊതിപ്പിക്കുകയും ഭ്രമിപ്പിക്കുകയും ചെയ്യുന്നു. അതേസമയം അകത്തുകടക്കുമ്പോഴാകട്ടെ മടുപ്പും വിരക്തിയും. വിഡ്ഢിദിനത്തിൽ പറ്റിക്കാൻവേണ്ടി അകത്തു വെളുത്തുള്ളി വെച്ചു തരുന്ന മധുരമുള്ള ചോക്ലേറ്റുപോലെ മനസിനും ശരീരത്തിനും തീപിടിച്ചതു പോലെ എന്നാണ് വിവാഹത്തിന്റെ ആദ്യനാളുകളിൽ തോന്നിയത്. എത്ര വേഗത്തിലാണ് ആ അഗ്നി ചാരമായത്. ഇപ്പോഴെല്ലാം യാന്ത്രികമായി നിറവേറ്റുന്നതുപോലൊരു തോന്നൽ. അതോടെ ഒട്ടാകെ തണുത്തുറയുന്നു. അതേസമയം തനിക്ക് ഒട്ടാകെ ശാന്തവും ആത്മീയവുമായ എന്തോ ഒരു മാറ്റം സംഭവിച്ചിട്ടുണ്ടെന്നും ചിലപ്പോൾ തോന്നാറുണ്ട്.

ഉള്ളിലെ പിശാച് ഇത്ര പെട്ടെന്ന് തൃപ്തനായെന്നോ? ആർത്തിയും ആവേശവും ഇത്രവേഗം എങ്ങനെയാ കെട്ടടങ്ങിയത്? സ്വപ്നങ്ങളൊക്കെ ആരേ കവർന്നത്? ഇങ്ങനെപോയാൽ കുടുംബജീവിതം തകരില്ലേ? ഭാര്യയോട് അവനൊട്ടും സ്നേഹക്കുറവില്ല. വികാരം ആളിക്കത്തണമെന്ന് മോഹിച്ചുകൊണ്ടിരിക്കുമ്പോൾ അവനറിയാതെ അവന്റെ ആർത്തി കെട്ടടങ്ങുന്നു. ഐസുകട്ടയാവുന്നു. അത് അവനെ ഭീതിപ്പെടുത്തുന്നു. മണിക്കൂറുകളോളം ശല്യംചെയ്താലും സൈനബ് എതിർപ്പൊന്നും കാണിക്കാറില്ല. എന്നിട്ടും തൃപ്തിയാവുന്നില്ല.

അവളെ കെട്ടിപ്പിടിക്കുമ്പോൾ മറ്റുചിലരുടെ രൂപം പെട്ടെന്ന് മുമ്പിലെത്തുന്നു. അപ്പോൾ ആവേശത്തോടെ അവളെ പുണരുന്നു. പെട്ടെന്ന് അവളിലെ കൊടുങ്കാറ്റടങ്ങുന്നു. ശാന്തമായ കടലിൽ ഇഴഞ്ഞുനീങ്ങുന്ന വഞ്ചിയാണെന്നൊരു തോന്നൽ ഉണ്ടാകുന്നു. അവന്റെ കാമുകിമാരുമായി സൈനബിനെ താരതമ്യപ്പെടുത്തലായി പിന്നീട്. അപ്പോൾ അവൾ ഒന്നിനും പോരാത്തവളാണല്ലോ എന്നൊരുതോന്നൽ. വിശ്വസ്തനായ ഒരു ഭർത്താവാകാൻ കഴിയുന്നില്ലല്ലോ എന്ന ചിന്തയും ആകുലപ്പെടുത്തുന്നു.

വിവാഹിതരായ കൂട്ടുകാരോട് ഇക്കാര്യം ചോദിച്ചു മനസിലാക്കണമെന്ന് കുറച്ചുദിവസമായി വിചാരിക്കുന്നു. അവർക്കും ചിലപ്പോൾ ഇത്തരം പ്രശ്നങ്ങൾ ഉണ്ടായിരിക്കാം. അപ്പോൾ അവരെന്താ ചെയ്തതെന്ന് ചോദിക്കുന്നതിൽ തെറ്റൊന്നും അവൻ കണ്ടില്ല. ഭാവിയെക്കുറിച്ച് കൂടുതൽ ചിന്തിക്കേണ്ട. തൽക്കാലം സന്തോഷമായിട്ട് കഴിയാൻ ശ്രമിക്കാം. യാസീൻ തീരുമാനിച്ചു.

എങ്ങോട്ടെന്നുപോലും പറയാതെ യാസീനും ഭാര്യയും സന്ധ്യാസമയത്ത് പുറത്തേക്ക് പോയത് വീട്ടുകാരെ അമ്പരപ്പിച്ചു. വൈകുന്നേരം വരെ അവരോടൊപ്പം ഉണ്ടായിരുന്നു. എന്നിട്ടും പോകുന്ന കാര്യം പറഞ്ഞില്ല. രാത്രി ഏറെ വൈകിയിട്ടും അവരെത്താതായപ്പോൾ അതൊരു സംസാരവിഷയമായി. ആ വീട്ടിൽ അതു പതിവുള്ളതല്ലല്ലോ. കദീജ

സൈനബിന്റെ വേലക്കാരിയെ വിളിച്ച് വിസ്തരിച്ചപ്പോൾ അവൾ പറഞ്ഞു:

"കിഷ്കിഷ്ബേയിൽ പോണൂന്നാ എന്നോടു പറഞ്ഞത്."

"കിഷ്കിഷ്ബേ...."

ഏവരും ഒന്നിച്ചാണ് ചോദിച്ചത്.

കൊടുങ്കാറ്റിലകപ്പെട്ടതുപോലെയായിരുന്നു അവരുടെ ഭാവം.

"അവരെപ്പം തിരിച്ചെത്തുമെന്ന് പറഞ്ഞു?"

കദീജയും ഫഹ്മിയും വേവലാതിയോടെയാണ് ചോദിച്ചത്.

"പാതിരാത്രിയാകുമെന്നാ പറഞ്ഞത്."

അവൾക്കൊരു കൂസലുമില്ല. ഉമ്മ വേലക്കാരിയോട് പൊയ്ക്കോളാൻ പറഞ്ഞു.

"ഈ യാസീനെന്തു പറ്റി? ചെറുപ്പക്കാരിപ്പെണ്ണിനെയും കൊണ്ടുപോകാൻ കണ്ടൊരിടമേ ബാപ്പയെപ്പോലും പേടിക്കാതായോ?"

കിഷ്കിഷ്ബേ നൈറ്റ് ക്ലബാണ്. പിന്നെങ്ങനെ ഉമ്മയും മക്കളും വേവലാതിപ്പെടാതിരിക്കും.

"എല്ലാം അവളുടെ പണിയാ. സാമർത്ഥ്യക്കാരി....കൊശിക്കാരി."

കദീജ സൈനബിനെ കുറ്റപ്പെടുത്തി.

"യാസീന്റെ കൂടയല്ലേ പോയത്. യാസീന് നാടകവും മറ്റും വലിയ പ്രിയമാ."

യാസീന്റെ പ്രവൃത്തി ഇഷ്ടപ്പെട്ടില്ലെങ്കിലും തൽക്കാലം രംഗമൊന്നു മയപ്പെടുത്താൻ വേണ്ടി ഫഹ്മി പറഞ്ഞു.

ഫഹ്മി യാസീനെ താങ്ങിയത് കദീജയ്ക്ക് ഒട്ടും ഇഷ്ടപ്പെട്ടില്ല.

"യാസീന്റെ ഇഷ്ടാനിഷ്ടങ്ങൾ എല്ലാവർക്കും അറിയാം. പുരുഷന് അങ്ങനെ പലയിടത്തും പോകാനുള്ള സ്വാതന്ത്ര്യമുണ്ടെന്നും കൂട്ടിക്കോ. അതുപോലെയാണോ ഭാര്യയെയും കൊണ്ടുപോകുന്നത്. അവൾ കിടന്ന് തുള്ളിയാൽ പിന്നെ യാസീനെന്തുചെയ്യും? എതിർത്താൽ സ്വൈര്യം കൊടുക്കില്ലായിരിക്കും. ഇതിന്റെ വിപത്തിനെക്കുറിച്ചൊന്നും അവൾ ചിന്തിച്ചിട്ടുണ്ടാവില്ല. ബാപ്പയോടൊപ്പം നാടുതെണ്ടിയ കഥ അഭിമാനത്തോടെപറഞ്ഞത് നിങ്ങളും കേട്ടതല്ലേ? എന്തൊരു നാണക്കേട്. ആസ്ത്രേലിയക്കാരെ ഭയന്ന് പുരുഷന്മാർപോലും രാത്രി വീടിനു പുറത്തിറങ്ങാൻ മടിക്കുമ്പളാ ഇവളൊരുത്തി പാതിരാവരെ തെണ്ടാനിറങ്ങിയിരിക്കുന്നത്."

കദീജയ്ക്ക് അരിശം അടങ്ങുന്നില്ല.

അവരുടെ വേവലാതിയുടെ അർഥം കമാലിനു മാത്രം പിടികിട്ടിയില്ല. കിഷ്കിഷേബേ എന്നാലെന്താണാവോ? ചാവികൊടുക്കുമ്പോൾ ശരീരം ഉലച്ചുചാടി നൃത്തം ചെയ്യുന്ന പാവയായിരിക്കുമോ? അതോ മധുരമായി പാട്ടുപാടുന്ന ആളോ? ബാപ്പയുടെ കാര്യസ്ഥൻ ഹംസായിയുടെ മകൻ ഫൗദിനോടൊപ്പം അവൻ പാടാറുള്ള പാട്ട് പെട്ടെന്ന് ഓർമയിലെത്തി. സൈനബ് അവിടെപ്പോയതിന് ഇവർക്കെന്താ ഇത്ര അരിശം? ഉമ്മ അൽഹുസൈൻപള്ളിയിൽ പോയതിനുള്ള ശിക്ഷയെക്കുറിച്ചോർത്ത

പ്പോൾ അവനും ഭയമായി. യാസീന് ഒറ്റയ്ക്ക് പോയാൽപ്പോരായിരുന്നോ? കൂട്ടുവേണമെങ്കി അവനെ വിളിച്ചാൽ മതിയായിരുന്നല്ലോ. വേനൽക്കാല അവധി ആയതിനാൽ അവൻ വീട്ടിലിരുന്ന് മടുത്തു.

"വലിക്കായ്ക്ക് എന്നെ കൂട്ടിന് വിളിച്ചാൽപ്പോരായിരുന്നോ."

അവൻ അറിയാതെ പറഞ്ഞുപോയി.

"മടിയൻവാത്തിന്റെ മകൻ നല്ല തീറ്റക്കാരനായിരുന്നു എന്നു പറഞ്ഞതുപോലെയായി."

ഫഹ്മി.

ആ പഴഞ്ചൊല്ല് സന്ദർഭത്തിന് ചേർന്നതല്ല എന്ന് പെട്ടെന്നവന് ബോധ്യമായി. അവൻ ചമ്മി മിണ്ടാതിരുന്നു.

കദീജ സൈനബിനെ വഴക്കു പറഞ്ഞുകൊണ്ടിരുന്നപ്പോൾ ഉമ്മ വരുംകാര്യങ്ങളെക്കുറിച്ചോർത്ത് വേവലാതിപ്പെട്ടു. സൈനബിനോട് കദീജയ്ക്ക് ഇഷ്ടക്കേടേ തോന്നിയിട്ടുള്ളു. എന്നാൽ ഇതുപോലെ അനിഷ്ടം മുമ്പൊരിക്കലും തോന്നിയിട്ടില്ല. പുരുഷന്മാരെ അനുകരിക്കലാണോ കുടുംബക്കാരുടെ ലക്ഷണം?

ആമിനയും അപ്പോൾ അതുതന്നെയായിരുന്നു വിചാരിച്ചത്. വീട്ടിൽ അടങ്ങിയൊതുങ്ങി വളരുന്ന പെൺകുട്ടികൾ ഇങ്ങനെ അച്ചടക്കമില്ലാതെ പെരുമാറാമോ? അൽഹുസൈൻ പള്ളി കാണാനോ മറ്റോ ആണ് പോയതെങ്കിൽ മനസിലാകുമായിരുന്നു.

"ചെയ്തതെറ്റിനുള്ള ശിക്ഷ അവൾ അനുഭവിക്കുകതന്നെ വേണം."

അരിശത്തോടെ തന്നത്താൻ പറഞ്ഞു.

പുരുഷന്മാരുടെ വാക്കനുസരിച്ച് അച്ചടക്കത്തോടെ ഭയഭക്തിയോടെ ജീവിക്കാനാണ് ആമിന പഠിച്ചിട്ടുള്ളത്. സൈനബിനോടൊപ്പമുള്ള ഒരു മാസത്തെ ജീവിതം കാണാത്തതൊക്കെ കാണിച്ചു. കേൾക്കാത്തതൊക്കെ കേൾപ്പിച്ചു. അവൾ ഒന്നും മിണ്ടാതെ സ്വന്തം മുറിയിലേക്കു നടന്നു. സൈനബിനെ ശിക്ഷിച്ച് വീട്ടിൽ കലഹം ഉണ്ടാക്കാനാണോ താൻ ആഗ്രഹിക്കുന്നത്? ഒറ്റയ്ക്കിരുന്ന് ആലോചിച്ചപ്പോൾ ആമിനയ്ക്ക് സംശയമായി. മക്കളുടെ മുന്നിൽവെച്ച് യാസീന്റെ തെറ്റ് ചെറുതാക്കി കാണിക്കാൻ ശ്രമിച്ചിരുന്നു. എന്നിട്ടിപ്പോ അവനെ ശിക്ഷിക്കുന്നതു കാണാൻ കൊതിക്കുന്നോ? സ്വന്തം കുടുംബത്തിന്റെ സൽപ്പേരിനെ ബാധിക്കുന്ന ഒന്നിനേയും പിന്താങ്ങാൻ ആമിന ഒരുക്കമല്ല. സദാചാരകാര്യങ്ങളിൽ കടുത്ത നിഷ്ഠയോടെ ജീവിക്കുന്ന കുടുംബമാണ്. നാട്ടുകാരെക്കൊണ്ട് പറഞ്ഞ് ചിരിപ്പിക്കരുതെന്ന് മോഹമുണ്ട്. അവളുടെ കൊച്ചുകൊച്ചു മോഹങ്ങളും ലളിതവികാരങ്ങളുമൊക്കെ ഈ പൊള്ളയായ സദാചാര പ്രേമത്തിന്റെ പേരിൽ ത്യജിച്ചവളാണ് ആമിന. ഒരു സ്വതന്ത്രജീവിതത്തിനുവേണ്ടിയുള്ള അടങ്ങാത്ത ആവേശവും മുളയിലെ നുള്ളിക്കളയാൻ ശ്രമിച്ചിരുന്നു.

പലതും പറയണമെന്നുണ്ടായിരുന്നു ആമിനയ്ക്ക് പക്ഷേ, ഭർത്താവിനെ നേരിൽ കണ്ടതോടെ വാക്കുകൾ മറന്നു. അയാൾ ചോദിച്ചതിന് മാത്രമേ ഉത്തരം പറയാൻ കഴിഞ്ഞുള്ളു. പതിവുപോലെ അയാൾക്കു

വേണ്ടതെല്ലാം ചെയ്തു കൊടുക്കുമ്പോഴും മനസ്സ് മറ്റെങ്ങോ ആയിരുന്നു. അയാൾ കിടക്കുന്നതിനു മുമ്പേ യാസീനെത്തിയിരുന്നെങ്കിൽ ഒന്നും പറയേണ്ടി വരില്ലായിരുന്നു. പടിപ്പുരയിൽ മുട്ടു കേൾക്കുന്നുണ്ടോ എന്ന് കാതോർത്തുകൊണ്ടാണ് ഓരോന്നും ചെയ്തത്.

"വിളക്കണച്ചേക്കൂ."

ഭർത്താവ് കോട്ടുവായിട്ടുകൊണ്ടു പറയുമ്പോഴും അവൾ യാസീന്റെ വരവ് പ്രതീക്ഷിക്കുകയായിരുന്നു.

"നേരമിത്രയുമായിട്ടും യാസീനും ഭാര്യയും എത്തിയിട്ടില്ല."

പണിപ്പെട്ടാണ് ആമിന പറഞ്ഞത്.

"യാസീനും ഭാര്യയുമോ? അവരെവിടെപ്പോയതാ?"

അയാൾ സംശയത്തോടെ ചോദിച്ചു.

"കിഷ്കിഷ്ബേയിലെന്നാ അവളുടെ പണിക്കാരി പറഞ്ഞത്."

"എവിടെ...."

അയാളുടെ സ്വരം കടുത്തു. കണ്ണിൽനിന്ന് തീപാറി. മദ്യലഹരി പൂർണമായും കെട്ടടങ്ങുംവരെ അയാൾ ആമിനയെ ചോദ്യം ചെയ്തുകൊണ്ടിരുന്നു. അവർ തിരിച്ചെത്തുന്നതുവരെ അയാൾ ഉറങ്ങാതെ കാത്തിരുന്നു. ഇക്കാര്യം പറയണ്ടായിരുന്നു എന്നുപോലും അയാളുടെ രോഷം കണ്ടപ്പോൾ ആമിനയ്ക്ക് തോന്നാതിരുന്നില്ല. തെറ്റ് അവരെ പറഞ്ഞ് ബോധ്യപ്പെടുത്തിയിട്ട് ബാപ്പയെ അറിയിച്ചാൽ മതിയായിരുന്നു. യാസീനും ഭാര്യയ്ക്കും ശിക്ഷ കിട്ടണമെന്ന് അറിയാതെയെങ്കിലും ആഗ്രഹിച്ചുപോയത് തെറ്റായിപ്പോയെന്നും തോന്നി. സ്വയം തെറ്റുകാരിയായതുപോലെ ആമിന നീറി. മാപ്പിനായി അവൾ നിരന്തരം തേടിക്കൊണ്ടിരുന്നു.

"വന്നല്ലോ കിഷ്കിഷ്ക്കാരൻ...."

ഭർത്താവിന്റെ പരിഹാസം കേട്ടപ്പോൾ ചാടിയെഴുന്നേറ്റു ജനലരികിൽ ചെന്നുനിന്നു ആമിന. പടിപ്പുരവാതിൽ അടച്ചത് അവൾ അറിഞ്ഞു. ഭർത്താവ് ഇറങ്ങിപ്പോകുന്നതുകണ്ട് യാന്ത്രികമായി അവളും പിന്നാലെ ചെന്നു. കുറച്ചു കഴിഞ്ഞപ്പോൾ ഭയവും നാണക്കേടും കാരണം അവൾക്ക് മുന്നോട്ട് നടക്കാനായില്ല.

"താഴത്തേക്കു വാ."

തിരിഞ്ഞുനോക്കിയ ഭർത്താവ് പറഞ്ഞതുകേട്ടിട്ടും അവൾ അനക്കമറ്റു നിന്നു. വീണ്ടും നടക്കാനായി ഭാവിച്ചപ്പോഴേക്കും ഭർത്താവ് മുറിയിൽ തിരിച്ചെത്തി സോഫയിൽ ഇരുന്നു കഴിഞ്ഞു. കൂടെ യാസീനും ഭാര്യയും. യാസീനെ കാണാത്തമട്ട് നടിച്ചിട്ട് സയ്യിദ് അഹമ്മദ് മരുമകളോടായി പറഞ്ഞു.

"ഞാൻ പറയുന്നത് കുട്ടി ശ്രദ്ധിച്ചു കേൾക്കണം. നിന്റെ ബാപ്പ എന്റെ അടുത്ത കൂട്ടുകാരൻ മാത്രമല്ല. എനിക്കു സഹോദരതുല്യനാണ്. കദീജയെയും ആയിഷയെയുംപോലെ നീയുമെനിക്ക് മകളാണ്. നിന്നെ വേദനിപ്പിക്കണമെന്ന് എനിക്കൊട്ടും മോഹമില്ല. പക്ഷേ തെറ്റു കണ്ടാൽ മിണ്ടാതിരിക്കാനും വയ്യ. നിന്നെപ്പോലെ നല്ലൊരു കുടുംബ

ത്തിൽ പിറന്ന പെൺകുട്ടി പാതിരാത്രിവരെ അങ്ങാടി ചുറ്റിനടക്കുന്നത് തെറ്റാണെന്ന് നീ മനസിലാക്കണം. ഞാനെന്റെ ഭർത്താവിന്റെ കൂടെയല്ലേ പോയതെന്നായിരിക്കും നീയിപ്പോൾ കരുതുന്നുണ്ടാവുക. വകതിരിവുള്ള ഭർത്താക്കന്മാർ ഇത്തരം വിവരംകെട്ട പ്രവൃത്തികൾക്കു മുതിരില്ല. നീ പാവം എട്ടുംപൊട്ടും തിരിയാത്തവൾ. അവൻ നിർബന്ധിച്ചിട്ടാ നീ പോയതെന്ന് എനിക്കറിയാം. പക്ഷേ മേലിൽ അവന്റെ ഇത്തരം നാണംകെട്ട പ്രവൃത്തികൾക്കു കൂട്ടുനിൽക്കരുത് കേട്ടല്ലോ."

ഒന്നും മിണ്ടാനാവാതെ സ്തംഭിച്ചുനിന്നു സൈനബ്. അത്യാവശ്യം സ്വാതന്ത്ര്യമൊക്കെ കൊടുത്താണ് ബാപ്പ അവളെ വളർത്തിയത്. എന്നിട്ടും അമ്മോശനോട് എതിർത്തെന്തെങ്കിലും പറയാൻ നാവ് പൊങ്ങിയില്ല. വീട്ടുകാർ അയാളോട് എതിരൊന്നും പറയാറില്ലെന്ന് ഇവിടെ വന്നപ്പോൾ മനസിലാക്കിയിരുന്നു. സ്വന്തം ഭർത്താവിനോട് പുറത്തുപോയതിന് ഇങ്ങനെയൊക്കെ പറയുന്നതിന്റെ അർഥം അവൾക്കു പിടികിട്ടിയില്ല. ഇതിലെന്താ മാനക്കേടെന്ന് ചോദിക്കണമെന്നുണ്ടായിരുന്നു. അയാളുടെ മുഖത്തു നോക്കിയപ്പോൾ ഒരക്ഷരം ഉരിയാടാൻ അവൾക്കായില്ല. അവളുടെ മൗനം വിനയമല്ല എതിർപ്പാണെന്നു മനസിലാക്കാൻ സയ്യിദ് അഹമ്മദിന് സാധിച്ചതുമില്ല.

"ഞാൻ പറഞ്ഞത് നിനക്ക് മനസിലായോ? ചെയ്ത തെറ്റ് ബോധ്യമായില്ലേ?"

നേരത്തെ തുടങ്ങിവെച്ച സംഭാഷണത്തിന്റെ തുടർച്ചയെന്നപോലെയാണ് അയാൾ ചോദിച്ചത്.

അവൾ വെറുതെ തലകുലുക്കി.

"എന്നാൽ ഇനിയത് ആവർത്തിക്കരുത്. ഒന്നും ആലോചിച്ച് മനസ്സു പുണ്ണാക്കാതെ ചെന്നു കിടന്നുറങ്ങിക്കോ."

ആകെ വിളറിവെളുത്ത് സൈനബ് ഒന്നും മിണ്ടാതെ മുറിവിട്ടപ്പോൾ അയാൾ യാസീന്റെ നേരെ തിരിഞ്ഞു.

"തെമ്മാടിയായിപ്പോയി എന്റെ മോൻ പക്ഷേ എനിക്കെന്ത് ചെയ്യാനാവും? കൊച്ചുകുട്ടി ആയിരുന്നെങ്കിൽ അടിച്ച് ചെപ്പക്കുറ്റി പൊട്ടിച്ചേനെ. ഒത്ത ആണായി. ഉദ്യോഗസ്ഥനാണത്രെ....താന്തോന്നിത്തം സഹിക്കാതെ പെണ്ണും കെട്ടിച്ചു. ഇനിയെന്താ റബ്ബേ ഞാൻ ചെയ്യേണ്ടത്... ഇതിനാണോ നിന്നെ വളർത്തി വലുതാക്കിയതും പഠിപ്പിച്ച് ഉദ്യോഗം നേടിത്തന്നതും?"

അരിശത്തേക്കാൾ സങ്കടമായിരുന്നു ആ സ്വരത്തിൽ മുന്തിനിന്നത്.

"ആണത്തമില്ലാത്ത മരക്കഴുതേ...മാനാപമാന ചിന്തയുമില്ലാതായോ?"

യാസീൻ തലഉയർത്തുകയോ എന്തെങ്കിലും മിണ്ടുകയോ ചെയ്തില്ല. ചെയ്തതെറ്റിന്റെ ഭീകരത മനസിലാക്കിയിട്ടാണ് മകൻ മിണ്ടാതെ തലതാഴ്ത്തി നിൽക്കുന്നതെന്നായിരുന്നു ബാപ്പ നിനച്ചത്. തികഞ്ഞ അച്ചടക്കത്തോടെ വളർത്തിയിട്ടും ഇവനിങ്ങനെ താന്തോന്നിയും മദ്യപാനിയും ആയല്ലോ എന്നോർത്ത് ബാപ്പയുടെ ഉള്ളും വിങ്ങി.

ഇനിയും മിണ്ടാതിരുന്നാൽ കുടുംബത്തിന്റെ നിലനിൽപ്പിനെത്തന്നെ ബാധിക്കുന്ന തെറ്റാണ് അവൻ ചെയ്തിരിക്കുന്നത്.

"എന്റെ ഭാര്യയെ ഒറ്റയ്ക്ക് പള്ളികളിൽ പോകാൻപോലും ഞാൻ അനുവദിക്കാറില്ലെന്നു നിനക്കറിയാമല്ലോ. നിങ്ങൾ ആൺമക്കളും രാത്രിയിൽ അനാവശ്യമായി പുറത്തിറങ്ങരുതെന്നും ഞാൻ വിലക്കിയതാണ്. എന്നിട്ടും നിന്റെ ഭാര്യയേയും വിളിച്ചുകൊണ്ട് അർധരാത്രിവരെ ഊരുതെണ്ടാൻ നിനക്കെങ്ങനെ ധൈര്യം വന്നു? ആണുങ്ങൾപോലും ചെല്ലാൻ മടിക്കുന്നിടത്ത് ആഭാസന്മാരുടെ ഇടയിൽ സ്വന്തം ഭാര്യയെ പ്രദർശിപ്പിക്കാൻ നിനക്ക് നാണമേതും തോന്നിയില്ലേ? ഏതു ചെകുത്താനാ നിന്റെ തലയിൽ കൂടിയിരിക്കുന്നത്?"

മിണ്ടാതിരിക്കുന്നതാണ് ബുദ്ധിയെന്നു യാസീനു തോന്നി. സംസാരിച്ചാൽ മദ്യപിച്ച കാര്യവും ബാപ്പ കണ്ടുപിടിച്ചെന്നിരിക്കും. ആ ഭീകരാന്തരീക്ഷത്തിൽനിന്ന് ഒന്നു രക്ഷപ്പെട്ടാൽമതിയെന്നുള്ള ചിന്തമാത്രമേ അപ്പോൾ അവനുണ്ടായിരുന്നുള്ളൂ. ലഹരി അപ്പോഴും ഇറങ്ങിയിട്ടില്ല. അതുകൊണ്ടായിരിക്കാം ബാപ്പയുടെ കോപവാക്കുകളേക്കാൾ അവന്റെ തലയിൽ മുഴങ്ങിയത് ക്ലബ്ബിൽവെച്ചു കേട്ട തമാശപ്പാട്ടുകളായിരുന്നു.

ഒരു ചുംബനത്തിനായി ഞാനെൻ ഉടയാടകൾ വിൽക്കാം
നിൻ മിനുമിനുത്ത കവിളുകൾ, നിന്നാഹ്ലാദം,
മധുരം കിനിയും പലഹാരംപോൽ നീ,
പാൽപ്പായസമാണ് നീ, അല്ലെങ്കിൽ അതിനേക്കാൾ....

"എന്തെങ്കിലും പറ കഴുതേ. എന്തു തീരുമാനിച്ചു നീ. ഈ സംഭവം നിസ്സാരമാക്കി തള്ളിക്കളയാൻ ഞാൻ ഒരുക്കമല്ല."

ബാപ്പയുടെ അലർച്ച കേട്ട് അവൻ കവിത മറന്നു.

"അവൾ ബാപ്പയോടൊപ്പം ഇത്തരം സ്ഥലങ്ങളിലൊക്കെ പോവാറുണ്ടത്രേ. എന്നാലും ഞാനതു ചെയ്യരുതായിരുന്നു."

നിവൃത്തിയില്ലാതെ യാസീൻ കുറ്റം ഏറ്റുപറഞ്ഞു.

"അവളിപ്പോൾ ഈ കുടുംബത്തിലെയാണ്. അപ്പോൾ ഇവിടത്തെ രീതിയനുസരിച്ചുവേണം ജീവിക്കാൻ. നീ അവളുടെ ഭർത്താവും നാഥനുമാണ്. അപ്പോ നിന്റെ ഇഷ്ടത്തിനൊത്താ അവൾ ജീവിക്കേണ്ടത്. അല്ലേ? അല്ലെങ്കിൽ പറ."

അരിശം അടക്കാനാവുന്നില്ല ബാപ്പയ്ക്ക്.

"എനിക്കിങ്ങനെ ഒരു മോഹമുണ്ടെന്നറിഞ്ഞപ്പോ....കൂടെ വരാമെന്നായി അവൾ...."

"നീ ആണാണോടാ? പെണ്ണിനെ ചീത്തയാക്കുന്നതും നന്നാക്കുന്നതും പുരുഷനാ. എല്ലാ പുരുഷനും അവളുടെ ഉടമസ്ഥനാകാൻ കഴിഞ്ഞെന്നു വരില്ല എന്ന ഖുറ്ആൻ വാക്യം നീ പഠിച്ചിട്ടില്ലേ?"

"പെണ്ണുങ്ങൾ തുണി അഴിച്ചിട്ട് ആടുന്നിടത്ത് നീ അവളെ കൊണ്ടുപോകും അല്ലേടാ?"

കൈകൾ കൂട്ടിത്തിരുമ്മിക്കൊണ്ട് ഈർഷ്യയോടെയാണ് അയാൾ ചോദിച്ചത്.

ഒരു ചുംബനത്തിനുവേണ്ടി ഞാനെന്റെ ഉടയാടകൾ....

യാസീന്റെ തലയിൽ ഇപ്പോൾ സംഗീതമില്ല. അവന്റെ സ്വപ്നങ്ങൾ കരിഞ്ഞു.

"ഈ വീട്ടിൽ ചില നിയമങ്ങളൊക്കെയുണ്ട്. അതനുസരിച്ചേ ഇവിടെ കഴിയാനാവൂ."

ബാപ്പയുടെ അവസാനവാക്കുകൾ യാസീനെ വല്ലാതെ അസ്വസ്ഥനാക്കി.

നാൽപ്പത്തിയേഴ്

വിവാഹത്തിനു കദീജയെ അണിയിച്ചൊരുക്കുന്ന കടമ ആയിഷ ഏറ്റെടുത്തു. കദീജയുടെ ഉള്ളിലെ മോഹങ്ങൾക്ക് വിരിയാൻ അവസരം കിട്ടിയിരിക്കുന്നു. ആ സന്ദർഭത്തിനൊത്ത് അവളെ ഒരുക്കാൻ ആയിഷ നിശ്ചയിച്ചു. ആയിഷയുടെ മിനുക്കുപണികൾ കഴിഞ്ഞപ്പോൾ മണവാട്ടി അടിമുടി തിളങ്ങി. അപ്പോഴേക്കും അവളുടെ മനസ്സും വിവാഹത്തിന് ഒരുങ്ങിക്കഴിഞ്ഞിരുന്നു. ഒരു പുരുഷൻ അവളെ കണ്ട് ഇഷ്ടപ്പെട്ട് വിവാഹം കഴിക്കണമെന്ന് ആവശ്യപ്പെട്ടിരിക്കുകയാണല്ലോ എന്നോർത്തപ്പോൾ കദീജ ആകുലതകൾ മറന്നു.

ഉമ്മയെയും ബാപ്പയെയും സഹോദരങ്ങളെയും വിട്ട് പോകണമല്ലോ എന്ന ചിന്ത അപ്പോഴും അവളെ വേദനിപ്പിച്ചിരുന്നു. തട്ടിൻമുകളിലെ മുല്ലപ്പന്തലും സൂര്യകാന്തിയും മുന്തിരിവള്ളിയും ഉമ്മയുടെ വളർത്തുകോഴികളും നാളെ മുതൽ അവൾക്ക് അന്യം. എത്രയോ കാലമായി ആശയോടെ കാത്തിരുന്ന സുദിനമായിട്ടും അവളുടെ മനസും കലങ്ങി. ചുറ്റിലും കണ്ട ആഹ്ലാദത്തിമർപ്പുകൾ അവളുടെ വേദന ഒട്ടും കുറച്ചില്ല. ആയിഷയുടെ വിവാഹം ആദ്യം നടത്താൻ തീരുമാനിച്ചപ്പോൾ ഈ വീടിനെയും വീട്ടുകാരേയും അവൾ വെറുത്തിരുന്നു. സ്നേഹം അങ്ങനെയാണ്. അടുക്കുമ്പോൾ കുറയുകയും അകലുമ്പോൾ കൂടുകയും ചെയ്യുന്നു.

കദീജയെതന്നെ നോക്കിക്കൊണ്ട് കമാൽ അടുത്തുതന്നെയുണ്ട്. നിങ്ങൾ തിരിച്ചുവരുമോ എന്ന് ഇപ്പോഴവൻ ചോദിക്കാറില്ല. പെൺകുട്ടികൾ വിവാഹം കഴിഞ്ഞുപോയാൽ സ്വന്തം വീട്ടിലേക്ക് തിരിച്ചുവരില്ലെന്ന് ഇപ്പോൾ അവനുമറിയാം.

"സ്കൂളിൽ ഉച്ചയൊഴിവിന് ഞാൻ നിങ്ങളെ രണ്ടാളിനെയും കാണാൻ വരൂട്ടോ....എപ്പളും വരും."

അവൻ ഇടയ്ക്കിടെ പറഞ്ഞുകൊണ്ടിരുന്നു.

ഇത്താത്തമാർ സന്തോഷംകാണിച്ചെങ്കിലും കമാലിന് ഉത്സാഹമൊന്നും തോന്നിയില്ല. കാരണം അവൻ ആയിഷയെ കാണാൻ

ഇടയ്ക്കിടെ പോകാറുണ്ട്. മുമ്പത്തെക്കാൾ സ്നേഹവും വാത്സല്യവും കാണിക്കാറുണ്ടെങ്കിലും ആയിഷ പഴയ ആളല്ല എന്നാണ് അവന് തോന്നാറുള്ളത്. കദീജയും അങ്ങനെതന്നെ ആവാനാണ് സാധ്യത. ഇനി വീട്ടിൽ കൂട്ട് സൈനബ് മാത്രം. അവരാണെങ്കിൽ അവനോട് വലിയ ചങ്ങാത്തമൊന്നും കാണിക്കാറില്ല. ഉമ്മ കൂടെയുള്ളപ്പോൾ ഉമ്മയെ കാണിക്കാൻവേണ്ടി ചിലപ്പോൾ കൊഞ്ചിച്ചെന്നിരിക്കും. ഉമ്മ പോയാൽപ്പിന്നെ കണ്ടഭാവം കാണിക്കില്ല.

കദീജ പിരിഞ്ഞുപോകുന്നതിൽ സൈനബിന് യാതൊരു വിഷമവും തോന്നിയില്ലെന്നുള്ളതാണ് സത്യം. കല്യാണവീടായിട്ടും യാതൊരാഘോഷവും ഇല്ലാത്തതിൽ മാത്രമേ അവൾക്ക് പ്രതിഷേധം തോന്നിയുള്ളു.

“അയ്യേ...ഇങ്ങനെയൊരു കല്യാണം ഞാനിതിനുമുന്നം കണ്ടിട്ടില്ല. പാട്ടുല്ല. കളിയും ചിരിയുമില്ല. ഇതെന്തൊരു വീടാണപ്പാ?”

സയ്യിദ് അഹമ്മദിനെ വിമർശിക്കാൻ കിട്ടുന്ന ഒരവസരവും അവളിപ്പോൾ വിട്ടുകളയാറില്ല.

കദീജയോട് സങ്കടത്തോടെ വിടപറയാനൊന്നും അവൾ മുതിർന്നില്ല. പക്ഷേ വീട്ടുജോലിയിൽ കദീജയ്ക്കുള്ള നിപുണത പ്രശംസിക്കാൻ പക്ഷേ അവൾ മറന്നില്ല.

“ഭർത്താവിനെയും ഉമ്മയെയും പരിചരിക്കുന്ന ഒരു നല്ല വീട്ടമ്മയായിരിക്കും കദീജ എന്നതിൽ സംശയമില്ല കേട്ടോ.”

“അതു നേരാ. പക്ഷേ നാവിനെ പേടിക്കതന്നെ വേണം. അതിന്റെ നീളം നീ അറിഞ്ഞില്ലെന്നു തോന്നുന്നല്ലോ.”

ആയിഷ.

“അള്ളാഹുവിന് സ്തുതി. എനിക്കതിനുള്ള അവസരമുണ്ടായിട്ടില്ല. എന്നാലും മറ്റുള്ളവർ പറയുന്നത് കേട്ടിട്ടുണ്ടേ.”

സൈനബും ആയിഷയും ആർത്തു ചിരിച്ചു. കദീജയും മറ്റുള്ളവരും അവരോടൊപ്പം ചേർന്നപ്പോൾ മുറിയിൽ കൂട്ടിച്ചിരി.

“ശ്...മിണ്ടല്ലേ....”

ഉമ്മ പെട്ടെന്ന് ചുണ്ടത്തു വിരൽവെച്ചു.

അപ്പോൾ പുറത്തെ ബഹളം അവരും കേട്ടു.

“അയലത്തൂന്നാ ബഹളം. മറിയത്തിന്റെ ബാപ്പ മരിച്ചെന്നാ തോന്നണത്.”

വേവലാതിയോടെയാണ് കദീജ പറഞ്ഞത്.

ബാപ്പയ്ക്ക് അസുഖം അധികമായതിനാൽ മറിയവും ഉമ്മയും കല്യാണത്തിന് വന്നിരുന്നില്ല. ആ മരണം ഏവരും പ്രതീക്ഷിച്ചതാണ്. അതുകൊണ്ടാണല്ലോ പുറത്ത് ശബ്ദം കേട്ടതും കദീജ അങ്ങനെ പറഞ്ഞത്. ഉമ്മ തിരക്കിട്ട് പുറത്തേക്ക് നടന്നു.

“മൂപ്പരെ കാര്യം കയിഞ്ഞു. ഈയൊരവസരത്തിലായത് അലമ്പായി.”

കുറച്ചുകഴിഞ്ഞ് തിരിച്ചെത്തിയ ഉമ്മയുടെ സ്വരവും പതറിയിരുന്നു.

"വലിയ ഒച്ചയും വിളിയുമൊന്നുമില്ലാതെ കല്യാണം നടത്തുകയല്ലാതെ വിവാഹം മാറ്റിവയ്ക്കുന്നത് പെണ്ണിനോടു കാണിക്കുന്ന അന്യായമായിരിക്കും. മരണം അവന്റെ കൈയിലല്ലേ. അതാർക്ക് തടയാനാകും?"

സൈനബ്.

കദീജ വല്ലാതെ വിരണ്ടുപോയി. കാത്തുകാത്തിരുന്നിട്ട്....ഇതിലെന്തോ അപകടസൂചനയുള്ളതുപോലെ തോന്നി അവൾക്ക്.

"എന്റെ റബ്ബേ...."

കദീജ പരിസരം മറന്ന് വിളിച്ചു പോയി.

ഉമ്മയുടെ ഉള്ളും വിങ്ങുകയായിരുന്നു. അതു പുറത്തുകാണിക്കാതിരിക്കാൻ അവർ കിണഞ്ഞു ശ്രമിച്ചു.

"അവന്റെ പ്രവൃത്തികളുടെ അർഥം നമുക്ക് പിടികിട്ടില്ല. ജനനവും മരണവുമൊക്കെ അവനു തമാശ. ശപിക്കപ്പെട്ട സാത്താന്റെ വലയിൽനിന്നു രക്ഷിക്കാനും അവനെ ആവൂ."

ഉമ്മ വിഷമത്തോടെയാണ് പറഞ്ഞത്.

"നീയ് ഈ വീടുവിട്ട് പോവുകയാണെന്നറിഞ്ഞപ്പോൾ മൂപ്പർക്ക് സഹിക്കാനായിട്ടുണ്ടാവില്ല. അതാ ഇന്നു തന്നെ സലാം പറഞ്ഞ് പിരിഞ്ഞത്."

രംഗം തണുപ്പിക്കാനെന്ന മട്ടിൽ യാസീൻ കദീജയോട് തമാശ പറഞ്ഞു.

തന്റെ വേവലാതി മറ്റുള്ളവരെ അറിയിക്കാതിരിക്കണമെന്ന് നിർബന്ധമുള്ളതുകൊണ്ടായിരിക്കാം കദീജ ഒന്നുംമിണ്ടാതെ ചിരി അഭിനയിച്ചതേ ഉള്ളു.

"ഓടക്കുഴലിൽ സാരിചുറ്റി അണിയിച്ചൊരിക്കിയാലും മണവാട്ടിയാകുമെന്ന് ഇപ്പോ മനസിലായി."

അവളെ അടിമുടി പരിശോധിച്ചിട്ട് തരക്കേടില്ലല്ലോ എന്ന മട്ടിലാണ് യാസീൻ പറഞ്ഞത്.

ഇന്നു നിങ്ങളുമായി വഴക്കടിക്കാൻ ഞാൻ ഒരുക്കമല്ല. വെറുതെ എന്നെ പ്രകോപിപ്പിക്കല്ലേ എന്നു പറയണമെന്നുണ്ടായിരുന്നു അവൾക്ക്.

"ഒന്നു മിണ്ടാതിരിക്കോ അയലത്തെ മരണം എന്തോ ദുർലക്ഷണമായിട്ടാ എനിക്കു തോന്നണത്."

എന്നാണ് പക്ഷേ ചുണ്ടത്ത് വന്നത്.

"വിഡ്ഢിത്തരം പറയാതെ അയാളുടെ മരണത്തെക്കുറിച്ച് പേടിക്കാതെ നിന്റെ നാവിനെ പേടിക്ക്. പുതുമാരനുമായി സല്ലപിക്കുമ്പോൾ നാവിൽ തേൻപുരട്ടിക്കോ. അതുമാത്രമേ അനിയത്തീ എനിക്കിപ്പോൾ നിന്നോടു പറയാനുള്ളു."

യാസീൻ വിടാനുള്ള ഭാവമില്ല.

"മരണത്തെക്കുറിച്ചൊന്നും ഇപ്പോൾ ഓർക്കണ്ട. നമ്മളൊക്കെ ഏറെ നാളായി കാത്തിരുന്ന നിന്റെ വിവാഹസുദിനമാണിന്ന്. നമ്മൾ ഉടമ്പടിയിൽ ഒപ്പുവെച്ചതറിഞ്ഞില്ലേ."

ഫഹ്മി സമാധാനിപ്പിച്ചു.

"ഞാനക്കാര്യം മറന്നു കേട്ടോ. നിന്റെ വിവാഹം മാത്രമല്ല ഇന്നത്തെ ചൂടുള്ള വാർത്ത മറ്റൊരു പ്രധാന കാര്യംകൂടിയുണ്ട്. യുദ്ധം അവസാനിച്ചു. കൈസർ വില്യം കീഴടങ്ങി."

യാസീൻ ചിരിച്ചുകൊണ്ടു പറഞ്ഞു.

"ആസ്ത്രേല്യക്കാർ കെട്ടുകെട്ടിപ്പോകുമോ? സാധനങ്ങളുടെ വില കുറയുമോ?"

ഉമ്മ.

"ഉവ്വ്. അവർ നാടുവിടും. സാധനങ്ങളുടെ വില കുറയും. ഒപ്പം കദീജയുടെ നീണ്ട നാവിൽനിന്നു നമുക്കു രക്ഷയും കിട്ടും."

യാസീൻ.

ഫഹ്മി ചിന്തയിലായിരുന്നു. ജർമനി തോറ്റത് അവനിപ്പോഴും വിശ്വസിക്കാനാവുന്നില്ല. ഇതാരും പ്രതീക്ഷിച്ചതല്ല. ഈജിപ്തിൽ സുൽത്താൻ തിരിച്ചുവരുമെന്ന പ്രതീക്ഷയാണ് അസ്തമിച്ചിരിക്കുന്നത്. ഇനി എന്നും ഇംഗ്ലീഷുകാരുടെ അടിമകളായിക്കഴിയാം.

"ഇതിന്റെ എല്ലാ നേട്ടവും ഇംഗ്ലീഷുകാർക്കുമാത്രം. സുൽത്താൻ ഫൗദിന്റെ സഹായമില്ലായിരുന്നെങ്കിൽ ഇംഗ്ലീഷുകാർ ഒരിക്കലും ജയിക്കുമായിരുന്നില്ല. തിരിച്ചും പറയാം. അവരുടെ സഹായമില്ലായിരുന്നെങ്കിൽ ഫൗദിനു കിരീടം തിരിച്ചുകിട്ടുമായിരുന്നില്ല. ഇതിൽ ഒരു മൂന്നാം കക്ഷികൂടിയുണ്ട്. ജീവിതത്തിലൊരിക്കലും വരണമാല്യം അണിയാൻ ഭാഗ്യമുണ്ടാവില്ലെന്നു കരുതിയ കദീജ ഇന്നിതാ വധുവായി ചമഞ്ഞൊരുങ്ങി. പോകാൻ തയാറായിരിക്കുന്നു."

യാസീൻ.

"എന്നോട് വഴക്കിട്ടേ ഇവിടന്ന് പറഞ്ഞയക്കൂ എന്നാണോ?"

ഭീഷണിപ്പെടുത്തുന്നതുപോലെയാണ് കദീജ ചോദിച്ചത്.

"ഞാനുമൊരു ഉടമ്പടി ആവശ്യപ്പെടുകയാണ്. കൈസർ വില്യമിന്റെ ശക്തിയൊന്നും എനിക്കില്ല...."

അപ്പോഴാണ് ചിന്തയിലാണ്ടുനിൽക്കുന്ന ഫഹ്മിയെ യാസീൻ ശ്രദ്ധിച്ചത്.

"കളയെടാ നിന്റെ പീറരാഷ്ട്രീയം. പാട്ടും കളിയുമായി നമുക്കിന്ന് നമ്മുടെ പെങ്ങളുടെ കല്യാണം ആഘോഷിക്കാം."

അവൻ ഫഹ്മിയോട് പറഞ്ഞു.

കദീജയുടെ മനസ്സും കുളിർത്തു. രാവിലെ ബാപ്പയെ കണ്ടത് വീണ്ടും ഓർമയിലെത്തി. പുതിയ ജീവിതം ആരംഭിക്കുന്ന ആ സുദിനത്തിൽ രാവിലെ തന്നെ ബാപ്പ അവളെ മുറിയിലേക്കു വിളിപ്പിച്ചു. ബാപ്പ സ്നേഹത്തോടും വാത്സല്യത്തോടും അവളെ സ്വീകരിച്ചതുകണ്ട് അകം നിറഞ്ഞു. അതുവരെ അറിയാത്ത ബാപ്പയെ അന്നവൾ അറിഞ്ഞു. ബാപ്പയുടെ സ്നേഹംമുറ്റിയ വാക്കുകൾ ചെവിയിൽ ഇപ്പോഴും മുഴങ്ങുന്നു.

"അള്ളാഹു നിനക്ക് തുണയാകട്ടേ. നേർവഴി കാണിച്ചുതരട്ടെ. ഇനിയുള്ള ജീവിതത്തിൽ സന്തോഷവും സമാധാനവും തരട്ടെ. എല്ലാ അർത്ഥത്തിലും നിന്റെ ഉമ്മയെ മാതൃകയാക്കിവേണം ജീവിക്കാൻ. ഇതിൽക്കവിഞ്ഞൊരുപദേശം നിനക്കു നൽകാൻ എനിക്കില്ല."

ബാപ്പ കൈ നീട്ടിയപ്പോൾ അവൾ ആദരവോടെ സ്നേഹത്തോടെ ആ കൈയിൽ മുത്തി. കണ്ണു നിറച്ചുകൊണ്ടാണ് അവൾ മുറിവിട്ടത്.

എന്റെ ബാപ്പ സ്നേഹമുള്ള ആളാണ്. ഞാൻ വിചാരിച്ചത് ബാപ്പയ്ക്ക് ഉമ്മയെ....പക്ഷേ....എല്ലാ അർത്ഥത്തിലും ഉമ്മയെ അനുകരിച്ചു ജീവിക്കാൻ പറഞ്ഞപ്പോൾ ബാപ്പയുടെ മുഖത്ത് അഭിമാനമായിരുന്നു.

ഇക്കാര്യം പറഞ്ഞപ്പോൾ ഉമ്മയുടെ മുഖം നാണത്താൽ തുടുത്തു.

ഭാര്യമാർക്ക് മാതൃകയാണ് തന്റെ പത്നി എന്നു വിശ്വസിക്കുന്ന ഒരാളെ ഭർത്താവായിക്കിട്ടിയ എന്റെ ഉമ്മ എത്ര ഭാഗ്യവതിയാണ്? ഞാനിതു പറഞ്ഞാൽ ആരെങ്കിലും വിശ്വസിക്കുമോ? വേണ്ട. ഇത് എന്നും എന്റെ മനസ്സിൽ ഒരു മധുരസ്വപ്നമായി മായാതെ കിടക്കും. ഈ സ്നേഹമൊക്കെ ബാപ്പ എന്തിനാ ഞങ്ങളിൽനിന്ന് ഒളിക്കുന്നത്?

സ്വയം പറഞ്ഞിട്ട് അവൾ ബാപ്പയ്ക്കുവേണ്ടി കരളുരുകി പ്രാർത്ഥിച്ചു.

"ബാ മോളേ....വണ്ടികൾ എത്തി."

ഉമ്മ വന്നുപറഞ്ഞു.

നാൽപ്പത്തിയെട്ട്

ആയിഷ പോയപ്പോൾ ആ വിടവുനികത്താൻ കദീജയുണ്ടായിരുന്നു. എപ്പോഴും വഴക്കും ബഹളവുമായി നടന്നിരുന്ന കദീജ പോയതോടെ വീട് ഉപ്പില്ലാത്ത കറിപോലായി. കദീജയില്ലാത്ത വൈകുന്നേരങ്ങൾ യാസീനു വിരസമായിത്തുടങ്ങി. ഭാര്യയെപ്പേടിച്ച് അക്കാര്യം ഉറക്കെപ്പറഞ്ഞില്ലെന്നുമാത്രം. വല്ലാതെ മടുത്തപ്പോൾ യാസീൻ വൈകുന്നേരങ്ങളിൽ വീണ്ടും പുറത്തേക്കിറങ്ങിത്തുടങ്ങി.

ഗൗരവം നടിക്കാറുണ്ടെങ്കിലും യാസീൻ ഗൗരവക്കാരനല്ല. എപ്പോഴും കളിയും ചിരിയും തമാശപറച്ചിലുമായി നടക്കാനായിരുന്നു ഇഷ്ടം. കദീജയായിരുന്നു എല്ലാറ്റിനും കൂട്ട്. അവളോട് വഴക്കടിക്കുന്നതും ഒരു രസമായിരുന്നു. വൈകുന്നേരത്തെ കുടുംബസദസ്സ് ഇപ്പോൾ തികച്ചും വിരസമായിത്തോന്നി. വീട്ടുകാരെ പിണക്കരുതെന്നു കരുതിമാത്രമാണ് കുറച്ചുനേരം അവിടെച്ചെന്നിരിക്കുന്നത്.

കമാലിനെ കുറച്ചുനേരം കഥയോ കവിതയോ വായിച്ചു കേൾപ്പിക്കും. ചോദ്യം ചെയ്യാനും എതിർക്കാനും ആരുമില്ലെങ്കിൽ പിന്നെ ആരോടാണ് തർക്കിക്കുക?

ഫഹ്മിക്ക് എന്തോ പറയാനുണ്ടെന്ന് അവന്റെ മുഖം കണ്ടപ്പോൾ യാസീൻ ഊഹിച്ചു. രാഷ്ട്രീയംതന്നെ ആയിരിക്കും. കോളേജിൽനിന്ന് എത്തിയപ്പോഴേ പെയ്യാൻ കാത്തിരിക്കുന്ന മഴമേഘത്തിന്റെ ഭാവമായിരുന്നു അവന്. ഒരു നേരിയ കാറ്റുവീശിയാൽ മതി തിമർത്തു പെയ്തോളും.

"ഇന്നെന്താ പുതിയ വാർത്തകളൊന്നുമില്ലേ?"

യാസീൻ ചോദിച്ചു.

"ഹോ...എന്തു വാർത്ത?"

ഫഹ്മി കൈ മലർത്തി.

"എന്നാ എനിക്കൊരുപാട് പറയാനുണ്ട്. കല്യാണം വെറും ചതിയാണ്. ആദ്യം ഒലിവെണ്ണപോലെ ഹൃദ്യം. കാലം പഴകുമ്പോഴോ ആവണക്കെണ്ണയുടെ അരുചിയും. മറിയത്തെ കെട്ടാൻ കഴിഞ്ഞില്ലെന്നും പറഞ്ഞ് എന്റെ അനിയൻ വെറുതെ കരഞ്ഞ് ജീവിതം പാഴാക്കണ്ട. ഞാൻ പറയുന്ന പലതും നിനക്ക് രുചിച്ചില്ലെന്നിരിക്കും. മാത്രമല്ല ഭാര്യയുടെ മുന്നിൽവെച്ച് ഉള്ളുതുറക്കാൻ എനിക്കു ധൈര്യമില്ലെന്നും കൂട്ടിക്കോ."

എന്നാണ് യാസീൻ പറയാൻ ഉദ്ദേശിച്ചതെങ്കിലും നാക്കിൻതുമ്പത്ത് വന്നത് ഒരു കവിതയായിരുന്നു.

പറയാനരുതാത്തൊരു സന്ദേശമെനിക്കുണ്ട്
നമ്മെയാരും ശ്രദ്ധിക്കുന്നില്ലെങ്കിൽ....
നമ്മെയാരും ശ്രദ്ധിക്കുന്നില്ലെങ്കിൽ അതു താൻ
നിൻ ചുണ്ടിൽ പകരാം ഞാൻ.

"നമ്മുടെ സ്വാതന്ത്ര്യസമരനേതാക്കൾ ഇന്നലെ ബ്രിട്ടീഷ് റസിഡൻസിയെ ചെന്നു കണ്ട് ഈജിപ്ത് സ്വതന്ത്രമാക്കണമെന്ന് ആവശ്യപ്പെട്ടിരുന്നു. ഇന്നു ഞങ്ങളുടെ കോളേജിൽ ഇതുമാത്രമായിരുന്നു സംസാരം."

പെട്ടെന്നാണ് ഫഹ്മി പറഞ്ഞത്.

യാസീൻ പുരികമുയർത്തി താൽപ്പര്യം ഭാവിച്ചു. ചിലതൊക്കെ യാസീനും കേട്ടിരുന്നു. പൊതുകാര്യങ്ങളിൽ താൽപ്പര്യമില്ലാത്തതിനാൽ ശ്രദ്ധിച്ചില്ലെന്നുമാത്രം. ഫഹ്മി പറഞ്ഞതുനേരാണെങ്കിൽ ആ സ്വാതന്ത്ര്യസമരനേതാക്കളുടെ പ്രവൃത്തി വിചിത്രം തന്നെ. ജർമനിയെയും ഓട്ടോമൻ രാജവംശത്തെയും തോൽപ്പിച്ച് നിലം പരിശാക്കിയ ബ്രിട്ടീഷ് സർക്കാരിനോടുചെന്ന് സ്വാതന്ത്ര്യം വേണമെന്ന് ആവശ്യപ്പെടുക!

"അവർക്കെന്താ വട്ടുണ്ടോ?"

യാസീൻ.

"അവർ നേതാക്കന്മാരാണ്. കോളേജിൽ അവരെക്കുറിച്ച് ഭിന്നാഭിപ്രായങ്ങളാണ്. ചിലർ പറയുന്നു അവർ രാജ്യത്തെ ഇംഗ്ലീഷുകാർക്ക് അടിയറവെച്ചെന്ന്. എന്തുപറഞ്ഞാലും ഇപ്പോൾ അവർ ചെയ്ത ഉചിതമായ പ്രവൃത്തിതന്നെ."

പറയുമ്പോൾ ഫഹ്മിക്ക് ആവേശം.

"അതു നേരാ. ബ്രിട്ടീഷ് റസിഡൻസിയോട് സ്വാതന്ത്ര്യം വേണമെന്ന് ആവശ്യപ്പെടാൻ ധൈര്യം കാണിച്ചവരെ അഭിനന്ദിക്കാതെ വയ്യ."

ഫഹ്മിയുടെ ആവേശം കണ്ട് യാസീനും ആവേശഭരിതനായി.

"ഈ ആവശ്യവുമായി ഒരു സംഘത്തെ ബ്രിട്ടനിൽ അയക്കാൻ അനുവദിക്കണമെന്നതാണ് അവരുടെ നിവേദം. അപ്പോൾ അവർക്ക് രാജാവിനെയും ഈജിപ്തിലെ ബ്രിട്ടീഷ് ഹൈക്കമ്മീഷണറെയും നേരിട്ടു കാണുകയും ചെയ്യാമല്ലോ."

"സ്വാതന്ത്ര്യം കിട്ടുമെന്ന് നിനക്കുറപ്പാണോ?"

യാസീനു സംശയം തീരുന്നില്ല.

വലിയ താൽപ്പര്യമൊന്നിമില്ലായിരുന്നെങ്കിലും ഫഹ്മിയെ സന്തോഷിപ്പിക്കാനെന്നപോലെ യാസീൻ വീണ്ടും ചോദിച്ചു.

"അങ്ങനെ സംഭവിക്കുമോ?"

"ജീവനുള്ളിടത്തോളം ആശ കൈവിടരുത് സഹോദരാ."

ഫഹ്മി.

"അവരെ നാം എങ്ങനെ പുറത്താക്കുമെന്നാ?"

"അതിനുവേണ്ടിയാണല്ലോ സഅദും അനുയായികളും ലണ്ടനിൽ പോകാൻ അനുവാദം ചോദിച്ചിരിക്കുന്നത്."

ഉമ്മ അവർ പറയുന്നതുതന്നെ ശ്രദ്ധിച്ചിരിക്കുകയായിരുന്നു. ആൺമക്കൾ രാഷ്ട്രീയം പറയാൻ തുടങ്ങുമ്പോൾ അവർ കൊച്ചുവർത്തമാനം നിർത്തി താൽപ്പര്യത്തോടെ കേട്ടിരിക്കും. ചർച്ചയിൽ സജീവമായി പങ്കുചേരുകയും അഭിപ്രായം പറയുകയും ചെയ്യും. കമാലിനെ മതകാര്യങ്ങൾ പഠിപ്പിക്കുന്നതുപോലെ ചരിത്രവും ഭൂമിശാസ്ത്രവും പഠിപ്പിക്കുമ്പോൾ അവനോട് തർക്കിക്കുന്നതുപോലെ ഇക്കാര്യവും അവർ ചർച്ച ചെയ്യും. അങ്ങനെ മുസ്തഫ കമാൽ, മുഹമ്മദ് ഫരീദ്, സഅദ് തുടങ്ങിയവരുടെ പേരുകൾ അവർക്കും പരിചിതമായി. മുസ്ലീം ഖലീഫമാരോടാണ് അവർക്ക് കൂറ് എന്നറിഞ്ഞപ്പോൾ ഉമ്മയ്ക്കും അവരോട് സ്നേഹം തോന്നി. നേതാക്കൾ ലണ്ടനിൽ പോകുന്ന കാര്യം ഫഹ്മി പറഞ്ഞപ്പോൾ അവർ ചോദിച്ചു:

"എന്റെ റബ്ബേ...ഈ ലണ്ടനെവിടാ?"

"ലണ്ടൻ ഗ്രെയിറ്റ്ബ്രിട്ടന്റെ തലസ്ഥാനമാണ്. പാരീസ് ഫ്രാൻസിന്റെ തലസ്ഥാനം. കേപ്പിന്റെ തലസ്ഥാനം...."

കേട്ടതും കാണാപ്പാഠം പഠിച്ചത് അപ്പടി ഉരുവിടാൻ തുടങ്ങി കമാൽ.

ഇംഗ്ലണ്ടിലാണ് ലണ്ടൻ എന്ന് ഉമ്മയുടെ ചെവിയിൽ പറയുകയും ചെയ്തു.

"ഈജിപ്ത് വിട്ടുപോകണമെന്ന് അവരോട് പറയാൻ അവരുടെ നാട്ടിലേക്കു പോണതെന്തിന്? ഇത് വളരെ മോശംതന്നെ. നീ എന്റെ വീട്ടിൽവന്ന് എന്നോട് വീട് കാലിയാക്കണമെന്നു പറഞ്ഞതുപോലാണല്ലോ."

തോന്നിയത് പറയാതിരിക്കാൻ ഉമ്മയ്ക്കായില്ല.

ഉമ്മയുടെ പെട്ടെന്നുള്ള ഇടപെടൽ ഫഹ്മിയെ കുഴക്കി. ഇടപെട്ടാൽ ഇഷ്ടപ്പെട്ടില്ലെന്ന് അവന്റെ നോട്ടത്തിൽനിന്നു മനസിലാക്കിയ ഉമ്മ അവനെ സമാധാനിപ്പിക്കാനെന്നപോലെ വിശദീകരിച്ചു.

"ഏറെക്കാലമായി ഇവിടം ഭരിക്കുന്നവരോട് പെട്ടെന്നൊരു ദിവസം ഒഴിഞ്ഞു പോകണമെന്നു പറയുന്നതെങ്ങനെ? ഞാനും നീയും ജനിക്കും മുമ്പേ അവരാണ് ഈ നാട് ഭരിക്കുന്നത്. നമ്മൾ അയൽക്കാരെപ്പോലെ ഒത്തൊരുമിച്ചു കഴിയുന്നതിനിടയിൽ നാടുവിട്ടു പോകാൻ പറയുന്നത് ഉചിതമാണോ?"

ഫഹ്മി നിരാശയോടെ പുഞ്ചിരിച്ചു. പക്ഷേ സൈനബ് ഗൗരവത്തിൽ പറഞ്ഞു:

"സ്വന്തം രാജ്യം വിട്ടുപോകണമെന്ന് അവരോട് പറയാൻ ഇവിടെ ആർക്കാ ധൈര്യം? ചോദിക്കാൻ പോകുന്നവരെ അവർ കൊല്ലില്ലെന്നാരു കണ്ടു? കൊന്നാലും നാം അറിഞ്ഞെന്നു വരില്ല. കെയ്റോ നഗരം മുഴുക്കെ അവരുടെ പട്ടാളക്കാരാണ്. അപ്പോ അവരുടെ നാട്ടിലെ സ്ഥിതി എന്തായിരിക്കും?"

പെണ്ണുങ്ങളുടെ തർക്കം കുറച്ചു നേരം നീണ്ടുപോയാൽ അത്രയും നല്ലതെന്നേ യാസീനു തോന്നിയുള്ളൂ. പക്ഷേ ഫഹ്മിക്ക് അരിശം വരുന്നുണ്ടെന്നു മനസിലാക്കിയ യാസീൻ അവരുടെ സംഭാഷണം തടസപ്പെടുത്തി.

"അവര് പറഞ്ഞതിലും കാര്യമുണ്ടനിയാ. ശക്തമായ സാമ്രാജ്യത്തോട് മല്ലിടാൻ നമുക്കെന്തുണ്ട്?"

"വിപ്ലവകാരികളുടെ നേതാവായ ഉറാബിപാഷ അസാധാരണ ധൈര്യശാലിയായിരുന്നു. അദ്ദേഹവുമായി താരതമ്യപ്പെടുത്തുമ്പോൾ ഇന്നത്തെ നേതാക്കൾ ഒന്നുമല്ല. കാലാൾപ്പടയുടെ നേതാവായിരുന്നു അദ്ദേഹം. എന്നിട്ടും അദ്ദേഹത്തെ ഇംഗ്ലീഷുപട്ടാളക്കാർ തടവിലാക്കുകയും നാടുകടത്തുകയും ചെയ്തില്ലേ?"

ഉമ്മയാണ് യാസീന്റെ ചോദ്യത്തിനു മറുപടി പറഞ്ഞത്.

"ഒന്നു മിണ്ടാതിരിക്കുന്നുണ്ടോ?"

സഹിക്കാനാവാതെ ഫഹ്മി ഒച്ചവച്ചു.

അവനെ അരിശം പിടിപ്പിച്ചതിൽ ഉമ്മയ്ക്കു വിഷമമായി. അവർ ക്ഷമാപണമെന്നപോലെ പറഞ്ഞു:

"അധ്വാനിക്കുന്നവർക്ക് പുരസ്കാരം കിട്ടാതിരിക്കില്ല. അള്ളാഹു അവർക്കു നേർവഴി കാണിച്ചുകൊടുക്കുകയും രാജ്ഞിയുടെ മനസിൽ അവർക്കുനേരെ...."

"ഏതു രാജ്ഞിയെക്കുറിച്ചാ നിങ്ങൾ പറയുന്നത്?"

"വിക്ടോറിയാ മഹാറാണി. അതല്ലേ മോനേ അവരുടെ പേര്? പണ്ട് ബാപ്പ പറഞ്ഞത് ഞാൻ കേട്ടിട്ടുണ്ട്. അവരുടെ ആജ്ഞപ്രകാരമാണ് ഉറാബിയെ നാടു കടത്തിയത്. അപ്പോഴും അവർ അദ്ദേഹത്തിന്റെ ധീരതയെ പുകഴ്ത്തിയിരുന്നത്രേ."

"പട്ടാളത്തലവൻ ഉറാബിയെ നാടുകടത്തിയവർക്ക് ഈ സഅദിനെ ശിക്ഷിക്കാനാണോ പ്രയാസം?"

യാസീന്റെ പരിഹാസം.

"അതേസമയം അവരുമൊരു സ്ത്രീതന്നല്ലോ. സ്ത്രീകളുടെ മനസു നിറയെ കാരുണ്യമാ. വേണ്ടതുപോലെ പറഞ്ഞാൽ അവരുടെ മനസലിയാതിരിക്കില്ല."

സ്വന്തം അയൽക്കാരിയെക്കുറിച്ചെന്നപോലെ വിക്ടോറിയാ മഹാറാണിയെക്കുറിച്ച് പറയുന്ന ഉമ്മയുടെ രീതി യാസീന് നന്നേ പിടിച്ചു.

"അവർ മഹാറാണിയോട് എന്താ പറയേണ്ടത്?"

ചർച്ചയിൽ ഹരം കേറിയ യാസീൻ ചോദിച്ചു.

രാഷ്ട്രീയകാര്യങ്ങളിൽ അവർക്കുള്ള അറിവ് വകവച്ചതുകണ്ടപ്പോൾ ഉമ്മയ്ക്കും ഉത്സാഹം.

പക്ഷേ ഉമ്മയെ സംസാരിക്കാൻ അനുവദിക്കാതെ സംസാരത്തിനു വിരാമമിടാനെന്നപോലെ ഫഹ്മി പറഞ്ഞു:

"അറിയാതെ എന്തെങ്കിലും വിളിച്ചുകൂവാതെ. വിക്ടോറിയാ മഹാറാണി മരിച്ചിട്ട് വർഷങ്ങളായി.

ജനലിൽക്കൂടി പുറത്തേക്കുനോക്കിയപ്പോഴാണ് യാസീൻ നേരം ഇരുട്ടിത്തുടങ്ങിയതറിഞ്ഞത്. സംഭാഷണം തുടരാൻ ആഗ്രഹിക്കുന്നതായി ഫഹ്മിയുടെ മുഖം വിളിച്ചുപറഞ്ഞു. എങ്ങനെ തടിതപ്പാമെന്നായി അപ്പോൾ യാസീന്റെ ചിന്ത.

"അവർ ചെയ്യുന്ന പ്രവൃത്തിയുടെ ഗൗരവം മനസിലാക്കിയിട്ടുതന്നെയാണ് അവർ ഇറങ്ങിയിരിക്കുന്നത്. വിജയിക്കാനുള്ള വഴികളും അവർ കണ്ടിട്ടുണ്ടാകും. അവർക്കുവേണ്ടി നമുക്കു പ്രാർഥിക്കാം."

യാസീൻ സൈനബിനേയും വിളിച്ചു മുറിവിട്ടു.

തന്റെ മനസ്സിലുള്ളത് പങ്കുവയ്ക്കാൻ ഒരാളില്ലല്ലോ എന്നോർത്ത് ഫഹ്മി വിഷമിച്ചു. സ്വാതന്ത്ര്യത്തെക്കുറിച്ച് അവന് ഒരായിരം സ്വപ്നങ്ങളുണ്ട്. ഒരു പുതുയുഗപ്പിറവി. ഒരു പുത്തൻ ജനത ഇവിടെ ഉണ്ടാകും. അപ്പോൾ അവന്റെ വീടും വീട്ടുകാരും പോലും മാറിയെന്നിരിക്കും. പക്ഷേ, സ്വാതന്ത്ര്യബോധമില്ലാത്ത വിവരംകെട്ട ജനതയെക്കുറിച്ചോർത്തപ്പോൾ ഫഹ്മിയുടെ ഉള്ളിൽ അഗ്നി കത്തിപ്പടർന്നു. ആ ചൂടിൽ അവൻ വെന്തുരുകി. എല്ലാം ഉപേക്ഷിച്ച് ആകാശത്തേക്കു പറന്നുയരാൻ അവൻ കൊതിച്ചു. നേരമൊന്നു പുലർന്നിരുന്നെങ്കിൽ കോളേജിൽ പോകാമായിരുന്നു. അവിടെ അവൻ പറയുന്നത് മനസിലാകുന്ന ഒരുപാടുപേരുണ്ടെന്നോർത്തപ്പോൾ ആശ്വാസമായി.

സഅദിനും കൂട്ടർക്കും എന്തു ചെയ്യാനാവുമെന്ന് യാസീൻ ചോദിക്കുന്നു. അത് സത്യത്തിൽ അവനും അറിയില്ല. പക്ഷേ എന്തെങ്കിലും ചെയ്യാതിരിക്കില്ല എന്നുറപ്പാണ്. ആ ഒരാശകൂടി ഇല്ലായിരുന്നെങ്കിൽ ജീവിതത്തിന് എന്തർഥം?

നാൽപ്പത്തിഒൻപത്

സയ്യിദ് അഹമ്മദിന്റെ കടയുടെ മുന്നിൽ പതിവു തിരക്കിന് കുറവൊന്നുമില്ല. കാൽനടക്കാർ, തലങ്ങും വിലങ്ങും പായുന്ന വണ്ടികൾ, സാധനം വാങ്ങാൻ എത്തുന്നവരുടെ തിക്കും തിരക്കും, ഒന്നിനുമില്ല മാറ്റം. എന്നിട്ടും അന്തരീക്ഷത്തിനെന്തോ ഒരുത്സവഛായ. നവംബറിലെ പ്രസന്നമായ പകൽ. കാർമേഘങ്ങൾക്കിടയിൽ ഒളിച്ചുകളിനടത്തുകയാണ് സൂര്യൻ. പള്ളിമിനാരങ്ങൾ ഇടയ്ക്കിടെ പതിക്കുന്ന സൂര്യരശ്മികൾ തട്ടി തിളങ്ങി. ആകാശത്തിനോ സൂര്യനോ ഭൂമിക്കോ ഇന്നലെ വൈകിട്ടു കണ്ടതിൽ നിന്ന് ഒരു മാറ്റവും ഉണ്ടായിരുന്നില്ല. എന്നിട്ടും എന്തെന്നറിയില്ല എല്ലാവരും ഉത്സവലഹരിയിലായിരുന്നു. ജനങ്ങൾക്കൊട്ടാകെ ഒരേ വികാരം ഒരേ ചിന്ത.

ഫഹ്മി സാധാരണ ബാപ്പയുടെ മുന്നിൽ വായ തുറക്കാറില്ല. അന്നെന്തോ പക്ഷേ അവനും ഒരുപാട് സംസാരിച്ചു. സഅദ് ബ്രിട്ടീഷ് കമ്മീഷണറെ കണ്ടതിനെക്കുറിച്ച് അവൻ കേട്ടതെല്ലാം ബാപ്പയേയും കേൾപ്പിച്ചു. വൈകുന്നേരത്തെ സംഗീതസദസ്സിലും ഇതുതന്നെ ആയിരുന്നു സംസാരവിഷയം. കടയിൽ വാങ്ങാനെത്തിയ അപരിചിതർക്കു പോലും അന്നു തമ്മിൽപ്പറയാൻ വിഷയങ്ങളുണ്ടായിരുന്നു. വളരെ നാളത്തെ മറഞ്ഞിരിക്കലിനുശേഷം അന്ന് ഒരു കൊടുങ്കാറ്റുകണക്കെ ഷെയിക്ക് മുത്തവല്ലി കടയിലെത്തി. പതിവുപോലെ ഖുറ്ആൻ ഓതി വ്യാഖ്യാനിച്ച് സയ്യിദ് അഹമ്മദിനെ ഉപദേശിക്കാനും അയാൾ കൊടുക്കുന്ന സാധനങ്ങളും വാങ്ങി പോകാനും മാത്രമായിരുന്നില്ല അദ്ദേഹം വന്നത്.

വരവിന്റെ ഉദ്ദേശ്യം സയ്യിദ് അഹമ്മദ് ആരാഞ്ഞതും ഷെയിക്ക് പൊട്ടിത്തെറിച്ചു:

“ഇതൊന്നും നടപ്പുള്ള കാര്യമല്ല. ഒരു യുദ്ധമില്ലാതെ ഇംഗ്ലീഷുകാർ ഈജിപ്തു വിടുമെന്നു കരുതാൻ നിന്നെപ്പോലുള്ളവർക്ക് പ്രാന്തുണ്ടോ? യുദ്ധം അനിവാര്യമാണ്. അതിൽ നമ്മൾ പരാജയപ്പെടുമെന്നതിനു സംശയമില്ല. അവരെ നാടുകടത്താനുള്ള പൂതി അതോടെ തീരും. ആസ്ത്രേലിയക്കാരെ തുരത്താൻ നമ്മുടെ പട്ടാളക്കാർക്കു കഴിഞ്ഞേക്കും മതി. അതോടെ രാജ്യത്ത് അരക്ഷിതാവസ്ഥ മാറും. നമുക്ക് പഴയതുപോലെ സ്വസ്ഥതയും സമാധാനവും തിരിച്ചു കിട്ടും.”

ഈയിടെയായി ദേശീയപ്രസ്ഥാനക്കാരുടെ പ്രവർത്തനങ്ങളെക്കുറിച്ച് സയ്യിദ് അഹമ്മദ് താൽപ്പര്യത്തോടെ വായിക്കാറുണ്ട്. സുഹൃത്തുക്കൾ ഒത്തുചേരുമ്പോഴും ഇപ്പോൾ ഇക്കാര്യം മാത്രമാണ് ചർച്ചചെയ്യുന്നത്.

മുഹമ്മദ് ഇഫ്ഫത്ത് തിരക്കിട്ട് കടയിലെത്തി. എന്തോ കാര്യമായി പറയാനുണ്ടെന്ന് ആ മുഖം കണ്ടാലറിയാം. തന്നെപ്പോലെതന്നെ തന്റെ

സുഹൃത്തുക്കളും ദേശീയപ്രസ്ഥാനത്തിൽ ആകൃഷ്ടരായിരിക്കയാണെന്ന് സയ്യിദ് അഹമ്മദിനറിയാം. കടയിൽ സാമാനം വാങ്ങാനെത്തിയവരെ വകഞ്ഞുമാറ്റി അയാൾ അകത്തുകയറി കസേരവലിച്ചിട്ട് ഇരുന്നു. എവിടെത്തുടങ്ങണം എന്നറിയാതെ അയാൾ വിഷമിക്കുന്നതായിട്ടാണ് സയ്യിദ് അഹമ്മദിന് തോന്നിയത്. മുഹമ്മദ് ഇഫ്ഫത്ത് മാത്രമല്ല ഇവിടത്തെ പല ഉദ്യോഗസ്ഥരും കച്ചവടക്കാരും വക്കീലന്മാരുമൊക്കെ ഇപ്പോൾ ദേശീയപ്രസ്ഥാനത്തിന്റെ കണ്ണികളാണ്. അവരെപ്പോലെതന്നേയോ അതിനേക്കാളേറെയുമോ സയ്യിദ് അഹമ്മദും ഇക്കാര്യത്തിൽ പങ്കാളിയാണ്. ഉന്നതനേതാക്കളുമായി അടുത്ത ബന്ധമുള്ളതുകൊണ്ട് മുഹമ്മദ് ഇഫ്ഫത്തിന് ചൂടുള്ള വാർത്തകൾ അപ്പപ്പോൾ കിട്ടും.

"ഞങ്ങൾ പുതിയ മാർഗം സ്വീകരിച്ചിരിക്കയാണ്. വെറുതെ വന്നതല്ല ഞാൻ. ഈ പെറ്റീഷനിൽ നിങ്ങളുടെ ഒപ്പുശേഖരിക്കാൻ എന്നെയാണ് ചുമതലപ്പെടുത്തിയിരിക്കുന്നത്. അങ്ങനെ നിങ്ങളേയും ഈ പ്രസ്ഥാനവുമായി ബന്ധിപ്പിക്കുക എന്ന ദൗത്യമാണ് എനിക്കു നിറവേറ്റാനുള്ളത്. വായിച്ചുനോക്കൂ."

ഈജിപ്തിനു പരിപൂർണസ്വാതന്ത്ര്യം നേടുകയാണല്ലോ നമ്മുടെ ലക്ഷ്യം. അതിനുവേണ്ടി താഴെപ്പറഞ്ഞവരെ ചുമതലപ്പെടുത്തിയിരിക്കുന്നു. അതിൽ നിങ്ങളും പങ്കാളികളാവുക.

താഴെ ദേശീയപ്രസ്ഥാനപ്രവർത്തകരുടെ പേരുകൾ എഴുതിയിരുന്നു. മിക്കവരെക്കുറിച്ചും മുമ്പേ കേട്ടിരുന്നു.

"ഇതുകൊണ്ടെന്താ ഉദ്ദേശിക്കുന്നത്?"

അയാൾ ചോദിച്ചു.

"ഇത് ജനങ്ങളുടെ നിവേദനമാണ്. ഇത് എത്തേണ്ടിടത്ത് എത്തിക്കാൻ നേതാക്കളെ നമ്മൾ ചുമതലപ്പെടുത്തുന്നു. നിങ്ങളും ഹംസായിയുമൊക്കെ പേരെഴുതി ഒപ്പിടൂ."

ഒപ്പിട്ടപ്പോൾ സയ്യിദ് അഹമ്മദിന്റെ നീലക്കണ്ണുകൾ ഒന്നുകൂടി തിളങ്ങി. സഅദിനെപ്പോലുള്ളവരോടൊപ്പം സ്വാതന്ത്ര്യസമരത്തിൽ പങ്കാളിയാവാൻ കഴിഞ്ഞതിലുള്ള സന്തോഷം മുഖത്തു പ്രകടമായിരുന്നു. ഹംസായിയെക്കൊണ്ടും അയാൾ ഒപ്പിടുവിച്ചു.

"ഇത് നാം വിചാരിക്കുന്നതുപോലെ ഒരു നിസ്സാരകാര്യമല്ല. എല്ലാവരും ചേർന്നെടുത്ത ഉറച്ച തീരുമാനമാണ്. സ്വാതന്ത്ര്യം ആവശ്യപ്പെട്ടു ജനങ്ങൾ നിങ്ങളെ ചുമതലപ്പെടുത്തിയോ എന്നു ബ്രിട്ടീഷ് കമ്മീഷണർ ചോദിച്ചാലോ? അതിനുള്ള ഉത്തരമാണിത്. ഈ നാട്ടിലെ ജനത ഒന്നടങ്കം ചേർന്ന് സ്വാതന്ത്ര്യം ആവശ്യപ്പെട്ടിരിക്കയാണ്. നാഷനൽ പാർട്ടിക്കാരും ഇതിനോട് യോജിക്കുന്നു എന്നത് വലിയൊരു നേട്ടമാണ്. സഅദ് വിദ്യാഭ്യാസമന്ത്രിയും നിയമമന്ത്രിയുമൊക്കെ ആയിരുന്ന കാലത്ത് നാടിനു വേണ്ടി ചെയ്ത കാര്യങ്ങൾ നാം മറന്നിട്ടില്ല. മന്ത്രി ആയിരുന്നപ്പോൾ പുകഴ്ത്തിയവർ ഭരണം കൈവിട്ടപ്പോൾ ആവശ്യത്തിലേറെ ഇകഴ്ത്തുകയും ചെയ്തു. ഞാനന്ന് അന്തരിച്ച മുസ്തഫാ കമാ

ലിന്റെ പക്ഷക്കാരനായിരുന്നു. അതുകൊണ്ടായിരിക്കണം സഅദിനെക്കുറിച്ചു കേട്ട വിമർശനങ്ങൾ എന്നെ രസിപ്പിച്ചത്. പക്ഷേ സഅദ് അന്നുമിന്നും സ്തുത്യർഹൻ തന്നെ."

മുഹമ്മദ് ഇഫ്ഫത്ത്.

"നിങ്ങള് പറഞ്ഞത് നേരാ. വളരെ ബുദ്ധിമുട്ടുള്ള ദൗത്യമാ അദ്ദേഹം ഏറ്റെടുത്തിരിക്കുന്നത്. അള്ളാഹു അനുഗ്രഹിക്കട്ടെ. സംഘത്തെ അങ്ങോട്ടു പോകാൻ അനുവദിക്കുമോ? അവിടെ എത്തിയാൽ അവരെ ഉപദ്രവിക്കുമോ?"

സയ്യിദ് അഹമ്മദ്.

"നാളേയ്ക്ക് വലിയ അകലമില്ല കൂട്ടരേ...."

മുഹമ്മദ് ഇഫ്ഫത്ത് നിവേദനം ചുരുട്ടി കൈയിലെടുത്ത് എഴുന്നേറ്റിട്ട് പറഞ്ഞു.

സുഹൃത്തിനെ യാത്രയാക്കാൻ എഴുന്നേറ്റ സയ്യിദ് അഹമ്മദ് അയാളുടെ ചെവിയിൽ എന്തോ സ്വകാര്യം പറഞ്ഞു. അതു ഭാവനയിൽ കണ്ടിട്ടെന്നപോലെ അയാൾ പറഞ്ഞു:

"അതേ സുഹൃത്തേ അങ്ങനെ എന്തെല്ലാം കാണാൻ കിടക്കുന്നു."

"അതു കഴിഞ്ഞാലുള്ള കാഴ്ചയോ?"

അയാൾ ഇറങ്ങിയപ്പോൾ സയ്യിദ് അഹമ്മദ് പിറകേ വിളിച്ചു പറഞ്ഞു.

ദേശസ്നേഹം ഉള്ളിൽ അലയടിക്കുമ്പോഴും സ്ത്രീകളെക്കുറിച്ചോർക്കുമ്പോൾ അയാളുടെ വികാരം ആളിക്കത്തും. ജീവിതത്തിന്റെ നാനാതുറകളിലും ഒരുപോലെ ശോഭിക്കണമെന്നുണ്ട്. അയാൾക്ക് ഗൗരവം ആവശ്യമുള്ളപ്പോൾ ഗൗരവം തമാശ വേണ്ടിടത്ത് തമാശ. ജീവിതം ആസ്വദിക്കാൻ കിട്ടുന്ന ഒരവസരംപോലും അയാൾ കളയാറില്ല. രാജ്യം അയാൾക്കു പ്രിയപ്പെട്ടതുതന്നെ. എന്നു കരുതി ദേശീയപ്രസ്ഥാനത്തിൽ മാത്രം മുഴുകി ജീവിതം നശിപ്പിക്കാൻ അയാൾ ഒരുക്കമല്ല. അതുകൊണ്ടാണ് ഒരു പാർട്ടിയിലും അംഗമാകാത്തത്. ജാഥയ്ക്കും റാലിക്കും ഇറങ്ങാത്തത്. അങ്ങനെ വെറുതെ കളയാൻ സമയമില്ല. കുടുംബം പുലർത്തണം. അതിനും കാശുണ്ടാക്കണ്ടെ? കച്ചവടത്തിൽ ശ്രദ്ധിച്ചില്ലെങ്കിൽ കാശുണ്ടാക്കുന്നതെങ്ങനെ? സുഹൃത്തുക്കളോടൊപ്പമുള്ള സംഗീത സദസ്സുകൾ, പരസ്ത്രീകളുമായുള്ള ബന്ധം ഇതൊക്കെ ഒഴിവാക്കിക്കൊണ്ടുള്ള ഒരു ജീവിതം സാധ്യമല്ല. സ്വന്തം മനസ്സ് രാജ്യത്തിനുവേണ്ടി അടിയറവെയ്ക്കാം. പക്ഷേ പതിവുകാര്യങ്ങൾ മുടക്കിയിട്ടുള്ള രാഷ്ട്രീയ പ്രവർത്തനത്തിന് അയാളില്ല. സ്വാതന്ത്ര്യസമരത്തിനുവേണ്ടി പണം ചെലവാക്കാൻ മടിയില്ല. സ്വന്തം കടമ നിർവഹിക്കുന്നില്ല എന്ന തോന്നൽ ഒരിക്കലും തോന്നിയിട്ടില്ല. ഉള്ളിൽ ദേശഭക്തി ആഴത്തിൽ വേരോടിയിട്ടുമുണ്ട്. അതുകൊണ്ടാണല്ലോ മദ്യത്തിൽമുങ്ങി സ്ത്രീകളുമായി രമിക്കുമ്പോഴും നാടിനെക്കുറിച്ചോർത്തു കേഴുന്നത്.

ഇതിൽ കൂടുതലൊന്നും സ്വാതന്ത്ര്യസമരസേനാനികൾ അയാളിൽനിന്ന് പ്രതീക്ഷിക്കണ്ട.

ചെറുപ്പം മുതൽ വിപ്ലവകഥകൾ കേട്ടുതന്നെയാണ് വളർന്നത്. പത്രങ്ങളും മറ്റു പ്രസിദ്ധീകരണങ്ങളും വായിച്ചറിഞ്ഞപ്പോൾ ചെറുപ്പം മുതൽ ദേശസ്നേഹം ഉള്ളിൽ ആളിപ്പടരുകയും ചെയ്തു. വിപ്ലവനേതാവ് മുസ്തഫാ കമാൽ മരിച്ചതറിഞ്ഞപ്പോൾ അതുകൊണ്ടാണല്ലോ ഒരു കൊച്ചുകുട്ടിയെപ്പോലെ വാവിട്ടു കരഞ്ഞത്. അതുകണ്ട് കൂട്ടുകാർ അന്തംവിട്ടു പോയി. ചിരിയുടെ രാജാവിന് കരയാനറിയാമോ എന്നു ചോദിച്ച് പിന്നീടവർ പരിഹസിക്കുകയും ചെയ്തു.

കൊല്ലങ്ങളായുള്ള യുദ്ധം. നാഷണൽപാർട്ടിയുടെ ഊർജസ്വലനായ നേതാവിനെ ഈ യുദ്ധത്തിൽ അവർക്കു നഷ്ടപ്പെട്ടു. അദ്ദേഹത്തിന്റെ അനുയായികളെ നാടുകടത്തി. രാജാവും കീഴടങ്ങി. തുർക്കിയെ പരാജയപ്പെടുത്തി ബ്രിട്ടീഷുകാർ രാജ്യം പിടിച്ചെടുത്തു. ഈ ദുരന്തങ്ങൾക്കിടയിൽ ഇപ്പോഴിതാ നല്ല വാർത്ത കേൾക്കാൻ തുടങ്ങിയിരിക്കുന്നു. ഈജിപ്തിന് സ്വാതന്ത്ര്യം വേണമെന്ന് ആവശ്യപ്പെട്ട് ചുണക്കുട്ടികൾ നിവേദനവുമായി കടൽകടക്കുന്നു. ഇനിയെന്ത് എന്നോർത്ത് ഹൃദയം പിടയ്ക്കുകയാണ്. ഉള്ളിൽ നൂറായിരം പ്രതീക്ഷകൾ. നേരമൊന്നിരുട്ടിയിരുന്നെങ്കിൽ സുഹൃത്തുക്കളോടൊപ്പം ചേർന്ന് മദ്യം നുണഞ്ഞുകൊണ്ട് രാഷ്ട്രീയം ചർച്ച ചെയ്യാമായിരുന്നു.

"പുതിയ വാർത്ത കേട്ടോ മുതലാളീ? സഅദ് പാഷയെ രാഷ്ട്രത്തലവൻ എന്നാ ജനങ്ങള് വിളിക്കുന്നത്."

നിനക്കും രാജ്യസ്നേഹമുദിച്ചോ എന്ന മട്ടിൽ അയാൾ ഹംസായിയെ നോക്കി.

അൻപത്

സ്വാതന്ത്ര്യത്തിനുവേണ്ടി രാജ്യമൊട്ടാകെ മുറവിളികൂട്ടുമ്പോഴും യാസീൻ അതിലൊട്ടും താൽപ്പര്യം കാണിക്കാതെ സ്വന്തം സാമ്രാജ്യം കെട്ടിപ്പടുക്കുന്ന തിരക്കിലായിരുന്നു. വിവാഹംമൂലം മാറ്റിവെച്ച വൈകുന്നേരത്തെ വിനോദപരിപാടികൾ എങ്ങനെ പുനരാരംഭിക്കണമെന്ന ചിന്ത അവനെ അലട്ടി. വിവാഹത്തെക്കുറിച്ച് അവനുണ്ടായിരുന്ന പ്രതീക്ഷകൾക്കു മങ്ങലേറ്റതോടെ ജീവിതത്തിന് അർഥമില്ലാതായി എന്ന തോന്നൽ കുറച്ചൊന്നുമല്ല അലട്ടിയത്. അതിൽനിന്ന് മോചനമെന്ന നിലയ്ക്കാണ് പഴയ പ്രതിജ്ഞ ലംഘിക്കാൻ തീരുമാനിച്ചത്. വിവാഹശേഷം പരസ്ത്രീകളുമായി ബന്ധപ്പെടുകയില്ല. മദ്യവും ഉപേക്ഷിക്കും. രണ്ടാമത്തെ പ്രതിജ്ഞ വിവാഹം കഴിഞ്ഞ ഉടനെ തന്നെ ലംഘിച്ചിരുന്നു. അതേസമയം ഒന്നാമത്തേത് നിലനിർത്തണമെന്ന് ആത്മാർഥമായി ആശിച്ചതാണ്.

തോൽവി പേടിച്ച് നാടുവിട്ടോടിയെങ്കിലും തോറ്റുതുന്നംപാടി തിരിച്ചെത്തിയ രാജാവിന്റെ ഗതിയിലാണ് അവനിന്ന്.

ആദ്യകാലങ്ങളിൽ അവന്റെ ആവേശത്തിനൊത്തുയരാൻ സൈനബ് ശ്രമിച്ചിരുന്നു. അതുകൊണ്ടാണല്ലോ അവൻ വിളിച്ചപ്പോൾ നൈറ്റ്ക്ലബ്ബിൽ പോകാൻപോലും അവൾ തയാറായത്. പക്ഷേ അവൾക്കു പരാതി മാത്രമേ പറയാനുള്ളൂ, രാത്രി വൈകി വീട്ടിലെത്തുന്നു. മദ്യപിച്ച് ലക്കുകെടുന്നു. പരാതികൾക്ക് അന്തമില്ല.

"പുരുഷന്മാർക്കു മാത്രമേ സ്ത്രീകളെ നശിപ്പിക്കാനാവൂ. അതേസമയം അവരെ രക്ഷിക്കാനും നിലയ്ക്കുനിർത്താനും അവനേ സാധിക്കൂ."

അപ്പോഴൊക്കെയും ബാപ്പയുടെ വാക്കുകൾ ഓർമയിലെത്താറുണ്ട്.

ആദ്യകാലത്ത് എല്ലാ പെണ്ണുങ്ങളും പരാതി പറയും. കാലം പഴകുമ്പോൾ അവരടങ്ങും എന്ന യാസീന്റെ ധാരണ തെറ്റായിരുന്നോ? ദിവസങ്ങൾ നീങ്ങുംതോറും സൈനബിന്റെ പരാതി ഏറിവന്നതേയുള്ളൂ.

"നീ വെറുതെ അതുമിതും പറഞ്ഞ് വഴക്കുണ്ടാക്കി മനസ്സുപുണ്ണാക്കണ്ട. പെണ്ണുങ്ങൾക്ക് പറഞ്ഞിട്ടുള്ളത് വീടിനകമാണ്. ആണുങ്ങൾക്ക് പുറം ലോകവും. അതാ നാട്ടുനടപ്പ്. വിശ്വസ്തനായ ഭർത്താവ് ഭാര്യ കൂടെയുണ്ടെങ്കിലും ഇല്ലെങ്കിലും വിശ്വസ്തനായിരിക്കും. വൈകുന്നേരം പുറത്തിറങ്ങാതെ വീടിനകത്ത് അടച്ചിരുന്നാൽ ഞാനാകെ മടുക്കും. അപ്പോ പിന്നെ ജീവിതം ആസ്വദിക്കുന്നതെങ്ങനെ?"

അവളുടെ പരാതി സഹിക്കാതാവുമ്പോൾ യാസീൻ സമാധാനിപ്പിക്കാൻ ശ്രമിച്ചു.

എന്നുമെന്നും കള്ളുകുടിച്ചാൽ രോഗം വരില്ലേ എന്നായിരുന്നു സൈനബിന് സംശയം.

"കുടിയാണു മോളെ എന്റെ ആരോഗ്യത്തിന്റെ രഹസ്യം. സംശയമുണ്ടെങ്കിൽ നിന്റെ ബാപ്പയോടോ എന്റെ ബാപ്പയോടോ ചോദിച്ചു നോക്കെടോ."

യാസീൻ കുസൃതിയോടെ പറഞ്ഞു. അതിലൊന്നും സൈനബ് വീഴില്ല. അവൾ ശല്യപ്പെടുത്തിക്കൊണ്ടേയിരിക്കും.

"ഇവിടത്തെ ഉമ്മയെ കണ്ടുപഠിക്ക്. ബാപ്പയുടെ ഒരു പ്രവൃത്തിയിലും അവർക്ക് പരാതിയില്ല. ബാപ്പ എന്നും അർധരാത്രിയിലാണ് വീട്ടിലെത്തുന്നത്. എവിടെപ്പോകുന്നു എന്നവർ ചോദിക്കാറില്ല. എന്നിട്ടും അവർ ഒരുമയോടെ കഴിയുന്നു. കെട്ടുറപ്പുള്ള കുടുംബമാണ് ഞങ്ങളുടേത്. നീയായിട്ട് ഇവിടത്തെ സമാധാനം തകർക്കരുത്."

നയത്തിൽ പറയാനുള്ളത് പറഞ്ഞപ്പോൾ യാസീനു ഭാരമിറക്കിയ ആശ്വാസം. അവളുടെ സ്നേഹത്തിന് ഒട്ടും കുറവില്ല. വേദനിപ്പിക്കാതെ കഴിക്കണമെന്നുണ്ട്. അമ്മോശൻ ബാപ്പയുടെ അടുത്ത ചങ്ങാതിയാണ്. ഇവളാണെങ്കിൽ ബാപ്പയുടെ പുന്നാരമോൾ. തന്നെക്കുറിച്ച് വേണ്ടാത്തതെന്തെങ്കിലും അയാളോട് ചെന്നുപറഞ്ഞാൽ ഉടൻ ബാപ്പയുടെ ചെവി

യിലെത്തും. പിന്നെ സൈ്വര്യമായി ജീവിക്കാൻ നിവൃത്തിയില്ലാതാകും. അതുകൊണ്ട് നയത്തിൽ നിൽക്കുകയാണ് ബുദ്ധി.

യാസീന്റെ ഉള്ളിലിരുപ്പ് സൈനബിന് പിടികിട്ടിയില്ല. എങ്കിലും വിധിയുമായി പൊരുത്തപ്പെടാൻ തന്നെ അവളും തീരുമാനിച്ചു. പുരുഷന്മാരുടെ അടിമയാണ് സ്ത്രീയെന്നു വിശ്വസിക്കുന്ന ഒരു കുടുംബത്തിൽ അവളുടെ എതിർപ്പിന് വിലയില്ലെന്ന് ഇതിനിടയിൽ അവളും മനസിലാക്കിയിരുന്നു. ആമിനയോട് സങ്കടം പറഞ്ഞു നോക്കിയതാണ്. ഭർത്താക്കന്മാരെ ഉള്ളംകൈയിലിട്ട് അമ്മാനമാടാൻ സ്ത്രീകൾ തുനിയാമോ എന്ന ഭാവത്തിലാണ് അവർ സംസാരിച്ചത്. ഭർത്താക്കന്മാരായാൽ പുറത്തു ചില ചിറ്റമൊക്കെ കാണാതിരിക്കുമോ? അതിനൊക്കെ പായാരവും പരിഭവവും പറഞ്ഞുതുടങ്ങിയാൽ ജീവിതം അലമ്പാവില്ലേ?

ഫഹ്മി മാത്രമേ അവളുടെ വേദന അൽപ്പമെങ്കിലും മനസിലാക്കിയിരുന്നുള്ളു. പ്രയോജനമില്ലെങ്കിലും യാസീനോട് ഒന്നു സംസാരിച്ചു നോക്കണമെന്ന് അപ്പോൾ തന്നെ തീരുമാനിക്കുകയും ചെയ്തു. വൈകുന്നേരങ്ങളിൽ അവർ രണ്ടുപേരും ഒരേ കടയിലാണ് കാപ്പികുടിക്കാനും സൊറ പറയാനും എത്താറുള്ളത്. മലയ്ക്കുള്ളിലെ ഗുഹയുടെ ആകൃതിയാണ് താഴത്തെ നിലയിലെ കാപ്പിക്കടയ്ക്ക്. മുകളിലെ നിലയിൽ വീടുകൾ. ഇടുങ്ങിയ മുറികളാണെങ്കിലും അതിനകത്തിരുന്നാൽ സ്വസ്ഥത കൈവന്നതുപോലൊരു തോന്നലാണ്. അതിനകത്ത് വെളിച്ചം കടക്കില്ല. രാവും പകലും വിളക്കു കത്തിക്കൊണ്ടിരിക്കും. പുറം ലോകവുമായി ഒരു ബന്ധവുമില്ല. പകൽക്കിനാവിൽ മുഴുകാൻ പറ്റിയ സുന്ദരമായ അന്തരീക്ഷം.

ഈ റസ്റ്റോറന്റ് തെരഞ്ഞെടുക്കാൻ യാസീന് രണ്ട് കാരണങ്ങളുണ്ട്. ബാർ തൊട്ടടുത്താണ് എന്നതാണ് ഒന്നാമത്തെ കാരണം. സാനുബയുമായി തെറ്റിയതിനുശേഷം സയ്യിദ് അലിയുടെ കാപ്പിക്കടയിൽ പോകാനൊരു മടി. ഈ കെട്ടിടത്തിന്റെ പഴമ അവന്റെ കവിഹൃദയം തൊട്ടുണർത്തുന്നു എന്നതും ഒരു കാരണം തന്നെ. ഫഹ്മിയും ചങ്ങാതിമാരും രാഷ്ട്രീയം ചർച്ചചെയ്യാൻ ഇവിടം തെരഞ്ഞെടുത്തതും അതേ കാരണം കൊണ്ടുതന്നെ. അവിടെ ഇരുന്നാൽ പുറംലോകം ശ്രദ്ധിക്കില്ല എന്നത് അവർക്ക് വലിയ അനുഗ്രഹമായി. എന്തു തന്ത്രങ്ങളും മെനയാം. ആരും അങ്ങോട്ട് ശ്രദ്ധിക്കില്ല.

ഫഹ്മിയുടെ കൂട്ടുകാർ എത്താൻ ചിലപ്പോൾ താമസിച്ചെന്നിരിക്കും. യാസീൻ ബാറിലേക്കിറങ്ങുംവരെ ഫഹ്മിയോടൊപ്പം ചെന്നിരിക്കും. അത്തരമൊരവസരത്തിൽ ഫഹ്മി കാര്യം അവതരിപ്പിച്ചു. മധുവിധു ആഘോഷിക്കേണ്ടവേളയിൽ എന്തിനാണ് ഭാര്യയെ കരയിക്കുന്നത് എന്നായിരുന്നു ഫഹ്മിയുടെ ചോദ്യം. അറിയാത്ത കാര്യത്തെക്കുറിച്ച് ഫഹ്മി അഭിപ്രായം പറയുന്നതു കേട്ട് യാസീനു പരിഹാസം.

"മറിയത്തെ കല്യാണം കഴിക്കാൻ സാധിക്കാഞ്ഞത് നിന്റെ ഭാഗ്യമാണെന്ന് കരുതിക്കോ. പുറമെ നിന്നു നോക്കുമ്പോലെ അത്ര മധുരമൊന്നുമല്ല വിവാഹജീവിതം. മഹാ പൊല്ലാപ്പാ."

ഫഹ്മിക്ക് ആശ്ചര്യവും ഒപ്പം വല്ലായ്മയും. മറിയത്തെക്കുറിച്ചു പറഞ്ഞതുകൊണ്ടാവണം സംസാരിക്കാൻ ആയതുമില്ല.

“ഇത്രയും വിരസമാണെന്ന് ഞാനും പ്രതീക്ഷിച്ചതല്ല. എന്റെ സ്വപ്നങ്ങളെല്ലാം ഒറ്റയടിക്കല്ലേ തകർന്നത്. ഭയങ്കര കളിപ്പീരായിപ്പോയി കേട്ടോ.”

വിവാഹത്തെക്കുറിച്ച് പവിത്രമായ ചിന്തകൾ കാത്തുസൂക്ഷിക്കുന്ന ഫഹ്മി ആകെ അമ്പരന്നു. ഒപ്പം യാസീനോട് അരിശവും.

“എല്ലാം തികഞ്ഞ ഒരു ഭാര്യയെക്കിട്ടിയിട്ടും....”

ഫഹ്മി പിറുപിറുത്തു.

“എല്ലാം തികഞ്ഞവൾ....അതൊക്കെ തന്നെ. നല്ല കുടുംബത്തിൽ പിറന്ന പെൺകുട്ടികൾ നല്ലവരല്ലാതാകുമോ? പണക്കാരി, സുന്ദരി, പതിവ്രത എല്ലാം നേരാ. പക്ഷേ ഇത്തരം ചില നല്ലഗുണങ്ങളാ വിവാഹത്തെ വിരസമമാക്കുന്നത്. വിശക്കുന്നവനോട് നല്ലവാക്കു പറഞ്ഞാൽ അവന്റെ വിശപ്പ് മാറുമോ? അതുപോലൊന്നു കൂട്ടിക്കോ.”

“നീ പറഞ്ഞതിൽ ഒരക്ഷരം എനിക്കു പിടികിട്ടിയില്ല.”

ഫഹ്മി തുറന്നു പറഞ്ഞു.

“കാലം നിന്നെ പഠിപ്പിച്ചോളും.”

“ലോകം ഉണ്ടായ നാളുമുതൽ നടപ്പുള്ള കാര്യമല്ലേ. എന്നിട്ടിപ്പോ നീ മാത്രം?”

“നേരാ. മരണംപോലെ അനിവാര്യംതന്നെ വിവാഹവും. എന്തെല്ലാം മോഹങ്ങളായിരുന്നെന്നോ? എല്ലാം ഇങ്ങനെ തകരുമെന്ന് ഞാനും കരുതിയതല്ല. എന്നും ഒരേ പെണ്ണിനോടൊപ്പം....ഓർക്കുമ്പോഴെ മടുപ്പ്. എന്തു പറഞ്ഞാലും എനിക്കാവില്ല.”

വിവാഹത്തെക്കുറിച്ച് നൂറുനൂറ് സ്വപ്നങ്ങൾ നെയ്തുകൂട്ടുന്ന ഫഹ്മി ചിന്താക്കുഴപ്പത്തിലായി.

“പുറമെ കാണുന്നതുപോലെയൊന്നുമല്ലേ?”

“അർഥശൂന്യമായ പുറംപൂച്ചിനെക്കുറിച്ചു തന്നെയാണ് ഇത്രനേരം ഞാൻ സംസാരിച്ചത്. അതിസൗന്ദര്യംപോലും എന്നെ മടുപ്പിക്കുന്നു. ഒരു പുതിയലോകം തുടങ്ങുമ്പോൾ ആദ്യമൊന്ന് അമ്പരക്കുക സ്വാഭാവികം. ആവർത്തന വിരസത....അതെ അതാണ് പ്രശ്നം. നീ എഴുതിയ ലേഖനം അപാരമെന്ന് ആളുകൾ പുകഴ്ത്തുമ്പോൾ അതിന്റെ ഉള്ളടക്കത്തെക്കുറിച്ച് നിനക്കുണ്ടാകുന്ന സംശയം പോലെ. സൗന്ദര്യം മടുപ്പിക്കുകയോ എന്നിപ്പോ നിനക്കു തോന്നിയേക്കാം. പുറത്തുനിന്നു നോക്കുന്നവർക്ക് അങ്ങനെയൊക്കെ തോന്നും.”

ആകെ കൈയ്ക്കുന്ന മട്ടിലായിരുന്നു യാസീന്റെ വർത്തമാനം. കഴിഞ്ഞകാലത്തെ കുത്തഴിഞ്ഞജീവിതം കാരണമാണ് എന്നേ ഫഹ്മിക്ക് അപ്പോഴും പറയാനുണ്ടായിരുന്നുള്ളൂ. വിവാഹത്തെക്കുറിച്ച് താൻ നെയ്തുകൂട്ടിയ സ്വപ്നങ്ങൾ പൊള്ളയാണെന്ന് സമ്മതിക്കാൻ ഫഹ്മി തയാറായില്ല.

“ഇപ്പോ ബാപ്പയുടെ അവസ്ഥ എനിക്കു ശരിക്കും മനസിലാകുന്നുണ്ട്. ബാപ്പയുടെ ചെയ്തികളോടൊന്നും എനിക്കിപ്പോൾ ഒരെതിർപ്പു

മില്ല. ജീവിതം മടുക്കാതിരിക്കണമെങ്കിൽ പുതിയ പുതിയ പ്രണയബന്ധങ്ങൾകൂടിയേ തീരൂ. അഞ്ചുമാസംകൊണ്ട് ഭാര്യയെ എനിക്ക് സഹിക്കാൻ കഴിയാതായി. അപ്പോ ബാപ്പയുടെ സ്ഥിതി എന്തായിരിക്കും?"

ഇതിനിടയിൽ ബാപ്പയെ വലിച്ചിട്ടത് ഫഹ്മിക്ക് ഒട്ടും ഇഷ്ടപ്പെട്ടില്ല.

"നിനക്കു നേരിട്ട എന്തോ ദുരന്തമാണ് നിന്നെക്കൊണ്ട് ഇങ്ങനെയൊക്കെ പറയിക്കുന്നത്. അതിനു നീ പറയുന്ന പരിഹാരം മതവിരുദ്ധമാണെന്ന് മറക്കണ്ട."

"നാലു സ്ത്രീകളെ വിവാഹം കഴിക്കാൻ അനുവദിക്കുന്ന മതം വെപ്പാട്ടികളെ സ്വീകരിക്കുന്നതിനെ എതിർക്കുന്നതെന്തിനാ? പഴയകാലത്തെ രാജാക്കന്മാർക്കും ഖലീഫക്കും അനേക ഭാര്യമാരും വെപ്പാട്ടികളുമുണ്ടായിരുന്നു."

"നമ്മുടെ ഉപ്പാപ്പയ്ക്ക് കാലത്തൊരു ഭാര്യയും വൈകുന്നേരം മറ്റൊരു ഭാര്യയുമായിരുന്നു എന്നു പറഞ്ഞുകേട്ടിട്ടുണ്ട്. ആ താവഴി പിന്തുടരാനാണോ ഭാവം?"

"അങ്ങനെ സംഭവിക്കാൻ സാധ്യതയുണ്ട് കേട്ടോ."

ഒരു തീരുമാനത്തെലെത്താനാവാതെ യാസീൻ അപ്പോഴും കുഴങ്ങുകയായിരുന്നു. സൈനബിനെ വേദനിപ്പിച്ചുകൊണ്ട് പരസ്ത്രീകളെ സമീപിക്കാനാവുന്നില്ല. വിവാഹത്തെക്കുറിച്ചുള്ള ചുമതലാബോധമാകാം ചിലപ്പോൾ അവനെ അതിൽനിന്ന് പിന്തിരിപ്പിക്കുന്നത്. അതോ മതാനുഷ്ഠാനങ്ങളിലുള്ള അജയ്യമായ വിശ്വാസമോ? പരസ്ത്രീകളെ പ്രാപിക്കുന്ന പുരുഷന്മാർക്ക് ഒടുക്കംനാളിൽ അതികഠിനമായ ശിക്ഷയുണ്ടെന്ന് അവൻ പഠിച്ചിട്ടുണ്ട്. ബാപ്പയെ അനുകരിക്കണമെന്ന് അടങ്ങാത്ത മോഹവുമുണ്ട്. അതേ സമയം ധൈര്യമില്ലതാനും.

ഇളയുമ്മയെ കണ്ട് പഠിച്ചാലെന്താ സൈനബിന്? ബാപ്പ എന്നും അന്യസ്ത്രീകളെ സമീപിക്കുന്നു. മദ്യം കഴിക്കുന്നു. പാതിരാത്രിയിൽ തിരിച്ചെത്തുന്നു. ഇളയുമ്മ ഇതുവരെ അതിൽ പരിഭവിച്ചിട്ടില്ല. പരാതിയുമില്ല. അതുകൊണ്ട് അവർ സമാധാനത്തോടെ കഴിയുന്നു.

സ്വന്തമായി ഒരു വീട്. വീട്ടിൽ ഒന്നിനും മുട്ടില്ല. സ്നേഹമുള്ള ഭർത്താവ്. ഇതിൽക്കൂടുതൽ ഒരു സ്ത്രീക്കെന്താ വേണ്ടത്? സ്ത്രീ ഒരു വളർത്തുമൃഗമാണെന്ന് അവളും ഓർക്കണ്ടേ? യജമാനന്മാരെ എതിർക്കാൻ വളർത്തുമൃഗങ്ങൾക്ക് അവകാശമില്ലെന്ന് അവൾ മനസിലാക്കാത്തതെന്ത്? യജമാനന്മാർക്ക് വാത്സല്യം തോന്നുമ്പോൾ അവരെ ലാളിക്കുന്നു, ഓമനിക്കുന്നു. അല്ലാത്തപ്പോൾ അടങ്ങിക്കഴിയുക. ഭാര്യയോട് നൂറു ശതമാനം വിശ്വാസ്യത പുലർത്തുക എന്നാൽ ഒരു പുരുഷന്റെ മരണമാണ്. ഒരേ കാഴ്ചപ്പാട്, ഒരേ രുചി, ഒരേ ശബ്ദം എന്നൊക്കെ പറഞ്ഞാൽ കുഴങ്ങിയതുതന്നെ. വിവാഹം കഴിച്ചാൽ പരസ്ത്രീകളെ നോക്കരുതെന്ന് പറഞ്ഞാൽ നടക്കുമോ? ഭാര്യ വെളുത്ത സുന്ദരി എന്നുകരുതി എനിക്ക് കറുത്തപെണ്ണിനോടോ തവിട്ടുനിറക്കാരിയോടോ പ്രേമം തോന്നിക്കൂടെന്നോ? ഭാര്യ തടിച്ചു കൊഴുത്തവൾ ഞാൻ കൃശഗാത്രിയെ നോക്ക

രുതെന്നോ? അവൾ ഉന്നതകുലത്തിൽ പിറന്നവളായിരിക്കാം. പ്രൗഢ യായിരിക്കാം, പതിവ്രതയുമായിരിക്കാം. എന്നു കരുതി വീട്ടുകാരുടെ നിർബന്ധത്തിനു വഴങ്ങി വേശ്യാവൃത്തിക്കിറങ്ങുന്ന ഒരു പെണ്ണിന്റെ നല്ല സ്വഭാവത്തിൽ ഞാൻ ആകൃഷ്ടനാകുന്നത് തെറ്റാകുമോ? ഒന്നും കാര്യ മാക്കണ്ട യാസീൻ. നിന്റെ വഴിയെ മുന്നോട്ട്.... മുന്നോട്ട്....

അൻപത്തിഒന്ന്

കണക്കുപുസ്തകത്തിൽ തല പൂഴ്ത്തിയിരിക്കുമ്പോൾ ചെരിപ്പടി ശബ്ദം കേട്ടാണ് സയ്യിദ് അഹമ്മദ് തലയുയർത്തിയത്. തടിച്ചുരുണ്ട ഒരു പർദക്കാരി മുന്നിൽ. അവളുടെ വെളുത്ത നെറ്റിത്തടവും കരിയെഴു തിയ കണ്ണുകളും മൂടുപടത്തിനിടയിലൂടെ കാണാം. മറിയത്തിന്റെ ഉമ്മ യായിരുന്നു അത്. ആ വരവ് സയ്യിദ് അഹമ്മദ് പ്രതീക്ഷിച്ചതായിരുന്നു. ഈയിടെയായി അവർ നഗരത്തിൽ സംസാരവിഷയമായിരിക്കയാണ്. ഹംസായി മറ്റാർക്കോ സാധനം പൊതിഞ്ഞുകൊടുക്കുന്ന തിരക്കിലായ തിനാൽ മുതലാളി തന്നെ അവരെ സ്വീകരിച്ചിരുത്തി. ഒന്നും മിണ്ടാതെ അയാളെ തന്നെ നോക്കിക്കൊണ്ട് അവർ അയാൾക്കഭിമുഖമായി ഇരു ന്നു. കസേരയ്ക്ക് വീതി കുറവായതിനാൽ അവരുടെ മാംസളമായ പിൻഭാഗം മുക്കാലും പുറത്തായിരുന്നു.

കടയിൽ സാധാരണയായി സാധനം വാങ്ങാനെത്തുന്ന ആൾ എന്ന തിലുപരി പ്രത്യേക പരിഗണനയൊന്നും അയാൾ കാണിച്ചില്ല. എങ്കിലും ഉള്ളിലെവിടെയോ ഒരു തീപ്പൊരി പടരുന്നതായി തോന്നാതിരുന്നില്ല. അതു പുറത്തു കാണിക്കാതെ വിനീതനായി പുഞ്ചിരിച്ചു. ആ ചിരി അവ രുടെ കരളിലാണ് ചെന്നുകൊണ്ടത്. ഒന്നൂതിയാൽ തീപ്പൊരി ആളിപ്പ ടർന്ന് എല്ലാം വിഴുങ്ങുന്ന മട്ടിലായിരുന്നു അയാളുടെ ഇരിപ്പ്.

മുഹമ്മദ് റിസ്വാന്റെ മരണത്തോടെ അവരെ അയാൾ നോട്ടമിട്ടി രുന്നു. മുഹമ്മദ് റിസ്വാനുമായി നല്ല അയൽക്കാർ എന്നതിൽ കവിഞ്ഞ് പറയത്തക്ക അടുപ്പമൊന്നും അയാൾക്കില്ലായിരുന്നു. അയൽക്കാരൻ ഇപ്പോൾ ജീവിച്ചിരിപ്പില്ല. അയാൾ ജീവിച്ചിരുന്ന കാലത്ത് സയ്യിദ് അഹ മ്മദ് അയാളുടെ ഭാര്യയെ ദൂരെനിന്നു പോലും കണ്ണെറിയാൻ ശ്രമിച്ചിട്ടു മില്ല. സുഹൃത്തല്ലെങ്കിലും അയൽക്കാരനാണല്ലോ. അയൽക്കാരന്റെ ഭാ ര്യയെ കണ്ണുവയ്ക്കുന്നത് മാന്യതയല്ല. ഇന്ന് അവരുടെ സൗന്ദര്യം ആസ്വ ദിക്കുന്നതിലും അവരെ വാഴ്ത്തുന്നതിലും അയാൾക്കു തടസങ്ങളൊ ന്നുമില്ല.

സുബൈദയെ മടുത്തു തുടങ്ങിയിരുന്നു. ഇവരെയൊന്നു വളച്ചു നോക്കണമെന്ന് കരുതിയിരിക്കുമ്പോഴാണ് ഈ വരവ്. അവർ ചിലപ്പോൾ

വെറുതെ വന്നതാണെങ്കിലോ? എങ്കിലും ഒരു പരീക്ഷണമെന്ന നിലയിൽ അയാൾ കുശലം പറഞ്ഞു.

"കണ്ടതിൽ സന്തോഷമുണ്ട്. ഒരു സ്ഥലംവരെ പോയിട്ടു തിരിച്ചു വരുന്ന വഴിയാണ്. ഇതിലെ വന്നപ്പോൾ നിങ്ങളിരിക്കുന്നതു കണ്ടു. അപ്പോൾ ഇവിടെ കയറി നിങ്ങളെ കാണാം, അത്യാവശ്യം സാധനങ്ങളും വാങ്ങാമല്ലോ എന്നു കരുതി കയറിയതാ."

അതുവിശ്വസിക്കാൻ അയാൾക്കായില്ലെങ്കിലും വിശ്വസിച്ചതായി ഭാവിച്ചു. എന്തോ ഉദ്ദേശിച്ചാണ് ആ വരവെന്ന് ഉറപ്പിച്ചു.

"കണ്ടതിൽ സന്തോഷം."

അയാൾ വീണ്ടും പറഞ്ഞു.

"പക്ഷേ കണ്ടിട്ട് അങ്ങനെ തോന്നിയില്ലല്ലോ."

കള്ളച്ചിരിയോടെയാണ് അവർ പറഞ്ഞത്.

അതായാൾക്കും രസിച്ചു. എങ്കിലും ഗൗരവം ഭാവിച്ചു പറഞ്ഞു:

"വെറുതെ സംശയിക്കുകയാണ്."

"ഇതു സംശയമല്ല. ഉറപ്പാണ്. നിങ്ങളെ എനിക്കറിയാം. മനുഷ്യരെ മനസിലാക്കുന്നതിൽ നിങ്ങൾക്കൊരിക്കലും തെറ്റു വരില്ല. നിങ്ങൾക്കു വല്ല ദുസ്സംശയവും തോന്നിയെങ്കിൽ അങ്ങനെയാവാനും ഞാനൊരുക്കം തന്നെ. നമ്മൾക്കിടയിൽ ഒരിടയാളെന്തിനാ?"

ഭർത്താവ് മരിച്ച് രണ്ടുമാസം തികയും മുമ്പേ ആ സ്ത്രീ അങ്ങനെ പറഞ്ഞത് അയാൾക്ക് ഒട്ടും ഇഷ്ടപ്പെട്ടില്ല. കൊല്ലങ്ങളായി കിടപ്പായിരുന്നില്ലേ. ക്ഷമകെട്ടിരിക്കും.

"ഇത്രവേഗം പിണങ്ങിയോ? അതിനുമാത്രമൊന്നും പറഞ്ഞില്ലല്ലോ."

"ഇങ്ങോട്ടു കയറണ്ടെന്നു ഞാൻ എന്നെ വിലക്കീതാ. മനസ്സു കേക്കണ്ടേ?

"ഇങ്ങനെ അരിശപ്പെടാൻമാത്രം ഞാനെന്താ പറഞ്ഞത്?"

"ഒരാളെ വന്ദിച്ചിട്ട് അയാൾ കണ്ടതായി ഭാവിച്ചില്ലെങ്കിൽ നിങ്ങൾക്കു സഹിക്കുമോ?"

കഴിഞ്ഞതവണ വന്നപ്പോഴത്തെ കാര്യമാണ് അവർ സൂചിപ്പിക്കുന്നതെന്ന് അപ്പോഴേ അയാൾക്ക് പിടികിട്ടിയുള്ളൂ. എങ്കിലും മനസിലാകാത്ത ഭാവത്തിൽ പറഞ്ഞു.

"അയാൾ കേട്ടില്ലായിരുന്നു എന്നു കരുതി ക്ഷമിക്കൂ."

"മറ്റ് അവയവങ്ങൾക്കെന്നപോലെ അയാളുടെ കേൾവിക്കും യാതൊരു തകരാറുമില്ല."

എത്ര ശ്രമിച്ചിട്ടും അയാൾക്കു ചിരി അടക്കാനായില്ല.

"നാണംകൊണ്ടാകാം. അല്ലെങ്കിൽ അള്ളാഹുവിനെ ഭയന്നിട്ടാകാം."

"നാണമോ? നാണമെന്തെന്നറിയാത്ത ഗൗരവക്കാരനാ അയാൾ."

തികട്ടിവന്ന ചിരി അടക്കി ആരെങ്കിലും ശ്രദ്ധിക്കുന്നുണ്ടോ എന്നു നോക്കി അയാൾ. ഹംസായി തിരക്കിലായിരുന്നു.

"കഴിഞ്ഞകാര്യത്തെക്കുറിച്ചോർത്ത് പശ്ചാത്തപിക്കുന്ന പതിവ് എനിക്കില്ല. ഏറ്റുപറച്ചിലും മാപ്പുപറച്ചിലും പതിവില്ല."

"പശ്ചാത്തപിക്കണമെന്നു ഞാൻ പറഞ്ഞില്ലല്ലോ."

"അള്ളാഹു സാക്ഷി, അങ്ങനെ സംഭവിച്ചതിൽ എനിക്കു വിഷമമുണ്ട്. ഒന്നിനു പത്തായി ഇപ്പോൾ വന്ദനം പറയുന്നു. പോരേ?"

"മാപ്പുതരാൻ ഒരുക്കമില്ലെങ്കിലോ?"

"തെറ്റുചെയ്താൽ ഏറ്റുപറയലും മാപ്പുനൽകലും നല്ല ആളുകളുടെ ലക്ഷണമാണ്. ക്ഷമ കൈക്കൊള്ളുന്നവർക്കുള്ളതാണ് സ്വർഗമെന്നു കേട്ടിട്ടില്ലേ? സ്വർഗമെന്നതുകൊണ്ട് ഞാനിപ്പോൾ ഉദ്ദേശിക്കുന്നത് നമ്മുടെ കൊട്ടാരത്തെരുവുതന്നെയാണ്. ഭാഗ്യവശാൽ നമ്മുടെ പടിപ്പുര ഇടുങ്ങിയതും മനുഷ്യരുടെ കണ്ണിൽപ്പെടാത്തതുമാണ്. അവിടെ കാവൽക്കാരനുമില്ല."

അവരുടെ മരിച്ചുപോയ ഭർത്താവിനെയാണ് കാവൽക്കാരൻ എന്നതുകൊണ്ട് ഉദ്ദേശിക്കുന്നതെന്ന് അവർക്കുടനെ പിടികിട്ടി. എന്നിട്ടും അറിയാത്തമട്ടിൽ കിനാവിൽ മുഴുകി ഇരുന്നു. അയാളാകട്ടെ ചെയ്തുപോയ തെറ്റിനു പടച്ചവനോട് മാപ്പപേക്ഷിച്ചു.

തിരക്കൊഴിഞ്ഞപ്പോൾ എന്താണ് വേണ്ടതെന്നു ചോദിച്ചുകൊണ്ട് ഹംസായി എത്തി. അവരുടെ ശ്രദ്ധതിരിക്കാൻ ഒരവസരം കിട്ടിയതിൽ അയാൾ ആശ്വസിച്ചു. ഇവരുടെ മകളെ ഫഹ്മി വിവാഹം കഴിക്കാഞ്ഞത് നന്നായെന്നു തോന്നുകയും ചെയ്തു. ഉമ്മയെക്കണ്ടല്ലേ മക്കൾ പഠിക്കുക. ആ കല്യാണം നിരസിച്ചതുവഴി ബാപ്പയുടെ കടമ നിറവേറ്റുകയാണ് ചെയ്തത്. അയാളെപ്പോലൊരു സ്ത്രീലമ്പടനെ സംബന്ധിച്ചിടത്തോളം അവർ കിട്ടാക്കനിതന്നെ. പക്ഷേ ഒരു കുടുംബിനി എന്നനിലയിൽ അവരെ അംഗീകരിക്കാൻ അയാൾ തയാറല്ല. ഭർത്താവ് വർഷങ്ങളായി അനങ്ങാൻ വയ്യാതെ കിടക്കുന്നു. അപ്പോൾ ഇവർ എങ്ങനെയാണ് ജീവിച്ചതെന്ന് ആരറിഞ്ഞു? ആമിനയ്ക്ക് ഒന്നും അറിയില്ലായിരിക്കാം. അറിയാമായിരുന്നെങ്കിൽ പറഞ്ഞേനെ. ഉള്ളിലെ അഗ്നി ഉടലാകെ പടരുന്നു. അക്കാര്യം അവർ അറിയരുതെന്നുണ്ടുതാനും. വീട്ടിലുള്ളവർ അറിയാതെ അവരുമായി ഒരു ബന്ധം എങ്ങനെ ഉണ്ടാക്കും? ഭാര്യയുമായി ചങ്ങാത്തം കൂടാൻ പറഞ്ഞാലോ അവരോട്. അപ്പോൾ മറ്റുള്ളവർക്കു സംശയമുണ്ടാകാതെ എപ്പോഴും അങ്ങോട്ടുപോകാം. അവർ ഹൃദയത്തിൽ സ്ഥാനമുറപ്പിക്കുംതോറും അവരോടുള്ള ബഹുമാനം കുറഞ്ഞുവന്നു.

ഹംസായി സാധനങ്ങളുമായി എത്തിയപ്പോൾ അവർ എഴുന്നേറ്റ് സയ്യദിന്റെ കൈപിടിച്ചുകുലുക്കി യാത്ര പറഞ്ഞു.

"ഇൻശാഅള്ളാ നമുക്കിനിയും കാണാം. ഞങ്ങൾ കാത്തിരിക്കും."

അയാൾക്ക് എന്തെന്നില്ലാത്ത സന്തോഷമായി. ഒപ്പം വല്ലാത്തൊരസ്വസ്ഥതയും. സുബൈദയെ പിണക്കാതെ പിരിച്ചുവിടാനുള്ള മാർഗം ആലോചിക്കേണ്ടിയിരിക്കുന്നു. മനുഷ്യനെ അനാവശ്യമായി പിണക്കുന്നതും മുഷിപ്പിക്കുന്നതും ഇഷ്ടമല്ല. ഇണയെ മടുക്കുമ്പോൾ അവളെ വേദനിപ്പിക്കാതെ പിണക്കാതെ പിരിച്ചുവിടാൻ എപ്പോഴും ശ്രദ്ധിച്ചിരുന്നു.

ഒരുപാട് സ്ഥാനമാനങ്ങളൊക്കെ കൊടുത്ത് സന്തോഷിപ്പിച്ച് നല്ല സുഹൃത്തുക്കളായി പിരിയുക അതാണ് രീതി.

പിരിയാൻ ഉദ്ദേശിച്ചുകൊണ്ടാണ് സമ്മാനങ്ങൾ കൊടുത്തയച്ചതെന്നറിഞ്ഞാൽ സുബൈദ സ്വീകരിക്കുമോ? ജലീലയെപ്പോലെ ഇവളും ആദ്യം വഴക്കൊന്നും കാണിക്കാതെ ഒടുക്കം പോരിനു വരുമോ? ഉചിതമായൊരു പോംവഴി ആലോചിച്ചു കണ്ടെത്തുക തന്നെ വേണം. പ്രേമത്തിൽ അകപ്പെടുമ്പോഴുള്ള ഊരാക്കുടുക്കുകളാലോചിച്ച് അയാൾ നെടുവീർപ്പിട്ടു. എങ്കിലും മനസ്സു തണുപ്പിക്കാൻ ഇങ്ങനെ പുതിയ പുതിയ പ്രണയങ്ങൾ കൂടിയേ തീരൂ. ഇരുട്ടിൽ ഒരു തിരി വെളിച്ചവുമായി തന്നെ കാത്തുനിൽക്കുന്ന ഒരു സ്ത്രീയുടെ രൂപം പെട്ടെന്ന് മനസിലെത്തി.

അൻപത്തിരണ്ട്

സഅദിനേയും കൂട്ടരേയും അറസ്റ്റു ചെയ്ത് നാടുകടത്തിയ വിവരം സുഹൃത്ത് പറഞ്ഞപ്പോൾ സയ്യിദ് അഹമ്മദിന് വിശ്വസിക്കാനായില്ല.

"വെറുതേ പറഞ്ഞുണ്ടാക്കിയതല്ല. ഈ വിറങ്ങലിച്ച തെരുവ് അതിനുള്ള തെളിവാണ്. ചീത്ത വാർത്തകളാണ് പെട്ടെന്ന് പടരുന്നത്. സഅദ് ബ്രിട്ടീഷുകാർക്ക് വഴങ്ങില്ലെന്നറിഞ്ഞപ്പോഴേ ഈ വാർത്ത പ്രതീക്ഷിച്ചതാ." മുഹമ്മദ് ഇഫ്ഫത്തിന്റെ മുഖം അരിശത്താൽ ചുവന്നു. വാക്കുകളിടറി.

"അത്രയും ധിക്കാരമോ? ഇനിയെന്താണാവോ ഉണ്ടാവുക."

സയ്യിദ് അഹമ്മദും ചിന്താകുലനായി.

"ഇനിയെല്ലാം മേലായ റബ്ബിനേ അറിയൂ. നമ്മുടെ നാട്ടിൽ പട്ടാളനിയമം നടപ്പാക്കാനാവും അവരുടെ പരിപാടി."

അപ്പോഴേക്കും ഇരുമ്പുകച്ചവടക്കാരൻ ഓടിക്കിതച്ചെത്തി.

"അറിഞ്ഞോ....പുതിയ വാർത്ത...മാൾട്ടയിലേക്കാ അവരെ നാടുകടത്തിയത്."

"നാടുകടത്തുകയോ?"

അവിടെ കൂടിയവർ ഒന്നിച്ചാണ് ചോദിച്ചത്. ഉറാബി പാഷ എന്ന വിപ്ലവകാരിയെ അവരുടെ ചെറുപ്പകാലത്ത് നാടുകടത്തിയതിനെക്കുറിച്ചായിരുന്നു അവരെല്ലാം അപ്പോൾ ഓർത്തത്. അതേ അനുഭവം തന്നെ സഅദിനും സഹപ്രവർത്തകർക്കും നേരിട്ടല്ലോ എന്നോർത്ത് ഏവരും വിതുമ്പി. എന്നും അടിമകളായി കഴിയാനാണോ വിധി? അവിടെ കൂടിയിരുന്നവരുടെയൊക്കെ ഉള്ളം ഒരുപോലെ നീറുകയായിരുന്നു. അവരുടെ ശരീരത്തിനു പെട്ടെന്നു ഭാരം കൂടിയതുപോലെ. തണുത്തു മരവിച്ചതുപോലെ. ഒന്നും മിണ്ടാനാവാതെ അവർ വിങ്ങിപ്പൊട്ടി പരസ്പരം നോക്കി.

എത്തുന്നവർക്കെല്ലാം ഇതേക്കുറിച്ചേ പറയാനുണ്ടായിരുന്നുള്ളു. അരിശവും സങ്കടവും കാരണം അവർ ഉറക്കെ ഓരോന്നു പറഞ്ഞുകൊണ്ടിരുന്നു.

"ഇന്നലെ നാമെല്ലാം എന്തുമാത്രം സന്തോഷിച്ചതാണ്. ഒരു രാവു കൊണ്ട് എല്ലാ സ്വപ്നങ്ങളും പൊലിഞ്ഞെന്നോ?"

പരസ്പരം എങ്ങനെ ആശ്വസിപ്പിക്കണമെന്ന് അവർക്ക് അറിയില്ലായിരുന്നു. ജനങ്ങളുടെ പ്രത്യാശ ഇത്രവേഗം ചാമ്പലായോ?

"ഈ വാർത്ത ഒരുപക്ഷേ കേട്ടുകേൾവി ആയിക്കൂടെന്നുണ്ടോ?"

ഏതോ ശുഭാപ്തിവിശ്വാസിയുടെ ആ വാക്കുകൾ പക്ഷേ ആരും വിലവെച്ചില്ല. ആ അവഗണന പറഞ്ഞ ആൾ പ്രതീക്ഷിച്ചതാണ്. കൂട്ടുകാരെ സമാധാനിപ്പിക്കാൻ വെറുംവാക്കു പറഞ്ഞെന്നെയുള്ളു.

"ഇംഗ്ലീഷുകാർ അവരെ തുറങ്കലിലടച്ചു. അവരെ രക്ഷിക്കാൻ നമുക്കാരാണുള്ളത്?"

"നമ്മുടെ ഉള്ളിൽ സ്വാതന്ത്ര്യബോധം ഊട്ടിവളർത്തിയിട്ട് സഅദ് ഇത്രവേഗം അപ്രത്യക്ഷനായെന്നോ?"

"നാം കിനാവുകാണുകയായിരുന്നോ? ഒരു പകൽക്കിനാവുപോലെ ഇനി ആ ഓർമയും ഇല്ലാതാവും."

"എന്റെ റബ്ബേ...."

ആരുടെയോ കരളലിയിക്കുന്ന നിലവിളി.

"അതെ....അവൻ സർവശക്തനാണ്. ലോകാധിപനും അവൻ തന്നെ."

അള്ളാഹുവിന്റെ നാമം ഉച്ചരിച്ചതുകേട്ടപ്പോൾ അവർ ദുഃഖം മറന്ന് ഏറ്റുവിളിച്ചു.

കാൽനൂറ്റാണ്ടിനു ശേഷം അന്നാദ്യമായി ആ സുഹൃത്തുക്കൾ സംഗീതവും വിനോദപരിപാടികളും മറന്നു. ദുഃഖം മറക്കാൻ അൽപ്പം മദ്യപിക്കാമെന്ന ഒരു സുഹൃത്തിന്റെ അപേക്ഷയോട് യോജിക്കാൻ പക്ഷേ പലർക്കുമായില്ല. അവർ മൗനത്തിൽ അഭയംതേടി. ആരെങ്കിലും നേതൃത്വം ഏറ്റെടുത്ത് സദസു പിരിച്ചുവിടുന്നതും കാതോർത്ത് അവർ ഇരുന്നു.

"നേരം ഇരുട്ടി വീട്ടിൽ പോകാം."

മുഹമ്മദ് ഇഫ്ഫത്ത് പെട്ടെന്ന് പറഞ്ഞു.

എന്തെങ്കിലും പറയണമല്ലോ എന്നോർത്ത് പറഞ്ഞുപോയതായിരുന്നു അയാൾ. വീട്ടിൽ പോകാതെ പറ്റില്ലല്ലോ.

"ഇത്രയും കഠിനമായ ഒരു പകലിനു ശേഷം ഒരു തുള്ളി മോന്താതെ പിരിയുകയോ?"

മൈദക്കച്ചവടക്കാരൻ ഇബ്രാഹിം.

ഓപ്പറേഷൻ കഴിഞ്ഞെത്തിയ ഡോക്ടർ ഓപ്പറേഷൻ വിജയമായിരുന്നു എന്നു പറഞ്ഞു കേട്ടപ്പോൾ രോഗിയുടെ ബന്ധുക്കൾക്കുണ്ടാകുന്ന സന്തോഷമായിരുന്നു അവർക്കപ്പോൾ.

"ഇതുപോലൊരു ദിവസം മദ്യപിക്കുകയോ?"

എന്നിട്ടും ഒരാൾക്ക് സംശയം.

"ആവശ്യമുള്ളവർക്കാവാം. അല്ലാത്തവർക്കു പോകാം. കള്ളപ്പന്നികൾ...."

സയ്യിദ് അഹമ്മദ്.

അപ്പോൾ അന്നേദിവസം അവരാദ്യമായി ചിരിച്ചു. അയാൾ മദ്യക്കുപ്പി പുറത്തെടുത്തു.

"ഇത്തിരി താമശകൊണ്ടൊന്നും മറക്കാവുന്ന ദുഃഖമല്ലിത്.

ക്ഷമാപണത്തോടെയാണ് അയാൾ പറഞ്ഞത്.

വികാരം അടക്കിപ്പിടിച്ചിരിക്കുകയായിരുന്നു ആ സുഹൃത്തുക്കൾ. മദ്യം നുണഞ്ഞതും സയ്യിദ് അഹമ്മദ് വാചാലനായി.

"സഅദ് വിപ്ലവം ആരംഭിച്ചത് ഈജിപ്തുകാരെ സന്തോഷിപ്പിക്കാനാ. ദുഃഖിപ്പിക്കാനല്ല. അതുകൊണ്ട് വേദന മറക്കാൻ നാമിന്ന് അൽപ്പം കുടിക്കുന്നതിൽ ആരും സങ്കടപ്പെടേണ്ട."

"ആ രാത്രി മദ്യംകൊണ്ട് കഴുകിക്കളയാനാണ് ഞാൻ ശ്രമിച്ചത്..." പിന്നീടൊരിക്കൽ അയാൾ വേദനയോടെ പറഞ്ഞിരുന്നു.

സയ്യിദ് അഹമ്മദിന്റെ ഇരിപ്പുമുറിയിൽ അപ്പോൾ ദുഃഖം തളംകെട്ടിയിരുന്നു. കണ്ണീരോടെയാണ് ഫഹ്മി വീട്ടുകാരോട് കാര്യം പറഞ്ഞത്. യാസീനും ദുഃഖിതനായിരുന്നു. എന്തെങ്കിലും പറഞ്ഞ് മക്കളെ സമാധാനിപ്പിക്കണമെന്നുണ്ടായിരുന്നു ഉമ്മയ്ക്ക്. താൻ പറഞ്ഞതുകേട്ട് അവർക്ക് അരിശംവന്നാലോ എന്നുകരുതി അവർ മിണ്ടാതിരുന്നു. അങ്ങനെ ഇരുന്നപ്പോൾ അവരുടെ മനവും ഇരുണ്ടു. നാടുകടത്തിയവരുടെ കുടുംബത്തെക്കുറിച്ചോർത്തായിരുന്നു അവർക്ക് വേദന.

"നമ്മുടെ നേതാക്കളെ നിഷ്കരുണം നാടുകടത്തുക. ഭയങ്കര ചതിയായിപ്പോയി."

യാസീൻ.

"എന്തുതെമ്മാടികളാണവർ. അവർ നമ്മോടു പെരുമാറിയതുപോലെ നാം അങ്ങോട്ടുപെരുമാറിയാൽ അവർ പട്ടാളത്തെ ഉപയോഗിച്ച് അടിച്ചമർത്തുന്നു."

ഫഹ്മിക്ക് അടക്കാനാകുന്നില്ല.

"നീ വിഷമിക്കാതിരി മോനേ. അവർക്ക് പടച്ചോൻ കൊടുക്കും. അവൻ തന്നെ നമ്മെ കാത്തുരക്ഷിക്കുകയും ചെയ്യും."

ഉമ്മ ഫഹ്മിയെ സമാധാനിപ്പിച്ചു.

"നാം വിപ്ലവം നടത്തിയില്ലെങ്കിൽ നമ്മുടെ നാട് എന്നെന്നും അടിമരാജ്യമാകും. സമാധാനമായിട്ടു ചെന്ന നമ്മുടെ നേതാക്കന്മാരെ തുറങ്കലിലടയ്ക്കുകയോ?"

ഉമ്മയുടെ ആശ്വാസവാക്കുകൾ ഫഹ്മിയെ കൂടുതൽ പ്രകോപിപ്പിക്കുകയാണ് ചെയ്തത്.

സഹോദരന്മാർ അരിശത്തോടും വേദനയോടും സംസാരം തുടർന്നുകൊണ്ടിരുന്നു. അവരുടെ അരിശം മനസിലാക്കാൻ സൈനബിനു പക്ഷേ

സാധിച്ചില്ല. സഅദിനെ നാടുകടത്തിയതിന് ഇവർക്കെന്താ? അള്ളാഹു പറഞ്ഞതനുസരിച്ച് അയാൾ കഴിഞ്ഞിരുന്നെങ്കിൽ അയാളെ ആരെങ്കിലും തുറങ്കലിലടയ്ക്കുമോ? ആശ കേറിയിട്ടല്ലേ ഈ പൊല്ലാപ്പെല്ലാമുണ്ടായത്. സഅദ് ഫഹ്മിയുടെ മൂത്തപ്പായുടെ മോനാണോ. അയാളെക്കുറിച്ചോർത്ത് ഇങ്ങനെ വിങ്ങിപ്പൊട്ടാൻ. എന്തുവന്നാലും കുലുങ്ങാത്ത യാസീനും ആകെ വിരണ്ടിരിക്കുന്നു. വൈകുന്നേരത്തെ ഒത്തുകൂടലും തമാശയുമാണ് അയാൾക്കാകെയൊരു ഹരം. അതും ഇന്നു ഫഹ്മി കാരണം ഇല്ലാതായി എന്നു ഭർത്താവിനോട് പറയണമെന്നുണ്ടായിരുന്നു അവൾക്ക്.

അവർ ചൂടുപിടിച്ചിരിക്കുന്ന സമയത്ത് അരുതാത്തത് പറഞ്ഞ് ചൂടേറ്റേണ്ടെന്ന് തോന്നിയതുകാരണം മിണ്ടിയില്ല. ആമിനയും അതുകൊണ്ടു തന്നെയാണ് മിണ്ടാതിരിക്കാൻ തീരുമാനിച്ചത്. പക്ഷേ സൈനബിനെപോലെ വിപ്ലവത്തെക്കുറിച്ച് തീരെ അജ്ഞാതയായിരുന്നില്ല ആമിന. അവരുടെ കുട്ടിക്കാലത്തും നാട്ടിൽ വിപ്ലവം ആളിപ്പടർന്നിരുന്നു. നേതാക്കളെ നാടുകടത്തിയിരുന്നു. അവർ തിരിച്ചെത്തുമെന്ന് ഫഹ്മിയെപ്പോലെ ആശിക്കാൻ ആമിനയ്ക്ക് സാധിച്ചില്ല. പോയവർ പോയി. രാജ്യത്തു സമാധാനം തിരിച്ചുവരണം. എല്ലാവരും സന്തോഷമായിട്ടു കഴിയണം. ഫഹ്മിയുടെ ചുണ്ടിൽ എന്നും ചിരി വിരിയണം. കുടുംബസദസിൽ തമാശകൾ മുഴങ്ങണം അതാണ് ഉമ്മയുടെ ആശ.

"മാൾട്ട....അതേ..മാൾട്ട ഇവിടെയാ."

കൈയിലൊരു ഭൂപടവുമായി എത്തിയ കമാൽ വിളിച്ചു കൂവി.

എന്നിട്ടും ഫഹ്മിക്ക് അനക്കമില്ല. മുഖം വിവർണമായിരുന്നു. ഫഹ്മി ശ്രദ്ധിക്കുന്നില്ലെന്നറിഞ്ഞപ്പോൾ കമാൽ ഭൂപടത്തിൽ നോക്കി സ്വപ്നം കാണാൻ തുടങ്ങി. ഇംഗ്ലീഷുപട്ടാളക്കാരുടെ ചവിട്ടടിയൊച്ച അവൻ കേട്ടു. അവർ സഅദിനെ ഓടിച്ചിട്ടുപിടിക്കുന്നത് ഭാവനയിൽ കണ്ടു. ധീരനായ നേതാവിനു പക്ഷേ കുലുക്കമില്ല. ഫഹ്മി മുമ്പൊരിക്കൽ വിവരിച്ചതുപോലെ കല്ലുപോലെ നിൽപ്പാണ്. നേതാവിനെക്കുറിച്ച് ഫഹ്മിയോട് ചോദിച്ച് കൂടുതൽ മനസിലാക്കണമെന്നുണ്ടായിരുന്നു കമാലിന്. ഫഹ്മിയുടെ മുഖം കണ്ടപ്പോൾ അതിനുള്ള ധൈര്യമുണ്ടായില്ല.

മൗനം ഫഹ്മിയുടെ വേദന ഇരട്ടിപ്പിച്ചു. കോപം ഹൃദയത്തെ ഞെരുക്കുന്നു. കൂട്ടുകാരെ കണ്ടിരുന്നെങ്കിൽ പരസ്പരം സങ്കടം പറഞ്ഞ് ഭാരം കുറയ്ക്കാമായിരുന്നു.

"നമുക്കൊന്ന് പുറത്തിറങ്ങിയാലോ?"

അവൻ പതുക്കെ യാസീനോടു ചോദിച്ചു.

അതു കേൾക്കാൻ കാത്തിരുന്ന യാസീൻ ആശ്വാസത്തോടെ എഴുന്നേറ്റിട്ടു തന്നത്താൻ പറഞ്ഞു:

"സ്വാതന്ത്ര്യസമരസേനാനികൾക്കു വേണ്ടി സങ്കടപ്പെട്ട് എന്റെ തല ചൂടായി. ഇനിയൊന്ന് തണുപ്പിക്കാതെ യാതൊരു നിവൃത്തിയുമില്ല."

അൻപത്തിമൂന്ന്

മാവു കുഴയ്ക്കുന്ന ശബ്ദം അന്നും പതിവുപോലെ ഫഹ്മിയെ ഉണർത്തി. ജനാലകൾ അടച്ചതുകൊണ്ടാവാം മുറിയിൽ അപ്പോഴും ഇരുട്ട്. കമാൽ ശ്വാസം കഴിക്കുന്ന ശബ്ദം വ്യക്തമായി കേൾക്കാം. മരണം പതിയിരിക്കുന്ന തെരുവുകൾ കണ്ട് ഭയന്നാണ് തലേന്നുരാത്രി ഉറങ്ങാൻ കിടന്നത്. രാവിലെ ഉണരുമോ എന്നുപോലും അപ്പോൾ ഉറപ്പുണ്ടായിരുന്നില്ല.

പക്ഷേ ഇന്നും പതിവുപോലെ നേരംപുലർന്നതിന്റെ തെളിവാണല്ലോ ഉമ്മു മാവുകുഴയ്ക്കുന്ന ശബ്ദം. കമാൽ ശാന്തനായി ഉറങ്ങുന്നു. യാസീന്റെ മുറിയിലും കാലടിശബ്ദം കേൾക്കാം. പ്രഭാതം വീണ്ടും നാണത്തോടെ പൊട്ടിവിടർന്നതിന് ഇതിൽക്കൂടുതൽ തെളിവെന്താ വേണ്ടത്? ബാപ്പ കുളിക്കുകയായിരിക്കും. തലേന്ന് കിനാവുകണ്ടതുപോലെ വെടിയുണ്ടകൾ തെരുവിലൂടെ ചീറിപ്പായുന്നില്ല. രക്തം ചീന്തുന്നുമില്ല. ഈജിപ്ത് ഇന്നും ശാന്തം. മാതൃരാജ്യത്തെ അടിമത്തത്തിൽ നിന്ന് രക്ഷിക്കുക എന്നതാണ് അവന്റെ പരമമായലക്ഷ്യം. അതിനുവേണ്ടി സ്വന്തം ജീവൻ പണയംവയ്ക്കണമെങ്കിൽ അതിനും ഫഹ്മി തയാർ. ജനിച്ചാൽ ഒരിക്കൽ മരിക്കണം. അത് മാതൃരാജ്യത്തിനു വേണ്ടിയാകട്ടെ എന്ന പ്രത്യാശയാണ് അവനെപ്പോലുള്ളവരെ മുന്നോട്ടു നയിക്കുന്നത്.

"സഅദിനെ വിട്ടുതരിക. അല്ലെങ്കിൽ ഞങ്ങൾ ജയിൽ നിറയ്ക്കും."

നേതാവ് വിളിച്ചു പറഞ്ഞപ്പോൾ എല്ലാവരും ആവേശത്തോടെ ഏറ്റുവിളിച്ചു. അതുകണ്ട നഗരവാസികളും വഴിയാത്രക്കാരും അവരോടൊപ്പം ചേർന്നു. എന്തൊരു സുന്ദര നിമിഷം. തലേരാത്രിയിലെ നിരാശയും ആശങ്കയും മറന്ന് ഫഹ്മിയും കൂട്ടരും സഅദിനെ വിട്ടുതരിക എന്ന് ആവേശത്തോടെ വിളിച്ചു. ഇല്ല. ഈ തീയ് അണയുകയില്ല.

അവർ സ്കൂൾമുറ്റത്തെത്തിയപ്പോൾ അവിടേയും വമ്പിച്ച ജനക്കൂട്ടം. ജനങ്ങൾ ആവേശഭരിതരായിരുന്നു. ബഹളം അവസാനിപ്പിച്ച് സമാധാനപരമായി ക്ലാസിൽ ചെന്നിരിക്കാൻ പ്രിൻസിപ്പാൾ വാട്ട്സൻ അപേക്ഷിച്ചത് ചെവിക്കൊള്ളാതെ അവർ ഓഫീസ് വളഞ്ഞ് ഉറക്കെ മുദ്രവാക്യം വിളിച്ചുകൊണ്ടിരുന്നു. മിണ്ടാതെ വഴിമാറുകയല്ലാതെ പ്രിൻസിപ്പാളിനു വേറെ നിവൃത്തിയില്ലായിരുന്നു.

വേദിയിൽ പ്രസംഗിക്കുന്ന നേതാവിന്റെ വാക്കുകൾ ചെവിയോർത്തിരുന്നു ഫഹ്മി. ആ വേദിയിൽ കയറിച്ചെന്ന് അവനുപറയാനുള്ളത് ഉറക്കെ വിളിച്ചുപറയണമെന്നുണ്ടായിരുന്നു ഫഹ്മിക്ക്. ധൈര്യമുണ്ടായില്ല. തന്റെ ഉള്ളിലുള്ളതാണല്ലോ നേതാവ് പറയുന്നത് എന്നോർത്ത് അവൻ തൃപ്തനായി.

"സ്വേച്ഛാധിപത്യം അവസാനിപ്പിക്കുക. അടിമച്ചങ്ങല പൊട്ടിച്ചെറിയുക. അതാണ് ഞങ്ങളുടെ ലക്ഷ്യം. സഅദിനെ വിട്ടയക്കുക."

ജനക്കൂട്ടം ആവേശത്തോടെ ഏറ്റുവിളിച്ചപ്പോൾ ഈജിപ്ത് വിറച്ചു. സ്വാതന്ത്ര്യസമരം നിങ്ങളുടെ പിതാക്കൾക്കു വിട്ടുകൊടുത്തിട്ട് ക്ലാസിൽ

കയറുക എന്ന ബ്രിട്ടീഷ് നിയമമന്ത്രിയുടെ അപേക്ഷ തള്ളിക്കളഞ്ഞു കൊണ്ട് അവർ അദ്ദേഹത്തിനു മുർദാബാദ് വിളിച്ചു.

"ഞങ്ങളുടെ പിതാക്കന്മാരെ നിങ്ങൾ തുറങ്കലിലടച്ചില്ലേ? നിയമ വാഴ്ച നശിച്ച ഈ രാജ്യത്ത് ഞങ്ങളെന്തിന് നിയമം പഠിക്കണം? ഞങ്ങടെ നേതാക്കളെ വിട്ടുതരിക."

വിദ്യാർഥികൾ വിളിച്ചു പറഞ്ഞുകൊണ്ടിരുന്നു.

ഉള്ളിൽതട്ടിയുള്ള ആ വാക്കുകൾ നാടു വിറപ്പിച്ചു. നിയമമന്ത്രി പിൻവാങ്ങി. പുറത്തിറങ്ങാൻ നേതൃനിരയിൽനിന്ന് ആഹ്വാനമുണ്ടായപ്പോൾ അവർ അച്ചടക്കത്തോടെ ജാഥ നയിച്ച് എഞ്ചിനീയറിംഗ് കോളേജിലെത്തി. അവിടത്തെ വിദ്യാർഥികളും അവരോടൊപ്പം ചേർന്നു. അവിടന്ന് കാർഷിക കോളേജ് ഒടുക്കം മെഡിക്കൽ കോളേജ്. ആർട്സ് കോളേജ്. വിദ്യാർഥികൾ അലകടലായി നഗരപ്രദിക്ഷണം വെച്ചപ്പോൾ സാധാരണക്കാരും ആവേശത്തോടെ അവരോടൊപ്പം കൂടി. ഏവർക്കും ഒരേ ലക്ഷ്യം.

"സ്വാതന്ത്ര്യമാണ് ഞങ്ങളുടെ ലക്ഷ്യം. സഅദിനെ വിട്ടയ്ക്കുക."

ജനസമുദ്രം ആർത്തിരമ്പി.

താൻ സ്വപ്നം കാണുകയാണോ എന്നുപോലും ഫഹ്മി സംശയിച്ചു പോയി. പകച്ചു ചുറ്റും നോക്കി. ആവേശം അലയടിക്കുന്ന മുഖവുമായി ജനങ്ങൾ മുമ്പോട്ടുതന്നെ. പെട്ടെന്നാണ് പട്ടാളം അവരെ വളഞ്ഞത്. നടുക്കടലിൽഅകപ്പെട്ട തോന്നലായിരുന്നു അപ്പോൾ. എന്താണ് സംഭവിച്ചതെന്ന് ഇപ്പോഴും ഓർമയില്ല. ജനക്കൂട്ടം നാലുപാടും ചിതറി. അക്കൂട്ടത്തിൽ അവനും. നേതാക്കളെ അറസ്റ്റുചെയ്ത വിവരം പിന്നീടാണ് അറിഞ്ഞത്. അക്കൂട്ടത്തിൽ താൻ ഉൾപ്പെട്ടില്ലല്ലോ എന്നോർത്ത് അവൻ തേങ്ങി.

അന്നത്തെ അപേക്ഷിച്ച് പിറ്റേന്നു സ്ഥിതി കുറച്ചുകൂടി ശാന്തമായിരുന്നു. കൈയിൽ ബാനറുമായി വിദ്യാർഥികളും നഗരവാസികളും വീണ്ടും ഒത്തുകൂടി. പ്രമുഖരായ പല രാഷ്ട്രീയ നേതാക്കളും അവരെ അഭിസംബോധനചെയ്തു സംസാരിച്ചു. പെട്ടെന്നാണ് വെടിയുണ്ട തലങ്ങും വിലങ്ങും ചീറിപ്പാഞ്ഞെത്തിയത്. പട്ടാളമെന്ന് ആരോ വിളിച്ചു പറഞ്ഞെങ്കിലും ഓടിമാറാൻ ജനങ്ങൾക്ക് അവസരമുണ്ടായിരുന്നില്ല. എതിർപ്പുകൾ, ഒപ്പം വെടിയേറ്റവരുടെ ദാരുണമായ നിലവിളി. നേതാക്കന്മാർ എന്നിട്ടും പ്രസംഗം നിർത്തിയില്ല. ജനങ്ങളിൽ പലരും ചിതറിയോടി. പലരും കടകളിൽ അഭയംതേടി. അവരിൽ ഫഹ്മിയും ഉൾപ്പെട്ടിരുന്നു. ജീവൻ രക്ഷിക്കുക എന്ന ചിന്തമാത്രമേ അപ്പോൾ അവനുണ്ടായിരുന്നുള്ളൂ. ഒടുക്കം ആരവം അടങ്ങിയപ്പോൾ അവൻ ഭീരുവിനെപ്പോലെ ഒളിസങ്കേതത്തിൽനിന്നിറങ്ങി വീടിനെ ലക്ഷ്യമാക്കി നടന്നു.

അടുത്ത രണ്ടുദിവസങ്ങളിലും ഇതുതന്നെയായിരുന്നു സ്ഥിതി. നഗരത്തിൽ ഒത്തുകൂടുന്ന ജനതയെ അഭിസംബോധന ചെയ്തുകൊണ്ട് നേതാക്കന്മാർ പ്രസംഗിച്ചു. അപ്പോൾ അവർക്കുനേരെ വെടിയുണ്ടകൾ ചീറിപ്പാഞ്ഞു. പലരും പിടഞ്ഞുവീണു. ചിലർ രക്തസാക്ഷികളായി. അവരോടൊപ്പം എന്തിനും തയാറായി ഫഹ്മിയുമുണ്ടായിരുന്നു. എന്നിട്ടും

മരണം തന്നെത്തേടിയെത്തിയില്ലല്ലോ എന്നോർത്തായിരുന്നു ഫഹ്മിക്ക് ദുഃഖം. ഉദ്യോഗസ്ഥരും വക്കീലന്മാരും ബസ് ഡ്രൈവർമാരും തൊഴിലാളികളും തൂപ്പുകാരും എന്തിന് നാടൊട്ടാകെ അവരോടൊപ്പം സമരത്തിനിറങ്ങിയിരുന്നു. ജനരോഷം ഇരമ്പി മറിയുകയായിരുന്നു. ചോര ചിന്തിയത് വെറുതെയായില്ല എന്ന തോന്നൽ അവർക്കുണ്ടായി. നൈൽനദീതീരം ഉണരുകയായിരുന്നു.

കഴിഞ്ഞതോരോന്നും കൺമുന്നിൽ കാണുന്നതുപോലെ തോന്നി ഫഹ്മിക്ക്. അവൻ കിടക്കയിൽ തിരിഞ്ഞും മറിഞ്ഞും കിടന്നു. വീണ്ടുമൊരു പുലരികാണുമെന്ന് അപ്പോൾ കരുതിയതല്ല. സൂര്യൻ വീണ്ടും ഉദിച്ചിരിക്കുന്നു. ഉമ്മു മാവു കുഴയ്ക്കുന്നു. ഭക്ഷണം പാകംചെയ്യുന്നു. വീടു വൃത്തിയാക്കുന്നു. നാട്ടിലെന്തു സംഭവിച്ചാലും ഉമ്മു തന്റെ ജോലികൾ തുടരും. അതേ, അതാണ് ജീവിതം. വലിയകാര്യങ്ങൾ ചെറിയകാര്യങ്ങൾക്കു ഒരിക്കലും തടസമാവാറില്ല. അവനെപ്പോലെ ഒരു വിപ്ലവകാരിക്ക് ജന്മം നൽകിയ ഉമ്മ നാട്ടിൽ നടക്കുന്നതൊന്നും അറിയാതെ വീട്ടുജോലികളിൽ മുഴുകിയിരിക്കുന്നു. തൽക്കാലം ജീവിതത്തിന് മാറ്റമൊന്നുമില്ല. പക്ഷേ, ഈജിപ്തിനെ ആകെ ഇളക്കിമറിക്കുന്ന ഒരു കാലം വരാറായി എന്നവനു തോന്നി. എന്നാണാ ദിവസം? അടുത്തുതന്നെ.

അവൻ സമരത്തിനിറങ്ങിയ വിവരം അറിഞ്ഞാൽ ബാപ്പ എന്തുപറയും? പതിവുപോലെ കർശനമായി എതിർക്കും? സ്നേഹിക്കാൻ മാത്രമറിയുന്ന ഉമ്മ ഇതുകേട്ടാൽ കരഞ്ഞു കണ്ണീർ വറ്റിക്കില്ലേ? എന്തുമാകട്ടെ ഇനി ഇതിൽനിന്നു പിന്മാറാൻ ഫഹ്മി ഒരുക്കമല്ല.

ഞാൻ ജീവിച്ചിരുന്നാലും മരിച്ചാലും ഈ ലോകത്തിനൊരു ചുക്കുമില്ല. വിശ്വാസത്തിനു മരണത്തെക്കാൾ ബലമുണ്ട്. സ്വതന്ത്രനാളേക്കുവേണ്ടി നമുക്കാശിക്കാം. പ്രാർഥിക്കാം. പ്രവർത്തിക്കാം. ബാക്കി അവനു വിട്ടുകൊടുക്കാം.

പുതപ്പുമാറ്റി എഴുന്നേറ്റ ഫഹ്മി തന്നത്താൻ പറഞ്ഞു.

അൻപത്തിനാല്

വിപ്ലവം അറിഞ്ഞോ അറിയാതെയോ സാധാരണക്കാരുടെ ജീവിതത്തിനു മാറ്റങ്ങൾ ഏറെവരുത്തി. വിപ്ലവം തുടങ്ങിയതോടെയാണ് കമാലിന് ഒറ്റയ്ക്ക് സ്കൂളിൽ പോകാനുള്ള സ്വാതന്ത്ര്യം നഷ്ടപ്പെട്ടത്. ഇത്രയുംകാലം അവൻ ഒറ്റയ്ക്കായിരുന്നു പോക്കുവരവ്. ജാഥയും വെടിവയ്പ്പും തുടങ്ങിയതോടെ ഉമ്മ അവനെ ഒറ്റയ്ക്ക് എങ്ങോട്ടും വിടാതായി. ഉമ്മുവിന്റെ കൂടെയാണ് അവനിപ്പോൾ സ്കൂളിൽ പോകുന്നതും വരുന്നതും.

തെരുവിൽ ഇടയ്ക്കിടെ നടക്കുന്ന ജാഥകളും പോർവിളികളും പട്ടാ

ളക്കാരുടെ വിളയാട്ടവും ഉമ്മയുടെ സൈ്വര്യം കെടുത്തി. കുട്ടികളെ വെടി വെച്ചു കൊല്ലുന്ന വാർത്തകേട്ട് ആ മാതൃഹൃദയം തേങ്ങി. നഗരം ശാന്ത മാകുന്നതുവരെ തന്റെ ആൺമക്കളെ പുറത്തയയ്ക്കാതിരിക്കാനുള്ള പോംവഴി എത്ര ആലോചിച്ചിട്ടും ഉമ്മയ്ക്ക് പിടികിട്ടിയതുമില്ല. ഇനി സമ രത്തിൽ പങ്കെടുക്കില്ലെന്ന് അവർ ഫഹ്മിയെക്കൊണ്ട് സത്യം ചെയ്യിച്ചി ട്ടുണ്ട്. മകനെ അവർക്ക് വിശ്വാസമാണ്. അവൻ ഉമ്മയോടു വാക്കുപാ ലിക്കുമെന്ന് അവർക്കുറപ്പുണ്ട്. കൊച്ചുകുട്ടികളെ അധികൃതർ സമരത്തി നിറങ്ങാൻ അനുവദിക്കില്ല എന്നറിയാവുന്ന ബാപ്പ കമാലിനെ സ്കൂളിൽ അയക്കാതിരിക്കരുതെന്ന് പ്രത്യേകം പറഞ്ഞിട്ടുണ്ട്. എന്നിട്ടും അവർക്ക് സമാധാനമില്ല. അതുകൊണ്ടാണ് ഉമ്മുവിനെ കൂടെ അയക്കുന്നത്.

"പുറത്തിറങ്ങാൻ അനുവാദമുണ്ടായിരുന്നെങ്കിൽ ഞാൻ തന്നെ അവന്റെ കൂടെ പോകുമായിരുന്നു."

അവർ പറയാറുണ്ട്.

തന്റെ കുസൃതികളോരോന്നും ഉമ്മു ഉമ്മയുടെ ചെവിയിലെത്തിക്കു മെന്ന് അറിയാവുന്ന കമാൽ ഉമ്മയുടെ തീരുമാനത്തെ പല്ലും നഖവും ഉപയോഗിച്ച് എതിർത്തുനോക്കിയതാണ്. സ്വതന്ത്രനായി നടക്കാൻ കിട്ടുന്ന ഏകഅവസരവും കൈവിട്ടു പോകുകയാണ്. തടിച്ചുരുണ്ട ഉമ്മു വിന്റെ കൈവിരലിൽ തൂങ്ങി നടക്കുന്ന അവനെ പലരും പരിഹസിച്ചു. ബാപ്പയുടെ ആജ്ഞകൂടിയായപ്പോൾ എതിർക്കാൻ ഒരു നിവൃത്തിയുമി ല്ലാതായി കമാലിന്. കൂടെനടക്കുന്ന ഉമ്മുവിനെ വഴക്കുപറഞ്ഞും ഉപദ്ര വിച്ചും അവൻ അരിശംതീർത്തു. തന്റെ പിറകിൽ കുറച്ചകലെയായി നട ന്നാൽ മതിയെന്ന് ഉമ്മുവിനെ ശട്ടം കെട്ടുകയും ചെയ്തു.

സമരം തുടങ്ങി അഞ്ചാംദിവസം കമാലിനെ സ്കൂൾ ഗേറ്റിലെത്തി ച്ചിട്ട് ഉമ്മു കാവൽക്കാരനോട് ചോദിച്ചു:

"ഇന്ന് സ്കൂളുണ്ടോ?"

എന്നും അങ്ങനെ ചോദിച്ചിട്ടേ കമാലിനെ അകത്തേക്ക് വിടാവൂ എന്നാണ് ഉമ്മയുടെ കൽപ്പന.

"കുറെ കുട്ടികൾ അകത്തുണ്ട്. പലരും പോയി. ഹെഡ്മാഷ് ഇപ്പോ ഇതിലൊന്നും ഇടപെടാറില്ല."

കുട്ടികൾ സമരത്തിലാണ് എന്നുകേൾക്കാൻ ആഗ്രഹിച്ച കമാലിനെ ഈ ഉത്തരം നിരാശനാക്കി. സമരമാണ് സ്കൂളില്ലാ എന്നു പറഞ്ഞിരു ന്നെങ്കിൽ തിരിച്ചു വീട്ടിൽ പോകാമായിരുന്നു. കളിച്ചു കൂത്താടുകയും ചെയ്യാം.

എന്നാ ഞാൻ പോകുന്നവരുടെ കൂട്ടത്തിലാണെന്നും പറഞ്ഞ് അവൻ തിരിച്ചുനടന്നപ്പോൾ ഉമ്മുവും പിറകെ നടന്നു.

"അകത്തുള്ളോരെക്കൂടെ ചെന്ന് പഠിച്ചൂടെ കുട്ടിക്ക്?"

ഉമ്മു.

"അവിടെ സമരമാണെന്ന് പറഞ്ഞത് കേട്ടില്ലേ?"

ഉമ്മയെ പറ്റിക്കാൻ അങ്ങനെ ഒരു കളവ് പഞ്ഞേ തീരൂ എന്ന് അവ

നറിയാം. ഉമ്മുവിനെ സന്തോഷിപ്പിക്കാതെ നിവൃത്തിയില്ലെന്ന് അറിയാവുന്നതുകൊണ്ട് അവൻ അവളേയുംകൂട്ടി അൽഹുസൈൻപള്ളിയിലെത്തി അവൾക്കുവേണ്ടി പ്രാർഥിക്കുകയും ചെയ്തു. എന്നിട്ടും അവൾ ഉമ്മയോട് നേരുതന്നെ പറഞ്ഞു. കേട്ടതും അവർ അവനെ സ്കൂളിലേക്ക് തിരിച്ചയച്ചു. അരിശംമൂത്ത കമാൽ വഴിനീളെ ഉമ്മുവിനെ ചീത്തവിളിച്ചുകൊണ്ടിരുന്നു.

സ്കൂളിൽ അവനെപ്പോലുള്ള ചെറിയ കുട്ടികളേ ഉണ്ടായിരുന്നുള്ളു. പലരും വന്നിട്ടുണ്ടായിരുന്നില്ല. അതുകൊണ്ട് മാഷ് പുതിയ പാഠം പഠിപ്പിക്കാതെ പഴയത് വായിച്ചു പഠിക്കാൻ പറഞ്ഞു. കമാൽ പുസ്തകം തുറന്നുവായിക്കാൻ ശ്രമിച്ചെങ്കിലും ഒന്നും തലയിൽ കയറിയില്ല. ഇങ്ങനെ ഒന്നും ചെയ്യാനില്ലാതെ ക്ലാസ് മുറിയിൽ അടച്ചിരിക്കുന്നതിലും ഭേദം സമരക്കാരോടൊപ്പം കൂടുന്നതാണെന്നും അവനു തോന്നി.

വെറുതെയിരുന്നു മടുത്തപ്പോൾ അവന്റെ ഭാവനകൾക്കു ചിറകുമുളച്ചു. ഉമ്മ പറയുന്നു സമരക്കാരെ പിശാചുക്കളെപ്പോലെ ഭയപ്പെടണമെന്ന്. ഫഹ്മി പറയുന്നു അവർ ഏവരാലും ആദരിക്കപ്പെടേണ്ട വീരയോദ്ധാക്കളാണെന്ന്. ഉമ്മ പറഞ്ഞതിനോടായിരുന്നു അവന് യോജിപ്പ്. കാരണം, സമരക്കാർ അവനെപ്പോലുള്ള കൊച്ചുകുട്ടികളോട് ഒരു മയവുമില്ലാതെയാണ് പെരുമാറുന്നത്.

പക്ഷേ, ഫഹ്മിയുടെ വാക്കുകൾ തട്ടിക്കളയാനും അവനാവുന്നില്ല. സമരക്കാരെക്കുറിച്ച് ഫഹ്മി പറഞ്ഞ നിറം പിടിപ്പിച്ച കഥകളാണ് മനസ്സു നിറയെ. ഏതെങ്കിലും സുരക്ഷിതസ്ഥാനത്ത് ഒളിഞ്ഞിരുന്ന് സമരവും വെടിവെപ്പും നേരിട്ട് കാണണമെന്ന് അവനും മോഹമുണ്ട്. ഒരു കാരണവുമില്ലാതെ ഈജിപ്തുകാർ ഒന്നടങ്കം ഇങ്ങനെ ബ്രിട്ടീഷുകാരോട് പോരിനിറങ്ങുമോ? സഅദ് വെള്ളപ്പട്ടാളം, സ്വാതന്ത്ര്യസമരം, വിപ്ലവകാരികൾ തുടങ്ങി പുതുതായി കേൾക്കുന്ന പലതിന്റെയും അർഥം മനസിലാക്കാനുള്ള ശ്രമത്തിലാണ് അവൻ. വീട്ടിലുള്ളവർ തന്നെ രണ്ടു ചേരികളിലാണെന്നതാണ് അവനെ ഏറെ കുഴക്കിയത്. ഇംഗ്ലീഷുകാരുടെ അതിക്രമത്തെക്കുറിച്ചും സഅദിന്റെ മഹത്വത്തെക്കുറിച്ചും ഫഹ്മി വാചാലനാവുമ്പോൾ യാസീന് മിതമായ നിലപാടാണ്. ഫഹ്മിയെപ്പോലെ ദുഃഖിതനായിരുന്നില്ല യാസീൻ. ഇംഗ്ലീഷുകാരുടെ മനസ്സു മാറ്റാനും നാട്ടിൽ സമാധാനം പുനഃസ്ഥാപിക്കാനും വേണ്ടി അവന്റെ ഉമ്മ നിരന്തരം പ്രാർഥിക്കുന്നുണ്ട്. നാത്തൂൻ സൈനബ് മാത്രമാണ് സഅദിനെ ഉറക്കെ വിമർശിക്കാൻ ധൈര്യപ്പെട്ടത്. ഈ നാടിങ്ങനെ കുട്ടിച്ചോറാക്കിയത് സഅദ് ഒരുത്തനാണെന്ന് അവർ വിഷമത്തോടെ പറയുമായിരുന്നു.

നാട്ടിലും പുറത്തും എന്താണ് നടക്കുന്നതെന്ന് വ്യക്തമായി അവനറിയില്ല. എങ്കിലും മരണവാർത്തകൾ അവനേയും വേദനിപ്പിച്ചു. സമരക്കാരുടെ പ്രഭാഷണങ്ങൾ കേൾക്കാൻ അവനിതുവരെ അവസരം കിട്ടിയില്ല. ഒരിക്കൽ സമരക്കാരോടൊപ്പം അവനും ഇറങ്ങിയതാണ്. അപ്പോഴേക്കും സ്കൂളുകാർ ചെറിയ കുട്ടികളെ ക്ലാസ് മുറിയിൽ അടച്ചിട്ടു. അക

ത്തിരുന്ന് അവരുടെ വാക്കുകൾ കേൾക്കാനേ അവർക്കു സാധിച്ചുള്ളു. അന്ന് സമരംകാണാൻ ഭാഗ്യമില്ലാത്തതുപോലെ ഇന്ന് വീട്ടിൽപ്പോയി കളിക്കാനുള്ള ഭാഗ്യവും അവനു നഷ്ടപ്പെട്ടു. പുസ്തകം തുറന്നുവെച്ച് എത്രനേരമിങ്ങനെ ഇരിക്കേണ്ടിവരും?

പെട്ടെന്ന് മുമ്പു കേൾക്കാത്ത ഒരാരവം കേട്ട് അവൻ പുറത്തേക്ക് നോക്കി. വിദ്യാർഥി നേതാക്കൾ പുറത്തു തടിച്ചുകൂടിയിരിക്കുന്നു. ക്ലാസിലിരിക്കുന്ന കുട്ടികൾ പുറത്തേക്കു കണ്ണയച്ചു. അനേകം ശബ്ദങ്ങൾ ഒത്തൊരുമിച്ച് ഏക ശബ്ദമായി അവിടെ മുഴങ്ങുന്നു. അത് കമാലിന്റെ ഭാവനയായിരുന്നില്ല. ദൂരെനിന്നുകേട്ട അലയടി താമസിയാതെ അടുത്തെത്തിക്കൊണ്ടിരുന്നു. "സമരക്കാർ." കുട്ടികൾ ആവേശത്തോടെ വിളിച്ചു പറഞ്ഞു.

കമാലിനും ആവേശം. ഇപ്പോൾ അവർ പറയുന്നത് അവന് കേൾക്കാം. ഒന്നും മനസിലായില്ലെങ്കിലും അവരുടെ ഉള്ളിലും ആവേശം അലയടിച്ചു.

സമരമാണ്. എല്ലാവരും പുറത്തിറങ്ങുക.

വാതിൽ തള്ളിത്തുറന്നെത്തിയവർ പറഞ്ഞു.

കേട്ടതും കമാൽ തിക്കിത്തിരക്കി പുറത്തേക്ക് കുതിച്ചു. തിരികല്ലിൽ കിടന്നുതിരിയുന്ന കാപ്പിക്കുരുവിന്റേതുപോലെയായിരുന്നു അപ്പോൾ അവന്റെ സ്ഥിതി. ആൾക്കൂട്ടത്തിൽപ്പെട്ടതും അവൻ അസ്വസ്ഥനായി. ജനക്കൂട്ടത്തിനിടയിൽപ്പെട്ട് അവന് ശ്വാസംമുട്ടി. അവൻ ഭയന്നുനിലവിളിച്ചു. ഒരു കൈ അവനെ തൂക്കിയെടുത്ത് തിരക്കിൽനിന്നു പുറത്തേക്കെറിഞ്ഞു. ഒരഭയസ്ഥാനത്തിനായി അവൻ ചുറ്റും പരതി. ബേക്കറിയുടെ പകുതി താഴ്ത്തിയ ഷട്ടർ അപ്പോഴാണ് അവന്റെ കണ്ണിൽപ്പെട്ടത്. രണ്ടാമതൊന്ന് ആലോചിക്കാതെ അവൻ ആ വിടവിൽക്കൂടി നൂണ്ട് അകത്തെത്തി. കടയുടമ അവനെ നന്നായി അറിയും. അവിടെ വേറെയും രണ്ടു സ്ത്രീകളും കുറച്ചു കുട്ടികളും ഉണ്ടായിരുന്നു.

"അൽഹുസൈൻ തെരുവ് ജനസമുദ്രമായിരിക്കുന്നു. ഇത്രയും ജനക്കൂട്ടം ഞാനിതിനുമുമ്പ് കണ്ടിട്ടേയില്ല."

കടയുടമ സ്ത്രീകളോട് പറയുന്നത് അവൻ കേൾക്കുന്നുണ്ടായിരുന്നു.

"വെടിവെപ്പും മരണവും നടന്നിട്ടും ഒരു പേടിയുമില്ലാതല്ലേ അവർ വീണ്ടും സമരത്തിനിറങ്ങിയത്?"

ഒരു സ്ത്രീ പറഞ്ഞു.

"റബ്ബേ നീ കുട്ടികൾക്ക് നല്ലവഴി കാണിച്ചുകൊടുക്കണേ."

മറ്റേ സ്ത്രീ പ്രാർഥിച്ചു.

"ഇതുപോലൊരു കാഴ്ച ഞാനിതുവരെ കണ്ടിട്ടില്ല. മേലായ റബ്ബേ നീയവരെ കാത്തുരക്ഷിക്കണേ."

കടയുടമയും വേവലാതിയോടെ പറഞ്ഞു.

സമരക്കാരുടെ അലയൊലി കൊടുങ്കാറ്റുപോലെ അവിടെങ്ങും മുഴങ്ങി. ഇടയ്ക്ക് ഒന്നു കുറഞ്ഞെങ്കിലും വീണ്ടും തുടർന്നു. തീർന്നെന്നു

കരുതി പുറത്തിറങ്ങാൻ ഭാവിക്കുമ്പോൾ അടുത്ത ജാഥ എത്തുന്നു. അതൊരിക്കലും അവസാനിക്കില്ലെന്നു തോന്നി കമാലിന്. ഭയന്നുവിറച്ച് ശ്വാസമടക്കിപ്പിടിച്ചു നിന്നു അവൻ. കുറച്ചുകഴിഞ്ഞപ്പോൾ ബഹളം കുറഞ്ഞു. ബഹളം കുറച്ചുകഴിയുമ്പോൾ അവസാനിക്കുമെന്ന് ഒരു തോന്നലുമുണ്ടായി. ഇക്കാര്യം ഉമ്മയോട് എങ്ങനെ പറയേണ്ടതെന്നായിരുന്നു അപ്പോൾ അവന്റെ ചിന്ത.

പെട്ടെന്നായിരുന്നു ജനക്കൂട്ടം സ്കൂൾ വളഞ്ഞത്. എന്താണ് സംഭവിക്കുന്നതെന്ന് അറിയുംമുമ്പേ ഞാൻ അവരുടെ ഇടയിലെത്തി. സഅദ് നീണാൾവാഴട്ടെ. സ്വാതന്ത്ര്യം നീണാൾവാഴട്ടെ എന്ന് ഞാനും അവരോടൊപ്പം ഉറക്കെ വിളിച്ചു പറഞ്ഞുകൊണ്ടിരുന്നു. പട്ടാളക്കാർ വെടിയുണ്ട ഉതിർക്കുംവരെ ഞാനും അവരോടൊപ്പം നീങ്ങിക്കൊണ്ടിരുന്നു.

അൻപത്തിഅഞ്ച്

പതിവുപോലെ നേരം പുലരുംമുമ്പേ ആമിന ഉണർന്നു. പതിവിനു വിപരീതമായി തെരുവിൽ ഒരിരമ്പം കേട്ടതുപോലെ തോന്നി. തേനീച്ചകളുടെ ഇരമ്പൽപോലെ. എന്നും ആ സമയത്താണ് ആമിന ഉണരുക. ഭർത്താവിനെ ഉണർത്താതെ പതുക്കെയാണ് തളത്തിലെത്തുന്നത്. അപ്പോൾ ചപ്പുചവറുകൾ കയറ്റാനെത്തുന്ന വണ്ടിചക്രങ്ങളുടെ ഞരക്കമോ കാലത്തേ ജോലിക്കിറങ്ങുന്ന തൊഴിലാളികളുടെ ഒറ്റപ്പെട്ട ചുമയോ അല്ലാതെ മറ്റു ശബ്ദങ്ങളൊന്നും കേൾക്കാറില്ല. സുബഹിനമസ്കാരം കഴിഞ്ഞ് പള്ളിയിൽനിന്നിറങ്ങുന്ന ആരെങ്കിലും ഉറക്കെ അള്ളാഹുവിനെ വാഴ്ത്തുന്നതും കേട്ടെന്നിരിക്കും. ഈ പുതിയ ഇരമ്പൽ എന്താണെന്നറിയാൻ ആമിനയ്ക്കു തിടുക്കമായി. അവൾ ഒച്ചയുണ്ടാക്കാതെ ഇരിപ്പുമുറിയിലെ ജനൽ തുറന്ന് തെരുവിലേക്ക് കണ്ണയച്ചു. വെളിയിൽ അപ്പോഴും കട്ടപിടിച്ച ഇരുട്ട്. ചക്രവാളത്തിൽ മിന്നിമറയുന്ന നേരിയ വെളിച്ചത്തിൽ ഒന്നും തെളിഞ്ഞു കാണുന്നില്ല. ഇരമ്പൽ ഏറിക്കൊണ്ടിരുന്നു. അതു മനുഷ്യശബ്ദമാണെന്നു മാത്രം തിരിച്ചറിഞ്ഞു. കൊട്ടാരത്തെരുവും അൽനഹാസിൽത്തെരുവും കൂടിച്ചേരുന്ന നാലുമുക്കിൽ അവ്യക്തമായ മനുഷ്യരൂപങ്ങൾ കാണാനുണ്ടായിരുന്നു. ആകെ ഭയന്ന ആമിന ഫഹ്മിയെ ഉണർത്താമെന്നു കരുതി അവന്റെ മുറിവാതിൽക്കലെത്തി. പിന്നെ മടിച്ചു. കൊച്ചുവെളുപ്പാൻ കാലത്ത് അവന്റെ ഉറക്കം കെടുത്തണ്ട. നേരം പുലരുമ്പോൾ അറിയാമല്ലോ.

സുബഹിനമസ്കാരവും ഓത്തും കഴിഞ്ഞ് ആമിന വീണ്ടും ജനലരികിലെത്തി. അപ്പോൾ കിഴക്ക് വെള്ളകീറിത്തുടങ്ങിയിരുന്നു. പള്ളിമിനാരങ്ങൾ സൂര്യരശ്മികൾ പതിച്ച് ചുവപ്പുനിറമാർന്നിരിക്കുന്നു. തെരു

വിലെ കാഴ്ച അവളെ അമ്പരപ്പിച്ചു. പേടിച്ചരണ്ട ആമിന ഓടി ഫഹ്മിയുടെ മുറിയിലെത്തി അവനെ തട്ടിവിളിച്ചു.

"എന്താ...എന്തുണ്ടായി?"

ഫഹ്മി ചാടിയെഴുന്നേറ്റു.

"നമ്മുടെ വീട്ടിനുമുന്നിൽ വെള്ളപ്പാട്ടാളം...."

പറഞ്ഞപ്പോൾ കിതച്ചു.

ഫഹ്മി ഇരിപ്പുമുറിയിലേക്കു കുതിച്ചു. അതേ, നാലുമുക്കിൽ പട്ടാളം തമ്പടിച്ചിരിക്കുന്നു. തമ്പുകൾ, വണ്ടികൾ, തോക്കുമേന്തി അണിനിരന്ന പട്ടാളക്കാർ. ചിലർ കൂട്ടംകൂടി നിന്ന് അന്യഭാഷയിൽ എന്തോ സംസാരിക്കുന്നു. ചിരിക്കുന്നു. അൽനഹാസിൽ തെരുവിലും സ്വർണക്കടത്തെരുവിലുമൊക്കെ പട്ടാളം അണിനിരന്നിരുന്നു.

തന്നെ അറസ്റ്റുചെയ്യാനായിരിക്കുമോ പട്ടാളം തമ്പടിച്ചിരിക്കുന്നത് എന്നു തോന്നാതിരുന്നില്ല ഫഹ്മിക്ക്. പിന്നീടാ ചിന്ത അവൻ പുച്ഛിച്ചുതള്ളി. തന്നെ ഒരാളെ അറസ്റ്റുചെയ്യാൻ ഇത്രയും പേർ എന്തിന്? വിപ്ലവകാരികളെ അടിച്ചമർത്തുകയാണ് ലക്ഷ്യം. ഇനി പഴയപോലെ ജാഥയും മീറ്റിങ്ങുകളും മറ്റും നടത്തുക അത്ര എളുപ്പമല്ല.

വെള്ളപ്പട്ടാളംതന്നെ. ഇളകിമറിഞ്ഞ ജനങ്ങളെ നിലയ്ക്കു നിർത്താനും ജാഥയും മീറ്റിങ്ങും നിരോധിക്കാനും വേണ്ടിയുള്ള തന്ത്രമാണ്. യുക്തിബോധമില്ലാത്ത കൂട്ടർ. അത്രവേഗം തീ അണയ്ക്കാമെന്ന് അവർ മോഹിക്കേണ്ട.

ഫഹ്മി അസ്വസ്ഥനായിരുന്നു.

"ഞാൻ നിന്റെ ബാപ്പയോട് പറയട്ടെ."

ഇനി വേറൊരു പോംവഴിയുമില്ലെന്ന മട്ടിലാണ് ആമിന പറഞ്ഞത്. അവളുടെ എല്ലാ പ്രശ്നങ്ങൾക്കുമുള്ള അത്താണിയാണല്ലോ അയാൾ.

"വേണ്ടുമ്മാ. ബാപ്പ ഉറങ്ങിക്കോട്ടെ."

"ഇനി നമ്മളെങ്ങനെ പുറത്തിറങ്ങും?"

ഉമ്മ വേവലാതിയോടെ ചോദിച്ചു.

"സാധാരണക്കാർക്ക് പേടിക്കാനൊന്നുമില്ല. സമരക്കാരെ മാത്രമേ അവർ ഉപദ്രവിക്കൂ."

ഫഹ്മി ഉമ്മയെ സമാധാനിപ്പിച്ചു.

"നഗരവാസികളെ സമാധാനമായിട്ട് ജീവിക്കാൻ സമ്മതിക്കുമെന്ന് തോന്നുന്നില്ല."

ഉമ്മയുടെ സ്വരം ഇടറിയിരുന്നു.

"അങ്ങനെയൊന്നുമുണ്ടാവില്ല. പേടിക്കേണ്ട."

ഉമ്മയെ സമാധാനിപ്പിക്കുമ്പോഴും ഫഹ്മിക്ക് അക്കാര്യത്തിൽ വലിയ ഉറപ്പൊന്നുമില്ലായിരുന്നു.

"അവരെത്രകാലം ഇവിടുണ്ടാകും?"

ഉമ്മയ്ക്ക് പേടി മാറുന്നില്ല.

"ആർക്കറിയാം? ഒരുക്കംകണ്ടിട്ട് അത്രവേഗം സ്ഥലം വിടുന്ന മട്ടില്ല."

പട്ടാളമേധാവിയോടെന്നപോലെയാണ് ഉമ്മ ഫഹ്മിയോട് ചോദ്യങ്ങൾ ചോദിച്ചുകൊണ്ടിരുന്നത്. അവനടക്കമുള്ള വിപ്ലവകാരികളാണ് അവരുടെ നോട്ടപ്പുള്ളികൾ. അവർ കീഴടങ്ങുംവരെ പട്ടാളം ഇവിടം വിടില്ല എന്നൊക്കെ ഫഹ്മിക്കറിയാം. ഉമ്മയെ വിഷമിപ്പിക്കാനാഗ്രഹമില്ലാത്തതിനാൽ വെറുതെ ചിരിച്ചതേയുള്ളു. ഉമ്മയോട് നേരു പറയാത്തതിൽ അവന് വിഷമമുണ്ടായിരുന്നു.

പിറകിൽ കാലൊച്ച കേട്ട് നോക്കിയപ്പോൾ യാസീനും സൈനബും. യാസീന്റെ ചീർത്ത കണ്ണുകളിലും ഭയം.

"കണ്ടില്ലേ?"

പേടിച്ചരണ്ട ചോദ്യം.

"ബാപ്പയോട് വിവരം പറഞ്ഞു. പടിപ്പുരവാതിൽ തുറക്കണ്ട. ആരും പുറത്തിറങ്ങുകയും വേണ്ട എന്നാ ബാപ്പ പറഞ്ഞത്. എന്താ ഇവരുടെ ഉദ്ദേശ്യം? നമ്മളിനി എന്തുചെയ്യും? നമ്മളെ രക്ഷിക്കാൻ ഒരു സർക്കാരുണ്ടോ?"

"സാധാരണക്കാരെ അവരൊന്നും ചെയ്യില്ല."

ഫഹ്മി സമാധാനിപ്പിച്ചു.

"നമ്മൾ എത്രകാലം വീട്ടുതടങ്കലിൽ കഴിയും? വീട്ടിൽ കയറി സ്ത്രീകളേയും കുട്ടികളെയും ഉപദ്രവിച്ചാലോ?"

"നമ്മൾ മാത്രമായിട്ട് ഒന്നും അനുഭവിക്കേണ്ടി വരില്ല. ഇവിടെ വേറേയും ആൾക്കാരുണ്ടല്ലോ. നമുക്ക് ക്ഷമയോടെ കാത്തിരിക്കാം."

ഫഹ്മി.

"കാണുമ്പളേ പേടിയാവണ്. അള്ളാഹുവേ നീ ഈ പഹയരെ നശിപ്പിക്കണേ."

സൈനബ് ശപിച്ചു.

ശബ്ദംകേട്ട് ഉണർന്ന കമാൽ എല്ലാവരും ഒന്നിച്ചു കൂടിയിരിക്കുന്നത് കണ്ട് അമ്പരന്നു. അവൻ എഴുന്നേറ്റിരുന്നപ്പോൾ ഉമ്മ ഫാത്തിഹ ഓതി അവന്റെ നെറുകയിലൂതി.

"എന്താ എല്ലാരും ഇവിടെ?"

കുട്ടി അമ്പരന്നു.

"നീ ഇന്ന് സ്കൂളിൽ പോണ്ട."

അവനെ പേടിപ്പിക്കാതെ കാര്യം പറയണമെന്നുണ്ടായിരുന്നു ഉമ്മയ്ക്ക്.

"സമരമാണോ?"

അവന് ഉത്സാഹം.

"വെള്ളപ്പട്ടാളം തെരുവ് വളഞ്ഞിരിക്കയാണ്."

വെറുപ്പോടെയാണ് ഫഹ്മി പറഞ്ഞത്.

മനസിലാകാത്ത മട്ടിൽ അവൻ മിഴിച്ചുനോക്കി. എന്നിട്ട് ജനലരികിലേക്ക് കുതിച്ചു.

"അവരുടെ കൈയിൽ തോക്കുണ്ട്. അവര് നമ്മളെ വെടിവെച്ചു കൊല്ലുമോ?"

അവൻ ഭീതിയോടെ ചോദിച്ചു.

"അവര് നമ്മളെയൊന്നും കൊല്ലില്ല. സമരക്കാരെ തുരത്താനിറങ്ങിയതാ."

കുറച്ചുനേരം ആർക്കും മിണ്ടാട്ടമില്ല.

"അവരെ കാണാനെന്തു ചന്താ."

അവരെത്തന്നെ നോക്കിനിന്ന കമാൽ പറഞ്ഞു.

"ചന്തം കണ്ട് മയങ്ങണ്ട."

ഫഹ്മി.

"ഞാൻ വിചാരിച്ചു വെള്ളപ്പട്ടാളക്കാരുടെ മുഖം പിശാചുക്കളുടേതുപോലായിരിക്കുമെന്ന്."

"മുഖംമൂടിയണിഞ്ഞ പിശാചുക്കളല്ല അവരെന്ന് ആരുകണ്ടു?"

ഫഹ്മി കയ്പോടെയാണ് പറഞ്ഞത്.

അന്നേദിവസം ആ വീടിന്റെ പടിപ്പുര തുറന്നില്ല. തെരുവിലേക്ക് അഭിമുഖമായുള്ള ജനലുകളും അടഞ്ഞുതന്നെ കിടന്നു. അന്നാദ്യമായി ബാപ്പ പ്രാതൽ സമയത്ത് വർത്തമാനം പറഞ്ഞു. "സമരക്കാരെ അടിച്ചമർത്തുംവരെ അവർ തെരുവിലുണ്ടാകും. അവരുടെ ഉദ്ദേശ്യം അറിയുംവരെ ആരും വീടിനു പുറത്തിറങ്ങരുത്."

"പക്ഷേ കോളേജിൽ പോകാഞ്ഞാൽ അവർ എന്നേയും സമരക്കാരുടെ കൂട്ടത്തിൽ ഉൾപ്പെടുത്തിയാലോ?"

ഫഹ്മി അന്നാദ്യമായി ബാപ്പയോട് ചോദ്യമുന്നയിച്ചു.

"നിന്റെ സഹോദരൻ സർക്കാരുദ്യോഗസ്ഥനാണ്. അവനും നിയമം ലംഘിക്കാമെങ്കിൽ നിനക്കുമാവാം. മനുഷ്യരെ രക്ഷിക്കാനാണ് നിയമങ്ങൾ ഉണ്ടാക്കിയിരിക്കുന്നത്. പറയാൻ തക്കതായ കാരണങ്ങളുണ്ടല്ലോ."

സമരത്തിൽ മകനും പങ്കുണ്ടെന്നറിയാത്ത ബാപ്പ ശകാരിച്ചു.

വീണ്ടും എന്തെങ്കിലും ചോദിക്കാനോ പറയാനോ ഉള്ള ധൈര്യം ഫഹ്മിക്കില്ലായിരുന്നു. ബാപ്പയുടെ ആജ്ഞ ലംഘിച്ചു വീടിനു പുറത്തിറങ്ങാനുള്ള ചങ്കുറപ്പും അവനില്ല.

ചായ കഴിഞ്ഞപ്പോൾ ബാപ്പ സ്വന്തം മുറിയിൽച്ചെന്നു വിശ്രമിച്ചു. ആമിനയും സൈനബും വീട്ടുജോലികളിൽ മുഴുകി. മാർച്ചുമാസത്തിലെ ചൂടുള്ള പകലാണെങ്കിലും തണുത്തകാറ്റു വീശുന്നുണ്ടായിരുന്നു. സഹോദരന്മാർ ടെറസിൽ ചെന്നു. കമാൽ കോഴികളുമായി സല്ലപിക്കുകയും അവയ്ക്ക് തീറ്റകൊടുക്കുകയും ചെയ്തു. കൂട്ടിൽ കയറി മുട്ടകൾ പെറുക്കി.

അവന്റെ സഹോദരന്മാർ നാട്ടിൽ നടക്കുന്ന വിപ്ലവത്തെക്കുറിച്ച് ചർച്ച ചെയ്തു. നൈൽനദിക്കര വിപ്ലവത്തിന്റെ ചൂടേറ്റ് ഉരുകുകയാണ്. നാടൊട്ടാകെ ഇളക്കിമറിക്കാൻ സമരക്കാർക്ക് കഴിഞ്ഞിരുന്നു. സ്വാതന്ത്ര്യം വേണമെന്നു തന്നെയാണ് എല്ലാവരുടെയും മുറവിളി. ഫഹ്മി തനിക്കറിയാവുന്നരീതിയിൽ സ്വാതന്ത്ര്യസമരത്തെക്കുറിച്ച് യാസീന് പറഞ്ഞുകൊടുത്തു.

"നമ്മുടെ ജനങ്ങൾ ഇത്ര ശക്തമായി പ്രതികരിക്കുമെന്നും പോരിനിറങ്ങുമെന്നും ഞാൻ കരുതിയില്ല കേട്ടോ."

ഫഹ്മി.

യാസീൻ വെറുതെ തോളുകുലുക്കി നിന്നതേയുള്ളു.

"ഇംഗ്ലീഷുകാരും പേടിച്ചിരിക്കുന്നു. തീ പടർന്നു തുടങ്ങിയെന്ന് അവർക്കറിയാം. അത്രവേഗം ഈ തീ അണയ്ക്കാമെന്ന് അവർ മോഹിക്കേണ്ട."

ഫഹ്മി.

"അതെ. സ്ത്രീകൾ പോലും സംഘടിക്കാൻ തുടങ്ങിയിരിക്കുന്നു."

യാസീനു പരിഹാസം.

"സുന്ദരികൾ അണിയണിയായി ഇറങ്ങിത്തുടങ്ങിയിരിക്കുന്നു. ഞാനവരുടെ ജാഥ കണ്ടു." എന്നു പറഞ്ഞിട്ട് ഫഹ്മി വിപ്ലവഗാനം പാടി.

സ്വന്തം വസ്ത്രത്തിലെ കറുപ്പിനെ പുകഴ്ത്തിയ അവർ
നക്ഷത്രങ്ങളെപ്പോലെ തിളങ്ങി.
ഇരുണ്ട രാത്രിയിൽ മിന്നിത്തിളങ്ങുന്ന താരകങ്ങൾ പോൽ
അവർ തെരുവിലിറങ്ങുന്നു.
സഅദിന്റെ വീടാണ് അവരുടെ ലക്ഷ്യം.

"മനപ്പാഠമാക്കി മൂളിനടക്കാൻ കൊള്ളാം കേട്ടോ."

പാട്ടു നന്നേ രസിച്ച യാസീൻ പറഞ്ഞു.

"നാട്ടിൽ നടക്കുന്ന വിപ്ലവവാർത്തകൾ സഅദ് അറിയുന്നുണ്ടാവില്ലേ. അദ്ദേഹത്തിന്റെ പ്രവൃത്തികൾക്ക് ഫലം കണ്ടുതുടങ്ങിയതിൽ അദ്ദേഹം സന്തുഷ്ടനായിരിക്കില്ലേ? അതോ നാടുകടത്തിയതോർത്ത് നിരാശനായിരിക്കുമോ?"

സങ്കടത്തോടെയാണ് ഫഹ്മി ചോദിച്ചത്.

അൻപത്തിയാറ്

ഉച്ചവരെ പട്ടാളക്കാരുടെ ചെയ്തികൾ നോക്കിക്കൊണ്ട് അവർ ടെറസിൽത്തന്നെ നിന്നു. ചില ജവാന്മാർ അടുപ്പുകൂട്ടി ഭക്ഷണം പാകംചെയ്യുന്നുണ്ടായിരുന്നു. സാധാരണ പകൽസമയം അനക്കമറ്റു കിടക്കാറുള്ള കൊട്ടാരത്തെരുവിലും അൽനഹാസിൽത്തെരുവിലും ഒച്ചയും അനക്കവും. തെരുവിൽ നിറയെ ചിതറിക്കിടക്കുന്ന പട്ടാളം. ബ്യൂഗിൾ വിളി ഉയരുമ്പോൾ അവർ പെട്ടെന്ന് അണിനിരക്കുന്നു. ഒരുകൂട്ടർ കൈയിൽ തോക്കുമേന്തി ബൈത്തൂൺ ഖാദിയിലേക്കു നീങ്ങുന്നു. അത് അവിടെ സമരക്കാരുടെ വരവിനെ സൂചിപ്പിച്ചു. ഫഹ്മി ശ്വാസമടക്കി നോക്കിനിന്നു.

കമാലിനെ കളിക്കാൻ വിട്ട് ഫഹ്മിയും യാസീനും കുറച്ചു കഴിഞ്ഞപ്പോൾ താഴേക്കിറങ്ങി. കുറേദിവസം ക്ലാസിൽ പോകാതിരുന്നതി

നാൽ ഫഹ്മിക്ക് ഒരുപാട് പഠിക്കാനുണ്ടായിരുന്നു. യാസീനാകട്ടെ കവിത കൈയിലെടുത്തു. നോവലും കുറ്റാന്വേഷണകൃതികളും വായിക്കുന്ന അതേ താൽപ്പര്യത്തോടെ യാസീൻ കവിതയും വായിക്കും. കവിത അർഥമറിഞ്ഞ് രസിച്ചു വായിക്കുകയാണ് യാസീന്റെ പതിവ്. ഇഷ്ടപ്പെട്ട വരികൾ മനപ്പാഠമാക്കി ഉറക്കെ ചൊല്ലുകയും ചെയ്യും. എന്നാൽ മുഷിഞ്ഞിരുന്ന് വായിക്കുന്നത് അവന് ഇഷ്ടമല്ല. ഇന്നു പുറത്തിറങ്ങാൻ നിവൃത്തിയില്ലാത്തതിനാൽ സമയംപോക്കാൻ വായനയല്ലാതെ മറ്റു മാർഗമൊന്നുമില്ലായിരുന്നു.

ഒറ്റയ്ക്കിരുന്ന് വായിക്കുന്ന പതിവ് യാസീനില്ല. എല്ലാവരും ഒന്നിച്ചു കൂടുമ്പോൾ നോവലും കഥയും ഉറക്കെ വായിച്ച് അവരെ കേൾപ്പിക്കും. അതിനിടയിൽ കമാലിന്റെ സംശയങ്ങൾക്കു മറുപടിയും പറയും. എല്ലാ കുട്ടികളെയുംപോലെ കമാലിനു കഥ കേൾക്കാൻ വലിയ താൽപ്പര്യമാണ്. ഇതുപോലൊരു ദിവസം കഥയോ കവിതയോ മനസ്സു തണുപ്പിക്കുമെന്ന് അവന് തോന്നിയില്ല.

മാർക്കറ്റിൽ പോകാൻ കഴിയാത്തതിനാൽ അന്ന് വീട്ടിൽ പച്ചക്കറിയൊന്നും ഉണ്ടായിരുന്നില്ല. താൻ വളർത്തുന്ന കോഴിയെ പിടിച്ചറുത്ത് ഉമ്മ കാര്യം കണ്ടു. ഉച്ചയ്ക്ക് ചോറിന്റെ കൂടെ സൂപ്പും കോഴിപൊരിച്ചതുമൊക്കെ ഉണ്ടായിട്ടും കമാലൊഴികെ ആരും ഒന്നും കഴിച്ചില്ല. ബാപ്പയ്ക്കും മുതിർന്ന ആൺമക്കൾക്കും പകൽസമയം വീട്ടിൽ മുഷിഞ്ഞിരുന്നുള്ള ശീലമില്ല. വെറുതെയിരുന്നതു കാരണം വിശപ്പു കെട്ടു. മടുപ്പു തോന്നുകയും ചെയ്തു.

ഊണു കഴിഞ്ഞ് ഉറങ്ങിയ യാസീൻ സന്ധ്യയാകാറായപ്പോഴാണ് ഉണർന്നത്. ബാപ്പ വീട്ടിലുള്ളതിനാൽ ഉമ്മയ്ക്ക് തിരക്കായിരുന്നു. യാസീനും ഫഹ്മിയും സൈനബും കുറച്ചുനേരം ഒന്നിച്ചിരുന്ന് നാട്ടുവിശേഷങ്ങൾ പറഞ്ഞു. യാസീനെയും ഭാര്യയെയും തനിയെ വിട്ടിട്ട് കുറച്ചു കഴിഞ്ഞപ്പോൾ ഫഹ്മിയും എഴുന്നേറ്റുപോയി.

ഇനി എന്ത് എന്നറിയാതെ യാസീൻ കുഴങ്ങി. വൈകുന്നേരങ്ങളിൽ വീട്ടിലിരിക്കാൻ അവനു സാധ്യമല്ല. നേരമിരുട്ടുംവരെ ചായക്കടയിലിരുന്ന് ദിവാസ്വപ്നത്തിൽ മുഴുകും. സന്ധ്യമയങ്ങുമ്പോൾ ബാറിലെത്തുന്നു. ഒരു ദിവസംപോലും മദ്യമില്ലാതെ ആവില്ല എന്ന സത്യം അന്നാണ് യാസീൻ മനസിലാക്കിയത്. അതിൽ വ്യസനമോ ഭീതിയോ ഇല്ല. തൽക്കാലത്തെ അവസ്ഥയോർത്തേ മനക്ലേശമുള്ളു.

അവൻ ഒളിക്കണ്ണിട്ട് സൈനബിനെ നോക്കി. ഞാൻ ഇവിടെ അടുത്തിരുന്നിട്ടും മിണ്ടാപ്പൂതത്തെപ്പോലെ ഇരിക്കുന്നത് കണ്ടില്ലേ? ഇത്രവേഗം എന്നെ മടുത്തോ എന്ന ചോദ്യം അവളുടെ മുഖത്ത് അവൻ വായിച്ചു. അവളുടെ കണ്ണുകളിലെ വേദന അവനെ അരിശം പിടിപ്പിക്കുകയാണ് ചെയ്തത്.

വിവാഹരാത്രിയിൽ എന്നെ സ്വർഗം കാണിച്ചത് ഇവൾതന്നെയായിരുന്നോ? ദിവസങ്ങളോളം ഇവളെന്റെ സിരകളിൽ ലഹരിയായി പടർന്ന

തായിരുന്നല്ലോ. എന്റെ വികാരം കത്തിക്കാളിക്കുകയും ശമിപ്പിക്കുകയും ചെയ്തതും ഇവളായിരുന്നല്ലോ. ഇപ്പോൾ എന്നിൽ ഒരു വികാരവും ഉള്ള വാക്കാൻ ഇവൾക്കു സാധിക്കുന്നില്ലല്ലോ എന്താണ് സംഭവിച്ചത്?

അവളുടെ കണ്ണുകളിൽ ഉറ്റുനോക്കിയപ്പോൾ യാസീന് വിഷമമായി. തന്നോടൊപ്പം എപ്പോഴും കഴിയുന്നതുകൊണ്ടാണോ ഭാര്യയെ പെട്ടെന്ന് മടുത്തത്? സാനുബയോടൊപ്പം ചെലവാക്കുന്ന കുറച്ചുസമയത്ത് കിട്ടുന്ന ആനന്ദം ഇവളോടൊപ്പം കഴിയുമ്പോൾ കിട്ടുന്നില്ലല്ലോ.

"വീട്ടിലിരുന്ന് മടുത്ത മട്ടുണ്ടല്ലോ."

സൈനബിന്റെ ചോദ്യം ചിന്ത മുറിച്ചു.

"ഹേയ്....അങ്ങനെയൊന്നുമില്ല."

വ്യസനത്തോടെയാണ് യാസീൻ പറഞ്ഞത്.

"ഒരു ദിവസം പുറത്തുപോയില്ലെന്നു കരുതി ആകാശമൊന്നുമിടിഞ്ഞുവീഴില്ല."

സൈനബ് വെറുപ്പോടെയാണ് പറഞ്ഞത്.

"നിന്റെ മോന്ത കണ്ടാൽ ഇരിക്കാൻ തോന്നണ്ടേ?"

"ഞാൻ പോണ് അപ്പം സ്വൈര്യം കിട്ടുമല്ലോ."

അവൾ അരിശത്തോടെ എഴുന്നേറ്റുപോയി.

അവൾ പോയപ്പോൾ ആശ്വാസമാണ് തോന്നിയത്. ഒപ്പം കുറ്റബോധവും. അവളോടു പിണങ്ങണമെന്നു കരുതിയതല്ല. വേദനിപ്പിക്കരുതെന്നുള്ളതുകൊണ്ട് കഴിയുന്നതും കടുത്തൊന്നും പറയാറില്ല. തന്റെ രീതികളുമായി ഒത്തുപോകാൻ അവളോട് അഭ്യർഥിക്കുകയാണ് പതിവ്. തെറ്റുചെയ്തെന്നു തോന്നിയാൽ മാപ്പു പറയാറുമുണ്ട്.

വഴക്കു പറയാനും അരിശംകാണിക്കാനുമുള്ള അധികാരം ഇത്രകാലം ബാപ്പയ്ക്കു മാത്രമേ ഉണ്ടായിരുന്നുള്ളു. വിവാഹം കഴിഞ്ഞതോടെ തനിക്കും വഴക്കുപറയാൻ അധികാരമുണ്ടെന്ന് തോന്നിയിരുന്നു. അല്ലാതെ അരിശംവരുമ്പോൾ അതു സൈനബിനോട് തീർത്തു. അതു പക്ഷേ പെട്ടെന്നു തീർക്കും. ചിലപ്പോൾ വിട്ടുകൊടുക്കില്ല.

അവളല്ലേ വെറുതെ പിണങ്ങാൻ വന്നത്. പറയാനുള്ളത് മയത്തിൽ പറഞ്ഞാൽപ്പോരെ? താൻതന്നെ എപ്പോഴും താണുകൊടുക്കണം. അതിനു തയാറല്ല. പെണ്ണാണ് താണു തരേണ്ടത്. ഒറ്റയ്ക്കായപ്പോൾ വല്ലായ്മ ഏറുകയാണ് ചെയ്തത്. എഴുന്നേറ്റ് ടെറസിൽ ചെന്നു. നല്ല കാറ്റുണ്ടായിരുന്നു. രാവിനു മൗനം. ചുറ്റും ഇരുട്ട്. ആകാശത്ത് മുത്തുപോലെ തിളങ്ങുന്ന താരകങ്ങൾ. അന്തരീക്ഷം അവന്റെ വികാരം ആളിക്കത്തിച്ചു. അപ്പോഴാണ് പിറകിൽ അനക്കംകേട്ടത്.

"ആരാത്?"

"ഞാനാ മുതലാളീ....നൂർ"

കോഴിക്കൂടിനടുത്താണ് സൈനബിന്റെ പണിക്കാരി നൂറിന്റെ മുറി. ആദ്യമായാണ് യാസീൻ അവളെ അടുത്തുനിന്ന് കാണുന്നത്. നാൽപ്പതു വയസ്സുള്ള കാപ്പിരിച്ചിയുടെ കണ്ണുകൾ ഇരുട്ടിൽ തിളങ്ങുന്നു. ഉറച്ച ശരീ

രം. നിറഞ്ഞ മാറും മുഴുത്ത നിതംബവും എണ്ണമിനുപ്പമുള്ള മുഖം. തടിച്ച ചുണ്ടുകൾ. മറ്റു ജോലിക്കാരിപ്പെണ്ണുങ്ങളെപ്പോലല്ലല്ലോ എന്നു തോന്നിയത് പെട്ടെന്നായിരുന്നു. അതോടെ അവൻ മടുപ്പു മറന്നു. ശരീരത്തിൽ അഗ്നി പടർന്നു. ആയിഷയുടെ വിവാഹരാത്രിയിൽ ഉമ്മുവിനെ കയറിപ്പിടിച്ചതും ഓർക്കാതിരുന്നില്ല. ഒരറപ്പ്....ഒരു കറുത്ത കാപ്പിരിച്ചിയെ....വേണ്ട. അതുകൊണ്ടെന്താ? കാണാൻ കൊള്ളാവുന്ന ശരീരം. മുഖം വിരൂപമായാലും ശരീരം തുടുത്തിരിക്കണം. ഉമ്മുവായാലും വേണ്ടില്ല, നൂറായാലും വേണ്ടില്ല.

തെരുവുകച്ചവടക്കാരിയായാലും യാസീനു പ്രശ്നമില്ല. നാസർ ഗേറ്റിനടുത്തുവെച്ച് ഒരു നാറുന്ന തെരുവുകച്ചവടക്കാരിയെ കൈവെച്ച സംഭവം അപ്പോൾ ഓർമ്മവന്നു.

കറുത്ത വർഗക്കാരികൾ മിടുക്കികളാണെന്ന് കേട്ടിട്ടുണ്ട്. ഇവളാണെങ്കിൽ കാണാനും നന്ന്. സന്ദർഭവും അനുയോജ്യം. കട്ടപിടിച്ച ഇരുട്ടിൽ ആരും ഒന്നും കാണാൻ പോകുന്നില്ല. ഉമ്മുവിനെപ്പോലെ കൂവിവിളിച്ച് ഇവളും വിഡ്ഢിത്തം കാണിക്കുമോ എന്ന പേടിയേയുള്ളു. ഭയത്തോടെ പതുങ്ങി അവളുടെ അടുത്തെത്തി. അറിയാതെ അവളുടെ മാറിൽ കൈ മുട്ടിയപ്പോൾ ദേഹമാകെ കോരിത്തരിച്ചു. അവൾക്ക് എതിർപ്പില്ലെന്ന് കണ്ടപ്പോൾ അവൻ അവളുടെ മാറിടം പിടിച്ചു ഞെരിച്ചു.

എന്നിട്ടും അവൾക്ക് അനക്കമില്ല. വിളിച്ചുകൂവി ആളെ കൂട്ടിയില്ലല്ലോ എന്നോർത്ത് സമാധാനിച്ചു യാസീൻ.

"നൂർ തന്നെയല്ലേ നീ?"

ചോദിക്കാതിരിക്കാൻ കഴിഞ്ഞില്ല.

"അതെ....മുതലാളി."

അവന്റെ പിടി വിടുവിക്കാൻ ശ്രമിച്ചുകൊണ്ടാണ് അവൾ പറഞ്ഞത്.

"നീ എന്താ ഇവിടെ ചെയ്യുന്നത്?"

അവളെ പോകാൻ അനുവദിക്കാതെ തടഞ്ഞുനിർത്തിക്കൊണ്ടായിരുന്നു ചോദ്യം.

"ഇവിടെ നല്ല കാറ്റ്."

"വാ നമുക്ക് നിന്റെ മുറിയിൽ പോകാം."

അവളുടെ അരക്കെട്ടിൽ ചുറ്റിപ്പിടിച്ച് മുന്നോട്ട് തള്ളിക്കൊണ്ട് യാസീൻ പറഞ്ഞു.

"അയ്യേ....നിങ്ങക്ക് നാണവും മാനവുമില്ലേ?"

ഇരുട്ടിൽ മുഴങ്ങിയ അവളുടെ ശബ്ദം യാസീനെ അസ്വസ്ഥനാക്കി. അവൾ എതിർക്കുന്നില്ലെന്നു കണ്ടപ്പോൾ വീണ്ടും ആശ മുളച്ചു.

"ബാ....കരളേ...."

"വേണ്ട... ഇത് ശരിയല്ല..."

അവൾ ശരീരംകൊണ്ട് അനുകൂലിക്കുമ്പോഴും പറഞ്ഞുകൊണ്ടിരുന്നു.

"ഇത്ര കാലമായിട്ട് നീയെന്താ എന്റെ കണ്ണിൽപ്പെടാതെ പോയത്?"

അവളുടെ മാറത്തും കഴുത്തിലും മുത്തിക്കൊണ്ടായിരുന്നു യാസീൻ ചോദിച്ചത്.

"എന്താ ഈ കാട്ടുന്നത്?"

എതിർക്കാഞ്ഞാൽ തെറ്റല്ലെ എന്ന മട്ടിലായിരുന്നു അവളുടെ ചോദ്യം.

"നിന്റെ എതിർപ്പിനുമുണ്ടൊരു മാധുര്യം. ഒന്നുകൂടി എതിർത്തേ."

യാസീന് ആവേശം.

"വേണ്ട മുതലാളി. എന്റെ മുറിയിൽ നിറയെ മൂട്ടയാ."

മുറിവാതിൽക്കലെത്തിയപ്പോൾ അവൾ വീണ്ടും പറഞ്ഞു.

"നിനക്കുവേണ്ടി മരിക്കാനും ഞാൻ ഒരുക്കം...."

കൂടുതൽ എതിർക്കാനുള്ള ശക്തി ആ പാവം പണിക്കാരിക്കുണ്ടായിരുന്നില്ല. അവൻ വികാരവിവശനായി അവളെ ഉമ്മകൾ കൊണ്ട് മൂടിയപ്പോൾ ഇതൊന്നും തന്നോടല്ലെന്ന മട്ടിൽ അവൾ എല്ലാറ്റിനും വഴങ്ങിക്കൊടുത്തു.

"എന്നെ ചുംബിക്കൂ...."

അവൻ പറഞ്ഞപ്പോൾ അവൾ അനുസരിച്ചു.

"നാണക്കേടാ മുതലാളീ."

യാസീൻ അവളെ ബലമായി തറയിൽ കിടത്താൻ ശ്രമിച്ചപ്പോൾ അവൾ പറയുന്നുണ്ടായിരുന്നു. അപ്പോളും അവളുടെ ശരീരം അവന്റെ ആജ്ഞയ്ക്കൊത്ത് വഴങ്ങി. അവളുടെ എതിർപ്പും അനുസരണയും യാസീൻ ഒരുപോലെ ആസ്വദിച്ചു. അവൻ സമയവും സ്ഥലവും മറന്നു.

നേരം പോയത് യാസീനറിഞ്ഞില്ല. എപ്പോഴാണ് മയങ്ങിയതെന്നും അവനോർമ്മയില്ല.

"നൂറേ...നീ ഉറങ്ങിയോ? യാസീനെ കണ്ടോ നീ?"

ഭാര്യയുടെ ശബ്ദംകേട്ടാണ് യാസീൻ ഉണർന്നത്. ഏതു പാതാളത്തിൽച്ചെന്നൊളിക്കണമെന്നറിയാതെ അവൻ അന്തംവിട്ടു. പെട്ടെന്ന് വസ്ത്രം പരതിയെടുത്ത് ധരിക്കാൻതുടങ്ങി. ഒളിക്കാൻ ഒരിടം തേടുമ്പോഴും പശ്ചാത്താപത്താൽ അവന്റെ മനസ്സു നൊന്തു.

"എല്ലാ വിനയും നിങ്ങളാ വരുത്തിവെച്ചത്."

കരയാൻ തുടങ്ങിയ നൂറിനെ യാസീൻ ശക്തമായി ഇടിച്ച് മിണ്ടാതിരിക്കാൻ ആംഗ്യം കാണിച്ചു. അവൻ വാതിലിന്റെ മറവിൽ പതുങ്ങുമ്പോഴേക്ക് നൂറേ എന്നു വിളിച്ചുകൊണ്ട് സൈനബ് വാതിൽ തള്ളിതുറന്നിരുന്നു.

"വിളിച്ചോ?"

നൂർ വേവലാതിയോടെ ചോദിച്ചു.

"യാസീൻ ഇവിടെ വന്നിരുന്നോ? അവിടെയെങ്ങും കണ്ടില്ല. ബാപ്പ അന്വേഷിക്കുന്നു."

ചോദിക്കുന്നതിനിടയിൽ അവൾ മുറിയിലേക്കെത്തിനോക്കി. നൂറിന്റെ മട്ടുംമാതിരിയും കണ്ട് എന്തോ പന്തികേട് തോന്നിയ സൈനബ് മുറി

യിൽ കയറി പരിശോധിക്കാൻ തീരുമാനിച്ചു. അപ്പോഴാണ് മൂലയിൽ പതുങ്ങിനിൽക്കുന്ന ഭർത്താവിനെ കണ്ടത്.

"എടീ....കൊടിച്ചീ....നിനക്കിത്ര ധൈര്യമോ?"

കലികയറിയ സൈനബ് നൂറിനെ തള്ളിയിട്ടു. അവളും അവളുടെ കൈയിലിരുന്ന വിളക്കും ഒരുപോലെ വിറയ്ക്കുന്നുണ്ടായിരുന്നു. എതിർവശത്തെ മതിലിൽ പതിച്ച അവളുടെ നിഴലും ആലിലപോലെ വിറച്ചു. ഒന്നുംപറയാതെ അവൾ തിരിഞ്ഞോടി. അവളുടെ തട്ടം പാറി താഴെ വീണ് ആ ദുരന്തത്തിനു സാക്ഷിയായി.

എന്തുചെയ്യണമെന്ന് യാസീനും അറിയില്ലായിരുന്നു. ഈ ദുരന്തകഥ നാട്ടിൽപ്പാട്ടാകാൻ ഇനി ഏറെനേരം വേണ്ട. ഇക്കാര്യം ഒളിച്ചുവെച്ച് ഭർത്താവിന്റെ മാനം രക്ഷിക്കാൻ അവൾ തയാറാകുമോ? ബാപ്പയുടെ ചെവിയിലെത്തിയാൽ....

അനക്കം കേട്ടു നോക്കിയപ്പോൾ നൂർ ഭാണ്ഡം കെട്ടി യാത്രക്കൊരുങ്ങുന്നു. ഏണിപ്പടിയിൽ കുറച്ചുനേരം സംശയിച്ചുനിന്നിട്ട് അവൾ താഴേക്കിറങ്ങി. ബനിയൻ ധരിക്കാൻ മറന്നുപോയത് മാറത്ത് കൈവെച്ചപ്പോഴാണ് അവൻ അറിഞ്ഞത്. അവൻ തിരക്കിട്ട് നൂറിന്റെ മുറിയിലേക്കു നടന്നു.

അൻപത്തിയേഴ്

അതിരാവിലെ പടിപ്പുരയിൽ വിളി കേട്ടു തുറന്നപ്പോൾ ജില്ലാ അധികാരിയായിരുന്നു. പട്ടാളം തമ്പടിച്ചിരിക്കുന്നത് കണ്ട് ആരും ഭയന്ന് പുറത്തിറങ്ങാതിരിക്കരുത്. സാധാരണക്കാരെ അവർ ദ്രോഹിക്കില്ല. സമരക്കാരെ അടിച്ചമർത്തുകയാണ് അവരുടെ ലക്ഷ്യം. എല്ലാവരും അവരവരുടെ പ്രവൃത്തികളിൽ ഏർപ്പെടണം. വീടുകളിൽച്ചെന്ന് ജനങ്ങളുടെ ഭീതിയകറ്റാൻ സർക്കാർ ഉത്തരവുണ്ട്. അതാണ് കാലത്തേ വന്നത്. അയാൾ സയ്യിദ് അഹമ്മദിനോട് പറഞ്ഞു.

വീട്ടുകാർക്ക് ആശ്വാസമായി. പക്ഷേ യാസീന്റെ ഉള്ളിൽമാത്രം അപ്പോഴും തീയായിരുന്നു.

പുറം ശാന്തമായി അകത്തെന്താണാവോ ബോംബ് പൊട്ടുന്നത്?

അവൻ തന്നത്താൻ പറഞ്ഞുകൊണ്ടിരുന്നു.

യാസീനെക്കുറിച്ചുള്ള അപവാദകഥ അപ്പോഴേക്കും വീട്ടിലെല്ലാവരും അറിഞ്ഞിരുന്നു. ജോലിക്കാരിയുടെ മുറിയിൽ ഭർത്താവിനെ കണ്ടതോടെ സൈനബിന്റെ സമനിലതെറ്റിയിരുന്നു. അവൾ അക്കാര്യം ആദ്യം ചെന്നു പറഞ്ഞത് ബാപ്പയോടായിരുന്നു.

സൈനബ് കാണണമെന്ന്ആഗ്രഹിക്കുന്നു എന്നറിഞ്ഞതും അയാൾ ഉടനെ അവളെ വിളിപ്പിച്ചു. ബാപ്പയുടെ മുന്നിലെത്തുമ്പോൾ അവൾ വിറ

യ്ക്കും. എന്നിട്ടും തലേന്നു നടന്നത് വള്ളിപുള്ളി വിടാതെ അവൾ ബാപ്പയെ പറഞ്ഞു കേൾപ്പിച്ചു. അയാളോട് പകരംവീട്ടാൻ അവസരം കിട്ടാതിരിക്കില്ലെന്ന് അന്ന് നൈറ്റ് ക്ലബ്ബിൽ പോയതിന് അയാൾ വഴക്കുപറഞ്ഞപ്പോഴേ അവൾ കരുതിയിരുന്നു.

"ഒരു കാപ്പരിച്ചി...അതും എന്റെ ഉമ്മയാകാൻ പ്രായമുള്ളവൾ...വീട്ടിൽ ഇതാകുമ്പോൾ പുറത്തിറങ്ങിയാലുള്ള സ്ഥിതി എന്തായിരിക്കും?"

കലിതുള്ളിക്കൊണ്ടാണ് സൈനബ് പറഞ്ഞത്. യാസീനോടൊപ്പം ജീവിക്കുന്നതിൽ ഭേദം മരണമാണ്. അന്നവൾ കിടപ്പുമുറിയിൽ ചെന്നതേയില്ല. തളത്തിൽ പായ വിരിച്ചാണ് കിടന്നത്. രാത്രി അവൾക്ക് ഉറങ്ങാനായില്ല. വെളുപ്പാൻനേരം ഇത്തിരിയൊന്നു മയങ്ങിയപ്പോൾ പേക്കിനാവുകൾ കണ്ട് ഭയന്നുപോയി. ഇനി അവിടെ താമസിക്കില്ല എന്ന തീരുമാനത്തിലെത്തിയപ്പോഴാണ് അൽപ്പമൊരാശ്വാസം കിട്ടിയത്. ബാപ്പ യാസീനെ വിളിച്ച് നാലു തെറി പറയുമായിരിക്കും. അതുകൊണ്ടൊന്നും യാസീൻ നന്നാകാൻ പോകുന്നില്ല.

ഇത്രകാലം നീ ക്ഷമിച്ചില്ലേ. കുറച്ചുകൂടി ക്ഷമിക്കൂ. ഇനി ഇങ്ങനെയുണ്ടാവില്ല. എന്നൊക്കെ ബാപ്പ സമാധാനിപ്പിച്ചിരുന്നു. അതൊന്നും ചെവിക്കൊള്ളാനുള്ള മാനസികാവസ്ഥയിലായിരുന്നില്ല അവൾ. മതിയായി. ഇനി ക്ഷമിച്ച് ജീവിതം തുലയ്ക്കാൻ ഏതായാലും ഉദ്ദേശ്യമില്ല. നാണംകെട്ടവൻ. ഞാൻ ഒരുങ്ങി കാത്തിരുന്നപ്പോൾ വേണ്ട. എന്നിട്ട് ആ നാറിപ്പെണ്ണിനോടൊപ്പം.... യാസീൻ ഈ ദുഷിച്ച സ്വഭാവം വെടിഞ്ഞ് എന്നു മാന്യനാകുന്നോ അന്നേ ഇനി അയാളോടൊപ്പം ജീവിതമുള്ളൂ.

കിടപ്പറയ്ക്കുള്ളിലെ കാര്യങ്ങൾ സൈനബ് പുറത്താരോടും പറയില്ല എന്ന യാസീന്റെ ധാരണ തെറ്റായിരുന്നു. തുടക്കം മുതലേ എല്ലാ കാര്യങ്ങളും അവൾ വീട്ടിൽച്ചെല്ലുമ്പോൾ ഉമ്മയോട് പറയുമായിരുന്നു. ക്ഷമ കൈക്കൊള്ളാനാണ് ഉമ്മ ഉപദേശിച്ചത്. അവളുടെ ബാപ്പയും ഇതിലൊന്നും പിന്നിലല്ല. അതൊക്കെ പുരുഷന്മാർക്കു പറഞ്ഞതാണ്. പലതും കണ്ടില്ലെന്നും കേട്ടില്ലെന്നും നടിച്ച് അവരെ പരിചരിച്ചും സ്നേഹിച്ചും ജീവിക്കുകയാണ് സ്ത്രീയുടെ വിധി. പക്ഷേ ഈ ഉപദേശങ്ങൾ അപ്പാടെ കൈക്കൊള്ളാൻ സൈനബ് തയാറായില്ല. എന്നിട്ടും ഒരുപാട് ക്ഷമിച്ചു. കിനാവുകൾ കണ്ടു. ഉള്ളതുകൊണ്ട് തൃപ്തിപ്പെടാനും തീരുമാനിച്ചു. ഉമ്മയാകാൻ പോകുന്നതറിഞ്ഞ് അഭിമാനിച്ചു. ദുഃഖം ഉള്ളിലൊതുക്കി ഉമ്മയേയും ഭർത്താവിന്റെ ഉമ്മയേയും അനുകരിച്ചു ജീവിക്കാനും തീരുമാനിച്ചിരുന്നു.

പക്ഷേ ഇടയ്ക്കിടെ മനസ്സു പിടിവിട്ടുപോകും. അപ്പോൾ ഓടി ഉമ്മയുടെ അടുത്തെത്തും. ഭർത്താവ് പരസ്ത്രീകളെ തേടിപ്പോവുന്നതിൽ ക്ഷോഭിച്ച് വീടുവിട്ടാൽ പിന്നെ പെണ്ണിന്റെ ഗതിയെന്താ? അങ്ങനെയാണെങ്കിൽ ഇവിടെ തൊണ്ണൂറ്റൊമ്പത് ശതമാനം സ്ത്രീകളും ഭർത്താക്കന്മാരില്ലാതെ ജീവിക്കേണ്ടി വരില്ലേ? ഭർത്താവ് ആരെ വേണമെങ്കിലും പ്രേമിച്ചോട്ടെ. പക്ഷേ സ്നേഹിക്കുന്നത് ഭാര്യയെ മാത്രമായിരിക്കണം.

രാത്രി എത്ര താമസിച്ചാലും വീട്ടിൽ തിരിച്ചെത്തണം. അയാളുടെ അവസാനത്തെ അത്താണി എന്നും ഭാര്യ മാത്രമായിരിക്കണം. ക്ഷമയുള്ള സ്ത്രീകൾക്കേ ജീവിതത്തിൽ വിജയമുള്ളു. ഒരു കാരണവുമില്ലാതെ മൊഴിചൊല്ലി അയക്കുന്ന ഭാര്യമാരെക്കുറിച്ചും രണ്ടാം ഭാര്യയായി കഴിയാൻ വിധിക്കപ്പെട്ടവരെക്കുറിച്ചുമൊക്കെ ഉമ്മ അവൾക്കു പറഞ്ഞുകൊടുത്തു. യാസീന് ഇരുപത്തിരണ്ട്വയസല്ലേ ആയിട്ടുള്ളു. പ്രായം കൂടുമ്പോൾ പക്വതയും കൈവരും. കുട്ടികളൊക്കെ ആവുമ്പോൾ ചുമതലാബോധം താനേ ഉണ്ടാകും. അപ്പോൾ കുടുംബത്തിൽ മാത്രം ഒതുങ്ങിക്കഴിഞ്ഞോളും. ഉമ്മയുടെ ഉപദേശങ്ങളാണ് ഇത്രയുംനാൾ ഈ ബന്ധം നീട്ടിക്കൊണ്ടു പോകുവാൻ അവളെ പ്രേരിപ്പിച്ചത്. എന്നിട്ടിപ്പഴോ? പരസ്ത്രീയുടെകൂടെ ഭർത്താവിനെ കണ്ണാലെ കാണുക! ഇതിൽപ്പരം അപമാനം എന്തുണ്ട്?

തന്റെ ഉപദേശം സ്വീകരിച്ചാണ് സൈനബ് അടങ്ങിയതെന്നാണ് സയ്യിദ് അഹമ്മദ് ധരിച്ചത്. വേലക്കാരി ഉടനെ സ്ഥലം വിട്ടെങ്കിലും നിരാശനും ലജ്ജിതനുമായ യാസീൻ ടെറസിൽത്തന്നെ നിന്നതേയുള്ളൂ. ബാപ്പ വിളിക്കുന്നതു കേട്ടിട്ടും അവന് അനങ്ങാനായില്ല. അപ്പോഴേക്കും ഒരു കൊടുങ്കാറ്റുകണക്കേ ബാപ്പ ടെറസിലെത്തി. അവനു രണ്ടുകൊടുക്കണമെന്നു കരുതിയാണ് അടുത്തേക്കു കുതിച്ചത്. പക്ഷേ അടുത്തെത്തിയപ്പോൾ വെറുതേ നിൽക്കാനേ കഴിഞ്ഞുള്ളൂ.

"എന്നെ മാനംകെടുത്താനുണ്ടായ കഴുതേ....നീയീ വീട് നശിപ്പിച്ചേ അടങ്ങൂ. നീ ഇവിടുള്ളിടത്തോളം ഈ വീടിനും മേൽഗതിയില്ല. വിവാഹം കഴിയുംമുമ്പ് നിനക്ക് പറയാൻ കാരണങ്ങളുണ്ടായിരുന്നു. കന്നാലി.... കന്നാലിയായിരുന്നെങ്കിൽ ഞാനീപ്പറയുന്നത് കേട്ട് നാണിച്ചു കല്ലായിപ്പോയേനെ. നിന്നെപ്പോലൊരുവൻ ജീവിക്കുന്ന വീടുതന്നെ ശപിക്കപ്പെട്ടിരിക്കും."

ഒന്നും മിണ്ടാനായില്ല യാസീന്. ഭൂമി പിളർന്ന് തന്നെ വിഴുങ്ങിയെങ്കിൽ എന്നു തോന്നി. യാസീനെ മതിയാവോളം ശാസിച്ച് അവനെ ജനിപ്പിച്ച ഉമ്മയേയും ശപിച്ചുകൊണ്ട് ബാപ്പ ഇറങ്ങി താഴത്തേക്കുപോയി. ഒറ്റയ്ക്കായതും അയാൾ തന്നത്താൽ വിലയിരുത്തി. വയസ്സ് അമ്പതു കഴിഞ്ഞു. മക്കളിൽ മൂന്നുപേർ വിവാഹവും കഴിച്ചു. എന്നിട്ടും....സ്വന്തം ഇഷ്ടത്തിനൊത്തുജീവിക്കുന്നു. അതിനു വീട്ടുകാർക്കെന്താ? അവർക്കൊരു വിഷമവും ഉണ്ടാക്കുന്നില്ലല്ലോ. തന്നെ ധിക്കരിച്ചു ജീവിക്കാൻ വീട്ടുകാരെ അനുവദിക്കില്ല.

മക്കൾ നേർവഴിക്കേ നടക്കാവൂ എന്ന് ചെറുപ്പം മുതൽ നിഷ്കർഷിച്ചതാണ്. എന്നിട്ടും?

എന്റെമകൻ എന്നെപ്പോലെ ആവാതിരിക്കുമോ? ചെറുപ്പത്തിന്റെ തിളപ്പിൽ എന്തോ കാട്ടിക്കൂട്ടിയതാവാനേ വഴിയുള്ളൂ. അല്ലാതെ അവൻ തന്നെ ധിക്കരിക്കില്ല.

അന്നന്തോ അങ്ങനെ ചിന്തിക്കാനാണ് അയാൾക്കു തോന്നിയത്.

ചെറുപ്പമാണെന്നു കരുതി വിവേകമില്ലാതെ പെരുമാറാമോ? ഇതു കണ്ടല്ലേ ഫഹ്മിയും കമാലും പഠിക്കുക. ഒരിക്കലും ഇതൊന്നും വക വെച്ചുകൊടുക്കരുത്. ശാസിച്ചോ ശിക്ഷിച്ചോ അവനു നേർവഴി കാണിച്ചേ പറ്റൂ. ഇന്നുവരെ അവൻ അനുസരണക്കേട് കാണിച്ചിട്ടില്ല. ധിക്കരിച്ചിട്ടു മില്ല. അപ്പോൾ അയാൾക്ക് സൈനബിനോടും അരിശം തോന്നി. അവ ളോടുള്ള സഹതാപവും ഇല്ലാതായി. സ്വന്തം ഭർത്താവിനെ ഇങ്ങനെ പരസ്യമായി അപമാനിക്കുന്നത് നല്ല സ്ത്രീകളുടെ ലക്ഷണമല്ല. അവ ളുടെ ബാപ്പയെ ഓർത്തുമാത്രമാണ് ക്ഷമിക്കുന്നത്. എന്തുച്ചത്തിലാണ് അവൾ തന്റെമുന്നിൽ വന്നുനിന്ന് ചീറിയത്. ആമിന ഇന്നുവരെ ആ രീതി യിൽ എന്നോട് സംസാരിച്ചിട്ടില്ല. ഒരു ചളിപ്പുമില്ലാതെ കണ്ടത് മുഴുക്കെ അവൾ വിളിച്ചു പറഞ്ഞില്ലേ? ഛേ...ഇവളെങ്ങനെ എന്റെ സുഹൃത്തിന്റെ മകളായി പിറന്നു? വാസ്തവത്തിൽ അവൾ കാണിച്ച ധിക്കാരത്തിന് യാസീനാണ് അവളെ മര്യാദ പഠിപ്പിക്കേണ്ടത്. ഒന്നിനും പോരാത്ത കഴുത.

തന്റെ സ്വഭാവം പലതും യാസീനു കിട്ടിയിട്ടുണ്ട്. ബാപ്പയും ഉപ്പൂപ്പ യുമൊക്കെ ഇതേ മട്ടുകാരായിരുന്നു. ഫഹ്മി മാത്രം എങ്ങനെ മര്യാദ ക്കാരനായി എന്നായിരുന്നു അപ്പോഴത്തെ ചിന്ത. കമാൽ ആൾ വിരുത നാണ്. അവന്റെ കെട്ടും മട്ടും പാട്ടും കേട്ടാലറിയാം. മുതിർന്നവരെപ്പോ ലെയാണ് പ്രേമഗാനങ്ങൾ മൂളി നടക്കുന്നത്. മക്കൾ തന്നെപ്പോലെ രസി കരാവുന്നതിൽ പരാതിയില്ല. എന്നു കരുതി അതിരു കടക്കാമോ? തരംതാഴാമോ?

വൈകുന്നേരം പുറത്തിറങ്ങാൻ കഴിയാതെ താനും വിമ്മിട്ടം അനു ഭവിച്ചതാണ്. ജയിലിലടച്ച തോന്നലായിരുന്നു. എന്നു കരുതി വേലക്കാ രിയെ....നാണമില്ലാത്തവൻ. സമയവും സന്ദർഭവുമൊന്നും നോക്കാതെ പെണ്ണിന്റെ പിറകെ നടക്കുന്നവനല്ല തന്റെ ബാപ്പ. നല്ലവരെ തെരഞ്ഞെ ടുത്ത് അവരുടെ മനസറിഞ്ഞേ അവരെ സമീപിക്കാറുള്ളൂ. സൗന്ദര്യവും സ്വഭാവഗുണവുമൊക്കെ ഒത്തിണങ്ങിയവരെയാണ് തെരഞ്ഞെടുക്കുന്നത്. അതും മാന്യമായ സ്ഥലത്തുവെച്ച് കൂട്ടുകാരോടൊപ്പം സംഗീതമാസ്വ ദിച്ച് മദ്യം നുണഞ്ഞ് അതിനു ചേർന്ന അന്തരീക്ഷത്തിൽ.

വെറും വികാരശമനത്തിനുവേണ്ടി മാത്രമായിട്ടല്ല വെപ്പാട്ടികളെ പുലർത്തുന്നത്. സമൂഹത്തിൽ ഉന്നത സ്ഥാനം നേടണമെങ്കിൽ ഇത്തരം ചില രഹസ്യവേഴ്ചകളൊക്കെകൂടിയേ തീരൂ. കാമുകിമാർ തന്നെ തേടി വരികയേ ഉണ്ടായിട്ടുള്ളു. മറിയത്തിന്റെ ഉമ്മപോലും അങ്ങനെയാണല്ലോ വന്നത്. ഉമ്മയുടെ നശിച്ച സ്വഭാവമാണ് യാസീന് കിട്ടിയിരിക്കുന്നത്. ഇങ്ങനെപോയാൽ അവൻ നശിക്കുകയേ ഉള്ളു. എന്തെങ്കിലും പോംവഴി കണ്ടുപിടിച്ചേ തീരൂ.

രാവിലെ ചായസമയത്ത് കണ്ടില്ലല്ലോ എന്ന് ഫഹ്മി തിരക്കിയപ്പോൾ കാരണം പിന്നെ പറയാം എന്നു പറഞ്ഞ് യാസീൻ ഒഴിഞ്ഞുമാറി. നൂറിനെ കാണാതായപ്പോൾ ബാപ്പ കലിതുള്ളിയ കാരണവും ഫഹ്മി ഊഹിച്ചു.

അന്നെത്ത പ്രഭാതം പതിവിനു വിപരീതമായിരുന്നു. യാസീൻ നേരത്തെ സ്ഥലം വിട്ടിരുന്നു. സൈനബാകട്ടെ അവളുടെ മുറിയിൽ നിന്ന് പുറത്തിറങ്ങിയതുമില്ല. ബാപ്പയും ഫഹ്മിയും കമാലും പതിവു സമയത്ത് പുറത്തിറങ്ങി. പട്ടാളക്കാരെ നോക്കാതിരിക്കാൻ അവർ പ്രത്യേകം ശ്രദ്ധിച്ചു. ഉമ്മ അവരുടെ രക്ഷയ്ക്കുവേണ്ടി മുട്ടിപ്പായി പ്രാർഥിച്ചു.

യാസീന്റെ കാര്യം അറിയാത്ത മട്ടുനടിക്കലാണ് ബുദ്ധിയെന്ന് ആമിന തീരുമാനിച്ചു. ഏറെനേരം ചെന്നിട്ടും സൈനബ് അടുക്കളയിലെത്തിയില്ല. ഇത്തരം കാര്യങ്ങളിൽ പിണങ്ങാനും അഭിപ്രായം പറയാനും സൈനബിന് അവകാശമില്ലെന്ന പക്ഷക്കാരിയായിരുന്നു ആമിന.

മറ്റു സ്ത്രീകൾക്കില്ലാത്ത അവകാശം ഇവൾക്കുമാത്രം കിട്ടണമെന്നു ശഠിക്കുന്നതെന്തിന് എന്നു സ്വയം ചോദിക്കുകയും ചെയ്തു.

യാസീനെ ന്യായീകരിക്കുന്നില്ല. അവന്റെ പ്രവൃത്തി മാനംകെട്ടതു തന്നെ. എന്നാലും...

സൈനബിനെ കാണാതായപ്പോൾ ആമിന തിരക്കിച്ചെന്നു. ഉമ്മയെന്ന നിലയിൽ ഇനിയും കണ്ടില്ലെന്നു നടിക്കുന്നത് ശരിയല്ല. സൈനബ് പക്ഷേ മുറിയിലില്ലായിരുന്നു. വീടുമുഴുക്കെ അരിച്ചുപെറുക്കിയിട്ടും അവളെ കണ്ടില്ല.

"എന്റെ റബ്ബേ... എന്തൊക്കെ അനർഥമാണ് ഉണ്ടാക്കി വയ്ക്കണത്?"

ആമിന തലയിൽ കൈവെച്ചു.

അൻപത്തിയെട്ട്

വീട്ടിൽനിന്നുപുറത്തുപോയവർ തിരിച്ചെത്തുംവരെ കൂട്ടിലിട്ട വെരുകിനെപ്പോലെ അസ്വസ്ഥയായിരുന്നു ആമിന. തെരുവിൽ തമ്പടിച്ചിരിക്കുന്ന പട്ടാളക്കാർ അവരെ ദ്രോഹിച്ചാലോ എന്നായിരുന്നു ഭയം.

ആദ്യം എത്തിയത് ഫഹ്മിയായിരുന്നു. അവന്റെ മുഖം മങ്ങിയിരുന്നു. കണ്ടതും ഉമ്മയുടെ ഖൽബ് പിടച്ചു.

"എന്താ മോനേ?"

"പട്ടാളക്കാരെ കാണുന്നതേ എനിക്കു വെറുപ്പാ."

അവൻ കൈയ്പോടെ പറഞ്ഞു.

"എന്റെ കുട്ടി അവരോട് അപ്രിയം കാട്ടാനൊന്നും പോവല്ലേ. ഉമ്മാനെ വിചാരിച്ച് അടങ്ങ്."

ഉമ്മ കേണു.

പട്ടാളത്തെ കാണുമ്പോൾ ഫഹ്മിയുടെ നെഞ്ചിടിക്കും. തന്നെക്കുറിച്ചുള്ള രഹസ്യമറിഞ്ഞാൽ അവർ വച്ചേക്കില്ലെന്നറിയാം. അതുകൊണ്ട് ഉമ്മ പറഞ്ഞില്ലെങ്കിലും അവൻ അവരോട് വിരോധം കാണിക്കില്ല.

പകൽ ചെയ്യുന്ന ജോലികൾ വൈകുന്നേരം വീട്ടിൽ തിരിച്ചെത്തു

മ്പോൾ വിലയിരുത്തുക അവന്റെ പതിവാണ്. നിറവേറ്റാൻ കഴിയാത്തവ സ്വപ്നത്തിൽ സാക്ഷാത്ക്കരിക്കുക എന്ന ദുഃസ്വഭാവവും അവനുണ്ട്. ശത്രുസൈന്യത്തെ വിരട്ടി അവരുടെ ആയുധം പിടിച്ചെടുത്ത് ജോൺ ഓഫ് ആർക്കിനെപ്പോലെ ജനങ്ങളെ നയിക്കുന്ന ഫഹ്മി. മൈതാനത്ത് കൂടിയിരിക്കുന്ന ആയിരക്കണക്കിനു ജനങ്ങളെ അഭിസംബോധന ചെയ്യുന്ന ഫഹ്മി. അവന്റെയും കൂട്ടാളികളുടെയും നിരന്തരമായ സമ്മർദ ത്തിനു വഴങ്ങി ഇംഗ്ലീഷുകാർ ഈജിപ്തിനെ സ്വതന്ത്രമാക്കാൻ നിർബ ന്ധിതരാകുന്നു. സഅദ് തിരിച്ചെത്തുന്നു. ആ ചരിത്രസംഭവത്തിനു സാക്ഷ്യം വഹിക്കുമ്പോൾ മറിയവും കൂടെയുണ്ട്. മറിയം കൂടെയില്ലാത്ത ഒരു കിനാവും ഫഹ്മി കാണാറില്ല.

"സൈനബ് പിണങ്ങിപ്പോയിട്ടോ."

തലയിൽനിന്നൂർന്നുവീണ തട്ടം ചുറ്റിക്കെട്ടിക്കൊണ്ട് പെട്ടെന്നാണ് ഉമ്മ പറഞ്ഞത്.

രാവിലെ യാസീനെക്കുറിച്ച് കേട്ടത് അവൻ പാടെ മറന്നിരുന്നു. ഉമ്മ പറഞ്ഞതുകേട്ട് നാണത്താൽ അവന്റെ തല കുനിഞ്ഞു. നടന്നത് ഫഹ്മിക്ക് അറിയാമെന്ന് ഉമ്മയ്ക്കറിയാം. എങ്കിലും അവന് ഒന്നുമറിയി ല്ലെന്ന ഭാവത്തിലായിരുന്നു ഉമ്മ പറഞ്ഞത്. വിശദമായൊന്നും പറയാതെ ഉമ്മ ആ സംഭാഷണം അവിടെ അവസാനിപ്പിക്കാനാണ് ഇഷ്ടപ്പെട്ടത്.

അഭിനയമറിയാത്ത ഉമ്മ നടക്കുന്നത് കണ്ട് ഫഹ്മി ചിരിയടക്കി. അപ്പോഴേക്കും യാസീനെത്തി. എന്തൊക്കെയാണ് പുതിയപ്രശ്നങ്ങൾ എന്ന മട്ടിലാണ് യാസീൻ അവരെ നോക്കിയത്. മറ്റുള്ളവർ വലുതെന്നു കരുതുന്ന പല പ്രശ്നങ്ങളും യാസീന് നിസ്സാരമാണെന്ന് ഫഹ്മിക്ക റിയാം.

കഴിഞ്ഞതാലോചിച്ച് തല പുണ്ണാക്കുന്ന പതിവ് യാസീനില്ല. ഒരു പട്ടാളക്കാരൻ പെട്ടെന്ന് മുന്നിൽ ചാടിവീണ് ഭയപ്പെടുത്തിയതിനെക്കുറി ച്ചായിരുന്നു അപ്പോൾ യാസീനു വേവലാതി. ഞാൻ പൊയ്ക്കോട്ടെ എന്ന് വളരെ താഴ്മയോടെ പേടിച്ചു വിറച്ചുകൊണ്ട് യാസീൻ പോകാൻ അനു വാദം ചോദിച്ചപ്പോൾ അയാൾ തീപ്പെട്ടി ആവശ്യപ്പെട്ടു. അവനോട് ചിരി ക്കുകയും ചെയ്തു. ഇംഗ്ലീഷുപട്ടാളക്കാരന് ചിരിക്കാൻ അറിയാമെന്ന് അന്നാണ് യാസീൻ മനസിലാക്കിയത്. അവൻ ഓടിച്ചെന്ന് മുന്നിലെ കട യിൽച്ചെന്ന് തീപ്പെട്ടി വാങ്ങിക്കൊടുത്തു. തീപ്പെട്ടി വാങ്ങി പട്ടാളക്കാരൻ നന്ദി പറഞ്ഞത് കേട്ട് അവൻ അങ്ങോട്ടും നന്മ ആശംസിച്ചു.

ആ സന്തോഷകാര്യം പറയാൻ തിടുക്കപ്പെട്ടാണ് യാസീൻ വീട്ടി ലെത്തിയത്. വെള്ളപ്പട്ടാളക്കാർ നാട്ടുകാർ പറയുന്നതുപോലെ കിരാത രല്ല എന്നു ഫഹ്മിയോടു പറയണം. ഉമ്മയേയും ആശ്വസിപ്പിക്കണം എന്നൊക്കെ കരുതിയതാണ്. അവരുടെ മുഖത്തെ ഗൗരവം കണ്ടപ്പോൾ അവൻ അതൊക്കെ മറന്നു.

"അവളെ കണ്ടില്ലല്ലോ. ഇപ്പഴും ദേഷ്യത്തിലാണോ?"

"അവള് പിണങ്ങി സ്വന്തം വീട്ടിലേക്കു പോയി."

ആമിന വിഷമത്തോടെയാണ് പറഞ്ഞത്.

"എന്തിനാ പോകാൻ അനുവദിച്ചത്?"

"എന്നോടു പറഞ്ഞിട്ട് പോയാലല്ലേ തടയാനൊക്കൂ."

"പറയാതെ ഇറങ്ങിപ്പോവ്വേ? എന്താ അവളുടെ ഉദ്ദേശ്യം?"

ഫഹ്മി അരിശം മൗനത്തിലൊതുക്കി. സഹോദരന്റെ വൃത്തികേട് താൻ അറിയാതിരിക്കാൻ വേണ്ടി ഒന്നും അറിയാത്തമട്ടിൽ ചോദിച്ചു.

"എന്താണ്ടായത്?"

"കാര്യമായൊന്നും ഉണ്ടായില്ല. ഇപ്പഴത്തെ പെൺകുട്ടികൾക്ക് ഒട്ടും ക്ഷമയില്ല. അല്ലേ?"

ആമിനയോടായിരുന്നു ചോദ്യം.

ആമിന തലകുനിച്ചു. ജാള്യം മറയ്ക്കാൻ യാസീനും ശ്രമിക്കുന്നുണ്ടായിരുന്നു. ഈ ചതി അവൻ പ്രതീക്ഷിച്ചതല്ല. ഇതെന്തൊരു ഭാര്യ? മൂടിവയ്ക്കേണ്ടത് നാട്ടിൽ പാട്ടാക്കി അപമാനിക്കയോ ഭാര്യയുടെ ധർമം? അവളുടെ ബാപ്പയുടെ ചെവിയിലും കൂടി എത്തിയാൽ ആകെ നാറും. കാലുപിടിച്ച് മാപ്പപേക്ഷിച്ചിട്ടാ പോയത്. എന്നിട്ടും വകവെച്ചില്ല.

ആരോ ആർത്തലച്ച്കരയുന്നതു കേട്ട് അവൻ ചിന്തയിൽനിന്നുണർന്നു. തലയുയർത്തി നോക്കിയപ്പോൾ ഉമ്മയും ഫഹ്മിയും കാതോർത്തിരിക്കുന്നു. ഒരു പെണ്ണാണ് കരഞ്ഞതെന്ന് അവർ ഊഹിച്ചു.

"നമ്മുടെ തെരുവിൽനിന്നാ നിലവിളി കേട്ടത്. വഴിയാത്രക്കാരിയെ പട്ടാളക്കാർ ഉപദ്രവിച്ചെന്നാ തോന്നണത്."

ചാടിയെഴുന്നേറ്റുകൊണ്ടാണ് ഫഹ്മി പറഞ്ഞത്. അവർ മൂവരും ഒരുമിച്ച് ബാൽക്കണിയിലെത്തി. തെരുവിൽനിന്ന് കരയുന്ന സ്ത്രീയെ തിരിച്ചറിഞ്ഞതും അവർ ഭയത്തോടെ വിളിച്ചു:

"ഉമ്മു...."

"അള്ളാ...എന്റെ കമാലേടെ. ഓളെന്തിനാ അവിടെനിന്ന് ആർക്കണത്?"

കമാലിനെ വിളിക്കാൻ അയച്ചതായിരുന്നു ഉമ്മുവിനെ. കമാലിനെ അവളോടൊപ്പം കാണാതായപ്പോൾ ആമിനയുടെ ചങ്കിടിച്ചു.

"നേരാ....കമാൽ എവിടെ?"

"ഉമ്മു തന്നെയാ വിളിച്ചത്. ഓളെ ഒച്ചകേട്ടപ്പളേ തോന്നി. റബ്ബേ... എന്റെ മോനേടെ..."

ആമിനയ്ക്ക് ഇരിപ്പുറയ്ക്കാതായി.

അവരെ സമാധാനിപ്പിക്കാനാവാതെ ഫഹ്മിയും യാസീനും കുഴങ്ങി. അപ്പോഴും അവരുടെ നോട്ടം പുറത്തേക്കായിരുന്നു. എന്തോ ആപത്ത് സംഭവിച്ചിട്ടുണ്ട്. അല്ലാതെ ഉമ്മു നിലവിളിക്കില്ല. പട്ടാളക്കാർ അവനെ ഉപദ്രവിച്ചിരിക്കുമോ?

എന്റെ മോനെ രക്ഷിക്കൂ എന്നുപറഞ്ഞ് ഉമ്മ കരയുന്നുണ്ടായിരുന്നു.

എന്തു ചെയ്യണമെന്നറിയാതെ വെളിയിലേയ്ക്കു തന്നെ ഉറ്റുനോക്കിക്കൊണ്ടു നിന്ന യാസീൻ ഫഹ്മിയെ തോണ്ടിയിട്ടു പറഞ്ഞു.

"കൂട്ടംകൂടി നിൽക്കുന്ന പട്ടാളക്കാരുടെ മധ്യത്തിലേക്ക് നോക്കൂ. കമാലല്ലേ ആ നിൽക്കുന്നത്?"

"റബ്ബേ....അവർ എന്റെ മോനെ തടവിലാക്കിയിരിക്കുന്നു....എനിക്കു നീ മാത്രമേ തുണയുള്ളൂ...."

ഉമ്മ കരഞ്ഞുകൊണ്ടിരുന്നു.

തടിമാടന്മാരായ പട്ടാളക്കാർ കൈകോർത്ത് വട്ടത്തിൽ നിൽക്കുന്നു. മധ്യത്തിൽ കമാലിനെ തടഞ്ഞുനിർത്തിയിരിക്കുകയാണ് ഒരു പട്ടാളക്കാരൻ. അവർ അവനെ ഉപദ്രവിക്കാനുള്ള പുറപ്പാടാണെന്ന് വീട്ടുകാർ ധരിച്ചു.

"എന്തു സംഭവിച്ചാലും വേണ്ടില്ല. ഞാനങ്ങോട്ടു പോവുകയാണ്."

വെപ്രാളത്തോടെ ഫഹ്മി പറഞ്ഞു.

"നിക്ക്...."

യാസീൻ തടഞ്ഞു.

"ഉപദ്രവിക്കാനാണെങ്കിൽ ഇങ്ങനെ തടഞ്ഞുനിർത്തുമോ? നോക്ക്.... അവർ അവനോട് എന്തോ ചോദിക്കുകയാണ്. അവന്റെ കൈയിലെന്തോ ചുവന്നപൊതി കാണുന്നുണ്ടല്ലോ. ചോക്ലേറ്റാണെന്നാ തോന്നുന്നത്. ചെക്കൻ വെറുതേ എല്ലാവരേയും പേടിപ്പിച്ചു."

പട്ടാളക്കാരുടെ നല്ല പെരുമാറ്റം നേരിട്ടറിഞ്ഞ യാസീൻ അവരെ ആശ്വസിപ്പിച്ചു.

"ആപത്തൊന്നും ഇല്ലെന്നു കണ്ടതുകൊണ്ടല്ലേ ഉമ്മു ആർപ്പ് നിർത്തിയത്."

യാസീൻ.

"അവനിവിടെ എത്തുംവരേ എനിക്കു സമാധാനമില്ല."

ഉമ്മ.

അവർ അങ്ങോട്ടുതന്നെനോക്കിക്കൊണ്ട് ആകാംക്ഷയോടെ നിന്നു. കുറച്ചുകഴിഞ്ഞപ്പോൾ പട്ടാളക്കാർ അവനെ സ്വതന്ത്രനാക്കി. അവൻ ചിരിച്ചുകൊണ്ട് കൈയും കലാശവും കാണിച്ച് എന്തൊക്കെയോ പറയുന്നുണ്ട്. ഈ ചെക്കന് എന്താണാവോ ഇത്രയും പറയാനുള്ളത് എന്നോർത്ത് സഹോദരന്മാർ ചിരിച്ചു.

"നമ്മള് വെറുതേ പേടിച്ചതാ. പട്ടാളക്കാർ ഭരണമേറ്റടുത്താൽ നാടു നശിക്കുമെന്നും നമ്മള് വെറുതേ വേവലാതിപ്പെടുകയാ."

യാസീൻ.

"സ്ത്രീകളോടും കുട്ടികളോടും മര്യാദയ്ക്കു പെരുമാറുന്നെന്നു കരുതി പുരുഷന്മാരോടും അങ്ങനെ പെരുമാറുമെന്ന ശുഭാപ്തി വിശ്വാസമൊന്നും വേണ്ട." ഫഹ്മി താക്കീതു ചെയ്തു.

"നമ്മൾ അങ്ങോട്ട്ചെന്ന് അവരോട് നന്ദി പറഞ്ഞിട്ട് കമാലിനെ കൂട്ടിക്കൊണ്ടുവന്നാലോ?"

ഉമ്മ ചോദിച്ചു.

കമാലിനു ചുറ്റും അപ്പോഴും പട്ടാളക്കാർ കൂട്ടംകൂടി നിൽക്കുന്നുണ്ടായിരുന്നു. ഒരാൾ തമ്പിൽച്ചെന്ന് ഒരു കസേരകൊണ്ടുവന്ന് കമാലിന്റെ മുന്നിലിട്ടുകൊടുത്തു. കണ്ടതും കുട്ടി കസേരയിൽ ചാടിക്കയറി. പട്ടാളക്കാരെ പരിശോധിക്കുന്ന ആപ്പീസറെ അനുകരിച്ചെന്നപോലെ അവൻ അവർക്കുനേരെ കൈചൂണ്ടി നിന്നു. അതിനിടയിൽ അവന്റെ തൊപ്പി തലയിൽനിന്നു താഴെവീണു. വീട്ടുകാർ അപ്പോഴും ഭയം മാറാതെ പകച്ചു നോക്കിക്കൊണ്ടു നിൽക്കുകയായിരുന്നു. അവൻ ഉറക്കെ പാടുകയാണ്.

പ്രിയമുള്ളരേ
എനിക്കു വീട്ടിൽ പോണം.
പ്രിയമുള്ളവരേ
അവരെന്റെ കുഞ്ഞിനെ തട്ടിയെടുത്തു.

കേട്ടുനിൽക്കുന്ന പട്ടാളക്കാർ ആവേശത്തോടെ പ്രോത്സാഹിപ്പിച്ചുകൊണ്ടിരുന്നു. പാട്ടു തീർന്നപ്പോൾ അവർ കൈയടിച്ച് അഭിനന്ദിച്ചു.

പാട്ടിന്റെ അവസാനവരികൾ മാത്രം മനസിലായതുകൊണ്ടാകാം അവർ അതുമാത്രം ഏറ്റുപാടി.

എനിക്കു വീട്ടിൽ പോണം....

അവരുടെ ആവേശത്തിൽ ആകൃഷ്ടനായ കമാൽ പാട്ടു മുഴുക്കെ പാടി. പട്ടാളക്കാരും അവനോടൊപ്പം ചേർന്നുപാടി.

അവന്റെ ഉമ്മയും സഹോദരങ്ങളും ഭയംമറന്ന് പാട്ടിൽ രസിച്ചു നിന്നു.

പാട്ടു തീർന്നപ്പോൾ കമാൽ കസേരയിൽനിന്നു ചാടിയിറങ്ങി ഓരോ പട്ടാളക്കാരന്റേയും അടുത്തുചെന്നു കൈപിടിച്ചു കുലുക്കി സലാം വെച്ചിട്ട് യാത്രപറഞ്ഞ് വീട്ടിനുനേരെ നടന്നു. വീട്ടുകാർ തിരക്കിട്ട് താഴെയിറങ്ങി പടിപ്പുരയിൽ അവനെ കാത്തുനിന്നു. സന്തോഷം അടക്കാനാവാതെ ഓടിക്കിതച്ചാണ് അവൻ വീട്ടിലെത്തിയത്.

"എന്തശിയം....വിശ്വസിക്കാനാവുന്നില്ല....നടന്നതറിഞ്ഞോ?"

അവൻ ഉറക്കെ വിളിച്ചുപറഞ്ഞുകൊണ്ടിരുന്നു.

"എന്താ എന്റെ പൊന്നുമോൻ ആർക്കണത്?"

യാസീൻ പരിഹസിച്ചു.

അവർ എല്ലാം കണ്ടതാണെന്ന് അവരുടെ മുഖംകണ്ടപ്പോൾ അവനു മനസിലായി.

"നിങ്ങളെന്നെ ശരിക്കും കണ്ടോ?"

സംശയം തീർക്കാനെന്നപോലെയാണ് അവൻ ചോദിച്ചത്.

"ഇപ്പം ചിരിക്കുന്നത് കണ്ടില്ലേ? എന്റെ ബേജാറ് ഇവരാരെങ്കിലും അറിഞ്ഞതാണോ? ഞാൻ പേടിച്ച പേടിയേ...."

ഉമ്മു പരാതി പറഞ്ഞു.

അവൾ അപ്പോഴും മൂടുപടം അഴിച്ചിരുന്നില്ല. കറുത്തവസ്ത്രത്തിനകത്ത് അവൾ ഒന്നുകൂടി കറുത്തതായി തോന്നിച്ചു. അവളുടെ ഭയം അപ്പോഴും മുഴുവനെ വിട്ടുമാറിയിരുന്നില്ല.

"എന്താണ്ടായത്? നിന്റെ ആർപ്പ് കേട്ട് ഞാനും പേടിച്ചു. നോക്കുമ്പോൾ കളിയും ചിരിയും."

ഉമ്മ.

"ഒന്നും ചോയ്ക്കണ്ടിത്താത്താ....എന്റെ ഉയര് പോയില്ലെന്നേ ഉള്ള്. ഇപ്പളും കിടുങ്ങുന്നു. ഒരു പട്ടാളക്കാരൻ ചാടിവീണ് കുഞ്ഞിമോനെ ഒരു പിടി. പേടിച്ചരണ്ട കുട്ടി ഓടാൻ തുടങ്ങിയപ്പോൾ വേറൊരുത്തൻ വന്ന് തടഞ്ഞ്. അപ്പം കുട്ടി വീണ്ടും കുതറി. പേടിച്ചരണ്ട് ആർക്കണ മോനെ കണ്ടപ്പോൾ എന്റെ ഉള്ളും ഉരുകി. അവര് ബലമായി പിടിച്ചുകൊണ്ടു പോയപ്പോൾ എന്റെ തല പെരുത്തു. ഞാൻ ആർത്തുവിളിക്കയല്ലാതെ എന്തു ചെയ്യും?"

"പേടിക്കാനൊന്നുമില്ല. അവർ കുട്ടിയെ ഒന്നും ചെയ്തില്ലല്ലോ. അവന്റെ തുണ...."

"ഞാൻ കരഞ്ഞിട്ടൊന്നുമില്ല." കമാൽ എതിർത്തു.

"എന്റള്ളോ എന്തുച്ചത്തിലാ കുട്ടി ആർത്തത്. ആ വിളി ഇപ്പളും എന്റെ കാതിലുണ്ട്."

ഉമ്മു മാറത്തടിച്ചുകൊണ്ട് പറഞ്ഞു.

"ഓരെന്നെ കൊല്ലാമ്പോവ്വാന്നാട്ടോ ഞാനും വിചാരിച്ചത്. പിന്നെ ഒരാള് തോളത്തുതട്ടി സമാധാനിപ്പിച്ചിട്ട് ചോക്ലേറ്റു തന്നു. അപ്പം പേടി മാറി."

കമാൽ പതുക്കെയാണ് പറഞ്ഞത്. കേട്ടതും ആമിന വീണ്ടും അസ്വസ്ഥയായി. മുഖം കണ്ടില്ലേ? നല്ലോണം പേടിച്ചിട്ടുണ്ട്. തലയ്ക്കു പിടിച്ചൊന്ന് ഓതണം. മച്ചിലെ ജിന്നുകൾ എപ്പോഴാണ് ഉപദ്രവിക്കുക എന്നു പറയാനാവില്ല. പേടിച്ചരണ്ട കുട്ടികളേയാണ് ജിന്നുകൾ ആദ്യം പിടികൂടുക. എന്തായാലും ഒന്നു മന്ത്രിച്ചൂതണം.

"എന്റെ മോനെ അവർ പേടിപ്പിച്ചെങ്കിൽ അവർക്ക് പടച്ചോൻ കൊടുക്കും."

ആമിന സങ്കടത്തോടെ പറഞ്ഞു.

"ചോക്ലേറ്റു കിട്ടിയാൽ പിന്നെന്തു പേടി? ആട്ടേ നീ എന്തു ഭാഷയാ അവരോടു സംസാരിച്ചത്?"

യാസീൻ.

വീമ്പുപറയാൻ ഒരവസരം കിട്ടിയപ്പോൾ കമാൽ വാചാലനായി.

"അവരെ ഭാഷ കേട്ടാ ചിരി വരും ട്ടോ."

എന്നുപറഞ്ഞ് അവൻ അവരെ അനുകരിച്ച്സംസാരിച്ചപ്പോൾ കൂട്ടച്ചിരി.

"അവരെന്താ അത്രയും നേരം നിന്നോട് പറഞ്ഞത്?"

യാസീന് അസൂയ.

"ഒരുപാട് പറഞ്ഞു. പേരെന്താ? വീടെവിടെയാ? ഇംഗ്ലീഷറിയോ?"

"നീ ഏതു ഭാഷയിലാ മറുപടി പറഞ്ഞത്?"

ഫഹ്മി

"വായിൽത്തോന്നിയതു പറഞ്ഞുകാണും."

യാസീൻ.

"സഅദ് പാഷാ എന്ന് ഒരാൾ എന്റെ ചെവിയിൽ പറഞ്ഞല്ലോ?"

കമാൽ.

"പിന്നെന്തേ ചോദിച്ചത്?"

യാസീൻ.

"വീട്ടിൽ പെൺകുട്ടികളില്ലേന്നു ചോദിച്ചു."

"അപ്പം നീ എന്തേ പറഞ്ഞു?"

ഫഹ്മി ആകാംക്ഷയോടെയാണ് ചോദിച്ചത്.

"ഇത്താത്തമാരുടെ കല്യാണം കഴിഞ്ഞു. ഇനി ഉമ്മ മാത്രേ ഉള്ളൂന്നും പറഞ്ഞു. മമ്മാ എന്നു പറഞ്ഞപ്പോഴേ അവർക്കു മനസിലായുള്ളൂ."

"കണ്ടോ എന്റെ സംശയം ശരിയായിരുന്നു. ഇവനോടുള്ള ഇഷ്ടം കൊണ്ടൊന്നുമല്ല ചോക്ലേറ്റു കൊടുത്തത്."

വെറുപ്പോടെയാണ് ഫഹ്മി പറഞ്ഞത്.

"ഛേ...മിണ്ടാതിരി."

എന്നിട്ട് കമാലിന്റെ ശ്രദ്ധ മാറ്റാനെന്ന പോലെ യാസീൻ ചോദിച്ചു:

"അവർ പറഞ്ഞിട്ടാണോ നീ പാടിയത്?"

"അതിലൊരാൾ മൂളിപ്പാട്ടുപാടിയപ്പോൾ ഞാൻ ചോദിച്ചു എന്റെ പാട്ടുകേക്കണോന്ന്."

"നീ ആള് തരക്കേടില്ലല്ലോ. അവര് നിന്നെവളഞ്ഞിട്ടു പിടിച്ചപ്പം പേടി തോന്നിയില്ലേ നിനക്ക്?"

യാസീൻ ഉറക്കെ ചിരിച്ചുകൊണ്ട് കമാലിനെ എരികേറ്റി.

"ഹായ്....എന്തു ഭംഗിയാ അവരെ കാണാൻ. ഇത്ര ചന്തമുള്ളവരെ ഞാനിതുവരെ കണ്ടിട്ടേയില്ല. നീലക്കണ്ണുകൾ....സ്വർണത്തലമുടി.... വെളുത്ത നിറം....ആയിഷാത്തയെപ്പോലെ.

കമാൽ വീമ്പുപറഞ്ഞു. എന്നിട്ട് ബാൽക്കണിയിലേക്കോടി. തിരിച്ചെത്തിയിട്ട് അവൻ പറഞ്ഞു:

"സഅദ് പാഷയെക്കാൾ ചന്തം ഇവർക്കന്യാട്ടോ."

"രാജ്യദ്രോഹി. ഒരു കഷണം ചോക്ലേറ്റിൽ മയങ്ങിപ്പോയി ചെക്കൻ. ഇങ്ങനെയൊക്കെ പറയാൻ നീ ഇള്ളിക്കുട്ടിയല്ലെന്നോർത്തോ. നിന്റെ പ്രായത്തിലുള്ള കുട്ടികൾ രാജ്യത്തിനുവേണ്ടി മരിക്കാൻ നടക്കുന്നു. അള്ളാഹു നിന്നോട് പൊറുക്കട്ടെ."

അരിശവും സങ്കടവും അടക്കാനാവാതെ ഫഹ്മി പൊട്ടിത്തെറിച്ചു.

ഉമ്മു കാപ്പിയുമായി എത്തി. സന്തോഷത്തോടെ കാപ്പികുടിക്കുമ്പോഴും യാസീനു ഭാര്യയെക്കുറിച്ചുള്ള ചിന്തയായിരുന്നു. കമാൽ തനിച്ചിരുന്നു ചോക്ലേറ്റ് പൊതിഞ്ഞ ചുവന്ന വർണക്കടലാസ് അഴിച്ചുമാറ്റി. പട്ടാളക്കാർ സ്നേഹത്തോടെ തന്നെ ചോക്ലേറ്റ് വാങ്ങിയത് തെറ്റാണെന്ന് ഫഹ്മി പറഞ്ഞത് മനസിലാക്കാൻ എത്ര ശ്രമിച്ചിട്ടും അവനായില്ല.

അൻപത്തിയൊൻപത്

സൈനബ് പിണങ്ങിപ്പോയതിന്റെ പിറ്റേദിവസം അവളുടെ ബാപ്പ സയ്യിദ് അഹമ്മദിന്റെ കടയിലെത്തി.

"എന്റെ മോളെ കാര്യം തീർത്തുതരണം. ഇന്നു തന്നെ."

മുഖവുരയൊന്നുംകൂടാതെ മുഹമ്മദ് ഇഫ്ഫത്ത് പറയാനുള്ളത് പറഞ്ഞു.

യാസീന്റെ പ്രവൃത്തി ന്യായീകരിക്കാൻ നിവൃത്തിയില്ല. എന്നാലും മുഹമ്മദ് ഇഫ്ഫത്തിനെപ്പോലെ വകതിരിവുള്ള ഒരാൾ മുന്നും പിന്നും ആലോചിക്കാതെ ഇങ്ങനെപറയാമോ? ആണുങ്ങളെ സംബന്ധിച്ചിടത്തോളം യാസീൻ ചെയ്തത് പൊറുക്കാനാവാത്ത തെറ്റൊന്നുമല്ല. സ്ത്രീകൾ വിവാഹം വേർപെടുത്തണമെന്ന് ആദ്യം ആവശ്യപ്പെടുന്നതിനോടും അയാൾക്ക് തീരെ യോജിക്കാനാവുന്നതല്ല. അതൊക്കെ പുരുഷനുമാത്രമുള്ള പ്രത്യേകാവകാശങ്ങളാണെന്ന് വിശ്വസിക്കുന്ന കൂട്ടത്തിലാണ് അയാൾ. സംഗതി ഇത്ര വഷളാകുമെന്നു അതുകൊണ്ടുതന്നെയാണ് തോന്നാതിരുന്നത്.

"ആലോചനയില്ലാതെ എന്തെങ്കിലും പറയുന്നോ? ഒന്നുമില്ലെങ്കിലും നമ്മുടെ സൗഹൃദത്തെയെങ്കിലും മാനിക്കേണ്ടേ?"

സയ്യിദ് അഹമ്മദ് പറഞ്ഞതു കേട്ടിട്ടും മുഹമ്മദ് ഇഫ്ഫത്തിന്റെ മുഖം അയഞ്ഞില്ല. എല്ലാം തീരുമാനിച്ച് ഉറച്ചമട്ടിലായിരുന്നു അയാൾ. അയാളുടെ സ്വഭാവം സയ്യിദ് മുഹമ്മദിന് നന്നായി അറിയാം. അരിശം വന്നാൽ ഒന്നിനും മടിക്കില്ല. വിചാരിച്ചത് സാധിച്ചേ അടങ്ങൂ.

"നോക്ക് സുഹൃത്തേ, അള്ളാഹുവിനെ വിചാരിച്ച് അടങ്ങ്. നമുക്ക് ആലോചിച്ച് വേണ്ടതു ചെയ്യാം."

സയ്യിദ് അഹമ്മദ്.

"ഒരു കാര്യം ഞാൻ പറഞ്ഞേക്കാം. നമ്മുടെ സൗഹൃദം ഇതിനിടയിൽ വലിച്ചിടണ്ട. ഞാൻ എല്ലാം അറിഞ്ഞു. നിങ്ങടെ മകൻ നേരെയാവില്ല. പാവം എന്റെ കുട്ടി....കുറേ നാളായി എല്ലാം ഉള്ളിലൊതുക്കി കഴിയുകയായിരുന്നു. കുടിച്ച് കുന്തം മറിഞ്ഞാണ് അർധരാത്രി തിരിച്ചെത്തുന്നത്. അവളെ വേണ്ടാത്തതുകൊണ്ടല്ലേ കണ്ട അലവലാതികളുടെ പിറകേ പോകുന്നത്. എന്നിട്ടിപ്പോൾ അവൾ കാൺകെ.... ഛേ.... മതി."

അയാൾ കാർക്കിച്ചുതുപ്പിയിട്ട് അരിശത്തോടെ തുടർന്നു.

"ഒരു വേലക്കാരിപ്പെണ്ണിനോടൊപ്പം അവളുടെ മുറിയിൽ....എന്റെ മകൾക്ക് അവൻ ഒന്നുകൊണ്ടും ചേരില്ല. ഇതൊന്നും സഹിക്കേണ്ട ഗതികേട് അള്ളാഹു സഹായിച്ച് ഇന്നവൾക്കില്ല. എന്റെ മകളെ എത്ര ലാളിച്ചാണ് വളർത്തിയതെന്ന് നിങ്ങൾക്കും അറിയാവുന്നതല്ലേ. ഇത് കണ്ട് മിണ്ടാതിരിക്കാൻ എനിക്കു സാധ്യമല്ല."

യാസീൻ എന്നും കുടിച്ചു ലക്കുകെട്ടാണ് വീട്ടിലെത്തുന്നത് എന്നത് ബാപ്പ അപ്പോഴാണ് അറിയുന്നത്. അതയാളെ ഞെട്ടിച്ചു. ദേഹമൊട്ടാകെ വിറച്ചു. ഇത്ര കണിശമായി വളർത്തിയിട്ടും.... നിയന്ത്രിക്കാനാവുന്നില്ല.

"എന്തൊക്കെയാ ഞാനീ കേക്കുന്നത്? കുട്ടിക്കാലം മുതൽ എന്റെ കർശനമായ നിയന്ത്രണത്തിൽ വളർന്നിട്ടും അവൻ വഴി പിഴച്ചത് ഞാനിതുവരെ അറിഞ്ഞില്ലല്ലോ. ദുഷ്ടപ്പിശാചുക്കളുടെ വലയിൽപ്പെട്ടുപോയതാണെന്നേ എനിക്കു പറയാനുള്ളൂ."

കുറ്റബോധംകൊണ്ട് നീറുന്ന മട്ടിലാണ് ബാപ്പ പറഞ്ഞത്.

"നിങ്ങളെ കുറ്റപ്പെടുത്താനല്ല ഞാൻ പറഞ്ഞത്. നിങ്ങളുടെ കടമയിൽ ഒരു വിട്ടുവീഴ്ചയും നിങ്ങൾ വരുത്തിയിട്ടില്ലെന്നുമറിയാം. എന്നിട്ടും അവൻ വഴിതെറ്റി. നിങ്ങൾ ആശിച്ചതുപോലെയല്ല യാസീൻ വളർന്നത്. ഇപ്പഴത്തെ അവസ്ഥയിൽ ഒരു ഭർത്താവാകാനുള്ള യോഗ്യത അവനില്ല എന്നേ എനിക്കു പറയാനുള്ളൂ."

"പെട്ടെന്നൊരു തീരുമാനമെടുക്കരുത്."

സയ്യിദ് അഹമ്മദിന് അതേ പറയാനുണ്ടായിരുന്നുള്ളൂ.

"നിങ്ങളിനി ഒന്നും പറയരുത്. അവന്റെ ചെയ്തികൾ എതിർക്കാത്ത ഒരു പെണ്ണിനെ അവനു കിട്ടിയേക്കാം. പക്ഷേ എന്റെ മോളെ നമ്മുടെ സൗഹൃദത്തിന്റെ പേരിൽ ഇനിയും കഷ്ടപ്പെടുത്താൻ ഞാൻ ഒരുക്കമല്ല."

"ഇങ്ങനെ കള്ളുകുടിയും പാതിരാ സർക്കീട്ടുമൊക്കെയായി നടക്കുന്ന ഭർത്താക്കന്മാർ വേറേയുമില്ലേ? യാസീനെ മാത്രം കുറ്റപ്പെടുത്തുന്നത് ശരിയാണോ?"

ഒരു കള്ളച്ചിരിയോടെയാണ് സയ്യിദ് അഹമ്മദ് ചോദിച്ചത്.

ഇക്കാര്യം ഒരു തമാശയിലൊതുക്കാൻ മുഹമ്മദ് ഇഫ്ഫത്ത് തയാറായിരുന്നില്ല.

"നമ്മുടെ കാര്യമാണോ സൂചിപ്പിക്കുന്നത്? ഞാൻ കള്ളുകുടിക്കാറുണ്ട്. പെണ്ണുങ്ങളുടെ പിറകെ പോകാറുണ്ട്. ഒക്കെ നേരാ. പക്ഷേ ഭാര്യയെ വേദനിപ്പിക്കുംവിധം അവളുടെ മുന്നിൽവെച്ച് അവളുടെ വേലക്കാരിയെ കയറിപ്പിടിക്കാൻ മാത്രമൊന്നും ഞാൻ അധഃപതിച്ചിട്ടില്ല. അവളിനി യാസീന്റെ ഭാര്യയല്ല. അവൻ അവളുടെ ഭർത്താവുമല്ല."

അയാൾ ഒരു വിട്ടുവീഴ്ചയ്ക്കും തയാറല്ലെന്ന് സയ്യിദ് അഹമ്മദിന് ബോധ്യമായി. തുർക്കി രക്തമാണ് ആ സിരകളിൽ. യാസീനെക്കൊണ്ട് സൈനബിനെ കല്യാണം കഴിപ്പിക്കുന്ന കാര്യം അവരുടെ രണ്ടുപേരുടെയും സുഹൃത്തായ ഇബ്രാഹിമിനോടായിരുന്നു ആദ്യം പറഞ്ഞത്.

"യാസീൻ നമ്മുടെ കുട്ടിയാണ്. മുഹമ്മദ് ഇഫ്ഫത്ത് നമ്മുടെ സുഹൃത്തു മാത്രമല്ല സഹോദരതുല്യനുമാണ്. അയാളുടെ മകൾ നമ്മുടേയും മകൾതന്നെ. മകളുടെ ഒരു ചെറിയ വേദനപോലും അയാൾ സഹിക്കില്ലെന്നറിയാമല്ലോ."

അന്ന് ഇബ്രാഹിം പറഞ്ഞത് മറന്നിട്ടില്ല. ഇത്രയും കാലത്തെ ചങ്ങാത്തത്തിനിടയിൽ ഇതുവരെ മുഖം കറുപ്പിച്ച് ഒന്നുംപറയാൻ അവസരമുണ്ടാക്കിയിട്ടില്ല.

"ഒന്നടങ്ങ് സുഹൃത്തേ. നമ്മളെല്ലാം ഒരേ തരക്കാർ തന്നെ. പാട്ടുകാരിയായാലും വേലക്കാരിയായാലും പെണ്ണ് പെണ്ണുതന്നെ."

അയാളെ തണുപ്പിക്കാൻ ഒരു ശ്രമംകൂടി നടത്തിനോക്കി.

"അനാവശ്യം പറയരുത്. അടിമപ്പെണ്ണ് അടിമപ്പെണ്ണ് തന്നെ. മകനെ ന്യായീകരിക്കാൻ നോക്കണ്ട. അടിമപ്പെണ്ണുങ്ങളെ നമ്മൾ കുടുംബക്കാർ വിവാഹം കഴിക്കാത്തതെന്തുകൊണ്ടാ? അവന്റെ കുരുന്ന് അവളുടെ വയറ്റിൽ വളരാൻ ഇടയായല്ലോ എന്നോർത്താണ് എനിക്കിപ്പോൾ ദുഃഖം."

അരിശം അടക്കാനാവാതെ അയാൾ കയർത്തു.

അവസാനം പറഞ്ഞത് സയ്യിദ് അഹമ്മദിനെ വേദനിപ്പിക്കുകയും ചൊടിപ്പിക്കുകയും ചെയ്തു. എന്നിട്ടും കോപമടക്കി ശാന്തനായി പറഞ്ഞു.

"ഇക്കാര്യം നമുക്ക് പിന്നീട് സംസാരിക്കാം."

"ഇനി ആലോചിക്കാനൊന്നുമില്ല. എന്റെ ആവശ്യം കഴിയുന്നതും വേഗം സാധിപ്പിച്ചു തന്നേ ഒക്കൂ."

മുഹമ്മദ് ഇഫ്ഫത്ത് ഇടഞ്ഞുതന്നെ നിന്നു.

വിവാഹബന്ധം വേർപെടുത്തുന്നത് നാട്ടിൽ പതിവില്ലാത്തതല്ല. എങ്കിലും കേൾക്കുമ്പോൾ വല്ലാത്ത വിഷമം. ഏറെനാളായി നിലനിൽക്കുന്ന സൗഹൃദബന്ധം അറ്റുപോകാനിടയാകുമല്ലോ എന്നതുതന്നെയാണ് ഏറെ വേദനിപ്പിക്കുന്നത്. ചങ്ങാതിമാരുടെ ഇടയിലുണ്ടാകുന്ന പിണക്കങ്ങൾ പറഞ്ഞുതീർക്കുന്നത് അയാളാണ്. മകന്റെ കാര്യം വന്നപ്പോൾ പറയാനാരുമില്ലെന്നോ?

"നമ്മുടെ സൗഹൃദബന്ധം ഒന്നുകൂടി ബലമാക്കാനാണ് ഞാനീ വിവാഹത്തിന് മുതിർന്നത്. എന്നിട്ടിപ്പോ ഉള്ള ബന്ധവും ഉലയാനാണോ വിധി?"

"അക്കാര്യം ആലോചിച്ച് മനസ്സ് പുണ്ണാക്കണ്ട. ഇക്കാര്യം കൊണ്ട് നമ്മുടെ സൗഹൃദത്തിന് ഒരു കോട്ടവും തട്ടില്ല. അതിനുവേണ്ടി എന്റെ മോളുടെ അഭിമാനം പണയംവയ്ക്കാൻ ഞാൻ തയാറല്ലന്നേ പറഞ്ഞൊള്ളു.

"ഒരുവർഷം തികയുംമുമ്പേ പിരിയുക....നാട്ടുകാരുടെ മുഖത്തെങ്ങനെ നോക്കും?"

"ബുദ്ധിയും വിവേകവുമുള്ള ഒരുത്തനും എന്റെ മകളെ കുറ്റം പറയില്ല."

ഒരിക്കൽക്കൂടി അപമാനിതനായിട്ടും സയ്യിദ് അഹമ്മദിന് മൗനം പാലിക്കേണ്ടിവന്നു. ഇതുവരെ ആരുടെ മുന്നിലും ഇതുപോലെ താണിട്ടില്ല. തോറ്റുകൊടുത്തിട്ടില്ല. ഇവിടെയും തോറ്റുകൊടുക്കേണ്ട ആവശ്യമൊന്നുമില്ല. കാരണം അയാൾ പറയുന്നതിനപ്പുറം യാസീൻ ചെയ്യില്ല. വിവാഹം വേർപെടുത്താൻ മനസില്ലെന്നു വേണമെങ്കിൽ ശാഠ്യം പിടിക്കാം. യാസീൻ എഴുതിക്കൊടുത്താലെ സൈനബിനു മോചനമുള്ളു. അക്കാര്യം മുഹമ്മദ് ഇഫ്ഫത്തിനും നന്നായിട്ടറിയാം. എന്നിട്ടും

ഇടഞ്ഞാണ് നിൽപ്പ്. സൗഹൃദം തകർക്കേണ്ടെന്നു കരുതി മാത്രമാണ് മൗനം പാലിക്കുന്നത്. വിവാഹം വേർപെടുത്താൻ മനസില്ലെന്നു പറഞ്ഞാൽ എല്ലാ ബന്ധങ്ങളും അതോടെ തീരും. അയാളുടെ മകൾക്ക് തിരിച്ചുവരേണ്ടിയും വരും. യാസീനെ വിശ്വസിക്കാനാവില്ല. അവൻ ഇനിയും വഷളത്തരം കാണിച്ചാൽ ആകെ മാനംകെടും. മൊഴി കൊടുത്താൽ സൗഹൃദമെങ്കിലും നിലനിൽക്കും. അയാളുടെ അപേക്ഷ മാനിച്ചെന്നുള്ള നേട്ടവും കിട്ടും. തൽക്കാലം പരാജയമായി തോന്നുമെങ്കിലും പിൽക്കാലത്ത് അതായിരിക്കും വിജയം. സയ്യിദ് അഹമ്മദിന്റെ സന്മനസ്സുകൊണ്ട് ആ പെൺകുട്ടിയെ കഷ്ടപ്പെടുത്താതെ മോചിപ്പിച്ചെന്നേ കേൾക്കുന്നവർ പറയൂ. ഒരു തീരുമാനത്തിലെത്തിയപ്പോൾ സുഹൃത്തിനെ ഒന്നു വിരട്ടാൻ തീരുമാനിച്ചു.

''ഞാൻ സമ്മതംമൂളിയില്ലെങ്കിൽ ഒരുചുക്കും നടക്കില്ലെന്നു നിങ്ങൾക്കറിയാമല്ലോ. എന്റെ വാക്കിന് യാസീൻ മറുവാക്കു പറയില്ല. നിങ്ങളുടെ മകളെ പറഞ്ഞയക്കാൻ എനിക്ക് ഒട്ടും ഇഷ്ടമില്ല. അതേസമയം അവളെ വേദനിപ്പിക്കണമെന്നുമില്ല. നിങ്ങൾ രണ്ടുംകൽപ്പിച്ചിറങ്ങിയ സ്ഥിതിക്ക് ഞാനായിട്ട് തടസ്സം നിൽക്കുന്നില്ല. പക്ഷേ നിങ്ങൾ എന്നോട് സംസാരിച്ചരീതി ശരിയായില്ല. നിങ്ങൾ നമ്മുടെ ബന്ധം മറന്നാണ് പെരുമാറിയത്.''

''അങ്ങനെയൊന്നും ഞാൻ ഉദ്ദേശിച്ചില്ല. നമ്മുടെ ബന്ധം നിലനിർത്തണമെന്ന് മോഹമുള്ളതുകൊണ്ടാണ് അങ്ങനെ പറഞ്ഞത്. എന്റെ വാക്ക് നിങ്ങൾ തട്ടിക്കളഞ്ഞില്ലല്ലോ. നന്ദി.''

ഇളിഭ്യനായെങ്കിലും ആവശ്യം സാധിച്ചുകിട്ടിയല്ലോ എന്ന ആശ്വാസമുണ്ടായിരുന്നു ആ വാക്കുകളിൽ. സുഹൃത്ത് കണ്ണിൽനിന്ന് മറഞ്ഞതും അയാൾക്ക് അടിമുടി അരിശം ഇരച്ചുകയറി. യാസീനെ കൊല്ലാനുള്ള അരിശമുണ്ടായിരുന്നു. മുഹമ്മദ് ഇഫ്ഫത്തിനോടും എന്തിനു തന്നോടുതന്നെയും വെറുപ്പു തോന്നി. സുഹൃത്താണുപോലും...കാലു പിടിക്കുന്നതുപോലെ പറഞ്ഞിട്ട്...അഹങ്കാരി. അനുഭവിക്കും. അയാളല്ല യാസീനാ അനുഭവിക്കേണ്ടവൻ. കള്ളപ്പന്നി. എല്ലാം വരുത്തിവെച്ചിട്ട് കാളക്കൂറ്റനെപ്പോലെ മദിച്ചുനടക്കുന്നു.

''എന്നെ നീ അപമാനിച്ചു. അയാളുടെ മുന്നിൽ എന്റെ തല നീ കുനിപ്പിച്ചു.''

സുഹൃത്തിനോടുള്ള അരിശം കൂടി ബാപ്പ യാസീനോടു തീർത്തു.

''നിന്നെക്കുറിച്ചുള്ള എല്ലാ ആശകളും പൊലിഞ്ഞു. നാലു കണ്ണു വെച്ചാ നോക്കിവളർത്തിയത്. എന്നിട്ടും...കള്ളുകുടിച്ച് ലക്കുകെട്ടാണ് നടത്തമെന്നറിഞ്ഞപ്പോൾ എന്റെ തല താണു. അള്ളാഹുവിനു പോലും നിന്നെ രക്ഷിക്കാനാവില്ല. എന്തെല്ലാം സ്വപ്നങ്ങളായിരുന്നു! എന്റെ മകൻ ദൈവദൂതനെപ്പോലെ പരിശുദ്ധനായിരിക്കണമെന്ന് ഞാൻ വെറുതെ വ്യാമോഹിച്ചു. ആണത്തമില്ലാത്തവൻ. നിന്റെ തല അടിച്ചുപൊളിച്ചാലും ആരും എന്നെ കുറ്റം പറയില്ല. അത്ര നീചപ്രവൃത്തിയാ നീ കാണിച്ചത്.''

മുഴുത്ത തെറിവിളിക്കുമ്പോഴും അവനോടുള്ള സഹതാപം കാരണം മനസ്സ് വിങ്ങുകയായിരുന്നു. കണ്ടാൽ ആരും വീണ്ടുമൊന്നു നോക്കും. തണ്ടും തടിയും നിറവും ഒത്തിണങ്ങിയവൻ. എന്നിട്ടും ചെളിയിൽ മുങ്ങാനാണ് പ്രിയം. പെണ്ണുങ്ങളോട് കമ്പമുണ്ടെന്ന് കരുതി ആണത്തം പണയംവയ്ക്കണോ? സ്വന്തം ഭാര്യയെയെങ്കിലും വരുതിയിൽനിർത്താൻ അറിയണ്ടെ? മുഹമ്മദ് ഇഫ്ഫത്തിന്റെ മുമ്പിൽ ഇവനുവേണ്ടി തലകുനിച്ചു. അയാളെ അള്ളാഹു വെറുതെ വിടില്ല. തന്നെ അപമാനിച്ചതിന്റെ ശിക്ഷ കിട്ടുകതന്നെ ചെയ്യും.

ഞാനെനിക്കു തോന്നുന്നതുപോലെ ജീവിക്കും. എന്നെ ചോദ്യം ചെയ്യാൻ ഞാൻ ആരേയും അനുവദിക്കില്ല. പക്ഷേ എന്റെ ആൺമക്കൾ സ്വഭാവശുദ്ധിയുള്ളവരായിരിക്കണമെന്ന് ഞാൻ ആശിച്ചുപോയി. ഇവൻ കാരണം എല്ലാം വ്യർഥമായി.

"ഒഴിവാക്കണമെന്നു തന്നെയാണോ ബാപ്പയും പറയുന്നത്?"

യാസീൻ നിരാശയോടെ ചോദിച്ചു.

"അല്ലാതെ ഞാനിനിയും അയാളുടെ കാലുപിടിക്കണമെന്നാണോ നീ പറയുന്നത്?"

യാസീന് സങ്കടം സഹിക്കാനായില്ല. ഉമ്മയുടെ സ്വഭാവദൂഷ്യത്തെക്കുറിച്ചോർത്തുമാത്രമേ ഇതിനുമുൻപ് ഇത്രയും വേദന തോന്നിയിട്ടുള്ളു. സൈനബ് വേർപിരിയാൻ ആഗ്രഹിക്കുന്നതായി അവളുടെ ബാപ്പ പറഞ്ഞിട്ടു പോയത്രെ. അതും എത്രയും വേഗം. ഇവിടെയിപ്പോൾ ആരാ പുരുഷൻ? ഷൂസ് പഴകുമ്പോൾ യജമാനൻ വേണ്ടെന്നു വയ്ക്കുകയല്ലാതെ യജമാനനെ ഷൂസ് വേണ്ടെന്നു വയ്ക്കുന്ന പതിവുണ്ടോ? ബാപ്പ അതിനു കൂട്ടുനിൽക്കുകയും ചെയ്യുന്നു. ഇതിൽപ്പരം അപമാനം ഇനിയെന്തുണ്ട്?

"ഭാര്യ തന്റേടിയും അനുസരണയില്ലാത്തവളുമാണെങ്കിൽ ഭർത്താവ് ഉപേക്ഷിക്കുകയല്ലേ പതിവ്?"

മടിച്ചാണെങ്കിലും യാസീൻ പറഞ്ഞു.

അവന്റെ വേദന ബാപ്പ അറിഞ്ഞു. അതുകൊണ്ടുതന്നെ ഉള്ളു തുറന്നു.

"നിന്റെ വിഷമം എനിക്കു മനസിലാകുന്നുണ്ട്. പക്ഷേ അയാളെപ്പോലെ തരംതാഴാൻ എനിക്കാവില്ല. അയാൾ ശുദ്ധനാണെങ്കിലും ശുണ്ഠിക്കാരനാണ്. വാശിക്കും വക്കാണത്തിനുംചെന്ന് ഞങ്ങളുടെ സൗഹൃദംതുലയ്ക്കാൻ എനിക്കു നിവൃത്തിയില്ല. ഇതല്ലാതെ വേറെ വഴിയൊന്നും ഞാൻ കാണുന്നില്ല."

നിങ്ങടെ ഇഷ്ടമല്ലേ ഇന്നേവരെ നടന്നിട്ടുള്ളു. കല്യാണം കഴിക്കാൻ പറഞ്ഞു കഴിച്ചു. ഇപ്പോൾ വിവാഹമോചനത്തിന് ആവശ്യപ്പെടുന്നു. മക്കൾക്ക് ഒരു സ്വാതന്ത്ര്യവും നിങ്ങൾ അനുവദിച്ചു തന്നിട്ടില്ലല്ലോ. കദീജയും ആയിഷയും ഫഹ്മിയും എല്ലാം തുല്യദുഃഖിതർ. നിങ്ങൾ പറയുന്നതനുസരിച്ച് ജീവിക്കുന്ന മരപ്പാവകൾ. നിങ്ങളാണല്ലോ ഞങ്ങടെ അധി

പൻ. നിങ്ങൾ ഞങ്ങൾക്കു ജീവിതംതന്നു. തിരിച്ചുവേണമെന്ന് ആവശ്യപ്പെടുമ്പോൾ തരാനും ഞങ്ങൾ ബാധ്യസ്ഥർ. ഞാനുമിപ്പോൾ ഒത്ത ഒരാണാണ്. എന്റെ ഭാര്യയെ തലാഖ്ചെയ്യണോ അതോ കൂടെതാമസിപ്പിക്കണോ എന്നു തീരുമാനിക്കേണ്ടത് ഞാനല്ലേ? നിങ്ങടെ ചങ്ങാത്തം എനിക്ക് പുല്ലാണ്.

യാസീൻ അകമേ പറഞ്ഞുകൊണ്ടിരുന്നു.

"എന്താ കല്ലുപോലെ നിൽക്കുന്നത്? ഒന്നും പറയാനില്ലേ നിനക്ക്?"

"ബാപ്പയ്ക്ക് ശരിയെന്ന് തോന്നുന്നത് ചെയ്തോളൂ."

എന്നേ പക്ഷേ അവന് ഉറക്കെ പറയാൻ കഴിഞ്ഞുള്ളൂ.

എന്തൊരു ജീവിതം? ബാപ്പയ്ക്കു മാത്രം അഭിപ്രായസ്വാതന്ത്ര്യമുള്ള വിചിത്രമായ കുടുംബം. ചീത്തപറച്ചിലും അച്ചടക്കം പഠിപ്പിക്കലും കേട്ടും കണ്ടും മതിയായി. എന്നാൽ തന്നത്താൻ എന്തുമാവാം. പാട്ടുകാരി സുബൈദയുടെ സൗന്ദര്യത്തിൽ ലയിച്ചിരിക്കുന്ന സയ്യിദ് അഹമ്മദിനെ ഞാൻ മറന്നിട്ടില്ല. മറക്കാനാവുകയുമില്ല. പോരിഷയാക്കപ്പെട്ട ഷെയിക്കാണെന്നാണ് ഭാവം. മാന്യശിരോമണി....നേതാവ്...എന്നെക്കൊണ്ട് പറയിക്കണ്ട. ആദ്യം തന്നത്താൻ നന്നാക്. എന്നിട്ട് മക്കളെ മര്യാദ പഠിപ്പിക്കാം. എന്റെ ജീവിതം എനിക്കു വിട്ടുതരുമോ നിങ്ങൾ.

ഇല്ല. ശപിക്കപ്പെട്ടവനാ നീ. ശപിക്കപ്പെട്ടവൻ നിന്റെ ബാപ്പയും ശാപം കിട്ടിയവൻ തന്നെ.

യാസീന്റെ അകം പുകഞ്ഞുകൊണ്ടിരുന്നു.

അറുപത്

ബ്രിട്ടീഷ് പട്ടാളം നഗരം വളഞ്ഞതോടെ സ്വാതന്ത്ര്യത്തിനു വീര്യം കുറഞ്ഞു. പട്ടാളക്കാരെ പേടിച്ച് കുടുംബം ഒന്നിച്ച് ജുമ്ആ നമസ്കാരത്തിനിറങ്ങുന്ന പതിവ് കുറച്ചുകാലമായി നിർത്തി വെച്ചിരിക്കയായിരുന്നു. എല്ലാ വെള്ളിയാഴ്ചകളിലും ആൺമക്കളോടൊത്ത് പള്ളിയിലേക്കിറങ്ങുക സയ്യിദ് അഹമ്മദിന്റെ പതിവാണ്. ബാപ്പയും മക്കളും ജാഥയായിട്ടാണ് വീട്ടിൽ നിന്നിറങ്ങുക. കുടുംബം ഒന്നിച്ചിറങ്ങുന്നത് കാണുമ്പോൾ ആമിനയുടെ നെഞ്ചിടിക്കും. കണ്ണുതട്ടിയാലോ എന്നാണ് പേടി.

"എന്റെ റബ്ബേ കണ്ണേറിൽനിന്നും ആപത്തിൽനിന്നും എന്റെ കുടുംബത്തെ രക്ഷിക്കണേ."

ആമിന പ്രാർഥിക്കും.

മതാനുഷ്ഠാനങ്ങൾ വളരെ ചിട്ടയോടെ അനുഷ്ഠിക്കുന്നതിൽ ഫഹ്മി ഒരു വിട്ടുവീഴ്ചയ്ക്കും തയാറല്ല. ബാപ്പയുടെ സ്വാധീനം മാത്രമല്ല അതിനു കാരണം. ഈജിപ്ഷ്യൻ മതനേതാവും പണ്ഡിതനുമായ മുഹമ്മദ് അബ്ദുവിന്റേയും മറ്റും പുസ്തകങ്ങൾ ഫഹ്മിയെ വളരെ

സ്വാധീനിച്ചിരുന്നു. മന്ത്രവാദത്തിലും മറ്റും ആ വീട്ടിൽ ഏറ്റവും വിശ്വാസവും ഫഹ്മിക്കായിരുന്നു. ബാപ്പ ഷെയിക്ക് മുത്തവല്ലിയെക്കൊണ്ട് മന്ത്രിച്ചൂതി വാങ്ങിക്കൊണ്ടുവരാറുള്ള ഏലസ്സുകൾ മടിയൊന്നും കൂടാതെ അവർ ധരിക്കാറുണ്ട്.

പക്ഷേ, ബാപ്പയെപ്പേടിച്ചു മാത്രമാണ് യാസീൻ പള്ളിയിൽ പോക്കു മുടക്കാത്തത്. വിശ്വാസിയാണ് യാസീൻ. പക്ഷേ, അലസത കാരണം ചിട്ടയോടെ ഒന്നും ചെയ്യാറില്ലെന്നു മാത്രം. വെള്ളിയാഴ്ച വിശ്രമത്തിന്റെ ദിവസമാണ് യാസീന്. ഉച്ചയാകുമ്പോൾ പിറുപിറുത്തുകൊണ്ട് കൊലയ്ക്കുകൊണ്ടുപോകുന്നവന്റെ മട്ടിലാണ് യാസീൻ ബാപ്പയുടെ പിറകേ പള്ളിയിലേക്കിറങ്ങുന്നത്. പക്ഷേ, പള്ളിയിലെത്തുന്നതോടെ അവന്റെ മനസിൽ ഭക്തിമാത്രം. ചെയ്ത തെറ്റിന് മാപ്പപേക്ഷിക്കുന്ന പതിവ് യാസീനില്ല. കാരണം തന്റെ പശ്ചാത്താപം അള്ളാഹു സ്വീകരിച്ച് നല്ലവനാക്കിയാൽ പിന്നെ ജീവിതത്തിലെന്തു രസം? ചെയ്ത തെറ്റുകൾ ഏറ്റു പറഞ്ഞ് മാപ്പിനപേക്ഷിക്കുന്നവനാണ് സ്വർഗം എന്നറിയാഞ്ഞിട്ടല്ല. പ്രായം കുറച്ചുകൂടി ആവട്ടെ. അപ്പോൾ ചെയ്ത പാപങ്ങളെല്ലാം ഒന്നിച്ചേറ്റു പറഞ്ഞ് മുട്ടിപ്പായി മാപ്പിനു തേടാം. അതോടെ അവന്റെ ദുനിയാവും പരലോകവും ഒരുപോലെ ശോഭനമാവുകയും ചെയ്യും. അതിന്റെ മുന്നോടി ആയിട്ടെന്നപോലെയാണ് അവൻ പള്ളിയിലെത്തുമ്പോൾ അലസത വെടിഞ്ഞ് ഭക്തിയിൽ മുഴുകുന്നത്.

പത്തുവയസായതോടെ കമാലിനേയും ബാപ്പ ഒപ്പം കൂട്ടിത്തുടങ്ങി. വളരെ ഭക്തിയോടെ, സന്തോഷത്തോടെയാണ് കമാൽ പള്ളിയിലെത്തുന്നത്. താനും മുതിർന്നു എന്നു തോന്നുന്നതും അപ്പോഴാണ്. പള്ളിയിൽ പോയി തിരിച്ചെത്തുംവരെ ബാപ്പയുടെ വഴക്ക് കേൾക്കുകയും വേണ്ട. വീട്ടിൽ നമസ്കരിക്കുമ്പോൾ ഉണ്ടാകാറുള്ള ഭക്തിയും ശ്രദ്ധയും അവന് പള്ളിയിൽ കിട്ടാറില്ല. പലപ്പോഴും ബാപ്പയുടെ തൊട്ടടുത്തായിരിക്കും നിൽക്കുക. അതോടെ വിറയലാണ്. തെറ്റിപ്പോയാൽ ബാപ്പ വഴക്കുപറയുമോ എന്ന ഭയം കാരണം മനസ്സു പതറും.

ബാപ്പയും മക്കളും അന്നും പതിവുപോലെ പള്ളിയിലെത്തി. സയ്യിദ് അഹമ്മദ് എന്നെത്തേയുംപോലെ മുന്നിലെ അണിയിൽത്തന്നെയിരുന്നു. ഇമാമിനെ നേരിട്ടു കാണുമ്പോഴേ പ്രസംഗത്തിൽ ശ്രദ്ധിക്കാനാവൂ. കുത്തുബ കേൾക്കുമ്പോഴും അയാളുടെ മനസിൽ യാസീനെക്കുറിച്ചുള്ള ചിന്തകളായിരുന്നു. തെറ്റുകൾ തിരുത്തി നല്ലവനായി ജീവിക്കാൻ യാസീനു തോന്നിച്ചുകൊടുക്കണേ എന്ന് മനമുരുകി തേടി. അപ്പോൾ സ്വന്തം തെറ്റുകളുടെ സമ്മർദം മനസിനെ ഞെരുക്കാൻ തുടങ്ങി.

പ്രായം ഇത്രയുമായില്ലേ അഹമ്മദേ, ലഹരിയിൽ മുങ്ങി സ്ത്രീകളുമായി രമിക്കുന്ന പതിവ് ഇനിയെങ്കിലും നിർത്തിക്കൂടേ നിനക്ക്?

മിമ്പറയിൽ നിന്നുകൊണ്ട് മുസലിയാർ ചോദിക്കുന്നതായി തോന്നി.

മുമ്പൊരിക്കൽ ഷെയിക്ക് മുത്തവല്ലിയോട് ഇക്കാര്യത്തെക്കുറിച്ച് തർക്കിച്ചത് ഓർമവരികയും ചെയ്തു. തെറ്റാണെന്നറിഞ്ഞുകൊണ്ട് തെറ്റുകൾ ആവർത്തിക്കുമ്പോൾ എപ്പോഴും മനസ്സ് പിടയ്ക്കാറുണ്ട്. എങ്കിലും ഒന്നു വേണ്ടെന്നു വയ്ക്കാനാവുന്നില്ല. ചെയ്ത തെറ്റുകൾ എണ്ണിപ്പെറുക്കി മാപ്പിനപേക്ഷിക്കുകയാണ് പതിവ്. നല്ലവനാക്കിത്തരണേ എന്ന് യാസീനെപ്പോലെ അയാളും തേടാറില്ല.

പക്ഷേ, മനസ്സറിഞ്ഞ് മാപ്പിനപേക്ഷിക്കാൻ ഒരിക്കലും മടി കാണിച്ചിട്ടില്ല.

അള്ളാഹുവേ എന്റെ ഉള്ളറിയുന്നവൻ നീ മാത്രമാണ്. ഒരണുവിട നന്മയ്ക്കു ബദലായി ഒരു കൊട്ട തിന്മകൾ പൊറുത്തുകൊടുക്കുന്നവനാണല്ലോ നീ. കരുണാമയനേ എന്റെ പാപങ്ങളും പൊറുത്തുതരണേ.

ഉള്ളിൽത്തട്ടിത്തന്നെ കേഴും.

ഈ ഒരു കഴിവാണ് യാസീനില്ലാത്തത്. അനുഷ്ഠാനങ്ങൾ മുറതെറ്റിക്കാതെ ചെയ്യാൻ അവനു നേരമില്ല. അതോർത്തു പശ്ചാത്തപിക്കാനുള്ള മനസ്സുമില്ല. അവൻ അള്ളാഹുവിൽ അടിയുറച്ച് വിശ്വസിക്കുന്നു. ഒപ്പം വിധിയിലും. ചെയ്തുപോയ പാപങ്ങൾ ഏറ്റുപറഞ്ഞ് പൊറുക്കലിനെ തേടാൻ മുസലിയാർ പറയുന്നത് അവൻ ഭക്തിയോടെ കേട്ടിരിക്കാറുണ്ട്. അവനെപ്പോലെ ഒരു തികഞ്ഞ വിശ്വാസിയെ നിസ്സാരതെറ്റുകൾക്ക് പടച്ചവൻ ശിക്ഷിക്കില്ല എന്നാണ് അവന്റെ വിശ്വാസം. കാലമാകട്ടേ അവനും പശ്ചാത്തപിച്ചു മടങ്ങും.

പ്രാർഥനയിൽ ലയിച്ചിരിക്കുന്ന ബാപ്പയെ അവൻ സംശയത്തോടെയാണ് നോക്കിയത്. മുസലിയാർ പറഞ്ഞ തെറ്റുകൾക്ക് ഭീകരമായ ശിക്ഷയാണെങ്കിൽ ആ ശിക്ഷ ആദ്യം അനുഭവിക്കേണ്ടത് ബാപ്പയാണല്ലോ എന്നോർത്ത് ഊറിച്ചിരിക്കുകയും ചെയ്തു. ചുറ്റും നടക്കുന്നതൊന്നും അറിയാത്ത മട്ടിൽ ഭക്തിയിൽ ലയിച്ചിരിക്കുന്ന ബാപ്പയെ കണ്ടപ്പോൾ അവന്റെ ചിരി മാഞ്ഞു.

"നിന്റെ ബാപ്പയായിട്ട് എന്റെ ജീവിതം നശിപ്പിച്ചു. എന്നെ ഒരു കോമാളിയും നോക്കുകുത്തിയുമാക്കി."

ബാപ്പ വിവാഹമോചനത്തിനു നിർബന്ധിച്ച ദിവസം അവൻ ഫഹ്മിയോട് പറഞ്ഞിരുന്നു.

പക്ഷേ, തൽക്കാലം അവനതെല്ലാം മറന്നു. അവനു ബാപ്പയെക്കുറിച്ച് ബഹുമാനം മാത്രമേ ഉണ്ടായിരുന്നുള്ളൂ. ഉറുദി പറയുന്ന ഇമാമും ബാപ്പയേക്കാൾ ഭേദമാണെന്നു വരില്ല.

"പള്ളിയിലെ ഇമാമിന് രണ്ടു കാര്യമേ പറയാനുള്ളു. ഒന്ന് അള്ളാഹുവിന്റെ ശിക്ഷയെക്കുറിച്ച്. മറ്റൊന്ന് ഇവിടത്തെ ചെറുപ്പക്കാരെക്കുറിച്ചാണ്. പള്ളിയിലെ മിമ്പറയിൽ കയറിയാൽ ദുനിയാവിലെ ചെറുപ്പക്കാരെ കുറ്റം പറയാനും ഭീഷണിപ്പെടുത്താനുമേ അയാൾക്ക് നേരമുള്ളൂ."

ഒരു ചങ്ങാതി പറഞ്ഞതോർമ വന്നു.

അപ്പോഴേക്കും നമസ്കാരത്തിനുള്ള ബാങ്കുവിളി മുഴങ്ങി. ആളുകൾ തോളോട് തോൾ ചേർന്ന് അണിനിരന്നു. പള്ളിക്കകത്തും പുറത്തും ജനം തിങ്ങിനിറഞ്ഞു. പള്ളിക്ക് പെട്ടെന്ന് ജീവൻ വെച്ചതുപോലെ. വിഭിന്നമായ വേഷമാണെങ്കിലും ഏവർക്കും ഒരേ മുഖം ഒരേ മനസ്സ്. അവരുടെ മൊഴികളും ഒന്ന്.

നമസ്കാരം കഴിഞ്ഞതും ജയിലിൽനിന്നിറങ്ങിയതുപോലെ ജനം നാലുപാടും ചിതറി. ചിലർ അൽഹുസൈൻപള്ളിയിലെ ഖബറിടങ്ങളിൽ ചെന്നു ദ്വാ എരന്നു. ചിലർ തിരക്കിട്ട് പുറത്തേക്കിറങ്ങി. പലരും തിരക്കൊഴിയാൻ കാത്തുനിന്നു. അതിനിടയിൽ സൗഹൃദം പുതുക്കുകയും വിശേഷങ്ങൾ അന്വേഷിക്കുകയും ചെയ്തു. കമാൽ ഖബറിടത്തിൽ ച്ചെന്നു ഉമ്മയ്ക്കുവേണ്ടി ഫാത്തിഹ ഓതി ദ്വാ എരന്നു. ജനക്കൂട്ടം പല വഴിക്കായി നീങ്ങി. ബാപ്പയുടെ കാലടി പിന്തുടർന്നുകൊണ്ട് കമാലും വീട്ടിലേക്കു നടന്നു.

പെട്ടെന്ന് ഓടിക്കിതച്ചെത്തിയ ഒരു കോളേജ് വിദ്യാർഥി എല്ലാവരുടേയും ശ്രദ്ധയാകർഷിച്ചു. ജനത്തിന്റെ ശ്രദ്ധയാകർഷിക്കാനെന്നവിധം കൈ ചൂണ്ടിക്കൊണ്ടാണ് അവൻ നിന്നത്. അവന്റെ വിളറിയ മുഖം കോപംകൊണ്ട് ജ്വലിക്കുന്നുണ്ടായിരുന്നു. ഏവരും പകച്ചു നിന്നു.

"എന്തു പറ്റി സഹോദരാ? കാര്യമെന്താ?"

അവന്റെ പ്രവൃത്തി ഒട്ടും ഇഷ്ടപ്പെടാത്ത സയ്യിദ് അഹമ്മദ് ചോദിച്ചു.

"ചാരൻ...."

യാസീനെ ചൂണ്ടിക്കൊണ്ടാണ് അവൻ അലറിയത്.

പകച്ചുപോയ ജനക്കൂട്ടം യാസീനെ വെറുപ്പോടെ നോക്കി. എന്നിട്ട് അവരും ഏറ്റുവിളിച്ചു.

"ചാരൻ....ചാരൻ...."

"തെമ്മാടിത്തം പറയുന്നോ? ഏതു ചാരൻ? എന്തു ചാരൻ?"

സമനില വീണ്ടെടുത്ത സയ്യിദ് അഹമ്മദ് ഇടഞ്ഞു.

"ഈ രാജ്യദ്രോഹിയെ ഒറ്റപ്പെടുത്തുവിൻ കൂട്ടരേ. ഇംഗ്ലീഷുപട്ടാളക്കാർക്ക് നമ്മുടെ രഹസ്യങ്ങൾ ചോർത്തിക്കൊടുക്കുന്ന ചാരനാണിവൻ."

"തലയും വാലുമില്ലാതെ വല്ലതും വിളിച്ചു പറഞ്ഞാൽ എല്ല് ബാക്കിയുണ്ടാവില്ല. ഒന്നുകിൽ നീ ഒരു കുഴപ്പക്കാരൻ അല്ലെങ്കിൽ ഭ്രാന്തൻ, എന്റെ മകൻ ചാരനല്ലെന്ന് ഈ ദേശത്ത് ആരോടു ചോദിച്ചാലും അറിയാം. ഞങ്ങളൊക്കെ ദേശീയപ്രസ്ഥാനത്തിനുവേണ്ടി പ്രവർത്തിക്കുന്നവരാ. ഇവിടെ കൂടിയിരിക്കുന്നവരോട് ചോദിച്ചു നോക്ക് മയാ."

അരിശംകൊണ്ടു ചുവന്ന സയ്യിദ് അഹമ്മദ് അലറി.

"കൊട്ടാരത്തെരുവിൽവെച്ച് പട്ടാളക്കാർക്ക് ഇവൻ രഹസ്യം ചോർത്തിക്കൊടുക്കുന്നത് ഞാൻ കണ്ണാലെ കണ്ടതാ. അല്ലെങ്കിൽ ഇവൻ നിഷേധിക്കട്ടെ. വെല്ലുവിളിക്കുന്നു ഞാൻ."

"രാജ്യദ്രോഹിയെ ഒറ്റപ്പെടുത്തുക, രാജ്യദ്രോഹിയെ ഒറ്റപ്പെടുത്തുക."

ചെറുപ്പക്കാരൻ ഉറക്കെ വിളിച്ചു കൂവിയപ്പോൾ ജനക്കൂട്ടം അവനോടൊപ്പം ഏറ്റുവിളിച്ചു. അക്രമാസക്തരായ ജനം യാസീനെ ആക്രമിക്കാനും തുടങ്ങി. സയ്യിദ് അഹമ്മദിന്റെ മകനായതുകൊണ്ടുമാത്രമായിരുന്നു പലരും അതുവരെ ക്ഷമിച്ചത്. പേടിച്ചരണ്ട യാസീൻ ബാപ്പയുടെയും ഫഹ്മിയുടേയും ഇടയിൽ നിന്നുകൊണ്ട് സങ്കടത്തോടെ പറഞ്ഞു.

"അല്ല....ഞാൻ ചാരനല്ല....എന്നെ വിശ്വസിക്ക്."

"ഇത്രവേഗം ഒരു തീരുമാനത്തിലെത്തുന്നത് ശരിയല്ല കൂട്ടരേ. സയ്യിദ് അഹമ്മദിന്റെ മകനാണ് ഈ ചെറുപ്പക്കാരൻ. മാത്രമല്ല യാസീൻ കോപ്പർസ്മിത്ത് സ്കൂളിൽ സെക്രട്ടറിയുമാണ്."

ആൾക്കൂട്ടത്തിനിടയിൽ നിന്ന് ആരോ വിളിച്ചു പറഞ്ഞു.

"ആരായാലും വേണ്ടില്ല. രാജ്യദ്രോഹിയാണെങ്കിൽ പാഠം പഠിപ്പിക്കുകതന്നെ ചെയ്യും."

ആൾക്കൂട്ടത്തെ വകഞ്ഞുമാറ്റി മുന്നിലെത്തിയ ഒരാൾ അപേക്ഷിച്ചു:

"വെറുതേ എടുത്തു ചാടല്ലേ. ഈ നിൽക്കുന്ന സയ്യിദ് അഹമ്മദ് ഇവിടെ ഏവരും അറിയപ്പെടുന്ന വ്യക്തിയാണ്. അദ്ദേഹം സ്വാതന്ത്ര്യസമരത്തിനുവേണ്ടി എന്തുംചെയ്യാൻ സന്നദ്ധനുമാണ്. അദ്ദേഹത്തെപ്പോലുള്ള ഒരാളുടെ വീട്ടിൽ ഒരു രാജ്യദ്രോഹി ഒരിക്കലും ഉണ്ടാകില്ല. സത്യാവസ്ഥ അറിയാതെ ഓരോന്ന് കാട്ടിക്കൂട്ടരുത്."

"ആരുടെ മകനായും ഞങ്ങൾക്കു പ്രശ്നമില്ല. ഇയാൾ പട്ടാളക്കാരോട് എന്നുമെന്നും തമാശ പറഞ്ഞുചിരിക്കുന്നത് കണ്ടിട്ടുള്ളവരുണ്ട്."

"അവനെ ചെരിപ്പുകൊണ്ടെറിയുക."

ജനക്കൂട്ടം വിളിച്ചു കൂവി.

ഇളകിമറിഞ്ഞ ജനക്കൂട്ടം ചെരിപ്പു മറ്റും വലിച്ചെറിയാൻ തുടങ്ങി. യാസീൻ അമ്പരന്നു. ചുറ്റുമുള്ള ഭീകരമുഖങ്ങളിൽ അവനെ കൊല്ലുവാനുള്ള ത്വര. യാസീനെ നടുവിൽ നിർത്തി ബാപ്പയും ഫഹ്മിയും അവനെ രക്ഷിക്കാൻ ശ്രമിച്ചു. യാസീനെപ്പോലെതന്നെ അവരും പകച്ചുപോയിരുന്നു. ഉറക്കെകരയുന്ന കമാലിനെ ആ തിരിക്കിനിടയിൽ അവരാരും ശ്രദ്ധിച്ചില്ല.

കോളേജ്വിദ്യാർഥി തന്നെയാണ് ആദ്യം യാസീനെ കടന്നുപിടിച്ചത്. അവൻ യാസീനെ പിടിച്ചുവലിച്ചു മുന്നിൽ നിർത്തി. യാസീൻ അവന്റെ കൈ തട്ടിമാറ്റി. ബാപ്പയും അവനെ സഹായിച്ചു. ബാപ്പയുടെ അവശമായ മുഖം ഫഹ്മിയെ തളർത്തി. അവൻ മുന്നോട്ടു കയറി നിന്ന് കയർത്തു.

"ഇനി ഒരടി മുന്നോട്ടു നീങ്ങരുത്."

"അവരെയെല്ലാം കൊല്ലുക."

വിദ്യാർഥി വിളിച്ചുകൂവി.

"ഒരു നിമിഷം...."

ഒരു കനത്ത ശബ്ദം കേട്ട് ഏവരും തിരിഞ്ഞുനോക്കി.

ചെറുപ്പക്കാരനായ ഒരു സ്വാതന്ത്ര്യസമരഭടൻ മുന്നോട്ടുവന്നു. അയാൾ സാധാരണവേഷത്തിലായിരുന്നെങ്കിലും ജനങ്ങൾ അയാളെ തിരിച്ചറിഞ്ഞു.

"എവിടെ ചാരൻ?"

അയാൾ വിദ്യാർഥിയോട് ചോദിച്ചു.

അവൻ യാസീനുനേരെ വിരൽചൂണ്ടി. അപ്പോഴേക്കും ഫഹ്മി മുന്നോട്ടു വന്നു. ഫഹ്മിയെ തിരിച്ചറിഞ്ഞ അയാൾ ചോദിച്ചു:

"നിങ്ങൾ...."

"ഈ ചാരൻ എന്റെ സഹോദരനാണ്."

ഫഹ്മി ചിരിച്ചുകൊണ്ട് തമാശമട്ടിലാണ് പറഞ്ഞത്.

"യാസീൻ പട്ടാളക്കാരോട് സംസാരിക്കുന്നത് ഇവൻ കണ്ടു എന്നു പറയുന്നത് ഒരുപക്ഷേ, നേരായിരിക്കാം. ഞങ്ങളുടെ വീട്ടിനുമുന്നിലാണ് പട്ടാളക്കാരുടെ ക്യാമ്പ്. വീട്ടിലേയ്ക്ക് പോകുമ്പോഴും വരുമ്പോഴും ഞങ്ങളോട് എന്തെങ്കിലും ചോദിക്കുക അവരുടെ പതിവാണ്. നിവൃത്തിയില്ലാതെ ഞങ്ങൾക്കു പലപ്പോഴും അവരോട് സംസാരിക്കേണ്ടതായും വന്നിട്ടുണ്ട്. അല്ലാതെ ഇവൻ വിചാരിക്കുന്നതുപോലെ ഞങ്ങളാരും ചാരന്മാരല്ല."

ഫഹ്മി പറഞ്ഞു.

എന്തോപറയാൻ ഭാവിച്ച വിദ്യാർഥിയെ അയാൾ തടഞ്ഞു. അയാൾ ഫഹ്മിയുടെ തോളിൽ കൈവെച്ചുകൊണ്ട് പറഞ്ഞു.

"എന്നെ നിങ്ങൾക്കു മനസിലായല്ലോ. ഈ ഫഹ്മി എന്റെ സഹപ്രവർത്തകനാണ്. ഞങ്ങൾ ഒരേ കമ്മിറ്റിയിൽ മെമ്പറന്മാരുമാണ്. ഇവന്റെ വാക്ക് ഞാൻ അവിശ്വസിക്കില്ല. അവരെ വിട്ടയക്കുക."

ഒന്നുംമിണ്ടാതെ പിന്മാറിയ വിദ്യാർഥിയെ കണ്ട ജനങ്ങളും അവനോടൊപ്പം പിന്തിരിഞ്ഞു. ആ സ്വാതന്ത്ര്യസമരപോരാളി ഫഹ്മിയുടെ കൈപിടിച്ചു കുലുക്കി. യാത്രപറഞ്ഞ് പിരിഞ്ഞു. അപ്പോഴും തേങ്ങിക്കൊണ്ടിരുന്ന കമാലിനെ പോകുമ്പോൾ അയാൾ ചുമലിൽത്തട്ടി ആശ്വസിപ്പിച്ചു.

അപ്പോഴേക്കും ജനം അവരുടെ പക്ഷത്തായി. വകതിരിവില്ലാതെ പെരുമാറിയതിന് വിദ്യാർഥിയെ കുറ്റപ്പെടുത്താനും തുടങ്ങി. തിരക്കിനിടയിൽപ്പെട്ട് മുറിവുപറ്റിയ കമാലിനെ അവർ പരിചരിച്ചു. സയ്യിദ് അഹമ്മദിനോട് മാപ്പപേക്ഷിക്കുകയും ചെയ്തു.

"നന്ദി എല്ലാറ്റിനും."

എന്നുപറഞ്ഞുകൊണ്ട് സയ്യിദ് അഹമ്മദ് അൽഹുസൈന്റെ മക്ബറ ലക്ഷ്യമാക്കി നടന്നു. മക്കൾ അയാളെ പിന്തുടർന്നു.

അറുപത്തിഒന്ന്

ആ സംഭവം സയ്യിദ് അഹമ്മദിനെ ഞെട്ടിക്കുകമാത്രമല്ല വേദനിപ്പിക്കുകയും ചെയ്തു. അയാളെ ആശ്വസിപ്പിച്ചവരോട് നന്ദി പറയുമ്പോഴും അഭിവാദ്യം മടക്കുമ്പോഴും ഉള്ളിൽ ഒരുതരം മരവിപ്പായിരുന്നു.

കാൽക്കാശിനു ഗതിയില്ലാത്ത ഒരു വിദ്യാർഥി ആൾക്കൂട്ടത്തെ സാക്ഷിനിർത്തിയാണ് അപമാനിച്ചത്. ഇതിലും ഭേദം മരണമായിരുന്നു എന്നുപോലും തോന്നാതിരുന്നില്ല. സമൂഹത്തിൽ എനിക്കുള്ള വിലയും നിലയും നോക്കാതെ അവൻ എന്തൊക്കെയോ വിളിച്ചു കൂവിയപ്പോൾ എന്നെ അറിയുന്നവർപോലും അവനോടൊപ്പം ചേർന്നു. അതും എന്റെ മക്കളുടെ മുന്നിൽ വെച്ച്. എന്റെ മക്കളാണല്ലോ എന്റെ എല്ലാ വേദനകൾക്കും കാരണം. ആ കാളക്കൂറ്റൻ കാരണം ഞാൻ രണ്ടാം തവണയാണ് അപമാനിതനാകുന്നത്. അവളുടെ മകനിൽ നിന്ന് ഞാൻ ഇതൊക്കെ ആദ്യമേ പ്രതീക്ഷിക്കേണ്ടതായിരുന്നു. വെള്ളപ്പട്ടാളക്കാരോട് ലോഹ്യം പറയാതെ അവനുറക്കം വരില്ല. അവനെ നിന്റെ ഉമ്മയ്ക്ക് കൂട്ടിക്കൊടുക്ക് കഴുവേറി.

അയാൾ ഉള്ളിൽ പറഞ്ഞുകൊണ്ടിരുന്നു.

"നിങ്ങൾ കാരണം എനിക്ക് സമാധാനത്തോടെ ജീവിക്കാൻ നിവൃത്തിയില്ലാതായി."

ഉറക്കെ കയ്പോടെ പറഞ്ഞു.

പേടിച്ചരണ്ട യാസീനെ കണ്ടപ്പോൾ കൂടതലൊന്നും പറയാനും തോന്നിയില്ല. യാസീൻ മാത്രമല്ല കുഴപ്പക്കാരൻ. അവന്റെ അനിയൻ വീരനായകനാവാനാണ് ഭാവം. യാസീനെപ്പോലെ ചെറ്റത്തരം കാണിക്കാത്തതുകൊണ്ട് അവന്റെ കാര്യം തൽക്കാലം മറക്കാം. എന്തൊരു കുരുത്തം കെട്ട മക്കളെയാണ് ദൈവം എനിക്കു തന്നിരിക്കുന്നത്. നാണം കെട്ട നായ്ക്കൾ. അവർ കാരണം നാട്ടുകാരുടെ മുന്നിൽ തല കുനിക്കേണ്ടിവന്നു. ഫഹ്മിയുടെ കാര്യം അറിയുമ്പോൾ അവന്റെ ഉമ്മയുടെ സ്ഥിതി എന്തായിരിക്കും? എന്റെ സങ്കടം ഞാൻ ആരോടു പറയും? വളർന്നുവരുന്ന നേതാവിനെ എന്താണ് ചെയ്യേണ്ടത്?

"ഇനി നിന്റെ ഊഴമാണ്."

വീട്ടിലെത്തി വസ്ത്രം മാറും മുമ്പേ ബാപ്പയുടെ വിളി വന്നപ്പോൾ യാസീൻ പറഞ്ഞു:

"ഞാനെന്തു ചെയ്തെന്നാ?"

"ചാരന്റെ വിചാരണ കഴിഞ്ഞു. ഇനി സ്വാതന്ത്ര്യസമര നായകന്റെ വിസ്താരമാണ്."

ആകെ അവശനായിരുന്നെങ്കിലും യാസീന് പറയാതിരിക്കാൻ കഴിഞ്ഞില്ല.

സ്വാതന്ത്ര്യസമരഭടൻ എന്ന് കൂട്ടുകാർ വിളിക്കുമ്പോൾ അവൻ അഭിമാനിച്ചിരുന്നു. വീട്ടുകാരും അതിൽ അഭിമാനിക്കണമെന്ന് അവൻ ആഗ്രഹിച്ചു. അതുണ്ടാവില്ലെന്ന് യാസീന്റെ സ്വരത്തിൽനിന്ന് ഊഹിച്ചു.

ഫഹ്മി ചെല്ലുമ്പോൾ കൈയിൽ തസ്ബീഹുമായി ബാപ്പ സോഫയിലിരിക്കുകയായിരുന്നു. ചിന്തയിലാണ്ട മുഖത്ത് വ്യസനം. സലാം ചൊല്ലിയിട്ട് ഫഹ്മി വിനയത്തോടെ നിന്നു. ബാപ്പ തലകുലുക്കിയിട്ട് ചോദിച്ചു:

"നീ എന്നെ ചതിക്കില്ലെന്ന് ഞാൻ വിശ്വസിക്കട്ടേ?"

ഫഹ്മി അമ്പരന്നു. ബാപ്പ തുടർന്നു:

"നീ പഠിച്ചു വലിയആളാകണമെന്ന് എനിക്കു നിർബന്ധമുണ്ട്. ഇതൊന്നും ഞാൻ പ്രതീക്ഷിച്ചതല്ല. നിങ്ങൾ സഹപ്രവർത്തകരാണെന്ന് അയാൾ പറഞ്ഞതിന്റെ അർഥമെന്താ?"

കുറച്ചുകാലമായി ഭീതിയിലാണ് ഫഹ്മി കഴിയുന്നത്. പലതരം ഭീഷണികൾ നേരിടുന്നുണ്ട്. ബാപ്പയോട് എന്തു പറയണമെന്നറിയാതെ കുഴങ്ങി.

"നമ്മളെ തൽക്കാലം രക്ഷിക്കാൻ അയാൾ അങ്ങനെ പറഞ്ഞതാവാനേ തരമുള്ളൂ."

"അങ്ങനെയല്ലെന്ന് എനിക്കറിയാമല്ലോ. നേരു പറയുന്നതാ നല്ലത്."

"ഞങ്ങൾ കൂട്ടുകാർ ഒന്നിച്ചിരുന്ന് സ്വാതന്ത്ര്യസമരചർച്ചകൾ പതിവാണ്. അതായിരിക്കും അയാൾ കമ്മിറ്റിയെന്നു വിശേഷിപ്പിച്ചത്."

"അങ്ങനെയാണോ സ്വാതന്ത്ര്യസമരപ്പോരാളി എന്ന പേര് കിട്ടിയത്?"

ബാപ്പ പൊട്ടിത്തെറിച്ചു.

മകൻ എന്തോ ഒളിക്കാൻ ശ്രമിച്ചത് ബാപ്പയ്ക്ക് സഹിച്ചില്ല.

"ഞങ്ങൾ ചില നിവേദനങ്ങളൊക്കെ എഴുതി അയക്കാറുണ്ട്."

"അപ്പോ നിയമലംഘനത്തിനു നീ കൂട്ടുനിൽക്കാറുണ്ടെന്ന്...."

"അതൊന്നുമില്ല. ജനങ്ങളിൽ സ്വാതന്ത്ര്യബോധമുണ്ടാക്കാൻ ബോധവൽക്കരണം നടത്താറുണ്ട്."

"നീ സമരത്തിൽ സജീവമായി പങ്കെടുക്കാറുണ്ടെന്നർഥം. അല്ലേ?"

ഫഹ്മിയുടെ കരണത്തടിച്ചുകൊണ്ടാണ് ബാപ്പ ചോദിച്ചത്.

ഫഹ്മിയെക്കുറിച്ച് ഒരായിരം മോഹങ്ങളായിരുന്നു. വിനയവും ഗുരുത്വവുമുള്ളവൻ പഠിക്കാനും മിടുക്കൻ. ഒരു നിലയിൽ എത്തുകതന്നെ ചെയ്യും. എന്നിട്ടിപ്പോൾ വിപ്ലവമെന്നു പറഞ്ഞ് ജീവിതം പാഴാക്കുകയോ?

രാജ്യം സ്വതന്ത്രമാകണമെന്ന് അയാൾക്കും മോഹമുണ്ട്. അതിനുവേണ്ടി നിത്യേന പ്രാർഥിക്കാറുമുണ്ട്. സമരക്കാരുടെ വാർത്തകളൊക്കെ ആകാംക്ഷയോടെ വായിക്കാറുണ്ട്. തന്നാലാവുംവിധം സാമ്പത്തിക സഹായവും ചെയ്യാറുണ്ട്. എന്നു കരുതി മകനെ കുരുതി കൊടുക്കാൻ തയാറല്ല. ചരിത്രം തിരുത്തിക്കുറിക്കാൻ അവന്റെ ജീവൻ ബലിയർപ്പി

ക്കുകയോ? സ്വന്തംവീട്ടിൽ ചോര ഒഴുക്കുകയോ? അത്രയുമൊന്നും ത്യാഗബുദ്ധി ഏതായാലുമില്ല.

പള്ളിയിൽവെച്ച് ആൾക്കാർ അപമാനിച്ചതിലുമേറെ ഞെട്ടിക്കുന്ന വാർത്തയാണിത്.

"നിയമലംഘനം നടത്തുകയും സമരത്തിൽ സജീവമായി പങ്കെടുക്കുകയും ചെയ്താലുള്ള ശിക്ഷയെക്കുറിച്ചും ആപത്തുകളെക്കുറിച്ചും നിനക്കുവല്ല ബോധ്യവുമുണ്ടോ?"

പട്ടാളച്ചിട്ടയിലായിരുന്നു ചോദ്യം.

വിപ്ലവക്കമ്മിറ്റിയിൽ ആദ്യമായി ചേർന്നപ്പോൾ പ്രസിഡണ്ടും ഇതേ ചോദ്യം ചോദിച്ചിരുന്നു.

രാജ്യത്തിനുവേണ്ടി ജീവൻ ബലിയർപ്പിക്കാനും ഒരുക്കമാണ് എന്ന് ആത്മാർഥതയോടെയാണ് അന്ന് പറഞ്ഞത്. അതിന് ഇപ്പോഴും ഇളക്കമില്ല.

"ഞാനങ്ങനെ സജീവമായൊന്നും പങ്കെടുക്കാറില്ല. ലഘുലേഖകൾ വിതരണം ചെയ്യാനും മറ്റും....അതിൽ ആപത്തൊന്നുമില്ല."

ഫഹ്മി ബാപ്പയെ സമാധാനിപ്പിക്കാൻ ശ്രമിച്ചു.

"കരുതിക്കൂട്ടി അപകടത്തിലേക്കെടുത്തു ചാടുന്നവരോട് ദൈവം പോലും കരുണ കാണിക്കില്ല. നമ്മുടെ ജീവിതം കൊണ്ട് പന്താടാൻ നമ്മോടവൻ ഒരിക്കലും കൽപ്പിച്ചിട്ടില്ല."

"പക്ഷേ, ആക്രമികളോട് എതിരിടണമെന്ന് വിശ്വാസികളോട് പറഞ്ഞിട്ടുണ്ടല്ലോ."

ബാപ്പയോട് അത്രയും പറയാൻ എങ്ങനെ ധൈര്യമുണ്ടായി എന്ന് പറഞ്ഞു കഴിഞ്ഞപ്പോൾ ഫഹ്മി അദ്ഭുതപ്പെട്ടു. ഖുറ്ആൻ ഉദ്ധരിച്ച് സംസാരിക്കുമ്പോൾ ബാപ്പയ്ക്ക് ഉത്തരംമുട്ടുമെന്ന് ഫഹ്മിക്കറിയാം.

"അള്ളാഹുവിനുവേണ്ടി പൊരുതാനാണ് അവൻ കൽപ്പിച്ചത്."

കുറച്ചുനേരം മൗനം പാലിച്ചിട്ട് ബാപ്പ കയർത്തു.

"അള്ളാഹുവിന്റെപേരിൽത്തന്നെയാണ് ഞങ്ങളും പോരിനിറങ്ങുന്നത്. അവർ നാടുപിടിച്ചെടുത്താൽ ഇവിടെ മതംപോലും അപകടത്തിലാവും. നേരിനുവേണ്ടിയുള്ള പോരാട്ടത്തിൽ അവൻ തുണയ്ക്കുകതന്നെ ചെയ്യും."

ഫഹ്മി ധൈര്യമായി പറഞ്ഞു.

ഇതിനോടൊന്നും ബാപ്പയ്ക്കും എതിർപ്പില്ല. പക്ഷേ, മകന്റെ ജീവൻ കൊണ്ട് പന്താടാൻ ബാപ്പയ്ക്കാവുമോ? മൗനം അനുകൂലമാണെന്നു കരുതി മകൻ നിഗളിക്കേണ്ടെന്നും കരുതി ബാപ്പ വീണ്ടും കയർത്തു.

"മേൽപ്പറഞ്ഞതിനോടൊന്നും എനിക്കും തർക്കമില്ല. പക്ഷേ, നിന്നെ സമരത്തിനയക്കാൻ ഞാൻ ഒരുക്കമല്ല. എന്നെ അനുസരിക്കാൻ നീ തയാറാണോ എന്നുമാത്രം പറഞ്ഞാൽ മതി."

"തീർച്ചയായും."

"എങ്കിൽ വിപ്ലവകാരികളുമായുള്ള എല്ലാ ബന്ധവും ഇന്നത്തോടെ അവസാനിപ്പിക്കണം."

രാജ്യത്തിനുവേണ്ടി പോരാടാൻ അവൻ പ്രതിജ്ഞയെടുത്തതാണ്. ഇനി ഒരടി പിന്നോട്ടുപോവാൻ അവനാവില്ല. ഇതെങ്ങനെ ബാപ്പയോട് പറയും? പരസ്യമായി ബാപ്പയുമായി ഒരേറ്റുമുട്ടൽ അവൻ ആഗ്രഹിക്കുന്നില്ല. ഇംഗ്ലീഷുകാരുടെ മുന്നിൽ വിരിമാറുകാട്ടി നിന്ന് എന്തും നേരിടാൻ അവൻ തയാർ. പക്ഷേ, ബാപ്പയെ വേദനിപ്പിക്കാൻ വയ്യ. രാജ്യസ്നേഹം ഒരു വശത്ത്. ബാപ്പയോടുള്ള കടപ്പാട് ഒരുവശത്ത്. എന്തു ചെയ്യണമെന്നറിയാതെ ഫഹ്മി കുഴങ്ങി.

സത്യംപറഞ്ഞാൽ പിന്നെ ജീവിതം ദുസ്സഹമാകും. കളവുപറഞ്ഞാൽ തൽക്കാലം ബാപ്പയുടെ മുന്നിൽനിന്നു രക്ഷപ്പെടാം. ബാപ്പയുടെ കോപത്തിനു പാത്രമാവാതിരിക്കാൻ ഈ വീട്ടിലെ ഓരോ അംഗവും ദിവസേന അനേകം ചെറിയ ചെറിയ കള്ളങ്ങൾ പറയാറുണ്ട്. ബാപ്പയുടെ വിലക്കുകൾ ലംഘിക്കാൻ ആഗ്രഹമുള്ളവരാണ് എല്ലാവരും. അതുകൊണ്ടാണല്ലോ ബാപ്പ ഇല്ലാത്ത നേരം നോക്കി ഉമ്മ അൽഹുസൈൻപള്ളിയിൽ പോയത്. യാസീൻ മദ്യപാനി ആയത്. ഫഹ്മി മറിയത്തെ പ്രേമിച്ചത്. കമാൽ വികൃതികൾ കാണിക്കുന്നത്. എങ്കിലും അവരൊക്കെ അനുസരണയുള്ളവരായിട്ടാണ് ഇവിടെ കഴിയുന്നത്. ഒരു സംഘർഷം ഒഴിവാക്കാൻ തൽക്കാലം കളവിൽ അഭയം പ്രാപിക്കാം.

"ഞാൻ ബാപ്പയുടെ വാക്കുതട്ടി നടക്കില്ല."

ഫഹ്മി സമ്മതിച്ചു.

മകനെ ആപത്തിൽ നിന്നു രക്ഷിച്ചല്ലോ എന്ന് ബാപ്പ ആശ്വസിച്ചു. ബാപ്പയെ മുഷിപ്പിക്കാതെ തൽക്കാലം ഒത്തല്ലോ എന്നു ഫഹ്മിയും. പോകാനുള്ള ആജ്ഞയ്ക്കായി ഫഹ്മി കാത്തുനിന്നു. ബാപ്പ പക്ഷേ ഒന്നും മിണ്ടാതെ എഴുന്നേറ്റു ചെന്ന് അലമാര തുറന്നു. കൈയിൽ മുസ്അബുമായി വന്നിട്ട് ഫഹ്മിയോടെ പറഞ്ഞു:

"ഖുർആൻതൊട്ട് സത്യം ചെയ്യൂ."

ഫഹ്മിയുടെ ദേഹമൊട്ടാകെ തീ പടർന്നതുപോലെ. മിണ്ടാൻ കഴിയുന്നില്ല.

"എന്താ നീ മടിക്കുന്നത്?"

എന്നിട്ടും മകന് മിണ്ടാട്ടമില്ല.

"അപ്പോൾ നീ എന്നെ പറഞ്ഞുപറ്റിക്കാനുള്ള ശ്രമമായിരുന്നു അല്ലേ?"

തലകുനിച്ചുനിൽക്കുന്ന ഫഹ്മിയെ കണ്ട് ബാപ്പയുടെ കോപം കത്തിക്കാളി.

"നായിന്റെ മോനേ....എന്നോടു കളവുപറയുന്നോ? എന്റെ കണ്ണുവെട്ടിച്ചു കഴിയാമെന്ന് ഇവിടാരും വ്യാമോഹിക്കണ്ട. എന്നെ പൊട്ടനാക്കി ആളാവാമെന്നും കരുതണ്ട. കള്ളക്കഴുവേറി എന്നെ വിഡ്ഢിയാക്കാൻ ശ്രമിക്കുന്നോ? തന്തയില്ലാത്ത ഈ ചെക്കന്മാർ എന്നെ ഭ്രാന്തു പിടിപ്പിക്കും."

പേർഷ്യൻ പരവതാനിയിലെ വർണചിത്രത്തിൽ കണ്ണും നട്ട് ഫഹ്മി അനക്കമറ്റു നിന്നു.

"എന്തു തോന്ന്യാസവും ചെയ്യാമെന്നായോ? അടിച്ച് എല്ല് ഞാനൂരും."

മുസഅബുമായി അടുത്തുചെന്ന ബാപ്പ വിരട്ടി.

ഫഹ്മിക്ക് സങ്കടം വന്നുമുട്ടി. കണ്ണുനിറഞ്ഞു. തല്ലുകൊണ്ടതു കൊണ്ടല്ല. ബാപ്പയെ അനുസരിക്കാൻ നിവൃത്തിയില്ലല്ലോ എന്നോർത്താ യിരുന്നു അവനു വിഷമം.

പാടുപെട്ടാണ് കണ്ണീർ തടഞ്ഞത്. ഉടനെ അവൻ ധൈര്യം വീണ്ടെ ടുത്തു. ഒരു സ്വാതന്ത്ര്യസമരഭടൻ ദുർബലനാവുകയോ? അതവനു ധൈര്യം നൽകി. മുന്നിൽ നിൽക്കുന്നത് ബാപ്പയാണെന്നു ഫഹ്മി മറന്നു.

"ഇക്കാര്യത്തിനുമാത്രം ബാപ്പ എന്നെ നിർബന്ധിക്കരുത്. എന്റെ കൂട്ടുകാരെ ചതിക്കാൻ ഞാനാളല്ല. ഞങ്ങൾ ഒന്നിച്ചാണ് രാജ്യത്തിനു വേണ്ടി മരിക്കാനും തയാറാണെന്നു പ്രതിജ്ഞ ചെയ്തത്. അവരുടെ യൊക്കെ വീട്ടുകാരും ഇതുപോലെ ദുഃഖിക്കുന്നുണ്ടാകുമല്ലോ. എന്നിട്ടും അവരാരും സമരത്തിൽനിന്നു പിന്തിരിഞ്ഞില്ലല്ലോ. അതുപോലെ എനിക്കും പിന്മാറാൻ നിവൃത്തിയില്ല. ബാപ്പ പൊറുക്കണം. പക്ഷേ, ഒരുകാര്യം ഞാൻ ഉറപ്പുതരാം. സമരത്തിന്റെ ചെറിയൊരു കണ്ണിമാത്ര മാണ് ഞാൻ. എന്റെ പ്രവർത്തനമേഖലയിൽ ആപത്തിനെക്കുറിച്ച് ഒട്ടും ഭയപ്പെടാനില്ല. ജനിച്ചാൽ ഒരിക്കൽ മരിക്കണ്ടേ? ബാപ്പയുടെ മകൻ രാജ്യ ത്തിനുവേണ്ടിയാണ് ജീവനർപ്പിച്ചതെങ്കിൽ അതിൽ ബാപ്പയ്ക്കും അഭി മാനിക്കാമല്ലോ. എന്നോട് പൊറുക്കണം."

പറഞ്ഞുകഴിഞ്ഞതും അവൻ വാണംവിട്ടതുപോലെ മുറിയിൽ നിന്നി റങ്ങി ഓടി. ബാപ്പയുടെ മുറിക്ക് പുറത്ത് ഫഹ്മിയെ കാത്തുനിന്ന യാസീനും കമാലും ഫഹ്മിയുടെ ഓട്ടം കണ്ടു പകച്ചു.

അറുപത്തിരണ്ട്

അഹമ്മദ് അബ്ദുവിന്റെ ചായക്കടയിലേക്ക് തിരക്കിട്ട് നടക്കുക യായിരുന്നു യാസീൻ. പെട്ടെന്നാണ് ഉമ്മയുടെ ഒരു ബന്ധു കൈയിൽക യറി പിടിച്ചത്.

"നിന്നെകാണാൻ വീട്ടിലേക്കു വരികയായിരുന്നു ഞാൻ."

"എന്റെ റബ്ബേ...എന്താ കാര്യം?"

ആകെ അസ്വസ്ഥനായാണ് യാസീൻ ചോദിച്ചത്.

"നിന്റെ ഉമ്മയ്ക്ക് അസുഖം കൂടുതലാണ്. ഒരുമാസമായി കിടപ്പി ലായിട്ട്. പക്ഷേ, ഞാനറിഞ്ഞത് ഈയിടെയാ. ആദ്യം ആരും അത്ര കാര്യ

മാക്കിയില്ല. തുടരെ പനിച്ചപ്പോ ഡോക്ടറെ കാണിച്ചു. മലേറിയ ആണെന്നാ പറഞ്ഞത്."

വിവാഹക്കാര്യമോ വിവാഹമോചനമോ ആയിരിക്കുമെന്നാണ് യാസീൻ കരുതിയത്. സുഖമില്ലെന്നു കേട്ടപ്പോൾ ഉള്ളിലൊരു വിങ്ങൽ.

"ഇപ്പോൾ കുറവുണ്ടോ?"

"സ്ഥിതി ദിവസംതോറും വഷളാവുകയാണ്. മരുന്ന് ഫലിക്കുന്നില്ല. അന്ത്യമടുത്തിരിക്കയാണെന്നും നിന്നെ ഒന്നുകണ്ടിട്ട് കണ്ണടച്ചാൽ മതിയെന്നുമാണ് മയക്കത്തിൽ പറയുന്നത്. നീ ഉടനെചെന്നു കാണണം. എന്റെ അപേക്ഷയാണ്."

വെറുതേ പെരുപ്പിച്ചുപറയുകയായിരിക്കും എന്നാലും ചെന്നു നോക്കേണ്ടത് കടമയാണ്.

അവൻ നേരെ അങ്ങോട്ടേക്കു തിരിച്ചു. ആ പഴക്കച്ചവടക്കാരനെ വീണ്ടും കാണേണ്ടിവരുമല്ലോ എന്നായിരുന്നു തെരുവിലെത്തിയപ്പോൾ ആദ്യം ആലോചിച്ചത്. ഇനി ഒരിക്കലും ഇങ്ങോട്ടില്ല എന്നുറപ്പിച്ചുകൊണ്ടാണ് എന്നും അവിടെന്നിറങ്ങുക. എങ്കിലും ദൗർഭാഗ്യം വീണ്ടും അവിടെ എത്തിക്കുന്നു. പരിചയക്കാരെ ആരേയും കാണാതിരിക്കാനെന്നപോലെ തലകുനിച്ചുപിടിച്ച് യാസീൻ തിരക്കിട്ടു നടന്നു.

ഉമ്മ മരിക്കുകയാണെന്ന് കേട്ടതോടെ വല്ലാത്തൊരു ശ്വാസംമുട്ടൽ. ചങ്കിൽ ആരോ കത്തിയിറക്കിയതുപോലുള്ള വേദന? ഇങ്ങനെ വേദനിക്കാൻമാത്രം അടുപ്പം നിനക്ക് ഉമ്മയോടുണ്ടോ? ഉള്ളിലിരുന്നാരോ ചോദിക്കുന്നു. ഉമ്മ മരിക്കുന്നതോടെ ഈ തെരുവിനോട് ഞാൻ വിടപറയും. ഒപ്പം പഴയ ഓർമകളും കുഴിച്ചുമൂടും. ഉമ്മയുടെ സ്വത്തിൽ എനിക്കായി എന്തെങ്കിലും ബാക്കിയുണ്ടാകുമോ? എന്റെ നാഥാ ഈ സമയത്തും എന്റെ കണ്ണ് സ്വത്തിലാണോ? നീ പൊറുക്ക്....

എത്ര സ്വത്തും പണവും കിട്ടിയാലും ഉമ്മ എന്നിലുണ്ടാക്കിയ മുറിവുകൾ ഒരുകാലത്തും ഉണങ്ങുകയില്ല. ഉമ്മയും മകനും എന്ന ബന്ധം പോലും ഇപ്പോൾ നിലനിൽക്കുന്നുണ്ടോ? ഉമ്മ കാരണം ഏറെ തീ തിന്നവനാണ്, എങ്കിലും മരിക്കാൻ പോവുകയാണ് എന്നറിഞ്ഞപ്പോൾ സഹിക്കാനാവാത്ത വേദന. മരണത്തെക്കുറിച്ച് കേട്ടറിവേ ഉള്ളൂ. നേരിട്ട് ഒരു മരണവും ഇന്നുവരെ കണ്ടിട്ടില്ല. എന്നു പറഞ്ഞൊഴിയാനൊക്കുമോ? പട്ടാളക്കാരുടെ വെടിയേറ്റ് എത്ര ചെറുപ്പക്കാരാണ് പിടഞ്ഞുവീണ് മരിച്ചത്. ജനിച്ചാൽ ആരായാലും ഒരിക്കൽ മരിക്കണം. എങ്കിലും മരണമെന്നു കേൾക്കുമ്പോൾ നെഞ്ചിടിക്കും. മരിക്കാനും തയാറാണെന്നു പറഞ്ഞ് ഫഹ്മി സമരത്തിനിറങ്ങിയപ്പോൾ ഉള്ളു കിടുങ്ങിയതാണ്. ഇപ്പോഴിതാ ഉമ്മയും....അത്രയ്ക്കൊന്നും കാണില്ല. ഞാൻ ചെല്ലാൻ വേണ്ടി പെരുപ്പിച്ചു പറഞ്ഞതായിരിക്കും. അങ്ങനെ വല്ലതുമാണെങ്കിൽ ഞാൻ ഇന്നത്തതോടെ ബന്ധമറുത്ത് പിരിയും. മരണം ഉറപ്പായിട്ടും ഉമ്മ എനിക്കായി ഒന്നും കരുതി വെച്ചിട്ടില്ലെന്നറിയുമ്പോൾ എന്തായിരിക്കും എന്റെ മനോഭാവം? അവരുടെ പുതിയ ഭർത്താവിനെ എങ്ങനെ നേരിടും?

ഉമ്മയ്ക്ക് വല്ലതും സംഭവിച്ചാൽ പള്ളിയിലടക്കാൻ അയാളോടൊപ്പം ഞാനും പോകണ്ടേ? ഓരോ വിധി. മയ്യം ചുമക്കാൻ മകനോടൊപ്പം അയാളും.... എനിക്കു വയ്യേ.....പോകാതിരുന്നാൽ നാട്ടാർ പഴിക്കും. എന്റെ ഉമ്മയെ ഖബറടക്കുന്നതോടെ എല്ലാം തീരുന്നു. എനിക്കതു താങ്ങാനാവുമോ? അള്ളാഹുവേ നീ എനിക്ക് എല്ലാം സഹിക്കാനുള്ള ശക്തി തരൂ.

കഴിഞ്ഞ തവണ കണ്ട പണിക്കാരി തന്നെയാണ് വാതിൽ തുറന്നത്. ആദ്യം അവളുടെ മുഖത്ത് മനസിലാകാത്ത ഭാവം.

"നിങ്ങളെ കാത്താണ് അവർ കിടക്കുന്നത്."

മനസിലായപ്പോൾ അങ്ങനെയൊരു ഭാവമായിരുന്നു അവളുടെ മുഖത്ത്.

"ചെന്നോളീ. അകത്ത് വേറാരുമില്ല."

അവൾ വഴി കാണിച്ചുകൊണ്ട് പറഞ്ഞു.

കേട്ടപ്പോൾ ആശ്വാസമായി. അനക്കം കേട്ടാവണം അവർ പ്രയാസപ്പെട്ട് തല ഉയർത്തി. നോട്ടമിടഞ്ഞു. അവരുടെ കരിനീലക്കണ്ണുകളിലെ പ്രകാശം നഷ്ടപ്പെട്ടിരുന്നു. മകനെ തിരിച്ചറിയാൻ ബുദ്ധിമുട്ടുള്ളതു പോലെ അവർ തുറിച്ചുനോക്കിക്കൊണ്ടിരുന്നു. മനസിലായപ്പോൾ ആ ചത്ത കണ്ണുകൾ തിളങ്ങി. വിളറിയ ചുണ്ടിൽ ചിരി. മുഖമൊന്നു തുടുത്തു. കഴുത്തറ്റം പുതപ്പുകൊണ്ട് മൂടിയതിനാൽ മുഖം മാത്രമേ കാണാനുണ്ടായിരുന്നുള്ളൂ. പതിനാലാംരാവുപോലെ തിളങ്ങിയിരുന്ന മുഖം കരുവാളിച്ചിരുന്നു. കവിളൊട്ടി ചുക്കിച്ചുളിഞ്ഞ് താടി കൂർത്ത് ആളേ മാറിയതുപോലെ. മരണം മുഖാമുഖം കാണുന്നതുപോലെ തോന്നി യാസീന്. താൻ വളർന്നുവലുതായെന്ന കാര്യം യാസീൻ പെട്ടെന്നു മറന്നു. സങ്കടം സഹിക്കാനാവാതെ ഒരു താങ്ങിനായി അവൻ ബാപ്പയെ പരതി. ബാപ്പ അടുത്തില്ലെന്നറിഞ്ഞപ്പോൾ സങ്കടത്തോടെ ഉമ്മയുടെ അടുത്തുചെന്നിരുന്നിട്ട് ചോദിച്ചു.

"ഇപ്പോളെങ്ങനെയുണ്ട്?"

കുട്ടിക്കാലത്ത് അവനെ താരാട്ടുപാടി ഉറക്കുന്ന ഉമ്മയായിരുന്നു അപ്പോൾ മനസിൽ സ്നേഹംകൊണ്ട് മൂടുന്ന ഉമ്മ. അവരുടെ അടുത്തിരുന്നപ്പോൾ വീണ്ടും കുട്ടിയായതുപോലെ.

"കണ്ടില്ലേ....ഇനി അധികനാളില്ല."

ഉമ്മയുടെ ക്ഷീണിച്ച സ്വരം അവനെ വർത്തമാനത്തിലെത്തിച്ചു.

"അവൻ തുണച്ചാൽ എല്ലാം മാറും."

സങ്കടമൊതുക്കി ഉമ്മയെ ആശ്വസിപ്പിച്ചു.

മക്കളുടെ ദുആ പടച്ചവൻ കേൾക്കുമെന്നല്ലേ പറയുന്നത്.

ഉമ്മ അങ്ങനെ പറഞ്ഞതായി യാസീനു തോന്നി.

അടുത്തിരിക്കാൻ അവർ ആംഗ്യം കാണിച്ചു. അവന്റെ സ്പർശമേറ്റപ്പോൾ ശക്തിസംഭരിച്ചതുപോലെ അവർ പറഞ്ഞു:

"വിറയലാ തുടക്കം. കാര്യമാക്കിയില്ല. പള്ളിയിൽച്ചെന്ന് ചന്ദനത്തിരി കത്തിച്ച് ദ്വാഎരന്നാ മാറുമെന്ന് വിറയൽ കണ്ട് എല്ലാവരും പറഞ്ഞു.

വയ്യെങ്കിലും ഞാൻ അൽഹുസൈൻ പള്ളിയിച്ചെന്ന് സയ്യിദാ സൈനബാ അവർകളുടെ ഖബറിടത്തിൽ ചന്ദനത്തിരികത്തിച്ച് ദ്വാഎരന്നു. പക്ഷേ വിറയൽ മാറിയില്ല. നാൾക്കുനാൾ ഏറുകയും ചെയ്തു. വിറച്ചുവിറച്ച് മരിച്ചുപോകുമോ എന്നുപോലും തോന്നിയിരുന്നു. ചിലപ്പോൾ ശരീരം തണുത്ത് ഐസുകട്ടപോലെയാകും. ചിലപ്പോഴാകട്ടേ ചുട്ടുപൊള്ളും. അവസാനം ഞങ്ങൾ...."

ഞങ്ങൾ എന്നു പറഞ്ഞത് തെറ്റായിപ്പോയി എന്നതുപോലെ അവർ പെട്ടെന്നു തിരുത്തി.

"അല്ല അവസാനം ഡോക്ടറെ കാണാൻതന്നെ ഞാൻ തീരുമാനിച്ചു. ഡോക്ടർ വന്നു പരിശോധിച്ചു. മരുന്നും തന്നു. ഒരു കുറവും ഇതുവരെ കണ്ടില്ല. ഇനി ആശയ്ക്ക് വകയുണ്ടെന്നും തോന്നുന്നില്ല."

"അങ്ങനെയൊന്നും പറയരുത്. മോളിലിരിക്കുന്നവൻ കനിഞ്ഞാൽ എല്ലാം മാറും."

ഉമ്മയുടെ കൈപിടിച്ച് പതുക്കെ തടവിക്കൊണ്ട് യാസീൻ പറഞ്ഞു.

"കേൾക്കുമ്പോൾ എനിക്കും സന്തോഷമുണ്ട്. പ്രത്യേകിച്ചും നീ പറയുമ്പോൾ. ഈ ലോകത്ത് നിന്നേക്കാൾ പ്രിയപ്പെട്ടത് മറ്റെന്താ എനിക്കുള്ളത്? നേരാ നീ പറഞ്ഞത്....അവന്റെ കരുണയ്ക്ക് അതിരുകളില്ല. ഞാൻ എന്തെല്ലാമോ കാട്ടിക്കൂട്ടി. എന്നിട്ടും അവൻ പൊറുത്തു."

ഉമ്മയുടെ കുറ്റസമ്മതം യാസീന്റെ ഉള്ളലിയിച്ചു.

"സംസാരിച്ച് ക്ഷീണമേറ്റണ്ട."

അവൻ അലിവോടെ പറഞ്ഞു,

"നിന്നെ കണ്ടപ്പോൾ ഞാൻ രോഗം മറന്നു. ക്ഷീണവും. ആരേയും അറിഞ്ഞുകൊണ്ട് ദ്രോഹിക്കണമെന്ന് എനിക്കില്ലായിരുന്നു. ഇക്കാര്യം നിന്നോടു പറയണമെന്ന് എത്രയോ നാളായി ആശിക്കുന്നു. മനസമാധാനം കിട്ടാൻവേണ്ടി ഞാനെന്തൊക്കെയോ ചെയ്തുകൂട്ടി. എന്നിട്ടോ? സമാധാനം മാത്രം കിട്ടിയില്ല. ഞാനാരേയും ദ്രോഹിച്ചില്ലെങ്കിലും എന്നെ എല്ലാവരും ദ്രോഹിച്ചു."

"കഴിഞ്ഞതെല്ലാം പോട്ടെ. നിങ്ങളുടെ ആരോഗ്യം മാത്രമാണ് ഇപ്പോൾ പ്രശ്നം."

"ഇനിയും എന്തൊക്കെയോ ചെയ്യാൻ ബാക്കിയുണ്ടെന്ന് ഇപ്പോഴാ തോന്നുന്നത്. പടച്ചവൻ പറഞ്ഞപ്രകാരമൊന്നും ജീവിക്കാൻ സാധിച്ചില്ല. ആയുസ്സ് കുറച്ചുകാലംകൂടി നീട്ടിക്കിട്ടിയിരുന്നെങ്കിൽ ഇനിയും പലതും ചെയ്യാനുണ്ടെന്നൊരു തോന്നൽ. അള്ളാഹു എപ്പോഴും മനസിലുണ്ടായിരുന്നു. എന്നിട്ടും മതനിഷ്ഠകളൊന്നും വിധിപ്രകാരം ചെയ്തില്ല."

"മനസ്സാണ് പ്രധാനം. മനസ്സു നന്നാക്കാതെ നിസ്കരിച്ചതുകൊണ്ടും നോമ്പുനോറ്റതുകൊണ്ടും പ്രയോജനമില്ല."

സ്വയം ന്യായീകരിക്കുന്ന മട്ടിലാണ് യാസീൻ ഉമ്മയെ ആശ്വസിപ്പിച്ചത്.

"ഈ അവസാനനിമിഷമെങ്കിലും നിന്നെ എനിക്കു തിരിച്ചുകിട്ടിയ

ല്ലോ. കാണണമെന്നു മോഹമുണ്ടായിട്ടും നിന്നെ വിളിപ്പിക്കാൻ എനിക്കു ധൈര്യമുണ്ടായിരുന്നില്ല. പക്ഷേ, നിന്നോടു യാത്ര പറയാതെ എനിക്ക് പോവാനാവുമോ? നീ വരാതിരിക്കുമോ എന്ന ഭയം മരണഭയത്തെക്കാൾ എന്നെ നീറ്റിക്കൊണ്ടിരുന്നു. ഉമ്മയോട് നീ കാരുണ്യം കാട്ടി. യാത്രയാക്കാൻ നീ എത്തിയല്ലോ. നന്ദി.... എന്റെ പ്രാർഥന അള്ളാഹു കേൾക്കാതിരിക്കില്ല. അള്ളാഹു നിന്നെ അനുഗ്രഹിക്കും."

മകന്റെ കൈയിൽ പിടിച്ചമർത്തിക്കൊണ്ട് ഉമ്മ നന്ദി പ്രകാശിപ്പിച്ചു.

ഉമ്മയെ എന്തുപറഞ്ഞു സമാധാനിപ്പിക്കണമെന്നറിയാതെ കുഴങ്ങുകയായിരുന്നു യാസീൻ.

"അള്ളാഹു എല്ലാം മാറ്റിത്തരും. എന്റെ ഉമ്മ ആരോഗ്യത്തോടെ എണീറ്റുനടക്കും."

അവൻ ഒരുവിധം അത്രയും പറഞ്ഞൊപ്പിച്ചു.

ശ്വാസംകഴിക്കാൻ വിഷമിച്ചതുകാരണം അവർ കുറച്ചുനേരം മിണ്ടാതിരുന്നു. അൽപ്പം ആശ്വാസമായപ്പോൾ ചോദിച്ചു.

"നിന്റെ കല്യാണം കഴിഞ്ഞോ?

എന്നോട് പറഞ്ഞില്ലല്ലോ എന്നോർത്ത് ഇനി വിഷമിക്കേണ്ട. നിന്റെ ഭാര്യയെ കാണാനും മക്കളെ താലോലിക്കാനും ഞാനും കൊതിച്ചിരുന്നു. വിധിയില്ല. സാരല്ല. നീ ഭാര്യയും മക്കളുമൊത്ത് സന്തോഷമായിട്ടു കഴിയുന്നു എന്നു കേട്ടാൽ മതി ഉമ്മയുടെ ഉള്ളം നിറയാൻ."

"കല്യാണം കഴിഞ്ഞതായിരുന്നു. പക്ഷേ....ഒരുമാസം മുമ്പേ കാര്യം തീർത്തു."

"എന്റെ റബ്ബേ....ഞാനെന്താ ഇക്കേട്ടത്..."

"അതോർത്ത് നിങ്ങൾ സങ്കടപ്പെടണ്ട. എനിക്കതിൽ ഒരു വിഷമവുമില്ല. അവൾക്കു പോകണമെന്ന് വാശി. പോയി. പോട്ടെ. നന്നായി."

"അവളെ നിനക്കുവേണ്ടി കണ്ടുപിടിച്ചതാരാ? അയാളോ അതോ അവളോ?"

ഉമ്മ കയ്പ്പോടെയാണ് ചോദിച്ചത്.

"ആരേയും കുറ്റപ്പെടുത്തിയിട്ട് കാര്യമില്ല. വിധി അതായിരുന്നു."

ആ സംഭാഷണം അവസാനിപ്പിക്കാനെന്നപോലെ യാസീൻ പറഞ്ഞു.

"വിധിയാണെന്ന് എനിക്കുമറിയാം. എന്നാലും പറ, നിന്റെ ഇളയുമ്മയാണോ അവളെ നിനക്കുവേണ്ടി കണ്ടുപിടിച്ചത്?"

"അല്ല. ബാപ്പതന്നെ. അതിൽ ബാപ്പയ്ക്കും പിഴവൊന്നും പറ്റിയിരുന്നില്ല. നല്ല കുടുംബം. ആവശ്യത്തിനു പണം. കാണാനും നന്ന്. അതാ ഞാൻ പറഞ്ഞത് തലയിലെഴുത്താണെന്ന്."

"അവൾ ഗർഭിണി ആയിരുന്നോ?"

കുറച്ചുനേരം മിണ്ടാതിരുന്നിട്ട് ഉമ്മ ചോദിച്ചു.

"ഉം."

"നിന്റെ ബാപ്പ ഇതിന് അനുഭവിക്കും."

അവർ ശപിച്ചു.

സംഭാഷണം തുടരാൻ ആഗ്രഹമില്ലാത്തതിനാൽ യാസീൻ മിണ്ടാതിരുന്നു. ആകെ തളർന്ന ഉമ്മയുടെ കണ്ണുകളിൽ മയക്കം. അവർ പണിപ്പെട്ട് കണ്ണുതുറന്നിട്ട് ചോദിച്ചു.

"കഴിഞ്ഞത് മറക്കാൻ നിനക്കാവുമോ മോനേ?"

"കഴിഞ്ഞതു കഴിഞ്ഞു. അതോർത്ത് ദുഃഖിച്ച് ജീവിതം നരകമാക്കാൻ ഞാനാളല്ല."

അവൻ സമാധാനിപ്പിച്ചു.

"കുട്ടിക്കാലത്തേതുപോലെ നീ ഉമ്മയെ ഇപ്പോഴും സ്നേഹിക്കുന്നുണ്ടോ?"

"തീർച്ചയായും. ഉമ്മയുടെ അസുഖം വേഗം മാറാൻ വേണ്ടി ഞാൻ പ്രാർഥിക്കാം."

ഉമ്മയുടെ മുഖത്തെ ശാന്തി കണ്ടപ്പോൾ അങ്ങനെ പറഞ്ഞത് നന്നായെന്നു തോന്നി. തളർന്നതുകൊണ്ടായിരിക്കാം ഉമ്മ ഒന്നും മിണ്ടാതെ അവനെത്തന്നെ അരുമയോടെ നോക്കിക്കൊണ്ട് കിടന്നു. അവർ വീണ്ടും മയങ്ങി. അവരുടെ ഉറക്കെയുള്ള കൂർക്കംവലി കേൾക്കുംവരെ യാസീൻ അവിടെത്തന്നെ ഇരുന്നു.

അപ്പോൾ ഉമ്മയുടെ മറ്റൊരു മുഖമായിരുന്നു അവന്റെ മനസിൽ. അതവനെ നിരാശപ്പെടുത്തി. ഇപ്പോൾ കണ്ട മുഖം ഉള്ളിൽ കാലാകാലം നിൽക്കണേ എന്ന് ഉള്ളാലെ പ്രാർഥിച്ചു. ഉമ്മ ഒന്നും മിണ്ടാതിരുന്നെങ്കിൽ എന്നു കുറച്ചുനേരത്തേ അവനു തോന്നിയിരുന്നു. പക്ഷേ അവർ മിണ്ടാതെ കിടക്കുന്നതു കണ്ടപ്പോൾ എന്തോ വല്ലാത്ത ഭീതി. അവിടെ എത്ര നേരമെന്നുവെച്ച് അങ്ങനെയിരിക്കും? അവരിനി ഉണർന്നില്ലെങ്കിലോ? റബ്ബേ....രണ്ടുദിവസം കഴിഞ്ഞ് ഞാൻ തിരിച്ചെത്തുമ്പോൾ ഉമ്മ ഇവിടെ ഉണ്ടാകില്ലെന്നോ? അപ്പോൾ നീ കരയുമോ? അതോ സന്തോഷിക്കുമോ? തമ്മിൽ പിരിയാനാണ് വിധിയെങ്കിൽ സന്തോഷമായി യാത്ര പറഞ്ഞുപിരിഞ്ഞു എന്നെങ്കിലും ആശ്വസിക്കാമല്ലോ. വേണ്ട....എന്റെ ഉമ്മ മരിക്കേണ്ട....

മനസുലഞ്ഞപ്പോൾ അവൻ ചുറ്റും കണ്ണോടിച്ചു. നേരെമുന്നിലുള്ള കണ്ണാടി അലമാരയിൽ കണ്ണും നട്ടിരുന്നു. ആകെ മൂടിപ്പുതച്ചു കിടക്കുന്ന ഉമ്മയുടെ മെലിഞ്ഞ കൈ മാത്രമേ പുറത്തുകാണാനുള്ളൂ. അവൻ സ്നേഹത്തോടെ കൈ പുതപ്പിനകത്തുവെച്ചു. എന്നിട്ട് വീണ്ടും മുന്നിലെ കണ്ണാടിയിൽ നോക്കി. നാളെ ചിലപ്പോൾ ശൂന്യമായ കട്ടിലായിരിക്കും ഈ കണ്ണാടിയിൽ പ്രതിഫലിക്കുക. കണ്ണാടിയിൽ കാണുന്ന ഈ പ്രതിച്ഛായയുടെ നീളമേ അവരുടെ ജീവിതത്തിനുമുള്ളൂ. അവൻ പേടിച്ച് ദൃഷ്ടി താഴ്ത്തി. മേശപ്പുറത്താണ് കണ്ണു ചെന്നത്. മേശപ്പുറത്ത് ഹുക്ക. മുകൾ ഭാഗത്തെ കുഴൽ പാമ്പിനെപ്പോലെ ഇഴയുന്നോ? പത്തിവിടർത്തി ആടുന്നോ?

ഹുക്ക കണ്ടതും സങ്കടം മറന്ന് അരിശം തിളച്ചു. ആ മനുഷ്യനാ

ണല്ലോ അതിന്റെ ഉടമസ്ഥൻ. അയാൾ സോഫയിൽ കാൽനീട്ടിയിരുന്ന് പുഞ്ചിരിയോടെ ഹുക്ക വലിക്കുന്നു. ഉമ്മ കനൽ ചിക്കിയിട്ടുകൊണ്ട് അടുത്തിരുന്ന് വിശേഷം പറയുന്നു. അതോടെ അവന് ഇരിക്കപ്പൊറുതിയില്ലാതായി.

എഴുന്നേറ്റ് പുറത്തെത്തി.

"അവർ മയങ്ങി. ഞാൻ നാളെ വരാം."

തളത്തിൽ കാവലിരിക്കുന്ന ജോലിക്കാരിയോട് അവൻ യാത്ര പറഞ്ഞു.

"രാവിലെ ഞാനെത്തും."

പുറത്തേക്കിറങ്ങിയപ്പോൾ ഒരിക്കൽക്കൂടി ഓർമിപ്പിച്ചു.

നേരെ ബാറിലേക്കാണ് ചെന്നത്. മദ്യം അകത്തു ചെന്നിട്ടും പതിവുപോലെ ഉന്മേഷം തോന്നിയില്ല. ഉമ്മയുടെ സ്വത്ത് കിട്ടുമല്ലോ എന്ന് ആശ്വസിക്കാൻ ശ്രമിച്ചിട്ടും സ്വസ്ഥത കിട്ടിയില്ല.

അർധരാത്രി വീട്ടിലെത്തിയപ്പോൾ ഇളയുമ്മ അവനേയും കാത്തു നിൽക്കുന്നുണ്ടായിരുന്നു.

"എന്റെ ഉമ്മ...."

അവരെ കണ്ടതും അവൻ ഇടറിക്കൊണ്ട് ചോദിച്ചു.

"ഒരു മണിക്കൂറ് മുമ്പാ വിവരം പറഞ്ഞ് ആളെത്തിയത്. അള്ളാഹു നിനക്ക് സമാധാനം തരട്ടെ. ആയുസ്സും ആരോഗ്യവും തരട്ടെ."

അവർ നനുത്ത സ്വരത്തിൽ ആശ്വസിപ്പിച്ചു.

അറുപത്തിമൂന്ന്

പട്ടാളക്കാരോട് ലോഹ്യം പറഞ്ഞതിന് യാസീനെ പള്ളിമുറ്റത്തിട്ട് അപമാനിച്ചത് വീട്ടുകാരെ ഭയപ്പെടുത്തി. പട്ടാളക്കാരുമായി അടുപ്പം വേണ്ടെന്ന് എത്ര വിലക്കിയിട്ടും കമാൽ കേട്ടതുമില്ല. ചെറിയ കുട്ടിയായതുകൊണ്ട് അവനെ ആരും ചാരനായി കാണില്ലായിരിക്കും. എന്നാലും ഉമ്മയ്ക്ക് ഭയം തീരുന്നില്ല. കാട്ടിൽ മരഞ്ചാടി നടക്കുന്ന കുരങ്ങനെപ്പോലെ പട്ടാളക്യാമ്പിൽ തുള്ളിച്ചാടി നടക്കുന്ന കമാലിനെ കാണുമ്പോൾ ഉമ്മയുടെ ചങ്കിടിക്കും. സ്കൂൾ വിട്ടുവരുന്ന വഴി പുസ്തകസഞ്ചി ഉമ്മുവിനെ ഏൽപ്പിച്ച് അങ്ങോട്ടു കുതിക്കുന്ന കമാൽ നേരം ഇരുട്ടുമ്പോഴാണ് വീട്ടിൽ തിരിച്ചെത്തുക.

കമാലിനെ തടയുന്നതിന് പട്ടാളക്കാർ തന്നെ പരിഹസിക്കുന്നു എന്ന ഉമ്മുവിന്റെ പരാതി വീട്ടുകാർ ചെവിക്കൊണ്ടില്ല. കമാലുമായുള്ള അടുപ്പം കാരണം പട്ടാളക്കാർ തങ്ങളെ ഉപദ്രവിക്കില്ലായിരിക്കും എന്നും അവർ ചിലപ്പോൾ ആശിച്ചുപോകാറുണ്ട്.

ക്യാമ്പിലെ ചില പട്ടാളക്കാർ മാത്രമാണ് കമാലിന്റെ അടുത്ത സുഹൃത്തുക്കൾ. അവരുടെ കൈപിടിച്ചു കുലുക്കിയും അവരോട് ലോഹ്യം പറഞ്ഞും സല്യൂട്ടടിച്ചും അവൻ അവിടമെല്ലാം കറങ്ങിനടക്കും.

പെട്ടന്നാണ് സൈറൺ മുഴങ്ങുക. അപ്പോൾ കൂട്ടുകാർ അവനെ മറന്ന് ഓടിച്ചെന്ന് തോക്കെടുത്ത് പുറത്ത് അണിനിരക്കും. കിതച്ചെത്തുന്ന പട്ടാള ട്രക്കിൽ അവർ ചാടിക്കയറും. സമരക്കാരെ ഓടിക്കാനാണ് തിങ്ങി നിറഞ്ഞ ട്രക്ക് പോകുന്നതെന്ന് അവനറിയാം. പട്ടാളവണ്ടി കൺമുന്നിൽ നിന്നു മറയുന്നതുവരെ അവൻ നോക്കി നിൽക്കും. അവന്റെ കൂട്ടുകാരെ രക്ഷിക്കണേ എന്നു പ്രാർഥിക്കുകയും ചെയ്യും.

കുന്നുപോലെയാണ് തോക്കുകൾ ക്യാമ്പിൽ കൂട്ടിയിട്ടിരിക്കുന്നത്. അതു തൊട്ടുകളിക്കാൻ മാത്രം പട്ടാളക്കാർ അവനെ അനുവദിക്കാറില്ല. ചില വൈകുന്നേരങ്ങളിൽ അവൻ അവരോടൊപ്പം അടുക്കളയിൽച്ചെന്ന് ചായ കുടിക്കാറുണ്ട്. ചിലപ്പോൾ കൈനിറയെ ചോക്ലേറ്റും കിട്ടും. ചായ കുടിക്കുന്നതിനിടയിൽ അവർ പാടും. അവനെക്കൊണ്ടും പാടിക്കും. ആ വേളകൾ അവൻ തികച്ചും ആഘോഷിച്ചു.

ക്യാമ്പിലെ രീതികൾ അവനെ കുറച്ചൊന്നുമല്ല ആകർഷിച്ചത്. ടെറസിൽ മറിയത്തിന്റെ വീട്ടിനോടുചേർന്ന മതിലരികിൽ പെൻസിലും കമ്പുകളും കൊണ്ട് അവൻ പട്ടാളക്യാമ്പ് ഉണ്ടാക്കിയിട്ടുണ്ട്.

കൊച്ചുകമ്പുകൾ കൂട്ടിയിട്ട് തോക്കിൻ കൂമ്പാരമുണ്ടാക്കി. സൈറൺ വിളികേട്ട് തോക്കേന്തി ട്രക്കിൽ ചാടിക്കയറുന്ന പട്ടാളക്കാരനായി അഭിനയിച്ചു. ഇംഗ്ലീഷ് പാട്ടുകൾ ഈണത്തിൽ പാടി. അതിനിടെ പട്ടാളക്കാർ സമരക്കാരെ അടിച്ചമർത്തുന്ന രംഗവും അഭിനയമായിരുന്നു. സ്വാതന്ത്ര്യം നീണാൾ വാഴട്ടെ. സാമ്രാജ്യത്തം നശിക്കട്ടെ. സഅദ് നീണാൾ വാഴട്ടെ എന്നൊക്കെ തൊണ്ടപൊട്ടുമാറ് വിളിച്ചു കൂവുന്ന സമരക്കാരെ പട്ടാളക്കാർ അടിച്ചു തുരത്തുന്നു. അവസാനത്തെ വിജയം പക്ഷേ എപ്പോഴും സമരക്കാർക്കായിരുന്നു. ബാക്കിയായ പട്ടാളക്കാരേയും കയറ്റി ട്രക്ക് മടങ്ങുന്നു. അവന്റെ വളരെ അടുത്ത ചങ്ങാതിമാരായ പട്ടാളക്കാർ ആ മടക്കയാത്രയിൽ ട്രക്കിൽ ഉണ്ടാവാതിരിക്കില്ല. യുദ്ധം അവസാനിപ്പിച്ച് സമരക്കാരും പട്ടാളക്കാരും ഒന്നിച്ചിരുന്ന് ലോഹ്യം പറയുന്നതും ചായ കുടിക്കുന്നതും അവൻ കളിക്കാറുണ്ട്.

പട്ടാളക്കാരിൽവച്ച് അവനേറ്റവും ഇഷ്ടം ജൂലിയനെയാണ്. കാണാൻ നന്ന്. നല്ല സ്വഭാവം. മിടുക്കനാണ്. അറബിയും അറിയാം. അവനെ ആദ്യം ചായയ്ക്ക് ക്ഷണിച്ചതും പാട്ടു പാടിച്ചതും അയാളാണ്.

പ്രിയമുള്ളവളേ എന്ന പാട്ട് അയാൾ എന്നും കമാലിനെക്കൊണ്ട് പാടിക്കും. എന്നിട്ട് ജൂലിയൻ വേദനയോടെ പറയും "എനിക്കെന്റെ വീട്ടിൽ പോകണം. ഞാൻ പോണു കുട്ടീ."

കമാലിന് സങ്കടം തോന്നും. സഅദിനെ ഇവിടെ തിരിച്ചെത്തിച്ചിട്ട് നിങ്ങൾ പൊയ്ക്കൊളു. അവൻ ഉപദേശിക്കും. അതുമാത്രം അയാൾക്ക് ഇഷ്ടപ്പെടില്ല.

"ഇല്ല....ഒരിക്കലുമില്ല."

വെറുപ്പോടെയാണ് പറച്ചിൽ.

ഒരു ദിവസം ചെന്നപ്പോൾ ജൂലിയൻ അവനെ ഒരു പടം കാണിച്ചു. അവനെ നോക്കി വരച്ചതായിരുന്നു അത്. എങ്കിലും അവനത് സമ്മതി

ക്കാൻ തയാറായില്ല. അത് തട്ടിപ്പറിച്ച് അവൻ ഓടിയപ്പോൾ അവർ കളിയാക്കിച്ചിരിച്ചു.

"എന്റെ റബ്ബേ....നിന്നെ അതേപടി പകർത്തിയിട്ടുണ്ടല്ലോ. മെലിഞ്ഞ ദേഹം. വലിയ തല, നീളൻ മൂക്ക്, ചെറിയ കണ്ണുകൾ. ഇതിൽ ആകെ കാണാൻ കൊള്ളാവുന്നത് നിന്റെ വേഷമാ കേട്ടോ. അതിന്റെ ക്രഡിറ്റ് ഉമ്മയ്ക്കാ."

പടം നോക്കി ഫഹ്മി പരിഹസിച്ചു.

"അവരെന്തിനാ നീയുമായി കൂട്ടുകൂടുന്നതെന്ന് ഇപ്പോ നിനക്കു മനസിലായില്ലേ? അവർക്ക് നേരംപോക്കാൻ കൂട്ടിന് ഒരു കോമാളി വേണം. അല്ലെങ്കിൽ ഇങ്ങനെ ഒരു പടം വരയ്ക്കുമോ?"

ഫഹ്മി വീണ്ടും പറഞ്ഞു. ഫഹ്മിക്ക് ഇംഗ്ലീഷുകാരെ ഇഷ്ടമല്ലെന്ന് കമാലിനറിയാം. ക്യാമ്പിൽ പോകരുതെന്ന് പലവട്ടം വിലക്കിയിട്ടുമുണ്ട്. അവരുമായി തന്നെ പിണക്കുകയാണ് ഫഹ്മിയുടെ ലക്ഷ്യമെന്ന് കമാൽ ഉറപ്പിച്ചു.

ഒരിക്കൽ അവൻ ക്യാമ്പിലെത്തിയപ്പോൾ ജൂലിയൻ മറിയത്തിന്റെ വീട്ടിലേക്കു നോക്കിക്കൊണ്ട് നിൽക്കുകയായിരുന്നു. അയാൾ കൈവീശി കാണിക്കുന്നുണ്ടായിരുന്നു. എന്താണെന്നറിയാമല്ലോ എന്നു കരുതി അവൻ പിറകിൽ പതുങ്ങി നിന്നു. ജനലിൽ മറിയത്തിന്റെ മുഖം അവളും കൈവീശിക്കാണിച്ച് ചിരിക്കുന്നുണ്ടായിരുന്നു. മറിയത്തിനിത്രയും ധൈര്യമോ? കമാൽ അമ്പരന്നു. നാണമില്ലാതെ ചിരിച്ചു കുഴയുന്നു. അതിനിടയിൽ അവൾ അവനെ കണ്ടതുപോലുമില്ല. അവൻ ഒച്ചയുണ്ടാക്കി ജൂലിയന്റെ ശ്രദ്ധ തിരിക്കാൻ ശ്രമിച്ചു. പിറകിൽ പതുങ്ങി നിൽക്കുന്നത് കണ്ടപ്പോൾ ജൂലിയനും തമാശ. പക്ഷേ, അവനെ കണ്ട മറിയമാകട്ടെ ഭയത്തോടെ പെട്ടെന്ന് അകത്തേക്ക് മറഞ്ഞു.

"നിനക്കവളെ അറിയാമോ?"

ജൂലിയൻ ചോദിച്ചു.

അറിയാമെന്നമട്ടിൽ തലകുലുക്കിയതല്ലാതെ അവൻ ഉത്തരമൊന്നും പറഞ്ഞില്ല. ജൂലിയൻ അകത്തുചെന്ന് ഒരു പൊതിയുമായി തിരിച്ചെത്തിയിട്ടു പറഞ്ഞു.

"ഇതവൾക്ക് കൊടുത്തിട്ട് വാ."

പേടിച്ചുവിറച്ചുപോയി അവൻ. സാധ്യമല്ലെന്നുപറഞ്ഞ് ഒഴിയുകയും ചെയ്തു. അക്കാര്യം അന്നുതന്നെ ഉമ്മയോടു പറഞ്ഞപ്പോൾ അവർ വിശ്വസിക്കാനാവാതെ ചോദിച്ചു.

"ഉള്ളതാണോ? ആളെ മാറിപ്പോയതൊന്നുമല്ലല്ലോ?"

"അല്ല. അതു മറിയം തന്നെയാ."

"നീ ശരിക്കും കണ്ടോ?"

ഫഹ്മി.

"അവൾ ചിരിച്ചൂന്ന് നീ വെറുതേ പറയുകയല്ലേ?"

യാസീൻ.

"ഇത്തരം കാര്യങ്ങളിൽ കളവുപറഞ്ഞാൽ അള്ള പൊറുക്കില്ല. നരകത്തീയിലിട്ട് കരിക്കും."

ഉമ്മ ഭീഷണിപ്പെടുത്തി. പറയുന്നത് നേരാണ്. കമാൽ പലവട്ടം സത്യം ചെയ്തു.

"അവനെന്തിനാ കളവു പറയുന്നത്? ഇത്രയൊന്നും കെട്ടിയുണ്ടാക്കി പറയാൻ അവന് സാധ്യമല്ല."

കയ്പോടെയാണ് ഫഹ്മി പറഞ്ഞത്.

കമാലിനെ വിശ്വസിക്കാൻ അവർ അപ്പോഴും മടിച്ചു. ഫഹ്മിക്കാ കട്ടെ കടുത്ത നിരാശയാണ് തോന്നിയത്. ഒപ്പം അരിശവും. അവളിപ്പോൾ അവന്റെ മനസിലുണ്ടോ എന്നുപോലും അവനറിയില്ല. എങ്കിലും അവളെക്കുറിച്ച് അരുതാത്തത് കേട്ടപ്പോൾ സഹിക്കാനാവുന്നില്ല.

"എനിക്കിപ്പോഴും വിശ്വസിക്കാനാവുന്നില്ല. അവളുടെ ഉമ്മ എത്ര നല്ല സ്ത്രീയാണെന്നോ? അവളുടെ മരിച്ചുപോയ ബാപ്പ....അള്ളാഹു അദ്ദേഹത്തിന്റെ ആഖിറം വെളിവാക്കിക്കൊടുക്കട്ടെ....എന്തു മാന്യനായിരുന്നു. നമ്മളാണെങ്കിൽ എത്രയോ കൊല്ലമായി നല്ല അയൽക്കാരായി കഴിയുന്നു...."

ഫഹ്മി.

"ഇങ്ങനെ വെപ്രാളം കാണിക്കുകയൊന്നും വേണ്ട. നല്ലവരുടെ കൂട്ടത്തിൽ ദുഷ്ടർ പിറക്കുന്നത് പണ്ടുമുതലേയുള്ള പതിവാ."

യാസീന്റെ പരിഹാസം.

"ഇക്കണ്ട കാലത്തിനിടയിൽ അങ്ങനെയൊരു ചീത്തത്തരം ഞാനവളിൽ കണ്ടിട്ടില്ല.

ഉമ്മ എതിർത്തു.

"നമ്മള് കണ്ടിട്ടില്ലെന്നുവെച്ച്? തെറ്റുകൾ മാത്രം നോക്കിനടക്കുന്ന കദീജയുടെ കണ്ണിൽപ്പെടാത്തതാ അതിശയം. ആ, ബുദ്ധിയുള്ളവരങ്ങനാ."

യാസീൻ.

"എന്റെ ധാരണകളെല്ലാം തെറ്റുന്നു. ഇപ്പോ ഒന്നിലും വിശ്വാസമില്ലാതായി."

ഫഹ്മിക്ക് അരിശം സഹിക്കാനാവുന്നില്ല.

"നീ എപ്പഴാ അവരെ കണ്ടത്."

യാസീൻ വീണ്ടും കമാലിനെ ചോദ്യം ചെയ്യാൻ തുടങ്ങി.

"ജൂലിയൻ എന്റെ നേരെ തിരിഞ്ഞപ്പോ."

"നിന്നെക്കണ്ട് അവൾ ജനലരികിൽ നിന്ന് ഓടിമറഞ്ഞെന്നല്ലേ പറഞ്ഞത്?"

"ഉം. ഞങ്ങടെ കണ്ണുകളിടഞ്ഞു."

"നീ അവളെ കണ്ടത് അവളറിഞ്ഞോ?"

"അയ്യോ....പാവം. പോടാ. നമ്മളിവിടെയിരുന്ന് അവളെക്കുറിച്ച് ചർച്ച ചെയ്യുന്ന കാര്യം പാവം അവളുണ്ടോ അറിയുന്നു?"

യാസീനു തമാശ.

"സയ്യിദ് റിസ്വാന്റെ മകൾ ഒരിംഗ്ലീഷു പട്ടാളക്കാരനുമായി....ഛേ...."

ഫഹ്മി കൈകൾ കൂട്ടിത്തിരുമ്മി.

"രണ്ടുകൂട്ടരും തെറ്റുകാരാണ്."

യാസീൻ.

"എന്നു പറഞ്ഞാൽ"

ഫഹ്മി.

"കുറച്ചുകാലമായിട്ടുള്ള കളിയായിരിക്കും."

യാസീൻ.

"പടച്ചോനെ വിചാരിച്ച് നിർത്തുന്നുണ്ടോ?"

സഹിക്കാനാവാതെ ആമിന കയർത്തു.

"ഉമ്മമാരെ കണ്ടല്ലേ മക്കൾ പഠിക്കുന്നത്. മറിയത്തിന്റെ ഉമ്മ ഇന്ന് നഗരത്തിൽ സംസാരവിഷയമാണ്."

യാസീൻ നിർത്താനുള്ള ഭാവമില്ല.

"യാസീൻ..."

ആമിന തടഞ്ഞു.

"വീട്ടിനകത്തിരിക്കുന്ന നിങ്ങൾക്ക് പുറംലോകത്തെക്കുറിച്ചു എന്തറിയാം? മറിയത്തെ കുട്ടിക്കാലം മുതൽ കാണുന്നു. ഇപ്പോ ഇവൻ പറഞ്ഞപ്പോഴല്ലെ അവളുടെ സ്വഭാവത്തെക്കുറിച്ച് നാമറിയുന്നുള്ളൂ എന്നേ ഞാൻ പറഞ്ഞുള്ളൂ."

യാസീൻ കമാലിന്റെ തലയിൽ വിരലോടിച്ചുകൊണ്ടാണ് പറഞ്ഞത്.

"ഈ സംസാരമൊന്ന് നിർത്താമോ? ഞാൻ നിങ്ങളുടെ കാലു പിടിക്കാം."

ആമിന മടുപ്പോടെയാണ് പറഞ്ഞത്.

യാസീൻ പുഞ്ചിരിച്ചതല്ലാതെ ഒന്നുംമിണ്ടിയില്ല. ഫഹ്മി ഒന്നും മിണ്ടാതെ എഴുന്നേറ്റുനടന്നു.

അറുപത്തിനാല്

അർധരാത്രിയിൽ യാത്ര പറഞ്ഞിറങ്ങിയ സയ്യിദ് അഹമ്മദിനെ മറിയത്തിന്റെ ഉമ്മ ഇരുട്ടിൽ മറഞ്ഞു നിന്നു യാത്രയാക്കി. ഇരുണ്ട രാവിൽ നാടുറങ്ങിയിരുന്നു. ഇംഗ്ലീഷ് പട്ടാളം തമ്പടിച്ചതോടെ സന്ധ്യമയങ്ങുന്നതോടെ ജനങ്ങൾ വീടുകളിൽ ചേക്കേറി. ഹോട്ടലുകളും ബാറുകളും നേരത്തെ അടച്ചു. രാത്രിയിൽ പട്ടാളക്യാമ്പുകളിൽ മാത്രമേ വെളിച്ചം ഉണ്ടാവുകയുള്ളൂ, നിറഞ്ഞ മനസ്സോടെ ഇറങ്ങി നടക്കുമ്പോഴും ഉള്ളൊന്നു വിറയ്ക്കും. പട്ടാളക്കാർ അയാളെ ഒന്നും ചെയ്യാറില്ല. എന്നാലും അവരുടെ ക്യാമ്പുകളിൽ നിന്നുതിർന്നു വീഴുന്ന നേരിയ വെളിച്ചം ഭീതി ജനിപ്പിച്ചു. പിറകിൽനിന്ന് ആരോ വിളിക്കുന്നുണ്ടെന്നു തോന്നിയപ്പോൾ നടത്തത്തിനു വേഗതകുറച്ചു. പറഞ്ഞത് എന്താണെന്ന് വ്യക്തമായില്ലെങ്കിലും ശബ്ദം കേട്ടിടത്തേക്ക് ഭീതിയോടെ തിരിഞ്ഞു നോക്കി.

പിറകിൽ നിൽക്കുന്ന പട്ടാളക്കാരനെക്കണ്ട് വല്ലാതെ പകച്ചു. അയാൾ പറഞ്ഞതാകട്ടെ പിടികിട്ടിയതുമില്ല. കൈചൂണ്ടി എന്തോ പറയുന്നുണ്ട് അയാൾ. ഇവിടന്ന് പോകാനായിരിക്കുമോ പറയുന്നത്? തൊട്ടടുത്താണ് വീട് അങ്ങോട്ടു പോവുകയാണ് എന്നു പറയണമെന്നുണ്ടായിരുന്നു. ഭാഷ വശമില്ലാത്തതിനാൽ ഒന്നും പറയാനായില്ല. എങ്ങോട്ടെന്നില്ലാതെ തിരക്കിട്ട് നടന്നു. അപ്പോൾ അയാളും പിറകേ കൂടി. അതോടെ തൊണ്ട വരണ്ടു. കാലിടറി. എന്നിട്ടും ഇരുട്ടിൽ കണ്ണും നട്ട് മുന്നോട്ടു നടന്നു. പെട്ടെന്ന് കണ്ണിൽ വെളിച്ചമടിച്ചപ്പോൾ കൊച്ചുകുട്ടിയെപ്പോലെ പേടിച്ചു നിലവിളിച്ചു. അയാളുടെ ലക്ഷ്യമറിയാൻ പട്ടാളക്കാരൻ ടോർച്ചടിച്ചപ്പോൾ വെളിച്ചം മുഖത്തു പതിച്ചതാണെന്ന് പിന്നീടാണ് മനസിലായത്. മരണം മുന്നിൽ കാണുകയായിരുന്നു.

മനുഷ്യരുടെ ചെത്തും ചൂരുമില്ല. നൈറ്റ് പോലീസുകാരനേയും കണ്ടില്ല. ഇനിയെന്ത് എന്നുള്ള ചോദ്യം വല്ലാതെ ഭയപ്പെടുത്തി. ഒരു പക്ഷേ, സ്വപ്നമായിരിക്കുമോ? അല്ല തോക്കേന്തിയ പട്ടാളക്കാരൻ തൊട്ടു പിറകിൽ അപ്പോഴുമുണ്ട്.

“ഇൻശാ അള്ളാ. നാളെക്കാണാം.”

പിരിയാൻനേരം മറിയത്തിന്റെ ഉമ്മ പറഞ്ഞത് കാതിലെത്തി.

ഇനി ഒരു നാളെയുണ്ടാകുമോ?

ബയണറ്റിന്റെ കൂന്തമുനയിൽ ജീവിതം അവസാനിക്കാൻ പോകയാണോ?

“നിങ്ങളുടെ ശ്വാസത്തിൽ കലർന്ന മദ്യത്തിന്റെ ഗന്ധമാണ് എന്നെ ലഹരി പിടിപ്പിക്കുന്നത്.”

മറിയത്തിന്റെ ഉമ്മയുടെ കിന്നാരം.

മദ്യലഹരി പട്ടാളക്കാരനെ കണ്ടതോടെ കെട്ടടങ്ങിയില്ലേ? ഇനിയെന്തു പ്രേമം? എന്റെ അന്ത്യമടുത്തു. ഒരു നിമിഷം...അതോ അരനിമിഷമോ?

കുറച്ചുകൂടി മുന്നോട്ടു ചെന്നപ്പോൾ എങ്ങും വെളിച്ചം. കൈയിൽ വിളക്കുമായി അനേകം പട്ടാളക്കാർ റോന്തു ചുറ്റുന്നു. രാത്രിയിൽ പുറത്തിറങ്ങി നടക്കുന്നവരെ പിടിക്കാനിറങ്ങിതായിരിക്കുമോ? എന്തു ശിക്ഷയാണോ വിധിക്കുന്നത്? തെരുവിൽ വേറെയും ആളുകളെ കണ്ടപ്പോൾ അൽപ്പം ആശ്വാസമായി. ഒരു തെറ്റും ചെയ്യാത്ത തന്നെ ഇയാളെന്തിനാ പിന്തുടരുന്നത്? സ്വാതന്ത്ര്യസമരത്തിൽ ഇതുവരെ പങ്കെടുത്തിട്ടില്ല. ഉള്ളിൽ സ്വാതന്ത്ര്യബോധമുണ്ടെന്നറിഞ്ഞ് പിടിച്ച് ജയിലിലിടാൻ ഇവരെന്താ മനസുവായിക്കാൻ കഴിയുന്നവരാണോ? നേതാക്കന്മാരെയൊക്കെ അവർ തടവിലാക്കി. ഇനി സാധാരണക്കാരേയും വേട്ടയാടുകയാണോ? ഭാഷ വശമുണ്ടായിരുന്നെങ്കിൽ ഇതൊക്കെ അവരോട് ചോദിക്കാമായിരുന്നു, ഇപ്പോൾ ഫഹ്മി കൂടെ ഉണ്ടായിരുന്നെങ്കിൽ!

ഫഹ്മിയെക്കുറിച്ചോർത്തും സങ്കടം സഹിക്കാനായില്ല. എന്റെ മക്കൾ.... ആമിന.... ആയിഷ.... കദീജ... അവരിതറിയുന്നുണ്ടോ? അവരെ സംബന്ധിച്ചിടത്തോളം ബാപ്പ അജയ്യനാണ്. പട്ടാളക്കാരനെന്നല്ല ഒരുത്തർക്കും അവരുടെ ബാപ്പയുടെ തലനാരിഴ തൊടാൻപോലുമുള്ള ധൈര്യമില്ല. കുടുംബത്തെക്കുറിച്ചോർത്തപ്പോൾ കണ്ണുനിറഞ്ഞു.

ഇരുളിൽ ഉറങ്ങിക്കിടക്കുന്ന വീടുകൾക്കു മുന്നിലൂടെ നടത്തം തുടർന്നു. വഴിയും വീടുകളും പരിചയമുള്ളതുതന്നെ. കുട്ടിക്കാലം മുതൽ നടന്ന വഴികൾ. എന്നിട്ടും അപരിചിതനായ തടവുപുള്ളിയെപ്പോലെ അതു വഴിയേ നടക്കേണ്ട ഗതികേടിലായി. അള്ളാഹുവല്ലാതെ ആരോരുമില്ല സഹായത്തിന്. നാവുകൊണ്ടെങ്കിലും മനസുകൊണ്ട് അവന്റെ നാമം ഉരുവിട്ടു. മദ്യപിച്ച് ഒരു സ്ത്രീയോടൊപ്പം കഴിഞ്ഞിട്ട് കുളിച്ച് ശുദ്ധിയാവാതെ അള്ളാഹുവിന്റെ നാമം ഉരുവിട്ടതിൽ കുറ്റബോധം തോന്നി. എല്ലാ തെറ്റുകൾക്കുമുള്ള ശിക്ഷ ഇതാ ഒന്നിച്ചനുഭവിക്കാൻ പോകുന്നു. ശബ്ദം കേൾക്കുന്നുണ്ടല്ലോ. മനുഷ്യശബ്ദമോ അതോ രാവേട്ടക്കിറങ്ങിയ ജിന്നുകളോ?

കാതോർത്തു, കേൾക്കുന്നത് മനുഷ്യ ശബ്ദമാണെന്ന് തിരിച്ചറിഞ്ഞു.

ഇരുട്ടുമാറി വെളിച്ചം പരന്നിരിക്കുന്നു. ആ വെളിച്ചത്തിൽ ബാബുൽ ഫത്തഹ് കാണാം. പുരാതന നഗരകവാടത്തിൽ ബ്രിട്ടീഷ് പട്ടാളം കാവൽ നിൽക്കുകയാണ്. അവരോടൊപ്പം ഈജിപ്ഷ്യൻ പട്ടാളക്കാരേയും കണ്ടപ്പോൾ ആശ്വാസമായി. എന്തിനാണ് തന്നെ പിന്തുടർന്ന് ഇവിടെ എത്തിച്ചത് എന്നെങ്കിലും ചോദിച്ചറിയാമല്ലോ. രക്തസാക്ഷിയാകാനായിരിക്കും റബ്ബിന്റെ വിധി. എന്റെ ചങ്ങാതിമാർക്ക് ഞാനിതാ ഒരു പഴങ്കഥയായി അവശേഷിക്കാൻ പോകുന്നു. കാലം കഴിയുമ്പോൾ ഞാൻ വെറുമൊരോർമ മാത്രമാകും. ഇഹലോകത്തെക്കുറിച്ചുള്ള ചിന്ത വിടാം. പരലോകമോക്ഷത്തിനായി മാത്രം തേടാം.

ബ്രിട്ടീഷുപട്ടാളക്കാരുടെ അടുത്തെത്തിയപ്പോൾ അവർ തുറിച്ചുനോക്കി പേടിപ്പിച്ചു.

"ഇവിടെ വാ."

ഒരു ഈജിപ്ഷ്യൻ പട്ടാളക്കാരനാണ് ആജ്ഞ പുറപ്പെടുവിച്ചത്. പേടിച്ചുവിറച്ചാണ് അടുത്തുചെന്നത്. അവിടെ കുറേപ്പേർ റോഡിനു കുറുകേയുള്ള കുഴിതൂർക്കുകയാണ്. പൊലീസുകാരുടെ മേൽനോട്ടത്തിലാണ് ജോലി. റോഡ് തടസപ്പെടുംവിധം ആരാണീ കുഴി കുത്തിയത്? ആരോടുചോദിക്കും? ഭയന്നു വിറച്ചാണെങ്കിലും ഏവരും തിരക്കിട്ട് ജോലി ചെയ്തുകൊണ്ടിരിക്കയാണ്.

"മറ്റുള്ളവർ പണിയുന്നത് കണ്ടില്ലേ? മേലുനോവണ്ടെങ്കിൽ പെട്ടെന്ന് പണിക്കിറങ്ങിക്കോ."

ഒരു കുട്ട മുന്നിലേക്കിട്ട് പോലീസുകാരൻ ഭീഷണിപ്പെടുത്തിയപ്പോഴാണ് തന്നെ ഇവിടെ തെളിച്ചുകൊണ്ടുവന്നതിന്റെ ഉദ്ദേശ്യം മനസിലായത്.

"പണികഴിഞ്ഞാൽ എന്നെ വെറുതെ വിടുമോ?"

കുനിഞ്ഞ് കുട്ടയെടുക്കുന്നതിനിടയിൽ ചോദിക്കാതിരിക്കാനായില്ല.

"ദൈവാനുഗ്രഹമുണ്ടെങ്കിൽ."

പൊലീസുകാരൻ പിറുപിറുത്തു.

തികട്ടിവന്ന കരച്ചിലടക്കി കുപ്പായക്കൈ തെറുത്തു കയറ്റി മറ്റുള്ളവരോടൊപ്പം പണിക്കിറങ്ങി. ചെളി കൈകൊണ്ട് വാരി കുട്ടയിലിട്ട് കുഴിയിൽ കൊണ്ടിടണം. എല്ലാ തരക്കാരുമുണ്ട്. വൃദ്ധർ, ചെറുപ്പക്കാർ, പണക്കാർ, ദരിദ്രർ ഏവരും ഒരുമിച്ച് തിരക്കിട്ട് കുഴി തൂർക്കുകയാണ്. കുട്ട താഴെവച്ച് നിവർന്നപ്പോൾ ആരോ കൈയിൽ തോണ്ടി. നോക്കിയപ്പോൾ എണ്ണമില്ലുടമ ഹമീദ്. വൈകുന്നേരത്തെ സംഗീതസദസുകളിൽ ചിലപ്പോൾ അവർ ഒന്നിച്ചുണ്ടാകാറുണ്ട്. ഇതുപോലൊരു ഭീകരാന്തരീക്ഷത്തിൽ പരസ്പരം കണ്ടപ്പോൾ രണ്ടുപേർക്കും സന്തോഷമായി.

"നിങ്ങളേയും പിടികൂടി അല്ലേ?"

പതുക്കെയാണ് ചോദ്യം.

"നിങ്ങളേക്കാൾ മുമ്പേ കുറേ നേരമായി പാടുപെടുന്നു. അതിനിടയിൽ ഒന്നു നടുനിവർത്തിയപ്പോഴാണ് നിങ്ങളെ കണ്ടത്."

"കണ്ടതു നന്നായി. നമ്മുടെ മറ്റു കൂട്ടുകാർ ആരെങ്കിലുമുണ്ടോ?"

"നിങ്ങളെ മാത്രമേ ഞാൻ കണ്ടുള്ളൂ."

"പണി തീർന്നാൽ വിട്ടയക്കാമെന്നാ പോലീസുകാരൻ പറഞ്ഞത്."

"എന്നോടും പറഞ്ഞു."

"എന്റെ കാൽമുട്ടിന്റെ പണി തീർന്നു. പഹയരെ പടച്ചോൻ വെറുതെ വിടില്ല."

"എന്റെ സ്ഥിതി പറയാത്തതാ നല്ലത്."

"ആരാ ഇങ്ങനെ ഒത്ത നടുവിൽ കുഴികുത്തിയത്?"

"കോളേജ്കുട്ടികളാണെന്നാ തോന്നണത്. പട്ടാളട്രക്കുകളെ കെണിവയ്ക്കാൻ ചെയ്തതാ. ഒരു ട്രക്ക് കുഴിയിൽ വീണെന്നാ കേട്ടത്."

ഈ നായിന്റെ മക്കൾക്ക് പടച്ചോൻ കൊടുക്കട്ടെ."

പണിയെടുത്ത് തളർന്ന ഹമീദ് ശപിച്ചു.

"അവർക്ക് നമുക്ക് ന്യായമായ കൂലി തരുമായിരിക്കും അല്ലേ?"

സയ്യിദ് അഹമ്മദ് തമാശ പറഞ്ഞു.

"നിങ്ങളെ എവിടെന്നാ പിടിച്ചത്?"

"വീട്ടിലെത്താറായിരുന്നു. നിങ്ങളെയോ?"

"ഞാൻ കഞ്ചാവിന്റെ ലഹരിയിൽ നടക്കുകയായിരുന്നു. വെള്ളപ്പട്ടാളത്തിന് അതിനേക്കാൾ ലഹരിയുണ്ടെന്ന് ഇപ്പോ ബോധ്യമായി."

"ചെകുത്താന്മാരാ."

വെളിച്ചം മുഖത്തേക്കടിച്ചപ്പോൾ അവർ സംസാരം മതിയാക്കി വീണ്ടും പണി തുടങ്ങി. മുഖം ചെളിയിൽകുളിച്ചു. വിയർത്തൊഴുകി. പൊടി ശ്വസിച്ചതുകാരണം ശ്വാസംമുട്ടി ചുമച്ചു തളർന്നു. പ്രേത ങ്ങളെപ്പോലെ തോന്നിച്ചു.

ഒറ്റയ്ക്കല്ലല്ലോ എന്നായിരുന്നു രണ്ടുപേർക്കുമുള്ള ഏക സമാധാനം. പരിചയമുള്ളവർ വേറെയുമുണ്ടായിരുന്നു. വാളും പരിചയും മാറ്റിവച്ച് ഈജിപ്ഷ്യൻ പട്ടാളക്കാരും പണിയെടുക്കുന്നുണ്ടായിരുന്നു. ഉള്ളിൽ കോപം കത്തിക്കാളിയപ്പോൾ അയാൾ സ്വയം ആശ്വസിച്ചു.

സാബൂർ...ക്ഷമിക്കുകയല്ലാതെ നിവൃത്തിയില്ല.

രാവിലെകൊണ്ട് തീരുമോ? അതോ എന്നുമിനി അഴുക്കു ചുമക്കാ നാണോ വിധി? ആരോടാ ചോദിക്കുക? റബ്ബിനോടല്ലാതെ ആരോട് പരാതി പറയും? നേരമെത്രയായി? ഇങ്ങനെ സംഭവിച്ചില്ലായിരുന്നെങ്കിൽ ഞാനിപ്പോൾ എന്റെ പതുപതുത്ത മെത്തയിൽ കിടന്ന് സുഖമായി ഉറ ങ്ങുന്നുണ്ടാവും. കുടിക്കാനുള്ള ഓറഞ്ചുനീര് ആമിന ജഗ്ഗിലെടുത്തു വെച്ചിട്ടുണ്ടാകും. കൈയും മുഖവും കഴുകി ഇത്തരി ഓറഞ്ച് നീര് കുടി ച്ചിരുന്നെങ്കിൽ!

സ്വാതന്ത്ര്യസമരത്തിൽ പങ്കാളിയാവാൻ ഒരവസരമുണ്ടായെന്നു കരുതി സമാധാനിക്കാം. പത്രംവായിച്ച് വിവരം അറിയുന്നതുപോല ല്ലല്ലോ. ചേറിൽ കുളിച്ച് പണിയെടുക്കുന്നത്. അള്ളാഹുവേ...എന്നെ രക്ഷി ക്ക്. ഇതൊന്നും എനിക്കു പറഞ്ഞ പണിയല്ല. നാളിതുവരെ ചെയ്തിട്ടു മില്ല മേലിലും നീ കാക്ക്.

ഞാൻ ആപത്തിൽ പെട്ടിരിക്കയാണെന്ന് ഫഹ്മി അറിഞ്ഞിട്ടുണ്ടാ കുമോ? അതൊന്നുമറിയാതെ അവനിരുന്ന് പഠിക്കുകയായിരിക്കും. കണ്ണീ രോടെയാണെങ്കിലും അവൻ അന്ന് എന്നെ ധിക്കരിച്ച് ഇറങ്ങിപ്പോയില്ലേ? അവന്റെ ഉമ്മയോടുപോലും ഞാനക്കാര്യം പറഞ്ഞിട്ടില്ല. എന്തിന് അറി ഞ്ഞുകൊണ്ട് സ്വയം വിലകെടണം? എന്റെ അധികാരം നടക്കാത്തിടത്ത് അവളുടെ കണ്ണീരിനെന്തു വില? ആപത്തൊന്നുമില്ലെന്ന് അവൻ പറയു ന്നത് നേരായിരിക്കുമോ? അള്ളാഹുവേ അവന് നീ മാത്രമാണ് തുണ. കഷ്ടകാലത്തിൽ നിന്ന് നീ ഞങ്ങളെ രക്ഷിക്ക്. നേരമെത്രയായി? നേരം പുലർന്നെങ്കിൽ അവർ ഞങ്ങളെ വിട്ടയച്ചേനെ. ജനങ്ങളുടെ മുന്നിൽവച്ച് ഞങ്ങളെ അപമാനിക്കാനും ശിക്ഷിക്കാനുമുള്ള ധൈര്യം ആ ചെകുത്താ ന്മാർക്കുണ്ടാവില്ല.

“തൊണ്ടയിൽ മണ്ണ് കുടുങ്ങിയപ്പോൾ ഞാനൊന്ന് കാർക്കിച്ചു തുപ്പി പ്പോയി. എന്റെ റബ്ബേ ആ പഹയന്റെ നോട്ടംകണ്ട് ഞാനങ്ങു പേടിച്ചു പോയി.

ചങ്ങാതി പറഞ്ഞു.

“തുപ്പണ്ട. എന്നെപ്പോലൊരു ചെളി വിഴുങ്ങിക്കോ. ഇതിലും ഭേദമാ.”

“സുബൈദയുടെ ശാപമായിരിക്കും.”

"നേരാ."

"ഈ കുഴി നിറയ്ക്കുന്നതിലും ഭേദം അവളെ സഹിക്കുകയായിരുന്നില്ലേ?"

"അത് ഇതിലും ഭീകരം"

കുറച്ചുനേരം അവർ വേദന മറന്നു.

"എന്റെ റബ്ബേ എന്റെ പുറം പൊളിയുന്നു."

"എന്റേയും. സ്വാതന്ത്ര്യത്തിനുവേണ്ടി ഇത്രയും ത്യാഗം സഹിക്കാൻ അവസരം കിട്ടിയല്ലോ എന്ന് സമാധാനിക്കാം."

"ഈ കുട്ട ആ പട്ടാളക്കാരന്റെ മുഖത്തേക്ക് വലിച്ചെറിഞ്ഞ് സഅദ് നീണാൾ വാഴട്ടെ എന്ന് വിളിച്ചാലോ?"

കഞ്ചാവ് പിന്നെയും തലയ്ക്കു പിടിച്ചോ?"

"വല്ലാത്ത നഷ്ടമായിപ്പോയി. കണ്മണിയോളം വലിപ്പത്തിലുണ്ടായിരുന്നു. ഞാനത് ചായയിൽ കലക്കി അരിച്ചാണ് കുടിച്ചത്. അതു കഴിഞ്ഞ് ഹംസായിയുടെ വീട്ടിൽച്ചെന്ന് ഷെയിക്ക് അലിമുഹമ്മദിന്റെ കവിത കേട്ടു. നിന്റെ തൈക്കിളവി നിന്നേയും കാത്തിരിക്കുന്നു. വേഗം ചെല്ല് എന്ന് ഉള്ളിലിരുന്ന് ആരോ പറഞ്ഞപ്പോ എഴുന്നേറ്റ് നടന്നതാണ്. അപ്പഴല്ലേ ഈ കുരങ്ങന്മാർ എന്നെ ഇങ്ങോട്ട് തെളിച്ചുകൊണ്ടുവന്നത്."

പട്ടാളക്കാർ പിന്നേയും കുറെപ്പേരെ തെളിച്ചുകൊണ്ടുവന്ന് നിർബന്ധിച്ച് ജോലി എടുപ്പിച്ചുകൊണ്ടിരുന്നു. ചുറ്റും കണ്ണോടിച്ചു. ജനസമുദ്രമെന്നു പറയാം. പട്ടാളക്കാരുടെ സർച്ചുവിളികളുടെ പ്രകാശത്തിൽ അവർ നിർത്താതെ ജോലി ചെയ്തുകൊണ്ടിരുന്നു. അവരെല്ലാം പേടിച്ചു വിരണ്ടിരുന്നു.

ഇത്രയും പേരെ ഒന്നിച്ചു കൊല്ലില്ലല്ലോ.

സ്വയം സമാധാനിച്ചു.

നിരപരാധികളെ അപരാധികളോടൊപ്പം കൊല്ലില്ലായിരിക്കും. അതിനിപ്പോൾ ഇവിടെ ആരാ അപരാധികൾ? ചങ്കൂറ്റത്തോടെ തോക്കിനു മുന്നിൽ മാറുകാണിക്കുന്ന ആ ചെറുപ്പക്കാരോ? അവർ കുഴിച്ച കുഴി നികത്താൻ പാടുപെടുന്ന സാധാരണക്കാരുടെ വിഷമം അവരറിയുന്നുണ്ടോ? നടുറോഡിൽ കുഴികുത്തിയാൽ സഅദിനെ തിരിച്ചു കിട്ടുമോ? ഈ ആപത്തിൽനിന്ന് അള്ളാഹു രക്ഷപ്പെടുത്തുകയാണെങ്കിൽ ഞാനിനി ഒരിക്കലും രാത്രി പരിപാടികൾക്ക് ഇറങ്ങുകയില്ല. രാത്രികാലത്ത് പുറത്തിറങ്ങുന്നത് സുരക്ഷിതമല്ലെന്ന് ഇന്നത്തതോടെ ബോധ്യമായി. ഈ സമരത്തിനിടയിൽ വീർപ്പുമുട്ടുന്നത് സാധാരണക്കാരാണ്. ജീവിതം അപ്പാടെ താറുമാറായി വെറുതേ നടക്കുന്ന ഒരാളെ പിടിച്ചുകൊണ്ടുവന്ന് നിർബന്ധിച്ചു ജോലി ചെയ്യിക്കുക! ഇങ്ങനെയൊന്നും സംഭവിക്കില്ലെന്നാണല്ലോ ഫഹ്മി പറഞ്ഞിരുന്നത്. എന്റെ തല പൊളിയുന്നത് അവനറിയുന്നുണ്ടോ? അൽപ്പനേരം വിശ്രമിക്കാൻ സാധിച്ചെങ്കിൽ. മറിയത്തിന്റെ ഉമ്മ ലഹരിയുടെ ആലസ്യത്തിൽ സുഖമായി ഉറങ്ങുന്നുണ്ടാവും. ആമിന

എന്നേയും കാത്ത് ഉറക്കമിളച്ച് ഇരിക്കുന്നുണ്ടാകും. എന്റെ കണ്ണിലും മൂക്കിലും നിറയെ ചെളിയാണ്. റബ്ബേ എനിക്കു വയ്യല്ലോ. ആദരവായ റസൂലേ... ഹുസൈൻ തങ്ങളേ.... ആരെങ്കിലും എന്നെ ഇവിടന്ന് രക്ഷിക്ക്.

"കോഴി കൂവിയതു കേട്ടോ?"

"അതേ...കോഴി കൂവുന്നു. അപ്പോ നേരം വെളുത്തെന്നോ?"

"പക്ഷേ പുലർന്നാലും ഈ കുഴി നിവരുന്ന ലക്ഷണം കാണുന്നില്ല. എനിക്കിനി ഒരു കുട്ട മണ്ണുപോലും ചുമക്കാനുള്ള ശേഷിയില്ലതാനും."

"വയറിനകത്ത് വടംവലി. മൂത്രമൊഴിക്കാതെ നിവൃത്തിയില്ല."

"എനിക്കും ഇനി ശേഷിയില്ല."

സയ്യിദ് അഹമ്മദും യോജിച്ചു.

"എന്താ ചെയ്യുക?"

"ഒരു മാർഗവും കാണുന്നില്ല."

"ആ പഹയൻ പട്ടാളക്കാരൻ നോക്കുന്നത് കാണുന്നില്ലേ?"

"ആവൂ...."

"ഇംഗ്ലീഷുകാരെ ഇവിടന്നുതുരുത്തുകയാണ് മൂത്രമൊഴിക്കുന്നതിനേക്കാൾ ഇപ്പോൾ അത്യാവശ്യം."

"അവരെ ആദ്യം അൽനാസർ തെരുവിൽനിന്ന് പുറത്താക്ക്. എന്നിട്ട് ഈജിപ്തിൽനിന്നു പുറത്താക്കുന്നതിനെക്കുറിച്ചാലോചിക്കാം."

"എന്റെ റബ്ബേ...നോക്ക് പട്ടാളം ഇനിയും ജനത്തെ ആട്ടിത്തെളിച്ചു കൊണ്ട് വരുന്നു."

അറുപത്തിഅഞ്ച്

സയ്യിദ് അഹമ്മദ് ഉണർന്നപ്പോൾ ഉച്ച കഴിഞ്ഞിരുന്നു. അപ്പോഴേക്കും അദ്ദേഹത്തെ കാണാതായ വാർത്ത നാടാകെ പരന്നിരുന്നു. ബുദ്ധിമുട്ടൊന്നും കൂടാതെ വീട്ടിൽ തിരിച്ചെത്തിയതറിഞ്ഞ സുഹൃത്തുക്കൾ കൂട്ടത്തോടെ വീട്ടിലെത്തി. ചങ്ങാതിമാരെ കണ്ടപ്പോൾ ഉള്ളു നിറഞ്ഞ സയ്യിദ് അഹമ്മദ് തലേന്നത്തെ ദുരനുഭവങ്ങൾ മറന്ന് അവരോടൊപ്പം സന്തോഷം പങ്കിടുകയും അനുഭവിച്ച ദുരന്തം തമാശരൂപേണ അവരെ പറഞ്ഞു കേൾപ്പിക്കുകയും ചെയ്തു.

ആമിനയോടാണ് അക്കഥ അയാൾ ആദ്യം വിവരിച്ചത്. അപ്പോൾ കണ്ണു നിറഞ്ഞിരുന്നു. ശാരീരികമായും മാനസികമായും ആകെ തളരുകയും ചെയ്തിരുന്നു. അന്തം വിട്ടുപോയി ആമിന. വേണ്ട ശുശ്രൂഷകൾ ചെയ്ത് അയാളെ ഉറങ്ങാനയച്ചിട്ട് തന്റെ കുടുംബത്തിന്റെ രക്ഷയ്ക്കായി അവൾ മനമുരുകി പ്രാർഥിച്ചു.

വളരെഅടുത്ത സുഹൃത്തുക്കളായ മുഹമ്മദ് ഇഫ്ഫത്ത്, അബ്ദുൽ റഹീം, ഇബ്രാഹിം തുടങ്ങിയവരെത്തിയതോടെ അയാൾ വേദന മറന്ന് തികച്ചും ഉന്മേഷവാനായി.

ഒന്നാംനിലയിൽ ബാപ്പയുടെ കൂട്ടുകാരുടെ തിരക്ക്. അടുക്കളയിൽ ആമിനയും ഉമ്മുവും ശ്വാസംകഴിക്കാനിടകിട്ടാതെ വിയർത്തു കുളിച്ചു. വരുന്നവരെ തരാതരംപോലെ സൽക്കരിക്കണ്ടേ? താഴത്തെ ഇരിപ്പുമുറിയിൽ മക്കൾ ഒത്തുകൂടി. കദീജയും ആയിഷയും വിവരമറിഞ്ഞ് എത്തിയിരുന്നു. ഇങ്ങനെ എല്ലാവരും ഒത്തുകൂടി സൊറപറഞ്ഞിട്ട് നാളേറെയായി. ഖലീലും ഇബ്രാഹീമും അവരോടൊപ്പമുണ്ടായിരുന്നു. ബാപ്പ എഴുന്നേറ്റെന്നറിഞ്ഞപ്പോൾ അവർ ബാപ്പയെ കാണാൻപോയി. ഏറെക്കാലം കൂടി ഒന്നിച്ചുകാണാനിടയായതുകൊണ്ടാവാം അവർ ബാപ്പയുടെ ദുരവസ്ഥമറന്നു. പരസ്പരം പരിഹസിച്ചും തമാശപറഞ്ഞും അവർ പഴയ കാലം അയവിറക്കി. സന്തോഷം പങ്കിടുന്നതിനിടയിലും ബാപ്പയെക്കുറിച്ചോർത്ത് അവർ വേദനിച്ചിരുന്നു. ബാപ്പയെ നേരിൽകണ്ട് വണങ്ങി തിരിച്ചെത്തിയതോടെ ഇരിപ്പുമുറിയിൽ പെരുന്നാളാഘോഷത്തിന്റെ പകിട്ട്.

ആൺമക്കൾ അടുത്തുവന്ന് കൈമുത്തിയപ്പോൾ മിണ്ടാതിരുന്ന ബാപ്പ പെൺമക്കളെ സ്നേഹത്തോടെ സ്വീകരിച്ചു. അവരുടെ സുഖവിവരങ്ങൾ തിരക്കി. വിവാഹശേഷമാണ് ബാപ്പയുടെ ലാളന ഏൽക്കാൻ ഭാഗ്യമുണ്ടായതെന്ന് പെൺകുട്ടികൾക്ക് തോന്നിയിട്ടുണ്ട്. ഇത്താത്തമാരെ കണ്ടപ്പോൾ കമാലിന്റെ സന്തോഷത്തിനതിരില്ല. വല്ലപ്പോഴും അവർ വീട്ടിലെത്തുമ്പോഴൊക്കെ അവൻ ഇതുപോലെ തുള്ളിച്ചാടാറുണ്ട്. പോകാൻ നേരം കണ്ണ് നിറയ്ക്കുകയും അവന്റെ പതിവാണ്. ഹരത്തിൽ സംസാരിച്ചിരിക്കുമ്പോഴായിരിക്കും അളിയന്മാർ പോകാൻസമയമായി എന്നു പറഞ്ഞെത്തുന്നത്. കേൾക്കേണ്ട താമസം അവർ പോകാനായി എഴുന്നേൽക്കുന്നു.

"ഞാൻ നാളെ വരാം. നിങ്ങള് പോയ്ക്കോളീ."

എന്ന് രണ്ടാളും ഇതുവരെ പറഞ്ഞിട്ടില്ല. ഇത്താത്തമാർ ഭർത്താക്കന്മാരുടെ സ്വത്താണെന്ന് ബോധ്യമായി. എപ്പോഴെങ്കിലും അവരെ ഇങ്ങോട്ടയക്കുന്നതുതന്നെ വലിയ കാര്യം. സമയംകിട്ടുമ്പോൾ അവൻ അങ്ങോട്ടുചെന്ന് കാണാറുണ്ട്.

"ഇങ്ങട്ട് മടങ്ങി വന്നൂടേ നിങ്ങക്ക്?"

മുമ്പ് അവൻ ചോദിക്കാറുണ്ടായിരുന്നു.

"റബ്ബേ വിവരമില്ലാത്ത കുട്ടീടെ ദ്വാ നീ ഖബൂലാക്കല്ലേ. എന്റെ പെൺമക്കൾക്ക് എന്നും അവിടെതന്നെ സന്തോഷമായിട്ടു കഴിയാൻ നീ എത്തിച്ചു കൊടുക്കണേ."

കേൾക്കുന്നതും ഉമ്മ ഉടനെ കൈ മേലോട്ടുയർത്തി തേടും.

കല്യാണം കഴിഞ്ഞാൽ വയറുവീർക്കും. അപ്പോൾ അവർ ശർദിക്കും, അരുതായ്വരും എന്നൊക്കെ ഉമ്മ പറഞ്ഞ് അവനറിയാമായിരുന്നു. പക്ഷേ

ആയിഷയുടെ വയറിപ്പോഴും ചൊട്ടിത്തന്നെയാണല്ലോ കിടക്കുന്നത്. കദീജയ്ക്കുമില്ല മാറ്റം. കമാലിന്റെ ചോദ്യംകൊണ്ട് ഉമ്മ പൊറുതിമുട്ടി. ഇത്താത്തമാരുടെ കുട്ടികൾ അവനെ മാമാ എന്നു വിളിക്കും എന്നും ഉമ്മ പറഞ്ഞിരുന്നു. എന്നിട്ടവരെന്താ വരാത്തത്? പിറക്കുന്നതുവരെ ആ കുഞ്ഞുങ്ങൾ എവിടെയാ കിടക്കുക? എന്താ കഴിക്കുക? എങ്ങനെയാ പുറത്തുവരിക? വയറ്റിൽ കുഞ്ഞ് എങ്ങനെയാ ഉണ്ടായത്? അവന്റെ ചോദ്യങ്ങൾക്കൊക്കെ ഉമ്മയ്ക്ക് മറുപടി ഉണ്ട്. ജിന്നാണ് കുഞ്ഞുങ്ങളെ വയറ്റിലിടുന്നത്. അവർതന്നെ പുറത്തുകൊണ്ടുവരും. എന്നാ പുറത്തുവരിക എന്നായിരിക്കും അടുത്ത ചോദ്യം.

താമസിയാതെ.

“ഒമ്പതാം മാസമല്ലേ.” യാസീൻ ആയിഷയോട് ചോദിച്ചു.

“അതേ. പക്ഷേ എട്ടെന്നാ അമ്മായിമ്മ പറേണത്.”

“അവർക്ക് അല്ലെങ്കിലും എപ്പഴും എതിരു പറയണം.”

കദീജ മടുത്തമട്ടിൽ പറഞ്ഞു.

കദീജയും അമ്മായിയും തമ്മിലുള്ള പൊരുത്തക്കേട് വീട്ടിലുള്ളവർക്കും അറിയാം.

“യുദ്ധം കഴിയുംവരെ നിങ്ങളെല്ലാവരും അവിടെവന്ന് താമസിക്കണം.” ആയിഷ ക്ഷണിച്ചു.

“നേരാ. അവിടെയാണെങ്കിൽ ഇഷ്ടംപോലെ മുറികളുമുണ്ട്. ഉമ്മയ്ക്കും ബാപ്പയ്ക്കും ഒന്നാം നിലയിൽ ആയിഷയുടെകൂടെ കഴിയാം. ബാക്കിയുള്ളവർക്ക് ഞങ്ങടെ മുറികളിലും.”

കദീജയും പിന്താങ്ങി.

“പക്ഷേ ഇക്കാര്യം ആരാ ബാപ്പയോട് പറയുക?”

കേട്ടപ്പോൾ ഏറ്റവും സന്തോഷം കമാലിനായിരുന്നു.

“ബാപ്പ കൂട്ടാക്കില്ലെന്ന് നിങ്ങക്ക് രണ്ടാൾക്കും അറിയാലോ.”

“യുദ്ധമായാലും ബാപ്പ സായാഹ്നസവാരി നിർത്തില്ല. എന്നിട്ടല്ലേ പട്ടാളക്കാർ പിടിച്ചോണ്ടുപോയത്. എന്തതിക്രമമാ കാണിച്ചത്. കെണിവെച്ച് പിടിച്ചുകൊണ്ടുപോയി പണി ചെയ്യിപ്പിക്കുക. എന്റെ ചോര തിളയ്ക്കുന്നു.”

കദീജ.

“ബാപ്പയെ നേരിൽ കണ്ടപ്പോഴാ എന്റെ ശ്വാസം നേരെ വീണത്. ബാപ്പയുടെ മുഖത്ത് അവശത കണ്ടപ്പോൾ കണ്ണീരടക്കാൻ കഴിഞ്ഞില്ല. ആ പിശാചുക്കളെ പടച്ചോൻ വെറുതെവിടില്ല.”

ആയിഷ വിതുമ്പി.

“നോക്ക് ഇംഗ്ലീഷ്പട്ടാളക്കാരെ വെറുതേ പഴിപറയണ്ട. അവരുടെ സുഹൃത്തിന് സഹിക്കില്ല.”

കമാലിനെ എരികയറ്റാനെന്നോണം യാസീൻ പറഞ്ഞു.

“നിന്റെ കൂട്ടുകാരിലൊരാളാണ് പിടിച്ചുകൊണ്ടുപോയതെന്ന് ബാപ്പ അറിഞ്ഞു കാണില്ല.”

"നിനക്കിപ്പോഴും അവരുമായി കൂട്ടുണ്ടോടാ?"

ആയിഷ ചിരിച്ചുകൊണ്ടാണ് ചോദിച്ചത്.

"എന്റെ ബാപ്പയാണെന്നറിഞ്ഞിരുന്നെങ്കിൽ അവർ ഒന്നും ചെയ്യില്ലായിരുന്നു."

"കമാൽ ഈജിപ്തുകാരാനാണെന്നറിഞ്ഞിരുന്നെങ്കിൽ അവർ ഒരൊറ്റ ഈജിപ്തുകാരേയും ഉപദ്രവിക്കില്ലായിരുന്നു."

ചിരി അടക്കാൻ കഴിയാതെ യാസീൻ വായ പൊത്തി.

"ആളാവല്ലേ. ഈ വെള്ളിയാഴ്ച പള്ളീപ്പോവാൻ എന്റെ ആങ്ങളയ്ക്ക് ധൈര്യമുണ്ടോ?"

കദീജ യാസീനെ വിരട്ടി.

"ഈയൊരവസരത്തിൽ ഞാനൊന്നും പറയുന്നില്ല. എന്റെ പെങ്ങളായിപ്പോയില്ലേ. പറഞ്ഞോ."

യാസീൻ ഒഴിഞ്ഞുമാറി.

"അപ്പോ മുമ്പ് പെങ്ങളല്ലായിരുന്നോ?"

"എന്റെ റബ്ബേ....രക്ഷിക്കണേ. ചില പെൺകുട്ടികൾക്ക് കല്യാണം കഴിഞ്ഞാലെങ്കിലും നാവിനു നീളം കുറയുമെന്ന് കേട്ടിരുന്നു. ഇല്ല...മൗലാക്കളേ....കരുണ ചൊരിയൂ."

"ഉമ്മ മരിച്ച് ഒരുപാട് സ്വത്തും മുതലുമൊക്കെ ആയപ്പോൾ ആരോടും എന്തും പറയാമെന്നായിരിക്കും."

കദീജ വിട്ടില്ല.

"എന്റെ ആങ്ങള പണക്കാരനായെന്നോ?"

ആയിഷ.

"കേട്ടോ മോളേ കണക്ക്. ഹംസായിത്തെരുവിൽ വാടകക്കെട്ടിടം, അൽഗുരിയിൽ വീട്, കൊട്ടാരത്തെരുവിൽ വാടകവീട്..."

"അള്ളാഹുവേ കണ്ണേറിൽ നിന്ന് നീ രക്ഷിക്കണേ..."

"പിന്നെ പൊന്നും പണ്ടവും ഇഷ്ടംപോലെ."

അതുകേൾക്കാത്ത മട്ടിൽ കദീജ തുടർന്നു.

"എല്ലാം ആ പഹയൻ കട്ടുമുടിച്ചില്ലേ? അവളുടെ പണ്ടവും പണവുമൊക്കെ എവിടെയെന്ന് ബാപ്പ ചോദിച്ചപ്പോൾ അകത്തുകയറി നോക്കാമെന്നല്ലേ ആ കള്ളൻ പറഞ്ഞത്. അസുഖമായപ്പോൾ അയാളുടെ കാശെടുത്താണത്രേ ചികിത്സിച്ചത്. പെരുങ്കള്ളൻ...ആ തെണ്ടീടേലെവിടെന്നാ പണം?"

യാസീൻ സങ്കടത്തോടെയാണ് പറഞ്ഞത്.

"പാവം ആരോരുമില്ലാതെ കഷ്ടപ്പെട്ടുകാണും. പണത്തിനുവേണ്ടി കല്യാണംകഴിച്ച ഒരുത്തൻ നോക്കുന്നതിനു കണക്കില്ലേ പാവം... ഓർത്തു ദുഃഖിക്കാൻപോലും ആരുമില്ലാതായി."

ആയിഷ വിഷമത്തോടെ പറഞ്ഞു.

"ദുഃഖിക്കാൻ ആരുമില്ലെന്ന് ആരാ പറഞ്ഞത്?"

യാസീന്റെ സ്വരത്തിൽ വേദന.

“ഹാംഗറിൽ തൂങ്ങുന്ന ആ കറുത്ത കോട്ടാണോ ദുഃഖത്തിന്റെ അടയാളം.”

കദീജ കയർത്തു.

“എന്റെ ഉമ്മയ്ക്കുവേണ്ടി ഞാൻ കണ്ണീരൊഴുക്കാത്ത ദിവസമില്ല. അവരുടെ പാപമോചനത്തിനുവേണ്ടി പ്രാർഥിക്കുന്നുമുണ്ട്. അവസാനം കണ്ടപ്പോൾ ഞങ്ങൾ രണ്ടുപേരും തെറ്റുകൾ പരസ്പരം ഏറ്റുപറഞ്ഞതാണ്.”

ഗൗരവത്തിലായിരുന്നു യാസീൻ.

“വിടുവായനാണ്. ഉള്ളിൽത്തട്ടിത്തന്നെയാണോ പറയുന്നത്?”

അൽപ്പനേരം മിണ്ടാതിരുന്നിട്ട് കദീജ ചോദിച്ചു.

“അള്ളാണെ സത്യം. എന്റെ കടമകൾ മറന്ന് ഞാനൊരിക്കലും പ്രവൃത്തിച്ചിട്ടില്ല. അസുഖമാണെന്നറിഞ്ഞപ്പോൾ ഉടനെചെന്നു. മരിച്ചപ്പോൾ മൂന്നുദിവസം അവിടത്തന്നെകഴിഞ്ഞു. ഖത്തം ഓതിത്തീർത്തു. ഖബറിടത്തിൽച്ചെന്നു പൂവും പഴവും വെച്ച് ദ്വാഎരന്നു. എന്നിട്ടും എന്നെ ചെളിവാരി എറിയുന്നോ? ആണുങ്ങളുടെ ദുഃഖം നിങ്ങൾക്കു മനസിലാവില്ല.”

യാസീന്റെ വാക്കുകളിൽ അരിശം.

“ചന്തമില്ലാത്ത മുഖത്തുനിന്ന് ചന്തംകെട്ട വാക്കുകളേ ഉതിരൂ.”

യാസീൻ.

“ആരാ ഇത് പറഞ്ഞത്?”

കദീജ.

“നിന്റെ അമ്മായിമ്മ.”

ആയിഷ.

“ഇവരുടെ പോര് ഇപ്പോഴും തീർന്നില്ലേ?”

ഫഹ്മി.

“അവരുടെ പോര് തീരുംമുന്നേ ഇംഗ്ലീഷുകാരും ഈജിപ്തും യുദ്ധമവസാനിപ്പിച്ച് രമ്യതയിലാകും.”

“നല്ലകരുത്തുള്ള കൂട്ടത്തിലായിരുന്നു അവർ. ആ കരുത്തുതന്നെ അവർക്ക് വിനയായി. എനിക്കവരോടെന്നും സഹതാപമായിരുന്നു. അതുകൊണ്ട് പറഞ്ഞുപോയതാ. പൊറുക്ക്.” കദീജ.

“നിന്നെ വിശ്വാസക്കേടൊന്നുമില്ല. വെറുതേ സത്യം ചെയ്യണ്ട. കള്ളസത്യം ചെയ്താൽ നാളെ മഹശറയിൽ കൊടും ശിക്ഷയാ.”

യാസീൻ തമാശ പറഞ്ഞ് രംഗം മയപ്പെടുത്തി.

“നീ ഇവളെ എങ്ങനെ സഹിക്കുന്നു?”

ആയിഷയോടായിരുന്നു ഫഹ്മിയുടെ ചോദ്യം.

“ഒന്നും പറയണ്ട. ഒരുവിധം ഒപ്പിക്കുന്നു.”

ആയിഷ.

“സ്വന്തം സഹോദരിയെ അപമാനിക്കാൻ കൂട്ടുനിക്കരുത് ആയിഷാ.”

കദീജ കയർത്തു.

“എന്റെ റബ്ബേ...നിന്റെ അമ്മായിഅമ്മയെ സമ്മതിക്കണം. അല്ല അഭിനന്ദിക്കണം.”

യാസീൻ.

“രണ്ടാംഭാര്യയെത്തുമ്പോൾ ഒന്നിച്ചഭിനന്ദിച്ചേക്കാം.”

“അള്ളാഹു നിന്റെ തേട്ടം ഖബൂലാക്കട്ടെ.”

“നേരോ?”

ആയിഷ.

“ചൂടുവെള്ളത്തിൽ വീണ പൂച്ചയ്ക്ക് പച്ചവെള്ളം കണ്ടാലും പേടിയാണെന്നു കേട്ടിട്ടില്ലേ? എന്നാലും തലവിധി മാറ്റാനാകുമോ? രണ്ടോ മൂന്നോ നാലോ....ആരു കണ്ടു?”

“ഉപ്പൂപ്പായെപ്പോലെ...”

കമാൽ ചോദിച്ചപ്പോൾ കൂട്ടച്ചിരി.

“പാവം സൈനബ്. നല്ലവളായിരുന്നു.”

ആയിഷയുടെ പരാതി.

“അതുനേരാ. പക്ഷേ വിഡ്ഢിയായിപ്പോയി. ബാപ്പമാരുടെ മർക്കടമുഷ്ടി അറിഞ്ഞുകൊണ്ട് ഇങ്ങനെയൊക്കെ ചെയ്യേണ്ട വല്ല കാര്യവുമുണ്ടോ? എന്റെ ഇഷ്ടത്തിനൊത്താ കഴിഞ്ഞിരുന്നെങ്കിൽ ഒരു പ്രശ്നവുമില്ലായിരുന്നു.”

യാസീൻ

“മതിയാക്കിക്കോ. ഇനിയും കദീജയുടെ വായിലുള്ളത് കേൾക്കാൻ നിൽക്കണ്ട.”

“ഇത്രയുമൊക്കെ അവളർഹിക്കുന്നു. ഇനി ബാപ്പയുടെ ചുമലിൽ ഭാരമായി തൂങ്ങട്ടെ.”

“പാവം... നിങ്ങടെ കുഞ്ഞ് അവളുടെ വയറ്റിൽ വളരുന്നു എന്ന ചിന്തപോലുമില്ല. ആ കുഞ്ഞ് മറ്റൊരാളിന്റെ സംരക്ഷണയിൽ കഴിയേണ്ടതോർത്തുപോലും സങ്കടമില്ലെന്നോ?”

സങ്കടം കാരണം ആയിഷയുടെ മുഖംചുവന്നു. യാസീന്റെ വിധി തന്നെ ആയല്ലോ ആ കുഞ്ഞിനും എന്നോർത്തായിരുന്നു ആയിഷയ്ക്ക് ദുഃഖം.

“അവന്റെ ബാപ്പയുടെ വിധിതന്നെ അവനും വന്നുചേർന്നു. വിധിയെ തടുക്കാൻ ആർക്കാവും?”

ആയിഷയുടെ മനോഗതം മനസിലാക്കിയിട്ടെന്നപോലെ യാസീൻ പറഞ്ഞു.

“വല്ലിത്താന്റെ കുഞ്ഞെപ്പളാ വരിക?”

കമാൽ കദീജയോട് ചോദിച്ചു.

“ആ വരും.”

“നിങ്ങള് മെലിഞ്ഞുപോയി. ഇപ്പക്കാണാൻ ഒരു ഭംഗീല്ല.”

കദീജയെ ഉഴിഞ്ഞു നോക്കി കമാൽ പറഞ്ഞു.

മറ്റുള്ളവർ ചിരിയടക്കുന്നത് കണ്ട് കദീജയ്ക്ക് വിഷമമായി. കമാലിനോട് തട്ടിക്കയറാനും വയ്യ.

"നേരാ. ഉമ്മ പാടുപെട്ട് തീറ്റിപ്പോറ്റിയ തടി മെലിഞ്ഞ് എല്ലും തോലുമായി. മൂക്ക് ഒന്നുകൂടി നീണ്ടു. കണ്ണ് കുഴിയിലാണ്ടു. ഞാൻ വിവാഹം കഴിച്ച തുടുത്തു കൊഴുത്ത നവവധു എവിടെ എന്നാണ് എന്റെ ഭർത്താവിപ്പോൾ ചോദിക്കുന്നത്."

വിഷമം മറക്കാൻ ശ്രമിച്ചുകൊണ്ട് തമാശമട്ടിലാണ് കദീജ പറഞ്ഞത്. നിന്റെ ഭർത്താവ് കബളിപ്പിക്കപ്പെട്ടതാണ്. സുന്ദരനാണെങ്കിലും വിഡ്ഢിയായിപ്പോയി. ഈ പ്രേതത്തെ ഞാൻ എത്രനാൾ ചുമക്കണമെന്ന് അവനു തോന്നുന്നുണ്ടാകും."

യാസീൻ പറഞ്ഞപ്പോൾ മറ്റാരും അതിൽ ചേർന്നില്ല.

"ഞങ്ങടെ ഭർത്താക്കന്മാർ മടിയന്മാരാ. രാവുപകലും വീട്ടിൽത്തന്നെ അടയിരുന്നോളും. ഒരു തൊഴിലുമില്ല. തൊഴിൽചെയ്യാൻ താൽപ്പര്യവുമില്ല. പുകവലിച്ചും പിച്ചക്കാരെപ്പോലെ വീണവായിച്ചുമാണ് ആയിഷയുടെ ഭർത്താവ് സമയം പോക്കുന്നത്. എന്റെ ഭർത്താവാകട്ടെ രാവും പകലും കട്ടിലിൽ കിടന്നു പുകവലിച്ചുകൊണ്ട് നിർത്താതെ സംസാരിക്കും, ചിലപ്പോൾ എനിക്ക് തലചൊരുക്കാറുണ്ട്."

"സ്ഥാനമാനവും പണവും പ്രതാപവുമുള്ളവർ അങ്ങനാ. അവര് പണിയൊന്നും ചെയ്യില്ല."

കദീജയെ തിരുത്തുന്നതുപോലെയാണ് ആയിഷ പറഞ്ഞത്.

"ഞാൻ കാലുപിടിക്കാം. നീ ഒന്നു മിണ്ടാതിരിക്ക്. മടിയുടെ കാര്യത്തിൽ നീയും പുറകിലല്ല. ചക്കിക്കൊത്ത ചങ്കരൻ. വെളുത്താൽ ഇരുട്ടുംവരെ കണ്ണാടിയുടെ മുന്നിലിരുന്ന് ഒരുക്കംതന്നെ. ഇങ്ങനെ പോയാൽ..."

"അവളുടെരൂപം അങ്ങനെ ആയിപ്പോയി. ഒരുങ്ങുന്തോറും തിളങ്ങും. എന്റെ പൊന്നനിയത്തീ നിന്റെ കുഞ്ഞും നിന്നെപ്പോലാവാതിരിക്കട്ടെ?"

"അവൻ അവന്റെ ബാപ്പയെപ്പോലെയോ ഉപ്പുപ്പായെപ്പോലെയോ ഉമ്മൂമ്മയെപ്പോലെ ആയിക്കോളും. നിർഭാഗ്യവശാൽ അവന്റെ ഉമ്മയെപ്പോലെ ആയാൽ അവനെ ഞാൻ നാടുകത്തിയേക്കാം. പോരേ?"

തർക്കിച്ചു വശംകെട്ട കദീജ ഒഴിഞ്ഞുമാറാൻ ശ്രമിച്ചു.

"ഇംഗ്ലീഷുകാർക്ക് സൗന്ദര്യം ഒരു പ്രശ്നമേയല്ല." എന്റെ വലിയ തലയും നീണ്ട മൂക്കുമൊന്നും അവർക്കൊരു പ്രശ്നമല്ല.

ഇരുത്തംവന്ന ആളെപ്പോലെ കമാൽ പറഞ്ഞു.

"അവർ നിന്നെ കോമാളിയാക്കി പരിഹസിക്കുന്നു. എന്നിട്ടും നീ അവരുടെ പക്ഷംചേർന്നു പറയുന്നല്ലോ. അവർ നശിച്ചുപോട്ടെ."

കദീജ വ്യസനത്തോടെ മാറത്തടിച്ചുകൊണ്ടാണ് പറഞ്ഞത്.

"നിന്റെ ഹാലെന്താ?"

കദീജ സ്നേഹത്തോടെ ഫഹ്മിയോട് ചോദിച്ചു.

"ഈ വീട്ടിൽ വെള്ളപ്പട്ടാളക്കാരുടെ സുഹൃത്തുക്കളുള്ളപ്പോൾ എന്റെ ഹാല് ചോദിക്കണോ?"

ഫഹ്മി ചിരിച്ചു.

"സഅദ് പാഷായെ തിരിച്ചുകൊണ്ടുവരണമെന്ന് ഞാനെത്രവട്ടം ജൂലിയനോട് പറഞ്ഞതാ."

കമാൽ.

"അടുത്തതവണ അവനെക്കൊണ്ട് നിന്റെ തലയിൽതൊട്ട് സത്യം ചെയ്യിക്ക്. ആ തല അവനിഷ്ടമാണെന്നല്ലേ പറഞ്ഞത്."

കദീജ.

കിണഞ്ഞു ശ്രമിച്ചിട്ടും അവരുടെ സംഭാഷണത്തിൽ പൂർണമായും പങ്കുകൊള്ളാൻ ഫഹ്മിക്കായില്ല. ആൾക്കൂട്ടത്തിൽ ഇരിക്കുമ്പോഴും ഒറ്റപ്പെട്ടവനാണെന്ന തോന്നൽ ഏറിവരുന്നു. സഅദിനെക്കുറിച്ച് വീട്ടുകാർ തമാശ പറയുന്നത് സഹിക്കാനാവുന്നില്ല.

ഫഹ്മി അവരെതന്നെ നോക്കിയിരുന്നു. ഏവരും സന്തോഷത്തിലാണ്. ഗർഭിണി ആയതുകൊണ്ടായിരിക്കാം ആയിഷ ആകെ ചീർത്തിരിക്കുന്നു. നിർത്താതെ തമാശ പറയുകയാണ് കദീജ. യാസീൻ ഈയിടെയായി ഒന്നുകൂടി കൊഴുത്തിട്ടുണ്ട്. രാജ്യത്ത് നടമാടുന്ന അരക്ഷിതാവസ്ഥയെക്കുറിച്ച് അവർക്കൊരു ചിന്തയുമില്ല. സ്വാതന്ത്ര്യസമരത്തിൽ വീരമരണം പ്രാപിച്ചവരെക്കുറിച്ച് ഒരു ചിന്തയുമില്ല. സഅദിനെക്കുറിച്ചും സഹായികളെക്കുറിച്ചും ആരും ഓർക്കുന്നതേയില്ല. സങ്കടവും കോപവും അടക്കാനാവുന്നില്ല. അതിനോടൊപ്പം മറിയത്തെക്കുറിച്ചുള്ള ചിന്തകളും അലട്ടുന്നു. കമാൽ പറഞ്ഞതുകേട്ട് കരള് കരിഞ്ഞുപോയി. നാണവും മാനവുമില്ലാത്തവളായിരുന്നോ മറിയം? അവളുടെ വിവാഹവാർത്ത കേൾക്കാൻ ഉള്ളം കൊതിക്കുകയാണിന്ന്.

കമാലിനെ ഒറ്റയ്ക്കു വിളിച്ച് ആ സംഭവം അവൻ പലതവണ വിശകലനം ചെയ്തതാണ്. മണവാട്ടിയായ ആയിഷയോടൊപ്പം തോഴിയായി നിന്ന മറിയത്തിന്റെ ചിത്രമായിരുന്നു അപ്പോൾ മനസിൽ.

"മറിയം വരില്ല അല്ലേ?"

ആയിഷ വിഷമത്തോടെ ചോദിച്ചപ്പോൾ ഞെട്ടി.

"അവിടെയിപ്പോൾ വിരുന്നുകാരുടെ തിരക്കല്ലേ?"

യാസീൻ.

"വീട്ടിൽ ആൾക്കൂട്ടം കണ്ട് വല്ല രാഷ്ട്രീയസമ്മേളനമാണെന്നൊന്നും പട്ടാളക്കാർ തെറ്റിദ്ധരിക്കാഞ്ഞാൽ മതി."

യാസീൻ.

"ബാപ്പയുടെ എണ്ണിയാലൊടുങ്ങാത്ത ചങ്ങാതിമാരുടെ നിര നീളുക തന്നെയാണ്."

അഭിമാനത്തോടെയാണ് കദീജ പറഞ്ഞത്.

"മുഹമ്മദ് ഇഫ്ഫത്ത് സാഹിബ് ആദ്യമേ എത്തി."

"ആ ബന്ധം ഉലച്ചെന്നും പറഞ്ഞ് ബാപ്പ എന്നെ ഒരുപാട് വഴക്കു പറഞ്ഞു.

മൊഴി കൊടുത്തതുകൊണ്ട് അവരുടെ ബന്ധം വഷളായില്ല. എന്നാലും ഇന്നലെ നടന്നതോർത്ത് ഇപ്പോഴും എന്റെ അരിശം തീരണില്ല."

കദീജ.

"അള്ളാഹുവിന്റെ അനുഗ്രഹം നമുക്കെപ്പോഴുമുണ്ട്. അതുകൊണ്ടാ മറിയത്തെ നിനക്കു കിട്ടാതെ പോയത്."

കദീജ തുറന്നുപറഞ്ഞപ്പോൾ ഫഹ്മി അടക്കം എല്ലാവരും വല്ലാതായി.

"നിന്റെ ആങ്ങള ആളൊരു സൂഫിയാ. അള്ളാഹുവിന് പ്രിയപ്പെട്ടവരാ സൂഫികൾ."

കൂടുതലെന്തെങ്കിലും പറഞ്ഞ് ഫഹ്മിയെ വേദനിപ്പിക്കേണ്ടന്നു കരുതി യാസീൻ വിഷയം മാറ്റി.

"ഫഹ്മിയെ മാത്രമല്ല അവൾ കളിപ്പിച്ചത്. നമ്മെ എല്ലാവരേയും വിഡ്ഢികളാക്കി."

ആയിഷ.

"പഴയത് കുത്തിപ്പൊക്കണ്ട."

ഫഹ്മി.

"ആദ്യം വിശ്വസിക്കാനായില്ല കേട്ടോ. ഇപ്പഴും വിശ്വസിക്കാനാവുന്നില്ല. നിനക്കു ചേരില്ലെങ്കിലും..."

"പഴയത് കുത്തിപ്പൊക്കേണ്ടെന്നു പറഞ്ഞില്ലേ?"

ഫഹ്മി കടുപ്പിച്ചു പറഞ്ഞു.

യാസീന് പണ്ടേ മറിയത്തിൽ ഒരു കണ്ണുണ്ടായിരുന്നു. ഫഹ്മിയുടെ താൽപ്പര്യം കണ്ടപ്പോൾ ഒഴിഞ്ഞുമാറിയതാണ്. ഇപ്പോഴത്തെ അപവാദങ്ങൾ യാസീന്റെ താൽപ്പര്യം വർധിപ്പിച്ചിരിക്കയാണ്. തൊട്ടടുത്ത് ഇങ്ങനെയൊന്നുള്ളപ്പോൾ അകലെ പോകുന്നതെന്തിന്? ഫഹ്മിയെ ഓർത്തു മാത്രമാണ് അടങ്ങുന്നത്.

"പോണ്ടേ?"

തളത്തിൽ ഇബ്രഹാമിന്റെ കാലൊച്ച കേട്ട കദീജ എഴുന്നേറ്റു. അതോടെ ഓരോരുത്തരായി എഴുന്നേറ്റ് യാത്ര പറഞ്ഞു. കമാൽമാത്രം സങ്കടത്തോടെ അനക്കമറ്റിരുന്നു.

അറുപത്തിയാറ്

അനുഭവിച്ച കഷ്ടപ്പാടുകളും രാജ്യത്ത് നടമാടുന്ന അരാജകത്വവും മറക്കാനെന്നപോലെ കണക്കുപുസ്തകത്തിൽ മുഖം പൂഴ്ത്തി. പീടികയിലെ തിരക്കും വൈകുന്നേരങ്ങളിലെ സംഗീതസദിരുകളും അയാൾക്ക് ഒരുപോലെ പ്രിയങ്കരങ്ങളാണ്. എല്ലാം പതിവിൻപടി നടക്കുന്നുണ്ടെ

ങ്കിലും ഭാവിയെക്കുറിച്ചാലോചിക്കുമ്പോൾ ആകെ ഒരു ഭയം. പഴയ ശാന്തിയും സമാധാനവും ഇനി തിരിച്ചുകിട്ടുമോ? യുദ്ധത്തിലും സമരത്തിലും മരിച്ചവരെക്കുറിച്ചും ജനങ്ങളുടെ കഷ്ടപ്പാടുകളെക്കുറിച്ചുമേ ഏവർക്കും പറയാനുള്ളൂ.

മരണഭയത്തിന്റെ നിഴലിൽ ഇനിയും എത്രനാൾ കഴിഞ്ഞുകൂടും? താനും കുടുംബവും നശിക്കുംമുമ്പെങ്കിലും ഈ സ്വാതന്ത്ര്യസമരം ഒന്നവസാനിച്ചു കിട്ടിയാൽ മതിയായിരുന്നു. രാജ്യത്തിനുവേണ്ടി പണം എത്ര വേണമെങ്കിലും ചെലവാക്കാൻ മടിയൊട്ടുമില്ല. കുടുംബത്തിൽ ഒരാളേയും സമരത്തിന്റെ പേരിൽ ബലി കൊടുക്കാനാവില്ല. ഈ സമരം ഫഹ്മിയെ വിപ്ലവകാരിയാക്കി. അതറിഞ്ഞതോടെ ഉറക്കം നഷ്ടപ്പെട്ടിരിക്കയാണ്. ജീവിതം നഷ്ടപ്പെടുത്തി സമരത്തിനിറങ്ങാൻ സാധ്യമല്ല.

“സയ്യിദ് അഹമ്മദില്ലേ?”

ആരോ ചോദിക്കുന്നതു കേട്ടാണ് തല ഉയർത്തിയത്. മുത്തവല്ലി ഷെയ്ക്ക് അബ്ദുൽ സമദായിരുന്നു.

“അങ്ങയെ ഒന്നു കാണാൻ കാത്തിരിക്കുകയായിരുന്നു വന്നാലും.”

അയാൾ ആദരവോടെ ക്ഷണിച്ചു.

വല്ലാതെ അസ്വസ്ഥനായമട്ടിൽ ഷെയിക്ക് വെറുതെ തലയാട്ടിക്കൊണ്ടിരുന്നു.

നിർബന്ധിച്ചപ്പോൾ വടി മേശപ്പുറത്തുവെച്ച് കസേരയിലിരുന്നിട്ട് പറഞ്ഞു:

“അള്ളാഹു നിന്നേയും കുടുംബത്തേയും എല്ലാം മൂസീബത്തുകളിൽനിന്നും കാത്തു രക്ഷിക്കട്ടെ.”

“അങ്ങയുടെ ദുആ എനിക്കിപ്പോൾ അത്യാവശ്യമാണ്. ഹംസായി ഷെയിക്കിനു വേണ്ടത് പൊതിഞ്ഞു വയ്ക്ക് കേട്ടോ.”

“അതുപിന്നെ എന്നോട് പറയണോ.”

സാധനങ്ങൾ പൊതിഞ്ഞുകൊണ്ടിരുന്ന ഹംസായി ചോദിച്ചു.

ഷെയിക്ക് കൈ മേലോട്ടുയർത്തി എന്തോ ചൊല്ലിക്കൊണ്ടിരുന്നു. അതുകഴിഞ്ഞ് കുറച്ചുനേരം മിണ്ടാതിരുന്നിട്ട് പറഞ്ഞു:

“നബിയുടെ പേരിൽ സ്വലാത്ത്ചൊല്ലി ദ്വാഎരക്കുകയായിരുന്നു.”

“അള്ളാഹു അദ്ദേഹത്തെ അനുഗ്രഹിക്കട്ടെ. ഒപ്പം നമ്മേയും.”

സയ്യിദ് അഹമ്മദ്.

“നിന്റെ മരിച്ചുപോയ ബാപ്പയ്ക്കുവേണ്ടിയും ഞാൻ ദ്വാഎരന്നിട്ടുണ്ട്.”

“അള്ളാഹു അദ്ദേഹത്തിനു പരലോകം വെളിവാക്കിക്കൊടുക്കട്ടെ.”

“നിന്റെ കുടുംബത്തിനും വരുംതലമുറയുടെ ഐശ്വര്യത്തിനുവേണ്ടിയും ഞാൻ തേടിയിട്ടുണ്ട്.”

“ആമീൻ.”

“നമ്മുടെ രാജാവും സഅദും സുരക്ഷിതരായി തിരിച്ചെത്താനും ഞാൻ എന്നും തേടാറുണ്ട്.”

"അള്ളാഹു അങ്ങയുടെ ദുആ കേൾക്കാതിരിക്കില്ല."

"ഇംഗ്ലീഷുകാർക്ക് ഈ ലോകത്തും പരലോകത്തും മോക്ഷമില്ല."

"അള്ളാഹുവിന് സ്തുതി."

"നീ കൈ നീട്ടി നിൽക്കുന്നതായി ഞാൻ കിനാക്കണ്ടു."

"നേരായിരിക്കും അങ്ങയെ ഒന്നു കണ്ടെങ്കിൽ എന്ന് ഞാനും ആശിച്ചിരുന്നു."

"നിന്നെ പട്ടാളക്കാർ പിടിച്ചുകൊണ്ടുപോയി നരകിപ്പിച്ചത് നേരോ?"

"ഉള്ളതാ. എങ്ങനെ അറിഞ്ഞു."

"ഗുനിയം ഹമീദാണ് പറഞ്ഞത്. അവർ വല്ലാതെ കഷ്ടപ്പെടുത്തിയെന്നും പറഞ്ഞു. കേട്ടതും പോന്നു."

സയ്യിദ് അഹമ്മദ് നടന്നതെല്ലാം പറഞ്ഞപ്പോൾ ഷെയിക്ക് ഖുറ്ആനിലെ (2,25) അധ്യായം ഉറക്കെ ഓതി.

"നീ പേടിച്ചുപോയോ? സർവശക്തനായ അള്ളാഹുവിനാകാത്തതൊന്നുമില്ല, പേടിച്ചിട്ട് കാര്യമില്ലെന്നറിയാമല്ലോ. നീ എങ്ങനെ രക്ഷപ്പെട്ടെന്നാ നിന്റെ വിചാരം? കരുണയ്ക്കായി നീ തേടിയത് അവൻ കേട്ടിരിക്കും. ഏതായാലും നിനക്ക് ഞാനൊരേലസ്സ് എഴുതിത്തരാം."

"തീർച്ചയായും. എനിക്കുമാത്രം പോര. കുട്ടികൾക്കും അവരുടെ ഉമ്മയ്ക്കും ഏലസ്സുകൾ വേണം. അവരും ആകെ പേടിച്ചിരിക്കയാണ്."

"എല്ലാവർക്കുമാകാം."

"ഒരാപത്തിൽനിന്ന് തൽക്കാലം റബ്ബ് എന്നെ രക്ഷിച്ചു. പക്ഷേ ആപത്തൊഴിഞ്ഞിട്ടില്ല."

"മറ്റേത് വിപത്താ നിന്നെ ഇപ്പോൾ അലട്ടുന്നത്?"

"എന്റെ മോൻ ഫഹ്മിയുടെ കാര്യമാലോചിച്ച് എനിക്കു ഉറക്കമില്ല."

"ആദ്യമായിട്ടാ അവൻ എന്നെ എതിർക്കുന്നത്."

"അള്ളാഹുവേ ഞാൻ നിന്നോട് കരുണയ്ക്കായി കേഴുന്നു. ഫഹ്മി എന്റെ കുട്ടിയാണ്. അവനെ നീ അനുസരണയുള്ള മകനാക്കണേ."

ഷെയിക്ക് ഉടനെ കൈ മേലോട്ടുയർത്തി ദ്വാഎരന്നു.

"അവൻ സമരത്തിനിറങ്ങിയിരിക്കുന്നു."

"മക്കളുടെ അച്ചടക്കക്കാര്യത്തിൽ നീ വിട്ടുവീഴ്ചയൊന്നും കാണിക്കാറില്ലല്ലോ. നിന്റെ മക്കൾ നിന്നെ ധിക്കരിക്കാറുമില്ല."

കേട്ടതും സയ്യിദ് അഹമ്മദിന്റെ മുഖത്തു രക്തം ഇരച്ചുകയറി. ഫഹ്മിയോടുള്ള അരിശം ഒരുവിധം അടക്കിക്കൊണ്ട് പറഞ്ഞു:

"അങ്ങനെ വേണമെന്നുവച്ചുള്ള ധിക്കാരമല്ല. സമരത്തിനിറങ്ങില്ലെന്ന് ഖുറ്ആൻ തൊട്ട് സത്യംചെയ്യാൻ പറഞ്ഞപ്പോൾ അവൻ കരച്ചിൽ തുടങ്ങി. അതുമാത്രം പറയരുതെന്ന്. കൊച്ചുകുട്ടിയാണോ വീട്ടിനകത്ത് അടച്ചുപൂട്ടിയിടാൻ? രാജ്യത്ത് ഇപ്പോൾ നടക്കുന്ന അരാജകത്വം കണ്ടില്ലെന്നു നടിക്കാൻ അവനെപ്പോലൊരു ചെറുപ്പക്കാരന് സാധ്യമല്ലെന്നറിയാം. എന്നാലും.... മരണഭയമില്ലാത്ത അവൻ എന്നെ പേടിക്കുമോ? ഒരു സമാധാനവുമില്ല."

"അവൻ സ്വന്തമിഷ്ടത്തിനിറങ്ങിയതാണോ?"

"അങ്ങനെ സജീവമായൊന്നും രംഗത്തില്ല എന്നാണ് അവൻ പറയുന്നത്. ആപത്തൊന്നുമില്ലെന്നും പറയുന്നുണ്ട്."

"അവന് അതിന്റെ ആവശ്യമെന്താ? സമാധാനപ്രിയനാണ് അവന്റെ ബാപ്പ. അവനും ശാന്തനായ കുട്ടി ആയിരുന്നു. ഇത്തരം പ്രവൃത്തികളൊന്നും അവനെപ്പോലുള്ളവർക്ക് പറഞ്ഞതല്ല. ശത്രുക്കളുടെ ശക്തി കുട്ടികൾ മനസിലാക്കുന്നുമില്ല. ഈജിപ്തുകാരുടെ ചോരയ്ക്കുവേണ്ടി ദാഹിച്ചു നടക്കുകയാണവർ. എന്തിനാ അതിനിടയിൽ തലയിടാൻ പോയത്. അവന്റെ ബാപ്പയാണ് നീ. വിലക്കാനുള്ള അധികാരം നിനക്കുണ്ട്. അറിഞ്ഞുകൊണ്ട് അവനെ ആപത്തിൽ തള്ളിയിടാൻ നിനക്കാവില്ലെന്നു പറ. സമാധാനമായിട്ട് പറഞ്ഞാൽ അവൻ കേൾക്കാതിരിക്കില്ല.

ഞാൻ പുലർച്ചേ എഴുന്നേറ്റ് പ്രത്യേകം പ്രാർഥിക്കാം. ഏലസ്സും എഴുതിത്തരാം. ബാക്കിയെല്ലാം അവന്റെ കൈയിലാ."

"എവിടേയും ദുരന്തങ്ങളെക്കുറിച്ചേ കേൾക്കാനുള്ളൂ. മണ്ടന്മാർപോലും ഇപ്പോൾ വിപത്തിൽനിന്ന് ഒഴിഞ്ഞുമാറാൻ പഠിച്ചിട്ടുണ്ട്. പാൽക്കാരൻ ഫൂലിയുടെ മകൻ ഈയിടെയാണ് വെടിയേറ്റു മരിച്ചത്. പാൽ വിതരണത്തിനിറങ്ങിയപ്പോൾ അവൻ സമരക്കാരുടെ ഇടയിൽ പെട്ടുപോയതാണ്. പെട്ടെന്നൊരാവേശത്തിന് പാൽപ്പാത്രം കടയിൽ വെച്ചിട്ട് അവരോടൊപ്പം ചേർന്നു. മകനെ കാണാഞ്ഞ് ബാപ്പ അന്വേഷിച്ചെത്തിയപ്പോൾ കടക്കാരനാണ് വിവരം പറഞ്ഞത്. പാവം ഫൂലി പൊലീസ് സ്റ്റേഷനിലേക്കോടി. ആസ്പത്രിയിൽ ചെല്ലാൻ പറഞ്ഞു അവർ. മയ്യത്താ ബാപ്പ അവിടെ കണ്ടത്. ഫഹ്മിയാണ് ഇക്കാര്യം എന്നോട് ഇത്ര വിശദമായി പറഞ്ഞത്. ആ പാവം കുട്ടിയെ കുരുതികൊടുത്തതുകൊണ്ട് സ്വാതന്ത്ര്യം കിട്ടുമോ? സഅദ് തിരിച്ചെത്തുമോ? ഇത്ര ബുദ്ധിയില്ലാതായിപ്പോയല്ലോ ഫഹ്മിക്ക്. കണ്ടാലും കൊണ്ടാലും പഠിക്കില്ലെന്നാ ശാഠ്യം. എന്റെ മക്കളുടെ കൂട്ടത്തിൽ അവനാ മിടുക്കൻ. എന്നിട്ടിപ്പോൾ..."

ബാപ്പയുടെ വാക്കുകൾ ഇടറി.

"ഫൂലിയുടെ മൂത്തമോനാ അല്ലേ? ഞാൻ കണ്ടിട്ടുണ്ട്. അവന്റെ ഉപ്പാപ്പയ്ക്ക് കഴുതവണ്ടിയുണ്ടായിരുന്നു. അയാളുടെ വണ്ടിയിൽ ഞാൻ കയറിയിട്ടുണ്ട്. ഫൂലിക്ക് നാലുമക്കളുണ്ടെങ്കിലും ഏറ്റവും പ്രിയം ഇവനോടായിരുന്നു."

"ഇപ്പഴത്തെ കുട്ട്യോളെ നമ്പാൻ വയ്യ. സമരത്തിൽ പങ്കെടുക്കണമെന്ന് ഇന്നലെ എന്റെ മകൻ അവന്റെ ഉമ്മയോട് പറഞ്ഞത്രേ."

ഹംസായി അന്നാദ്യമായി ഇടയിൽ കയറിപ്പറഞ്ഞു.

"മുതിർന്നവർ ഇളക്കിവിട്ടിട്ടല്ലേ കുട്ടികൾ ഇങ്ങനെ ഓരോ ആപത്തിൽ ചെന്നു ചാടുന്നത്? നിന്റെ മകൻ കമാലിന്റെ ക്ലാസിലാ. അവർ കൂട്ടുകാരുമാ. അവനെ ഇളക്കിവിടരുതെന്ന് മകനോട് പറഞ്ഞേക്ക്."

"അവനിതുവരെ ഇറങ്ങിയിട്ടില്ല മുതലാളീ. കുരുത്തക്കേട് കാണിച്ചാ കാലൊടിച്ച് മൂലയിൽ തള്ളുമെന്ന് താക്കീത് ചെയ്തിട്ടുണ്ട്. നല്ല പെ

ടയും കൊടുത്തു. കമാൽ ഉമ്മുവിന്റെ കൂടെയാണല്ലോ പോക്കും വരവും. അതുകൊണ്ട് പേടിക്കാനില്ല."

കുറച്ചുനേരം ആർക്കും മിണ്ടാട്ടമില്ലാതായി. ഹംസായി സാധനങ്ങൾ പൊതിയുമ്പോഴുള്ള ശബ്ദം മാത്രം കേൾക്കാമായിരുന്നു.

"വെള്ളക്കാരുടെ അതിക്രമങ്ങൾക്ക് അതിരില്ല. ഫഹ്മിയാണെങ്കിൽ കാണാൻ ചന്തമുള്ള കുട്ടി. അവരുടെ വലയിൽ പെടാഞ്ഞാൽ മതി."

കൂടുതൽ കേൾക്കാൻ ബാപ്പയ്ക്ക് താൽപ്പര്യമില്ലായിരുന്നു. എന്നിട്ടും ഷെയിക്കിനെ മുഷിപ്പിക്കേണ്ടെന്നു കരുതി താൽപ്പര്യം ഭാവിച്ചു.

"ഇന്നലെ ഞാൻ അബ്ദുൽ ഹാമിദിന്റെ ബംഗ്ലാവിൽ പോയിരുന്നു. ഏലസ്സ് ഓതിക്കൊടുത്ത് രാത്രി ഭക്ഷണവും കഴിച്ച് അവിടന്ന് ഇറങ്ങിയപ്പോഴാണ് അസ്സാ ഗ്രാമത്തിൽ നടന്ന അതിക്രമത്തെക്കുറിച്ചറിഞ്ഞത്."

"തുണിക്കച്ചവടക്കാരൻ ഹാമിദാണോ?"

"ആ. ഇവിടത്തെ ഏറ്റവും വലിയ ധനികനാണ്. അയാളുടെ മകൻ മുമ്പ് മുഹമ്മദ് ഇഫ്ഫത്തിന്റെ കൂട്ടുകാരനായിരുന്നു. നിനക്കറിയാമോ?"

"ഒരുതവണയോ മറ്റോ കണ്ടിട്ടുണ്ടെന്നാ തോന്നുന്നത്. മുഹമ്മദ് ഇഫ്ഫത്തിന്റെ വീട്ടിൽവെച്ച്. രാജാവിനെ തടവിലാക്കിയതോടെ അയാൾ നാടുവിട്ടെന്നു കേട്ടിരുന്നു. നേരാണോ?"

"ഇപ്പോഴും ഒളിവിലാ. ഭാര്യയും മക്കളുമൊത്ത് ഫ്രാൻസിലാ. മരിക്കുന്നതിനുമുമ്പ് മകനെ ഒന്നു കാണണമെന്ന ഒരു മോഹമേ ഹാമിദിനിപ്പളുള്ളൂ."

സംഭാഷണം മുഴുവനാക്കാതെ ഷെയിക്ക് തലയാട്ടിക്കൊണ്ടിരുന്നു. എന്നിട്ടു പറഞ്ഞു:

"അർധരാത്രി എല്ലാവരും ഉറങ്ങുന്ന നേരത്തായിരുന്നു ആക്രമിച്ചത്."

"ഉറങ്ങുന്നവരെ ആക്രമിക്കുകയോ? ഇതുപോലെ തന്നാ എന്നേയും പിടിച്ചത്. ഇനിയെന്തൊക്കെയാണോ നടക്കാൻ പോകുന്നത്?"

"ഗ്രാമത്തിലെ ജില്ലാധികാരികളുടെ വീട് പരിശോധിച്ച് ആയുധങ്ങൾ പിടിച്ചെടുത്തു. പുരുഷന്മാരെ അടിച്ചോടിച്ച് സ്ത്രീകളുടെ ആഭരണങ്ങൾ കവരുന്നു. അവരെ ഉപദ്രവിക്കുന്നു. കരുണയ്ക്കായി കേഴുന്ന സ്ത്രീകളെ രക്ഷിക്കാൻ ആരുമില്ല. മേലാ റബ്ബേ....അവരുടെ തുണയ്ക്ക് നീയേ ഉള്ളൂ."

"അധികാരികളുടെ വീടാക്രമിച്ചെന്നോ? അപ്പോ സാധാരണക്കാരുടെ ഗതിയെന്താ?"

"ഗ്രാമത്തിലെ പ്രധാനികളുടെ വീട് കാണിച്ചുകൊടുക്കാൻ അവർ അധികാരിയെ നിർബന്ധിച്ചു. കൂട്ടാക്കാഞ്ഞപ്പോൾ വീട് അടിച്ചുപൊളിച്ചു. വിലപിടിച്ചതെല്ലാം കവർന്നു. സ്ത്രീകളെ അപമാനിച്ചു. ഗ്രാമം മുഴുക്കെ കൊള്ളയടിച്ചിട്ട് നഗരത്തിലേക്കു പുറപ്പെട്ടിട്ടുണ്ടെന്നാ കേട്ടത്. "

"എന്റെ റബ്ബേ നീ കാക്ക്. യഹൂദികളുടെ അക്രമം തടയാൻ നൂഹ് നബിയെ അയച്ചതുപോലെ ജനങ്ങളുടെ രക്ഷയ്ക്കായി ഒരു ദൂതനെ

അയച്ചുതരൂ റബ്ബേ. അപമാനിതയായ പെണ്ണിന് പിന്നെ വീട്ടിൽ സ്ഥാന മുണ്ടോ. ഇതെങ്ങനെ സഹിക്കും?"

"ഗ്രാമം ചുട്ടുകരിക്കാനും അവർക്കു മടിയില്ല. പേടിച്ചരണ്ട ഗ്രാമീണർ ഒളിച്ചോടുകയാണ്."

"എന്റെ റബ്ബേ... എനിക്കൊന്നും കേൾക്കണ്ട..."

"ജനങ്ങൾ ഓടിരക്ഷപ്പെടാതിരിക്കാൻ പട്ടാളം കാവൽനിൽക്കുകയാണത്രെ. ആടുമാടുകളും കുഞ്ഞുകുട്ടിപരാധീനങ്ങളുമായി ഓടിരക്ഷപ്പെടാൻ ശ്രമിക്കുന്ന നാട്ടുകാരെ അവർ തടഞ്ഞുനിർത്തി ഉപദ്രവിക്കുന്നു. സ്ത്രീകളെ അപമാനിക്കുന്നത് കണ്ടുസഹിക്കാനാവാതെ പുരുഷന്മാർ ഇടനെഞ്ചുപൊട്ടി നിലവിളിക്കുന്നു. ബാക്കിവന്ന ജനത്തെക്കൊണ്ട് അവർ കുറ്റം സമ്മതിപ്പിക്കുകയും ശിക്ഷിക്കുകയും ചെയ്യുന്നു. ഇതാ നമ്മുടെ നാടിന്റെ ഇന്നത്തെ സ്ഥിതി."

വിരണ്ടുപോയി സയ്യിദ് അഹമ്മദ്.

"റബ്ബേ...നീ കാക്ക്."

ഹംസായി കരഞ്ഞു.

"അതേ, അവനേ തുണയുള്ളൂ."

പേടിച്ചരണ്ടാണ് സയ്യിദ് അഹമ്മദ് പറഞ്ഞത്.

"അതുകൊണ്ട് തൽക്കാലം എല്ലാറ്റിൽനിന്നും മാറിനിൽക്കാൻ ഞാൻ പറഞ്ഞതായി നീ ഫഹ്മിയോട് പറ. അള്ളാഹുവിന്റെ മുന്നിൽ അടിയറവയ്ക്കാൻ പറ അവനോട്. ഇംഗ്ലീഷുകാരെ ഇവിടന്നു തുരത്താൻ അവനേ ആവൂ."

ഷെയിക്ക് പോകാൻഭാവിച്ച് എഴുന്നേറ്റ് വടി കൈയിലെടുത്തു. വലിയൊരു പൊതിക്കെട്ടുമായി എത്തിയ ഹംസായി അത് തോളിലേറ്റാൻ ഷെയിക്കിനെ സഹായിച്ചു. മുതലാളിയുടെയും കാര്യസ്ഥന്റെയും കൈപിടിച്ചു കുലുക്കിയിട്ടു പറഞ്ഞു:

"വിശ്വാസികളായ ബൈസാന്തുകാർ ആദ്യം പരാജയപ്പെട്ടു. പക്ഷേ ഒടുക്കം അവർക്കായിരുന്നു വിജയം. അഖിലലോകനായകനായ അള്ളാഹുവിന്റെ നാമം മാത്രമാണ് സത്യം." (30,2,3) ഖുറ്ആൻ.

അറുപത്തിയേഴ്

ഇരുട്ടുമാറി നേരം വെള്ളകീറുന്നതേയുള്ളൂ. ആമിന പതിവുപോലെ അടുക്കളയിൽ ജോലി ആരംഭിച്ചു. അപ്പോഴാണ് ആയിഷയ്ക്ക് പ്രസവവേദന തുടങ്ങിയെന്നു പറഞ്ഞ് ആളെത്തിയത്. ബാക്കി ജോലികൾ ഉമ്മുവിനെ ഏൽപ്പിച്ച് ആമിന മുകളിലേക്കോടി.

കൊല്ലങ്ങളായി ഉമ്മു ആമിനയോടൊപ്പം ജോലിചെയ്യുന്നു. ഇതുവരെ ആമിനയോട് മറുത്തൊരക്ഷരം അവൾ പറഞ്ഞിട്ടില്ല. ഇന്നാദ്യമായാണ് ആമിനയോട് അമർഷം തോന്നിയത്. ആയിഷ പ്രസവിക്കുമ്പോൾ ഉമ്മുവും അടുത്തുണ്ടാവണ്ടേ? ആമിനയെപ്പോലെ അവൾക്കും അതിനവകാശമുണ്ട്. ആയിഷ പിറന്നുവീണത് ഉമ്മുവിന്റെ കൈയിലാണ്. ആമിനയെപ്പോലെ ആ വീട്ടിലെ കുട്ടികൾക്ക് അവളും ഉമ്മതന്നെ. മകൾ പ്രസവവേദന അനുഭവിക്കുമ്പോൾ ഉമ്മയെ അകറ്റിനിർത്തുമോ?

"നിന്റെ ആദ്യ പ്രസവം നീ ഓർക്കുന്നുണ്ടോ ഉമ്മൂ?"

തന്നത്താൻ ചോദിച്ചു. വീട്ടിൽ ഒറ്റയ്ക്കായിരുന്നു. കൂട്ടുകാരി ഹസീന മാത്രമായിരുന്നു തുണയ്ക്ക്. ഹസീന പേരുകേട്ട പേറ്റിച്ചിയായിരുന്നു. ഇന്നവൾ ജീവനോടെ ഉണ്ടോ എന്തോ? അരക്കെട്ടും നാഭിയും കീറിമുറിക്കുന്ന വേദനകൾക്കിടയിലാണ് അവളുടെ മകൻ ഹനഫി പിറന്നത്. അതോടെ അവൾ ഉമ്മു ഹനഫിയായി. ഹനഫിയുടെ ഉമ്മ എന്ന അറിയപ്പെട്ടതിൽ അഭിമാനമായിരുന്നു. പക്ഷേ ഹനഫിക്ക് ആയുസുണ്ടായിരുന്നില്ല. ജീവിച്ചിരുന്നെങ്കിൽ അവനിപ്പോൾ ഇരുപത് കഴിഞ്ഞിട്ടുണ്ടാവുമായിരുന്നു. ഹനഫി പോയതോടെ എല്ലാവർക്കും ഉമ്മുവായി ഉമ്മ.

"എന്റെ മോൾ വേദന സഹിക്കുമ്പോൾ ഞാനീ അടുക്കളയിൽ കിടന്ന് തീയൂതുകയോ?"

ഉമ്മു അമർഷത്തോടെ പറഞ്ഞുകൊണ്ടിരുന്നു.

ആമിനയാകട്ടെ ഇതൊന്നും അറിഞ്ഞില്ല. കദീജയെ പ്രസവിച്ചപ്പോൾ അനുഭവിച്ച വേദനയും സുഖവും അപ്പോഴും ആമിനയ്ക്കനുഭവപ്പെട്ടു. ആയിഷ ഉമ്മയാകാൻ പോകുന്നു! സന്തോഷം തോന്നാതിരിക്കുമോ? വിവരം ഭർത്താവിനെ അറിയിക്കാൻ അവൾക്ക് തിടുക്കമായി. എങ്ങനെയെങ്കിലും ആയിഷയുടെ അടുത്തെത്തിയാൽ മതിയെന്നായിരുന്നു ചിന്ത. എന്നിട്ടും അത് പുറത്ത് പ്രകടമാക്കിയില്ല.

"ഉടനെ പുറപ്പെട്ടോളൂ."

കേട്ടതും അയാൾ പറഞ്ഞു.

ഉമ്മ പോയതിനുശേഷമാണ് സഹോദരന്മാർ വിവരമറിഞ്ഞത്.

"ആയിഷ ഉമ്മയാവുകയോ?"

"വിശ്വാസമാകുന്നില്ല."

"ഇതിലെന്താ ഇത്ര വിശ്വാസക്കേട്?"

ഉമ്മ കദീജയെ പ്രസവിച്ചപ്പോൾ ഇതിലും ചെറുപ്പമായിരുന്നു.

"ആയിഷയുടെ കുട്ടിയെ ഉമ്മയാണോ പുറത്തേക്കെടുക്കുക?"

കമാലിന്റെ ചോദ്യത്തിന് ചിരിമാത്രമായിരുന്നു ഇക്കാക്കമാരുടെ ഉത്തരം.

"ഇത് എനിക്കൊരു മുന്നറിയിപ്പാണ്. അവളു പ്രസവിക്കാറായിട്ടുണ്ടാകും."

"ആര്?"

"സൈനബ്."

"ഓ...ബാപ്പ കേൾക്കണ്ട."

"ആയിഷ ഉമ്മയായി. ഇനി ഞാൻ ബാപ്പയാകും."

"ഞാനാകട്ടെ മാമായും. കേട്ടോടാ കമാലേ നീയിപ്പോ മാമായാ."

ഫഹ്മി കമാലിനെ തോണ്ടി.

"ഞാനിന്ന് സ്കൂളിൽ പോണില്ല."

"നല്ല കാര്യം. രാവിലെ ചായ കുടിക്കുമ്പോൾ ബാപ്പയോട് ചോദിച്ചിട്ട് തീരുമാനിച്ചോ."

"അങ്ങനെ നമ്മുടെ ജനസംഖ്യ വർധിക്കട്ടെ. അപ്പോഴേ വെള്ളപ്പട്ടാളത്തോട് പൊരുതാൻ ആളുണ്ടാകൂ."

"എല്ലാ കുട്ട്യേളും സമരത്തിലാ. ക്ലാസുണ്ടാവില്ല."

"ബാപ്പയോട് ചോദിക്ക് കുട്ടാ. എച്ചിൽ കൈകൊണ്ട് പെട കിട്ടിയാ അതും വാങ്ങിവെച്ചോ."

"ഒരു കുഞ്ഞുകൂടി പിറക്കാൻ പോകുന്നു. ഒരു മണിക്കൂറിനകം ബാപ്പ ഉപ്പൂപ്പയാകും. ഉമ്മ ഉമ്മൂമ്മയും. നമ്മൾ മാമന്മാർ. നമ്മുടെ ജീവിതത്തിൽ വളരെ പ്രാധാന്യമുള്ള സംഭവം. പക്ഷേ ഇതേസമയത്ത് എത്രായിരം കുഞ്ഞുങ്ങൾ പിറക്കുന്നുണ്ടാകും? എത്രപേർ മരിക്കുന്നുണ്ടാകും? ആരറിഞ്ഞു."

"ഞാനിന്ന് സ്കൂളിൽ പോണില്ലാട്ടോ."

"നീയും നിന്റെ സ്കൂളും. ചെന്ന് ബാപ്പയോട് പറയെടാ."

"പാവം ആയിഷ... ഇപ്പോൾ വേദനകൊണ്ട് പിടയുകയായിരിക്കും. സ്വർണത്തലമുടിയും നീലക്കണ്ണുകളും വേദന കുറയ്ക്കില്ലല്ലോ."

"അള്ളാഹു എല്ലാം എളുപ്പത്തിലാക്കി കൊടുക്കട്ടെ. എല്ലാം സന്തോഷമായാൽ നമുക്ക് മെഴുകുതിരിവെളിച്ചത്തിൽ സൂപ്പും മധുരവും കഴിച്ച് പരമ്പരാഗതമായി ആഘോഷിക്കാം."

"ആണോ പെണ്ണോ?"

"നിനക്കെന്താ ഇഷ്ടം?"

"ആൺകുട്ടിമതി."

"ഒരുപക്ഷേ ഉമ്മയെപ്പോലെ ആദ്യത്തെ കുട്ടി പെണ്ണായിരിക്കും."

"അവളുടെ ബാപ്പയുടെ പാരമ്പര്യമനുസരിച്ചാണെങ്കിൽ ആണിൽനിന്നാണ് തുടക്കം."

"ഞാൻ സ്കൂൾ വിടുന്നതിനുമുമ്പേ പ്രസവം നടന്നിരിക്കും. ഛേ... അവൻ വരുന്നത് കാണാൻ പറ്റില്ലല്ലോ..."

"ആയിഷ പ്രസവിക്കുന്നത് നിനക്ക് കാണണമെന്നോ?"

"ഊം...."

"എന്നാൽ നീ ബാപ്പയാകുന്നതുവരെ കാത്തിരിക്കേണ്ടിവരും."

മനമില്ലാമനമോടെയാണ് കമാൽ ക്ലാസിലെത്തിയത്. അവിടെ പുസ്തകം മറിച്ചുനോക്കി ഇരുന്നപ്പോഴും മനസ്സു മുഴുവൻ ആയിഷയുടെ വീട്ടിലായിരുന്നു. കുട്ടി പിറക്കുന്നത് കാണാൻ ദിവസങ്ങൾ എണ്ണിനിീക്കുകയായിരുന്നു. കുട്ടിയായിരുന്നപ്പോൾ ഒരു പൂച്ച പ്രസവിക്കുന്നത് അവൻ കണ്ടിട്ടുണ്ട്. പൂച്ച മ്യാവു മ്യാവു എന്ന് ദയനീയമായി കരയുന്നത് കേട്ടാണ് ചെന്നുനോക്കിയത്. തട്ടിൻപുറത്തെ മുല്ലവള്ളികൾക്കിടയിൽകിടന്ന് പൂച്ച വേദനകൊണ്ട് പിടയുന്നു. പിന്നീട് ഒരു വാൽക്കഷണം പുറത്തേക്ക് വരുന്നത് കണ്ട് ഭയന്ന് വിളിച്ചുപോയി. ആ കാഴ്ച ഉറക്കത്തിൽ കണ്ട് പലതവണ രാത്രിയിൽ ഞെട്ടിയുണർന്നിട്ടുണ്ട്. ഇപ്പോഴും ആ ഓർമ ഇടയ്ക്കിടെ അലട്ടാറുണ്ട്. അതുപോലെ ആയിഷയും....ഹേയ്... ആയിഷ മനുഷ്യനല്ലേ....അതുപോലാവില്ല. അതോടെ ആയിഷയുടെ വീട്ടിലെത്താൻ തിടുക്കമായി. ഉച്ചയ്ക്ക് സ്കൂൾ വിട്ടതും ഒരോട്ടമായിരുന്നു.

ആയിഷയുടെ വീട്ടിലെത്തുമ്പോൾ വല്ലാതെ കിതയ്ക്കുന്നുണ്ടായിരുന്നു. നേരെ സ്ത്രീകളുടെ നാലുകെട്ടിലേക്ക് ഓടാമെന്നാണ് കരുതിയത്. ഇരിപ്പുമുറിയിലേക്കു നോക്കിയപ്പോൾ കണ്ണ് തള്ളിപ്പോയി. കാലുകൾക്കിടയിൽ വെച്ച വളഞ്ഞ വടിയിൽ കൈയും കുത്തി ഇരിക്കുകയാണ് ബാപ്പ. എന്തു ചെയ്യണമെന്നറിയാതെ അൽപ്പമൊന്ന് പരുങ്ങി. ബാപ്പ അടുത്തിരിക്കുന്ന ആളോട് സംസാരിക്കാൻ മുഖം തിരിച്ചതും അവൻ അകത്തേക്കോടി. ഇബ്രാഹിമും യാസീനും ഫഹ്മിയും അവിടെ ഇരിക്കുന്നത് ആ ഓട്ടത്തിനിടയിലും കണ്ടു. പതുക്കെയാണ് മുകളിലേക്ക് പടികൾ കയറിയത്. ആയിഷയുടെ മുറിയുടെ വാതിൽ ചാരിയിരുന്നു. അകത്തു ചെന്നപ്പോൾ ഖലീൽ. കിടപ്പുമുറിയുടെ വാതിൽ അടഞ്ഞുകിടന്നിരുന്നു. അകത്തുനിന്ന് സംസാരം കേൾക്കാം. ഉമ്മയുടെ ശബ്ദം അവൻ തിരിച്ചറിഞ്ഞു.

"പ്രസവിച്ചോ?"

ചിരിച്ചുകൊണ്ട് ഉറക്കെയാണ് അവൻ ഖലീലിനോട് ചോദിച്ചത്.

"ഷ്....."

ഖലീൽ ചുണ്ടത്ത് വിരൽവെച്ച് മിണ്ടാതിരിക്കാൻ പറഞ്ഞു.

അവൻ വന്നത് ഖലീലിന് ഇഷ്ടമായില്ലെന്നാണ് തോന്നുന്നത്. സാധാരണത്തേതുപോലെ പുഞ്ചിരിയോടെയുള്ള സ്വീകരണമില്ല. ആകെ വിഷമിച്ച അവൻ കിടപ്പുമുറിയിലേക്ക് കടക്കാൻ തുടങ്ങിയപ്പോൾ ഖലീൽ വിലക്കി.

"അരുത്..."

അവൻ പകച്ചു നോക്കിയപ്പോൾ പറഞ്ഞു.

"നല്ല കുട്ടിയായിട്ട് താഴെച്ചെന്നു കളിച്ചോ."

വല്ലാതെ നൊന്തു. ഭാരിച്ച മനസുമായി ഒന്നും മിണ്ടാതെ താഴേയ്ക്ക് ഇറങ്ങാൻ തുടങ്ങിയപ്പോൾ ദയനീയമായ നിലവിളി കേട്ട് തിരിഞ്ഞു

നോക്കി. പിന്നീട് കുറച്ചുനേരം അനക്കമില്ല, അനങ്ങാനാവാതെ അവിട ത്തന്നെ ചെവിയോർത്തു നിന്നു. കുറച്ചുകഴിഞ്ഞപ്പോൾ വീണ്ടും ഞര ക്കം. പരാതി, പരിഭവം, കരച്ചിൽ. അപ്പോൾ അവന് ആളെ പിടികിട്ടി. ആയിഷയാണ് കരയുന്നത്. ഉടനെ പൂച്ചയുടെ ചിത്രം മനസിലെത്തി.

"സർവശക്തനായ റബ്ബേ.... രക്ഷിക്കണേ...."

അസ്വസ്ഥനായി നടക്കുന്നതിനിടയിൽ ഖലീൽ പറയുന്നുണ്ടായി രുന്നു.

അതുകണ്ടപ്പോൾ അവനും കരച്ചിൽവന്നു. കരഞ്ഞുകൊണ്ടാണ് പടി യിറങ്ങിയത്. പിറകിൽ കാലൊച്ച കേട്ടുനോക്കിയപ്പോൾ പണിക്കാരി.

"അള്ളാഹുവിന് സ്തുതി മുതലാളീ..."

എന്നുപറഞ്ഞിട്ട് അവൾ വന്ന അതേ വേഗത്തിൽ തിരിച്ചുനടന്നു.

ഇബ്രാഹിം ചടപടേന്ന് മുകളിലേക്ക് കയറി. പിറകിൽ യാസീനും ഫഹ്മിയും. കമാൽ അനക്കമറ്റ് നിന്നതേയുള്ളൂ.

ഖലീൽ വാതിൽക്കൽതന്നെ ഉണ്ടായിരുന്നു.

"എല്ലാം നല്ലനിലയിൽ കഴിഞ്ഞല്ലോ. അള്ളാഹുവിന് സ്തുതി."

"നല്ലനില എന്നു പറയാനായിട്ടില്ല."

ഖലീൽ വിഷമത്തോടെയാണ് പറഞ്ഞത്.

"എന്താ എന്തുപറ്റി?"

"ഞാൻ ഡോക്ടറെ വിളിച്ചിട്ടു വരാം."

"കുഞ്ഞിനെന്താ?"

"ആയിഷ....ആയിഷയ്ക്ക് സുഖമില്ല. ഡോക്ടറെ വിളിച്ചിട്ട് വരാം."

മറ്റുള്ളവരെ വിഷമത്തിലാക്കിയിട്ട് ഖലീൽ തിടുക്കപ്പെട്ട് പോയി.

"നമുക്ക് താഴെചെന്നിരിക്കാം." ഇബ്രാഹിം.

"എന്റെമോൾ ഒരുപാട് കഷ്ടപ്പെട്ടു. എന്നാലും പേടിക്കാനില്ല. കുറച്ചുകഴിയുമ്പം ശരിയാകും. ഖലീലിനോട് പറഞ്ഞിട്ട് മനസിലാവുന്നി ല്ല. ഞാനല്ലേ പറയുന്നത്. ഏതായാലും ഡോക്ടർ വരട്ടെ. മോളിലിരി ക്കുന്ന വൈദ്യൻ കനിഞ്ഞാൽ ഒന്നും പേടിക്കാനില്ല."

അതിനിടയിൽ ഖലീലിന്റെ ഉമ്മ വാതിൽ പാതിതുറന്ന് മുഖം പുറത്തുകാണിച്ചുകൊണ്ട് പറഞ്ഞു.

സയ്യിദ് അഹമ്മദിന്റെ മുഖംമൂടി അഴിഞ്ഞു. വേവലാതിയോടെ അയാൾ ചോദിച്ചു.

"എന്തുപറ്റി എന്റെ മോൾക്ക്?"

"ഒന്നുമില്ലന്നേ. എന്റെ മക്കള് പേടിത്തൊണ്ടന്മാരാ. വെറുതെ പേടി ച്ചതാ. കുറച്ചു കഴിഞ്ഞാൽ മോളെ കാണാം."

ഉമ്മ ചിരിച്ചുകൊണ്ടാണ് പറഞ്ഞത്.

എന്റെ റബ്ബേ....എന്റെ മോക്കെന്തുപറ്റി? ഡോക്ടറെ വിളിക്കണമെ ങ്കിൽ...ആ കിഴവിയാണെങ്കിൽ അകത്തുകയറി അവളെ ഒന്നു കാണാനും

സമ്മതിക്കുന്നില്ല. എന്റെ ഒരു നല്ലവാക്കു കേട്ടാൽ മതി ആയിഷയുടെ മുഖം തെളിയും. എന്റെ മകളെ വേദന അറിയിക്കാതെയാണ് വളർത്തിയത്. എന്റെ സുന്ദരിക്കുട്ടി. സർവശക്താ....നീയവളെ കാക്കണേ. എന്റെ നില ഞാൻ പറയാതെ നിനക്കറിയാമല്ലോ. എന്റെ മക്കളുടെ മുന്നിൽ ഗൗരവത്തിന്റെ മുഖംമൂടി അഴിച്ചുമാറ്റാൻ എനിക്കാവില്ല. എന്നാലും നിനക്കറിയാമല്ലോ എന്റെ മക്കളാണ് എന്റെ സന്തോഷമെന്ന്. അവരില്ലെങ്കിൽ മദ്യമോ സംഗീതമോ പരസ്ത്രീ സാമീപ്യമോ ഒന്നും എന്നെ സന്തോഷിപ്പിക്കില്ല.

ഫഹ്മിയെ ഓർത്തുതന്നെ ഞാൻ നീറുകയാണ്. എന്റെ കണ്ണിലെ വെളിച്ചമാണ് എന്റെ മക്കൾ. അവർ സന്തോഷിച്ചു ജീവിക്കുന്നത് കാണുമ്പോൾ ഞാനും പാട്ടുംകൂത്തുമായി ആഘോഷമായിട്ട് കഴിയും. കരുണാമയനേ...ആയിഷയോട് കരുണകാണിക്കണേ.

തന്റേടിയെന്ന് കൂട്ടുകാർ വിളിക്കുന്ന സയ്യിദ് അഹമ്മദ് വേദന പങ്കിടാൻ ആളില്ലാതെ പിടയുകയായിരുന്നു.

മുക്കാൽ മണിക്കൂറിനകം ഖലീൽ ഡോക്ടറെയും കൂട്ടിയെത്തി. അടഞ്ഞ വാതിലിനു മുന്നിൽ ഇരിക്കാനും നിൽക്കാനുമാവാതെ ആ ബാപ്പ വെരുകിനെപ്പോലെ പാഞ്ഞുനടന്നു.

"ഞാൻ പറഞ്ഞതാ നേരെന്ന് ഡോക്ടർ പുറത്തുവരുമ്പോൾ അറിയാമല്ലോ."

ഇബ്രാഹിമിന്റെ ഉമ്മ പറഞ്ഞു.

അതെ ഡോക്ടർ പുറത്തെത്തുമ്പോൾ നിജസ്ഥിതി അറിയാമല്ലോ. ഡോക്ടർ എത്രനേരം വേണമെങ്കിലും അകത്തിരുന്നോട്ടെ. ആയിഷയക്ക് ഒന്നുമില്ലാ എന്നുപറഞ്ഞുകൊണ്ട് പുറത്തുവന്നാൽ മതി. ഡോക്ടറായാലും ഒരു പുരുഷൻ മകളെ ആ അവസ്ഥയിൽ കാണുക. ആ രീതിയിൽ ഇതുവരെ ചിന്തിച്ചിരുന്നില്ല. വേറെ നിവൃത്തിയില്ലാഞ്ഞിട്ടല്ലേ....അള്ളാഹുവേ പൊറുക്കണേ.

പത്തിരുപത് മിനിട്ടു കഴിഞ്ഞ് ഡോക്ടർ പുറത്തിറങ്ങിയപ്പോൾ ആണുങ്ങൾ അയാളുടെ പിറകെ ഇരിപ്പുമുറിയിലെത്തി.

"ഉമ്മയ്ക്ക് കുഴപ്പമൊന്നുമില്ല. കുഞ്ഞിനാണ് ചികിത്സ വേണ്ടത്."

ഡോക്ടർ പറഞ്ഞു.

"നേരോ?"

"അതെ. പക്ഷേ നിങ്ങളുടെ പേരമകളെക്കുറിച്ച് ഒരു ചിന്തയുമില്ലാത്തതുപോലെയാണല്ലോ ചോദ്യം."

സയ്യിദ് അഹമ്മദിന്റെ തെളിഞ്ഞ മുഖം കണ്ടുകൊണ്ടാവണം ഡോക്ടർ ചോദിച്ചു.

"അതല്ല.... ആദ്യമായിട്ടാ ഞാനും ഉപ്പൂപ്പയാകുന്നത്."

"കുഞ്ഞിന് ഒന്നുമില്ലല്ലോ?"

ഖലീൽ.

"ജീവിതം തരുന്നതും എടുക്കുന്നതും അവനാ. കുഞ്ഞിന്റെ ഹൃദയം വീക്കാ. നേരം വെളുക്കുമോന്ന് സംശയമാ. ഇന്ന് രാവ് കടന്ന് കിട്ടിയാൽ ചിലപ്പോ രക്ഷപ്പെട്ടേക്കും. എന്നാലും അധികനാൾ ജീവിക്കുമെന്ന് തോന്നുന്നില്ല. ഇരുപതിനപ്പുറം ഏതായാലുമില്ല. അള്ളാഹു കനിയുകയാണെങ്കിൽ അവളുടെ ബാപ്പയുടെ ഉമ്മയെപ്പോലെ ദീർഘായുസോടെ ഇരിക്കാനും മതി. അവനല്ലേ എല്ലാം അറിയൂ."

ഡോക്ടർ യാത്ര പറഞ്ഞു.

"ഉമ്മയുടെ പേരിട്ടാ മതി. നയീമാ."

ഡോക്ടർ പോയപ്പോൾ ഖലീൽ പറഞ്ഞു.

"എല്ലാം മേലായറബ്ബിന്റെ കൈയിലാണന്നല്ലേ അയാളും പറഞ്ഞത്. നിനക്ക് അയാളെയോ വിശ്വാസം അതോ റബ്ബിനെയോ? നീ ഒന്നു കൊണ്ടും വേവലാതിപ്പെടാതെ അവൾക്ക് എന്റെ പേരുതന്നെ ഇട്ടോളൂ. അവന്റെ അനുഗ്രഹമുണ്ടെങ്കിൽ എന്റെ പ്രായംവരെ നയീമാ മോളും ജീവിക്കും."

പരമവിഡ്ഢിയാ ഖലീൽ. അല്ലെങ്കിൽ അവന്റെ ഭാര്യയെ ഡോക്ടറെ കാണിക്കുമോ? അന്യനൊരുത്തനെക്കൊണ്ട് ഭാര്യയുടെ ശരീരം തൊടുവിക്കും മുമ്പേ ഒന്നു ചിന്തിച്ചുകൂടേ അവന്.

"ഡോക്ടർ പറഞ്ഞത് ആയിഷ അറിയരുത്."

അവിടെ കൂടിയിരിക്കുന്നവരെ ഖലീൽ താക്കീത് ചെയ്തു.

അറുപത്തിയെട്ട്

പുറത്തെ ബഹളം എന്തെന്നറിയാൻ സയ്യിദ് അഹമ്മദ് എഴുന്നേറ്റപ്പോൾ കടയിൽ സാധനം വാങ്ങാനെത്തിയവരും അരി അളന്നുകൊണ്ടിരുന്ന ഹംസായിയും പുറകെചെന്നു. അൽനഹാസിൽ തെരുവിൽ ബഹളമൊഴിഞ്ഞ നേരമില്ല. കച്ചവടക്കാർ തെരുവു വിൽപ്പനക്കാരികൾ, പിച്ചക്കാർ തുടങ്ങിയവർ നിരന്തരം സംസാരിച്ചുകൊണ്ടേയിരിക്കും. അതിന്റെ കൂടെ ബസിന്റെ ഇരമ്പവും കഴുതവണ്ടികളുടെ കടകടാ ശബ്ദവും. ഇത് അതൊന്നുമല്ല. കടലിരമ്പും പോലെ, കാറ്റുവീശുമ്പോലെ ഒരാരവം അടുത്തുവരുന്നു.

സമരമെല്ലാം തീർന്നെന്നാണ് കരുതിയത്.

"അറിഞ്ഞില്ലേ?"

സംശയിച്ച് കാതോർത്ത് നിൽക്കുന്നത് കണ്ടാവണം അതിലെ വന്ന ജില്ലാ അധികാരി ചോദിച്ചു.

"അല്ലാ എന്താ?"

"സഅദ് ഷായെ വെറുതെവിട്ടു."

"നേരോ?"

സന്തോഷത്തോടെ പരസ്പരം ആലിംഗനം ചെയ്തുകൊണ്ടായിരുന്നു ചോദ്യം.

"ഇപ്പഴാ റേഡിയോന്യൂസ് വന്നത്."

"ഭീഷണി മാത്രമാണല്ലോ ഈയിടെയായി റേഡിയോവിൽ കേൾക്കാറുള്ളത്. പഹയർക്ക് എന്തേ സൽബുദ്ധി തോന്നാൻ?"

സന്തോഷക്കണ്ണീർ അടക്കിക്കൊണ്ട് സയ്യിദ് അഹമ്മദ് ചോദിച്ചു.

"അവന്റെ കൃപ. അള്ളാഹു അക്ബർ. അന്തിമവിജയം എപ്പോഴും മുസ്ലിങ്ങൾക്കുതന്നെ."

സയ്യിദ് അഹമ്മദിന്റെ കൈപിടിച്ച് കുലുക്കി ജില്ലാ അധികാരി യാത്ര പറഞ്ഞു.

അയാൾ നിറഞ്ഞമനസ്സോടെ തെരുവിൽ കണ്ണുനട്ട് നിന്നു. അപ്പോഴേക്കും വാർത്ത അവിടെങ്ങും പരന്നിരുന്നു. കച്ചവടക്കാർ പുറത്തിറങ്ങി കെട്ടിപ്പിടിച്ചും അഭിവാദനം പറഞ്ഞും പരസ്പരം അഭിനന്ദിച്ചു. തെരുവോരത്തെ വീടുകളിലെ ജനലുകളിൽ കുട്ടികൾ ആഹ്ലാദത്തോടെ നോക്കിനിന്നു. അവരുടെ പിറകിൽനിന്ന് ഉമ്മമാർ ഒളിഞ്ഞുനോക്കി. സഅദിന് ജയ് വിളിച്ചുകൊണ്ട് ആയിരക്കണക്കിനാളുകൾ അൽനഹാസിൽ തെരുവിലും സ്വർണക്കടത്തെരുവിലും ജാഥയായി നീങ്ങിക്കൊണ്ടിരുന്നു. മൂടിക്കെട്ടിയ കഴുതവണ്ടികളിൽ രാഷ്ട്രഭക്തിഗാനങ്ങൾ ആലപിച്ചുകൊണ്ട് സ്ത്രീകൾ തെരുവിൽ റോന്തുചുറ്റുന്നുണ്ടായിരുന്നു. എങ്ങും സന്തോഷാരവം. തെരുവുകൾ ജനസമുദ്രമായി മാറിക്കൊണ്ടിരുന്നു. തെരുവിൽ അപ്പോഴേക്കും പട്ടാളക്കാരും അണിനിരന്നിരുന്നു. ഇത്തരമൊരു കാഴ്ച ജീവിതത്തിൽ ഇന്നോളം കണ്ടിട്ടില്ല. ഹൃദയം നിറഞ്ഞു തുളുമ്പി. കണ്ണുകൾ തിളങ്ങി.

"ഹുസൈൻ തങ്ങളേ...അങ്ങനെ ഒരു ഭാരം ഒഴിഞ്ഞല്ലോ. ഇനി സമാധാനത്തോടെ ജീവിക്കാമല്ലോ."

"കച്ചവടക്കാർ കൊടി ഉയർത്തുന്നു. മധുരപാനീയങ്ങളും പലഹാരങ്ങളും വിതരണം ചെയ്യുന്നു."

പുറത്തുനിന്നെത്തിയ ഹംസായി പറഞ്ഞു.

"എന്തുവേണമെങ്കിലും ചെയ്തോളൂ. ഇന്ന് എല്ലാം നിന്റെ ഇഷ്ടത്തിന് വിട്ടിരിക്കുന്നു. അള്ളാഹുവിന്റെ നാമത്തിൽ എന്നതിന് താഴെ പാഷയുടെ പടംകൂടി തൂക്കുക."

വിറയലോടെയാണ് പറഞ്ഞത്.

“ഒന്നുകൂടി നോക്കിയിട്ടുപോരേ? അതുവരെ പടം അകത്തു തൂക്കുന്നതല്ലേ നല്ലത്?”

ഹംസായിക്ക് അപ്പോഴും ഭയം.

“ഭയപ്പാടിന്റെ നാളുകൾ എന്നന്നേക്കുമായി നീങ്ങിയിരിക്കുന്നു. സമരക്കാരെ കണ്ടിട്ട് പട്ടാളക്കാർക്ക് അനക്കമുണ്ടോന്ന് നോക്ക്. പടം എല്ലാവരും കാണുന്നിടത്തുതന്നെ തൂക്കിയിട്. ബാക്കി അള്ളാഹുവിന് വിട്.”

“ഇനി എന്തു പേടിക്കാനാ? പാഷ അവിടന്ന് പുറപ്പെട്ടിരിക്കും. കേട്ടില്ലേ വിജയാഹ്ലാദം. അള്ളാഹു അനുഗ്രഹിച്ചിരിക്കുന്നു. രക്തസാക്ഷികളായവരുടെ പരലോകം അള്ളാഹു പ്രകാശപൂരിതമാക്കിക്കൊടുക്കട്ടെ. എന്റെ മോൻ ഫഹ്മിയെയും അവൻ എല്ലാ ആപത്തുകളിൽനിന്നും കാത്തുരക്ഷിച്ചിരിക്കുന്നു. നമുക്ക് അള്ളാഹുവിനെ സ്തുതിക്കാം. ഫാത്തിഹ ഓതി ദ്വാഎരക്കാം.”

വീട്ടിലും അപ്പോഴും സന്തോഷം അലതല്ലുകയായിരുന്നു. ദുരിതത്തിന്റെ നാളുകൾ അവസാനിച്ചല്ലോ എന്നോർത്ത് ആമിനയും അന്ന് അതിയായി സന്തോഷിച്ചു.

“കാണാത്ത കാഴ്ചകളെല്ലാം ഇന്നു വരാന്തയിൽ നിന്നപ്പോൾ കണ്ടു. കിയാമത്തിന്റെ അലാമത്താണെന്നു ആദ്യം പേടിച്ചു. ഈ പെണ്ണുങ്ങക്കെന്താ ഭ്രാന്തുപിടിച്ചോ? പാട്ടും കൂത്തുമായിട്ടല്ലേ വണ്ടിയിൽ റോന്തു ചുറ്റുന്നത്.”

“ഇംഗ്ലീഷുകാർക്കുള്ള വിടവാങ്ങൽ സംഗീതമായിരുന്നു അത്. വീട്ടിൽ ഇഷ്ടമില്ലാത്ത വിരുന്നുകാരെത്തി തിരിച്ചുപോകുമ്പോൾ നിങ്ങൾ പാത്രം എറിഞ്ഞുടയ്ക്കുന്നതുപോലെ.”

യാസീൻ.

“അള്ളാഹു ഒടുക്കം നമ്മോട് കനിഞ്ഞു.”

ആമിന.

“നീയെന്താ ഫഹ്മീ മിണ്ടാത്തത്?”

സന്തോഷം കൊണ്ട് മിണ്ടാതെ നിൽക്കുന്ന ഫഹ്മിയോട് യാസീൻ ചോദിച്ചു.

“നമ്മുടെ ആവശ്യങ്ങൾ ബ്രിട്ടൻ അംഗീകരിച്ചതിന്റെ ആദ്യപടിയാണ് സാദിന്റെ മോചനം. ഇതുതന്നെയാണ് ഞങ്ങൾ ആവശ്യപ്പെട്ടതും. 1919 ഏപ്രിൽ 8 എന്നത് ചരിത്രത്തിൽ തങ്കലിപികളാൽ എഴുതിച്ചേർക്കും.” വിടർന്ന മുഖത്തോടെ ഫഹ്മി പറഞ്ഞു.

“എന്തൊക്കെയാ ഇന്ന് നടന്നത്? സർക്കാർ ഉദ്യോഗസ്ഥർവരെ സമരത്തിനിറങ്ങിയില്ലേ. അവരോടൊപ്പം ചേർന്നപ്പോൾ ആവേശം എന്നേയും വിഴുങ്ങി.”

“നീ ആവേശത്തോടെ ജയ് വിളിച്ചു നീങ്ങുന്നത് കണ്ടപ്പോൾ സത്യം പറയാമല്ലോ ഞാൻ അജബായിപ്പോയി.”

അതേ അന്നത്തെദിവസം എല്ലാംകൊണ്ടും അതിശയംനിറഞ്ഞതു തന്നെ ആയിരുന്നു. ശക്തമായ കടൽത്തിരയിൽപ്പെട്ട് ഉഴറുന്ന കരിയില യാണ് താനെന്ന് സമരക്കാരോടൊപ്പം നീങ്ങുമ്പോൾ യാസീനു തോന്നി.

"ഏതോ ഒരു ശക്തി എന്നെ മുന്നോട്ടു നയിക്കുന്നതായിട്ടാണ് എനിക്കുതോന്നിയത്. അത്തരമൊരാൾക്കൂട്ടത്തിൽപ്പെട്ടാൽ ആർക്കാ യാലും അങ്ങനെ തോന്നിയേക്കും."

"സത്യത്തിൽ നിനക്ക് ആവേശം തോന്നിയോ?"

"പിന്നില്ലേ? തൊണ്ടപൊട്ടുമാറാ ഞാൻ മുദ്രാവാക്യം വിളിച്ചത്. കര യുകയും ചെയ്തു."

"നിങ്ങളെങ്ങനെ ഇതിൽപെട്ടു?"

"സാദ് സ്വതന്ത്രനായ വിവരം സ്കൂളിൽ നിന്നാണ് അറിഞ്ഞത്. കേട്ടതും ദേഹമാകെ കോരിത്തരിച്ചു. വിജയാഹ്ലാദത്തിൽ നമ്മളും പങ്കു ചേരണമെന്ന് അധ്യാപകരാ നിർദേശിച്ചത്. പതുക്കെ വീട്ടിലേക്കൂരാമെന്നാ ഞാൻ കരുതിയത്. പക്ഷേ എല്ലാവരും നിർബന്ധിച്ചപ്പോൾ ഒഴിഞ്ഞുമാ റാനായില്ല. മനുഷ്യക്കടലിൽ അകപ്പെട്ടതുപോലെയാണ് ആദ്യം തോന്നി യത്. പക്ഷേ കൂട്ടത്തിൽ ചേർന്നപ്പോൾ വൈദ്യുതി സ്പർശമേറ്റതു പോലെ.

പിന്നെ എന്തുണ്ടായെന്ന് എനിക്കറിയില്ല. ദയവുചെയ്ത് എന്നെ വിശ്വ സിക്ക്."

"അതിശയം തോന്നുന്നു."

ഫഹ്മിക്ക് അപ്പോഴും വിശ്വസിക്കാനാവുന്നില്ല.

"എനിക്കു രാജ്യസ്നേഹമില്ലെന്നാണോ നീ കരുതിയത്? ജീവൻ ബലിയർപ്പിക്കാനൊന്നും ഞാനില്ല. എന്നാലും മരിക്കുംവരെ ഞാനെന്റെ നാടിനെ ഉള്ളഴിഞ്ഞ് സ്നേഹിക്കും."

"ഇപ്പറഞ്ഞതാ ബുദ്ധി. പക്ഷേ എന്റെ പൊന്നുമോൻ അങ്ങന ല്ലല്ലോ."

ആമിന ഇടയിൽ കയറി പറഞ്ഞു.

"അതെ...ഉമ്മ പറഞ്ഞതാ ബുദ്ധി."

ഫഹ്മി ചിരിച്ചു.

അവരുടെ സംസാരത്തിൽ ചേരാനാവാതെ വിഷമിച്ചിരിക്കുകയായി രുന്നു കമാൽ. അന്നവനും അവന്റേതായ പങ്കുവഹിച്ചിരുന്നു. അതു വീ ട്ടുകാരെ അറിയിക്കാൻ സന്ദർഭം കാത്തിരിക്കുകയായിരുന്നു അവൻ. കിട്ടിയ അവസരം പാഴാക്കാതെ അവൻ തുടങ്ങി.

"ഞങ്ങളും സമരത്തിനിറങ്ങിയതാ. ഹെഡ്മാഷ് സമ്മതിച്ചില്ല. സ്കൂളിന് പുറത്തിറങ്ങിയാൽ അടിച്ച് കാലൊടിക്കുമെന്ന് പറഞ്ഞു. സ്കൂൾ മൈതാനത്ത് ജാഥ സംഘടിപ്പിച്ചോളാൻ പറഞ്ഞു. ഞങ്ങൾ മൈതാനത്ത് ഒത്തുകൂടി സഅദ് പാഷയ്ക്ക് ജയ് വിളിച്ചു. അതുകഴിഞ്ഞ്

ക്ലാസിൽ പോകാതെ വീട്ടിലേക്ക് മടങ്ങി. മാഷന്മാരെല്ലാം ജാഥയ്ക്ക് പോയിരുന്നു."

"പക്ഷേ നിന്റെ കൂട്ടുകാർ ജാഥയിൽ ഉണ്ടായിരുന്നല്ലോ."

യാസീൻ ഊതി നോക്കിയെങ്കിലും കമാൽ മിണ്ടിയില്ല. സ്കൂൾ വിട്ട് തിരിച്ചെത്തിയപ്പോൾ വീടിനുമുന്നിലെ പട്ടാളക്യാമ്പ് ഒഴിഞ്ഞു കിടന്നിരുന്നു. അതവനെ ദുഃഖിപ്പിച്ചു. പട്ടാളക്കാരോടൊത്ത് പാട്ടുപാടിയതും ചായ കുടിച്ചതും ഓർക്കുകയും ചെയ്തു. പ്രത്യേകിച്ചും ജൂലിയനെ. ജൂലിയനായിരുന്നല്ലോ അവന്റെ ഉറ്റ ചങ്ങാതി.

"സഅദ് ഭാഗ്യവാനാ. നാടുമുഴുവൻ അയാളുടെ വരവിൽ ആഹ്ലാദിച്ചിരിക്കുന്നു. ഇത്രയും ബഹുമതി രാജാവിനു പോലും കിട്ടിയിരിക്കില്ല. സഅദ് വിപ്ലവകാരി മാത്രമല്ല തികഞ്ഞ വിശ്വാസിയുംകൂടിയായിരുന്നു. വിശ്വാസികളെ അവനൊരിക്കലും കൈവിടില്ല. ബ്രിട്ടീഷുകാർ തോറ്റില്ലേ? ഇനിയെന്താ നിങ്ങളുടെ ആവശ്യം? റമദാനിലെ ഇരുപത്തിയേഴാം രാവിലായിരിക്കും അയാളുടെ പിറവി."

ആമിന.

"ഉമ്മയ്ക്കും അയാളെ ഇഷ്ടമാണോ?"

ചിരിച്ചുകൊണ്ടാ ഫഹ്മി ചോദിച്ചത്.

"നീ സ്നേഹിക്കുന്നവരെയൊക്കെ ഞാനും സ്നേഹിക്കുന്നു."

"എന്നു വച്ചാൽ?"

ഫഹ്മി നെറ്റി ചുളിച്ചു.

"ഈയിടെയായി നിന്റെ ഉമ്മയ്ക്ക് ഉറക്കമില്ല. എന്റെ റബ്ബേ സഅദ് വിപ്ലവം തുടങ്ങിയതുകൊണ്ടല്ലേ നൂറുകണക്കിന് ഉമ്മമാർക്ക് മക്കൾ നഷ്ടപ്പെട്ടത് എന്ന് ഞാൻ അള്ളാഹുവിനോട് ചോദിക്കാറുണ്ട്. നാടുമുഴുവൻ സ്നേഹിക്കുന്ന ഒരാൾ അള്ളാഹുവിനും പ്രിയപ്പെട്ടവൻ തന്നെയായിരിക്കും എന്നോർത്ത് സമാധാനിക്കും. മരിച്ചുപോയവരെക്കുറിച്ചും അവരുടെ ഉമ്മമാരുടെ കണ്ണീരോർത്തും ഞാനും കരഞ്ഞിട്ടുണ്ട്. ഇന്ന് നമ്മൾ ആഹ്ലാദിക്കുമ്പോൾ എത്രയോപേർ നഷ്ടപ്പെട്ട ഉറ്റവരെക്കുറിച്ചോർത്ത് കേഴുന്നുണ്ടാവും?"

"ഉമ്മ യഥാർഥരാജ്യസ്നേഹിയാണെങ്കിൽ സ്വന്തം രാജ്യത്തിനു വേണ്ടി ജീവൻ ത്യജിച്ച മകനെക്കുറിച്ചോർത്ത് അഭിമാനിക്കുകയേയുള്ളൂ."

"എന്റെ റബ്ബേ....ഇവൻ പറഞ്ഞത് നീ കേട്ടോ? സ്വന്തം മകന്റെ മരണത്തിൽ ഏതുമ്മയ്ക്കാ സന്തോഷിക്കാനാവുക? ഭൂമിയിലും പാതാളത്തിലുമുള്ള ഒരുമ്മയ്ക്കും അതിനാവില്ല."

ചെവിയിൽ വിരൽ തിരുകിക്കൊണ്ടാണ് ആമിന പറഞ്ഞത്.

"ഇനി ഇപ്പോ സത്യം പറയാം. സമരത്തിൽ ഞാനും പങ്കാളിയാണ്. മരണം പലതവണ മുഖാമുഖം കണ്ടതുമാണ്."

കേട്ടതും ഉമ്മ വിളറിവെളുത്തു. വാക്കുകൾ ഇടറി.

"നീ...പട്ടാളക്കാരുടെ തോക്കിനുനേരെ...ഇല്ല....ഒരിക്കലുമില്ല. എന്റെ കരളിന്റെ തുണ്ടമാണ് നീ. നിന്നെ നഷ്ടപ്പെട്ടാൽ പിന്നെ ഞാനില്ല. നീ വെറുതെ പറയുകയാ."

"അല്ലുമ്മാ നേരാ."

"എന്നാലും എന്റെ മോനേ..."

ഉമ്മയ്ക്ക് സഹിക്കാനായില്ല.

"ഒക്കെ കഴിഞ്ഞില്ലേ. ഇനിയെന്തിനാ പേടിക്കുന്നത്?"

"എന്നാലും സ്വന്തം ഉമ്മയോട് ഒട്ടും പിരിശമില്ലാത്തവനായിപ്പോയല്ലോ നീ. പടച്ചോൻ പൊറുക്കട്ടെ."

"അന്നൊരിക്കൽ വെടിവയ്പ് നടന്നപ്പോൾ ഞാൻ ബേക്കറിയിൽ ഒളിച്ചുനിന്നത് ഞാൻ പറഞ്ഞില്ലേ? അന്ന് സമരക്കാരോടൊപ്പം ചെറീക്കായെ ഞാൻ കണ്ടതാ."

കമാൽ ഇടയിൽക്കയറി പറഞ്ഞിട്ടു ചോദിച്ചു:

"അപ്പം പേടിതോന്നിയില്ലേ? എങ്ങനാ യുദ്ധം തുടങ്ങിയത്? എന്തിനാ വെടിവെച്ചത്? നിങ്ങളെ പട്ടാളക്കാര് അടിച്ചോ?"

"അത് പഴയ കഥ. അതു നമുക്ക് കുഴിച്ചുമൂടാം. അവനെ രക്ഷപ്പെടുത്തിയതിന് അള്ളാഹുവിനെ സ്തുതിക്കാം."

യാസീൻ ഇടപെട്ടു.

"നിനക്കും അറിയാമായിരുന്നു അല്ലേ?"

കുറ്റപ്പെടുത്തുംമട്ടിലാണ് ഉമ്മ ചോദിച്ചത്.

"മരിച്ചുപോയ എന്റെ ഉമ്മ സത്യം ഞാനറിഞ്ഞതല്ല. അള്ളാണെ നബിയാണെ എനിക്കറിയില്ല."

യാസീൻ തിടുക്കത്തിൽ പറഞ്ഞു.

"ഇനി അതാലോചിച്ച് മനസ്സു പുണ്ണാക്കണ്ട. കഴിഞ്ഞത് കഴിഞ്ഞു. ഇനി പേടിക്കാനൊന്നുമില്ല. ഇനി നമുക്ക് ധൈര്യമായി നമ്മുടെ തെരുവീഥികളിൽ നടക്കാം. സമാധാനമായിട്ടിരി."

ഫഹ്മി ആശ്വസിപ്പിച്ചിട്ടും ഉമ്മയ്ക്ക് സമാധാനമായില്ല. നിറഞ്ഞു തുളുമ്പിയ കണ്ണ് കുട്ടികൾ കാണാതിരിക്കാൻ അവർ തലകുനിച്ചിരുന്നു.

അറുപത്തിയൊൻപത്

ഇനി ബാപ്പയെ ധിക്കരിച്ചുപ്രവൃത്തിക്കില്ല. വേദനിപ്പിക്കുകയുമില്ല. ഉറങ്ങും മുമ്പേ ഫഹ്മി തീരുമാനമെടുത്തിരുന്നു. രാവിലെ എഴുന്നേറ്റപ്പോൾ ആ തീരുമാനം ഒരിക്കൽക്കൂടി അരക്കിട്ടുറപ്പിച്ചു. ബാപ്പ പറഞ്ഞ

തൊക്കെ അന്ധമായി അനുസരിക്കാറുള്ളത് സന്തോഷത്തോടെയാണ്. അന്നാദ്യമായി ബാപ്പ ആവശ്യപ്പെട്ട ഒരു കാര്യം സാധ്യമല്ലെന്ന് പറഞ്ഞ് മുറിയിൽനിന്ന് ഇറങ്ങിഓടിയപ്പോൾ ബാപ്പയെക്കാൾ വേദനിച്ചത് അവ നാണ്. എല്ലാറ്റിനും ഇന്ന് മാപ്പ് പറയണം.

നാടാകെ സന്തോഷിക്കുന്ന ഈ വേളയിൽ ബാപ്പയുടെ സംശയം തീർത്ത് അനുഗ്രഹം വാങ്ങിയാലെ പൂർണമായി സന്തോഷിക്കാനാവൂ.

രാവിലത്തെ ചായയ്ക്ക് ബാപ്പ ഊണുമുറിയിലെത്തുന്നതിന് അര മണിക്കൂർമുമ്പേ അവൻ ബാപ്പയുടെ മുറിയിലെത്തി. ബാപ്പ പ്രാർഥന കഴിഞ്ഞ് നിസ്കാരപടം തെറുക്കുകയായിരുന്നു. അവനെ കണ്ടിട്ടും കാണാത്ത മട്ടിൽ ബാപ്പ സോഫയിൽ ചെന്നിരുന്നു. എങ്ങനെ തുടങ്ങ ണമെന്നറിയാതെ ഫഹ്മി വാതിൽക്കൽ നിന്ന് മുരടനക്കി.

"ആരാത്? എന്തുവേണം?"

മയമില്ലാത്ത സ്വരം.

"അസ്സലാമും അലൈക്കും."

എന്നിട്ടും ബാപ്പ കേൾക്കാത്ത മട്ടുകാണിച്ചപ്പോൾ ഫഹ്മി വിഷമ ത്തിലായി. "എന്നോട് പൊറുക്കണം." വിറയലോടെയാണ് പറഞ്ഞത്. അതിനും ഉത്തരമൊന്നും കിട്ടിയില്ല.

"ബാപ്പ പൊറുക്കണം. ബാപ്പയെ ധിക്കരിച്ച് ഇറങ്ങിപ്പോയതിനു ശേഷം മനസ്സമാധാനത്തോടെ ഞാൻ ഉറങ്ങിയിട്ടില്ല." തുടരാനാവാതെ ഫഹ്മി വിക്കി.

"നിനക്കിപ്പോ എന്താ വേണ്ടത്?"

"ബാപ്പ പൊറുത്തെന്നു പറയണം."

"പോ എന്റെ കൺവെട്ടത്തുനിന്ന്."

"പൊറുത്തെന്ന് പറഞ്ഞാലേ പോകൂ."

"ഞാനാരാ നിനക്ക് മാപ്പുതരാൻ. എന്നെ അരിശം പിടിപ്പിക്കാൻ നീ ഒന്നും ചെയ്തതായി ഞാൻ ഓർക്കുന്നില്ലല്ലോ."

ബാപ്പയുടെ വാക്കുകളിൽ പരിഹാസം.

ആ പരിഹാസം ഫഹ്മിയെ ആശ്വസിപ്പിക്കുകയാണ് ചെയ്തത്. ബാപ്പ എപ്പോഴും അങ്ങനെയാണ്. പരിഹാസത്തിൽനിന്നാണ് തുടക്കം. പിന്നീട് ഉറഞ്ഞുതുള്ളും. ഒടുക്കമേ മാപ്പു തരൂ.

കിട്ടിയ അവസരം മുതലെടുത്ത് പറയാനുള്ളത് പറഞ്ഞു. ഉള്ളിലി രുന്ന് ആരോ പറയുന്നതുപോലെ തോന്നിയപ്പോൾ ധൈര്യം തോന്നി.

"രാജ്യം സ്വാതന്ത്ര്യത്തിനുവേണ്ടി കേഴുമ്പോൾ മിണ്ടാതിരിക്കാൻ കഴിഞ്ഞില്ല. അപകടമുള്ളതിൽനിന്നൊക്കെ ആവുംമട്ട് ഒഴിഞ്ഞാണ് നിന്നത്. എന്റെ സുരക്ഷിതത്വമാലോചിച്ചാണ് ബാപ്പ പേടിച്ചതെന്നറിയാം. അതുകൊണ്ടുതന്നെയാണ് നീമാറിന്ന് പ്രവർത്തിച്ചത്. ബാപ്പയുടെ

ആഗ്രഹങ്ങൾക്ക് എതിരു നിൽക്കണമെന്ന് ഞാനൊരിക്കലും ആഗ്രഹിച്ചതല്ല. രാജ്യത്തിനുവേണ്ടി എന്നാലാവുംവിധം പ്രവർത്തിക്കുകയായിരുന്നു.''

എന്നൊക്കെ പറയണമെന്ന് മനസിൽ ഉറപ്പിച്ചതാണ്.

മനപ്പൂർവ്വം അനുസരണകേട് കാട്ടിയതല്ല. പൊറുക്കണമെന്നേ പറയാൻ കഴിഞ്ഞുള്ളൂ.

"പൊള്ളയായ വാക്കുകൾ. എന്നെ അനുസരിച്ച് ജീവിക്കുന്നതായി ഭാവിച്ചു നീ എന്നെ പറ്റിക്കുകയായിരുന്നു. അല്ലെങ്കിലെന്താ ഇതിനുമുമ്പേ വന്നു മാപ്പു പറയാഞ്ഞത്?"

"ലോകം മുഴുവൻ ചോരപ്പുഴ ഒഴുകുന്നത് കണ്ട് അകം നീറി കഴിയുകയായിരുന്നു."

"എന്നോടു സംസാരിക്കാൻ കഴിയാത്തത്ര നീറ്റലായിരുന്നോ?"

ഇങ്ങനെവേണം സംസാരിക്കാൻ. പറഞ്ഞുകഴിഞ്ഞപ്പോൾ ബാപ്പയ്ക്ക് സ്വയം അഭിമാനം തോന്നി.

ഇവനെ നമ്പിക്കൂടാ. വെറുതെ വിനയം നടിക്കുകയാണെങ്കിലോ? ഏതായാലും വൈകുന്നേരം ചങ്ങാതിമാരോട് ഇതേക്കുറിച്ച് അഭിപ്രായം ചോദിക്കണം. നിയമം പഠിച്ചിരുന്നെങ്കിൽ ഞാൻ വക്കീലായേനേ എന്ന് എന്റെ ചങ്ങാതിമാർ എപ്പോഴും പറയാറുണ്ട്. ഇക്കാര്യം പറയുമ്പോൾ അവരെന്താകും പറയുക? ഉയർന്ന ഉദ്യോഗസ്ഥന്മാരും വക്കീലന്മാരുമൊക്കെ ചക്കേൽ ഈച്ച പൊതിയുമ്പോലെയാണ് സൽക്കാരവേളകളിലും മറ്റും എനിക്കുചുറ്റും കൂടുന്നത്. ഇവന് എന്നെങ്കിലും അങ്ങനെയാവാൻ കഴിയുമോ? മകൻ കിഴവനെ വെട്ടിച്ചു എന്ന് ഒരിക്കൽ ചങ്ങാതിമാർ പറയാൻ ഇടവരുമോ? അന്ന് ഞാൻ നീട്ടിയ മുസഅബ് തൊട്ട് സത്യംചെയ്യാതെ അവനിറങ്ങി ഓടിയത് ഇപ്പോഴും എന്നെ അലട്ടിക്കൊണ്ടിരിക്കുകയാണ്. പക്ഷേ സ്വാതന്ത്ര്യസമരത്തിൽ പങ്കെടുത്തതിന് വഴക്കു പറയുന്നതെങ്ങനെ? തന്റെ പങ്ക് വഹിച്ചെന്ന് രാജ്യം സ്വതന്ത്രമാകുമ്പോൾ അവന് അഭിമാനിക്കാമല്ലോ. ഇന്നിപ്പോൾ അങ്ങനെ ചിന്തിക്കുന്നതിൽ അപകടമില്ല. സജീവമായി പങ്കെടുത്തിട്ടില്ലെന്നൊക്കെ കഴുവേറിമോൻ കള്ളം പറയുകയാണ്.

"നിങ്ങളുടെ മകൻ മിടുക്കനാണ്. മരണത്തെ അവഗണിച്ചല്ലേ സമരത്തിൽ പങ്കെടുത്തത്. അഭിനന്ദനം."

സുഹൃത്തുക്കൾ പറഞ്ഞേക്കാം. സയ്യിദ് അഹമ്മദിനും രാജ്യസ്നേഹത്തിന് ഒട്ടും കുറവില്ല. എത്ര രൂപ പാർട്ടിക്കാർ വന്ന് പിരിച്ചുകൊണ്ടുപോയി? സന്തോഷത്തോടെയാണ് കൊടുത്തത്. ചെറുപ്പമായിരുന്നെങ്കിൽ മകനെക്കാൾ ആവേശത്തിൽ സ്വാതന്ത്ര്യത്തിൽ പങ്കെടുത്തേനേ എന്നിപ്പോൾ തോന്നിപ്പോകുന്നു. തുറന്നു പറഞ്ഞില്ലെങ്കിലും ബാപ്പയുടെ ഉള്ളു

കണ്ട് അവൻ പ്രവർത്തിച്ചു. ഇനിയിപ്പോൾ എന്താ വേണ്ടത്? മാപ്പു കൊടുക്കണമെന്ന് ഉള്ളു പറയുന്നു. അങ്ങനെ ചെയ്താൽ അത് ബാപ്പയുടെ ദൗർബല്യമാണെന്ന് തെറ്റിദ്ധരിച്ച് അവൻ ഇനിയും അനുസരണക്കേട് കാണിച്ചാലോ?

അന്നത്തെ നിന്റെ ധിക്കാരം എനിക്കൊരിക്കലും മറക്കാനാവില്ല. വെളുപ്പാൻകാലത്ത് ഇവിടെവന്ന് വിനയം നടിച്ച് എന്നെ കുപ്പിയിലാക്കാമെന്നാണ് ഉദ്ദേശ്യമെങ്കിൽ അതങ്ങ് കളഞ്ഞേക്ക്."

"ചായ എടുത്ത് വച്ചിട്ടുണ്ട്."

ഫഹ്മി എന്തോ പറയാൻ ഭാവിച്ചപ്പോഴാണ് ഉമ്മ വന്നത്.

ഫഹ്മിയെ ആ നേരത്ത് അവിടെ കണ്ട ഉമ്മ അമ്പരന്നു. അവൾ ബാപ്പയേയും മകനേയും സംശയദൃഷ്ടിയോടെ നോക്കി. ആ അന്തരീക്ഷം എന്തെന്നറിയില്ല ആമിനയെ വല്ലാതെ പേടിപ്പിച്ചു. അവൾ അവിടെനിന്ന് പെട്ടെന്ന് സ്ഥലം വിട്ടു. ബാപ്പ എഴുന്നേൽക്കുന്നത് കണ്ട് ഫഹ്മി വഴി ഒഴിഞ്ഞ് നിന്നു.

"മേലിൽ ഇത്തരം വിഡ്ഢിത്തരങ്ങൾ എന്റെ മുന്നിൽ എഴുന്നള്ളിക്കരുത്."

ഫഹ്മിയുടെ മുഖത്തെ വേദന കണ്ടാകണം ഒടുക്കം ബാപ്പ പറഞ്ഞു.

തലകുനിച്ച് ബാപ്പയുടെ പിറകെ നടന്നു ഫഹ്മി.

"സഅദിന്റെ പാർട്ടിയുടെ സജീവപ്രവർത്തകനാണ് നീയെന്ന് എനിക്കറിയാം."

നടക്കുന്നതിനിടയിൽ ബാപ്പ പറഞ്ഞു

നിറഞ്ഞ മനസോടെയാണ് അന്ന് ഫഹ്മി വീട്ടിൽനിന്നിറങ്ങിയത്. യൂണിവേഴ്സിറ്റിയിൽ എത്തിയപ്പോൾ കമ്മിറ്റിക്കാർ ചർച്ചയിലായിരുന്നു. സമാധാനപരമായും നിയമലംഘനം നടത്താതെയും എങ്ങനെ സമ്മേളനം നടത്താമെന്നായിരുന്നു ചർച്ചാവിഷയം. എല്ലാ തരത്തിലുമുള്ള ആളുകളേയും സംഘടിപ്പിച്ച് സമാധാനപരമായി സമ്മേളനം നടത്താൻ തീരുമാനമെടുത്തുകൊണ്ടാണ് യോഗം പിരിഞ്ഞത്.

ഓരോരുത്തർക്കും പ്രത്യേകം പ്രത്യേകം ജോലികളേൽപ്പിച്ചിരുന്നു. ആവേശത്തോടെയാണ് ഓരോരുത്തരും അവരവരുടെ ചുമതല ഏറ്റെടുത്തത്. സ്കൂൾകുട്ടികളെ സംഘടിപ്പിച്ച് സമ്മേളനസ്ഥലത്തെത്തിക്കുന്ന ചുമതലയായിരുന്നു ഫഹ്മിക്ക്. ജോലി വളരെ ലളിതമായിപ്പോയില്ലേ എന്ന് ഫഹ്മിക്ക് സംശയം തോന്നാതിരുന്നില്ല. എന്തിനും മുന്നോട്ടിറങ്ങുന്നവനാണ് ഫഹ്മിക്ക്. എന്നിട്ടും ഉത്തരവാദിത്വമുള്ള ജോലികൾ ഏൽക്കാതിരിക്കുമ്പോൾ തോന്നാറുള്ള അതൃപ്തി ആരോടും തുറന്നുപറയാറില്ലെന്നുമാത്രം. പട്ടാളക്കാരുടെ തോക്കുകൾ അവഗണിച്ച് മാറുവി

രിച്ച് മുന്നോട്ടു നീങ്ങിയിട്ടേയുള്ളൂ ഇതുവരെ. ചീറിപ്പായുന്ന വെടിയുണ്ട കണ്ട് ഒരിക്കൽ കാപ്പിക്കടയിൽ അഭയം പ്രാപിച്ചത് നേരാണ്. തോക്കുമായി പിന്നാലെ വരുന്ന പട്ടാളക്കാരനെ കണ്ട് ഒരിക്കൽ വിരണ്ടോടിയിട്ടുമുണ്ട്. അതൊന്നും മരണഭയംകൊണ്ടല്ല. പിന്നെ? വെടിയേറ്റു മരിച്ച സഖാക്കളോട് താരതമ്യപ്പെടുത്തുമ്പോൾ ഫഹ്മി ഒന്നുമല്ല. ശത്രുവിന്റെ മെഷീൻഗൺ പിടിച്ചുവാങ്ങി അവർക്കുനേരെ തുരുതുരെ നിറയൊഴിക്കുകയും അവരുടെ വെടിയേറ്റ് പിടഞ്ഞുവീണ് മരിക്കുകയും ചെയ്ത വീര സഖാക്കളുണ്ട്. ആ സഖാക്കളെ അനുകരിച്ച് മരിക്കാനും അവൻ തയാറാണ്. തോൽക്കാതെ, പിൻമാറാതെ അവസാനം വരെ ഫഹ്മിയും പൊരുതും. രാജ്യത്തിനുവേണ്ടി, സന്തോഷത്തോടെ ജീവൻ ബലിയർപ്പിക്കാനും തയാർ.

അതിനർഥം മരിക്കാതെ രക്ഷപ്പെട്ടതിൽ സന്തോഷമില്ലെന്നാണോ? മരിച്ചില്ലെങ്കിലും മുറിവേറ്റവരിൽ ഉൾപ്പെട്ടാലും മതിയായിരുന്നു. ഭീരുത്വം പറയാതെ ഏൽപ്പിച്ച ജോലി നന്നായി ചെയ്യാൻ നോക്ക്.

ആലോചനക്കിടയിൽ സ്കൂളിലെത്തിയതറിഞ്ഞില്ല. ഒരു മണിയായിട്ടേയുള്ളൂ. മൂന്നുമണിക്കാണ് സമ്മേളനം. മൈതാനത്തിനു മുന്നിൽ റെയിൽവേസ്റ്റേഷന് എതിരെയുള്ള സ്ഥലത്ത് നിൽക്കാനായിരുന്നു അവനോട് പറഞ്ഞത്. ആളുകൾ എത്തിത്തുടങ്ങിയിരുന്നില്ല. സമ്മേളനത്തിന് നേതൃത്വം വഹിക്കുന്നവരിൽ ചിലർ എത്തിയിട്ടുണ്ട്. ചൂടുകാലമല്ലെങ്കിലും നട്ടുച്ച നേരമായതുകൊണ്ട് വെയിലിന് നല്ല ചൂട്. താമസിയാതെ കുട്ടികൾ എത്തിത്തുടങ്ങി. അവരെ പേരെഴുതിയ ബാനറിനുകീഴെ അണിനിരത്തുകയായിരുന്നു ഫഹ്മിയുടെ ജോലി. പല വിദ്യാർഥികളും അവനെക്കാൾ പ്രായം കൂടിയവരായിരുന്നു. അവരെ നയിക്കാൻ അവസരം കിട്ടിയതിൽ ഫഹ്മി അഭിമാനിച്ചു.

"ഫഹ്മി അബ്ദുൽ ജവാദ് സയ്യിദ് അഹ്മദാണത്. സുപ്രീം കമ്മിറ്റിയിൽ അംഗമാണ്." അവനെ നോക്കി ചിലർ പറയുന്നത് കേട്ടപ്പോൾ മുഖം ജ്വലിച്ചു. ഉള്ള് നിറഞ്ഞു. ചിരിയടക്കി ഗൗരവം ഭാവിച്ചു നിന്നതേയുള്ളൂ. അതിനിടയിൽ ചിന്തകൾ പലവഴിക്ക് പാഞ്ഞു. നിറമുള്ള കിനാവിൽ മുഴുകി. അണികളെ സംബോധന ചെയ്ത് സംസാരിക്കാൻ അവസരം കിട്ടാത്തതിൽ ഖേദം തോന്നുകയും ചെയ്തു.

പ്രസംഗിക്കുകയോ? എന്താ എനിക്ക് പ്രസംഗിച്ചുകൂടേ? ഇന്നല്ലെങ്കിൽ നാളെ നേതാവാകാനുള്ളതല്ലേ? അപ്പഴോ? അവസരം കിട്ടുമ്പോൾ പറയാനുള്ളത് ഉറക്കെത്തന്നെ പറയും. സഅദിനെ നേരിൽ കാണാനും സംസാരിക്കാനും ഭാഗ്യമുണ്ടാകുമോ ഫഹ്മിക്ക്? അതു തന്റെ ജീവിതത്തിലെ മറക്കാനാവാത്ത ദിവസമായിരിക്കും. ഈജിപ്ഷ്യൻ ജനത അദ്ദേഹത്തെ ആവേശത്തോടെ എതിരേൽക്കും. ഇന്നത്തേത് ഒരു ചെറുപുഴ മാത്രം. അന്നിവിടെ കടലിരമ്പും. മൈതാനം നിറഞ്ഞു കവിഞ്ഞല്ലോ.

തൊപ്പിയും പരമ്പരാഗതതലപ്പാവുമണിഞ്ഞ് ലക്ഷങ്ങളാണ് എത്തിയിരിക്കുന്നത്. മുസ്ലീം ക്രിസ്ത്യൻ മതനേതാക്കൾ, സർക്കാർ ഉദ്യോഗസ്ഥർ, നിയമജ്ഞർ, തൊഴിലാളികൾ എല്ലാവരും തോളോടുതോളുരുമ്മി അണിയണിയായി നീങ്ങുന്നു. കൊടുംചൂട് അവരെ തളർത്തുന്നില്ല. ബാപ്പയെക്കൂടി ക്ഷണിക്കാമായിരുന്നു. യാസീൻ പറഞ്ഞത് നേരാ, ആൾക്കൂട്ടത്തിൽ നാം അവനവനെ മറക്കുന്നു. വ്യക്തിപരമായി ഫഹ്മി ഒന്നും നേടിയിട്ടില്ല. എന്നിട്ടും ഉള്ളിൽ സന്തോഷക്കടൽ ഇരമ്പുകയാണ്. ഞാനീ ആൾക്കൂട്ടത്തിലുണ്ടെന്നറിഞ്ഞാൽ പാവം എന്റെ ഉമ്മ ഭയന്നു വിറയ്ക്കും. മൈതാനത്തിൽ പട്ടാളമെത്തിയല്ലോ. എന്താണവർ തമ്മിൽ കുശുകുശുക്കുന്നത്? ആ ചെകുത്താന്മാരെ ഒരു പാഠംപഠിപ്പിച്ചേ മതിയാകൂ. തോക്കുക്കണ്ടാൽ പേടിച്ചോടുമെന്നായിരിക്കും. വിജയശ്രീലാളിതനായി തിരിച്ചെത്തുന്ന സഅദിനെ ഞങ്ങൾ ഇതിനെക്കാൾ ആഘോഷത്തോടെ സ്വീകരിക്കുന്നത് അടുത്തുതന്നെ നിങ്ങൾക്കു കാണാം. പോകുംമുമ്പേ ഇനിയും പലതും നിങ്ങൾക്കു കാണേണ്ടിവരും.

ദേശഭക്തിഗാനങ്ങൾ പാടിക്കൊണ്ട് അണികൾ നീങ്ങിത്തുടങ്ങിയിരുന്നു. ഈജിപ്തുകാർക്ക് ഒരൊറ്റ മേനി. ഒരൊറ്റ ശബ്ദം. മെഷീൻ ഗണ്ണിന്റെ അലർച്ചയില്ല. കല്ലേറില്ല, സമാധാനപരമായി ആദ്യം നടക്കുന്ന ഘോഷയാത്ര.

കുട്ടികളെ അണിതെറ്റാതെ മുന്നോട്ടു നയിക്കുന്നതിനിടയിലും അവൻ തൊണ്ടപൊട്ടുമാറ് മുദ്രാവാക്യം വിളിക്കാൻ മറന്നില്ല. പലരും ആവേശത്തോടെ അവനെ സഹായിക്കാനെത്തി. സഅദിന് അഭിവാദനവും പിന്തുണയും അർപ്പിച്ചുകൊണ്ട് അവർ സമാധാനപരമായി മുന്നോട്ടുനീങ്ങി. വെടിയുണ്ടയേറ്റാലും അവർക്കൊരാപത്തും വരില്ല എന്നു തോന്നി ഫഹ്മിക്ക്.

തടഞ്ഞിട്ട് ഫലമില്ലെന്നറിയാവുന്നതുകൊണ്ടാകാം ജാഥ നിയന്ത്രിച്ചുകൊണ്ട് പൊലീസുകാരും അവരോടൊപ്പമുണ്ടായിരുന്നു. വിപ്ലവം ജയിച്ചതിന് ഇതിൽക്കൂടുതൽ തെളിവെന്താണ് വേണ്ടത്? ഐ ജി മുന്നിൽതന്നെയുണ്ട്. ഒപ്പം അദ്ദേഹത്തിന്റെ കീഴുദ്യോഗസ്ഥരും. ആ മീശക്കാരന്റെ പേരു മറന്നല്ലോ. കഴിഞ്ഞ ഇരുണ്ടദിവസങ്ങളിൽ സഖാക്കളെ നിരന്തരം തീ തീറ്റിച്ച അയാളുടെ പേര് അത്രപെട്ടെന്ന് മറക്കുകയോ? അതെ...ജൂലിയൻ....കീടം. ഹൃദയത്തിന്റെ ചലനം നിലച്ചവർക്ക് ജാഥ നയിക്കാൻ കഴിയുമോ? ഹൃദയം നിലച്ചെന്നോ? ആരുടെ ഹൃദയം? ഒരു നിമിഷം മുൻപേ എന്റെ ശരീരം അനക്കമറ്റന്നോ? വിപ്ലവത്തിൽ നിന്നു വിട്ടുമാറി നിനക്കിനി ഒരു ജീവിതമുണ്ടോ? എല്ലാം മറക്കുമെന്ന് നീ രാവിലെ തീരുമാനമെടുത്തല്ലേ? മറിയം? അതിപ്പോൾ പഴങ്കഥയായില്ലേ? നിനക്ക് ഭൂതകാലമില്ല. ഭാവിക്കുവേണ്ടി പ്രവർത്തിക്ക്. പൊലീസുകാരന്റെ പേരു നീ

ഇപ്പോൾ ഓർക്കണ്ട. ഉറക്കെ മുദ്രാവാക്യം വിളിക്ക്. സഅദ് നീണാൾ വാഴട്ടെ....

മനുഷ്യസമുദ്രത്തിൽ ആഞ്ഞടിക്കുന്ന തിരമാലയായി ഫഹ്മി മുന്നോട്ടുനീങ്ങി. മരങ്ങളിലും ചുമരുകളിലുമെല്ലാം പാറുന്ന കൊടികൾ മാത്രം. വീണ്ടും മുന്നോട്ട്. കാതടപ്പിക്കുന്ന ദേശഭക്തിഗാനങ്ങൾ. പാർക്കി നടുത്തെത്തിയപ്പോൾ ജാഥ പതുക്കെയായി. അതോ നിന്നോ? മുദ്രാവാ ക്യങ്ങളും ജയ് വിളികളും നിലച്ചിരിക്കുന്നു. എന്തോ മുഴങ്ങിയല്ലോ. വെടി യൊച്ച? ഹേയ് അതാവില്ല.

എന്തുകൊണ്ടാവില്ല. വെള്ളപ്പട്ടാളത്തിന്റെ കൊടുംക്രൂരത ഇത്ര വേഗം മറന്നോ?

"കൺവെട്ടത്ത് ഒരു പട്ടാളക്കാരനേയും കാണാനില്ലല്ലോ."

"പാർക്കിലാ ക്യാമ്പ്. നിറച്ചുണ്ടായിരുന്നു."

"ഒരുപക്ഷേ വിരട്ടാൻവേണ്ടി ആകാശത്തേക്ക് വെടിവെച്ചതാകും."

"അതാവാനും മതി."

കാതോർത്തപ്പോൾ വീണ്ടും കാതുതുളയ്ക്കുന്ന വെടിശബ്ദം.

സംശയമേതും വേണ്ട, അവർ വെടി തുടങ്ങിയിരിക്കുന്നു. എവിടുന്ന് വരുന്നു എന്നറിഞ്ഞാമതി. ഇന്ന് സമാധാനത്തിന്റെ ദിവസമായിട്ടും....

നേതാക്കൾ മുൻനിരയിൽനിന്ന് പിന്നിലേക്ക് മാറുന്നതുകണ്ട് ഫഹ്മി അസ്വസ്ഥനായി. അതുകണ്ട ജനം പലവഴിക്ക് ചിന്നിച്ചിതറിക്കൊണ്ടി രുന്നു. അവർ പരസ്പരം കൂട്ടിമുട്ടി. പലരും ഭയന്നുവിളിച്ചു. ശാപവചന ങ്ങൾ, പോർവിളികൾ, അരിശവാക്കുകൾ. നോക്കിക്കൊണ്ടിരിക്കെ അതു വരെ ചിട്ടയോടെ സമാധാനത്തോടെ നീങ്ങിയിരുന്ന ജനക്കൂട്ടം ചിന്നിച്ചി തറി കൈവഴികളായി നാനാവശത്തേക്കും തിരിഞ്ഞു.

ഓടി രക്ഷപ്പെടുകയല്ലാതെ എനിക്കിനി എന്തുമാർഗം? മരിച്ചെന്നു വരില്ല. പക്ഷേ വെടിയുണ്ടയേറ്റ് അവയവങ്ങൾ ചിന്നിച്ചിതറി....എല്ലാവരും സ്വരക്ഷയ്ക്കായി ഓടിമറയുന്നു. നീ മാത്രം എന്താ നോക്കി നിൽക്കു ന്നത് ഫഹ്മി?

പക്ഷേ എന്റെ കാലുകൾ ആരോ കെട്ടിയിരിക്കുന്നല്ലോ അവരെ ന്തിനാ കരയുന്നത്? നീ കേൾക്കുന്നില്ലേ? കാണുന്നില്ലേ? ഇല്ല, എനി ക്കൊന്നും കാണാൻ വയ്യ, കേൾക്കാനും. എന്റെ മുന്നിലും പിന്നിലും കട്ടപിടിച്ച ഇരുട്ട്. ഘടികാരത്തിന്റെ സൂചി അനങ്ങുന്ന ശബ്ദമല്ലേ? അതെന്റെ ഹൃദയമിടിപ്പല്ലേ? ആരോ എന്റെ ചെവിയിൽ എന്തോ പറ ഞ്ഞല്ലോ. പാർക്കിന്റെ കവാടമെവിടെ? മുന്നിൽ അലകടൽ....വെള്ളം.... അതിലാരാ നീന്തുന്നത്? കൈകാലുകൾ തളർന്ന് മുങ്ങിത്താഴുക യാണോ? ആൽമരം നൃത്തം ചെയ്യുന്നോ? ആകാശം...നീലാകാശം കാണാനില്ല. മേഘം നീങ്ങി സമാധാനത്തിന്റെ മഴത്തുള്ളികളല്ലേ ഭൂമി യിൽ പതിക്കുന്നത്.

എഴുപത്

കടയിലെത്തി കണക്കുപുസ്തകം തുറന്നതും മൂന്നു ചെറുപ്പക്കാർ കയറിവന്നു സലാം പറഞ്ഞു.

"അസ്സലാമു അലൈക്കും."

"വഅലൈക്കും അസ്സലാം. ഇരുന്നാട്ടെ."

"താങ്കളാണോ സയ്യിദ് അഹമ്മദ് അൽജവാദ്?"

നടുവിൽ നിന്ന ചെറുപ്പക്കാരനാണ് ചോദിച്ചത്.

"അതെ."

എന്നു പറഞ്ഞ് അവരെ ചോദ്യഭാവത്തിൽ നോക്കി.

സാധനം വാങ്ങാൻ വന്നവരല്ലെന്ന് അവരെ കണ്ടാലറിയാം. പിന്നെ? കട അടയ്ക്കാൻ പോവുകയാണെന്ന് സാധനങ്ങൾ അടുക്കിപ്പെറുക്കുന്ന ഹംസായിയെ കണ്ടാൽ അവർക്ക് മനസിലാക്കിക്കൂടെ? പിരിവിനിറങ്ങിയതായിരിക്കുമോ? സഅദ് മോചിതനായതോടെ സമരം തീർന്നില്ലേ? എനിക്കിപ്പോൾ വൈകുന്നേരത്തെ വിനോദപരിപാടികളെക്കുറിച്ചു മാത്രമേ ചങ്ങാതിമാരേ ചിന്തയുള്ളൂ. ഞാൻ കൈയും മുഖവും സുഗന്ധതൈലം ചേർത്ത വെള്ളത്തിൽ കഴുകിയില്ല. മുടി ചീകിയില്ല. മീശ മിനുക്കിയില്ല. വേഷം നേരെയാക്കിയില്ല. നിങ്ങൾക്കിപ്പോൾ എന്താ വേണ്ടത്?

പേരു ചോദിച്ച മുഖം എവിടെയോ കണ്ടു മറന്നതുപോലെ എവിടെ വെച്ച്? ഓർക്കാനൊരു ശ്രമം നടത്തി. ആദ്യമായിട്ടല്ല ആ മുഖം കാണുന്നത്. ആളെ പിടികിട്ടിയപ്പോൾ സന്തോഷത്തോടെ ആരാഞ്ഞു.

"പള്ളിമുറ്റത്തുവെച്ച് ഞങ്ങളെ രക്ഷപ്പെടുത്തിയ ആളല്ലേ?"

"അതേ."

മദ്യം ഓർമശക്തി ഇല്ലാതാക്കുമെന്നൊക്കെ പറയുന്നത് വെറുതെയാ. ഒറ്റ നോട്ടത്തിൽ എനിക്ക് ആളെ പിടികിട്ടി. പക്ഷേ ഇവരെന്താ എന്നെ ഇങ്ങനെ വ്യസനത്തോടെ നോക്കുന്നത്? നല്ല വാർത്തയും കൊണ്ടല്ല എത്തിയിരിക്കുന്നതെന്ന് അവരുടെ നോട്ടം കണ്ടാലറിയാമല്ലോ. മനസ്സ് വല്ലാതെ പിടയ്ക്കുന്നു. പിശാചുക്കളുടെ ഉപദ്രവത്തിൽ കരുണാമയനായവനേ നീ തന്നെ രക്ഷിക്കണേ.

"ഫഹ്മിയെ അന്വേഷിച്ചു വന്നതാണോ?"

പെട്ടെന്നങ്ങനെ ചോദിക്കാൻ തോന്നി.

"ഞങ്ങളുടെ ദൗത്യം വിഷമം പിടിച്ചതാണെന്ന് അറിയാം. എന്നാലും പറയാതിരിക്കാൻ വയ്യല്ലോ. അതുകേൾക്കാനുള്ള ശക്തി റബ്ബ് നിങ്ങൾക്കു തരട്ടെ."

പറഞ്ഞപ്പോൾ ചെറുപ്പക്കാരന്റെ ഇടത്തൊണ്ട വിറച്ചിരുന്നു.

"സഹിക്കാനുള്ള ശക്തിയോ? എന്തു സഹിക്കാൻ? എന്റെ മോൻ...."

"അവൻ ശഹീദായി."

"രാജ്യസ്നേഹവും ചുറുചുറുക്കുമുള്ള ഒരുപ്രവർത്തകനെക്കൂടി ഞങ്ങൾക്ക് നഷ്ടപ്പെട്ടു."

വേറൊരാളാണ് അതു പറഞ്ഞത്.

തൊണ്ട വരണ്ടു. കണ്ണുകളിൽ ഇരുട്ടു കയറി. അവർക്ക് അനക്കമില്ല. ഹംസായിയും അനങ്ങാപ്പാറപോലെ നിൽക്കുകയാണ്.

"അവന്റെ മരണം ഞങ്ങൾക്കു നികത്താനാവാത്ത നഷ്ടമാണ്. പക്ഷേ അള്ളാഹുവിന്റെ വിധി തടയാൻ ആർക്കാവും? ക്ഷമിക്കാനും സഹിക്കാനുമുള്ള കരുത്ത് നിങ്ങൾക്കു തരേണ്ടതും അവൻതന്നെ."

മറ്റൊരാൾ ആശ്വസിപ്പിച്ചു.

മകന്റെ മരണത്തിൽ അനുശോചിക്കാൻ വന്നവരാണവർ. എന്റെ അവസ്ഥ അവർക്ക് ഊഹിക്കാൻ കഴിയുന്നില്ലെന്നോ? എന്റെ ഹൃദയം വെടിച്ച് ചോര കിനിയുകയാണ്. അവരത് അറിയുന്നുണ്ടോ? എന്റെ ഉള്ളം ചുട്ടുകരിക്കുന്ന തീ അണയ്ക്കുവാൻ ഇവരുടെ വാക്കുകൾക്കാവുമോ? എന്റെ മകൻ മരിച്ചെന്നാണ് ഇവർ പറയുന്നത്. മരണം സത്യമാണെന്നറിഞ്ഞിരിക്കെ ഞാനതെങ്ങനെ വിശ്വസിക്കാതിരിക്കും? ഇന്നു രാവിലെ എന്റെ മുന്നിൽ വന്ന് ചെയ്തതെല്ലാം പൊറുക്കണമെന്നു പറഞ്ഞ് ഇറങ്ങിപ്പോയ എന്റെ മകൻ.... അവനോട് പൊറുത്തെന്ന് പറയാതെ വിരട്ടി ഓടിച്ചില്ലേ നീ? രാവിലെവരെ അവനൊരു അസുഖവുമില്ലായിരുന്നു. തികഞ്ഞ ആരോഗ്യവാനായിരുന്നു എന്റെ കുട്ടി. സന്തോഷത്തോടെ രാവിലെ വീട്ടിൽനിന്നു പടിയിറങ്ങിയ എന്റെ മകൻ മരിച്ചെന്നോ? ഞാൻ രാത്രി വീട്ടിലെത്തുമ്പോൾ അവനവിടെ ഉണ്ടാവില്ലെന്നല്ലേ ഇവർ പറയുന്നത്? അവന്റെ ചിരിക്കുന്ന മുഖം ഇനി ഒരിക്കലും കാണില്ലെന്നോ? പിന്നെ അവന്റെ ബാപ്പയായ ഞാനെന്തിനാ ജീവിച്ചിരിക്കുന്നത്? എന്റെ എല്ലാ മോഹങ്ങളും കരിഞ്ഞുപോയെന്നോ? സാബൂർ.... അതേ ക്ഷമിക്കുക. ഒരു വിശ്വാസിക്ക് എപ്പോഴും ഉണ്ടായിരിക്കേണ്ട ഗുണമാണത്. എനിക്ക് സഹിക്കാനാവുന്നില്ലല്ലോ.... ക്ഷമിക്കാനും. വേദനകൊണ്ട് എന്റെ ചങ്ക് നുറുങ്ങുകയാണ്. ഇതുപോലൊരു വേദന ഞാനൊരിക്കലും അനുഭവിച്ചിട്ടില്ല. അല്ല, വേദനയെന്താണെന്ന് ഞാനിന്നാണ് അറിയുന്നത്.

"അള്ളാഹുവിനെ ഓർത്ത് ശക്തി നേടണം."

"മരണത്തിന്റെ നാളുകൾ കഴിഞ്ഞെന്നുകരുതി സന്തോഷിച്ചതാണല്ലോ...."

വേദന സഹിക്കാനാവാതെ പിടഞ്ഞു.

"വളരെ സമാധാനപൂർവമാണ് ഞങ്ങൾ വിജയം ആഘോഷിച്ചത്. നേതാക്കന്മാരെല്ലാം മുൻനിരയിൽത്തന്നെ ഉണ്ടായിരുന്നു. മധ്യനിര ഇസ

ബെക്കാപാർക്കിലെത്തുന്നതുവരേ ഒരു കുഴപ്പവുമുണ്ടായിരുന്നില്ല. എന്തു സംഭവിക്കുന്നു എന്നു മനസിലാകുംമുമ്പേയാണ് വെടിയുണ്ടകൾ നാനാവശത്തുനിന്നും ചീറിപ്പാഞ്ഞെത്തിയത്. പട്ടാളക്കാർ ഇങ്ങനെ പ്രവർത്തിക്കുമെന്ന് ഞങ്ങൾ സ്വപ്നേപി വിചാരിച്ചതല്ല. അവരെ പ്രകോപിപ്പിക്കുന്ന ഒന്നും ഞങ്ങൾ ചെയ്തതുമില്ല. മുദ്രാവാക്യങ്ങൾകൂടി തെരഞ്ഞെടുത്താണ് വിളിച്ചത്. ചോരക്കൊതിപൂണ്ട പട്ടാളക്കാർ ഒരു പ്രകോപനവുമില്ലാതെ പെട്ടെന്നാ വെടി തുടങ്ങിയത്. ബ്രിട്ടീഷ് റെസിഡൻസിയിലേക്ക് പ്രതിഷേധമാർച്ച് നടത്താൻ എല്ലാവരുംകൂടി തീരുമാനിച്ചിരിക്കയാണ്. പട്ടാളക്കാരുടെ അതിക്രമത്തിന് ഭരണകൂടം മാപ്പു പറഞ്ഞേ തീരൂ."

"പക്ഷേ അതുകൊണ്ട് മരിച്ചവർ തിരിച്ചു വരില്ലല്ലോ."

ബാപ്പ പരാതി പറഞ്ഞു.

"അതില്ല...."

"ആപത്തുകളിൽ നിന്ന് ഒഴിഞ്ഞു നിന്നോളാമെന്ന് അവൻ വാക്കു തന്നിരുന്നല്ലോ. അവൻ മുമ്പിതേവരെ ഇത്തരം സമരത്തിലൊന്നും പങ്കെടുത്തിട്ടില്ലെന്നും പറഞ്ഞിരുന്നു."

ചെറുപ്പക്കാർ പരസ്പരം നോക്കിയതല്ലാതെ ഒന്നും പറഞ്ഞില്ല. തന്റെ മകനെ തട്ടിയെടുത്ത ദ്രോഹികൾ എന്നതുപോലെയാണ് ബാപ്പ അവരെ നോക്കിയത്.

"എല്ലാം അവന്റെ വിധി. എന്റെ മോനെ എനിക്കൊന്നു കാണിച്ച് തരുമോ?"

"ആസ്പത്രിയിൽ വരൂ. അവന്റേയും അവനോടൊപ്പം രക്തസാക്ഷികളായ മറ്റു പതിമൂന്ന്പേരുടേയും മയ്യത്ത് ആസ്പത്രിയിൽ സൂക്ഷിച്ചിരിക്കയാണ്. നാളെ ഉച്ചതിരിഞ്ഞ് മൂന്നുമണിക്ക് മയ്യത്തു ഘോഷയാത്ര ആരംഭിക്കും."

"അവന്റെ മയ്യത്തുകൂടി ഞങ്ങൾക്ക് വിട്ടു തരില്ലെന്നോ?"

വേവലാതിയോടെ ബാപ്പ ചോദിച്ചു.

"ഒന്നും വിചാരിക്കരുത്. ആസ്പത്രിയിൽ പൊലീസ് കാവലാണ്. അതുകൊണ്ട് നമ്മൾ മുൻകരുതലെടുക്കുന്നതാണ് നല്ലത്. ശവസംസ്കാരഘോഷയാത്ര തുടങ്ങും മുമ്പേ മരിച്ചവരുടെ സ്വന്തക്കാർക്ക് കാണാനുള്ള പ്രത്യേകം ഏർപ്പാടുണ്ടാക്കാം. ഫഹ്മി സാധാരണക്കാരനല്ല. നാടിനുവേണ്ടി വീരമരണം പ്രാപിച്ചവനാണ്. അവന്റെ മയ്യത്ത് വീട്ടുകാർക്ക് മാത്രം വിട്ടു തന്ന് അവനോട് ഞങ്ങൾ അനാദരവ് കാട്ടില്ല. ജനലക്ഷങ്ങളുടെ ആദരാഞ്ജലിയോടെ വേണം അവനെ പള്ളിയിലേക്കെടുക്കാൻ. സഹിക്കാനുള്ള ശക്തിതരാൻ അള്ളാഹുവിനോട് തേടൂ."

ബാപ്പയുടെ കൈ പിടിച്ച് അനുശോചനം രേഖപ്പെടുത്തിയും സമാധാനിപ്പിച്ചും അവർ ഓരോരുത്തരായി യാത്രപറഞ്ഞു പിരിഞ്ഞു.

കൈകളിൽ മുഖം താങ്ങി നിരാശനായിരിക്കുന്ന ആ ബാപ്പയെ

ഹംസായി പലതുംപറഞ്ഞ് ആശ്വസിപ്പിക്കാൻ ശ്രമിച്ചു. സഹിക്കാനാവാതെ എഴുന്നേറ്റുപുറത്തേക്കിറങ്ങി. തലയ്ക്ക് കനം. ഏകാന്തത...അതുമാത്രമാണ് അയാളപ്പോൾ ആഗ്രഹിച്ചത്. അതെവിടെ കിട്ടും? കുറച്ചു സമയത്തിനകം വീട്ടിൽ ആളുകൾ തിങ്ങിക്കൂടും. ചിന്തിക്കാനനുവദിക്കാതെ ആശ്വാസവാക്കുകളുമായി കൂട്ടുകാർ വളയും. ഈ നഷ്ടം നികത്താൻ അവർക്ക് സാധിക്കില്ല. എനിക്ക് ആരേയും കാണണ്ട. ഒന്നും കേൾക്കുകയും വേണ്ട. ഇന്നേതായാലും അത് സാധ്യമല്ല. പക്ഷേ കുറച്ചുദിവസം കഴിയുമ്പോൾ ഇന്നാഗ്രഹിക്കുന്ന ഈ ഏകാന്തത ഒരു ഭാരമായിത്തീരും. കൂട്ടിനാളില്ലാതെ ഫഹ്മിയെക്കുറിച്ചു മാത്രമോർത്ത് വേദനിക്കാം. അവന്റെ ഭൂതം. വർത്തമാനം. കുട്ടിക്കാലം. യൗവനം. അവനെക്കുറിച്ചുള്ള പ്രതീക്ഷകൾ ഓർമകൾ, എല്ലാം അയവിറക്കി കണ്ണീരൊഴുക്കാം.

ഇനി നാട്ടാർക്ക് സയ്യിദ് അഹമ്മദിനോട് അസൂയയില്ല. എല്ലാം തീർന്നില്ലേ? വെള്ളിയാഴ്ച ഉച്ചയ്ക്ക് ഫഹ്മിയെ വഴക്കു പറഞ്ഞത് പെട്ടെന്ന് ഓർമിച്ചു. ഇന്നു രാവിലെ വേദനിക്കുന്ന മുഖവുമായി അവൻ മുന്നിലെത്തിയതും ഇപ്പോൾ കണ്ണാടിയിലെന്നപോലെ കാണാം. അവന്റെ മുഖം നിറയെ സ്നേഹം. ഇനി അവൻ വെറുമൊരോർമ. എത്രകാലം അവനെക്കുറിച്ചോർത്ത് ദുഃഖിക്കും? പശ്ചാത്തപിക്കും? കണ്ണീരൊഴുക്കും? ഭാവി ഇരുളടഞ്ഞതുപോലെ. ഇനി ആശിക്കാനൊന്നുമില്ല. കണ്ണെത്തും ദൂരത്തെല്ലാം ഇരുട്ടുമാത്രം. ഇരുട്ടിൽ തപ്പിത്തടഞ്ഞപ്പോൾ പതുക്കെ തല ഉയർത്തി മങ്ങിയ വെളിച്ചത്തിൽ വീടിന്റെ ബാൽക്കണി കാണുന്നു. അപ്പോൾ ആമിനയെ ഓർത്തു.

അതോടെ കാലിൽ ചങ്ങല വീണതുപോലെ. എന്തു പറയും അവളോട്? അവൾക്കിതു താങ്ങാനുള്ള കരുത്തുണ്ടോ? എനിക്ക് ആശ്വസിപ്പിക്കാനുള്ള ശേഷിയുണ്ടോ? കരഞ്ഞ് കരഞ്ഞ് അവളും അവന്റെ വഴിയേ പോകും. പാൽക്കാരൻ ഫൂലിയുടെ മകൻ മരിച്ചതറിഞ്ഞ് അവൾ എന്തു മാത്രം കരഞ്ഞതാണ്. അപ്പോൾ കരളിന്റെ കരളായ ഫഹ്മി മരിച്ചതറിഞ്ഞാൽ....ഫഹ്മി വെടിയേറ്റ് മരിച്ചെന്നോ? ഇതിനായിരുന്നോ അവൻ പിറന്നത്? എന്റെ മോനേ...എന്റെ പാപം ഏറ്റുവാങ്ങാനായിട്ടായിരുന്നോ നീ ജനിച്ചത്? ആമിനാ...നമ്മുടെ മകനെ കൊന്നു...മക്കൾക്കുവേണ്ടി ജീവിച്ച നീ....സന്തോഷത്തോടെ മക്കളുടെ വരവും കാത്ത് വീട്ടിലിരിക്കുന്ന നീ.... വിവരമറിഞ്ഞാൽ അവന്റെ ഗുണഗണങ്ങൾ ഏറ്റുപറഞ്ഞ് മാറത്തടിച്ചു കരയാൻ നിനക്കാകുമോ? അതാണല്ലോ പരമ്പരാഗത ചടങ്ങ്. മരിച്ചവരുടെ ഗുണങ്ങൾ എണ്ണിപ്പെറുക്കി കരയണ്ടേ? നിനക്കതിനു കഴിയുമോ? നിനക്കുകഴിയില്ല. കരയാൻ ആളെ വയ്ക്കേണ്ടിവരും. കാശുകൊടുത്താൽ മാറത്തടിച്ചു നിലവിളിക്കാൻ ആളെ കിട്ടുമല്ലോ. അതും ഒരു ചടങ്ങല്ലേ. ഒഴിവാക്കുന്നതെങ്ങനെ?

അവളിപ്പോൾ കുട്ടികളോടൊത്ത് ഇരിപ്പുമുറിയിൽ ഭക്ഷണത്തിനായി ഫഹ്മിയെ കാത്തിരിക്കുന്നുണ്ടാകും. എന്തൊരു ക്രൂരതയാണ്...അവള വിടെ മകന്റെ വരവും പ്രതീക്ഷിച്ചിരിക്കുമ്പോൾ ഞാനവന്റെ മയ്യത്തു കാണാൻ ആസ്പത്രിയിലേയ്ക്കു പോവുക! പക്ഷേ അവളെ ഞാൻ അങ്ങോട്ടയക്കില്ല. പോയതുകൊണ്ടെന്താ പ്രയോജനം? നീറിപ്പുകയുന്ന വേദനയിൽ അവൾ ജീവിതം കുരുതികഴിക്കും.

വീടെത്തിയല്ലോ... അകത്ത് പോവാതെ വയ്യല്ലോ... വാതിലിൽ മുട്ടാൻ ഒരുങ്ങിയപ്പോഴാണ് പോക്കറ്റിൽ താക്കോലുള്ള കാര്യം ഓർത്തത്. താക്കോൽ തപ്പിയെടുത്ത് വാതിൽ തുറന്നു. കമാൽ ഈണത്തിൽ പാടുകയാണ്.

വർഷത്തിലൊരിക്കൽ എന്നെ സന്ദർശിക്കാനെത്തില്ലേ?

ഇഷ്ടമുള്ളവരെ എന്നെന്നേക്കുമായി ഉപേക്ഷിക്കുന്നത് തെറ്റല്ലേ?

www.ingramcontent.com/pod-product-compliance
Lightning Source LLC
LaVergne TN
LVHW090258051026
849518LV00005B/1565
9788126207084